ಹೋದೆಡೆಯೆಲ್ಲಾ ಸಂಗ್ರಹಿಸಿದ ಬ್ರೋಚರ್, ಬರೆಯಲು ಕುಳಿತಾಗ ಒಂದಿಷ್ಟು ಗೂಗಲ್ ಹುಡುಕಾಟ, ಇದರ ಜೊತೆಗೆ ತಿಂದದ್ದು ಉಂಡದ್ದು ಸೇರಿಸಿದರೆ ಒಂದು ಪ್ರವಾಸ ಕಥನ ಸಿದ್ಧ ಎನ್ನುವ ಕಾಲದಲ್ಲಿ ಪ್ರಸಾದ್ ನಾಯ್ಕ್ 'ಹಾಯ್... ಅಂಗೋಲಾ!' ಹಿಡಿದು ನಿಂತಿದ್ದಾರೆ. ಒಂದು ಪ್ರವಾಸ ಕಥನ ಹೇಗಿರಬೇಕು ಎನ್ನುವುದಕ್ಕೆ ಮಾದರಿಯಾಗುವಂತೆ ಈ ಅಂಗೋಲಾ ಕಥನ ಮೂಡಿಬಂದಿದೆ. ದೇಶ ಅಂದರೆ ಅಮೆರಿಕಾ, ಇಂಗ್ಲೆಂಡ್, ಆಸ್ಟ್ರೇಲಿಯಾ ಎಂದಷ್ಟೇ ಕಾಣಿಸುತ್ತಿರುವ ಪ್ರವಾಸ ಕಥನಗಳ ಸಾಲಿನಲ್ಲಿ ಮೊಟ್ಟಮೊದಲ ಬಾರಿಗೆ ಅಂಗೋಲಾ ಸೇರಿಕೊಳ್ಳುತ್ತಿದೆ. ಕ್ಯೂಬಾ ಎಲ್ಲಿದೆ? ಎಂದು ನಾನು ಕ್ಯೂಬಾಗೆ ಹೊರಟಾಗ ಕೇಳಿದಂತೆಯೇ ಪ್ರಸಾದ್‌ಗೆ ಅಂಗೋಲಾ ಎಲ್ಲಿದೆ ಎಂದು ಕೇಳಿದವರೂ ಇದ್ದಾರೆ. ಅಮೆರಿಕಾ ಯಾವುದನ್ನು ದೇಶ ಎಂದು ಭಾವಿಸಿದೆಯೋ ಅದನ್ನು ಮಾತ್ರ ದೇಶ ಎಂದು ನಂಬಿಕೊಳ್ಳುವ ಕಾಲಘಟ್ಟದಲ್ಲೇ ಇದ್ದೇವೆ. ಇದಕ್ಕೆ ಕಾರಣ– 'ಅಮೆರಿಕಾ ಕನ್ನಡಕ' ಹಾಕಿಕೊಂಡ ಮಾಧ್ಯಮಗಳು. ಯಾವುದೇ ಎರಡು ದೇಶಗಳ ಮಧ್ಯೆ ಅಮೆರಿಕಾದ ಪತ್ರಿಕಾ ಗೋಡೆಗಳಿವೆ. ಹಾಗಾಗಿಯೇ ಅಮೆರಿಕಾದ ತಾಳಕ್ಕೆ ಕುಣಿಯುವ, ಮಣಿಯುವ ದೇಶಗಳನ್ನು ಹೊರತುಪಡಿಸಿದರೆ ಈ ಮೀಡಿಯಾ ಗೋಡೆಗಳ ಆಚೆ ಇನ್ನೊಂದು ದೇಶ ಕಾಣುವುದಿಲ್ಲ. ಹಾಗೆ ಕತ್ತಲಲ್ಲೇ ಉಳಿದುಹೋದ ದೇಶವೆಂದರೆ ಅಂಗೋಲಾ.

ಪ್ರಸಾದ್ ನಾಯ್ಕ್‌ಗೆ ಅಂಗೋಲಾ ಆಯ್ಕೆಯಾಗಿರಲಿಲ್ಲ. ಒಬ್ಬ ನಿಪುಣ ಎಂಜಿನಿಯರ್‌ಗೆ ಕೇಂದ್ರ ಸರ್ಕಾರದ ಜಲ ಸಂಪನ್ಮೂಲ ಇಲಾಖೆ ಕೆಲಸ ಮಾಡಲು ತೋರಿಸಿದ ಜಾಗ ಮಾತ್ರ ಆಗಿತ್ತು. ಆದರೆ, ಪ್ರಸಾದ್ ನಾಯ್ಕ್ ಅಂಗೋಲಾದ ಆತ್ಮವನ್ನು ಹೊಕ್ಕಿರುವ ರೀತಿ ಎಲ್ಲರಿಗೂ ಬೆರಗು ಮೂಡಿಸುವಂತಿದೆ. ಈ ಕಾರಣಕ್ಕಾಗಿಯೇ ನನಗೆ ಪ್ರಸಾದ್ ನಾಯ್ಕ್ ಇಷ್ಟ. ಯಾವುದೋ ದೇಶ, ಯಾವುದೋ ಊರು, ಯಾವುದೋ ಭಾಷೆ ಎಂದು ಪ್ರಸಾದ್ ನಾಯ್ಕ್ ಕೊರಗುತ್ತಾ ಕೂರಲಿಲ್ಲ. ಬದಲಿಗೆ ಕಾಲಿಗೆ ಚಕ್ರ ಕಟ್ಟಿಕೊಂಡಂತೆ ಆ ದೇಶದ ಮೂಲೆ ಮೂಲೆ ಸುತ್ತಿದ್ದಾರೆ. ಭಾಷೆ ಗೊತ್ತಿಲ್ಲದೆ, ಸಂಸ್ಕೃತಿ ಗೊತ್ತಿಲ್ಲದೆ ಅಲ್ಲಿನ ಜನರೊಡನೆ ಸಂವಾದಿಸಿದ್ದಾರೆ. ಊರು–ಕೇರಿ ತಿರುಗಿ ಅವರ ಸಂಸ್ಕೃತಿ ಅರಿತಿದ್ದಾರೆ. ಹುಡುಗಿಯರೊಂದಿಗೆ ಲಲ್ಲೆ ಹೊಡೆದಿದ್ದಾರೆ. ಅಂತಹ ಇನ್ನೂ ಬೆಳಕು ಕಾಣದ ದೇಶದಲ್ಲೂ ನೀರು ಉಕ್ಕಲು ತಮ್ಮ ಕೊಡುಗೆ ನೀಡಿದ್ದಾರೆ.

ಆಫ್ರಿಕಾ ಖಂಡದ ದೇಶಗಳು ನಮ್ಮ ಕಣ್ಣಳತೆಗೆ ಸಿಗದೇ ಇರಲು ಮುಖ್ಯ ಕಾರಣವೇ ಅದನ್ನು ದೇಶಗಳೇ ಅಲ್ಲ ಎನ್ನುವಂತೆ ಭೂಗೋಳದ ರಾಜಕೀಯ ಹೊಸಕಿ ಹಾಕಿರುವುದು. 'ಅಮೆರಿಕಾದವನು / ಭೂಮಂಡಲದ ಚೆಂಡನ್ನು / ಎತ್ತ ಒದ್ದರೂ / ಗೋಲ್ ಅವನದೇ...' ಎನ್ನುವ ಅನಿವಾರ್ಯತೆಯನ್ನು ಸೃಷ್ಟಿ ಮಾಡಲಾಗಿದೆ. ಜಗತ್ತು ಏಕಚಕ್ರಾಧಿಪತ್ಯಕ್ಕೆ, ಏಕ ವ್ಯಕ್ತಿ ಪ್ರಾಧಾನ್ಯತೆಗೆ ಸಿಕ್ಕು ಹೋದರೆ ಆಗುವ ಪರಿಣಾಮವೇ ಇದು. ಭೂಪಟದಲ್ಲಿ ಎಷ್ಟು ದೇಶಗಳಿವೆ ಎಂದು ಎಣಿಸಿ ಹೇಳುವವರು ಯಾರು?? ಈ ಕಾರಣಕ್ಕಾಗಿಯೇ ನಮ್ಮದೇ ಸುರತ್ಕಲ್‌ನ ಹುಡುಗ ನೇರಾನೇರ ಕಂಡ ಬದುಕು ಮುಖ್ಯವಾಗುವುದು. ಪ್ರಸಾದ್ ನಾಯ್ಕ್ ಅವರ ಈ ಕೃತಿಗೆ ತನ್ನದೇ ಮಹತ್ವವಿದೆ. ಈ ಕೃತಿ ಒಂದು ದಯನೀಯ ಬದುಕನ್ನು ನಡೆಸುತ್ತಿರುವ ದೇಶದ ಕಥೆಯನ್ನು ಬಿಚ್ಚಿಡುತ್ತಿದೆ. ಯಾವುದೇ ಪತ್ರಿಕೆ, ಪುಸ್ತಕ, ಸರ್ಚ್‌ಗಳನ್ನೂ ಅವಲಂಬಿಸದೇ ಖುದ್ದು ಕಂಡ ಬದುಕು ಸಾಮ್ರಾಜ್ಯಶಾಹಿ ಶಕ್ತಿಗಳು ಹೇಗೆ ಅನೇಕ ದೇಶಗಳನ್ನು ಉಸಿರುಕಟ್ಟಿಸಿಬಿಡುತ್ತದೆ ಎನ್ನುವುದನ್ನು ತೋರಿಸುತ್ತಿದೆ. ಅನೇಕ ದೇಶಗಳ ಬದುಕುವ ಹಕ್ಕನ್ನು ಹೊಸಕಿ ಹಾಕಿರುವ ರೀತಿಯನ್ನು ತೋರಿಸಿದೆ. ಮುಂದೆ ಜಗತ್ತಿನ ಕಥೆ ಬರೆಯುವವರಿಗೆ ಖಂಡಿತಾ ಆಧಾರವಾಗುವ ಪುಸ್ತಕಗಳಲ್ಲೊಂದು.

ನಾಲ್ಕು ಕೋಣೆಯ ಮಧ್ಯೆ ಎಂಜಿನಿಯರಿಂಗ್ ಓದಿದ ಹುಡುಗ ಅದ್ಭುತ ಬರವಣಿಗೆಯನ್ನು ತನ್ನದಾಗಿಸಿಕೊಂಡಿರುವ ರೀತಿ ಇದೆಯಲ್ಲ ಅದು ನನ್ನಲ್ಲಿ ವಿಸ್ಮಯವನ್ನುಂಟುಮಾಡಿದೆ. ಸು ರಂ ಎಕ್ಕುಂಡಿ ಅವರು 'ಕಣಗಿಲು ಗಿಡದಲ್ಲಿ ಹುಡುಗ' ಕವಿತೆಯಲ್ಲಿ ನಾಲ್ಕು ಗೋಡೆಯ ದಾಟಿ ಬಂಡ ಹುಡುಗ ಬದುಕನ್ನು ಅರಿಯುವ ರೀತಿ ಬಣ್ಣಿಸಿದ್ದಾರೆ. ಪ್ರಸಾದ್ ನಾಯ್ಕ್ ಖಂಡಿತಾ ಅದೇ ಕಣಗಲು ಗಿಡದ ಹುಡುಗನಂತೆಯೇ ನನಗೆ ಕಂಡಿದ್ದಾರೆ.

ಅಂಗೋಲಾದಲ್ಲಿದ್ದ ಪ್ರಸಾದ್, ಬೆಂಗಳೂರಿನ ನನ್ನ ನಡುವೆ ಬೆಸುಗೆಗೆ ವೇದಿಕೆಯಾಗಿದ್ದು 'ಅವಧಿ' (avadhimag.com). 50 ವಾರಗಳ ಕಾಲ ಪ್ರಸಾದ್ ಅತ್ಯಂತ ಶಿಸ್ತಿನಿಂದ, ಅತ್ಯಂತ ಪ್ರೀತಿಯಿಂದ ಅಂಗೋಲಾ ಕಥನವನ್ನು ಬರೆದಿದ್ದಾರೆ. 'ದೂರದಲಿ ಇದ್ದವರನು ಹತ್ತಿರಕೆ ತರಬೇಕು ಎರಡು ದಂಡೆಗೂ ಉಂಟಲ್ಲ ಎರಡು ತೋಳು' ಎನ್ನುವುದನ್ನು ಅರಿತ ಪ್ರವಾಸ ಕಥನಕಾರರು ತುಂಬಾ ತುಂಬಾ ಕಡಿಮೆ. ಪ್ರಸಾದ್ ನಾಯ್ಕ್ ಅವರ ಈ ಪ್ರವಾಸ ಕಥನದಲ್ಲಿ ಇರುವ ಮುಖ್ಯ ಕಾಳಜಿಯೇ ಆ ಪ್ರೀತಿ. ಅವರ ಕಣ್ಣೋಟ ಖಂಡಿತಾ ವಿಶಿಷ್ಟವಾದದ್ದು ಎನ್ನುವುದನ್ನು ಈ ಕೃತಿ ಗೊತ್ತುಮಾಡಿಸುತ್ತದೆ. ಅಂಗೋಲಾದಲ್ಲಿ ಹಲವು ವರ್ಷ ಕಳೆದ ನಮ್ಮ 'ಸುರತ್ಕಲ್ ಎಕ್ಸ್‌ಪ್ರೆಸ್'ನ ಈ ಕಥನವನ್ನು ನೀವು ಓದದಿದ್ದರೆ ನಷ್ಟ ನಿಮ್ಮದೇ..

– ಜಿ ಎನ್ ಮೋಹನ್

ಪ್ರಸಾದ್ ನಾಯ್ಕ್

ಹಾಯ್... ಅಂಗೋಲಾ!

ಪ್ರ ವಾ ಸ ಕ ಥ ನ

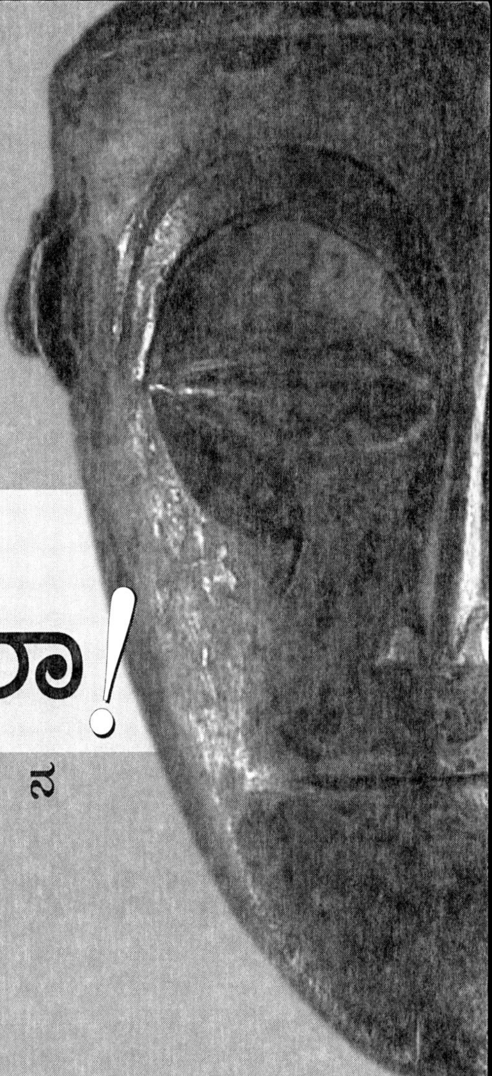

ಬಹುರೂಪಿ

1, 'ನಾಕುತಂತಿ', ಬಸಪ್ಪ ಬಡಾವಣೆ, ಆರ್‌ಎಂವಿ 2ನೇ ಘಟ್ಟ,
ಸಂಜಯನಗರ, ಬೆಂಗಳೂರು – 560 094

ದೂರವಾಣಿ: 7019182729 editor.bahuroopi@gmail.com
online book store: bahuroopi.in
facebook: bahuroopi.official/

HI... ANGOLA!-
A travelogue on Angola By **Prasad Naik**
Published by **Bahuroopi**

Written By
Prasad Naik
96544 62359
prasad1302@gmail.com

Published By
Bahuroopi
1, Naaku Tanti, Basappa Layout,
RMV Second Stage, Sanjayanagar,
Bangalore 560 094

--

editor.bahuroopi@gmail.com
Mobile: 70191 82729

online book store:
bahuroopi.in

First Edition: 2018

Used Paper: 70 GSM Maplitho

Size: 1/8th Demmy

Pages: 240

Price: Rs. 260/-

Design: **M R Guruprasad**

ಅರ್ಪಣೆ

ಅಕ್ಷಯ ಪಾತ್ರೆಯಂತಹ
ಜೀವನ ಪ್ರೀತಿಯುಳ್ಳ
ಅಮ್ಮನಿಗೆ...

ಬಾಲ್ಯದಲ್ಲೇ ಪುಸ್ತಕಪ್ರೀತಿ
ಹುಟ್ಟಿಸಿದ
ಅಪ್ಪನಿಗೆ...

ಮೊದಲ ಗುರುಗಳೂ,
ಮಾರ್ಗದರ್ಶಕರೂ ಆಗಿದ್ದ
ಶ್ರೀ ಅಲೆಕ್ಸ್ ತಾವ್ರೋರವರಿಗೆ...

ಇದು

ಅವಧಿ

(avadhimag.com)

ಸರಣಿ 7

ಇದೊಂದು ಆಶ್ಚರ್ಯಕರ ಖುಷಿಯ ಪುಳಕ

ಅಂಗೋಲಾ ಕಥನವನ್ನು ಕನ್ನಡದ ಓದುಗರ ಕೈಗಿಡುವ ಈ ಅವಧಿಯಲ್ಲಿ ಆಶ್ಚರ್ಯಕರ ಖುಷಿಯ ಪುಳಕದೊಂದಿಗೆ ಮನದಲ್ಲಿ ರೆಕ್ಕೆಬಿಚ್ಚಿ ಹಾರಾಡುತ್ತಿದ್ದೇನೆ. ಇದು ಕನಸೋ ನನಸೋ ಎಂದು ಮತ್ತೆ ಮತ್ತೆ ನನ್ನಲ್ಲೇ ಕೇಳಿಕೊಳ್ಳುತ್ತಿದ್ದೇನೆ.

ಏಕೆಂದರೆ, ನಾನೂ ಒಂದು ದಿನ ಬರೆಯುತ್ತೇನೆ ಎಂದು ಅಂದುಕೊಂಡವನೇ ಅಲ್ಲ. ಹಾಗಿದ್ದಾಗ ನನ್ನದೇ ಒಂದು ಪುಸ್ತಕ ಮಾಡಬೇಕು ಎಂಬ ಕನಸುಗಳೆಲ್ಲಾ ಆ ದಿನಗಳಲ್ಲಿ ಹತ್ತಿರಕ್ಕೂ ಸುಳಿಯದ ಮಾತು. ಶಾಲಾದಿನಗಳಲ್ಲಿ ನನಗೆ ಚಿತ್ರಕಲೆಯೊಂದನ್ನು ಬಿಟ್ಟು ಬೇರೇನೂ ಹೇಳಿಕೊಳ್ಳುವಂಥಾ ಹವ್ಯಾಸಗಳಿರಲಿಲ್ಲ. ಇಂದಿಗೂ ನನ್ನ ಶಾಲಾ ಶಿಕ್ಷಕ ವೃಂದ ಮತ್ತು ಬಾಲ್ಯದ ಗೆಳೆಯರ ವಲಯವು ನನ್ನನ್ನು ನೆನಪಿಸಿಕೊಳ್ಳುವುದು ಮಾತೇ ಆಡದ, ಅತ್ಯುತ್ತಮ ಅಂಕಗಳನ್ನು ಪಡೆಯುತ್ತಿದ್ದ ಮತ್ತು ಚೆನ್ನಾಗಿ ಚಿತ್ರ ಬಿಡಿಸುತ್ತಿದ್ದ ಸಾಧು ವಿದ್ಯಾರ್ಥಿ ಎಂದಷ್ಟೇ.

ಶಾಲಾದಿನಗಳಲ್ಲಿ ಓದಿನ ಹುಚ್ಚೇನೋ ಇತ್ತು. ಆದರೆ, ವಿಸ್ತಾರವಾದ ಓದಿಗೆ ಹೆಚ್ಚಿನ ಆಯ್ಕೆ, ಅವಕಾಶಗಳಿರಲಿಲ್ಲ. ಮುಂದೆ ಪ್ರೌಢಶಾಲೆಗೆ ಬಂದ ನಂತರ ಈ ಓದಿನ ವ್ಯಾಪ್ತಿ ಕೊಂಚ ವಿಸ್ತಾರಗೊಂಡಿತು. ಆದರೂ ಘನವಾದ ಸಾಹಿತ್ಯವನ್ನೇನೂ ಅಲ್ಲೂ ಓದಲಿಲ್ಲ. ಆ ವಯಸ್ಸಿಗೆ ಖುಷಿಯೆನಿಸುತ್ತಿದ್ದ ಓದು, ಚಿತ್ರಕಲೆ ಹಾಯೆನಿಸುತ್ತಿತ್ತು. ಪಠ್ಯದ ಒತ್ತಡಗಳಂತೂ ಇದ್ದೇ ಇದ್ದವು ಅನ್ನಿ. ಪಠ್ಯದ ಜೊತೆಗೆ ಏನೇನೋ ಪುಸ್ತಕಗಳನ್ನು ಓದುತ್ತಾ ಮನೆಯಲ್ಲಿ ಬೈಸಿಕೊಂಡ ದಿನಗಳೂ ಇವೆ. ಏಕೆಂದರೆ, ದಿನವಿಡೀ ಪಠ್ಯೇತರ ಪುಸ್ತಕಗಳನ್ನು ಓದಲು ಅನುಮತಿ ನನಗಿದ್ದಿದ್ದು ಬೇಸಿಗೆ ರಜಾದಿನಗಳಲ್ಲಿ ಮಾತ್ರ. ಈ ನಡುವೆಯೂ ನನ್ನ

ಮೆಚ್ಚಿನ ಶಿಕ್ಷಕರಾದ ಶ್ರೀ ಅಲೆಕ್ಸ್ ತಾವ್ರೋರ ಜೊತೆಯಲ್ಲಿ ಸೇರಿಕೊಂಡು ರಜಾದಿನಗಳಲ್ಲಿ ಶಾಲಾಪುರವಣಿಗಾಗಿ ಸಂಪಾದಕೀಯ ವಿಭಾಗದಲ್ಲಿ ಕೆಲಸ ಮಾಡುತ್ತಿದ್ದೆ. ಅಲ್ಲೂ ಪುರವಣಿಗಾಗಿ ಒಂದಿಷ್ಟು ರೇಖಾಚಿತ್ರಗಳನ್ನು ಬಿಡಿಸಿಕೊಡುತ್ತಿದ್ದೆ ಎಂಬುದನ್ನು ಬಿಟ್ಟರೆ ಬೇರೇನೂ ವಿಶೇಷವಿರಲಿಲ್ಲ. ಒಟ್ಟಿನಲ್ಲಿ ದಿನಗಳು ಸುಮ್ಮನೆ ಸಾಗುತ್ತಿದ್ದವು.

ಆ ದಿನಗಳಲ್ಲಿ ನಡೆದ ವಿಚಿತ್ರ ಘಟನೆಯೊಂದು ನನಗಿನ್ನೂ ನೆನಪಿದೆ. ಯಾವುದೋ ಟಿವಿ ಚಾನೆಲ್ ಒಂದು ನನ್ನನ್ನು ಮತ್ತು ನಮ್ಮ ಶಾಲೆಯ ವಿದ್ಯಾರ್ಥಿನಿಯೋರ್ವಳನ್ನು ಸಂದರ್ಶಿಸಲು ಶಾಲೆಗೆ ಬಂದಿತ್ತು. ನನ್ನೆಲ್ಲಾ ಕಲಾಕೃತಿಗಳನ್ನು ಮಟ್ಟಸವಾಗಿ ಮುಂದಿಟ್ಟು ಕ್ಯಾಮೆರಾ, ಬೆಳಕು ಇತ್ಯಾದಿಗಳೊಂದಿಗೆ ಬಂದಿದ್ದವರು ಏನೇನೋ ಕೇಳಿದರು. ಮೊದಲೇ ಸಂಕೋಚದ ಮುದ್ದೆಯಾಗಿದ್ದ ನಾನು ಕಣ್ಣಿಗೆ ರಾಚುತ್ತಿದ್ದ ಆ ಪ್ರಖರ ಬೆಳಕಿಗೆ ಸಂಪೂರ್ಣ ಬೆವತು ಅದೇನು ತೊದಲಿದೆನೋ! ಅದ್ಯಾವಾಗ ಮುಗಿಯುತ್ತೋ ಈ ಪ್ರಾರಬ್ಧ ಅನ್ನಿಸಿತ್ತು. ನನ್ನದು ಮುಗಿದ ನಂತರ ಆ ವಿದ್ಯಾರ್ಥಿನಿಯ ಸಂದರ್ಶನವೂ ಆಯಿತು. ನನಗಿಂತ ಒಂದೋ ಎರಡೋ ವರ್ಷ ಸೀನಿಯರ್ ಆಗಿದ್ದ ಆಕೆ ಆಗಲೇ ಇಪ್ಪತ್ತು ಚಿಲ್ಲರೆ ಕಥೆಗಳನ್ನು ಬರೆದಿದ್ದಳು ಅನ್ನುವ ಮಂದ ನೆನಪು. 'ಅಬ್ಬಬ್ಬಾ' ಅನ್ನಿಸಿತ್ತು ನನಗೆ! ಮುಂದೆ ನನಗೂ ಪ್ರಯತ್ನಿಸಬೇಕು ಎಂಬ ಹುರುಪು ಬಂದು, ಅದೇನೋ ಥ್ರಿಲ್ಲರ್ ಕಥೆಯೊಂದನ್ನು ಬರೆದು ಪುರವಣಿಗೆ ಕೊಟ್ಟೆ. ಅದು ಪ್ರಕಟವೂ ಆಯಿತು. ಆದರೆ, ಕೆಲದಿನಗಳಲ್ಲೇ ಅದೆಷ್ಟು 'ಮೂರ್ಖ ಕಥೆ' ಎಂಬ ಜ್ಞಾನೋದಯವೂ ನನಗೇ ಆಯಿತು. ಇನ್ನು ನನ್ನ ಆ ಸಂದರ್ಶನವು ಟಿವಿಯಲ್ಲಿ ಬರದಿರಲಪ್ಪಾ ಎಂದು ಅಂದು ಒಳಗೊಳಗೇ ಬಯಸಿದ್ದೆ. ಭಗವಂತನಿಗೆ ನನ್ನ ಪ್ರಾರ್ಥನೆ ಕೇಳಿಸಿತೋ ಏನೋ. ಆ ಬಗ್ಗೆ ಮತ್ತೆಂದೂ ನಾನು ಯಾರಿಂದಲೂ ಕೇಳಲಿಲ್ಲ! ಒಟ್ಟಿನಲ್ಲಿ ನಾನು ನಿರಾಳನಾಗಿದ್ದೆ.

ಇನ್ನು ಕಾಲೇಜಿಗೆ ಬಂದ ನಂತರ ಸಾಹಿತ್ಯ ಮರೆತುಹೋಯಿತು. ಚಿತ್ರಕಲೆಯು ಪುನಃ ಮುನ್ನೆಲೆಗೆ ಬಂದು ಮತ್ತೊಮ್ಮೆ ಓದುಗನಾಗಿಯೇ ಉಳಿದುಬಿಟ್ಟೆ. 'ಆರ್ಟಿಸ್ಟ್ ಫೋರಂ' ಎಂಬ ವಿದ್ಯಾರ್ಥಿ ಕಲಾವಿದರ ದೊಡ್ಡ ತಂಡವನ್ನು ಮುನ್ನಡೆಸುವುದರಲ್ಲೇ ಒಂದೆರಡು ವರ್ಷಗಳು ಕಳೆದವು. ಇಂಜಿನಿಯರಿಂಗ್ ದಿನಗಳಲ್ಲಿ ಪಠ್ಯದ ಪುಸ್ತಕಗಳನ್ನು ಓದಬೇಕಿದ್ದ ಕಾಲದಲ್ಲಿ ಬೇಕಾಬಿಟ್ಟಿ ವಿಷಯಗಳ ಬಗ್ಗೆ ಓದಿದ್ದೇ ಹೆಚ್ಚು. ಆತ್ಮಕಥನಗಳಿಂದ ಹಿಡಿದು ಕ್ರೈಂ–ಲೋಕದವರೆಗೂ, ನೆನಪಿನ ಮಾಲಿಕೆಗಳಿಂದ ಹಿಡಿದು ಕಾದಂಬರಿಗಳವರೆಗೂ, ಜೀವನಕಥನಗಳಿಂದ ಹಿಡಿದು ಪತ್ರಿಕೋದ್ಯಮದವರೆಗೂ, ವಾಮಾಚಾರದಿಂದ ಹಿಡಿದು ವೈದ್ಯಕೀಯ ಲೋಕದವರೆಗೂ... ಹೀಗೆ ಭರ್ಜರಿ ಓದಿದ್ದೇ ಓದಿದ್ದು. ಏನನ್ನು ಓದಬೇಕು ಎಂಬ ಗೊಂದಲಮಯ ದಿನಗಳಲ್ಲಿ ಸಿಕ್ಕಿದ್ದೆಲ್ಲವನ್ನೂ ಓದುವುದೇ ಒಂದು ಕೆಲಸವಾಗಿತ್ತು. ಒಟ್ಟಿನಲ್ಲಿ ಏನೋ ಒಂದು ಬರೆಯಬೇಕು ಎಂದು ಕಾರಣಾಂತರಗಳಿಂದ ಅನ್ನಿಸಿದ್ದು ಎಂಜಿನಿಯರಿಂಗ್‌ನ ಕೊನೆಯ ವರ್ಷಕ್ಕೆ ಬಂದ ನಂತರವೇ. ಅಂದರೆ ಇದೇ ಏಳೆಂಟು ವರ್ಷಗಳ ಹಿಂದೆ.

ಮುಂದೆ ವೃತ್ತಿಗೆಂದು ಮಂಗಳೂರು ಬಿಟ್ಟು ದೆಹಲಿಗೆ ಹಾರಿದೆ. ಉದ್ಯೋಗ ನಿಮಿತ್ತ ಒಂದಷ್ಟು ಪ್ರಯಾಣದ ಅವಕಾಶಗಳೂ ಸಿಕ್ಕವು. ಹೀಗಾಗಿ ಅಷ್ಟಿಷ್ಟು ಭಾರತವನ್ನು, ಅದರಲ್ಲೂ ಉತ್ತರ ಭಾರತವನ್ನು ನೋಡುವ ಅವಕಾಶಗಳು ಒದಗಿಬಂದವು. ಬರವಣಿಗೆ ಅಪರೂಪಕ್ಕೆ

ನಡೆಯುತ್ತಿತ್ತು. ಸಮಯವಿರಲಿಲ್ಲ ಎಂದರೆ ಸುಳ್ಳಾಗುತ್ತದೆ. ಶಿಸ್ತಿರಲಿಲ್ಲ ಎನ್ನುವುದೇ ನಿಜವಾದ ಸತ್ಯ. ಆಗಲೇ ನನ್ನ ಬೆರಳೆಣಿಕೆಯ ಬರಹಗಳು ಕೆಲ ಅಂತರ್ಜಾಲ ತಾಣಗಳಲ್ಲಿ ಪ್ರಕಟವಾಗುತ್ತಿದ್ದರೂ ಪಟ್ಟಾಗಿ ಕೂತು ಬರೆಯುವ ಶಿಸ್ತೇ ಮೈಗೂಡಿರಲಿಲ್ಲ. ಅಂಥಾ ಶಿಸ್ತು ಮುಂದೆ ನನಗೊಲಿದಿದ್ದು ಅಂಕಣಕಾರನಾದ ನಂತರವೇ. ಸಮಯಕ್ಕೆ ಸರಿಯಾಗಿ ಬರಹಗಳನ್ನು ಪತ್ರಿಕೆಯ ಸಂಪಾದಕರಿಗೆ ತಲುಪಿಸಬೇಕಾದ ಅನಿವಾರ್ಯತೆ, ಅಂಕಣಕ್ಕಾಗಿ ಹೊಸ ವಿಷಯಗಳನ್ನು ಹುಡುಕಿ ರಾಶಿಹಾಕಲೇಬೇಕಾದ ಒತ್ತಡ, ಅದನ್ನು ಬರಹರೂಪಕ್ಕೆ ತರುವ ಕಲೆ, ಪದಮಿತಿಗಳಲ್ಲಿ ಬರೆಯಲು ಬೇಕಿರುವ ಚಾಕಚಕ್ಯತೆ... ಹೀಗೆ ಬರವಣಿಗೆಯ ಕೆಲ ಪಟ್ಟುಗಳನ್ನು ಗಂಭೀರವಾಗಿ ನಾನು ಕಲಿತಿದ್ದು ಅಂಕಣಕಾರನಾದ ನಂತರವೇ ಎಂದರೆ ಅಚ್ಚರಿಯೇನಿಲ್ಲ.

ಆಗಿನ್ನೂ ಸೋಷಿಯಲ್ ಮೀಡಿಯಾದ ಹಾವಳಿಯಿರಲಿಲ್ಲ. ಆಗಷ್ಟೇ ಆರ್ಕುಟ್ ಯುವಜನರ ವಲಯದಲ್ಲಿ ಜನಪ್ರಿಯತೆಯನ್ನು ಪಡೆಯುತ್ತಿತ್ತು. ಸ್ಮಾರ್ಟ್‌ಫೋನ್‌ಗಳು ಇನ್ನೂ ಬಂದಿರದೆ ಕೀಪ್ಯಾಡಿನ ಮೊಬೈಲಿನಲ್ಲೇ ಇಡೀ ದಿನ ಸಂದೇಶಗಳನ್ನು ಕುಟುಕುಟು ಸದ್ದು ಮಾಡುತ್ತಾ ಕುಟ್ಟುತ್ತಿದ್ದೆವು. ದಿನಕ್ಕೆ ನೂರು-ನೂರೈವತ್ತು ಉಚಿತ ಎಸ್ಸೆಮ್ಮೆಸ್ಸುಗಳು ಹೇಗೂ ಇದ್ದವಲ್ಲಾ! ಆಗೆಲ್ಲಾ 'ಅವಧಿ' ವೆಬ್ ಪತ್ರಿಕೆಯನ್ನು ಅಪರೂಪಕ್ಕೆ ನಾನು ಓದುತ್ತಿದ್ದೆ. ಮುಂದೆ ಅದು ದಿನಚರಿಯೇ ಆಗಿಹೋಯಿತು. ನಮ್ಮ ಎನ್.ಐ.ಟಿ.ಕೆ. ವಿದ್ಯಾಸಂಸ್ಥೆಯ ಡಿಜಿಟಲ್ ಲೈಬ್ರರಿಯೇ ನನ್ನ ಓದುವಿಕೆಯ ತಾಣ. ಹಲವು ಖ್ಯಾತನಾಮರನ್ನು ಒಂದೇ ಅಂತರ್ಜಾಲ ವೇದಿಕೆಯಲ್ಲಿ ನಾನು ಇಷ್ಟಪಟ್ಟು ಓದುತ್ತಿದ್ದ ಆರಂಭದ ದಿನಗಳವು. ಖ್ಯಾತನಾಮರ ಬರಹಗಳು ಇಲ್ಲಿ ಪ್ರಕಟವಾಗುತ್ತಿವೆ ಎಂಬ ಭಯದಿಂದಲೇ ನಾನು ಅವಧಿಗೆ ಲೇಖನಗಳನ್ನು ಕಳಿಸದೇ ಇದ್ದ ದಿನಗಳೂ ಇವೆ. ಈ ಪತ್ರಿಕೆಯು ಹೊಸಬರಿಗಲ್ಲವೋ ಏನೋ, ಯಾರಾದರೂ ನನ್ನ ಬಾಲಿಶ ಬರಹಗಳನ್ನು ಓದಿದರೆ ನಗಬಹುದೇನೋ... ಇತ್ಯಾದಿಗಳನ್ನೆಲ್ಲಾ ಲೆಕ್ಕಹಾಕಿಕೊಂಡು.

ಮುಂದೆಯೂ ಅವಧಿಯ ಸಂಪಾದಕರಾದ ಜಿ. ಎನ್. ಮೋಹನ್‌ರವರ ಆಪ್ತಲೇಖನಗಳನ್ನು, ಬೇಲೂರು ರಘುನಂದನ್, ಸಂಧ್ಯಾರಾಣಿ, ರಾಹುಲ್ ದಯಾಳುರಂಥವರ ಅದ್ಭುತ ಅಂಕಣಗಳನ್ನು ಬಿಡದೆ ನಾನು ಓದುತ್ತಲೇ ಹೋದೆ. ಬರೆದಿಟ್ಟಿದ್ದು ಇತರರು ಓದಲು ಲಾಯಕ್ಕಿದೆ ಅನ್ನೋ ಧೈರ್ಯ ಕೊನೆಗೂ ಬರುವಷ್ಟರಲ್ಲಿ ಕ್ರಮೇಣ ನನ್ನದೂ ಒಂದು ಲೇಖನ ಅವಧಿಯಲ್ಲಿ ಬೆಳಕು ಕಂಡಿತು. ಕೆಲ ವರ್ಷಗಳ ನಂತರ ಇದೇ ಅವಧಿಯಲ್ಲಿ ನಾನು ನಿಯಮಿತವಾಗಿ ಅಂಕಣಗಳನ್ನು ಬರೆಯಲಿದ್ದೇನೆ ಎಂಬ ನಿರ್ಧಾರವು ಅಂತಿಮವಾದಾಗ ನನಗಾದ ಸಂತಸ ಅಷ್ಟಿಷ್ಟಲ್ಲ. ಇನ್ನು ಅವಧಿ ತಾಣಕ್ಕಿದ್ದ ಪ್ರಬುದ್ಧ ಮತ್ತು ಖಾಯಂ ಓದುಗರ ವಲಯವನ್ನು ಒಂದು ಮಟ್ಟಿಗೆ ಅರ್ಥೈಸಿಕೊಂಡಿದ್ದ ನನಗೆ, ಅಂಕಣಕಾರನಾಗಿ ನನ್ನ ಮೇಲಿದ್ದ ಜವಾಬ್ದಾರಿಯ ಬಗ್ಗೆಯೂ ಅರಿವಿದ್ದಿದ್ದು ಸತ್ಯ. ಈ ನಿಟ್ಟಿನಲ್ಲಿ ನನ್ನ ಅಂಗೋಲಾ ಬರಹಗಳು ಓದುಗರನ್ನು ತಟ್ಟಿವೆ ಎಂಬ ಆತ್ಮಸಂತೃಪ್ತಿ ನನಗಿದೆ.

"ನೀವ್ಯಾಕೆ ಅಂಗೋಲಾದ ಕಥೆಗಳನ್ನು ಅವಧಿಗಾಗಿ ಬರೆಯಬಾರದು?", ಎಂದು ಅವಧಿಯ ಪ್ರಧಾನ ಸಂಪಾದಕರಾಗಿದ್ದ ಜಿ. ಎನ್. ಮೋಹನ್‌ರವರು ಕೇಳಿದಾಗ ನನಗೆ

ಅಚ್ಚರಿ, ಸಂತಸ, ಹುರುಪು ಎಲ್ಲವೂ ಒಟ್ಟೊಟ್ಟಿಗೆ ದಾಳಿಯಿಟ್ಟಿದ್ದವು. ನಾನಾಗ ಹಿಂದೇಟು ಹಾಕಿದ್ದರೂ ಮೋಹನ್ ಸರ್ ಬಿಡಲಿಲ್ಲ. ಕೆಲ ತಿಂಗಳುಗಳು ಕಳೆದ ನಂತರ ಮತ್ತದೇ ಚರ್ಚೆ. "ಅಂಥದ್ದೇನಿದೆ ಸಾರ್ ಇಲ್ಲಿ ಬರೆಯೋಕೆ? ಅದೇ ಕಾಡು, ಅದೇ ಗುಡ್ಡ", ಅಂದಿದ್ದೆ ನಾನು. ಆಲಸ್ಯದ ಮೂಟೆಯಾಗಿದ್ದ ನನಗೆ ವಾರಕ್ಕೊಂದು ಹೊಸ ವಿಷಯ ಎಲ್ಲಿಂದ ಹೊತ್ತು ತರಲಿ ಎಂಬ ಚಿಂತೆ ಒಂದು ಕಡೆಯಾದರೆ ಐದಾರು ವಾರಗಳ ಕಾಲ ಬರೆದು ನಂತರ ಬರೆಯಲೇನೂ ಉಳಿಯದಿದ್ದರೆ ಏನು ಮಾಡುವುದು ಎಂಬ ಆತಂಕವೂ ಇನ್ನೊಂದು ಕಡೆ. ಹೀಗೆ ಹೆಚ್ಚೆಂದರೆ ಹತ್ತು ವಾರಗಳ ಕಾಲ ಬರೆಯಬಹುದೇನೋ ಎಂಬಂತಿದ್ದ 'ಹಾಯ್ ಅಂಗೋಲಾ' ಅಂಕಣವು ಬರೆಯುತ್ತಾ ಬರೆಯುತ್ತಾ ಈ ಕೃತಿಯು ಪ್ರಕಟಣೆಗೆ ಹೊರಡುವ ಹೊತ್ತಿಗೆ ಐವತ್ತು ವಾರಗಳ ಮೈಲುಗಲ್ಲು ಇನ್ನೇನು ತಲುಪಲಿರುವುದನ್ನು ಕಂಡಾಗ ಇಷ್ಟೆಲ್ಲಾ ನಿಜಕ್ಕೂ ನಾನೇ ಬರೆದೆನೇ ಎಂದು ಅಚ್ಚರಿಯಾಗುತ್ತದೆ.

ಬರವಣಿಗೆಯನ್ನು ಶುರುಮಾಡಿಕೊಂಡ ಆರಂಭದ ದಿನಗಳಿಂದಲೂ ನನ್ನಲ್ಲಿದ್ದ ತುಡಿತವೆಂದರೆ ಒಂದೇ. ಅದೇನೆಂದರೆ storytelling. ಓದುಗರಿಗೆ ಸದಾ ಏನನ್ನಾದರೂ ಹೊಸದನ್ನು ಕೊಡುತ್ತಲಿರಬೇಕು ಎಂಬುದು. ಈ ಗುಂಗಿನಲ್ಲೇ ಅಂಗೋಲಾ ಕಥನವು ಪುಟ್ಟ ಬೀಜದಿಂದ ಮೊಳಕೆಯೊಡೆದು ಹೆಮ್ಮರವಾಗಿ ಬೆಳೆಯುತ್ತಲೇ ಹೋಯಿತು. ಅಂಕಣವನ್ನು ಓದಿದ ಹಲವರು– 'ಆಫ್ರಿಕಾ ಇಪ್ಪತ್ತೊಂದನೇ ಶತಮಾನದಲ್ಲೂ ಹೀಗಿದೆಯೇ?' ಎಂದು ಕೇಳಿದ್ದಾರೆ. 'ನಿಮ್ಮ ವಿಚಿತ್ರ ಅನುಭವಗಳು ನಮ್ಮನ್ನಿಲ್ಲಿ ರೋಮಾಂಚನಗೊಳಿಸುತ್ತವೆ' ಎಂದು ಕಣ್ಣರಳಿಸಿದ್ದಾರೆ. ಅಂಗೋಲಾದ ಸವಾಲಿನ ದಿನಗಳ ಬಗ್ಗೆ ಓದಿದವರು, 'ಸಾಕ್ರೀ... ಬಂದುಬಿಡಿ ಮರಳಿ ಭಾರತಕ್ಕೆ' ಎಂದು ಅಮ್ಮನಂತೆ ಕಾಳಜಿ ತೋರಿಸಿದ್ದಾರೆ. 'ಇನ್ನೂ ಎಷ್ಟು ದಿನ ನೀವು ಅಲ್ಲಿರಬೇಕು?' ಎಂದು ಆತಂಕದಿಂದ ಕೇಳಿದ್ದಾರೆ. ಹೀಗೆ ಅಂಗೋಲಾ ಹಲವರನ್ನು ಹಲವು ವಿಧಗಳಲ್ಲಿ ಕಾಡಿದೆ. ತರಹೇವಾರಿ ಭಾವಗಳನ್ನು ಓದುಗರಲ್ಲಿ ಮೂಡಿಸಿದೆ. ನಿರೀಕ್ಷೆಗೂ ಮೀರಿ ಜನರನ್ನು ತಲುಪಿದೆ. ಒಬ್ಬ ಲೇಖಕನಿಗೆ ಇದಕ್ಕಿಂತ ಹೆಚ್ಚು ಇನ್ನೇನು ಬೇಕು ಹೇಳಿ!

ಮೊದಲೇ ಹೇಳಿರುವಂತೆ ಅಂಗೋಲಾ ಕಥನವು ಇಂದು ಕನ್ನಡದ ಓದುಗರನ್ನು ತಲುಪಿದೆ ಎಂದಾದರೆ ಅದರ ಹಿಂದಿರುವ ಏಕೈಕ ಸೂತ್ರಧಾರರೆಂದರೆ ಜಿ. ಎನ್. ಮೋಹನ್ ಸರ್. ಇಂಥದ್ದೊಂದು ಅಪರೂಪದ ಸರಣಿಯನ್ನು ನನ್ನಿಂದ ಬರೆಸಿದ್ದಲ್ಲದೆ ಈಗ ಪುಸ್ತಕ ರೂಪದಲ್ಲೂ ತರುತ್ತಿರುವ ಅವರ ತಾಳ್ಮೆಗೆ, ಜೀವನೋತ್ಸಾಹಕ್ಕೆ, ಕ್ರಿಯಾಶೀಲತೆಗೆ, ಪ್ರೋತ್ಸಾಹಕ್ಕೆ ನಾನು ಎಷ್ಟು ಧನ್ಯವಾದಗಳನ್ನು ಹೇಳಿದರೂ ಕಮ್ಮಿಯೇ. ಹೀಗಾಗಿ ನಿಸ್ಸಂದೇಹವಾಗಿ ಅಂಗೋಲಾ ಕಥನದ ಎಲ್ಲಾ ಕ್ರೆಡಿಟ್ ನಿಜವಾಗಿಯೂ ಸಲ್ಲಬೇಕಾಗಿರುವುದು ಅವರಿಗೆ.

ಶಾಲಾಪುರವಣಿಯ ಮೂಲಕವಾಗಿ ಸಾಹಿತ್ಯಕ್ಷೇತ್ರಕ್ಕೆ ನನ್ನನ್ನು ಪರಿಚಯಿಸಿದವರು ಮತ್ತು ನನ್ನನ್ನು ಈ ನಿಟ್ಟಿನಲ್ಲಿ ಪಳಗಿಸಿದವರು ನನ್ನ ಮೆಚ್ಚಿನ ಶಿಕ್ಷಕರಾದ ಶ್ರೀ ಅಲೆಕ್ಸ್ ತಾವ್ರೋ ಹಾಗೂ ಕಟೀಲು ಪ್ರೌಢಶಾಲೆ ಮತ್ತು ಪದವಿಪೂರ್ವ ಕಾಲೇಜಿನ ಶಿಕ್ಷಕವೃಂದ. ಇನ್ನು ನನ್ನ ಎಂಜಿನಿಯರಿಂಗ್ ಕಾಲೇಜಿನ ಕೊನೆಯ ದಿನಗಳಲ್ಲಿ ನನಗೆ ಗೊತ್ತಿರುವಂತೆ ನನ್ನ ಬೆರಳೆಣಿಕೆಯ ಬರಹಗಳ ನಿಯಮಿತ ಓದುಗರಾಗಿದ್ದವರು ಆತ್ಮೀಯರಾದ ಡಾ. ಸೌಮ್ಯಾ ಪಲಿಮಾರ್‌ರವರು. ಆ ದಿನಗಳಲ್ಲಿ ಸೌಮ್ಯಾರ ಪ್ರೋತ್ಸಾಹವಿರದಿದ್ದರೆ ನಾನು ಬರೆಯುವುದನ್ನು ಮುಂದುವರಿಸುತ್ತಲೇ ಇರಲಿಲ್ಲವೇನೋ. ಇಂದಿಗೂ ನನ್ನ ಬರಹಗಳನ್ನು ಅಷ್ಟೇ ಪ್ರೀತಿಯಿಂದ, ಉತ್ಸಾಹದಿಂದ ಓದುವ ಅವರ ಜೀವನೋತ್ಸಾಹದ ಬಗ್ಗೆ ನನಗೆ

ಭಾರೀ ಅಭಿಮಾನವಿದೆ. ಇವರೆಲ್ಲರನ್ನೂ ನನ್ನ ಚೊಚ್ಚಲ ಕೃತಿಯು ಬಿಡುಗಡೆಯಾಗುವ ಹೊತ್ತಿನಲ್ಲಿ ಸ್ಮರಿಸಿಕೊಳ್ಳುವುದು ನನ್ನ ಆದ್ಯ ಕರ್ತವ್ಯ.

ನನ್ನ ಬರವಣಿಗೆಯ ಆರಂಭದ ದಿನಗಳಲ್ಲಿ ಸತತವಾಗಿ ನನ್ನ ಲೇಖನಗಳನ್ನು ಪ್ರಕಟಿಸುತ್ತಾ ಹೊಸ ಲೇಖಕನಿಗೆ ವೇದಿಕೆಯನ್ನು ಕೊಟ್ಟ ಪಂಜು ಆನ್‌ಲೈನ್ ಪತ್ರಿಕೆಯ ಸಂಪಾದಕರಾದ ಡಾ. ನಟರಾಜುರವರಿಗೆ, ಅನುದಿನವೂ ಕ್ರಿಯಾಶೀಲರಾಗಿದ್ದು ಜೀವನೋತ್ಸಾಹದ ಬುಗ್ಗೆಯಾಗಿರುವ ಆತ್ಮೀಯ ಮಿತ್ರರಾದ ಶ್ರೀ ಗಣೇಶ್ ಕೊಡೂರುರವರಿಗೆ, ಅಂಗೋಲಾ ಅಂಕಣದ ನಿಯಮಿತ ಓದುಗರೂ ನನ್ನ ಮೆಚ್ಚಿನ ಅಂಕಣಕಾರರಲ್ಲೊಬ್ಬರೂ ಆಗಿರುವ ನಾರಾಯಣ ಬಾಬಾನಗರರವರಿಗೆ ನನ್ನ ಪ್ರೀತಿ. ಅಂಕಣದ ಬಗ್ಗೆ ವಿಶೇಷ ಪ್ರೀತಿಯನ್ನಿಟ್ಟುಕೊಂಡಿರುವ ಬೇಲೂರು ರಘುನಂದನರವರಿಗೆ, ಅಂಕಣ ಬರಹಗಳ ಬಗ್ಗೆ ಆಗಾಗ ತಮ್ಮ ಅಮೂಲ್ಯ ಅನಿಸಿಕೆ ಅಭಿಪ್ರಾಯಗಳನ್ನು ನನ್ನೊಂದಿಗೆ ಹಂಚಿಕೊಳ್ಳುತ್ತಿದ್ದ ಕತೆಗಾರ್ತಿ ಜಯಶ್ರೀ ಕಾಸರವಳ್ಳಿಯವರಿಗೆ ಮತ್ತು ಸದಾ ಕಾತರದಿಂದ ಓದುತ್ತಿದ್ದು ಪ್ರೋತ್ಸಾಹದ ಸೆಲೆಯಾಗಿದ್ದ ಆತ್ಮೀಯರಾದ ಲಕ್ಷ್ಮೀಕಾಂತ ಇಟ್ನಾಳ್, ಪಲ್ಲವಿ ಇಡೂರು, ವೀಣಕ್ಕ, ರೇಣುಕಾ ರಮಾನಂದ, ಶ್ರೀದೇವಿ ಕೆರೆಮನೆಯವರಿಗೂ ನಾನು ಋಣಿ. ಇನ್ನು ಅಂಗೋಲಾ ಅಂಕಣದ ಆಯ್ದ ಬರಹಗಳನ್ನು ಉದಯವಾಣಿಯ ಸಾಪ್ತಾಹಿಕ ಸಂಪದದಲ್ಲೂ ಆಗಾಗ ಪ್ರಕಟಿಸಿ ಸಾವಿರಾರು ಓದುಗರಿಗೆ ಅಂಗೋಲಾದ ಬದುಕನ್ನು ಪರಿಚಯಿಸಿದ ಪೃಥ್ವಿರಾಜ್ ಕವತ್ತಾರರಿಗೂ ನನ್ನ ಪ್ರೀತಿಪೂರ್ವಕ ಧನ್ಯವಾದಗಳು.

ಅಂಗೋಲಾ ಅಂಕಣದಿಂದಲೇ ಸೋಷಿಯಲ್ ಮೀಡಿಯಾ ಮೂಲಕ ಪರಿಚಯವಾಗಿ ಸಿಕ್ಕ ಗೆಳೆತನಗಳು ಬಹಳ. ಮಾನಸಾ ಬಳಗದ ಭಾರತಿ ಪುಲ್ಸೆ–ರವೀಂದ್ರ ಪುಲ್ಸೆ ದಂಪತಿಗಳು, ಶ್ರೀಶ ಹುಟಗಿ, ಸರೋಜಾ ಕೋಳಿ, ಗೋಪಕುಮಾರ್, ಅನಿಲ್ ಅಥಣಿ, ವಿಜಯ್ ಯಂಕಂಚಿ, ಮಂಜುಮಣಿ, ರತ್ನಾ ಬಡವನಹಳ್ಳಿ, ಮೈಸೂರು ಮಿತ್ರ ಚೇತನ್, ಪುಷ್ಪಾ, ಮಾನಸಾ, ಅಂಜಲಿ ಬೆಳಗಲ್, ಕೃಷ್ಣ ದೇವಾಂಗಮಠ, ಸುರೇಶ್ ರಾಜಮಾನೆ, ಸಿದ್ದೇಶ್, ಲಲಿತಾ, ಪದ್ಮಾ ಶ್ರೀನಿವಾಸ್, ವಿನಾಯಕ್ ಅರಳಸುರುಳಿ, ರೂಪಾ, ಶ್ರೀರಂಗ ಪುರಾಣಿಕ, 'ಕನ್ನಡ ಗೊತ್ತಿಲ್ಲ' ತಂಡದ ಸುಮಾ ಅನಿಲ್, ನಿವೇದಿತಾ, ಅನೂಪ್ ಮಯ್ಯ, ಸಾಧನಕೇರಿ ಸಾಹಿತ್ಯ ಪ್ರತಿಷ್ಠಾನದ ಹೆಸರಿನಲ್ಲಿ ಸದಾ ನನ್ನಿಂದ ಹೊಸ ಹೊಸ ಪ್ರಯೋಗಗಳನ್ನು ಮಾಡಿಸುತ್ತಾ ನನ್ನೊಳಗಿನ 'ಬೆಸ್ಟ್' ಅನ್ನು ಹೊರತೆಗೆದೇಬಿಡುವ ಹುರುಪುಳ್ಳ ಉತ್ಸಾಹಿ ಸಂಘಟಕಿ ವತ್ಸಲಾ ಸುರೇಶ್, ಗಾಯನ 'ಪ್ರತಿಭೆ ರಾಜು ಎಮ್ಮಿಗನೂರು, ಮಂಜುನಾಥ್ ಡಿ. ಎಸ್., 'ಸಮಾಜಮುಖಿ'ಯ ಚಂದ್ರಕಾಂತ ವಡ್ಡು, 'ಗೋಮಿನಿ'ಯ ಗುಬ್ಬಚ್ಚಿ ಸತೀಶ್, 'ಕನೆಕ್ಟ್ ಕನ್ನಡ'ದ ವೆಂಕಟ್ರಮಣ ಗೌಡ, ಲೇಖಕ ಗುರುಪ್ರಸಾದ್ ಕುರ್ತಕೋಟಿ, ರೇಣುಕಾ ಮಂಜುನಾಥ್, ವಿಮಲಾ ನಾವಡ... ಹೀಗೆ ಬರೆದರೆ ಪಟ್ಟಿ ಬೆಳೆಯುತ್ತಲೇ ಹೋಗುತ್ತದೆ. ಇನ್ನು ನನ್ನ ಪ್ರತೀ ಮೈಲುಗಲ್ಲಿನಲ್ಲೂ ಬೆನ್ನು ತಟ್ಟಿ ಪ್ರೋತ್ಸಾಹಿಸುವ ಕ್ರಿಯಾಶೀಲರೂ, ಪ್ರತಿಭಾವಂತ ಚಿತ್ರಕಲಾವಿದರೂ ಆಗಿರುವ ಡಾ. ಶಿವಪ್ರಕಾಶ್ ಸೊನ್ನದ್‌ರವರ ನಿಷ್ಕಲ್ಮಶ ಪ್ರೀತಿಗೂ ನಾನು ಋಣಿ.

ಅಂಕಣ, ಬರವಣಿಗೆ, ಕಥೆ, ಬದುಕು... ಹೀಗೆ ಎಲ್ಲದರ ಬಗ್ಗೆಯೂ ಹರಟುವ, ನನ್ನೊಂದಿಗೆ ಸಮ್ಮಿಶ್ರ ಕಥೆಗಳನ್ನು ಬರೆಯುವ ಅಂಕಣಕಾರ್ತಿ, ಲೇಖಕಿ, 'ಜಯನಗರದ ಹುಡುಗಿ'

ಮೇಘನಾ ಸುಧೀಂದ್ರ ನನ್ನೊಳಗಿನ ಜೀವನಪ್ರೀತಿಯನ್ನು ಸದಾ ಜೀವಂತವಾಗಿರಿಸುವವಳು. ಸ್ವತಃ ಸದಾ ಒಂದಿಲ್ಲೊಂದು ಚಟುವಟಿಕೆಗಳಲ್ಲಿ ತೊಡಗಿಸಿಕೊಂಡಿರುವಾಗಲೇ ಬರವಣಿಗೆಯ ನನ್ನ ಹೊಸ ಪ್ರಯೋಗಗಳಿಗೆ ಸದಾ ಚಿಯರ್ಸ್ ಅನ್ನುವವಳು. ದಶಕಗಳ ಗೆಳೆಯರಾಗಿದ್ದು ಸದಾ ಬೆನ್ನ ಹಿಂದಿರುವ ಅಕ್ಷಯ ಬಲ್ಲಾಳ್, ಶ್ರೀವತ್ಸ ಭಟ್, ಶ್ರೀ ಪ್ರಜ್ಞಾ, ಸಹೃದಯಿ ಮಿತ್ರರಾದ ಶುಭಶ್ರೀ ಭಟ್, ಲಿವ್ಯಾ ಕುಕನೂರು, ಸಂಜೋತಾ ಪುರೋಹಿತ್, ರಾಜೇಶ್ವರಿ ಲಕ್ಕಣ್ಣವರ, ಸೋಮು ಕುದರಿಹಾಳ, ಪ್ರಸಾದ್ ಶೆಣೈ ಆರ್.ಕೆ., ವಿನಯ್ ಕಶ್ಯಪ್, ಬೀರು ದೇವರಮನಿ, ಮಾರುತಿ ನಾಗರಾಜ್, ರಮ್ಯಾ ಪ್ರಭು, ಸ್ನೇಹಾ ಯದುನಾಥ್, ಸೌಜನ್ಯ ಛತ್ರಾ, ಇನಾಯತ್ ಇಬ್ರಾಹಿಂ, ಸಾಯಿಗಣೇಶ್, ಪ್ರವೀಣ್ ಪೈ, ತ್ರಿಶೂಲ್ ಶೆಟ್ಟಿ, ಸುಮಂತ್ ಶೆಟ್ಟಿ, ರೆನ್ವಿಕ್ ಡಿಸೋಜಾ, ಎಡ್ಮಂಡ್ ಫೆರ್ನಾಂಡಿಸ್ ಎಲ್ಲರಿಗೂ ನನ್ನ ಧನ್ಯವಾದಗಳು. ಇನ್ನು ಬರವಣಿಗೆಯ ಬಗ್ಗೆ ಸದಾ ನನ್ನೊಂದಿಗೆ ಲವಲವಿಕೆಯಿಂದ ಮಾತಿಗಿಳಿಯುತ್ತಿದ್ದ, ಸ್ವತಃ ಕತೆಗಾರ್ತಿಯೂ, ಪ್ರತಿಭಾವಂತ ಲೇಖಕಿಯೂ ಆಗಿದ್ದ ಯುವ ಲೇಖಕಿ ಪ್ರಜ್ಞಾ ಜಿ.ಕೆ. ಇಂದು ನಮ್ಮೊಂದಿಗಿಲ್ಲ. ಅವಳಿಗಿಲ್ಲಿ ನನ್ನ ಚಿರಸ್ಮರಣೆ.

ಅಂಗೋಲಾದಲ್ಲಿ ನನ್ನ ಕಥೆಯ ಹುಡುಕಾಟಗಳು ಅಪಾಯದ ಅಂಚಿನತ್ತ ಹೋಗುತ್ತಿದ್ದಾಗಲೆಲ್ಲಾ ಸದಾ ನನ್ನ ನೆರಳಿನಂತಿದ್ದವರು ನನ್ನ ಸಹೋದ್ಯೋಗಿಯೂ, ಹಿರಿಯರೂ ಆಗಿದ್ದ ಸುಖಬೀರ್ ಸಿಂಗ್ ಬಿಡ್ಡಾ. ಇನ್ನು ಬಂದಾಗಲೆಲ್ಲಾ ಅಂಗೋಲಾದಲ್ಲಿ ನನ್ನ ಜೊತೆ ಹೆಜ್ಜೆ ಹಾಕಿ, ಆಫ್ರಿಕಾ ಬಗೆಗಿನ ತಮ್ಮ ಅಪಾರ ಅನುಭವಗಳನ್ನು ನನ್ನೊಂದಿಗೆ ಆತ್ಮೀಯವಾಗಿ ಹಂಚಿಕೊಳ್ಳುತ್ತಿದ್ದವರೆಂದರೆ ಹಿರಿಯ ಸಮಾಜಶಾಸ್ತ್ರಜ್ಞರೂ, ಲೇಖಕರೂ ಆಗಿರುವ ಡಾ. ಕೆ. ಕೆ. ಗೌರ್‌ರವರು. ಅಂಗೋಲಾ ನೆಲದಲ್ಲಿ ನನ್ನ ಜೊತೆಗಿದ್ದು ಈ ಅಂಗೋಲಾ ಕಥನದಲ್ಲಿ ಆಗೊಮ್ಮೆ ಈಗೊಮ್ಮೆ ಬಂದುಹೋಗುವ ದುಭಾಷಿ ಮಿಗೆಲ್ ಎಂಬೋಸೋ, ಆಗುಸ್ಟೋ, ಮ್ಯಕ್ ರಿಕಾರ್ಡೋ, ಜೇಮಿ ಮಗ್ವಿಜೋ, ಎಮಿಲಿಯಾ ದಿಯಾಸ್, ಹೆಲಿಯೋ ವಿಸೆಂತೆ, ಆಂಟೋನಿಯೋ ಸಾಂಶೆಝ್, ಫೆರ್ನಾಂದಾ, ರೋಜಾ, ವಾಂಡಾ, ಕಾಟ್ರೀಸಿಯಾ ಗ್ಲೋರಿಯಾ, ಅಲೆಕ್ಸಾಂಡ್ರಾ, ಮಡಲೀನಾ ಆಂಡ್ರೆ, ಮನೆಲ್ ಬಸಸಾಲಾ, ಜೋ ಜೆರಾಲ್ಡೆಸ್, ಆಲ್ಬರ್ಟೋ ಫುಟುವೋಸೋ, ಫೆರ್ನಾಂಡೋ ಅಬ್ರೆವು ಇವರೆಲ್ಲರಿಗೂ ನಾನು ಋಣಿ. ಇನ್ನು ಕನ್ನಡಕ್ಕೂ, ತಮಗೂ ಯಾವುದೇ ಸಂಬಂಧವಿರದಿದ್ದರೂ ನನ್ನ ಬರಹಗಳ ಬಗ್ಗೆ ಸದಾ ಕಾತರದಿಂದಿರುತ್ತಿದ್ದ, ಅಂಗೋಲಾ ಕಥೆಗಳ ಬಗ್ಗೆ ತಮ್ಮದೇ ಅನಿಸಿಕೆ-ಅಭಿಪ್ರಾಯಗಳನ್ನು ಹಂಚಿಕೊಂಡು ಹೊಸ ದೃಷ್ಟಿಕೋನಗಳನ್ನು ನೀಡುತ್ತಿದ್ದ ಆತ್ಮೀಯರಾದ ಗಾರ್ಗಿ ರೇ ಚೌಧರಿ, ರಜನಿ ಅರೋರಾ, ಕೀರ್ತಿ ರೋಜ್, ಅಭಿಷೇಕ್ ಪಾಲ್, ಪಿ. ಕೆ. ಮಜುಂದಾರ್, ಪ್ರಿಯಾಂಕಾ ಲುಗುನ್, ನಿಕಿತಾ ಚೌಹಾನ್ ಮತ್ತು ಮೊನಾಲಿಸಾ ಕಿಸ್ಕುರವರಿಗೂ ನನ್ನ ಅನಂತ ಧನ್ಯವಾದಗಳು.

ಬಹುಬೇಗನೇ ನನ್ನಲ್ಲಿ ಪುಸ್ತಕ ಪ್ರೀತಿಯನ್ನು ಹುಟ್ಟಿಸಿದ ಅಪ್ಪ ಮತ್ತು ನನ್ನೆಲ್ಲಾ ಬರಹಗಳನ್ನು ಇಷ್ಟಪಟ್ಟು ಓದುವ ಅಮ್ಮನನ್ನು ಇಲ್ಲಿ ನೆನೆಸಿಕೊಳ್ಳದಿರಲು ಸಾಧ್ಯವೇ ಇಲ್ಲ. ಅಕ್ಷಯಪಾತ್ರೆಯಂತಿರುವ ಅಮ್ಮನ ಜೀವನಪ್ರೀತಿ ನನ್ನ ಬದುಕಿಗೊಂದು ದಾರಿದೀಪ. ಅಕ್ಷರಸಂಗಾತಿಯಂತಿರುವ ಗೆಳತಿ ಪೂಜಾ ಗುಜರನ್ ಭಾರತದಲ್ಲಿದ್ದುಕೊಂಡೇ ನನ್ನ ಅಂಗೋಲಾ ದಿನಗಳನ್ನೂ ಸೇರಿದಂತೆ ಈ ಪಯಣದಲ್ಲಿದ್ದ ಬಹುತೇಕ ಏಳುಬೀಳುಗಳನ್ನು

ನನ್ನಷ್ಟೇ ಇಂಟೆನ್ಸ್ ಆಗಿ ಕಂಡವಳು. ನನ್ನ ಬರಹಗಳು ಹಲವಾರು ಕಡೆ ಪ್ರಕಟವಾದಾಗಲೆಲ್ಲಾ ತನ್ನದೇ ಗೆಲುವೆಂಬಂತೆ ಸಂಭ್ರಮಿಸುವವಳು. ಇವರೆಲ್ಲರಿಗೂ ಸುಮ್ಮನೆ ಥ್ಯಾಂಕ್ಸ್ ಹೇಳಿದರೆ ತೀರಾ ಕೃತಕವಾಗಿಬಿಡುವ ಅಪಾಯವಿದೆ. ಹೀಗಾಗಿ ಸದಾ ನನ್ನೊಂದಿಗಿರಿ ಎಂದಷ್ಟೇ ಪ್ರೀತಿಯಿಂದ ಹೇಳಬಲ್ಲೆ.

'ಹಾಯ್ ಅಂಗೋಲಾ' ಅಂಕಣವನ್ನು ತಮ್ಮ ಪ್ರೀತಿ-ಅಭಿಮಾನದಿಂದ, ಶುಭಹಾರೈಕೆ-ಆಶೀರ್ವಾದಗಳಿಂದ ಹೊಸ ಎತ್ತರಕ್ಕೆ ತಲುಪಿಸಿದವರು ನಿಸ್ಸಂದೇಹವಾಗಿಯೂ ಅಂಕಣದ ಓದುಗರು. ಓದುಗರ ಈ ಉತ್ಸಾಹವೇ ಅಂಕಣಬರಹಗಳಲ್ಲಿ ಹೊಸ offbeat ವಿಚಾರಗಳನ್ನೆತ್ತಿಕೊಳ್ಳುವಂತೆ ನನ್ನನ್ನು ಪ್ರೇರೇಪಿಸಿದೆ, ಬರೆಯಲಾಗುತ್ತಿಲ್ಲ ಎಂಬಂತಿನ ಸ್ಥಿತಿಗಳು ಬಂದಾಗ ಮುನ್ನಡೆಸಿದೆ, ತಮ್ಮ ಪ್ರಬುದ್ಧ ನಿರೀಕ್ಷೆಗಳಿಂದ ಬರಹಗಾರನಾಗಿ ನನ್ನ ಜವಾಬ್ದಾರಿಯನ್ನು ಹೆಚ್ಚಿಸಿದೆ. ಅಜ್ಞಾತ ಓದುಗರೂ ಕೂಡ ಎಲ್ಲಾದರೂ ಸಿಕ್ಕಾಗ 'ಅರೇ, ನೀವು ಅಂಗೋಲಾ ಕಥೆ ಬರೆಯೋರಲ್ವಾ?' ಎಂದೆಲ್ಲಾ ಕೇಳಿ ಸಂತಸದ ಪುಳಕಗಳನ್ನಿತ್ತ ಕ್ಷಣಗಳು ಬಹಳ. ಈ ಓದುಗರೆಲ್ಲರಿಗೂ ನನ್ನ ಅನಂತ ಧನ್ಯವಾದಗಳು. 'ಈ ಪರಿಯ ಸೊಬಗು' ಕೃತಿಯ ನಿರ್ಮಾಣದ ಹಂತದಲ್ಲಿಂದಲೂ ನನ್ನ ಮತ್ತು 'ಅವಧಿ' ತಂಡದ ನಡುವಿನ ಬಹುಮುಖ್ಯ ಕೊಂಡಿಯಾಗಿದ್ದವರು ಕ್ರೇಜಿ ಫ್ರಾಗ್ ಮೀಡಿಯಾದ ಲವಲವಿಕೆಯ ವ್ಯಕ್ತಿತ್ವದ ಶ್ರೀಜಾರವರು. ನನ್ನ ಚೊಚ್ಚಲ ಕೃತಿಯನ್ನರ್ಪಿಸುವ ಈ ಸುಸಂದರ್ಭದಲ್ಲಿ ಅವರಿಗೂ ಧನ್ಯವಾದಗಳನ್ನು ಹೇಳುವ ಸಂತಸ ನನಗೆ. ಇನ್ನು 'ಹಾಯ್ ಅಂಗೋಲಾ' ಅಂಕಣವನ್ನು ಪ್ರತೀವಾರವೂ ಆಕರ್ಷಕವಾಗಿ ಪ್ರಕಟಿಸುತ್ತಿದ್ದ 'ಅವಧಿ' ತಂಡಕ್ಕೂ, ವಿನ್ಯಾಸಕಾರರಾದ ಎಮ್. ಆರ್. ಗುರುಪ್ರಸಾದ್‌ರವರನ್ನೂ ಒಳಗೊಂಡಂತೆ ಈ ಕೃತಿಯ ಹಿಂದಿರುವ 'ಬಹುರೂಪಿ' ತಂಡದ ಎಲ್ಲರಿಗೂ ನನ್ನ ನಮನ.

ಲಕ್ಷಾಂತರ ಮಂದಿ ಪ್ರವಾಸಕ್ಕೆಂದು ಜಗತ್ತಿನ ವಿವಿಧ ಮೂಲೆಗಳಿಗೆ ಹೋಗುವಂತೆ ಆಫ್ರಿಕಾಗೂ ಹೋಗುತ್ತಾರೆ. ಕೀನ್ಯಾದ ಸಫಾರಿಗಳಿಂದ ಹಿಡಿದು, ಈಜಿಪ್ಟಿನ ಪಿರಾಮಿಡ್ಡುಗಳವರೆಗೆ ಎಲ್ಲವೂ ಸೊಗಸೇ. ಆದರೆ, ಆಫ್ರಿಕಾದಲ್ಲಿ ದೀರ್ಘಾವಧಿ ನೆಲೆಸುವುದರ ಅನುಭವವೇ ಭಿನ್ನ. ಇಂಥಾ ಸಂದರ್ಭಗಳಲ್ಲಿ ಪ್ರವಾಸಗಳಲ್ಲಿರುವ ಮೈಮರೆಯುವ ವಿಲಾಸ, ದೇಶವೊಂದರ ಸುಂದರ ಮುಖವನ್ನಷ್ಟೇ ನೋಡಿ, ಮರಳಿಬಂದು, ಮರೆಯುವ ರೂಢಿಗಳೆಲ್ಲಾ ನೇಪಥ್ಯಕ್ಕೆ ಸರಿದು ಆ ದೇಶದ ನಾಗರಿಕರೊಂದಿಗೆ ಬೆರೆಯುವ, ಅವರೊಲ್ಲಬ್ಬರಂತೆ ಬದುಕ ಬೇಕಾಗಿರುವ ಅನಿವಾರ್ಯತೆಗಳು ಎದುರಾಗಿ ಪ್ರವಾಸೋದ್ಯಮವೆಂಬ ಮೇಲ್ಹೊದಿಕೆಯ ಕೆಳಗಿರುವ ಪದರಗಳಂತಿನ ಅಗೋಚರ ಆಯಾಮಗಳು ಮೆಲ್ಲಮೆಲ್ಲನೆ ನಿಧಾನವಾಗಿ ತೆರೆದುಕೊಳ್ಳತೊಡಗುತ್ತವೆ. ಪ್ರವಾಸವೆಂದರೆ ಮೃಷ್ಟಾನ್ನದಂತೆ. ಆದರೆ, ಮೃಷ್ಟಾನ್ನವನ್ನು ನಿತ್ಯವೂ ಉಣ್ಣಲಾಗುವುದಿಲ್ಲ. ನಿತ್ಯದ ಭೋಜನಕ್ಕೆ ತೆರೆದುಕೊಂಡಾಗಲಷ್ಟೇ ಕುಕ್ಕರಿನಲ್ಲಿ ಈ ಬಗೆಯ ಅಕ್ಕಿಗೆ ಎಷ್ಟು ವಿಷಲ್ ಹೊಡೆಸಬೇಕಾಗುತ್ತೆ ಎಂಬುದರಿಂದ ಹಿಡಿದು ಹೆಸರುಬೇಳೆಗೂ, ತೊಗರಿಬೇಳೆಗೂ ಇರುವ ವ್ಯತ್ಯಾಸಗಳನ್ನು ತಿಳಿದುಕೊಳ್ಳಲೇಬೇಕಾದ ಅನಿವಾರ್ಯತೆಗಳು ಎದುರಾಗುವುದು. ನಿತ್ಯದ ಭೋಜನ ಬೇಕೇ ಬೇಕು. ಆಗೊಮ್ಮೆ ಈಗೊಮ್ಮೆ ಮೃಷ್ಟಾನ್ನವೂ ಚೆಂದ. ಯಾವುದನ್ನು ಹೇಗೆ ತೆಗೆದುಕೊಳ್ಳಬೇಕು ಎಂಬುದರ ಅರಿವಿರಬೇಕಷ್ಟೇ.

ಇಲ್ಲಿರುವ ಅಂಗೋಲಾ ಅಥವಾ ಆಫ್ರಿಕಾದ ನೋಟಗಳು ಅಮೆರಿಕನ್ ಮಾಧ್ಯಮಗಳ

ಕನ್ನಡಕವನ್ನು ಹಾಕಿಕೊಂಡು ನೋಡಿರುವಂಥದ್ದಲ್ಲ. ರೋಚಕತೆಯ ಲೇಪದೊಂದಿಗಷ್ಟೇ ಹೆಣೆಯುವಂತೆಯೋ, ಸಾಂಸ್ಕೃತಿಕ ಅಥವಾ ಇತರ ಭಿನ್ನತೆಯ ಅಂಶಗಳನ್ನು ವೈಭವೀಕರಿಸುವಂತೆಯೋ ಇಲ್ಲಿ ಯಾವ ಅನವಶ್ಯಕ ಉತ್ಪ್ರೇಕ್ಷೆಗಳೂ ಸುಳಿಯದಂತೆ ಲೇಖಕನಾಗಿ ನನ್ನ ಪ್ರಾಮಾಣಿಕ ಪ್ರಯತ್ನವನ್ನು ಮಾಡಿದ್ದೇನೆ. ಆಫ್ರಿಕಾ ಎಂದರೆ ಹಸಿವು, ಬಡತನ, ಹಿಂಸೆ, ಹತಾಶೆ, ದುಃಖಗಳಷ್ಟೇ ಅಲ್ಲ. ಬದುಕಿನ ಎಲ್ಲಾ ಬಣ್ಣಗಳ ಕಲಸುಮೇಲೋಗರವು ಆಫ್ರಿಕಾದಲ್ಲೂ ಇದೆ. ಈ ಕೃತಿಯಿಂದಾಗಿ ಅಂಗೋಲಾ ಬದುಕಿನ ಎಲ್ಲಾ ಬಣ್ಣಗಳೂ ನಿಮಗೆ ದಕ್ಕಲಿವೆ ಎಂಬ ಭರವಸೆ ನನ್ನದು.

'ಪಯಣದ ಆರಂಭದಲ್ಲಿದ್ದ ಚೇಗೆವಾರ ಈಗ ಪಯಣದ ಕೊನೆಯಲ್ಲಿ ಉಳಿದಿಲ್ಲ', ಎಂದು ಕ್ಯೂಬಾದ ಕ್ರಾಂತಿವೀರ ಚೇಗೆವಾರ ತನ್ನ ಮೋಟಾರ್ ಸೈಕಲ್ ಡೈರಿಯಲ್ಲಿ ಬರೆದಿದ್ದ. ಇದು ನನ್ನ ಮಟ್ಟಿಗೂ ಸತ್ಯ. ಇನ್ನು ವೈಯಕ್ತಿಕವಾಗಿ ಅಂಗೋಲಾ ಹಲವು ರೀತಿಗಳಲ್ಲಿ ನನ್ನ ಬದುಕಿನಲ್ಲಿ ಹೊಸ ತಿರುವುಗಳನ್ನು ತಂದಿಟ್ಟ ಮಹತ್ವದ ಅವಧಿಯೂ ಹೌದು. ಬದುಕು ತನ್ನದೇ ಆದ ಧಾಟಿಯಲ್ಲಿ ಏನೇನನ್ನೋ ಕಲಿಸಿಕೊಡುತ್ತದೆ. ಕೆಲವೊಮ್ಮೆ ಜೀವನದ ಅಗಾಧತೆಯನ್ನೂ ನಶ್ವರತೆಯನ್ನೂ ಒಂದೇ ನಾಣ್ಯದ ಎರಡು ಮುಖಗಳಂತೆ ಸಲೀಸಾಗಿ ಕಟ್ಟಿಕೊಡುತ್ತದೆ. ಸಮಾಧಾನದ ಸಂಗತಿಯೆಂದರೆ ನೂರೇಟುಗಳನ್ನು ಕೊಟ್ಟರೂ ನಗಲು ಸಾವಿರ ಅವಕಾಶಗಳನ್ನು ಧಾರಾಳವಾಗಿ ನೀಡುತ್ತದೆ. ಇಂತಿಪ್ಪ ಬದುಕೆಂಬ ಬದುಕಿಗೂ ಒಂದು ಥ್ಯಾಂಕ್ಸ್.

ಲೇಖಕನೊಬ್ಬನಿಗೆ ತನ್ನ ಮೊದಲ ಪುಸ್ತಕವೆಂದರೆ ಮೊದಲ ಪ್ರೀತಿಯಷ್ಟೇ ಬಲು ಸ್ಪೆಷಲ್ ಆಗಿರುವಂಥದ್ದು. ಅಂಗೋಲಾ ಕಥನ ಈಗ ನಿಮ್ಮ ಮುಂದಿದೆ. ಎಲ್ಲರಿಗೂ ಹ್ಯಾಪೀ ರೀಡಿಂಗ್!

ಪ್ರೀತಿಯಿಂದ,

ಪ್ರಸಾದ್ ನಾಯ್ಕ್

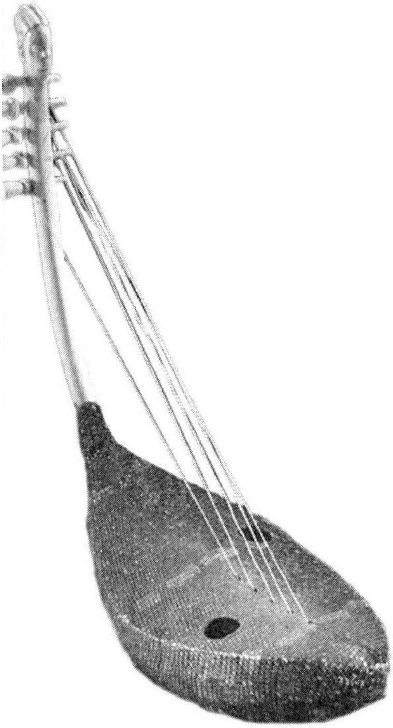

ಅಂಗೋಲಾದ ಗೋಲದಲ್ಲಿ....

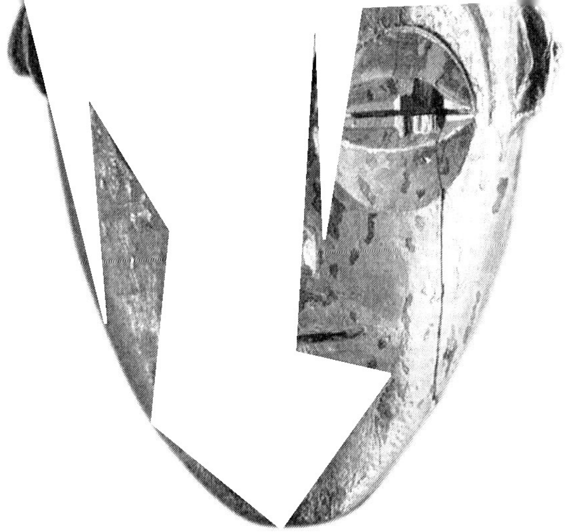

ಒಂದೂವರೆ ನಿಮಿಷ...

ಭರ್ತಿ ಒಂದೂವರೆ ನಿಮಿಷಗಳ ಲಿಫ್ಟ್ ಪ್ರಯಾಣ...

ಕಟ್ಟಡದ ಒಂದು ಮಹಡಿಯಿಂದ ಇನ್ನೊಂದು ಮಹಡಿಗೆ ಲಿಫ್ಟ್‌ನಲ್ಲಿ ಹೋಗುತ್ತೇವಲ್ಲಾ ಅದನ್ನು 'ಲಿಫ್ಟ್ ಪ್ರಯಾಣ' ಅನ್ನಬಹುದೇ ಎನ್ನುವುದರ ಬಗ್ಗೆ ನನಗಿನ್ನೂ ಗೊಂದಲವಿದೆ. ಆದರೂ ಸದ್ಯಕ್ಕೆ ಇದನ್ನು 'ಪ್ರಯಾಣ' ಎಂದೇ ಕರೆಯುತ್ತಿದ್ದೇನೆ. ಏನಾಯಿತು ಈ ಒಂದೂವರೆ ನಿಮಿಷಗಳಲ್ಲಿ ಎಂದು ಕೇಳುತ್ತೀರಾ? ಇಲ್ಲಿದೆ ನೋಡಿ ಕಥೆ.

ವಿವಿಧ ದೇಶಗಳ ಪ್ರಧಾನಿಗಳು, ರಾಷ್ಟ್ರಪತಿಗಳು... ಹೀಗೆ ಗಣ್ಯಾತಿಗಣ್ಯರು ಸಮಾಲೋಚನೆಗೆಂದು ಸೇರಿದಾಗ ಕೆಲ ಬಾರಿ 'ಪುಲ್ ಅಸೈಡ್' ಮೀಟಿಂಗ್‌ಗಳು ಆಗುತ್ತವಂತೆ. ಈ 'ಪುಲ್ ಅಸೈಡ್' ಮೀಟಿಂಗ್ ಏನಪ್ಪಾ ಅಂದ್ರೆ ಅಂತಾರಾಷ್ಟ್ರೀಯ ವೇದಿಕೆಯೊಂದರಲ್ಲಿ ಕೆಲ ರಾಷ್ಟ್ರಗಳ ಗಣ್ಯರು ಕುಳಿತು ಏನೋ ಗಂಭೀರವಾದದ್ದನ್ನು ಚರ್ಚಿಸುತ್ತಿದ್ದಾರೆ ಅಂದುಕೊಳ್ಳೋಣ. ಆಗ ಅವರಲ್ಲೊಬ್ಬರಿಗೆ ಅದೇ ಸಭೆಯಲ್ಲಿ ಕುಳಿತ ಮತ್ತೊಬ್ಬರೊಂದಿಗೆ ತುರ್ತಾಗಿ ಏನೋ ಮಾತಾಡಬೇಕಿರುತ್ತದೆ. ಆಗ ಸಾಮಾನ್ಯವಾಗಿ ಚರ್ಚೆಯ ಮಧ್ಯದಲ್ಲೇ ನುಗ್ಗಿ ಹಠಾತ್ ವಿಷಯಾಂತರ ಮಾಡಲೋ ಅಥವಾ ಎಲ್ಲರೆದುರೇ ಕೂಗಿ ಕರೆಯಲೋ ಆಗುವುದಿಲ್ಲ. ಇಂಥಾ ಸಂದರ್ಭಗಳಲ್ಲಿ ರಾಜತಾಂತ್ರಿಕರ ಮೂಲಕ ಹೇಳಿ ಕಳಿಸಿ, ಮೀಟಿಂಗ್ ನಡೆಯುತ್ತಿರುವಂತೆಯೇ ಆ ನಿರ್ದಿಷ್ಟ ವ್ಯಕ್ತಿಯನ್ನು ಮೆಲ್ಲನೆ ಎಬ್ಬಿಸಿ ಪಕ್ಕಕ್ಕೆ ಕರೆದುಕೊಂಡು ಹೋಗುತ್ತಾರಂತೆ. ಹೀಗೆ ಪಕ್ಕಕ್ಕೆ ಕರೆದು ಎರಡು-ಮೂರು ನಿಮಿಷಗಳಲ್ಲೇ ಹೇಳಬೇಕಾಗಿರುವುದನ್ನು ಚಿಕ್ಕದಾಗಿ ಹೇಳಿ ಮುಗಿಸುತ್ತಾರೆ. ಸೋಜಿಗದ ಸಂಗತಿಯೆಂದರೆ ಕೆಲ ಬಾರಿ ಪ್ರಮುಖ ನಿರ್ಧಾರಗಳನ್ನು ತೆಗೆದುಕೊಳ್ಳುವುದು ಮತ್ತು ತೆಗೆದುಕೊಳ್ಳದಿರುವುದೂ ಕೂಡ ಈ 'ಪುಲ್ ಅಸೈಡ್' ಮೀಟಿಂಗ್'ಗಳ ಅನಿರೀಕ್ಷಿತ ಪರಿಣಾಮಗಳಲ್ಲೊಂದಂತೆ.

ನಮ್ಮ ಆ ದಿನದ ಮೀಟಿಂಗ್ ಕೂಡ 'ಫುಲ್ ಅಸೈಡ್' ಶೈಲಿಯಲ್ಲೇ ನಡೆದುಹೋಯಿತು ಎಂದರೆ ಅತಿಶಯೋಕ್ತಿಯಲ್ಲ. ಐದು ವರ್ಷಗಳ ಕಾಲ ನವದೆಹಲಿಯಲ್ಲಿದ್ದ ನಾನು ಬೆಂಗಳೂರಿಗೆ ವರ್ಗಾವಣೆಯಾಗುತ್ತದೆಂದು ಕಾದಿದ್ದೇ ಕಾದಿದ್ದು. ಅದು ಕೊನೆಗೂ ಆಗಲಿಲ್ಲ. ಈ ಬಗ್ಗೆ ಗಂಭೀರವಾದ ಪ್ರಯತ್ನಗಳೇನೂ ನಡೆದಿರದಿದ್ದರೂ ಕೊನೆಗೆ ದಕ್ಷಿಣ ಭಾರತದ ಯಾವ ನಗರವಾದರೂ ಆದೀತು ಎಂಬ ನನ್ನ ನಿರೀಕ್ಷೆಗೂ ಕಲ್ಲು ಬಿದ್ದಿತ್ತು. ಭಾರತದಲ್ಲೇ ಇದ್ದರೂ ವರ್ಷಕ್ಕೊಮ್ಮೆ ಮನೆಗೆ ಭೇಟಿ ಕೊಡುವ ನನ್ನ ಅಭ್ಯಾಸದಿಂದಾಗಿ ಆಗಲೇ ನಾನು ನಮ್ಮ ಗೆಳೆಯರ ಬಳಗದಲ್ಲಿ ತಮಾಷೆಯ ವಸ್ತುವಾಗಿದ್ದೆ. "ಗಲ್ಫ್ ದೇಶಗಳಲ್ಲಿರುವವರು ವರ್ಷಕ್ಕೊಮ್ಮೆ ಮಂಗಳೂರಿಗೆ ಬಂದು ಹೋಗುತ್ತಾರಂತೆ. ನಿನ್ನದೂ ಇದೇ ಕಥೆಯಾಯಿತಲ್ಲಪ್ಪಾ", ಎಂದು ನಾನು ಕೇಳಿಸಿಕೊಳ್ಳಬೇಕಾಯಿತು. "ನಟ ಸಂಜಯ್ ದತ್‌ಗೂ ವರ್ಷಕ್ಕೊಮ್ಮೆ ಜೈಲಿನಲ್ಲಿ ಅದೇನೋ ಪರೋಲ್ ಸಿಗುತ್ತದಂತೆ. ನಮಗೆ ರಜಾ ಮಾತ್ರ ಸಿಗೋದಿಲ್ಲ ಮಾರಾಯ", ಎಂದೆಲ್ಲಾ ನಾವುಗಳು ಹರಟೆ ಹೊಡೆಯುವುದು ನಿತ್ಯದ ಮಾತಾಗಿತ್ತು. ಇಂತಿಪ್ಪ ಕಾಲಘಟ್ಟದಲ್ಲಿ ನನ್ನೆದುರಿಗೆ ಹಠಾತ್ತಾಗಿ ಬಂದ ಆಯ್ಕೆಗಳು ಎರಡು– ಒಂದು, 'ದೆಹಲಿ'; ಇನ್ನೊಂದು, 'ಅಂಗೋಲಾ'. ಅಂಗೋಲಾಕ್ಕೆ ಹೋದರೆ ಕ್ರಿಸ್ಮಸ್ ರಜಾದಿನಗಳಲ್ಲಿ ಮಾತ್ರ ಭಾರತಕ್ಕೆ ಬರಲು ಅವಕಾಶ ಎಂಬ ಷರತ್ತು ಬೇರೆ ಇತ್ತು.

ವರ್ಷಕ್ಕೊಮ್ಮೆ ಮಾತ್ರ ಮಂಗಳೂರಿಗೆ ಬರುತ್ತಿರುವ ನನಗೆ ದೆಹಲಿಯಾದರೇನು, ಅಂಗೋಲಾ ಆದರೇನು ಅಥವಾ ಮಂಗಳ ಗ್ರಹವಾದರೇನು? ಎಂದು ನಾನು ಅಂಗೋಲಾಗೆ 'ಅಸ್ತು' ಮುದ್ರೆ ಒತ್ತಿಬಿಟ್ಟೆ. ನಮ್ಮ ಆಫೀಸಿನ ಕಟ್ಟಡದ ಹನ್ನೆರಡನೇ ಮಹಡಿಯಿಂದ ನೆಲಮಾಳಿಗೆಗೆ ಲಿಫ್ಟ್‌ನಲ್ಲಿ ಬಂದಿಳಿಯುವಷ್ಟರಲ್ಲಿ ಈ ಎಲ್ಲವೂ ಮುಗಿದುಹೋಗಿತ್ತು.

ನಾನು 'ಅಂಗೋಲಾ'ಕ್ಕೆ ಹೋಗುವವನಿದ್ದೇನೆ ಎಂಬುದು ಭರ್ತಿ ಒಂದೂವರೆ ನಿಮಿಷಗಳಲ್ಲಿ ನಿರ್ಧಾರವಾಗಿತ್ತು.

ದೆಹಲಿಯಲ್ಲಾಗ ನವೆಂಬರ್ ತಿಂಗಳು. ಚಳಿಯೆಂದರೆ ಸೊನ್ನೆಗಿಳಿಯುವ, ಸೆಖೆಯೆಂದರೆ ಐವತ್ತು ಡಿಗ್ರಿಗೇರುವ ಚಂಚಲ ತಾಪಮಾನದ ರಾಜಧಾನಿಯಲ್ಲಿ ಕೊಂಚ ಸಮಾಧಾನದ ಉಸಿರು ಬಿಡುವ ಕಾಲವೆಂದರೆ ಈ ನವೆಂಬರ್ ಅಷ್ಟೇ. ಆಗ ಬೇಸಿಗೆಯೂ ಮುಗಿದಿರುತ್ತದೆ. ಡಿಸೆಂಬರ್ ಮತ್ತು ಜನವರಿಯಲ್ಲಿ ಬರಲಿರುವ ಚಳಿಗಾಲಕ್ಕೂ ಮಹಾನಗರಿಯು ಸದ್ದಿಲ್ಲದೆ ಸಜ್ಜಾಗುತ್ತಿರುತ್ತದೆ. ಹೀಗಾಗಿ ತೀರಾ ಶೆಖೆಯೂ ಅಲ್ಲದ, ಇತ್ತ ಚಳಿಯೂ ಇಲ್ಲದ, ಚಿಕ್ಕದಾದರೂ ಬಹಳ ಖುಷಿ ತರುವ ಅವಧಿಯಿದು.

ಅತ್ತ ದೆಹಲಿ ಬರಲಿರುವ ಚಳಿಗಾಲಕ್ಕೆ ಸಜ್ಜಾಗುತ್ತಿದ್ದರೆ ನಾನು ನನ್ನ ಅಂಗೋಲಾ ಪ್ರಯಾಣಕ್ಕೆ ಸಿದ್ಧನಾಗುತ್ತಿದ್ದೆ. ಒಂದೂವರೆ ನಿಮಿಷಗಳಲ್ಲಿ ಮಹಾಬುದ್ಧಿವಂತನಂತೆ ನಾನು ನಿರ್ಧಾರವನ್ನು ತೆಗೆದುಕೊಂಡಿದ್ದೇನೋ ಹೌದು. ಆದರೆ ಅಂಗೋಲಾ ಆಫ್ರಿಕಾ ಖಂಡದಲ್ಲಿದೆ

ಅನ್ನೋದನ್ನು ಬಿಟ್ಟರೆ ಬೇರೆ ಯಾವ ಮಾಹಿತಿಯೂ ನನ್ನಲ್ಲಿರಲಿಲ್ಲ. ಅಷ್ಟಕ್ಕೂ ನಾವು ಭಾರತೀಯರಿಗೆ ಆಫ್ರಿಕಾ ಎಂದರೆ ನೆನಪಾಗುವುದೇನು? 'ದಕ್ಷಿಣ ಆಫ್ರಿಕಾ' ಅಷ್ಟೇ. ಅದೂ ಕೂಡ ಕ್ರಿಕೆಟ್ ಕೃಪೆಯಿಂದಾಗಿ. ಲಾವೋಸ್, ಮೊಝಾಂಬಿಕ್, ಕಾಂಬೋಡಿಯಾಗಳಿಗೆಲ್ಲಾ ಹೋದವರು "ಆಫ್ರಿಕಾ ಸಖ್ಖತ್ತಾಗಿದೆ" ಎಂದು ಹೇಳಿದ್ದ ಪರಿಣಾಮವೋ ಏನೋ, ನಾನೂ ಈ ಬಗ್ಗೆ ಹೆಚ್ಚಿಗೆ ತಲೆಕೆಡಿಸಿಕೊಂಡಿರಲಿಲ್ಲ. ಗಡ್ಡ ಕೆರೆದುಕೊಳ್ಳಲೂ ಪುರುಸೊತ್ತಿಲ್ಲದ ದೆಹಲಿಯ ದಿನಗಳಲ್ಲಿ 'ಕಾಲ ಕೂಡಿ ಬಂದಾಗ ಹೋದರಾಯಿತು' ಎಂಬ ಉಡಾಫೆಯಲ್ಲೇ ನಾನು ಆರಾಮಾಗಿದ್ದೆ.

ಮೇಲಾಗಿ ಇನ್ನೂ ಸಾಕಷ್ಟು ಸಮಯವಿದೆ ಎಂಬ ಯೋಚನೆಯೇ ನನ್ನನ್ನೂ ಸೇರಿದಂತೆ ಆಫೀಸಿನ ಎಲ್ಲರಲ್ಲೂ ಇತ್ತು. ಏಕೆಂದರೆ ಅಂಗೋಲಾ ಬಗ್ಗೆ ನಾವುಗಳು ಹೌದು ಹೌದೆಂದು ತಲೆಯಾಡಿಸಿದ್ದು ನಿಜವಾದರೂ ತತ್ಸಂಬಂಧಿ ಯಾವ ಬೆಳವಣಿಗೆಗಳೂ ಕೂಡ ವ್ಯವಸ್ಥಿತವಾಗಿ ನಡೆಯುವಂತೆ ಕಾಣುತ್ತಿರಲಿಲ್ಲ. ವೀಸಾಗೆಂದು ನನಗಿಂತ ಎರಡು ತಿಂಗಳ ಹಿಂದೆಯೇ ಪಾಸ್‌ಪೋರ್ಟನ್ನು ಸಲ್ಲಿಸಿದ್ದ, ನನ್ನೊಂದಿಗೆ ಬರಲಿದ್ದ ಅಧಿಕಾರಿಯೊಬ್ಬರ ಪಾಸ್‌ಪೋರ್ಟ್ ಗಾಳಿಯಲ್ಲಿ ಧೂಳಿನ ಕಣವು ಮಾಯವಾಗುವಂತೆ ಅಕ್ಷರಶಃ ಮಂಗಮಾಯವಾಗಿತ್ತು. ಇದರ ಬೆನ್ನತ್ತಿ ಹೋದರೆ ವೀಸಾ ಪ್ರಕ್ರಿಯೆಯಲ್ಲಿದ್ದ ಎಲ್ಲರೂ ಒಬ್ಬರಿಗೊಬ್ಬರು ಬೆರಳು ಬೊಟ್ಟುಮಾಡಿ ತೋರಿಸುತ್ತಿದ್ದರೇ ಹೊರತು ಪಾಸ್‌ಪೋರ್ಟು ಎಲ್ಲಿದೆ ಎಂದು ಸುಮಾರು ನಾಲ್ಕು ತಿಂಗಳ ಕಾಲ ಯಾವೊಬ್ಬನೂ ಬಾಯಿಬಿಟ್ಟಿರಲಿಲ್ಲ. ಓರ್ವ ಮಹಾಶಯನಂತೂ "ಅದು ಅಂಗೋಲಾದ ರಾಜಧಾನಿ ಲುವಾಂಡಾದಲ್ಲಿರುವ ಕಾನೂನು ಮಂತ್ರಾಲಯಕ್ಕೆ ಹೋಗಿದೆ, ಅಲ್ಲಿಗೇ ಕೇಳಿ ನೋಡಿ", ಎಂದು ದೂರವಾಣಿ ಸಂಖ್ಯೆಯೊಂದನ್ನು ನಮ್ಮ ಕೈಗಿಟ್ಟು ಕೈತೊಳೆದುಕೊಂಡಿದ್ದ. ಅದ್ಯಾರ ನಂಬರೋ ಏನೋ, ಕರೆ ಮಾಡಿದರೆ ಬಡಿದುಕೊಳ್ಳುತ್ತಿತ್ತೇ ಹೊರತು ಯಾವ ಪುಣ್ಯಾತ್ಮನೂ ಒಮ್ಮೆಯೂ ಫೋನೆತ್ತಲಿಲ್ಲ. ವೀಸಾ ನಿಯಮಾವಳಿಗಳು ಅದ್ಯಾವ ಮಟ್ಟಿಗಿತ್ತೆಂದರೆ ಹೊರಗಿನವರ್ಯಾರೂ ನಮ್ಮಲ್ಲಿಗೆ ಬರೋದೇ ಬೇಡ ಎಂದು ಆಚೆಗಿದ್ದ ಅಂಗೋಲನ್ ಸರ್ಕಾರವು ಹಠ ಹಿಡಿದು ಕೂತಂತಿತ್ತು. ಅಂತೂ ಇವೆಲ್ಲಾ ಪ್ರಹಸನಗಳ ನಂತರ ನಮ್ಮಿಬ್ಬರ ವೀಸಾ ಹೊರಬರುವಷ್ಟರಲ್ಲಿ ಜನವರಿ ತಿಂಗಳು ಬಂದಾಗಿತ್ತು. ದೆಹಲಿಗೆ ಆಗಲೇ ಸಂಪೂರ್ಣವಾಗಿ ಚಳಿಹಿಡಿದಿತ್ತು.

ಈ ಮಧ್ಯೆ ನವದೆಹಲಿಯಲ್ಲಿದ್ದ ಅಂಗೋಲಾ ರಾಯಭಾರ ಕಚೇರಿಗೆ ಸುತ್ತುಹಾಕುವ ನನ್ನ ಕೆಲಸವೂ ನಿರಂತರವಾಗಿ ನಡೆಯುತ್ತಿತ್ತು. ಈ ಹಿಂದೆ ಬೆನಿನ್ ಮತ್ತು ಕೀನ್ಯಾ ರಾಯಭಾರ ಕಚೇರಿಗಳಿಗೆ ಉದ್ಯೋಗ ಸಂಬಂಧಿ ಕಾರ್ಯಗಳಿಗಾಗಿ ಒಂದೆರಡು ಬಾರಿ ಹೋಗಿಬಂದ ಅನುಭವವಿದ್ದ ಪರಿಣಾಮವಾಗಿಯೋ ಏನೋ, ಇದ್ಯಾವುದೂ ಹೊಸ ಕೆಲಸ ಎಂದೇನೂ ಅನ್ನಿಸಲಿಲ್ಲ. ಮೇಲಾಗಿ ಬಹುತೇಕ ಎಲ್ಲಾ ರಾಯಭಾರ ಕಚೇರಿಗಳೂ ದೆಹಲಿಯ ಒಂದೇ ಭಾಗದಲ್ಲಿರುವುದರಿಂದ ಹುಡುಕಿಕೊಂಡು ಹೋಗುವ ಪ್ರಮೇಯಗಳೂ ಅಷ್ಟಾಗಿ ಬರುವುದಿಲ್ಲ.

ಇನ್ನು ನನ್ನ ಈ ನಿರಂತರ ಪಾದಯಾತ್ರೆಗಳಿಂದಾಗಿ ರಾಯಭಾರ ಕಚೇರಿಯಲ್ಲಿ ನಾನು ಪರಿಚಿತ ಮುಖವಾಗಿ ಬದಲಾಗಿದ್ದೆ. ರಿಸೆಪ್ಷನ್ನಿನಲ್ಲಿ ಕುಳಿತಿದ್ದ ಲಲನಾಮಣಿಯೊಬ್ಬರು

ಪ್ರತೀಬಾರಿಯೂ ನನ್ನನ್ನು ನೋಡಿ ಶುಭ್ರನಗೆಯನ್ನು ಚೆಲ್ಲುತ್ತಾ "ಹೋ... ಬಂದ್ರಾ ನೀವು" ಅನ್ನುವವರು. ರಾಯಭಾರ ಕಚೇರಿಯಲ್ಲಿ ಅಳವಡಿಸಲಾಗಿದ್ದ ಟೆಲಿವಿಷನ್ ಸೆಟ್ ಒಂದು ಯಾವಾಗ ಹೋದರೂ ಒಂದೇ ವಿಡಿಯೋ ಅನ್ನು ಪದೇ ಪದೇ ತೋರಿಸುತ್ತಿತ್ತು. ವಿಡಿಯೋ ಜೊತೆಗೆ ಮೂಡಿಬರುತ್ತಿದ್ದ ಧ್ವನಿಯೂ ಪೋರ್ಚುಗೀಸ್ ಭಾಷೆಯಲ್ಲಿದ್ದುದರಿಂದ ನನಗಂತೂ ತಲೆಬುಡವೂ ಅರ್ಥವಾಗುತ್ತಿರಲಿಲ್ಲ. ಬಹುಷಃ ಅಂಗೋಲಾದ ಪ್ರವಾಸೋದ್ಯಮ ಇಲಾಖೆಯವರು ಬಿಡುಗಡೆಗೊಳಿಸಿದ್ದ ವಿಡಿಯೋ ಅದು. ಇನ್ನು ತರಹೇವಾರಿ ಕೆಲಸಗಳೆಂದು ನನ್ನಂತೆಯೇ ಆಗಾಗ ಕಚೇರಿಗೆ ಬಂದು ಹೋಗುತ್ತಿದ್ದ ಅಂಗೋಲನ್ನರಿಂದ ಮೌನವನ್ನೇ ಉಸಿರಾಡುತ್ತಿದ್ದ ಹವಾನಿಯಂತ್ರಿತ ಕೊಠಡಿಗೂ ಕೊಂಚ ಜೀವ ಬರುತ್ತಿತ್ತು. ದೆಹಲಿಯಲ್ಲಿ ಇಷ್ಟೊಂದು ಜನ ಅಂಗೋಲನ್ನರು ವಿದ್ಯಾಭ್ಯಾಸ ನಡೆಸುತ್ತಿದ್ದಾರೆ ಅಥವಾ ಉದ್ಯೋಗಿಗಳಾಗಿದ್ದಾರೆ ಎಂದು ನನಗೆ ತಿಳಿದದ್ದೇ ಆಗ. ಇವರುಗಳು ಬಂದಾಗಲೆಲ್ಲಾ ಏನೋ ದೊಡ್ಡ ದನಿಯಲ್ಲಿ ಅಬ್ಬರಿಸುವಂತೆ ಪರಸ್ಪರ ಮಾತನಾಡುತ್ತಿದ್ದರು ಅನ್ನುವುದನ್ನು ಬಿಟ್ಟರೆ ಅಂಥಾ ಗೆಳೆತನಗಳೇನೂ ಆಗಲಿಲ್ಲ. ಕಾಯುವಿಕೆಯ ಇಂಥಾ ನೀರಸ ಸಮಯಗಳಲ್ಲಿ ನನ್ನ ಬ್ಯಾಗಿನೊಳಗಿದ್ದ ಯಾವುದಾದರೊಂದು ಪುಸ್ತಕವು ನನ್ನನ್ನು ಕಾಪಾಡುತ್ತಿತ್ತು. ಒಳ್ಳೆಯ ಹವ್ಯಾಸಗಳು ಕೆಲಸಕ್ಕೆ ಬರುವುದೇ ಇಂಥಾ ಸಮಯಗಳಲ್ಲಿ!

ಅಂದಹಾಗೆ ಈ ಕಾಯುವಿಕೆಯ ಪ್ರಹಸನಗಳು ರಾಯಭಾರ ಕಚೇರಿಯಿಂದಲೇ ಪ್ರಾರಂಭವಾದದ್ದೇನಲ್ಲ. ಇವೆಲ್ಲದರ ಮೊಟ್ಟಮೊದಲ ಹೆಜ್ಜೆಯಾದ ಲಸಿಕಾ ಕಾರ್ಯಕ್ರಮಗಳಿಂದಲೇ ಇದಕ್ಕೊಂದು ಶುಭಾರಂಭವಾಗಿತ್ತು. ಕೆಲ ದೇಶಗಳಿಗೆ ಪ್ರಯಾಣಿಸುವ ಮುನ್ನ ಅಲ್ಲಿಯ ರೋಗಗಳಿಗೆ ತಕ್ಕಂತೆ ಲಸಿಕೆಗಳನ್ನು ಹಾಕಿಸಿಕೊಳ್ಳುವುದು ಕಡ್ಡಾಯವೆಂಬ ನಿಯಮವಿದೆ. ಕೀನ್ಯಾ ಪ್ರಯಾಣಕ್ಕೆಂದು ಆಗಲೇ ಪೋಲಿಯೋ ಲಸಿಕೆಗಳನ್ನು ಹಾಕಿಸಿಕೊಂಡಿದ್ದ ನನಗೆ ಅಂಗೋಲಕ್ಕಾಗಿ ಹಳದಿ ಜ್ವರದ ಚುಚ್ಚುಮದ್ದನ್ನೂ ಹಾಕಿಸಿಕೊಳ್ಳಬೇಕಾಯಿತು. ಇವುಗಳದ್ದೇ ಇನ್ನೊಂದು ಕಥೆ.

ದೆಹಲಿಯಲ್ಲಿ ಈ ವ್ಯವಸ್ಥೆ ಹೇಗಿದೆಯೆಂದರೆ ಸರ್ಕಾರಿ ಆಸ್ಪತ್ರೆಯೊಂದರಲ್ಲಿ ದಿನಕ್ಕೆ ಇಂತಿಷ್ಟೇ ಜನರಿಗೆ ಮಾತ್ರ ಲಸಿಕೆಯನ್ನು ಹಾಕಿಸಲಾಗುತ್ತದೆ. ಅಂದರೆ ದಿನಕ್ಕೆ ಸುಮಾರು ನೂರರಿಂದ ನೂರೈವತ್ತು ಜನರಿಗೆ ಮಾತ್ರ. ಲಸಿಕೆ ಹಾಕಿಸಲು ನೊಂದಣಿ ಮಾಡಿಸಿಕೊಂಡ ಮೊದಲ ನೂರು ಜನರಿಗಷ್ಟೇ ಅಂದಿನ ಅವಕಾಶ. ಮುಂಜಾನೆ ಏಳರಿಂದ ಎಂಟರ ಮಧ್ಯದಲ್ಲಷ್ಟೇ ನೊಂದಣಿಗೆ ಅವಕಾಶ. ಹೀಗಾಗಿ ಬೆಳ್ಳಂಬೆಳಗ್ಗೆಯೇ, ಆಸ್ಪತ್ರೆಯ ಸ್ವಚ್ಛತಾ ಸಿಬ್ಬಂದಿ ಪಾಳಿ ಶುರುವಾಗುವ ಮುನ್ನವೇ ದೊಡ್ಡದೊಂದು ಸಾಲು ಸನ್ನದ್ಧವಾಗಿರುತ್ತದೆ. ನಾನು ಹೋದಾಗಲಂತೂ ಮುಂಜಾನೆಯ ಚಳಿಗೆ ನಡುಗುತ್ತಾ ಹಲವರು ಸಾಲಾಗಿ ನಿಂತಿದ್ದರು. ಅರ್ಜಿ ಎಲ್ಲಿದೆ, ಯಾರು ಕೊಡುತ್ತಾರೆ, ಯಾರು ಇಟ್ಟುಕೊಳ್ಳುತ್ತಾರೆ ಎಂಬ ಯಾವ ಮಾಹಿತಿ ಯಾರಿಗೂ ಇರಲಿಲ್ಲ. ಕೊನೆಗೆ ಸೇನಾಪತಿಯಂತಿದ್ದ ಪುಣ್ಯಾತ್ಮನೊಬ್ಬ ತನ್ನ ಬ್ಯಾಗಿನೊಳಗಿದ್ದ ಪುಸ್ತಕದಿಂದಲೇ ಕಾಗದವೊಂದನ್ನು ಹರಿದು ತೆಗೆದು ನಂಬರ್ 1. ಎಂದು ಬರೆದು ತನ್ನ ಹೆಸರನ್ನು ಬರೆದ. ಮುಂದೆ ಆ ಕಾಗದ ಕೈಗಳಿಂದ ಕೈಗಳಿಗೆ ಸಾಗುತ್ತಾ ಮೆಲ್ಲಗೆ ಹಿಂದಿನವರೆಗೆ ಹರಿದು ಬಂತು. ಈ ಮಧ್ಯೆ ಕಾದು ಕಾದು ಸುಸ್ತಾಗಿದ್ದ ಹಲವರು

ತಮ್ಮ ಬೆನ್ನ ಹಿಂದೆ ನಿಂತಿದ್ದ ವ್ಯಕ್ತಿಯಲ್ಲಿ ಇಲ್ಲದ ಸೀಟನ್ನು ಕಾದಿರಿಸುವಂತೆ ಹೇಳಿ ಟೀ-ಸಿಗರೇಟು ಎಂದು ಹೊರನಡೆದರೆ, ಉಳಿದವರು ನಿಂತಲ್ಲೇ ತೂಕಡಿಸುತ್ತಾ, ಗೊಣಗುತ್ತಾ, ಇಲಾಖೆಗೆ, ತಮ್ಮ ದುರಾದೃಷ್ಟಕ್ಕೆ ಶಾಪ ಹಾಕುತ್ತಾ ಕಾದರು. ಕೊನೆಗೂ ಎಲ್ಲವೂ ಮುಗಿದಾಗ ಭರ್ತಿ ಹನ್ನೊಂದು. ಕೆಲವೇ ಕೆಲವು ನಿಮಿಷಗಳ ಕೆಲಸವೊಂದು ಹಲವರ ಮುಂಜಾನೆಯ ಸಿಹಿನಿದ್ರೆಯನ್ನಷ್ಟೇ ಅಲ್ಲದೆ ಅರ್ಧ ದಿನವನ್ನೇ ತಿಂದುಹಾಕಿತ್ತು.

'ಇಂತೆಝಾರ್ ಮೇ ಜೋ ಮಝಾ ಹೇ, ವೋ ದೀದಾರ್-ಎ-ಯಾರ್ ಮೇ ಕಹಾಂ', ಅಂತ ಯಾರೋ ಹೇಳಿದ್ದಾರಂತೆ. ಆದರೆ ಕೆಲವೊಮ್ಮೆ ಕಾಯುವುದೇ ಕೆಲಸವಾಗಿಬಿಟ್ಟಾಗ ಸಮಯವೂ ಕುಂಟುತ್ತಿದೆ ಎಂದನ್ನಿಬಿಡುತ್ತದೆ. ಬಹುಷಃ ಅಂಗೋಲಾದ ದಿನಗಳಿಗೆ ನಾನು ಭಾರತದಲ್ಲೇ ನನಗರಿವಿಲ್ಲದಂತೆಯೇ ಸಜ್ಜಾಗುತ್ತಿದ್ದೆ. ಈ ಚಿಕ್ಕಪುಟ್ಟ ಅನುಭವಗಳು ಮುಂಬರುವ ದಿನಗಳ 'ಟ್ರೇಲರ್' ಅಷ್ಟೇ ಎಂದು ನನಗಾದರೂ ಏನು ಗೊತ್ತಿತ್ತು?

●

ಏನಿದು ಈ ಅಂಗೋಲಾ?

“ದೇಶ ಸುತ್ತು ಕೋಶ ಓದು”, ಎಂದು ಹೇಳುತ್ತಾರೆ ಹಿರಿಯರು. ಕೋಶವನ್ನು ಹೇಗಾದರೂ ಕೊಂಡುಕೊಂಡೋ, ಎಲ್ಲಿಂದಾದರೂ ತರಿಸಿಕೊಂಡೋ ಓದಬಹುದು. ಆದರೆ ದೇಶ ಸುತ್ತುವ ಬಗೆಗಿನ ಆಯಾಮಗಳೇ ಬೇರೆ. ದೇಶ ಸುತ್ತುವ ಅವಕಾಶಗಳು ಸಾಮಾನ್ಯವಾಗಿ ಎಲ್ಲರಿಗೂ ಸಿಕ್ಕುವುದಿಲ್ಲ. ಇನ್ನು ಅವಕಾಶ ಸಿಕ್ಕವರಿಗೆ ಸಮಯ, ಖರ್ಚು ಮಾಡುವ ತಾಕತ್ತು, ವೈಯಕ್ತಿಕ ಆದ್ಯತೆಗಳು ಹೀಗೆ ಬಹಳಷ್ಟು ಸಂಗತಿಗಳು ಅಡ್ಡ ಬಂದು ನಿಲ್ಲುತ್ತವೆ. ಆದರೆ ಒಂದು ಮಾತಂತೂ ಸತ್ಯ. ದೇಶ ಸುತ್ತಲೂ, ಕೋಶ ಓದಲೂ ಮುಖ್ಯವಾಗಿ ಬೇಕಿರುವುದು ಆಸಕ್ತಿ. ಇಚ್ಛಾಶಕ್ತಿಯುಳ್ಳ ಮನುಷ್ಯ ಏನನ್ನು ಬೇಕಾದರೂ ಸಾಧಿಸಬಲ್ಲ. ಕೋಟ್ಯಾಧಿಪತಿಗಳಿಂದ ಹಿಡಿದು ಜೇಬಿನಲ್ಲಿ ಬಿಡಿಗಾಸಿಲ್ಲದವರೂ ಕೂಡ ದೇಶ ಸುತ್ತಿದ್ದಾರೆ. ಸುತ್ತುತ್ತಲೂ ಇದ್ದಾರೆ. ಮುನ್ನೂರಕ್ಕೂ ಹೆಚ್ಚು ಸಂಸ್ಥೆಗಳ ಒಡೆಯನಾದ ರಿಚರ್ಡ್ ಬ್ರಾನ್ಸನ್ ಕ್ಯಾರೇ ಇಲ್ಲದೆ ಆಕಾಶದಲ್ಲಿ ಕುಪ್ಪಳಿಸಿದ್ದೂ ಇದೆ. ಫ್ರಾಂಕ್ ಅಬಗ್ನೇಲ್ ಎಂಬ ಅಮೆರಿಕನ್ ‘ಕಾನ್’ ಆರ್ಟಿಸ್ಟ್ ಪಾನ್ ಅಮೆರಿಕನ್ ಸಂಸ್ಥೆಗೆ ಚಳ್ಳೆಹಣ್ಣು ತಿನ್ನಿಸಿ ನಯಾಪೈಸೆ ಖರ್ಚಿಲ್ಲದೆ ಇಪ್ಪತ್ತಕ್ಕೂ ಹೆಚ್ಚು ದೇಶಗಳಲ್ಲಿ ಜುಮ್ಮೆಂದು ಹಾರಾಡಿದ್ದೂ ಇದೆ.

ಪಾಶ್ಚಾತ್ಯರೊಂದಿಗೆ ಹೋಲಿಸಿದರೆ ಪ್ರವಾಸಗಳ ಬಗ್ಗೆ ಭಾರತೀಯರಲ್ಲಿ ಕೊಂಚ ಭಿನ್ನವೆಂಬಂತಹ ದೃಷ್ಟಿಕೋನವಿದೆ. ಪ್ರವಾಸಗಳಿಗೆ ಹೋದವರೆಲ್ಲಾ ಪ್ರವಾಸ ಕಥನಗಳನ್ನು ಬರೆಯಬೇಕು ಅಂತಲ್ಲ. ಆದರೆ ಭೇಟಿಯಿತ್ತ ಸ್ಥಳಗಳ ಬಗೆಗಿನ ಸ್ವಾರಸ್ಯಕರ ಕತೆಗಳನ್ನು ಕೆದಕುವ ಗೋಜಿಗೆಲ್ಲಾ ನಾವುಗಳು ಹೋಗುವುದು ಕಮ್ಮಿಯೇ. ಜನಪದ, ಸಂಸ್ಕೃತಿ, ಸ್ಥಳ ಇತಿಹಾಸಗಳು, ವೈಶಿಷ್ಟ್ಯಗಳು ಹೆಚ್ಚಿನವರಿಗೆ ಬೋರು ಹೊಡೆಸುತ್ತವೆ. ನಮ್ಮಲ್ಲಿ ಬಹುತೇಕರಿಗೆ ಪ್ರವಾಸ ಎಂದರೆ ಹೊಸ ಜಾಗಗಳಿಗೆ ಹೋಗಿ, ಹೊಟ್ಟೆ ತುಂಬಾ ತಿಂದು, ನೂರಿನ್ನೂರು ಫೋಟೋಗಳನ್ನು ಕ್ಲಿಕ್ಕಿಸಿ, ಮನೆಗೆ ಮರಳಿ ಬರುವುದಷ್ಟೇ. ಮುಂದೆ ಸಾಮಾಜಿಕ ಜಾಲತಾಣಗಳು, ಸೆಲ್ಫಿಗಳು ಬಂದ ನಂತರವಂತೂ ಈ ಫೋಟೋ ಗೀಳು ಮತ್ತಷ್ಟು ಹೆಚ್ಚಿತು ಎಂದೇ ಹೇಳಬೇಕು. ಪ್ರವಾಸೀ ತಾಣಗಳಲ್ಲಿ ಗೈಡ್‌ಗಳ ಸಹಾಯವನ್ನು ಪಡೆಯಲೂ ಕೂಡ ಜಿಪುಣತನವನ್ನು ತೋರಿಸುವವರಿದ್ದಾರೆ. ಸುಮ್ಮನೆ ಯಾಕೆ ಖರ್ಚು ಅಂತ! ಪ್ರವಾಸಕ್ಕೆಂದು ಎಲ್ಲಿಗೋ ಹೋಗಿ ದಿನವಿಡೀ ಹೋಟೇಲ್ ರೂಮಿನಲ್ಲಿ ಮಲಗಿಕೊಂಡೋ, ಟಿ.ವಿ. ನೋಡಿಕೊಂಡೋ ಕಾಲಕಳೆಯುವವರೂ ಇದ್ದಾರೆ. ಹಲವರಿಗೆ ಪ್ರವಾಸಗಳಲ್ಲಿ ಜೊತೆಗೊಬ್ಬ ಹಿಂಬಾಲಕ ಬೇಕೇ ಬೇಕು ಎಂಬ ಹಂಬಲವಾದರೆ ನನ್ನಂತಹ ಕೆಲವರು ಯಾರನ್ನೂ ಕಾಯುವ ಗೋಜಿಗೆ ಹೋಗದೆ ಅವಕಾಶ ಸಿಕ್ಕಾಗಲೆಲ್ಲಾ ಸುಮ್ಮನೆ ಬ್ಯಾಗೊಂದನ್ನು ಹೆಗಲಿಗೇರಿಸಿ ಎಲ್ಲಿಗಾದರೂ ಹೊರಡುವುದನ್ನು ಇಷ್ಟಪಡುವವರು.

ನಮ್ಮ ಪುಟ್ಟ ಕುಟುಂಬದಲ್ಲಂತೂ ತಿರುಗಾಟದ ಹುಚ್ಚು ಹತ್ತಿಸಿಕೊಂಡವನು ನಾನೊಬ್ಬನೇ ಎಂದರೆ ತಪ್ಪಿಲ್ಲ. ಆದರೆ ನನ್ನ ನಿಜವಾದ ತಿರುಗಾಟಗಳು ಶುರುವಾಗಿದ್ದು ಸುರತ್ಕಲ್‌ನಲ್ಲಿ ಎಂಜಿನಿಯರಿಂಗ್ ಮುಗಿಸಿ ದೆಹಲಿಗೆ ಬಂದಿಳಿದ ನಂತರವೇ. ಆ ಮೊದಲು ನೆಟ್ಟಗೆ ಕರ್ನಾಟಕದ ಉತ್ತರ ಜಿಲ್ಲೆಗಳ ಕಡೆಗೂ ನಾವು ಪ್ರವಾಸ ಹೋದವರಲ್ಲ. ಜೀವನದ ಕಾಲು ಭಾಗ ಮುಗಿದುಹೋದರೂ ಕರ್ನಾಟಕದ ಹತ್ತು ಪ್ರತಿಶತವನ್ನೂ ನೋಡಲಾಗಲಿಲ್ಲ ಎಂಬ ಬಗ್ಗೆ ನನಗೆ ಖೇದವಿದೆ. ಹೀಗೆ ಮಂಗಳೂರಿನಿಂದ ದೆಹಲಿಗೆ ಬಂದು ಏಕಾಏಕಿ ಪಡೆದ ಸ್ವಾತಂತ್ರ್ಯದ ಪರಿಣಾಮವೋ ಏನೋ, ತಿರುಗಾಟದ ಹೊಸ ಹುಚ್ಚೊ ಅಂಟಿಕೊಂಡುಬಿಟ್ಟಿತ್ತು. ಇನ್ನು ಉದ್ಯೋಗ ನಿಮಿತ್ತವಾಗಿಯೂ ಕೂಡ ದೇಶದ ಹಲವು ಭಾಗಗಳನ್ನು ನೋಡುವ ಅಪರೂಪದ ಅವಕಾಶಗಳು ಸಿಕ್ಕಿದ್ದವು. ಹರಿಯಾಣಾ, ಉತ್ತರ ಪ್ರದೇಶ, ಕೇರಳ, ಅಂಡಮಾನ್, ನಾಗಾಲ್ಯಾಂಡ್, ಜೈಪುರ... ಹೀಗೆ ಸಿಕ್ಕ ಅವಕಾಶಗಳನ್ನೇ ಸದುಪಯೋಗಪಡಿಸಿಕೊಳ್ಳುತ್ತಾ ಏಕಾಂಗಿಯಾಗಿ ಅಲೆದಾಡುತ್ತಾ ಹೊಸ ಹೊಸ ಅನುಭವಗಳನ್ನು ನನ್ನದಾಗಿಸಿಕೊಳ್ಳುತ್ತಿದ್ದೆ. ಅಂಡಮಾನ್ ದ್ವೀಪದಲ್ಲಂತೂ ಬರೋಬ್ಬರಿ ಎರಡು ತಿಂಗಳ ಕಾಲ ತಂಗಿದ್ದ ನಾನು ಕ್ರಮೇಣ ಅಲ್ಲಿಯವನೇ ಆಗಿಬಿಟ್ಟಿದ್ದೆ.

"**ಈ**ಗೆಲ್ಲಿದ್ದಾನೆ ನಿಮ್ಮ ಸುಪುತ್ರ?", ಅಮ್ಮನಿಗೆ ಯಾರೋ ಕೇಳಿದರಂತೆ.

"ಅಂಗೋಲಾ ಅಂತಿದೆ ಆಫ್ರಿಕಾದ ದಕ್ಷಿಣ ಭಾಗದಲ್ಲಿ... ಅಲ್ಲಿದ್ದಾನೆ", ಎಂದಂದರಂತೆ ನಮ್ಮಮ್ಮ.

"ಹೋ... ದಕ್ಷಿಣ ಆಫ್ರಿಕಾನಾ?"

"ಅಲ್ಲಲ್ಲ... ಈ ದೇಶ ಆಫ್ರಿಕಾದ ದಕ್ಷಿಣದಲ್ಲಿದೆ ಅಷ್ಟೇ... ಆದರೆ 'ದಕ್ಷಿಣ ಆಫ್ರಿಕಾ' ಅಲ್ಲ... ಅಂಗೋಲಾ ಅಂತ ಹೆಸ್ರು ಅದರದ್ದು..."

"ಓ ಹೌದಾ... ಏನೋ ಒಂದು... ಎಲ್ಲಾದ್ರೂ ಇರ್ಲಿ... ಆರಾಮಾಗಿರ್ಲಿ ಅಷ್ಟೇ..."

ಇಂಥದ್ದೇ ಇನ್ನೊಂದು:

"ನಿಮ್ಮ ಲೇಖನ ಓದಿದೆ ಮಾರಾಯ್ರೇ... ಚೆನ್ನಾಗಿತ್ತು. ಹೀಗೇ ಬರೀತಾ ಇರಿ", ಯಾವತ್ತೂ ಮಾತಿಗೆ ಸಿಗದ ಪರಿಚಿತರೊಬ್ಬರು ಹೇಳಿದರು.

"ಹೌದಾ... ಥ್ಯಾಂಕ್ಯೂ", ಅಂದೆ ನಾನು.

"ಆದ್ರೆ ನಂಗೆ ಒಂದೇ ಒಂದು ಡೌಟು ಅಂತೀನಿ...", ಅಂದರು ಅವರು.

"ಏನದು?", ನನ್ನ ಹಣೆಯ ಮಧ್ಯದಲ್ಲಿ ಪ್ರಕಾಶಮಾನವಾಗಿ ಮೂಡಿತೊಂದು ದೊಡ್ಡ ಪ್ರಶ್ನಾರ್ಥಕ ಚಿಹ್ನೆ!

"ಅಲ್ಲಾ... ಪತ್ರಿಕೆಯವರು ಯಾವಾಗಲೂ ನಿಮ್ಮ ಹೆಸರಿನ ಜೊತೆ ಅಂಗೋಲಾ ಅಂತ ಹಾಕೋದ್ಯಾಕೆ ಅಂತ? 'ಅಂಕೋಲ' ಅನ್ನೋದು 'ಅಂಗೋಲ' ಅಂತ ಕಣ್ತಪ್ಪಿನಿಂದ ಒಮ್ಮೆ ಮುದ್ರಣ ದೋಷವಾದರೆ ಸರಿ. ಆದ್ರೆ ಪದೇ ಪದೇ ಇದೇ ಆಗಿಬಿಟ್ರೆ ಏನು ಕತೆ ಅಂತ ನಾನು ಕೇಳೋದಪ್ಪಾ!"

"ಮುದ್ರಣ ದೋಷ ಅಲ್ಲ ಸಾಹೇಬ್ರೇ. ಅದು ಅಂಗೋಲಾನೇ. ನಾನು ಅಂಕೋಲಾದಲ್ಲಿಲ್ಲ. ಸದ್ಯ ಆಫ್ರಿಕಾದಲ್ಲಿದ್ದೇನೆ"

"ಓ ಹೌದಾ... ಅಂಕೋಲ ಆಫ್ರಿಕಾದಲ್ಲೂ ಇದೆಯಾ?"

"ಇದು ಕರ್ನಾಟಕದ ಅಂಕೋಲ ಅಲ್ಲ. ಅಂಗೋಲಾ... ಅಂಗೋಲಾ...", ನಾನೀಗ ಮೆತ್ತಗೆ ಹಣೆ ಚಚ್ಚಿಕೊಳ್ಳುತ್ತಿದ್ದೇನೆ. ಬಹುಷಃ ನನ್ನ ಹಣೆಯಿಂದ ಛಂಗನೆ ಜಿಗಿದ ಪ್ರಶ್ನಾರ್ಥಕ ಚಿಹ್ನೆಯೀಗ ಅವರ ಹಣೆಯಲ್ಲಿ ವಿರಾಜಮಾನವಾಗಿದೆ.

"ಓ ಹೌದಾ... ಇರ್ಲಿ ಬಿಡಿ... ಮುಂದಿನ ಬಾರಿಯಾದರೂ ನಿಮ್ಮ ಹೆಸರಿನ ಹಿಂದೆ 'ಕಿನ್ನಿಗೋಳಿ' ಅಂತ ಹಾಕಲು ಪತ್ರಿಕೆಯವರಿಗೆ ಹೇಳಿ, ಓಕೇನಾ? ನಮ್ಮೂರಿನ ಹುಡುಗ ಅಂತ ಹೇಳಿಕೊಳ್ಳೋಕೂ ಸುಲಭವಾಗುತ್ತೆ ನೋಡಿ"

"ಒಳ್ಳೇ ಐಡಿಯಾ... ನೋಡೋಣ... ಪ್ರಯತ್ನಿಸುತ್ತೇನೆ", ಎಂದೆ ನಾನು.

ಅಂಗೋಲಾ ಎಂಬ ಆಫ್ರಿಕನ್ ದೇಶವೊಂದರ ಹೆಸರು ಹುಟ್ಟುಹಾಕಿದ ಗೊಂದಲಗಳ ನಿದರ್ಶನಗಳಿವು. ನಾಮಬಲದಿಂದ ಪೇಚಿಗೊಳಗಾಗುವ ಸನ್ನಿವೇಶಗಳು ಬಹುತೇಕ ಎಲ್ಲರ ಜೀವನದಲ್ಲೂ ಬಂದುಹೋಗಿರುತ್ತವೆ. ನಾನು ಕಲಿತ ಸುರತ್ಕಲ್ ಎನ್.ಐ.ಟಿ.ಕೆ. ವಿದ್ಯಾಸಂಸ್ಥೆಯಲ್ಲಿ ಹಲವು ಉತ್ತರಭಾರತದ ಗೆಳೆಯರು ಹೇಳುತ್ತಿದ್ದ ಮಾತು ನನಗೀಗ ನೆನಪಾಗುತ್ತಿದೆ. 'ಎನ್.ಐ.ಟಿ.ಕೆ' ವಿದ್ಯಾಸಂಸ್ಥೆಯನ್ನು 'ಎನ್.ಐ.ಐ.ಟಿ' ಎಂದೂ, 'ಸುರತ್ಕಲ್' ಅನ್ನು 'ಸೂರತ್' ಎಂದೂ ಇವರುಗಳ ಸಂಬಂಧಿಕರು ಅಂದುಕೊಳ್ಳುತ್ತಿದ್ದರಂತೆ. "ಭಾರತದಲ್ಲಿ ಐಐಟಿ, ಐಐಎಮ್ಮುಗಳನ್ನು ಬಿಟ್ಟರೆ ನಮ್ಮದೇ ಲೆವೆಲ್ಲು. ಅಷ್ಟಿದ್ದರೂ ಎನ್.ಐ.ಟಿ.ಕೆ. ಅಂದ್ರೆ ಅದೇನು ಗೊಂದಲವಪ್ಪಾ", ಎಂದು ಗೊಣಗುತ್ತಾ ನಗೆಯಾಗುತ್ತಿದ್ದ ನೆನಪುಗಳು ಇನ್ನೂ ಹಸಿರಾಗಿವೆ.

ಅವರಿವರ್ಯಾಕೆ? ಆಫ್ರಿಕಾದಲ್ಲಿ 'ಅಂಗೋಲಾ' ಅನ್ನೋ ಹೆಸರಿನ ದೇಶವೂ ಒಂದಿದೆ ಎಂದು ನನಗೆ ತಿಳಿದಿದ್ದೂ ಕೂಡ ಇತ್ತೀಚಿನ ಕೆಲವರ್ಷಗಳಲ್ಲೇ. ಶಾಲಾದಿನಗಳ ಸಮಾಜ ವಿಜ್ಞಾನದ ಪಾಠಗಳಲ್ಲಿ 'ಕಗ್ಗತ್ತಲ ಖಂಡ' ಎಂದು ಹೆಸರಿಸಿದ್ದೇ ಆಫ್ರಿಕಾ ಬಗ್ಗೆ ನಮಗೆ ಸಿಕ್ಕ ಮೊದಲ ನೋಟಗಳಲ್ಲೊಂದು. ನಂತರ ಗಾಂಧೀಜಿ, ಮಂಡೇಲಾ, ಕರಿಯರು, ಗುಲಾಮಗಿರಿ ಇತ್ಯಾದಿಗಳೆಲ್ಲಾ ನಿಧಾನವಾಗಿ ಪರಿಚಯವಾದವು. ಕ್ರಿಕೆಟ್ ಕ್ರೇಝ್ ಶುರುವಾದಾಗಿನಿಂದ ದಕ್ಷಿಣ ಆಫ್ರಿಕಾ, ಕೀನ್ಯಾ ಮತ್ತು ಜಿಂಬಾಬ್ವೆಗಳು ಜೊತೆಯಾದವು. ಯಾರೋ ಹನಿಮೂನಿಗೆ ಹೋಗಿ ಬಂದರೆಂದು ಮಾರಿಷಿಯಸ್ ದ್ವೀಪಗಳೂ ಕೂಡ ಆಗೊಮ್ಮೆ ಈಗೊಮ್ಮೆ ಮಾತಿನ ಮಧ್ಯದಲ್ಲಿ ಇಣುಕುವುದು ಶುರುವಾಗಿತ್ತು. ಭಯಂಕರ ಹಸಿವು, ಬಡತನಗಳು ಸುಡಾನ್‌ಗಷ್ಟೇ ಸೀಮಿತವೆಂದೂ ಈದಿ ಅಮೀನ್ ಎಂಬ ಸರ್ವಾಧಿಕಾರಿಯಿಂದ ಉಗಾಂಡಾ

ಅನ್ನೋ ದೇಶ ಕೂಡ ಅಸ್ತಿತ್ವದಲ್ಲಿದೆಯೆಂದು ಅಲ್ಪಸ್ವಲ್ಪ ಜನರಿಗೆ ಮತ್ತಷ್ಟು ತಿಳಿದುಬಂತು. ಗಡಾಫಿಯಿಲ್ಲದಿದ್ದರೆ ಲಿಬಿಯಾ ಸುದ್ದಿಯಾಗುತ್ತಿರಲಿಲ್ಲವೋ ಏನೋ. ನನಗೆ ನೆನಪಿರುವಂತೆ ಈಜಿಪ್ಟಿನ ಪಿರಮಿಡ್ ಮತ್ತು ಮಮ್ಮಿಗಳು ಶಾಲಾದಿನಗಳಲ್ಲಿ ಭಾರೀ ಆಸಕ್ತಿಯನ್ನು ನನ್ನಲ್ಲಿ ಹುಟ್ಟುಹಾಕಿದ್ದವು. ಬಹುಷಃ ನಾನು ದೂರದರ್ಶನದಲ್ಲಿ ಕಂಡ ಈಜಿಪ್ಟಿನಲ್ಲಿ ಬಿಳಿಯರೇ ಹೆಚ್ಚು ಕಾಣಿಸಿಕೊಂಡಿದ್ದರಿಂದಲೋ ಏನೋ, ಈಜಿಪ್ಟ್ ಆಫ್ರಿಕಾದಲ್ಲಿಲ್ಲ, ಇನ್ನೆಲ್ಲೋ ಇದೆ ಎಂದೇ ನಾನು ಅಂದುಕೊಂಡಿದ್ದೆ. ಹಲವಾರು ವರ್ಷಗಳಿಂದ ಸಂಗಾತಿಯಾಗಿದ್ದ ಅಟ್ಲಾಸ್ ಪುಸ್ತಕವನ್ನು ನಾವೆಷ್ಟು ಪರಿಣಾಮಕಾರಿಯಾಗಿ ಬಳಸಿದ್ದೇವೆ ಎಂಬುದನ್ನು ಅರ್ಥೈಸಿಕೊಳ್ಳಲು ಇವಿಷ್ಟೇ ಸಾಕು.

ಖ್ಯಾತ ಸೊಮಾಲಿಯನ್ ಸೂಪರ್ ಮಾಡೆಲ್, ಲೇಖಕಿ, ಸಾಮಾಜಿಕ ಕಾರ್ಯಕರ್ತೆ ವಾರಿಸ್ ಡಿರೀಯವರು "ನಿಜಕ್ಕೂ ಆಫ್ರಿಕಾದಲ್ಲೇನು ನಡೆಯುತ್ತಿದೆ ಎಂಬ ಕಲ್ಪನೆಯೇ ಬೆಚ್ಚಗಿನ ಹೊರ ಕಕ್ಷೆಯಲ್ಲಿರುವ ಜಗತ್ತಿನ ಜನರಿಗಿದ್ದಂತಿಲ್ಲ" ಎಂದು ತಮ್ಮ ಕೃತಿಯೊಂದರಲ್ಲಿ ಬರೆದದ್ದನ್ನು ಓದಿದಾಗ ನಾನು ಬೆಚ್ಚಿಬಿದ್ದಿದ್ದೆ. ನನ್ನ ಸಾಮಾನ್ಯ ಜ್ಞಾನ, ತಿಳುವಳಿಕೆ, ಓದು, ಪ್ರಚಲಿತ ವಿದ್ಯಮಾನಗಳ ಬಗೆಗಿನ ಅರಿವು, ಕೆಲಸಕ್ಕೆ ಬಾರದ ಒಣ ಜಂಭ... ಹೀಗೆ ಎಲ್ಲವನ್ನೂ ಈ ಒಂದು ವಾಕ್ಯವು ನಿರ್ದಾಕ್ಷಿಣ್ಯವಾಗಿ ಅಳಿಸಿಹಾಕಿತ್ತು. ಅದೆಂಥಾ ಮಾತು ಹೇಳಿದ್ದರು ಆಕೆ! ಇಲ್ಲದಿದ್ದರೆ ಮಲಾವಿ, ಬೆನಿನ್, ರವಾಂಡಾ, ಬುರುಂಡಿ, ಬುರ್ಕಿನಾಫಾಸೋಗಳಂತಹ ದೇಶಗಳೂ ಕೂಡ ಆಫ್ರಿಕಾದಲ್ಲಿವೆ ಎಂಬುದನ್ನು ತಿಳಿಯಲು ನನಗೆ ಇಪ್ಪತ್ತೈದು ವರ್ಷಗಳು ಬೇಕಾಗುತ್ತಿರಲಿಲ್ಲ. ಕ್ಯಾಮೆರೂನ್ ಮತ್ತು ಮೌರಿಟೇನಿಯಾ ದೇಶಗಳ ಅಮಾನುಷ ಆಚರಣೆಯೊಂದರ ಬಗ್ಗೆ ನಾನು ಪತ್ರಿಕೆಯೊಂದರಲ್ಲಿ ಬರೆದ ಲೇಖನವೊಂದು ಬಹುತೇಕ ಓದುಗರನ್ನು ಕಂಗೆಡಿಸಿತ್ತು. 'ಫೋರ್ಸ್ ಫೀಡಿಂಗ್' (ಬಲವಂತದ ಭೋಜನ) ಸಂಪ್ರದಾಯದ ಬಗ್ಗೆ ಬರೆಯುವವರೆಗೂ ಮೌರಿಟೇನಿಯಾ ನನಗೂ ಹೊಸದು. ಹೀಗೆ ದಿನದ ಇಪ್ಪತ್ತನಾಲ್ಕು ಘಂಟೆ ಸಕ್ರಿಯವಾಗಿರುವ ಜಾಗತಿಕ ಮಾಧ್ಯಮಗಳ, ಅಂತರ್ಜಾಲ – ಸ್ಮಾರ್ಟ್‌ಫೋನ್‌ಗಳ ಯುಗದಲ್ಲಿ ನಾವಿದ್ದರೂ ಪಕ್ಕದ ಖಂಡದಲ್ಲಿ ಏನು ನಡೆಯುತ್ತಿದೆ ಎಂಬುದರ ಬಗ್ಗೆ ಕಿಂಚಿತ್ತು ಮಾಹಿತಿಯೂ ನಮಗಿಲ್ಲದಿರುವುದು ಸೋಜಿಗದ ಸಂಗತಿಗಳಲ್ಲೊಂದು. ಅಮೇರಿಕಾದಲ್ಲಿ ಚಿಕ್ಕದೊಂದು ಪಟಾಕಿ ಸಿಡಿದರೂ ನಮಗೆ ಗೊತ್ತಾಗುತ್ತದೆ. ಆದರೆ ಆಫ್ರಿಕಾದ ಸಿಯಾರಾ ಲಿಯೋನೆಯಲ್ಲಿ ನೆರೆ, ಮಣ್ಣು ಎಲ್ಲವೂ ಕೊಚ್ಚಿಕೊಂಡು ಬಂದು ಏಕಾಏಕಿ ಐನೂರು ಚಿಲ್ಲರೆ ಜನರನ್ನು ಗುಳುಂ ಮಾಡಿದರೂ ನಮಗದು ಸುದ್ದಿಯಾಗಿ ದಕ್ಕುವುದೇ ಇಲ್ಲ. ದಕ್ಕಿದರೂ ಕಾಡಬೇಕಾದಷ್ಟು ತೀವ್ರವಾಗಿ ಕಾಡುವುದೇ ಇಲ್ಲ. ಹೇಳಿ, ಇದಕ್ಕೇನನ್ನೋಣ?

ಇರಲಿ. ಮರಳಿ ಅಂಗೋಲಾಕ್ಕೆ ಬರೋಣ. ಅಂಗೋಲಾದಲ್ಲಿ ಹೊಸ ಪ್ರಾಜೆಕ್ಟ್ ಒಂದು ಸಿಕ್ಕಿದೆ ಎಂದು ಸಹೋದ್ಯೋಗಿ ಮಿತ್ರರೊಬ್ಬರು ಹೇಳಿದಾಗ ನಾನು ಸುಮ್ಮನೆ ಹೂಂ ಎಂದಿದ್ದೆ. 'ಅಂಗೋಲಾ' ಎಂಬ ಹೆಸರನ್ನು ನಾನು ಮೊಟ್ಟಮೊದಲು ಕೇಳಿದ್ದೇ ಆಗ. ಸದ್ಯ ನಾನಿರುವ ಸಂಸ್ಥೆಯು ಕಾರ್ಯ ನಿರ್ವಹಿಸುತ್ತಿರುವ ದೇಶಗಳಲ್ಲಿ ಎಪ್ಪತ್ತು ಪ್ರತಿಶತ ದೇಶಗಳು ಆಫ್ರಿಕಾದಲ್ಲೇ ಇರುವುದರಿಂದ ಈ ಅಂಗೋಲಾ ಕೂಡ ಆಫ್ರಿಕಾದಲ್ಲೇ ಇರಬಹುದು ಎಂದು ನಾನು ಲೆಕ್ಕಹಾಕಿದ್ದೆ. ಮುಂದೆ ಈ ತರ್ಕವು ಹೌದು ಎಂಬುದು ದೃಢವಾಗಿ ಈ ಸಂಗತಿಯನ್ನು

ಮರೆತಿದ್ದೂ ಆಯಿತು. ಬಿಂಗೋ! ನಿಜಕ್ಕೂ ಅದೊಂದು ಒಳ್ಳೆಯ 'ಗೆಸ್' ಆಗಿತ್ತಷ್ಟೇ. ಇನ್ನೇನೂ ಅಲ್ಲ! ನಂತರ "ಇವರು ಅಂಗೋಲಾಕ್ಕೆ ಹೊರಡಬೇಕಾದೀತೋ ಏನೋ" ಎಂಬ ಗುಸುಗುಸು ಮಾತುಗಳೂ ಕೂಡ ನಮ್ಮ ಸಹೋದ್ಯೋಗಿಗಳ ವಲಯದಲ್ಲಿ ಕೇಳಿಬರಲು ಆರಂಭವಾದಾಗ ನೇಪಥ್ಯಕ್ಕೆ ಸರಿದಿದ್ದ ಅಂಗೋಲಾ ಮತ್ತೊಮ್ಮೆ ಜೀವಂತವಾಗಿತ್ತು.

ನಾನು ಅಂಗೋಲಾ ದೇಶಕ್ಕೆ ಬಂದಿಳಿದು ವರ್ಷಗಳೇ ಕಳೆದರೂ ಆಫ್ರಿಕಾ ಬಗೆಗಿನ ಹಲವಾರು ಪ್ರಶ್ನೆಗಳು, ಅಚ್ಚರಿಗೊಳಪಡಿಸುವ ಹೇಳಿಕೆಗಳು ಹಲವರಿಂದ ಇಂದಿಗೂ ನನಗೆ ಎದುರಾಗುತ್ತವೆ. ಅವುಗಳಲ್ಲಿ ಕೆಲವು ತೀರಾ ಬಾಲಿಶವೆಂದೆನಿಸಿದರೂ ಉಳಿದವುಗಳು ನಿಜಕ್ಕೂ ಸ್ವಾರಸ್ಯಕರವಾದವುಗಳು. "ಎಲ್ಲರೂ ಅಮೆರಿಕ, ಇಂಗ್ಲೆಂಡ್, ಆಸ್ಟ್ರೇಲಿಯಾ ಅಂತೆಲ್ಲಾ ಹೋದರೆ ನೀವೇನ್ರೀ ಅಫ್ರಿಕಾಗೆ ಹೋಗುತ್ತಿದ್ದೀರಿ?", ಎಂದು ನನ್ನಲ್ಲಿ ಹಲವರು ಕೇಳಿದ್ದಾರೆ. "ಆಫ್ರಿಕಾದಲ್ಲಿ ನರಭಕ್ಷಕರು ಇದ್ದಾರಂತೆ ಮಾರಾಯ, ಜಾಗ್ರತೆ", ಎನ್ನುತ್ತಾ ಕಣ್ಣರಳಿಸಿದವರೂ ಇದ್ದಾರೆ. ನಾನು ಸದ್ಯಕ್ಕಿರುವುದು ಅಂಗೋಲಾದ ಹಳ್ಳಿಯೊಂದರಲ್ಲಿ ಎಂದು ತಿಳಿದ ಹಲವರು ನಾನು ಕಾಡಿನೊಳಗೇ ಸೊಂಟಕ್ಕೆ ಎಲೆಗಳನ್ನು ಸುತ್ತಿಕೊಂಡ ಆದಿವಾಸಿಗಳೊಂದಿಗೆ ವಾಸಿಸುತ್ತಿದ್ದೇನೆ ಎಂಬ ಅವಸರದ ಊಹೆಗಳಿಗೆ ಬಂದಿದ್ದಾರೆ. ಅಸಲಿಗೆ ಇವೆಲ್ಲವೂ ಕೂಡ ಭ್ರಮೆಗೆ ಬಿದ್ದ ಮನಸ್ಸುಗಳ ಕಾಲ್ಪನಿಕ ಫ್ಯಾಂಟಸಿಗಳಷ್ಟೇ ಎಂದು ತಳ್ಳಿಹಾಕಲಾಗುವುದಿಲ್ಲ. ವೈಚಿತ್ರ್ಯ-ಸ್ವಾರಸ್ಯಗಳ ಮುಖವಾಡವನ್ನು ಹೊತ್ತ, ಎಲ್ಲಿಂದಲೋ ಸಿಕ್ಕ ಅರೆಬೆಂದ ಮಾಹಿತಿಯೊಂದು ನಮ್ಮ ಸ್ಮೃತಿಪಟಲದಲ್ಲಿ ಹಾಗೆಯೇ ಉಳಿದುಹೋಗಿರುತ್ತದೆ. ಇವು ಸತ್ಯವಾಗಿದ್ದರೂ ಕೂಡ ಒಂದು ರೀತಿಯಲ್ಲಿ ಅರ್ಧಸತ್ಯಗಳು. ವಿವಿಧ ಪರಿಚಿತ-ಅಪರಿಚಿತ, ಪರೋಕ್ಷ-ಅಪರೋಕ್ಷ, ಅಗೋಚರ ಆಯಾಮಗಳನ್ನು ತನ್ನೊಡಲಿನಲ್ಲಿ ಅಡಗಿಸಿಟ್ಟುಕೊಂಡ ಘಟನಾವಳಿಗಳು.

"ಹಾಯ್... ಅಂಗೋಲಾ" ಶುರುವಾಗಿದ್ದೇ ಇಂಥದ್ದೊಂದು ಕಥನಕ್ರಮದ ಸ್ವಾರಸ್ಯಕರ ಆಯಾಮದಲ್ಲಿ!

"ಏನಿದು ದೇಶ?"

"ಇಲ್ಲಿ ನೋಡೋದಕ್ಕೇನೇನಿದೆ?"

"ಇತರ ದೇಶಗಳಿಗಿಂತ ವಿಶಿಷ್ಟ ಅನ್ನಿಸುವಂಥದ್ದೇನಾದರೂ ಇದೆಯೇ ಇಲ್ಲಿ?"

"ಜನಜೀವನ ಹೇಗಿದೆ? ನೈಟ್ ಲೈಫ್ ಹೇಗಿದೆ?"

ಹೀಗೆ ಸರ್ವವನ್ನೂ ಬಲ್ಲ ಗೂಗಲ್ ಮಹಾಶಯನ ಸಹಾಯದಿಂದ ಇವೆಲ್ಲಾ ಪ್ರಶ್ನೆಗಳಿಗೆ ಒಂದೊಂದಾಗಿಯೇ ಉತ್ತರವನ್ನು ಕಂಡುಕೊಳ್ಳಲು ನಾನು ಪ್ರಯತ್ನಿಸುತ್ತಿದ್ದೆ. ಅಂಗೋಲಾಕ್ಕೆ ತೆರಳುವ ಮುನ್ನ ಕೆಲ ದಿನಗಳ ಕಾಲ ಮಂಗಳೂರಿನ ನಿವಾಸದಲ್ಲಿದ್ದ ನನಗೆ ಇದೊಂದೇ ಕೆಲಸ. ಇದು ಅಂಗೋಲಾ ಅಂತಲ್ಲ, ಎತ್ತ ಹೋಗುವುದಿದ್ದರೂ ಇಂಥದ್ದೊಂದು ಪ್ರಾಥಮಿಕ

ಹಂತದ ಸಂಶೋಧನೆ ನಡೆಯಲೇಬೇಕು. ಉದ್ಯೋಗನಿಮಿತ್ತ ಉತ್ತರ ಭಾರತದ ಹಲವು ಪ್ರದೇಶಗಳಿಗೆ ಭೇಟಿ ಕೊಟ್ಟಿದ್ದ ನಾನು ಇಂಥಾ 'ಮೋಡಸ್ ಅಪೆರಾಂಡಿ'ಗಳ್ನನಿಟ್ಟುಕೊಂಡೇ ಮುನ್ನಡೆಯುತ್ತಿದ್ದೆ. ಆದಷ್ಟು ಬೇಗ ಮಾಡಬೇಕಾಗಿದ್ದ ಕೆಲಸಗಳನ್ನು ಮುಗಿಸಿ ನಂತರ ಅಲ್ಲಿಯ ವಿಶೇಷ ತಾಣಗಳನ್ನು ನೋಡುವ ಕಾರ್ಯಕ್ರಮಗಳು. ಇಂಥದ್ದೇ ಒಂದು ಪ್ರವಾಸದ ನಿಮಿತ್ತ ನಾಗಾಲ್ಯಾಂಡಿನ ಎನ್.ಐ.ಟಿ ವಿದ್ಯಾಸಂಸ್ಥೆಗೆ ಭೇಟಿ ಕೊಟ್ಟಿದ್ದ ನಾನು ಸಂಜೆ ಐದಕ್ಕೇ ಕತ್ತಲಾಗಿಬಿಟ್ಟಾಗ 'ಅಯ್ಯೋ ತಿರುಗಾಟದ ಕೆಲವು ಗಂಟೆಗಳು ವ್ಯರ್ಥವಾಯಿತು' ಎಂದು ತಲೆಕೆಡಿಸಿಕೊಂಡಿದ್ದೆ. ನಾಗಾಲ್ಯಾಂಡಿನ ಕೆಲ ಪ್ರದೇಶಗಳಲ್ಲಿ ಕತ್ತಲು ಕವಿದ ನಂತರ ತಿರುಗಾಡುವುದು ಅಪಾಯಕಾರಿ ಎಂದು ವಿಶೇಷ ಸೂಚನೆಯನ್ನು ಬೇರೆ ಸ್ಥಳೀಯರು ನನಗೆ ಕೊಟ್ಟಿದ್ದರು. ಹೀಗೆ ಪ್ರವಾಸಗಳೆಂದರೆ ಅಲ್ಲಿಯ ಒಂದೊಂದು ನಿಮಿಷವೂ ಕೂಡ ಅಮೂಲ್ಯ ಎಂಬ ಹುರುಪಿನಲ್ಲಿ ತಿರುಗಾಡುವವನು ನಾನು.

ಆದರೆ, ಈ ಬಾರಿ ನನ್ನ ಪ್ರಾಥಮಿಕ ಹಂತದ ಸಂಶೋಧನೆಯು ಅದ್ಯಾಕೋ ಸರಿಯಾದ ದಿಕ್ಕಿನಲ್ಲಿ ನಡೆಯುತ್ತಿರುವಂತೆ ಕಾಣಲಿಲ್ಲ. ಅಂಗೋಲಾದ ಬಗ್ಗೆ ಹೆಚ್ಚಿನ ಮಾಹಿತಿಗಳಿಲ್ಲದಿರುವುದು ಒಂದು ಕಾರಣವಾದರೆ, ನಮ್ಮ ಸಂಸ್ಥೆಯಿಂದ ಈವರೆಗೆ ಯಾರೂ ಅಂಗೋಲಾ ಕಡೆಗೆ ಹೋಗಿಲ್ಲದಿದ್ದಿದ್ದು ಮತ್ತೊಂದು ಕಾರಣವಾಗಿತ್ತು. ಇಲ್ಲಿ ನೋಡಲು ಬೆರಳೆಣಿಕೆಯ ತಾಣಗಳಿದ್ದರೂ ಕೂಡ ಅಂಗೋಲಾವನ್ನು ಪ್ರವಾಸಿ ತಾಣವೆಂದು ಯಾರೂ ಪರಿಗಣಿಸುವುದಿಲ್ಲ. ಒಟ್ಟಾರೆಯಾಗಿ ಆಫ್ರಿಕಾ ಖಂಡವನ್ನು ನೋಡಿದರೂ ಪ್ರವಾಸಕ್ಕೆಂದು ಈಜಿಪ್ಟ್, ದಕ್ಷಿಣ ಆಫ್ರಿಕಾ, ಕೀನ್ಯಾದಂತಹ ದೇಶಗಳತ್ತ ಜನರು ಹೋಗುತ್ತಾರೆಯೇ ಹೊರತು ಅಂಗೋಲಾಕ್ಕೆಂದು ಟೂರ್ ಪ್ಯಾಕೇಜ್‌ಗಳನ್ನು ಮಾಡಿಕೊಂಡು ಯಾರೂ ಹೋಗುವುದಿಲ್ಲ. ಹೀಗೆ ತೆರಳುವುದು ನಿಶ್ಚಿತವಾಗಿದ್ದರೂ ಕೂಡ ರಿಪಬ್ಲಿಕ್ ಆಫ್ ಅಂಗೋಲಾ ತನ್ನ ನಿಗೂಢತೆಯನ್ನು ಇನ್ನೂ ಉಳಿಸಿಕೊಂಡೇ ಇತ್ತು.

ಇನ್ನು ಅಂತರ್ಜಾಲದಲ್ಲಿ ಅಂಗೋಲಾದ ಬಗ್ಗೆ ದೊರೆತ ಮಾಹಿತಿಗಳು ನನ್ನನ್ನು ಮತ್ತಷ್ಟು ಗೊಂದಲಕ್ಕೆ ದೂಡಿದವು ಎಂದೇ ಹೇಳಬೇಕು. ಹಲವು ಅಂತರ್ಜಾಲ ತಾಣಗಳಲ್ಲಿ ಯಾವುದೋ ಯುದ್ಧದ ಕತೆಗಳಿದ್ದರೆ, ಇನ್ನುಳಿದವುಗಳಲ್ಲಿ ನೆಲಬಾಂಬುಗಳು, ಮಿಲಿಟರಿ ಕಾರ್ಯಾಚರಣೆಗಳ ಬಗೆಗಿನ ಮಾಹಿತಿಗಳಿದ್ದವು. ಒಂದೆರಡು ಪಾಶ್ಚಾತ್ಯ ರಾಷ್ಟ್ರಗಳ ವೆಬ್‌ಸೈಟ್‌ಗಳಂತೂ ಅಂಗೋಲಾದಲ್ಲಿ ಮಾಡಬೇಕಾದ ಮತ್ತು ಮಾಡಬಾರದಾದ ಸಂಗತಿಗಳ ದೊಡ್ಡ ಪಟ್ಟಿಯನ್ನೇ ಕೊಟ್ಟಿದ್ದವು. ಜೊತೆಗೇ ಎಚ್ಚರಿಕೆಗಳು, ವಿಶೇಷ ಸೂಚನೆಗಳು, ಸಹಾಯದ ಹೆಲ್ಪ್‌ಲೈನ್ ನಂಬರ್‌ಗಳು ಇತ್ಯಾದಿ ಮಾಹಿತಿಗಳಿದ್ದವು. ಇವುಗಳನ್ನೆಲ್ಲಾ ಓದುತ್ತಿದ್ದರೆ ಇನ್ನೇನು ನಾನು ಯುದ್ಧಭೂಮಿಗೆ ಕಾಲಿಡುತ್ತಿದ್ದೇನೆ, ಏರ್‌ಪೋರ್ಟ್ ಬಿಟ್ಟು ಹೊರಬಂದರೆ ಎಲ್ಲೆಲ್ಲೂ ಯುದ್ಧ ಟ್ಯಾಂಕರುಗಳೇ ನನ್ನನ್ನು ಸ್ವಾಗತಿಸಲಿವೆಯೇನೋ ಎಂದು ಲೆಕ್ಕ ಹಾಕಿದೆ. ಈ ಬಗ್ಗೆ ಭಯವೇನೂ ಇರಲಿಲ್ಲವಾದರೂ ಆ ಸಂದರ್ಭಕ್ಕೆ ಮಾನಸಿಕವಾಗಿ ಸಂಪೂರ್ಣವಾಗಿ ತಯಾರಾಗಬೇಕಾದ ಅವಶ್ಯಕತೆಯ ಬಗ್ಗೆ ನನಗೆ ಸಂಪೂರ್ಣವಾಗಿ ಅರಿವಿತ್ತು. ಏಕೆಂದರೆ ತೀರಾ ಅಫಘಾನಿಸ್ತಾನದಂತಹ ಅಫಘಾನಿಸ್ತಾನದಲ್ಲೂ ನಮ್ಮ ಕೆಲವು ಸಹೋದ್ಯೋಗಿಗಳು ನಿರಂತರ ಐದು ವರ್ಷಗಳ ಕಾಲ ಯಶಸ್ವಿಯಾಗಿ ಕೆಲಸ ಮಾಡಿ ಬಂದ ಉದಾಹರಣೆಗಳಿದ್ದವು. ಮೇಲಾಗಿ ಅಂಗೋಲಾಕ್ಕೆ ತೆರಳುವ ಬಗೆಗಿನ ನಿರ್ಧಾರವು

ನನ್ನ ಸ್ವಂತದ್ದಾಗಿತ್ತು. ಹೀಗಾಗಿ ಆಫ್ರಿಕಾ ಬಗೆಗಿನ ಕೆಟ್ಟ ಕುತೂಹಲವು ಠುಸ್ ಆಯಿತೆಂದೋ ಅಥವಾ ಕರ್ತವ್ಯಕ್ಕೆಂದು ನಿಯುಕ್ತಿಗೊಂಡ ಕರ್ಮವೆಂದೋ ಹೇಳಿ ಹಿಂದೇಟು ಹಾಕುವ ಪ್ರಶ್ನೆಯೇ ಇರಲಿಲ್ಲ.

ಅಂಗೋಲಾ ಬಗ್ಗೆ ದೊರಕಿದ ಅರೆಬೆಂದ ಮಾಹಿತಿಗಳು ನನ್ನನ್ನು ದಂಗುಬಡಿಸಲು ಕಾರಣವೂ ಇದೆ ಅನ್ನಿ. ಐದಾರು ತಿಂಗಳ ಹಿಂದಷ್ಟೇ ನನ್ನ ಕಿರಿಯ ಸಹೋದ್ಯೋಗಿಯೊಬ್ಬ ದಕ್ಷಿಣ ಸುಡಾನ್‌ಗೆ ಹೋಗಿಬಂದಿದ್ದ. ಪಂಜಾಬಿನ ಪ್ರತಿಷ್ಠಿತ ಕಾಲೇಜೊಂದರಲ್ಲಿ ಎಂಜಿನಿಯರಿಂಗ್ ಮುಗಿಸಿ ನೇರವಾಗಿ ನಮ್ಮದೇ ಸಂಸ್ಥೆಗೆ ಬಂದಿದ್ದ ಆತನ ಬಳಿ ಆಗ ಪಾಸ್‌ಪೋರ್ಟ್ ಕೂಡ ಇದ್ದಿರಲಿಲ್ಲ. ನಂತರ ಲಗುಬಗೆಯಲ್ಲಿ ಪಾಸ್‌ಪೋರ್ಟ್ ಮಾಡಿಸಿಕೊಂಡು ನಿಟ್ಟುಸಿರು ಬಿಡುವಷ್ಟರಲ್ಲೇ ದಕ್ಷಿಣ ಸುಡಾನ್ ಪ್ರಯಾಣ ಅವನಿಗಾಗಿ ಮದುವಣಗಿತ್ತಿಯಂತೆ ತಯಾರಾಗಿ ನಿಂತಿತ್ತು. "ಛೇ... ಹೊಸ ಪಾಸ್‌ಪೋರ್ಟಿನ ಮೊದಲ ಪುಟದಲ್ಲೇ ದಕ್ಷಿಣ ಸುಡಾನ್‌ನಂತಹ ದೇಶದ ಹೆಸರೇ?", ಎಂದು ಗೊಣಗಿದ್ದ ಆತ. "ಹೋಗಿ ಬಾ ವತ್ಸ... ಒಳ್ಳೆಯದಾಗಲಿ", ಎಂದು ನಾವೆಲ್ಲರೂ ಅವನನ್ನು ಹರಸಿದ್ದೆವು.

ಹೀಗೆ ಮೊಟ್ಟಮೊದಲ ಬಾರಿ ವಿದೇಶಕ್ಕೆ, ಅದರಲ್ಲೂ ಹದಿನೈದು ದಿನಗಳ ಮಟ್ಟಿಗೆ ಆಫ್ರಿಕಾದ ದಕ್ಷಿಣ ಸುಡಾನಿಗೆ ತೆರಳಿದ್ದ ಆ ತರುಣ ಮರಳಿ ಬಂದಿದ್ದು ಅಚ್ಚರಿ, ಹತಾಶೆ ಮತ್ತು ಆಘಾತಗಳೊಂದಿಗೆ. ತಾನು ಕೊಂಡೊಯ್ದ ಕ್ಯಾಮೆರಾದಲ್ಲಿ ಆತ ಸೆರೆಹಿಡಿದಿದ್ದ ಚಿತ್ರಗಳು ಅಕ್ಷರಶಃ ನಂಬಲಸಾಧ್ಯವಾಗಿದ್ದವು. ಅಲ್ಲಿಯ ಏರ್‌ಪೋರ್ಟಿನ ರನ್‌ವೇಯಲ್ಲಿ ನಾಯಿಯೊಂದು ಅಡ್ಡಾಡುತ್ತಿತ್ತು. ಅಂಥದ್ದೇ ಮತ್ತೊಂದು ಚಿತ್ರದಲ್ಲಿ ರನ್ ವೇ ಆಸುಪಾಸಿನಲ್ಲಿ ವ್ಯಕ್ತಿಯೊಬ್ಬ ಸೈಕಲ್ ಓಡಿಸುತ್ತಿದ್ದ. ಏನಿದು ಅವಸ್ಥೆ ಎಂದು ನಾವು ಒಬ್ಬರನ್ನೊಬ್ಬರು ನೋಡಿದೆವು. ಆತ ತನ್ನ ಪ್ರಯಾಣದ ಅನುಭವಗಳನ್ನು ನಮ್ಮ ತಂಡದ ಸದಸ್ಯರಿಗೆ ಹೇಳುತ್ತಲೇ ಇದ್ದರೆ ನಾನು ಮಾತ್ರ ಆ ಚಿತ್ರಗಳಲ್ಲೇ ಕಳೆದುಹೋಗಿದ್ದೆ. ಅಲ್ಲಿಯ ಚಿತ್ರಗಳನ್ನು ಕ್ಯಾಮೆರಾಗಳಲ್ಲಿ ಸೆರೆಹಿಡಿಯುತ್ತಿದ್ದ ಆತನನ್ನು ಸ್ಥಳೀಯರು ತಡೆದಿದ್ದರಂತೆ. ಯಾಕೆಂದು ಕೇಳಿದರೆ "ನೀವು ಫೋಟೋ ತೆಗೆಯುವುದು ಬೇಡ. ನೀವು ಮರಳಿ ನಿಮ್ಮ ದೇಶಕ್ಕೆ ಹೋದ ನಂತರ ಇವುಗಳನ್ನು ನಿಮ್ಮವರಿಗೆಲ್ಲಾ ತೋರಿಸಿ ವ್ಯಂಗ್ಯವಾಡುತ್ತೀರಿ ಎಂದು ನಮಗೆ ಗೊತ್ತು" ಅಂದರಂತೆ. ಆ ಮಾತುಗಳನ್ನು ಕೇಳಿ ನಮಗಾದ ಸಂಕಟ ಅಷ್ಟಿಷ್ಟಲ್ಲ. ವೈಮಾನಿಕ ಪ್ರಯಾಣದ ಮಾತೊಂದು ಬಂದಾಗ ಸೀಟ್ ಲಭ್ಯವಿಲ್ಲದ ನಿಟ್ಟಿನಲ್ಲಿ ನಾವು ಒಂದಿಬ್ಬರು ನಿಂತುಕೊಂಡು ಹೋಗುವುದಕ್ಕೂ ತಯಾರು ಎಂದು ಅವರಲ್ಲಿ ಕೆಲವರು ಹೇಳಿದರಂತೆ. ಇಂಥವುಗಳನ್ನೆಂದೂ ಕೇಳಿಯೇ ಇಲ್ಲದಿದ್ದ ನಮಗೆ ಆತ ತಮಾಷೆ ಮಾಡುತ್ತಿಲ್ಲವೆಂಬುದನ್ನು ಮನಗಾಣಲು ಕೊಂಚ ಹೆಚ್ಚು ಸಮಯವೇ ಹಿಡಿಯಿತು. ಕೊನೆಗೂ "ದಕ್ಷಿಣ ಸುಡಾನ್ ಜನ್ಮ ತಾಳಿದ್ದೇ ಇತ್ತೀಚೆಗೆ. ಹೀಗಾಗಿ ಒಂದಷ್ಟು ಸುಧಾರಿಸಲು ಅರ್ಧ ಶತಮಾನವಾದರೂ ಬೇಕಾಗಬಹುದು", ಎಂದು ನಾವು ಮಾತಾಡಿಕೊಂಡೆವು.

ಓದುಗರಿಗೂ ಕೂಡ ದಕ್ಷಿಣ ಸುಡಾನ್ ಬಗೆಗಿನ ಇಂತಹ ವಿವರಣೆಗಳು ತೀರಾ ಉತ್ಪ್ರೇಕ್ಷಿತ ಅಂತನ್ನಿಸಿದರೆ ಅಚ್ಚರಿಯಿಲ್ಲ. ಏಕೆಂದರೆ, ನಾನೂ ಆ ದಿನ ಇಂಥದ್ದೊಂದು ಸ್ಥಿತಿಯಲ್ಲೇ ತೊಳಲಾಡಿದ್ದೆ. ಆದರೆ ಆ ಛಾಯಾಚಿತ್ರಗಳು ಬೇರೆಯದನ್ನೇ ಹೇಳುತ್ತಿದ್ದವು. ದಕ್ಷಿಣ ಸುಡಾನ್‌ನಲ್ಲಿ ನೋಡತಕ್ಕ ಒಳ್ಳೆಯ ಸ್ಥಳಗಳೂ ಇರಬಹುದು ಎಂಬುದನ್ನು ನಾನಿಲ್ಲಿ

ತಳ್ಳಿಹಾಕುತ್ತಿಲ್ಲ. ಆಫ್ರಿಕಾದ ಬಡತನವನ್ನೋ, ಆರ್ಥಿಕತೆಯನ್ನೋ ವ್ಯಂಗ್ಯಕ್ಕೀಡು ಮಾಡುವ ಯಾವ ಆಸಕ್ತಿಯೂ ನನಗಿಲ್ಲ. ದಕ್ಷಿಣ ಸುಡಾನ್‌ಗೆ ಹೋಗಿ ಚಿತ್ರಗಳನ್ನು ಕ್ಲಿಕ್ಕಿಸಿದಾತ ಅಚ್ಚರಿಯಿಂದ ಆ ದೃಶ್ಯಗಳನ್ನು ಸೆರೆಹಿಡಿದಿದ್ದನೇ ಹೊರತು ಅವುಗಳನ್ನಿಟ್ಟುಕೊಂಡು ಆಫ್ರಿಕನ್ನರ ಮರ್ಯಾದೆ ಹರಾಜು ಹಾಕುತ್ತೇನೆಂಬ ಯಾವ ಉದ್ದೇಶಗಳೂ ಆತನಿಗಿರಲಿಲ್ಲ. ಆಫ್ರಿಕಾದಲ್ಲೇ ಹಲವು ವರ್ಷಗಳ ಕಾಲ ಇದ್ದವರಿಗೆ ಇವೆಲ್ಲವೂ ಕೂಡ ಒಂದು ಸಂಗತಿಯೇ ಅಲ್ಲ ಎಂದೆನಿಸ ಬಹುದು. ಆದರೆ ಇತ್ತೀಚೆಗಷ್ಟೇ ಪ್ರತಿಷ್ಠಿತ ವಿದ್ಯಾಸಂಸ್ಥೆಯೊಂದರಿಂದ ಪದವೀಧರನಾಗಿ ಹೊರಬಿದ್ದ, ಆಫ್ರಿಕಾವನ್ನು ಪಠ್ಯಪುಸ್ತಕ ಅಥವಾ ಜಾಗತಿಕ ಮಾಧ್ಯಮಗಳಲ್ಲಷ್ಟೇ ಒಂದಿಷ್ಟು ಕಂಡು ಅರ್ಥೈಸಿಕೊಂಡಿದ್ದ ತರುಣನೊಬ್ಬನಿಗೆ ಇವೆಲ್ಲಾ ಅಚ್ಚರಿಯ ಸಂಗತಿಗಳೇ.

"ಮೊಟ್ಟಮೊದಲು ನಾನು ನ್ಯೂಯಾರ್ಕ್‌ಗೆ ಹೋಗಿದ್ದಾಗ ಅಲ್ಲಿಯ ಅಗಾಧತೆಯನ್ನು ಕಂಡು ಬೆಚ್ಚಿಬಿದ್ದಿದ್ದೆ. ನ್ಯೂ ಯಾರ್ಕಿನಲ್ಲಿ ಎಲ್ಲವೂ ನಿಜಕ್ಕೂ ರಾಕ್ಷಸ ಗಾತ್ರದಲ್ಲಿದ್ದವು. ದೈತ್ಯ ಗಗನಚುಂಬಿ ಕಟ್ಟಡಗಳು, ವಿಶಾಲವಾದ ರಸ್ತೆಗಳು, ಅಪಾರ ಜನಸಂದಣಿ... ಹೀಗೆ ನ್ಯೂ ಯಾರ್ಕಿನ ಮೊದಲ ಪ್ರಯಾಣದ ಆ ಅನುಭವವು ನನ್ನಲ್ಲಿ ಅಚ್ಚರಿಯನ್ನೂ, ಸಣ್ಣ ಭಯವನ್ನೂ ಒಟ್ಟೊಟ್ಟಿಗೆ ಮೂಡಿಸಿದ್ದವು", ಎಂದು ನಟ ಶಾರೂಖ್ ಖಾನ್ ತಮ್ಮ ಸಾಕ್ಷ್ಯಚಿತ್ರದ ಸಂದರ್ಶನವೊಂದರಲ್ಲಿ ಹೇಳುತ್ತಾರೆ. ಅಚ್ಚರಿಗಳೆಂದರೆ ಹಾಗೆಯೇ. ಅದು ಯಾವ ರೂಪದಲ್ಲೂ ಪ್ರತ್ಯಕ್ಷವಾಗಬಹುದು. ಲಾಸ್ ವೇಗಾಸ್‌ನ ಐಷಾರಾಮಿ ಕ್ಯಾಸಿನೋ-ಗಳಲ್ಲಾದರೂ ಸರಿ. ಸೊಮಾಲಿಯನ್ ಕುಗ್ರಾಮವೊಂದರ ಗುಡಿಸಲಿನಲ್ಲಾದರೂ ಸರಿ!

ಒಂದು ಪ್ರವಾಸವೆಂದರೆ ಇಷ್ಟೆಲ್ಲಾ ತಯಾರಿಗಳನ್ನು ಮಾಡುವ ಅವಶ್ಯಕತೆಯಿದೆಯೇ ಎಂಬುದು ಹಲವರ ಪ್ರಶ್ನೆಯಾಗಿರಬಹುದು. ಆದರೆ ಒಂದಿಷ್ಟು ತಯಾರಿಗಳಾದರೂ ಇರಲೇಬೇಕು ಎಂಬುದು ನನ್ನ ವೈಯಕ್ತಿಕ ಅಭಿಪ್ರಾಯ. ನಾನು ಈವರೆಗೆ ಕೈಗೊಂಡ ಬೆರಳೆಣಿಕೆಯ ಪ್ರವಾಸಗಳಲ್ಲಿ ತೊಂಭತ್ತೊಂಭತ್ತು ಪ್ರತಿಶತ ಪ್ರವಾಸಗಳನ್ನು ಏಕಾಂಗಿಯಾಗಿಯೇ ಹೊರಟಿದ್ದರಿಂದಲೇ ಏನೋ ಇಂತಹ ತಯಾರಿಗಳು ವೈಯಕ್ತಿಕ ನೆಲೆಯಲ್ಲಿ ಹೆಚ್ಚಿನ ಪ್ರಾಮುಖ್ಯತೆಯನ್ನು ಪಡೆದಿದ್ದವು. ಏಕೆಂದರೆ ನೀವು ಏಕಾಂಗಿಯಾಗಿ ಪ್ರವಾಸ ಮಾಡುವವರಾದರೆ ನಿಮಗೆ ಮೈಮರೆಯುವ ವಿಲಾಸಗಳಿರುವುದಿಲ್ಲ. ಮೈಯೆಲ್ಲಾ ಕಣ್ಣಾಗಿ ಸದಾ 'ಹೈ ಅಲರ್ಟ್' ಸ್ಥಿತಿಯಲ್ಲಿರಬೇಕಾಗಿರುತ್ತದೆ. ಮೇಲಾಗಿ ಆಡಳಿತ ಭಾಷೆ, ಆಡು ಭಾಷೆ, ಸಂಸ್ಕೃತಿ... ಹೀಗೆ ಬಹಳಷ್ಟು ಅಂಶಗಳು ವಿಭಿನ್ನವಾಗಿರುವ ದೇಶಕ್ಕೆ ದೀರ್ಘಾವಧಿಗೆ ಹೋಗುವುದೆಂದರೆ ತಕ್ಕಮಟ್ಟಿನ ತಯಾರಿಯನ್ನಾದರೂ ಪ್ರಯಾಣವು ಬೇಡುತ್ತದೆ. ರೋಮ್‌ಗೆ ಹೋದಾಗ ರೋಮನ್ನರಂತಿರಬೇಕು ಎಂಬ ಸೂಕ್ತಿಯು ಇರುವಾಗ ಅಂಗೋಲಾಕ್ಕೆ ಹೋದಾಗ ಅಂಗೋಲನ್ನರಂತಿರಬೇಕು ಎಂಬ ವಾದದಲ್ಲೂ ಹುರುಳಿದೆಯಲ್ಲವೇ?

2011ರಲ್ಲಿ ನಡೆದ ಬ್ರಿಟಿಷ್ ರಾಜಕುಮಾರ ವಿಲಿಯಮ್ ಮತ್ತು ಕೇಟ್ ಜೋಡಿಯ ವಿವಾಹ ಸಮಾರಂಭದಲ್ಲಿ ಬಂದಿದ್ದ ಅತಿಥಿಗಳೆಲ್ಲರಿಗೂ (ಸೆಲೆಬ್ರಿಟಿ ಅತಿಥಿಗಳನ್ನು ಸೇರಿಸಿ) ಒಂದು ಗೈಡ್ ಪುಸ್ತಕವನ್ನು ಕೊಡಲಾಗಿತ್ತು. ಇಡೀ ಜಗತ್ತೇ ಎದುರು ನೋಡುತ್ತಿರುವ ವಿವಾಹ ಸಮಾರಂಭದಲ್ಲಿ ಯಾವ ಬಣ್ಣದ ಬಟ್ಟೆಗಳನ್ನು ಧರಿಸಬಾರದು ಎಂಬುದರಿಂದ ಟೀ ಕಪ್ಪನ್ನು ಹೇಗೆ ಹಿಡಿದುಕೊಳ್ಳಬೇಕು ಎಂಬುದರವರೆಗೂ ಅದರಲ್ಲಿ ನಿಯಮಗಳ ಪಟ್ಟಿಯೇ ಇದ್ದವಂತೆ. ಬ್ರಿಟಿಷ್ ರಾಜಮನೆತನದ ಸಮಾರಂಭವೊಂದರಲ್ಲಿ ನೀವು ಭಾಗವಹಿಸುವುದಾದರೆ ಅಲ್ಲಿಯ ಸಂಸ್ಕೃತಿಯನ್ನೂ ಕೂಡ ಮೊದಲು ಅರ್ಥಮಾಡಿಕೊಳ್ಳುವುದು ಮತ್ತು ಪಾಲಿಸುವುದು ಕಡ್ಡಾಯ. ನನ್ನ ಅಂಗೋಲಾ ಪ್ರವಾಸದಲ್ಲಿ ಅಷ್ಟೆಲ್ಲಾ ಡ್ರಾಮಾಗಳು ಇರದಿದ್ದರೂ ದೀರ್ಘಾವಧಿಯ ಪ್ರಯಾಣವಾಗಿರುವುದರಿಂದ ತಕ್ಕಮಟ್ಟಿನ ತಯಾರಿಯನ್ನಂತೂ ಮಾಡಿಕೊಂಡೆವು ಎಂದು ಹೇಳಲೇಬೇಕು. ಆದರೆ ನನ್ನ ತಯಾರಿಗಳು ಮುಂದೆ ಯಾವುದಕ್ಕೂ ಸಾಲಲಿಲ್ಲ ಅನ್ನುವುದು ಮಾತ್ರ ಬೇರೆ ಮಾತು. ಅದು ಅರಿವಾಗುವ ಹೊತ್ತಿಗೆ ಮಾತ್ರ ನಾನು ಅಂಗೋಲಾದ ನೆಲದಲ್ಲಿದ್ದೆ.

ವೈಮಾನಿಕ ಪ್ರಯಾಣಗಳನ್ನು ಈ ಮೊದಲು ಕೈಗೊಂಡಿದ್ದರೂ ಮೊದಲ ವಿದೇಶ ಪ್ರಯಾಣವಾದ ಪರಿಣಾಮವಾಗಿ ಉತ್ಸಾಹವೂ, ನಿರೀಕ್ಷೆಗಳೂ ಹೆಚ್ಚೇ ಇದ್ದವು ಎಂಬುದನ್ನು ಹೇಳಲೇಬೇಕು. ಆದರೆ ಈ ಪ್ರಯಾಣದಲ್ಲಿ ನನ್ನೊಂದಿಗೆ ಚಂಡೀಗಢ ಮೂಲದ ಹಿರಿಯ ಸಹೋದ್ಯೋಗಿಯೊಬ್ಬರೂ ಇದ್ದಿದ್ದರಿಂದ ಕೊಂಚ ನಿರಾಳತೆಯೂ ಇತ್ತು. ಚಂಡೀಗಢದ ಸರಕಾರಿ ಇಲಾಖೆಯೊಂದರ ಮುಖ್ಯಸ್ಥರಾಗಿ ಸುಮಾರು ಮೂವತ್ತು ಚಿಲ್ಲರೆ ವರ್ಷಗಳಷ್ಟು ಕಾಲ ಸೇವೆ ಸಲ್ಲಿಸಿ ನಿವೃತ್ತರಾಗಿ ಸದ್ಯ ಅಂಗೋಲಾ ಪ್ರಾಜೆಕ್ಟ್‌ಗೆಂದು ನನ್ನೊಂದಿಗೆ ನಿಯುಕ್ತಿಗೊಂಡ ಹಿರಿಯ ಅಧಿಕಾರಿಗಳು ಅವರು. ನಾನು ಮನೆಯಿಂದ ಬ್ಯಾಗಿನ ತುಂಬಾ ಪುಸ್ತಕಗಳನ್ನು ಹೊತ್ತುಕೊಂಡು ಬಂದಿದ್ದರೆ ಇವರು ಬ್ಯಾಗಿನ ತುಂಬಾ ವಿವಿಧ ಬಗೆಯ ಬೇಳೆಗಳನ್ನು ಹೊತ್ತುಕೊಂಡು ಬಂದಿದ್ದರು. ನಂತರ "ಏನ್ರೀ ಇದು, ನಿಮ್ಮದು ಇಷ್ಟೊಂದು ಗಂಟುಮೂಟೆ", ಎಂದು ಅವರ ಗೊಣಗುವಿಕೆಯಿಂದಾಗಿ ಆಯ್ದ ಪುಸ್ತಕಗಳನ್ನಷ್ಟೇ ಜೊತೆಯಲ್ಲಿಟ್ಟುಕೊಂಡು ಉಳಿದ ಪುಸ್ತಕಗಳನ್ನು ದೆಹಲಿಯಲ್ಲೇ ಬಿಟ್ಟುಬರಬೇಕಾಯಿತು. ಇರಲಿ, ಅಂಗೋಲಾದಲ್ಲೇ ಪುಸ್ತಕಗಳನ್ನು ಖರೀದಿಸೋಣವಂತೆ ಎಂದು ಲೆಕ್ಕಹಾಕಿದ ನಾನು ಒಲ್ಲದ ಮನಸ್ಸಿನಿಂದಲೇ ಪುಸ್ತಕಗಳನ್ನು ದೆಹಲಿಯ ಮಿತ್ರನೊಬ್ಬನ ಕೈಗಿಟ್ಟು "ಜೋಪಾನ ಮಾರಾಯ, ನನ್ನ ಫಿಕ್ಸೆಡ್ ಡಿಪಾಸಿಟ್ ಇದು" ಎನ್ನುತ್ತಾ ಹಸ್ತಾಂತರಿಸಿದ್ದೆ.

ನಮ್ಮ ಇಡೀ ಆಫೀಸಿನಲ್ಲಿ ಆಫೀಸಿನ ವಿಳಾಸಕ್ಕೆ ಕೊರಿಯರ್ ಮುಖಾಂತರವಾಗಿ ಪುಸ್ತಕಗಳು ಬರುತ್ತಿದ್ದರೆ ಅದು ನನಗೆ ಮಾತ್ರ. ಈ ಬಗ್ಗೆ ಎಲ್ಲರೂ ನನ್ನ ಕಾಲೆಳೆಯುವುದೂ ಕೂಡ ಸಾಮಾನ್ಯವಾಗಿತ್ತು. ಒಬ್ಬರಂತೂ "ಈತ ನಿವೃತ್ತಿಯ ದಿನಗಳ ಕಾಲಹರಣಕ್ಕಾಗಿ ಇಂದಿನಿಂದಲೇ ಇನ್ವೆಸ್ಟ್ ಮಾಡತೊಡಗಿದ್ದಾನೆ" ಎಂದು ನಗುತ್ತಿದ್ದರು. ಇನ್ನು ದೇಶ ಬಿಟ್ಟು ಹೊರಡುವ ದಿನದ 'ಪುಸ್ತಕ ಹಸ್ತಾಂತರ' ಪ್ರಹಸನವಂತೂ ಇದನ್ನು ಮತ್ತೊಮ್ಮೆ ಎಲ್ಲರಿಗೂ ಟಾಂಟಾಂ ಮಾಡಿತು.

ಅಂತೂ ನಮ್ಮಿಬ್ಬರ 'ಬಡೇ ಮಿಯಾ ಛೋಟೇ ಮಿಯಾ' ಜೋಡಿಯು ಅಂಗೋಲಾಕ್ಕೆ ತೆರಳುವ ದಿನವು ಬಂದೇಬಿಟ್ಟಿತ್ತು.

ಅಂಗೋಲಾದಲ್ಲಿ ಪಾದಾರ್ಪಣೆ

ಆ ಮಕ್ಕಳು ಕಿಲಕಿಲ ನಗುತ್ತಲೇ ಇದ್ದರು.

ಶುಭ್ರನಗೆಯ ಪ್ರಭಾವಳಿಯೇ ಅಂಥದ್ದು. ಪಾರಿಜಾತದ ಹೂಗಳು ಗಿಡದ ಸುತ್ತಲೆಲ್ಲಾ ಹರಡಿ ಘಮ್ಮನೆಯ ಪರಿಮಳವನ್ನು ಹವೆಯಲ್ಲಿ ಸಿಂಪಡಿಸುವಂತೆ ಸಂತಸದ ತಂಗಾಳಿಯನ್ನು ಶುಭ್ರ ಮುಗುಳ್ನಗೆಯೊಂದು ಯಾವ ಸಂದರ್ಭದಲ್ಲಾದರೂ ತರಬಲ್ಲದು. ಅಲ್ಲೂ ನಗೆಬಿತ್ತನೆಯ ಕಾರ್ಯಕ್ರಮವೇ ನಡೆಯುತ್ತಿತ್ತು. ಎಮಿರೇಟ್ಸ್‌ನ ಗಗನಸಖಿಯರು ಪುಟ್ಟ ಪುಟ್ಟ ಪೊಟ್ಟಣಗಳನ್ನು ವಿಮಾನದೊಳಗಿದ್ದ ಮುದ್ದು ಮಕ್ಕಳಿಗೆ ಕೊಡುತ್ತಾ ಕ್ರಿಸ್ಮಸ್ ಹಬ್ಬದ ಸರ್‌ಪ್ರೈಸ್ ಉಡುಗೊರೆಗಳನ್ನು ಹಂಚುತ್ತಿದ್ದರು. ಎಮಿರೇಟ್ಸ್ ಎಂದು ಮುದ್ರಿತವಾಗಿದ್ದ ಆ ಪುಟ್ಟ ಪೊಟ್ಟಣಗಳಲ್ಲಿ ಏನೆಲ್ಲಾ, ಎಷ್ಟೆಲ್ಲಾ! ಒಂದರಲ್ಲಿ ಪುಟ್ಟ ಕೇಕ್, ಇನ್ನೊಂದರಲ್ಲಿ ಎಮಿರೇಟ್ಸ್ ವಿಮಾನದ ಸುಂದರವಾದ ಮಾಡೆಲ್, ಮತ್ತೊಂದರಲ್ಲಿ ಇನ್ನೂ ಏನೇನೋ... ಮಕ್ಕಳಿಗಂತೂ ಖುಷಿಯೇ ಖುಷಿ!

ಇನ್ನು ಸಾಂತಾಕ್ಲಾಸ್ ಟೋಪಿಯನ್ನು ಧರಿಸಿ ಸಿಕ್ಕ ಒಂದಿಷ್ಟು ಅವಧಿಯಲ್ಲೇ ಮಕ್ಕಳನ್ನು ರಂಜಿಸುತ್ತಿದ್ದ ಗಗನಸಖಿಯರ ಕಣ್ಣುಗಳಲ್ಲೂ ಆ ಮಕ್ಕಳ ಸಂತಸದ್ದೇ ಹೊಳಪು. ನೋಡಲು ಆಟಿಕೆಯಂತಿದ್ದ ಪೋಲರಾಯಿಡ್ ಕ್ಯಾಮೆರಾ ಒಂದನ್ನು ಹಿಡಿದು ಇವರುಗಳು "ಸೇ... ಚೀಈಈಈಈಸ್" ಎಂದರೆ ಮಕ್ಕಳೂ ಕೂಡ ಸಂತೃಪ್ತರಾಗಿ ನಗೆಯನ್ನು ಚೆಲ್ಲುವವರು. ತಕ್ಷಣವೇ ಕ್ಯಾಮೆರಾದಿಂದ ಹೊರಬಂದ ಚಿತ್ರಗಳನ್ನು ಮಕ್ಕಳಿಗೆ ಈ ಗಗನಸಖಿಯರು ನೀಡುವಾಗ ಮಕ್ಕಳ ಉಲ್ಲಾಸವನ್ನು ನೋಡಬೇಕು. ಹೆಚ್ಚು ಖುಷಿಯಾದ ಮಕ್ಕಳಿಂದ ಒಂದೊಂದು ಸಿಹಿಮುತ್ತೂ ಕೂಡ ಈ ಸುಂದರಿಯರಿಗೆ ಬೋನಸ್. ಹೀಗೆ ಏರ್‌ಪೋರ್ಟುಗಳಲ್ಲಿ, ವೈಮಾನಿಕ ಪ್ರಯಾಣಗಳಲ್ಲಿ ಪ್ರತೀ ಬಾರಿಯೂ ಏನಾದರೊಂದು ಕತೆಗಳು, ಸ್ವಾರಸ್ಯಕರ ದೃಶ್ಯಗಳು ನನಗೆ ಸಿಕ್ಕೇಸಿಗುತ್ತವೆ. ನಾವೆಲ್ಲರೂ ಹಬ್ಬ, ರಜೆ, ಪ್ರವಾಸ ಅಂತೆಲ್ಲಾ ಮನೆಯವರನ್ನು, ಪ್ರೀತಿಪಾತ್ರರನ್ನು ಸೇರುವ ಸಂಭ್ರಮದಲ್ಲಿದ್ದರೆ ಆ ದಿನಗಳಲ್ಲೂ ನಗುನಗುತ್ತಾ ಗ್ರಾಹಕರ ಸೇವೆಯನ್ನು ಮಾಡುವ ಹಾಸ್ಪಿಟಾಲಿಟಿ ಇಂಡಸ್ಟ್ರಿಯ ಸಿಬ್ಬಂದಿಗಳನ್ನು ಕಂಡರೆ ನನಗೆ ವಿಶೇಷ ಅಭಿಮಾನ. ಕ್ರಿಸ್ಮಸ್ ಋತುವಿನಲ್ಲಿ ಉಡುಗೊರೆಯ ಮೂಟೆಯನ್ನು ತರುವ ಸಾಂತಾಕ್ಲಾಸ್ ಒಂದು ಕಾಲ್ಪನಿಕ ಪಾತ್ರವಷ್ಟೇ ಆಗಿರಬಹುದು. ಈ ಗಗನಸಖಿಯರೂ ಕೂಡ ಸಾಂತಾಕ್ಲಾಸ್‌ಗಿಂತ ಏನು ಕಮ್ಮಿ ಎಂದು ಯೋಚಿಸುತ್ತಾ, ಎಮಿರೇಟ್ಸ್ ಏರ್‌ಲೈನ್ಸ್‌ನ ಒಡೆಯ ನಾನೇ ಎಂಬಂತೆ ಒಳಗೊಳಗೇ ಉಬ್ಬಿಹೋದೆ. ನನ್ನ ನೆನಪಿನ ಬುತ್ತಿಯ ತುಂಬಾ ಇಂಥಾ ಅಪರೂಪದ ಕ್ಷಣಗಳೇ ಹೆಚ್ಚು.

ದೇಶೀಯ ವೈಮಾನಿಕ ಪ್ರಯಾಣಗಳನ್ನು ಅದೆಷ್ಟು ಬಾರಿ ನಡೆಸಿದ್ದರೂ ಅಂತಾರಾಷ್ಟ್ರೀಯ ಪ್ರಯಾಣಗಳ ಅನುಭವವೇ ಬೇರೆ. ವಿಮಾನಗಳ ಗಾತ್ರ, ವೈಭವ, ನಿರ್ವಹಣೆ, ಸೌಲಭ್ಯ, ಊಟೋಪಚಾರ ಹೀಗೆ ಎಲ್ಲದರಲ್ಲೂ ಅಂತಾರಾಷ್ಟ್ರೀಯ ಮಟ್ಟದ ಏರ್‌ಲೈನ್ಸ್‌ಗಳು ಒಂದು ಹೆಜ್ಜೆ ಮುಂದೆಯೇ ಇರುತ್ತವೆ. ಇನ್ನು ಜಗತ್ತಿನ ಅತ್ಯುತ್ತಮ ಏರ್‌ಲೈನ್ಸ್‌ಗಳಲ್ಲೊಂದಾದ ಎಮಿರೇಟ್ಸ್ ಬಗ್ಗೆ ಹೇಳಬೇಕೇ? ದಿನವಿಡೀ ನನ್ನನ್ನು ಬೇತಾಳದಂತೆ ಕಚ್ಚಿಕೊಂಡಿದ್ದ ಸುಸ್ತೂ ಕೂಡ ಏರ್‌ಪೋರ್ಟಿನಲ್ಲಿ ನನ್ನನ್ನು ಬೀಳ್ಕೊಟ್ಟು ತನ್ನ ದಾರಿ ಹಿಡಿದಿತ್ತು. ಇನ್ನು ಆಸನಕ್ಕೆ ಅಳವಡಿಸಲಾಗಿದ್ದ ತರಹೇವಾರಿ ಎಲೆಕ್ಟ್ರಾನಿಕ್ಸ್ ಉಪಕರಣಗಳಿಂದ ಒಂದು ಕ್ಷಣ ಗೊಂದಲಕ್ಕೊಳಗಾದ ನಾನು ಪಕ್ಕದ ಆಸನದಲ್ಲಿದ್ದ ಬಾಲಕನೊಬ್ಬನನ್ನು ನೋಡುತ್ತಾ, ಅವನನ್ನೇ ಅನುಸರಿಸುತ್ತಾ, ಒಂದೊಂದು ಸಾಧನಗಳ ಜೊತೆಗೂ ಸ್ವಪರಿಚಯ ಮಾಡಿಕೊಂಡೆ. ಕೆಲವೊಮ್ಮೆ ಕಾಪಿ ಮಾಡುವುದೂ ಕೂಡ ಮರ್ಯಾದೆ ಉಳಿಸಿಕೊಳ್ಳುವುದರಲ್ಲಿ ಪ್ರಯೋಜನಕ್ಕೆ ಬರುತ್ತದೆ ನೋಡಿ. ಆ ಬಾಲಕ ಇಂಥಾ ಪ್ರಯಾಣಗಳನ್ನು ಅದೆಷ್ಟು ಬಾರಿ ಮಾಡಿದ್ದನೋ. ಬಂದ ಕೂಡಲೇ ತನ್ನ ಪುಟ್ಟ ಚೀಲವೊಂದನ್ನು ತಲೆಯ ಮೇಲಿನ ಗೂಡಿನಲ್ಲಿ ಎಸೆದು, ಸೀಟ್ ಬೆಲ್ಟ್ ಬಿಗಿದು, ಬೆಚ್ಚನೆ ಕಂಬಳಿಯನ್ನೂ ಹೊದ್ದು, ಚಕ್ಕಳಮಕ್ಕಳ ಹಾಕಿಕೊಂಡು ಆಸನಕ್ಕೆ ಅಳವಡಿಸಲಾಗಿದ್ದ ಟಿ.ವಿ. ಮುಂದೆ ಕೂತುಬಿಟ್ಟಿದ್ದ. ನೆಂಟರ ಮನೆಗೆ ಬಂದವನಂತೆ ತನ್ನ ಪುಟ್ಟ ಕಿವಿಗಳಿಗೆ ಹೆಡ್ ಫೋನ್ ಅನ್ನು ಸಿಕ್ಕಿಸಿಕೊಂಡು, ಕುಳಿತ ಒಂದೆರಡು ನಿಮಿಷಗಳಲ್ಲೇ 'ಸೆಟಲ್' ಆಗಿಬಿಟ್ಟಿದ್ದ ಅವನನ್ನು ನೋಡಿ ಖುಷಿಯಾಯಿತು. ವಿಲಾಸ ಅಂದರೆ ಹೀಗಿರಬೇಕಪ್ಪಾ!

ದೆಹಲಿಯಿಂದ ದುಬೈಗಿರುವುದು ಸುಮಾರು ಎರಡೂವರೆ ಗಂಟೆಯ ಪ್ರಯಾಣ. ವಿಮಾನದೊಳಗೆ ಹೊಕ್ಕ ಕೂಡಲೇ ಸುಖನಿದ್ರೆಗೆ ಜಾರಬೇಕು ಎಂದು ಲೆಕ್ಕ ಹಾಕಿದ್ದ ನಾನು ಚಾನೆಲ್‌ಗಳನ್ನು ಬದಲಾಯಿಸುತ್ತಾ ಮನರಂಜನೆಯ ಮೋಡ್‌ಗೆ ಸರಿದುಹೋದೆ. ಹೊಸ ಯುವ ನಟರನ್ನೇ ಹೊಂದಿದ್ದ ಸಾಮಾಜಿಕ ಕಳಕಳಿಯ ಕನ್ನಡ ಚಿತ್ರವೊಂದು ಸುಮಾರು ಒಂದು ಗಂಟೆಗಳ ಕಾಲ ಒಳ್ಳೆಯ ಮನರಂಜನೆಯನ್ನು ನೀಡಿತು. ನಂತರವೂ ವಿವಿಧ ಭಾಷೆ ಮತ್ತು ದೇಶಗಳ ಚಲನಚಿತ್ರಗಳಿಗೆ ಕಣ್ಣಾಡಿಸುತ್ತಾ ಹೋದ ನಾನು ಕಡೆಗೂ ನಿಂತಿದ್ದು ಬಹುಷಃ ಆಗಲೇ ಬಹುತೇಕ ಭಾಗ ಮುಗಿದಿದ್ದ ಪಾಕಿಸ್ತಾನಿ ಚಿತ್ರವೊಂದರಲ್ಲಿ. ಆ ಚಿತ್ರದ ಅದ್ದೂರಿ ಸೆಟ್, ಸ್ಫುರದ್ರೂಪಿ ನಟನಟಿಯರು, ಇಂಪಾದ ಸಂಗೀತ... ಇವೆಲ್ಲವೂ ಅದೆಷ್ಟು ಕಣ್ಸೆಳೆಯುವಂತಿತ್ತು ಅಂದರೆ ಇದೇನು ಕರಣ್ ಜೋಹರ್ ಸಿನೆಮಾ ನೋಡುತ್ತಿರುವೆನೇ ಎಂದನ್ನಿಸತೊಡಗಿತ್ತು. ಪಾಕಿಸ್ತಾನದಲ್ಲೂ ಇಂಥಾ ಚಿತ್ರಗಳು ಬಿಡುಗಡೆಯಾಗುತ್ತವೆಯೇ ಎಂದು ಅಚ್ಚರಿ ಬೇರೆ. ಪಾಕಿಸ್ತಾನೀ ಚಿತ್ರದಲ್ಲಿ "ಬಲ್ಲೇ... ಬಲ್ಲೇ..." ಎಂಬ ಹಾಡು ಬರುತ್ತಿದ್ದರೆ ಮನದಲ್ಲೆಲ್ಲಾ ಪಂಜಾಬಿನದ್ದೇ ಕಂಪು.

ಮುಂದೆ ಕೆಲ ತಿಂಗಳುಗಳ ಬಳಿಕ ಭಾರತದಲ್ಲಿ ಬಾಲಿವುಡ್ ಚಿತ್ರ 'ರಯೀಸ್' ಬಿಡುಗಡೆಯಾದ ನಂತರವೇ ಆ ಚಿತ್ರದಲ್ಲಿದ್ದ ಪಾಕಿಸ್ತಾನೀ ಸುಂದರಿ ಯಾರೆಂದು ತಿಳಿದು ಬಂತು. ನಾನಂದು ನೋಡಿದ್ದ ಚಿತ್ರವು ಪಾಕಿಸ್ತಾನದ ಹಿಟ್ ಚಿತ್ರಗಳಲ್ಲೊಂದಾದ, ಮಾಹಿರಾ ಖಾನ್ ಮತ್ತು ಹೂಮಾಯೂನ್ ಸಯೀದ್ ಮುಖ್ಯಭೂಮಿಕೆಯಲ್ಲಿದ್ದ 'ಬಿನ್ ರೋಯೇ'.

ಅಂತೂ ಮೊದಲ ಹಂತದ ಪ್ರಯಾಣವು ಭರ್ಜರಿಯಾಗಿಯೇ ಮುಗಿದಿತ್ತು. ನಾವು ದುಬೈಯ ಧರೆಗಿಳಿದಾಗಿತ್ತು.

ದುಬೈ ಅಂತಾರಾಷ್ಟ್ರೀಯ ವಿಮಾನನಿಲ್ದಾಣವು ನೋಡಲು ದೈತ್ಯ ಶಾಪಿಂಗ್ ಮಾಲ್ ನಂತಿದೆ ಅನ್ನುವುದನ್ನು ಬಿಟ್ಟರೆ ನಾವು ಹೊರದೇಶದಲ್ಲಿದ್ದೇವೆ ಎಂದೇನೂ ಅನ್ನಿಸಲಿಲ್ಲ. ಎತ್ತ ನೋಡಿದರೂ ಭಾರತೀಯ ಮುಖಗಳೇ. ಎಲ್ಲೆಲ್ಲೂ ಏಷ್ಯನ್ನರದ್ದೇ ಕಾರುಬಾರು. ಆ ವಿಲಾಸಿ ಏರ್‌ಪೋರ್ಟಿನಲ್ಲಿ ಏನೇನಿದೆ ಎಂಬುದನ್ನು ವಿಸ್ತೃತವಾಗಿ ನೋಡಲು ಒಂದಿಡೀ ದಿನವೇ ಬೇಕಾಗಬಹುದೇನೋ! ಆದರೆ ಅದಕ್ಕೆಲ್ಲಾ ಸಮಯವಿಲ್ಲದ ನಾವು ಟ್ರಾನ್ಸಿಟ್ ವೀಸಾಗಾಗಿ ದುಬೈ ಏರ್‌ಪೋರ್ಟಿನ ಇಮಿಗ್ರೇಷನ್ ವಿಭಾಗದತ್ತ ನಡೆದಿದ್ದೆವು.

ಕಣ್ಣು ಹಾಯಿಸಿದಲ್ಲೆಲ್ಲಾ ಹನುಮಂತನ ಬಾಲದಂತಿದ್ದ ಉದ್ದನೆಯ ಕ್ಯೂಗಳೇ. ಎಮಿರೇಟ್ಸ್ ಏರ್‌ಲೈನ್ಸ್ ದುಬೈಯಲ್ಲಿ ತಂಗಿಕೊಳ್ಳಲು ಹೋಟೇಲ್ ವ್ಯವಸ್ಥೆಯನ್ನು ಮಾಡಿದ್ದರಿಂದ ಏರ್‌ಪೋರ್ಟ್ ಬಿಟ್ಟು ಹೋಟೇಲ್ ಕಡೆಗೆ ಹೋಗಬೇಕಾಗಿತ್ತು. ಆದರೆ ನಮ್ಮ ಪಾಸ್‌ಪೋರ್ಟುಗಳಲ್ಲಿ ಅಂಗೋಲಾ ವೀಸಾ ಇತ್ತೇ ಹೊರತು ದುಬೈ ವೀಸಾ ಅಲ್ಲ. ಹೀಗಾಗಿ ತಾತ್ಕಾಲಿಕ ಬಳಕೆಗಾಗಿರುವ ಟ್ರಾನ್ಸಿಟ್ ವೀಸಾಗಳನ್ನು ಪಡೆಯುವುದು ಕಡ್ಡಾಯ. ಅತ್ತ ಇಮಿಗ್ರೇಷನ್ ವಿಭಾಗದಲ್ಲಿ ಕುಳಿತಿದ್ದ ಶ್ವೇತವಸ್ತ್ರಧಾರಿ ಸಿಬ್ಬಂದಿಯೊಬ್ಬ ಕಿವಿ ತುರಿಸುತ್ತಾ, ತಲೆ ಕೆರೆಯುತ್ತಾ, ಮೂಗಿನ ಹೊಳ್ಳೆಗಳ ಆಳವನ್ನು ತನ್ನ ತೋರುಬೆರಳಿನಿಂದ ಅಳೆದು ನೋಡುತ್ತಾ ಸಮಯ ಪೋಲುಮಾಡುತ್ತಿದ್ದರೆ ಇತ್ತ ನನ್ನ ಬೆನ್ನ ಹಿಂದಿರುವ ಜನರ ಸಾಲು ಮಾತ್ರ ಉದ್ದವಾಗುತ್ತಲೇ ಹೋಗುತ್ತಿತ್ತು. ಪಾಪ ಈತನಿಗೆ ಬೋರಾಗುತ್ತಿದೆಯೇನೋ ಎಂದು ಸುಮ್ಮನೆ ಮಾತಿಗಿಳಿದರೆ "ಏನೋ ನಿನ್ನ ಗೋಳು... ತೆಪ್ಪಗಿರು" ಎಂದು ಹೇಳಿ ನನ್ನ ಬಾಯಿಯನ್ನೇ ಮುಚ್ಚಿಸಿಬಿಟ್ಟ ಅರಬ್ ಸಾಹೇಬ. ಭಾರತದ ವಿವಿಧ ಏರ್‌ಪೋರ್ಟುಗಳಲ್ಲಿ ಯಾವಾಗಲೂ ಸೌಜನ್ಯದ ಸೇವೆಯನ್ನೇ ಆಸ್ವಾದಿಸಿದ್ದ ನನಗೆ ಇದೊಂದು ಹೊಸ ಅನುಭವ. ಆದರೆ ಗಾಂಜಾದ ಅಮಲಿನಲ್ಲಿದ್ದಂತೆ ಮಾತನಾಡುತ್ತಿದ್ದ ಆತನನ್ನು ಕಂಡು ನನಗೆ ತಮಾಷೆಯೆನಿಸಿತ್ತು. ಈತ ಕೊಂಚ ಮೈಗಳ್ಳನಾಗಿರಬಹುದೇ ಹೊರತು ಇನ್ನೇನೂ ಅಲ್ಲ ಎಂಬುದು ನನ್ನ ಯೋಚನೆ. ಹೀಗೆ ಒಂದೊಂದೇ ಹಂತಗಳನ್ನು ದಾಟಿ ಕೊನೆಗೂ ಹೋಟೇಲಿನ ಬಸ್ಸೊಂದು ಏರ್‌ಪೋರ್ಟಿಗೆ ಬಂದು ನಮ್ಮನ್ನು ಕರೆದೊಯ್ಯುವಷ್ಟರಲ್ಲಿ ಬರೋಬ್ಬರಿ ಮೂರು ಗಂಟೆಗಳು ಕಳೆದುಹೋಗಿದ್ದವು.

ಹೋಟೇಲಿನ ರೂಮಿಗೆ ತೆರಳಿ ಹಾಸಿಗೆಗೆ ಮೈಚೆಲ್ಲಿದ ನಾನು ಸಹಜವಾಗಿಯೇ ಕೈಗಡಿಯಾರದತ್ತ ಕಣ್ಣು ಹಾಯಿಸಿದ್ದೆ. ನಮ್ಮ ಮುಂದಿನ ವೈಮಾನಿಕ ಪ್ರಯಾಣಕ್ಕೆ ಕೆಲವೇ ಕೆಲವು ಗಂಟೆಗಳಷ್ಟೇ ಬಾಕಿಯಿದ್ದವು. ಅಷ್ಟಕ್ಕೂ ನಿದ್ರಿಸುವುದೇ ಆದರೆ ಎರಡೂವರೆ ಗಂಟೆಗಳ ಕಾಲವಷ್ಟೇ ನಾನು ನಿದ್ರಿಸಬಹುದಾಗಿತ್ತು. ಮೊದಲೇ ಸ್ವಭಾವತಃ ಕುಂಭಕರ್ಣನಾಗಿದ್ದ ನನಗೆ

ಆ ಯೋಚನೆಯಿಂದಲೇ ದಿಗಿಲಾಗಿತ್ತು. ಈಗೇನಾದರೂ ಮಲಗಿದರೆ ಏಳುವ ಪ್ರಶ್ನೆಯೇ ಇಲ್ಲ ಎಂದು ಲೆಕ್ಕಹಾಕಿದ ನಾನು ಸುಮ್ಮನೆ ಈ ಎರಡೂವರೆ ಗಂಟೆಗಳನ್ನು ಸೋಫಾದಲ್ಲಿ ತೂಕಡಿಸುತ್ತಲೇ ಕಳೆದೆ. ಹೇಗೂ ಮುಂದಿನ ಪ್ರಯಾಣದಲ್ಲಿ ನಿದ್ರಿಸಿದರಾಯಿತು ಎಂಬ ಲೆಕ್ಕಾಚಾರ ನನ್ನದು. ಮುಂಜಾನೆ ಐದರ ಹೊತ್ತಿಗೆ ಉಪಾಹಾರವನ್ನು ಸವಿದು ತಯಾರಾಗಿ ನಿಂತಿದ್ದ ನಮ್ಮನ್ನು ಅದೇ ಬಸ್ಸು ಮತ್ತೆ ಏರ್‌ಪೋರ್ಟಿಗೆ ಕರೆದೊಯ್ದಿತ್ತು.

ದುಬೈಯಿಂದ ಎರಡನೇ ಬಾರಿ ಆಗಸಕ್ಕೆ ಚಿಮ್ಮಿದ ನಮಗೆ ಮತ್ತೆ ಭರ್ತಿ ಏಳೂವರೆ ಗಂಟೆಗಳ ತಡೆರಹಿತ ಹಾರಾಟ. ಆಫ್ರಿಕಾದ ಹಲವು ದೇಶಗಳನ್ನು ದಾಟಿ ಅಂಗೋಲಾದ ಲುವಾಂಡಾವರೆಗೆ ಬರಬೇಕು. ಮತ್ತದೇ ಪುಷ್ಕಳ ಭೋಜನ, ರೆಡ್ ವೈನ್ ಮತ್ತು ಒಂದರ ಹಿಂದೊಂದರಂತೆ ಚಲನಚಿತ್ರ ವೀಕ್ಷಣೆ. ನಾನು ವಿಮಾನದ ಒಂದು ಭಾಗದಲ್ಲಿದ್ದರೆ ನನ್ನೊಂದಿಗೆ ಬಂದಿದ್ದ ಅಧಿಕಾರಿ ವಿಮಾನದ ಇನ್ನೊಂದು ಮೂಲೆಯಲ್ಲಿ. ಕ್ರಿಸ್ಮಸ್ ಮತ್ತು ಹೊಸವರ್ಷದ ಪ್ರಯುಕ್ತವೋ ಏನೋ ವಿಮಾನವು ಪ್ರಯಾಣಿಕರಿಂದ ತುಂಬಿಹೋಗಿತ್ತು. ಈ ಬಾರಿಯೂ ಕಿಟಕಿ ಬದಿಯ ಆಸನವು ಸಿಕ್ಕಿಲ್ಲದ್ದಕ್ಕೆ ಸೇಡು ತೀರಿಸುವವನಂತೆ ನಾನು ಬೆನ್ನುಬೆನ್ನಿಗೆ ಚಲನಚಿತ್ರಗಳನ್ನು ನೋಡುತ್ತಲೇ ಹೋದೆ. ನನ್ನ ಪಕ್ಕದಲ್ಲಿದ್ದ ತಿಂಡಿಪೋತ, ರಸಿಕ ಟರ್ಕಿಷ್ ದಂಪತಿಗಳು ಪ್ರಯಾಣದುದ್ದಕ್ಕೂ ಸ್ನಾಕ್ ಸವಿಯುವುದರಲ್ಲೇ ವ್ಯಸ್ತರಾಗಿದ್ದರಿಂದ ಅವರನ್ನು ಮಾತಿಗೆಳೆದು ಪಾಪ ಕಟ್ಟಿಕೊಳ್ಳುವುದು ಬೇಡವೆಂದು ನಾನು ತೀರ್ಮಾನಿಸಿದ್ದೆ. ನಿದ್ದೆ ಮತ್ತೊಮ್ಮೆ ಮರೆತುಹೋಗಿತ್ತು.

ಏಳೂವರೆ ಗಂಟೆಗಳ ಸುದೀರ್ಘ ಪ್ರಯಾಣದ ನಂತರ ನಮ್ಮ ಎಮಿರೇಟ್ ಏರ್‌ಲೈನ್ಸ್ ವಿಮಾನವು ಲುವಾಂಡಾದ ಧರೆಗಿಳಿದಿತ್ತು. ಅಂತೂ ನಾನು ಆಫ್ರಿಕಾಕ್ಕೆ ಬಂದಿಳಿದಿದ್ದೆ. ವಿಮಾನದ ಹೊರಕ್ಕೆ ಬಂದಿಳಿದರೆ ಕಣ್ಣಿಗೆ ರಾಚುತ್ತಿದ್ದ ರಣಬಿಸಿಲು. ದೆಹಲಿಯ ಮೈಕೊರೆಯುವ ಚಳಿಗೆ ಥರ್ಮಲ್ಸ್, ಟೀ-ಶರ್ಟು, ಸ್ವೆಟ್ಟರ್, ಜಾಕೆಟ್, ಟೋಪಿ ಹೀಗೆ ಒಂದರ ಮೇಲೊಂದು ಬಟ್ಟೆಗಳನ್ನು ಧರಿಸಿ ಬೆರ್ಚಪ್ಪನಂತೆ ಬಂದಿದ್ದ ನನಗೆ ಎಲ್ಲವನ್ನೂ ಒಂದೊಂದಾಗಿ ಬಿಚ್ಚುವುದೇ ಮೊದಲ ಕೆಲಸವಾಯಿತು. ನಾನು ಈವರೆಗೆ ಕೇಳಿ ತಿಳಿದಿದ್ದ ಕಳಪೆ ಆಫ್ರಿಕನ್ ಏರ್‌ಪೋರ್ಟುಗಳಿಗಿಂತ ವಿಭಿನ್ನವಾಗಿ, ವ್ಯವಸ್ಥಿತವಾಗಿ ಕಂಡ ಲುವಾಂಡಾ ಅಂತರಾಷ್ಟ್ರೀಯ ವಿಮಾನ ನಿಲ್ದಾಣ ನನಗೆ ಸಮಾಧಾನವನ್ನು ತಂದಿದ್ದಂತೂ ಸತ್ಯ.

ಲ್ಯಾಂಡಿಂಗ್ ಮುಗಿಸಿ ಹಳದಿ ಜ್ವರ ಲಸಿಕೆಯ ದಾಖಲಾತಿಗಳು ಮತ್ತು ಇಮಿಗ್ರೇಷನ್ ವಿಭಾಗಕ್ಕೆ ನಡೆದ ನಮಗೆ ಕಂಡ ಮೊಟ್ಟಮೊದಲ ಅಚ್ಚರಿಯೆಂದರೆ ಚೀನೀಯರ ದಂಡು. ಲುವಾಂಡಾ ಏರ್‌ಪೋರ್ಟಿನಲ್ಲಿ ಅದೆಷ್ಟು ಮಂದಿ ಚೀನೀ ಪ್ರಯಾಣಿಕರು ತುಂಬಿಕೊಂಡಿದ್ದರೆಂದರೆ ನಾವು ಬಂದಿಳಿದಿದ್ದು ಲುವಾಂಡದಲ್ಲೋ ಅಥವಾ ಬೀಜಿಂಗ್ ಏರ್‌ಪೋರ್ಟಿನಲ್ಲೋ ಎಂಬಂತಾಗಿತ್ತು. ಲುವಾಂಡಾ ಏರ್‌ಪೋರ್ಟು ಇತರ ಅಂತಾರಾಷ್ಟ್ರೀಯ ವಿಮಾನ ನಿಲ್ದಾಣಗಳಿಗಿಂತ ಗಾತ್ರದಲ್ಲಿ ಚಿಕ್ಕದಾಗಿರುವ ಪರಿಣಾಮವಾಗಿ ಇಮಿಗ್ರೇಷನ್ ಕಾರ್ಯಾರ್ಥವಾಗಿ ಮತ್ತದೇ ಉದ್ದುದ್ದ ಸಾಲುಗಳು. ಏರ್‌ಪೋರ್ಟಿನಲ್ಲಿದ್ದ ಅಂಗೋಲನ್ ಸಿಬ್ಬಂದಿಗಳನ್ನು ಮತ್ತು ಬೆರಳೆಣಿಕೆಯ ಆಫ್ರಿಕನ್/ಐರೋಪ್ಯ ಪ್ರಯಾಣಿಕರನ್ನು ಹೊರತುಪಡಿಸಿದರೆ ಚೀನೀಯರದ್ದೇ ಕಾರುಬಾರು. ರಾಶಿ ರಾಶಿ ಪಾರಿವಾಳಗಳು ಒಂದೇ

ಜಾಗದಲ್ಲಿ ಸೇರಿದರೆ ಹೇಗೆ ಗುಟುರು ಹಾಕುತ್ತವೆಯೋ ಅಂತೆಯೇ ಚೀನೀಯರ ನಿಲ್ಲದ ಕರಪರ ಕರಪರ ಮಾತು, ನಗೆ, ಚೆಲ್ಲಾಟಗಳು. ನಮ್ಮಲ್ಲಿಯ ಸಂತೆಗಳೇ ವಾಸಿಯೇನೋ ಎಂಬಂತೆ ನನ್ನ ಜೊತೆಗಿದ್ದ ಅಧಿಕಾರಿಯನ್ನು ನೋಡಿದರೆ ಅವರ ಮುಖದಲ್ಲೂ ನಗು. ಈ ಮಧ್ಯೆ ನಮ್ಮೊಂದಿಗಿದ್ದ ಪೋರ್ಚುಗೀಸ್ ಸಹಪ್ರಯಾಣಿಕನೊಬ್ಬ ಕಾಲಹರಣ ಮಾಡಲು ನಮ್ಮೊಂದಿಗೆ ಮಾತಿಗಿಳಿಯುತ್ತಾ "ಇಲ್ಲಿಯ ಸುರಕ್ಷಾ ಸಿಬ್ಬಂದಿಗಳೊಂದಿಗೆ ಹೆಚ್ಚು ಮಾತನಾಡಲು ಹೋಗಬೇಡಿ. ವೃಥಾ ಹಣ ಕೀಳುತ್ತಾರೆ", ಎಂದು ಕಾಳಜಿಯಿಂದ ಹೇಳಿಕೊಂಡ. ನಾವು ಮೊದಲ ಬಾರಿ ಬಂದಿದ್ದು ಎಂದು ನಮ್ಮ ಮುಖಭಾವಗಳಿಂದಲೇ ಆತನಿಗೆ ತಿಳಿಯಿತೋ ಏನೋ. ಆತನ ಅತ್ಯಮೂಲ್ಯ ಸಲಹೆಗೆ ಧನ್ಯವಾದಗಳನ್ನರ್ಪಿಸಿದ ನಾವುಗಳು ಮುಂದಿನ ಹಂತಗಳನ್ನು ದಾಟಲು ಸಾಗಿದೆವು.

ಈವರೆಗೆ ಇಂಗ್ಲಿಷ್ ಭಾಷೆಯನ್ನು ಸ್ವರ್ಣಸಿಂಹಾಸನದಲ್ಲಿರಿಸಿದ್ದ ನಮಗೆ ಲುವಾಂಡಾದಲ್ಲಿ ಇಂಗ್ಲಿಷ್ ಭಾಷೆಗೆ ಕವಡೆ ಕಾಸಿನ ಕಿಮ್ಮತ್ತೂ ಇಲ್ಲ ಎಂದು ತಿಳಿದಾಗ 'ಹೇಗಪ್ಪಾ ಮುಂದೆ' ಎಂದು ಮನದಲ್ಲೇ ತೌಡುಕುಟ್ಟಿದೆವು. ಇಮಿಗ್ರೇಷನ್ ವಿಭಾಗದ ಅಧಿಕಾರಿಗಳು ಪೋರ್ಚುಗೀಸ್ ಭಾಷೆಯಲ್ಲಿ ಅದೇನು ಕೇಳಿದರೋ, ನಮಗೆಷ್ಟು ಅರ್ಥವಾಯಿತೋ ದೇವರೇ ಬಲ್ಲ. ಸುಮ್ಮನೆ ಮಾತಾಡುವ ಅಧಿಕಪ್ರಸಂಗತನವನ್ನು ತೋರಿ ಮತ್ತೆ ಲುವಾಂಡಾ ಏರ್‌ಪೋರ್ಟಿನಲ್ಲೇ ಉಳಿಯುವ ಇಚ್ಛೆಯೂ ನಮಗಿರಲಿಲ್ಲವಾದ್ದರಿಂದ ಟ್ರಾಫಿಕ್ ಪೊಲೀಸಪ್ಪನಂತೆ ಕೈಸಂಜ್ಞೆಗಳನ್ನು ಬಳಸುತ್ತಾ, ಹೌದು-ಅಲ್ಲಗಳಿಗೆ ಕೋಲೇಬಸವನಂತೆ ತಲೆಯಾಡಿಸುತ್ತಾ ಹೇಗೋ ಎಲ್ಲವನ್ನೂ ಮುಗಿಸಿದೆವು. ಹೀಗೆ ದಾಖಲಾತಿ ಪರಿಶೀಲನೆಗಳ ವಿವಿಧ ಹಂತಗಳನ್ನು ಮುಗಿಸಿ ಲುವಾಂಡಾ ಏರ್‌ಪೋರ್ಟಿನಿಂದ ಹೊರಬರುವಷ್ಟರಲ್ಲಿ ಸಂಜೆಯ ಐದು ದಾಟಿತ್ತು. ಸೂರ್ಯ ಮೆತ್ತಗೆ ತಣ್ಣಗಾಗಲಾರಂಭಿಸಿದ್ದ.

"ಬೆಂವಿಂದು... ಬೆಂವಿಂದು... (ಸ್ವಾಗತ... ಸ್ವಾಗತ...)", ಎನ್ನುತ್ತಾ ಆಗಮನದ ಮುಖ್ಯದ್ವಾರದಲ್ಲಿ ನಿಂತಿದ್ದ ಇಬ್ಬರು ತರುಣರು ನಮ್ಮನ್ನು ಸ್ವಾಗತಿಸಿದರು. ಭಾರದ ಲಗೇಜುಗಳನ್ನು ಮಾತಿಲ್ಲದೆ ಈ ಇಬ್ಬರಿಗೆ ಹಸ್ತಾಂತರಿಸಿದ ನಾವುಗಳು ಅವರನ್ನೇ ಹಿಂಬಾಲಿಸುತ್ತಾ ಮುನ್ನಡೆದೆವು.

ಬೆಂವಿಂದು ಅ ಅಂಗೋಲ... ರಿಪಬ್ಲಿಕ್ ಆಫ್ ಅಂಗೋಲಾ ದೇಶಕ್ಕೆ ಸುಸ್ವಾಗತ...!

ಹೀಗೆ ಲುವಾಂಡಾ ಏರ್‌ಪೋರ್ಟಿನಿಂದ ಹೊರಬಂದ ನಮ್ಮನ್ನು ಆತ್ಮೀಯವಾಗಿ ಸ್ವಾಗತಿಸಿದ್ದು ಅಂಗೋಲಾದ ಬಿಸಿಲು.

ಕಳೆದ ಹತ್ತಕ್ಕೂ ಹೆಚ್ಚು ತಾಸುಗಳಿಂದ ಹವಾನಿಯಂತ್ರಿತ ಕೊಠಡಿಗಳಲ್ಲೇ ಸಮಯವನ್ನು ಕಳೆದಿದ್ದ ನನಗೆ ಲುವಾಂಡಾದ ಬಿಸಿಲು ಮುದವನ್ನು ನೀಡಿದ್ದಂತೂ ಸತ್ಯ. ಅಂಗೋಲಾ

ರಾಜಧಾನಿಯಾದ ಲುವಾಂಡಾದ ಅಂತಾರಾಷ್ಟ್ರೀಯ ವಿಮಾನ ನಿಲ್ದಾಣವು ಇತರ ಖ್ಯಾತ ಏರ್‌ಪೋರ್ಟುಗಳಿಗಿಂತ ಗಾತ್ರದಲ್ಲಿ ಚಿಕ್ಕದಾಗಿದ್ದರೂ ದೂರುವಂಥದ್ದೇನೂ ಇರಲಿಲ್ಲ. ಏರ್‌ಪೋರ್ಟ್ ಒಂದಕ್ಕೆ ಬೇಕಾಗಿರುವ ಮೂಲಭೂತ ಅವಶ್ಯಕತೆಗಳೆಲ್ಲವನ್ನೂ ಅಲ್ಲಿ ವ್ಯವಸ್ಥಿತವಾಗಿ ಪ್ರಯಾಣಿಕರಿಗೆ ನೀಡಲಾಗಿತ್ತು. ದುಬೈ, ಪೋರ್ಚುಗಲ್, ಫ್ರಾನ್ಸ್, ಚೀನಾ ಸೇರಿದಂತೆ ದಕ್ಷಿಣ ಆಫ್ರಿಕಾ, ಕೀನ್ಯಾ, ಇಥಿಯೋಪಿಯಾ, ನಮೀಬಿಯಾಗಳಂತಹ ಹಲವು ಆಫ್ರಿಕನ್ ದೇಶಗಳೊಂದಿಗೆ ವಾಯುಮಾರ್ಗದ ಸಂಪರ್ಕವು ಲುವಾಂಡಾ ನಗರಕ್ಕಿದೆ.

ಲುವಾಂಡಾದ 'ಕ್ವಾತ್ರೋ ದೆ ಫೆವೆರೈರು' ಅಂತಾರಾಷ್ಟ್ರೀಯ ವಿಮಾನ ನಿಲ್ದಾಣವು ನಗರದ ಹೃದಯಭಾಗದಲ್ಲಿದೆ ಎಂದರೆ ತಪ್ಪಾಗಲಿಕ್ಕಿಲ್ಲ. ಈ ಜಾಗವು ನಗರದ ಜನನಿಬಿಡ ಪ್ರದೇಶಗಳಲ್ಲೊಂದು. ಅಂಗೋಲಾಕ್ಕೆ ಸುಸ್ವಾಗತ ಎಂಬ ಸುಂದರ ಸ್ವಾಗತ ಫಲಕವನ್ನೂ ಎದುರಿಗಿರುವ ಫ್ಲೈಓವರ್ ಒಂದರಲ್ಲಿ ಕಾಣಬಹುದು. ಪೋರ್ಚುಗೀಸ್ ಭಾಷೆಯಲ್ಲಿ 'ಕ್ವಾತ್ರೋ' ಎಂದರೆ ನಾಲ್ಕು, 'ಫೆವೆರೈರು' ಎಂದರೆ ಫೆಬ್ರವರಿ ಎಂದರ್ಥ. ಇಂಗ್ಲಿಷ್ ವರ್ಣಮಾಲೆಯ ಪ್ರಕಾರ ಓದಲು ಇದು 'ಫೆವೆರೈರೋ' ಎಂದಾದರೂ ಉಚ್ಚಾರಣೆ ಮಾತ್ರ 'ಫೆವೆರೈರು' ಎಂದೇ. ಆಂಗ್ಲಭಾಷೆಯ ವರ್ಣಮಾಲೆ ಅಕ್ಷರ 'ಒ' ಇರುವ ಕಡೆಗಳಲ್ಲೆಲ್ಲಾ 'ಉ' ಎಂದು ಉಚ್ಚರಿಸುವುದು ಇಲ್ಲಿಯ ರೂಢಿ. ಅಂದಹಾಗೆ ಫೆಬ್ರವರಿ 4ರ ದಿನಾಂಕವು ಅಂಗೋಲಾ ಇತಿಹಾಸದ ಪ್ರಮುಖ ಮೈಲುಗಲ್ಲುಗಳಲ್ಲೊಂದು. 1961ರ ಈ ದಿನದಂದೇ ಅಂಗೋಲನ್ ಹೋರಾಟಗಾರರು ಚಾಕು, ಮಚ್ಚು, ಕತ್ತಿಗಳನ್ನು ಹಿಡಿದುಕೊಂಡು ಪೋರ್ಚುಗೀಸ್ ಸಾಮ್ರಾಜ್ಯದ ವಿರುದ್ಧ ದಂಗೆಯೆದ್ದಿದ್ದರು. ಫೆಬ್ರವರಿ 4 ಈ ಹೋರಾಟಗಾರರ ನೆನಪಿಗಾಗಿ ಮುಡುಪಾಗಿಟ್ಟಿರುವ ಸರಕಾರಿ ರಜಾದಿನವೂ ಹೌದು. ಹೀಗೆ ಲುವಾಂಡಾದ 'ಕ್ವಾತ್ರೋ ದೆ ಫೆವೆರೈರು' ಅಂತಾರಾಷ್ಟ್ರೀಯ ವಿಮಾನನಿಲ್ದಾಣದ ಹೆಸರಿನ ಹಿಂದಿನ ಕಥೆಯಿದು. ಒಂದು ರೀತಿಯಲ್ಲಿ ಇದು ಅಂಗೋಲನ್ ಸಂಸತ್ತು, ನೇಟೋ ಸ್ಮಾರಕ, ಮಾರ್ಜಿನಲ್ ಸ್ಟ್ರೀಟ್ ಇತ್ಯಾದಿ ಲುವಾಂಡಾದ ಆಯಕಟ್ಟಿನ ಸ್ಥಳಗಳಿಗೆ ಹೋಗಲು ಮುಖ್ಯದ್ವಾರದಂತಿರುವ ಭಾಗವೂ ಹೌದು.

ಕಾರು ಚಾಲಕ ಮತ್ತು ದುಭಾಷಿಯೊಂದಿಗೆ ಕಾರಿನಲ್ಲಿ ಕುಳಿತ ನಾವು ವಿಮಾನನಿಲ್ದಾಣದಿಂದ ನಗರದ ಹೊರಭಾಗದಲ್ಲಿದ್ದ ವಸತಿಗೃಹದ ಕಡೆಗೆ ಧಾವಿಸಿದ್ದೆವು. ಕುಳಿತಲ್ಲಿಂದಲೇ ಹೊರಗಿನ ದೃಶ್ಯಗಳನ್ನು ನೋಡುತ್ತಿದ್ದ ನನಗೆ ಈ ಹಿಂದೆ ನಿರೀಕ್ಷಿಸಿದ್ದಂತೆ ಯುದ್ಧಟ್ಯಾಂಕರುಗಳೇನೂ ಕಾಣದೆ ಕೊಂಚ ನಿರಾಳವಾದಂತೆನಿಸಿತು. ಬೆರಳಣಿಕೆಯ ಅಂಶಗಳನ್ನು ಹೊರತುಪಡಿಸಿ ಲುವಾಂಡಾ ನಮ್ಮ ಶಹರಗಳಿಗಿಂತ ಹೆಚ್ಚು ಭಿನ್ನ ಎಂದೆನಿಸಲಿಲ್ಲ. ಅದೇ ಧೂಳು, ಜನಜಂಗುಳಿ, ಜನನಿಬಿಡ ಟ್ರಾಫಿಕ್ಕು, ಹಾರ್ನುಗಳ ಅರಚಾಟ ಮತ್ತು ಕೊಳಚೆಪ್ರದೇಶಗಳು. ಅಸಲಿಗೆ ಆ ದಿನ ನಾವು ಲುವಾಂಡಾ ನಗರದೊಳಕ್ಕೆ ಹೋಗಿರಲೇ ಇಲ್ಲ. ನಗರದ ಮುಖ್ಯದ್ವಾರದಂತಿದ್ದ ವಿಮಾನನಿಲ್ದಾಣದಿಂದ ನೇರವಾಗಿ ನಗರದ ಹೊರಭಾಗದಲ್ಲಿ ನಮಗಾಗಿ ಕಾಯುತ್ತಿದ್ದ ವಸತಿಗೃಹದತ್ತ ತೆರಳಿದ್ದೆವು. "ಈಗ ನೀವು ನೋಡುತ್ತಿರುವುದು ಲುವಾಂಡಾದ ಒಂದು ಭಾಗವಷ್ಟೇ. ನಗರವು ಇದಕ್ಕಿಂತಲೂ ಬಲುಸುಂದರವಾಗಿದೆ", ಎಂದು ದುಭಾಷಿಯಾಗಿದ್ದ ಮಿಗೆಲ್ ಎಂಬೋಸೋ ಹೇಳಿದ. ನಾನು ಹೂಂ ಎಂದು ತಲೆಯಾಡಿಸಿದೆ. ಆದಷ್ಟು ಬೇಗ

ವಸತಿಗೃಹವನ್ನು ತಲುಪಿ ವಿಶ್ರಾಂತಿ ತೆಗೆದುಕೊಳ್ಳುವುದೇ ಆ ಕ್ಷಣದ ಅಗತ್ಯವಾಗಿದ್ದರಿಂದ ಟ್ರಾಫಿಕ್ಕಿನ ಹಿನ್ನೆಲೆಯಲ್ಲಿ ಈ ಮಾತುಗಳು ಜೋಗುಳ ಹಾಡಿದಂತೆನಿಸಿ ನಾವು ಕೂತಲ್ಲೇ ತೂಕಡಿಸಿದೆವು.

ಅಂತೂ ವಿಮಾನ ನಿಲ್ದಾಣದಿಂದ ಸುಮಾರು ಒಂದು ತಾಸಿನ ಪ್ರಯಾಣದ ನಂತರ ನಾವು ನಮ್ಮ ವಸತಿಗೃಹವನ್ನು ತಲುಪಿದ್ದೆವು. ಹಾಗೆ ನೋಡಿದರೆ ಟ್ರಾಫಿಕ್ ಜಂಜಾಟವಿಲ್ಲದಿದ್ದರೆ ಅದು ಇಪ್ಪತ್ತರಿಂದ ಇಪ್ಪತ್ತೈದು ನಿಮಿಷಗಳ ದಾರಿಯಷ್ಟೇ. ಆದರೇನು ಮಾಡುವುದು? ಅಂತೂ ಒಂದು ರೀತಿಯಲ್ಲಿ 'ಮಿನಿ' ಮನೆಯಂತಿದ್ದ ಆ ವಸತಿಗೃಹದಲ್ಲಿ ಸೇರಿಕೊಂಡ ನಾವಿಬ್ಬರು ತಮ್ಮ ತಮ್ಮ ಕೋಣೆಗಳಿಗೆ ಹೋಗಿ ಸುಧಾರಿಸಿಕೊಂಡೆವು. ಸಂಜೆ ಏಳಕ್ಕೆ ರಾತ್ರಿಯ ಊಟ ಎಂಬ ಸೂಚನೆಯನ್ನು ಕೊಟ್ಟ ದುಭಾಷಿ ಮಹಾಶಯ ನಮ್ಮನ್ನು ವಸತಿಗೃಹದಲ್ಲಿ ಬೀಳ್ಕೊಟ್ಟು ಹೊರಟುಹೋಗಿದ್ದ. ಸುಮಾರು ನಲವತ್ತು ತಾಸುಗಳ ನಂತರ ನಸೀಬಾದ ವಿಶ್ರಾಂತಿಯನ್ನು ಅಪ್ಪಿಕೊಂಡ ನಾನು ಮರುಮಾತಿಲ್ಲದೆ ಹಾಸಿಗೆಯಲ್ಲಿ ಮೈಚೆಲ್ಲಿದ್ದೆ.

ಪುಟ್ಟ ವಿಶ್ರಾಂತಿಯನ್ನು ಮುಗಿಸಿದ ನಾವು ಸಂಜೆಯ ಏಳರ ನಂತರ ಊಟಕ್ಕೆ ತೆರಳಿದೆವು. ಅಷ್ಟಕ್ಕೂ ಆ ಜಾಗವು ಹೋಟೇಲಿನಂತೆ ಕಾಣುತ್ತಿತ್ತೇ ಹೊರತು ಅದು ಪ್ರವಾಸಿಗಳ ತಂಗುವಿಕೆಗೆಂದು ಮೀಸಲಾಗಿರಿಸಿದ್ದ ಹೋಟೇಲ್ ಆಗಿರಲಿಲ್ಲ. ಅದು ಸಂಸ್ಥೆಯೊಂದರ ವಸತಿಗೃಹವಾಗಿತ್ತು. ಆದರೆ ರೆಸ್ಟೋರೆಂಟ್, ಈಜುಕೊಳದಿಂದ ಟೆನ್ನಿಸ್ ಕೋರ್ಟಿನವರೆಗಿನ ಸೌಲಭ್ಯಗಳನ್ನೂ ಈ ಸಂಸ್ಥೆಯು ತನ್ನ ವಿಶಾಲ ಆವರಣದಲ್ಲಿ ವ್ಯವಸ್ಥಿತವಾಗಿ ಇರಿಸಿಕೊಂಡಿತ್ತು. ಲುವಾಂಡಾ ಜಗತ್ತಿನ ಅತೀ ದುಬಾರಿ ನಗರಗಳಲ್ಲೊಂದು ಅನ್ನುವುದು ಬಹಳಷ್ಟು ಜನರಿಗೆ ತಿಳಿದಿರಲಿಕ್ಕಿಲ್ಲ. ಅದರಲ್ಲೂ ವಿದೇಶೀಯರಿಗೆ ಲುವಾಂಡಾ ಅನ್ನುವುದು ಮತ್ತಷ್ಟು ದುಬಾರಿ. ಈ ವಿಚಾರದಲ್ಲಿ ಲುವಾಂಡಾ ಮ್ಯೂನಿಚ್, ಹಾಂಗ್‌ಕಾಂಗ್‌ಗಳನ್ನೂ ಕೂಡ ಹಿಂದಿಕ್ಕಿದೆ. ಬೇರೆ ಯಾವ ಕ್ಷೇತ್ರಗಳಲ್ಲಿ ಅಂಗೋಲಾ ಮುಂದಿದೆ ಎಂಬುದನ್ನು ಹೇಳುವುದು ಕಷ್ಟ. ಆದರೆ, ದುಬಾರಿ ನಗರಗಳ ವಿಚಾರದಲ್ಲಿ ಲುವಾಂಡಾ ಹಲವು ವರ್ಷಗಳಿಂದ ತನ್ನನ್ನು ತಾನು ಮುಂಚೂಣಿಯ ಸ್ಥಾನದಲ್ಲಿ ಇರಿಸಿಕೊಂಡಿದೆ. ನಾವು ಉದ್ಯೋಗಿಗಳಾಗಿದ್ದರಿಂದ ಈ ವಸತಿಗೃಹದ ಸೌಲಭ್ಯಗಳು ಉಚಿತವಾಗಿದ್ದವೇ ಹೊರತು ನಗರದ ಇತರ ಹೋಟೇಲುಗಳಿಗೆ ಕಾಲಿರಿಸಿದ್ದರೆ ಮೊದಲ ದಿನವೇ ದಿವಾಳಿಯಾಗಲಿರುವುದು ಖಚಿತವಾಗಿತ್ತು. ಲುವಾಂಡಾದ ಸಂಪೂರ್ಣ ವಿಶ್ವರೂಪದರ್ಶನವನ್ನು ಇನ್ನೂ ಮಾಡಿಲ್ಲದ ನಾವು ಆ ಕ್ಷಣದಲ್ಲಿ ಇಷ್ಟಕ್ಕೇ ಕೈಮುಗಿದದ್ದಂತೂ ಸತ್ಯ.

ಆ ರಾತ್ರಿ ವಸತಿಗೃಹದಲ್ಲೇ ಸುಧಾರಿಸಿಕೊಂಡ ನಮ್ಮಿಬ್ಬರ ತಂಡವು ಮರುದಿನ ಮುಂಜಾನೆಯ ಉಪಾಹಾರದ ಬಳಿಕ ವೀಜ್‌ನತ್ತ ತೆರಳಿತ್ತು. ಹಾಗೆ ನೋಡಿದರೆ 'ವೀಜ್' ನಮ್ಮ ನಿಜವಾದ ಕರ್ಮಭೂಮಿ. ಆದರೆ ಆ ವೀಜ್ ರಾಜಧಾನಿಯ ಅಕ್ಕಪಕ್ಕದಲ್ಲೇ ಇದೆ ಎಂಬ ನನ್ನ ಲೆಕ್ಕಾಚಾರವು ತಲೆಕೆಳಗಾದಾಗ ಕೊಂಚ ಬೇಜಾರಾಗಿದ್ದಂತೂ ಸತ್ಯ. ಆ ದಿನ ನಿಜಕ್ಕೂ ನಾವು ತೋರಿಕೆಯ ಥಳುಕು-ಬಳುಕುಗಳಿಂದ ದೂರವಿರುವ ಅಂಗೋಲಾದ ನಿಜವಾದ ಮುಖವನ್ನು ನೋಡಲಿದ್ದೆವು. ಎಲ್ಲದಕ್ಕಿಂತಲೂ ಮುಖ್ಯವಾಗಿ ನಾವುಗಳು

ನೆಲೆಸಬೇಕಾಗಿದ್ದ ಪ್ರದೇಶವೇ ವೀಜ್ ಆಗಿದ್ದುದರಿಂದ ಮುಂದೆ ಇನ್ನೇನು ಕಾದಿದೆ ಎಂಬ ನಿರೀಕ್ಷೆಯಲ್ಲಿ ನಾವಿದ್ದೆವು ಅನ್ನುವುದನ್ನು ಹೇಳಲೇಬೇಕು.

ಹೀಗೆ ಲುವಾಂಡಾವನ್ನು ಬಿಟ್ಟು ಹೊರಬಂದ ನಾವು ವೀಜ್ ಕಡೆಗೆ ಸಾಗುತ್ತಿದ್ದಂತೆ ಬದಲಾವಣೆಗಳೂ ಕಾಣತೊಡಗಿದ್ದವು. ನಿಮಿಷಗಳು ಕಳೆದಂತೆ ನಮ್ಮ ಸವಾರಿ ಮಹಾನಗರಿಯಿಂದ ಗ್ರಾಮೀಣ ಪ್ರದೇಶಗಳತ್ತ ನಿಧಾನವಾಗಿ ಹೊರಳಿಕೊಳ್ಳುತ್ತಿತ್ತು. ಮಾರ್ಗ ಮಧ್ಯದಲ್ಲಿ ದೂರದಿಂದ ಕಾಣುವ ಹಸಿರು ಗುಡ್ಡವೊಂದರಲ್ಲಿ ದೊಡ್ಡದಾಗಿ 'ಕಕ್ಸಿಟೋ' ಎಂದು ಬರೆದಿದ್ದು ಥೇಟು ಅಮೇರಿಕಾದ ಹಾಲಿವುಡ್ ಅನ್ನು ನೆನಪಿಸುತ್ತಿತ್ತು. ಬರೆದಿದ್ದು 'ಕಕ್ಸಿಟೋ' ಆದರೂ ಅಂಗೋಲನ್ನರಿಗೆ ಅದು 'ಕಶೀತು'. ಅಂಗೋಲಾದ ಬೆಂಗು ಪ್ರೊವಿನ್ಸ್(ಪ್ರಾಂತ್ಯ)ನಲ್ಲಿ ಬರುವ ಪುಟ್ಟ ಪಟ್ಟಣವಿದು. ರಾಜಧಾನಿಯಾದ ಲುವಾಂಡಾಗೆ ಅಂಟಿಕೊಂಡೇ ಇರುವುದರಿಂದ ಕೆಲವೊಮ್ಮೆ ಇದು ಲುವಾಂಡಾದ ಭಾಗವೇ ಎಂದು ಹೊಸಬರು ಬೇಸ್ತುಬೀಳುವುದು ಸಹಜ. ನಿನ್ನೆ ಮತ್ತು ಇಂದಿನ ಮುಂಜಾನೆಯವರೆಗೆ ಲುವಾಂಡಾದಲ್ಲಿ ಸೂಟುಬೂಟುಧಾರಿಗಳನ್ನು, ಲಗುಬಗೆಯಿಂದ ಓಡಾಡುತ್ತಿದ್ದ ನಗರವಾಸಿಗಳನ್ನು ನೋಡುತ್ತಿದ್ದ ನಾನು ನಗರದಿಂದ ಹೊರಬಿದ್ದಂತೆ ರಸ್ತೆಬದಿಯ ವ್ಯಾಪಾರಸ್ಥರನ್ನು, ದಾರಿಹೋಕರನ್ನು, ರೂಪವಿಲ್ಲದ ಕಟ್ಟಡಗಳನ್ನು, ಗುಡಿಸಲಿನಂತಿದ್ದ ಅಂಗಡಿಗಳನ್ನು ಎವೆಯಿಕ್ಕದೆ ನೋಡುತ್ತಿದ್ದೆ. ಏನೇನೂ ಅರ್ಥವಾಗದಿದ್ದರೂ ಪೋರ್ಚುಗೀಸ್ ನಾಮಫಲಕಗಳನ್ನು ಸುಮ್ಮನೆ ಓದತೊಡಗಿದೆ. ಹೊಸತು ಎಂದರೆ ಉತ್ಸಾಹವೂ ಸಹಜವಲ್ಲವೇ?

ಲುವಾಂಡಾದಿಂದ ವೀಜ್ ಕಡೆಗೆ ಸಾಗುತ್ತಿದ್ದ ಆ ಹೆದ್ದಾರಿಯೇ ನನಗೆ ವಿಚಿತ್ರವಾಗಿ ಕಂಡಿತ್ತು. ದೂರದ ದಿಗಂತಕ್ಕಂಟಿಕೊಂಡಂತೆ ಕಾಣುತ್ತಿದ್ದ ಬೆರಳೆಣಿಕೆಯ ಗುಡ್ಡಗಳು, ಸುತ್ತಲೂ ಬಹುತೇಕ ಖಾಲಿ ಎನ್ನಬಹುದಾದ ವಿಶಾಲವಾದ ಬಯಲುಪ್ರದೇಶ ಮತ್ತು ಈ ಚಪ್ಪಟೆ ಕಾವಲಿಯಂತಿದ್ದ ಸಮತಲವನ್ನು ಸೀಳಿ ಸಾಗುತ್ತಿದ್ದ ಟಾರುರಸ್ತೆ. ಮಟ್ಟಸವಾಗಿ ಬಾಚಿದ ನಂತರ ಉಳಿಯುವ ಬೈತಲೆಯಂತಿನ ಹೆದ್ದಾರಿ. ಆ ರಸ್ತೆ ಅದೆಷ್ಟು ನೇರವಾಗಿತ್ತೆಂದರೆ ನಾವಿದ್ದ ಜಾಗದಿಂದಲೇ ಮುಂದೆ ಬರಲಿದ್ದ ಸುಮಾರು ಒಂದೂವರೆ ಕಿಲೋಮೀಟರುಗಳ ದಾರಿ ನಮಗೆ ಸ್ಪಷ್ಟವಾಗಿ ಕಾಣಿಸುತ್ತಿತ್ತು. ನಗರದಿಂದ ಹೊರಬಂದು ಹೆಚ್ಚೇನೂ ಜನಸಂದಣಿಯೂ ಇಲ್ಲದಿದ್ದ ಕಾರಣದಿಂದಾಗಿ ನಮ್ಮ ಮಜ್ದಾ ಕಾರು ಘಂಟೆಗೆ ನೂರರಿಂದ ನೂರಿಪ್ಪತ್ತು ಕಿಲೋಮೀಟರುಗಳ ವೇಗದಲ್ಲಿ ರೊಂಯ್ಯನೆ ಸಾಗುತ್ತಿತ್ತು. ಅತ್ತ ಹಳ್ಳಿಯೂ ಅಲ್ಲದ ಇತ್ತ ನಗರವೂ ಅಲ್ಲದ ಆ ಪ್ರದೇಶದ ದೃಶ್ಯವನ್ನು ನಾನು ಚೆನ್ನಾಗಿಯೇ ಆಸ್ವಾದಿಸುತ್ತಿದ್ದೆ.

ಆದರೆ ನಮ್ಮ ಕಹಾನಿಗೆ 'ಟ್ವಿಸ್ಟ್' ಸಿಗಲು ಹೆಚ್ಚು ಸಮಯವೇನೂ ಬೇಕಾಗಲಿಲ್ಲ. ಸುತ್ತಲೂ ಕಾಣುತ್ತಿದ್ದ ದೃಶ್ಯವನ್ನು ನಾನು ಅಚ್ಚರಿಯ ಕಣ್ಣುಗಳೊಂದಿಗೆ ನೋಡುತ್ತಿರುವಂತೆಯೇ ಒಂದು ಜಾಗದಲ್ಲಿ ಎಡಕ್ಕೆ ತಿರುಗಿದ ನಮ್ಮ ವಾಹನವು ಹೆದ್ದಾರಿಯನ್ನು ಬಿಟ್ಟು ಹೊಸ ದಾರಿಯನ್ನು ಹಿಡಿದಿತ್ತು. ಈ ತಿರುವಿನೊಂದಿಗೆ ತಕ್ಕಮಟ್ಟಿನ ನಗರವೆಂಬಂತೆ ಕಾಣುತ್ತಿದ್ದ ದೃಶ್ಯಗಳು ಮಾಯವಾಗಿ ಹಟಾತ್ತನೆ ದಟ್ಟಕಾಡುಗಳು ಎದುರಾಗಿದ್ದವು. ಅತ್ತ, ಇತ್ತ, ಎತ್ತ ನೋಡಿದರೂ ಕಾಡೇ. ಗುರುಗ್ರಾಮ-ದೆಹಲಿಯ ಕಾಂಕ್ರೀಟ್ ಕಾಡಿನಿಂದ ಅಕ್ಷರಶಃ ಬೇಸತ್ತಿದ್ದ ನಾನು 'ವಾವ್, ಹಸಿರು... ಕಾಡು... ಅಡ್ವೆಂಚರ್' ಅಂತೆಲ್ಲಾ ಮನದಲ್ಲೇ ಮಂಡಿಗೆ

ಮೆಲ್ಲಲಾರಂಭಿಸಿದೆ. ಕಾಡು ಬಂದುಬಿಟ್ಟರೂ ರಸ್ತೆಯು ಚೆನ್ನಾಗಿಯೇ ಇದ್ದದ್ದರಿಂದಾಗಿ ಪ್ರಯಾಣದ ಆರಾಮಕ್ಕೇನೂ ತೊಂದರೆಯಾಗಲಿಲ್ಲ. ಆದರೆ ಮೊದಲಿದ್ದ ನೇರವಾದ ರಸ್ತೆಗಳು ಮಾಯವಾಗಿ ಅಂಕುಡೊಂಕಿನ ರಸ್ತೆಗಳು ಶುರುವಾದ ಪರಿಣಾಮವಾಗಿ ಹೊಟ್ಟೆಯ ಪಚನಕ್ರಿಯೆಯಲ್ಲಿದ್ದ ವ್ಯವಸ್ಥೆಗಳು ಮಾತ್ರ ಕೊಂಚ ಅಲುಗಾಡಿಹೋದವು.

ಕಾಡು... ಕಾಡು... ಕಾಡು... ಅದೆಷ್ಟು ಕಾಡು? ಐದು ಕಿಲೋಮೀಟರ್? ಹತ್ತು ಕಿಲೋಮೀಟರ್? ಇಪ್ಪತ್ತು ಕಿಲೋಮೀಟರ್? ಐವತ್ತಾದರೂ, ಎಪ್ಪತ್ತಾದರೂ, ನೂರಾದರೂ ಈ ಕಾಡುಗಳು ಮುಗಿಯುವಂತೆ ಮಾತ್ರ ಕಾಣಲಿಲ್ಲ. ಸಾಗಿದಷ್ಟೂ ಹಾದಿ, ನೋಡಿದಷ್ಟೂ ಮುಗಿಯದ ಕಾಡು! ಅಷ್ಟೊಂದು ಕಾಡು ಹಾಗಿರಲಿ, ಅಷ್ಟು ಖಾಲಿ ಪ್ರದೇಶವನ್ನೇ ನಾನು ನೋಡಿದವನಲ್ಲ. ಮೇಲಾಗಿ ನಾವು ಇದೆಲ್ಲಿ ಬಂದುಬಿಟ್ಟೆವಪ್ಪಾ ಎಂಬ ಅಚ್ಚರಿಯನ್ನೇ ಈ ಪಯಣವು ನಮ್ಮಲ್ಲಿ ಸೃಷ್ಟಿಸಿತ್ತು. ಹತ್ತು ಕಿಲೋಮೀಟರುಗಳಿಗೊಮ್ಮೆ ಅಲ್ಲೋ ಇಲ್ಲೋ ಸಿಗುವ ನಾಲ್ಕಾರು ಮಂದಿ, ಇಪ್ಪತ್ತೈದು-ಮೂವತ್ತು ಕಿಲೋಮೀಟರುಗಳಿಗೊಮ್ಮೆ ಸಿಗುವ ಬೆಂಕಿಪೊಟ್ಟಣದಂತಿದ್ದ ಇಟ್ಟಿಗೆಯ ಗೂಡಾಗಿದ್ದ ಏಳೆಂಟು ಮನೆಗಳ ಗುಂಪು, ಐದಾರು ನಿಮಿಷಗಳಿಗೊಮ್ಮೆ ಕಣ್ಣೆದುರಿಗೆ ಸಿಗುತ್ತಿದ್ದ, ನಮ್ಮಷ್ಟೇ ವೇಗದಲ್ಲಿ ಸಾಗುತ್ತಿದ್ದ ಬೆರಳೆಣಿಕೆಯ ವಾಹನಗಳು... ಇವಿಷ್ಟನ್ನು ಬಿಟ್ಟರೆ ಅಲ್ಲಿ ಏನೆಂದರೆ ಏನೂ ಇರಲಿಲ್ಲ. ಹಠಾತ್ ಎದೆಹಿಡಿದುಕೊಂಡು ಜೀವಬಿಟ್ಟರೂ ಅಲ್ಲಿ ಏನಾಯಿತೆಂದು ಕೇಳಲು ಒಂದೇ ಒಂದು ನರಪ್ರಾಣಿಯಿಲ್ಲ. ಅದೊಂದು ಅಕ್ಷರಶಃ 'ನೋ ಮ್ಯಾನ್ಸ್ ಲ್ಯಾಂಡ್'.

ಲುವಾಂಡಾದಿಂದ ವೀಜ್ ಗಿದ್ದ ಮುನ್ನೂರು ಚಿಲ್ಲರೆ ಕಿಲೋಮೀಟರುಗಳ ಹಾದಿಯಲ್ಲಿ ಬರೋಬ್ಬರಿ ಇನ್ನೂರು ಕಿಲೋಮೀಟರುಗಳು ಕೇವಲ ಕಾಡು ಎಂದರೆ ನೀವು ನಂಬಲೇಬೇಕು. ಈ ನಿರ್ಜನ ಪ್ರದೇಶದುದ್ದಕ್ಕೂ ಅಲ್ಲಲ್ಲಿ ನಮಗೆ ಕಾಣಸಿಗುತ್ತಿದ್ದಿದ್ದು ಎರಡೇ ಎರಡು ಸಂಗತಿಗಳು. ಅದೇನೆಂದರೆ ಪೊಲೀಸ್ ಚೆಕ್‌ಪೋಸ್ಟ್‌ಗಳು ಮತ್ತು ರಸ್ತೆ ಬದಿಯಲ್ಲಿ ಅನಾಥವಾಗಿ ಬಿದ್ದುಕೊಂಡಿದ್ದ ಅಸ್ಥಿಪಂಜರದಂತಿದ್ದ ವಾಹನಗಳು. ಈ ವಾಹನಗಳಲ್ಲಿ ಸಿಂಹಪಾಲು ಅಂಗೋಲಾದಲ್ಲಿ ನಡೆದ ಆಂತರಿಕ ಯುದ್ಧದ ಕಾಲದಲ್ಲಿ ಗುಂಡುಗಳಿಗೆ, ಬೆಂಕಿಗೆ ಆಹುತಿಯಾಗಿ ಕಸದಂತಾದ ಬಸ್ಸುಗಳು ಮತ್ತು ಕಾರುಗಳು. ಹತ್ತುನಿಮಿಷಕ್ಕೊಂದು ವಾಹನ ನೋಡಿದೆವು ಎಂದು ಲೆಕ್ಕ ಹಿಡಿದರೂ ಹೀಗೆ ನೋಡಿದ, ಯಾರಿಗೂ ಬೇಡವಾಗಿ ಅವಶೇಷಗಳಂತೆ ಬಿದ್ದಿದ್ದ ಲೋಹದ ಅಸ್ಥಿಪಂಜರಗಳು ಸುಮಾರಾದಾವು. ಇದನ್ನು ನೋಡುತ್ತಾ 'ಗುಜರಿಯವರು ಅಂಗೋಲಾದಲ್ಲಿ ಇಲ್ಲವೋ ಹೇಗೆ!', ಎಂದು ಒಳಗೊಳಗೇ ಲೆಕ್ಕಹಾಕಿದೆ ನಾನು.

ಇನ್ನು ಈ ಕಾಡಿನ ಹಾದಿಯಲ್ಲಿ ಸಿಕ್ಕ ಐದಾರು ಚೆಕ್‌ಪೋಸ್ಟ್‌ಗಳ ಪೊಲೀಸರು ಪ್ರತೀಬಾರಿಯೂ ನಮ್ಮ ವಾಹನವನ್ನು ನಿಲ್ಲಿಸಿ ತಪಾಸಣೆಗೊಳಪಡಿಸುವುದೂ ಆಯಿತು. ವಾಹನದ ದಾಖಲಾತಿಗಳಿಂದ ಹಿಡಿದು ನಮ್ಮ ಪಾಸ್‌ಪೋರ್ಟುಗಳವರೆಗೆ ಎಲ್ಲವನ್ನೂ ಕೂಲಂಕುಷವಾಗಿ ಪರಿಶೀಲಿಸಲಾಗುತ್ತಿತ್ತು. ನಮ್ಮ ಪಾಸ್‌ಪೋರ್ಟುಗಳನ್ನು ಪೊಲೀಸರ ಕೈಗಿಡುತ್ತಿದ್ದ ನಮ್ಮ ದುಭಾಷಿ ನಮ್ಮನ್ನು ಬೊಟ್ಟು ಮಾಡುತ್ತಾ, "ಇಂಡಿಯಾನು... ಇಂಡಿಯಾನು..." ಎನ್ನುತ್ತಿದ್ದ. 'ಇಂಡಿಯಾನು' ಎಂದರೆ 'ಭಾರತೀಯ' ಅನ್ನುವುದನ್ನು ಬಿಟ್ಟರೆ

ಸಂಭಾಷಣೆಗಳೆಲ್ಲವೂ ಪೋರ್ಚುಗೀಸ್ ಭಾಷೆಯಲ್ಲಿದ್ದ ಪರಿಣಾಮವಾಗಿಯೂ, ಇವೆಲ್ಲವೂ ಮೊದಲ ಅನುಭವವಾದ ಕಾರಣದಿಂದಲೂ ಇದ್ಯಾವುದೂ ನಮ್ಮ ತಲೆಗೆ ಹೊಕ್ಕಲಿಲ್ಲ. ಇನ್ನು ಅಲ್ಲಿಂದ ಮುಂದುವರಿದರೆ ಮತ್ತದೇ ಏಳೆಂಟು ಇಟ್ಟಿಗೆಯ ಪುಟ್ಟ ಮನೆಗಳು, ಎಲ್ಲೋ ದೈವಾನುಗ್ರಹದಂತೆ ಸಿಗುತ್ತಿದ್ದ ಗೂಡಿನಂತಿದ್ದ ಬೆರಳೆಣಿಕೆಯ ಅಂಗಡಿಗಳು, ಹತ್ತಿಪ್ಪತ್ತು ಜನರು, ತಲೆಯ ಮೇಲೆ ಬಕೆಟ್ಟಿನಲ್ಲಿ ಏನೇನೋ ಹಿಡಿದುಕೊಂಡು ಸಾಗುತ್ತಿದ್ದ ಗ್ರಾಮೀಣ ಮಹಿಳೆಯರು, ಮತ್ತದೇ ಕಾಡು, ಕಾಡು, ಕಾಡು...

ಲುವಾಂಡಾದ ವೈಭವವನ್ನು ಬಿಟ್ಟು ಆಗಲೇ ನೂರಿನ್ನೂರು ಕಿಲೋಮೀಟರುಗಳನ್ನು ನಾವು ದಾಟಿಯಾಗಿತ್ತು. ಈ ನೂರಿನ್ನೂರು ಕಿಲೋಮೀಟರುಗಳಷ್ಟು ಹಬ್ಬಿದ ಕಾಡನ್ನು ನೋಡಿದ ನನಗೆ ಇದೆಂಥಾ ಜಾಗಕ್ಕೆ ಬಂದುಬಿಟ್ಟೆನಪ್ಪಾ ಎಂದನ್ನಿಸತೊಡಗಿತ್ತು. ಆ ಪುಟ್ಟ ಡಬ್ಬದಂತಿದ್ದ ಇಟ್ಟಿಗೆಯ ಮನೆಗಳನ್ನು ನೋಡಿದರೆ ಹೇಗಪ್ಪಾ ಈ ಜನರು ಇಲ್ಲಿ ವಾಸಿಸುತ್ತಿದ್ದಾರೆ ಎಂದು ಅಚ್ಚರಿಪಡುತ್ತಿದ್ದೆ. ಈ ಮನೆಗಳ ಆಸುಪಾಸಿನಲ್ಲಿ ತಪ್ಪಿಯೂ ಕಣ್ಣಿಗೆ ಬೀಳದ ಆಸ್ಪತ್ರೆ, ಮಾರುಕಟ್ಟೆಗಳನ್ನು ಮನದಲ್ಲೇ ಕಲ್ಪಿಸಿಕೊಂಡು ಇಪ್ಪತ್ತೊಂದನೆಯ ಶತಮಾನದಲ್ಲೂ ಹೀಗೆ ಜೀವಿಸುವವರಿದ್ದಾರೆಯೇ ಎಂದು ದಿಗಿಲಾಗುತ್ತಿದ್ದೆ. ರಸ್ತೆಯೊಂದು ಚೆನ್ನಾಗಿತ್ತು ಅನ್ನುವುದನ್ನು ಬಿಟ್ಟರೆ ನಾನು ವಿದ್ಯುದ್ದೀಪದ ಕಂಬಗಳನ್ನಾಗಲೀ, ಆಸ್ಪತ್ರೆಯೊಂದರ ಕಟ್ಟಡವನ್ನಾಗಲೀ ನೋಡದೆ ಎಷ್ಟೆಷ್ಟೋ ಕಿಲೋಮೀಟರುಗಳನ್ನು ದಾಟುತ್ತಿದ್ದೆ. ಇದರೊಂದಿಗೇ ನಾನೀಗ ನಿಜವಾದ ಆಫ್ರಿಕಾವನ್ನು ನೋಡುತ್ತಿದ್ದೇನೆ ಎಂಬ ಭಾವವು ಮನದಲ್ಲಿ ನಿಧಾನವಾಗಿ ಮೂಡಲು ಶುರುವಾಯಿತು. ನಿಮ್ಮ ಜೀವನೋತ್ಸಾಹದ ನಿಜವಾದ ಪರೀಕ್ಷೆಗಳು ಶುರುವಾಗುವುದೇ ಇಂಥಾ ಸಂದರ್ಭಗಳಲ್ಲಿ. "ಲುವಾಂಡಾದ ಶಾಪಿಂಗ್ ಮಾಲ್‌ಗಳು ನನಗೆ ಮಂಗಳೂರಿನಲ್ಲೂ ಸಿಗುತ್ತವೆ. ಅದರಲ್ಲೇನು ಮಹಾ? ಈ ಬಾರಿ ಅಂಗೋಲಾದ ಕುಗ್ರಾಮಗಳಲ್ಲೂ ಬೀಡುಬಿಡೋಣ", ಅನ್ನಿಸಿತು. ಇದೇ ಮೊದಲಬಾರಿಗೆ ನನ್ನ ಪಯಣವು ಸರಿಯಾದ ದಿಕ್ಕಿನತ್ತ ಸಾಗುತ್ತಿದೆ ಎಂದನಿಸಿ ಒಂದು ರೀತಿಯಲ್ಲಿ ಖುಷಿಯೂ ಆಯಿತು.

ನೀವು ನಂಬಿದರೆ ನಂಬಿ, ಬಿಟ್ಟರೆ ಬಿಡಿ. ಭಾರತವನ್ನು ಬಿಟ್ಟು ಬಂದ ನಾನು ಪ್ರಸ್ತುತ ಕಾಲಮಾನದಿಂದ ಕಮ್ಮಿಯೆಂದರೂ ಸುಮಾರು ಎಪ್ಪತ್ತೈದು ವರ್ಷ ಹಿಂದೆ ಸಾಗಿಬಿಟ್ಟಿದ್ದೆ ಎಂದನ್ನಿಸಿತ್ತು. ಅಕ್ಷರಶಃ ಟೈಮ್-ಮಷಿನ್ನಿನಲ್ಲಿ ಕುಳಿತು ಕೆಲ ತಾಸುಗಳಲ್ಲೇ ಮುಕ್ಕಾಲು ಶತಮಾನ ಹಿಂದಕ್ಕೆ ಸಾಗಿದಂತೆ!

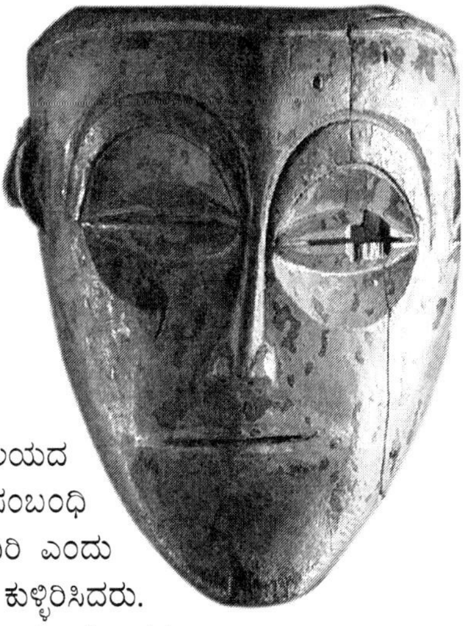

ಅಂಗೋಲಾವೇ 'ಹಾಯ್' ಅಂದಾಗ...

ಅಂಗೋಲಾಕ್ಕೆ ಬಂದಿಳಿದ ಹೊಸತು. ಅಂಗೋಲನ್ ಸರಕಾರಿ ಮಂತ್ರಾಲಯದ ಕಾರ್ಯಾಲಯವೊಂದಕ್ಕೆ ಕೆಲಸದ ನಿಮಿತ್ತ ಹೋಗಿದ್ದೆ. ಸಂಬಂಧಿ ಅಧಿಕಾರಿಗಳು ಬರುವುದು ತಡವಾಗುತ್ತದೆ, ನೀವಿಲ್ಲೇ ಕಾದಿರಿ ಎಂದು ಹೇಳಿ ಅಲ್ಲಿಯ ಸಿಬ್ಬಂದಿಯೊಬ್ಬರು ನಮ್ಮನ್ನು ಲಾಬಿಯಲ್ಲಿ ಕುಳ್ಳಿರಿಸಿದರು. ಆಯ್ತಪ್ಪಾ ಎಂದು ದುಭಾಷಿಯೊಂದಿಗೆ ಕುಳಿತುಕೊಂಡೆ. ಎಲ್ಲಿ ಹೋದರೂ ಕಾಯುವುದೊಂದು ತಪ್ಪುವುದಿಲ್ಲ ಎಂದು ಒಳಗೊಳಗೇ ಅಂದುಕೊಂಡೆ ಕೂಡ.

ಹೀಗಿರುವಾಗ ಮುಖ್ಯ ಪ್ರವೇಶದ್ವಾರದಿಂದ ಒಬ್ಬ ಲಾಬಿಯೊಳಗೆ ಬಂದ. ನಮ್ಮನ್ನು ನೋಡಿ ನಗುಮುಖದಿಂದ "ಬೋಂದಿಯಾ" ಅಂದ. ನಾವು ಉತ್ತರವಾಗಿ "ಬೋಂದಿಯಾಸಿ" ಅಂದ್ವಿ. ಒಂದೆರಡು ನಿಮಿಷಗಳ ನಂತರ ಮತ್ತೊಬ್ಬರು ಒಳಬಂದರು. ಅವರೂ ನಮ್ಮನ್ನು ನೋಡಿ ಬೋಂದಿಯಾ ಅಂದರು. ನಾವೂ ಕೂಡ ಬೋಂದಿಯಾಸಿ ಎಂದು ಸೌಜನ್ಯದಿಂದ ಪ್ರತಿಕ್ರಯಿಸಿದೆವು. ಆತನ ಬೆನ್ನಿಗೇ ಮತ್ತೆ ನಾಲ್ಕೈದು ಜನ ಒಳಬಂದರು. ಅವರೊಂದಿಗೆ ಮತ್ತೆ ನಾಲ್ಕೈದು ಬೋಂದಿಯಾ–ಬೋಂದಿಯಾಸಿಗಳು ವಿನಿಮಯಗೊಂಡವು. ಹೀಗೆ ನಾನು ನೋಡುತ್ತಿರುವಂತೆಯೇ ಇದು ಮುಂದುವರಿಯುತ್ತಲೇ ಹೋಯಿತು. ಯಾರದ್ದೂ ಗುರುತು ಪರಿಚಯವೇ ಇಲ್ಲ. ಆದರೂ ಒಂದು ಸೌಜನ್ಯದ ನಗು, ಬೋಂದಿಯಾ–ಬೋಂದಿಯಾಸಿಗಳ ವಿನಿಮಯ, ಮತ್ತದೇ ಪುನರಾವರ್ತನೆ. ಉತ್ತರ ಕೊಟ್ಟು ಕೊಟ್ಟು ಬೇಜಾರಾದ ನಾನು ನನ್ನ ದುಭಾಷಿಯ ಜೊತೆ "ಇದೊಳ್ಳೆ ಕಥೆಯಾಯಿತಲ್ಲ ಮಾರಾಯ. ಎಷ್ಟು ಸಲ ಇದನ್ನೇ ಗಿಣಿಯಂತೆ ಹೇಳುವುದು?" ಎಂದೆ. ಆದರೆ ಅವನೋ ನನ್ನನ್ನು ನೋಡಿ ಮುಗುಳ್ನಕ್ಕ. ಕ್ರಮೇಣ ಇವೆಲ್ಲವೂ ನಿಮಗೆ ಅಭ್ಯಾಸವಾಗಲಿದೆ ಎಂಬ ಅಭಯವು ಅವನ ಮುಖಭಾವದಲ್ಲಿತ್ತು.

ಪೋರ್ಚುಗೀಸ್ ಭಾಷೆಯಲ್ಲಿ 'ಬೋಂದಿಯಾ' ಅಂದರೆ 'ಶುಭ ದಿನ' ಎಂದರ್ಥ. 'ಬೋಂ' ಅಂದರೆ 'ಶುಭ', 'ದಿಯಾ' ಅಂದರೆ 'ದಿನ'. ಸಾಮಾನ್ಯವಾಗಿ ನಾವು 'ಗುಡ್ ಮಾರ್ನಿಂಗ್' ಅಂತ ನಾವು ಹೇಗೆ ಹೇಳುತ್ತೇವೆಯೋ ಹಾಗೆ 'ಬೋಂದಿಯಾ' ಇಲ್ಲಿ. ನಂತರ ಇದಕ್ಕೆ ಉತ್ತರವಾಗಿ ನೀವು 'ಬೋಂದಿಯಾಸಿ' ಅನ್ನುತ್ತೀರಿ. 'ನಿಮಗೂ ಶುಭದಿನ'

ಎಂಬುದು ಇದರ ಅರ್ಥ. ಹಾಗೆ ನೋಡಿದರೆ 'ಸಿ' ಯನ್ನು 'ಹೌದು/yes' ಎಂಬರ್ಥದಲ್ಲಿ ಹೆಚ್ಚಾಗಿ ಬಳಸಲಾಗುತ್ತದೆ. ಆದರೆ ಅದ್ಯಾಕೋ ಇಲ್ಲಿ ಬೋಂದಿಯಾದ ಹಿಂದೆ 'ಸಿ' ಬಂದು ಕೂತಿದೆ. ಇರಲಿ. ಹೀಗೆ ಇಲ್ಲಿ ಎಲ್ಲರೂ ಎಲ್ಲರಿಗೂ ಬೋಂದಿಯಾ ಅನ್ನುತ್ತಿದ್ದರು. ನಿಮ್ಮನ್ನು ಅಂಗೋಲನ್ ಒಬ್ಬ ತನ್ನ ಜೀವನದಲ್ಲಿ ಮೊಟ್ಟಮೊದಲಬಾರಿಗೆ ನೋಡಿದರೂ ಅವನಿಂದ ನಿಮಗೊಂದು ನಗುಮುಖ ಸಹಿತ 'ಬೋಂದಿಯಾ' ಸಿಗುವುದು ಖಚಿತ. ಹಾಗೆಯೇ 'ಬೋಅತಾರ್ದ್' (ಶುಭಮಧ್ಯಾಹ್ನ/ಶುಭಸಂಜೆ) ಮತ್ತು 'ಬೋಅನ್ಯೈತ್' (ಶುಭರಾತ್ರಿ)ಗಳೂ ಕೂಡ.

ಆಗಂತುಕರನ್ನು, ಅದರಲ್ಲೂ ವಿರುದ್ಧಲಿಂಗಿ ಆಗಂತುಕರನ್ನು ಮಹಾಸಂಶಯದ ದೃಷ್ಟಿಯಿಂದ ನೋಡುವ ಭಾರತೀಯರಿಗೆ ಇದು ಕನಸಿನಲ್ಲೂ ಸಾಧ್ಯವಿಲ್ಲವೇನೋ. ತುಂಬಾ social ಆಗಿರುವವರನ್ನು ಮತ್ತು ಮಹಾವಾಚಾಳಿಗಳನ್ನು ಬಿಟ್ಟರೆ ನಮ್ಮಲ್ಲಿ ಯಾರೂ ಆಗಂತುಕರನ್ನು ತಾವಾಗಿ ಮಾತಾಡಿಸುವುದಿಲ್ಲ. ಹಾಗೇನಾದರೂ ಮಾತಾಡಿಸಿದರೂ ಕೂಡ ಅಂಥಾ ಆಶಾದಾಯಕ ಪ್ರತಿಕ್ರಿಯೆಗಳು ಸಿಗುವುದು ಕಡಿಮೆ. ಆದರೆ ಅಂಗೋಲಾದ ಕಥೆಯೇ ಬೇರೆ. ಮೊದಮೊದಲಿಗೆ ಇದು ಕಿರಿಕಿರಿ ಅನ್ನಿಸಬಹುದು. ಆದರೆ ಕ್ರಮೇಣ ಇದು ನಮ್ಮ ನಿತ್ಯದ ದಿನಚರಿಯಾಗಿಬಿಡುವುದು ಸತ್ಯ. ಹೀಗೆ ಪ್ರತಿಯೊಬ್ಬರಿಗೂ ಭೇಟಿಯ (ಅಥವಾ ಸುಮ್ಮನೆ ಎದುರಿಗೆ ಕಾಣಸಿಕ್ಕರೂ) ಮೊಟ್ಟಮೊದಲ ಭಾಗವಾಗಿ ಪುಟ್ಟದಾಗಿ, ಸೌಜನ್ಯದಿಂದ ಬೋಂದಿಯಾ-ಬೋಅತಾರ್ದ್-ಬೋಅನ್ಯೈತ್ ಹೇಳುವುದು ಅಂಗೋಲನ್ನರ ಸಂಸ್ಕೃತಿಯೇ ಆಗಿಬಿಟ್ಟಿದೆ. ನಾನೂ ಕ್ರಮೇಣ ಇವರಲ್ಲೊಬ್ಬನಾದಾಗ ನನಗೂ ಇದು ಬಂದುಬಿಟ್ಟಿತು. ನಂತರ ದಿನಕಳೆದಂತೆಲ್ಲಾ ದಿನವೊಂದಕ್ಕೆ ಅದೆಷ್ಟು ಬಾರಿ ಹೇಳುತ್ತೇವೆ ಎಂಬ ಲೆಕ್ಕವಿಡುವುದೂ ಮರೆತೇಹೋಯಿತು.

ಒಂದು ರೀತಿಯಲ್ಲಿ ಇದು ಲಾಭದಾಯಕವೂ ಕೂಡ. ಇಂಥಾ ಒಂದು ಪುಟ್ಟ ಶುಭಹಾರೈಕೆಯು ಆಗಂತುಕನೊಬ್ಬನನ್ನು ಬಹುಬೇಗ 'Comfort Zone'ಗೆ ತಂದುಬಿಡಬಲ್ಲದು. ಸಂಭಾಷಣೆಯನ್ನು ಶುರುಮಾಡಲು ಇದೊಂದು ಉತ್ತಮ 'Ice breaker'. ಇಂಗ್ಲಿಷ್‌ನಲ್ಲಿ Rapport ಸೃಷ್ಟಿಸುವುದು ಅನ್ನೋ ಮಾತಿದೆ. ಅಂದರೆ ವೈಯಕ್ತಿಕ ನೆಲೆಯಲ್ಲಿ ಒಂದೊಳ್ಳೆಯ ಸಂಭಾಷಣೆಗಾಗಿ ಅವಶ್ಯಕವಾದ ಉತ್ತಮ ವಾತಾವರಣವನ್ನು ರೂಪಿಸುವುದು. Rapport ಅನ್ನು ಸೃಷ್ಟಿಸಲು ಇದೊಂದು ರಾಮಬಾಣ. ಇನ್ನು ತೀರಾ ನಾಚಿಕೆಯ ಸ್ವಭಾವದವರು ಹೊಸದಾಗಿ ತಮ್ಮ ಸಂವಹನ ಕೌಶಲವನ್ನು ಉತ್ತಮಪಡಿಸಲು ಪ್ರಯತ್ನಿಸುವುದಾದರೆ ದಿನಕ್ಕೆ ಹತ್ತು ಬಾರಿ ಹತ್ತು ಆಗಂತುಕರ ಬಳಿಗೆ ಹೋಗಿ ಬೋಂದಿಯಾ-ಬೋಅತಾರ್ದ್-ಬೋಅನ್ಯೈತ್ ಎಂದು ಸಮಯಕ್ಕನುಗುಣವಾಗಿ ಹೇಳಿಬಿಟ್ಟರೆ ಸಾಕು. ಮೈಚಳಿ ಬಿಟ್ಟುಹೋಗುತ್ತದೆ. ನಾನು ಶಾಲಾದಿನಗಳಲ್ಲಿದ್ದಾಗ ಹಿಂದಿ ಸಿನೆಮಾ ಹಾಡುಗಳನ್ನು ಬಹಳ ಗುನುಗುನಿಸುತ್ತಿದ್ದೆ. "ಇದರ ಬದಲು ರಾಮನಾಮ ಹೇಳಿದರೆ ಪುಣ್ಯವಾದರೂ ಬರೋದು", ಎಂದು ಮನೆಯ ಹಿರಿಯರು ನನಗೆ ಆಗಾಗ ಕುಟುಕುವ ಸಂದರ್ಭಗಳಿರುತ್ತಿದ್ದವು. ಈ ಪ್ರಕಾರ ಕಳೆದೆರಡು ವರ್ಷಗಳಲ್ಲಿ ನಾನೇನಾದರೂ ಬೋಂದಿಯಾ-ಬೋಅತಾರ್ದ್-ಬೋಅನ್ಯೈತ್ ಹೇಳಿರುವ ಮಟ್ಟಿಗೆ ರಾಮನಾಮ ಹೇಳಿದ್ದರೆ ಪುಣ್ಯದ ಖಾತೆಯಲ್ಲಿ ಪುಣ್ಯವು

ಬೇಕಾಬಿಟ್ಟಿ ಜಮೆಯಾಗುವುದೇನು, ಮುಂದಿನ ಜನ್ಮಗಳಿಗೂ (ಅಂಥದ್ದೇನಾದರೂ ಇದ್ದರೆ) ಪುಣ್ಯಗಳನ್ನು ಹೂಡಿಕೆ ಮಾಡಿದಂತಾಗುತ್ತಿತ್ತು.

ಅಂಗೋಲನ್ನರ ಬಗ್ಗೆ ನನಗೆ ಅದೆಷ್ಟೇ ದೂರು-ದುಮ್ಮಾನ, ಟೀಕೆಗಳಿರಬಹುದು. ಆದರೆ ಒಂದಂತೂ ಸತ್ಯ. ಅಂಗೋಲನ್ನರು ಬಹಳ ಸ್ನೇಹಜೀವಿಗಳು. ಅವರ ಈ ಒಂದು ಗುಣಕ್ಕೆ ಮನಸೋಲದಿರುವುದು ಕಷ್ಟ. ಗಂಡಾಗಿರಲಿ, ಹೆಣ್ಣಾಗಿರಲಿ, ಅಪರಿಚಿತ ಅಂಗೋಲನ್ ಒಬ್ಬರನ್ನು ಮಾತನಾಡಿಸಲು ತಲೆಕೆಡಿಸಿಕೊಳ್ಳಬೇಕಾದ ಅವಶ್ಯಕತೆಯೇ ಇಲ್ಲ. ಅಷ್ಟು ಆರಾಮಾಗಿ ಇವರುಗಳು ನಿಮ್ಮ ಸಂಭಾಷಣೆಯಲ್ಲಿ ಒಂದಾಗಬಲ್ಲರು. ನಾನು ಅಂಗೋಲಾಕ್ಕೆ ಬಂದ ಹೊಸತರಲ್ಲಿ ನನ್ನನ್ನು ಅದೆಷ್ಟೋ ಜನ ಸ್ಥಳೀಯರು ಖುದ್ದಾಗಿ ಮಾತನಾಡಿಸುತ್ತಿದ್ದ ದಿನಗಳೂ ಇವೆ. ಆದರೆ ಆ ಆರಂಭದ ದಿನಗಳಲ್ಲಿ ಭಾಷೆಯ ಸಮಸ್ಯೆಯಿದ್ದುದರಿಂದ ನನಗೆ ಹೆಚ್ಚೇನನ್ನೂ ಮಾತನಾಡಲಾಗುತ್ತಿರಲಿಲ್ಲ. ಕ್ರಮೇಣ ನಾನು ಭಾಷೆಯನ್ನು ಕಲಿಯಲಾರಂಭಿಸಿದ ನಂತರ ಹೀಗೆ ಮಾತನಾಡಿಸುವವರಿಗೆ ಅದೆಂಥದ್ದೋ ಖುಷಿ. ನಾನು ನನ್ನ ಭಾರತೀಯ ಉಚ್ಚಾರಣೆಯಲ್ಲಿ ಪೋರ್ಚುಗೀಸ್ ಭಾಷೆಯ ಪದವನ್ನೇನಾದರೂ ಹೇಳಿದರೆ ಎಲ್ಲರಿಗೂ ಅಚ್ಚರಿಯೇ ಅಚ್ಚರಿ. ಇನ್ನೇನು ನನ್ನ ಕೆನ್ನೆ ಚಿವುಟಿ 'ನನ್ನ ಮುದ್ದು ಬಂಗಾರ' ಅಂತೆಲ್ಲಾ ಹೇಳಿಬಿಡುತ್ತಾರೋ ಎಂಬಂತೆ. ಇದು ಒಂದು ರೀತಿಯಲ್ಲಿ ಸಹಜವೂ ಕೂಡ. ನಮ್ಮಲ್ಲೂ ಕೂಡ ವಿದೇಶೀಯರು ಸ್ಥಳೀಯ ಭಾಷೆಯಲ್ಲಿ ಒಂದೆರಡು ಪದಗಳನ್ನು ಉಲಿದರೆ ನಾವೂ ಕೂಡ 'ಹೀಗೂ ಉಂಟೇ?' ಎಂಬಂತೆ ಕಣ್ಣರಳಿಸುತ್ತೇವಲ್ಲವೇ?

ಸಂಭಾಷಣೆಯ ವಿಚಾರಕ್ಕೆ ಬಂದರೆ ಅಂಗೋಲನ್ನರ Comfort Zone ಅದ್ಯಾವ ಮಟ್ಟಿಗಿದೆಯೆಂದರೆ ಮೊದಲ ಭೇಟಿಯ ಕೆಲನಿಮಿಷಗಳಲ್ಲೇ ತಮ್ಮ ಖಾಸಗಿ ಟೆಲಿಫೋನ್ ನಂಬರ್ ಅನ್ನೂ ಕೂಡ ಅವರು ಯಾವುದೇ ಅಳುಕಿಲ್ಲದೆ ವಿನಿಮಯ ಮಾಡಿಕೊಳ್ಳಬಲ್ಲರು. ಒಮ್ಮೆ ಹೀಗಾಯಿತು. ಒಮ್ಮೆ ನಾನು ಮತ್ತು ಆಲ್ಬರ್ಟೊ ಎಂಬ ನನ್ನ ಸ್ಪ್ಯಾನಿಷ್ ಸಹೋದ್ಯೋಗಿಯೊಬ್ಬ ಸುತ್ತಾಟಕ್ಕೆಂದು ಹೊರಟೆವು. ಆಲ್ಬರ್ಟೊ ಬಿಳಿಯನಾಗಿದ್ದರೂ ಕೂಡ ಸಾಮಾನ್ಯವಾಗಿ ನಮಗೆ ಕಾಣಸಿಗುವ ಐರೋಪ್ಯರಂತೆ ದೈಹಿಕವಾಗಿ fit ಆಗಿದ್ದವನಲ್ಲ. ಆತ ಇನ್ನೂ ಯುವಕನಾಗಿದ್ದರೂ ಕೂಡ ತನ್ನ ಅಸಲಿ ವಯಸ್ಸಿನ ಎರಡರಷ್ಟು ಹೆಚ್ಚಿಗೆ ವಯಸ್ಸಾದವನಂತೆ ಕಾಣುತ್ತಿದ್ದ. ಆದರೆ ಆತನ ಹಾಸ್ಯಪ್ರಜ್ಞೆ ಮತ್ತು ಹಸನ್ಮುಖಿ ವ್ಯಕ್ತಿತ್ವಗಳು ಎಲ್ಲರನ್ನೂ ಕೂಡ ಆತನೆಡೆಗೆ ಅನಾಯಾಸವಾಗಿ ಆಕರ್ಷಿಸುತ್ತಿದ್ದವು. ಇವುಗಳ ಕೃಪೆಯಿಂದಾಗಿ ಗಲ್ಲಿಗೊಂದರಂತೆ ಗರ್ಲ್‌ಫ್ರೆಂಡ್‌ಗಳನ್ನೂ ಕೂಡ ಇಟ್ಟುಕೊಂಡಿದ್ದ ನಮ್ಮ ಆಲ್ಬರ್ಟೋ. ಇಂತಿಪ್ಪ ಆಲ್ಬರ್ಟೋನೊಂದಿಗೆ ಅಂದು ಹೊರಟ ನಾನು ಕಿರಾಣಿ ಅಂಗಡಿಯೊಂದನ್ನು ಹೊಕ್ಕಿದ್ದೆ. ಮೊದಲೇ ಸ್ನೇಹಮಯಿಗಳಾದ ಅಂಗೋಲನ್ನರಿಗೆ ಆಲ್ಬರ್ಟೊನಂಥವರು ಸಿಕ್ಕರೆ ಹೇಳಬೇಕೇ? ನಗುಮುಖದೊಂದಿಗೆ ಸುಲಲಿತ ಪೋರ್ಚುಗೀಸ್ ಭಾಷೆಯಲ್ಲಿ ಮಾತನಾಡುತ್ತಿದ್ದ ಆಲ್ಬರ್ಟೋ ಎರಡೇ ಎರಡು ನಿಮಿಷಗಳೊಳಗಾಗಿ ಅಂಗಡಿಯನ್ನು ನೋಡಿಕೊಳ್ಳುತ್ತಿದ್ದ ಬಾಲೆಯೊಬ್ಬಳ ಮೊಬೈಲ್ ನಂಬರನ್ನು ಪಡೆದುಕೊಂಡಿದ್ದ. ಅವರಿಬ್ಬರೂ ಮರುದಿನವೇ dinnerಗಾಗಿ ಭೇಟಿಯಾಗುವುದೆಂದು ಅಲ್ಲಿಯೇ, ನಿಂತ ನಿಲುವಲ್ಲೇ ನಿಶ್ಚಯವಾಯಿತು.

ಪೂರ್ವನಿಯೋಜಿತ ಕಾರ್ಯಕ್ರಮದಂತೆ ಮುಂದಿನ ದಿನ ಇವರಿಬ್ಬರ romantic date ಸಾಂಗವಾಗಿ ನೆರವೇರಿತು ಎಂಬ ವರ್ತಮಾನವು ನನಗೆ ಸಿಕ್ಕಿತು. "ಬಹಳ ಫಾಸ್ಟ್ ಮಾರಾಯ್ರೇ ನೀವು", ಎಂದೆ ನಾನು. ನನ್ನ ಕೀಟಲೆಯ ಮಾತಿಗೆ ಕಣ್ಣುಮಿಟುಕಿಸಿ ನಕ್ಕುಬಿಟ್ಟಿದ್ದ ಆಲ್ಬರ್ಟೋ. ಮುಂದೆ ಇಂಥಾ ಘಟನೆಗಳು ಆಲ್ಬರ್ಟೋನೊಂದಿಗಿದ್ದಾಗ ನಡೆಯುವುದು ತೀರಾ ಸಾಮಾನ್ಯವೆಂಬಷ್ಟರ ಮಟ್ಟಿಗೆ ನಿತ್ಯದ ಮಾತಾಯಿತು. ಆಲ್ಬರ್ಟೋ ನಮ್ಮೊಂದಿಗೆ ವೀಜ್ ಹಳ್ಳಿಯಲ್ಲಿದ್ದಷ್ಟು ದಿನ ಜೀವನೋತ್ಸಾಹದ ನಗುವಿಗೇನೂ ಕಮ್ಮಿಯಿರಲಿಲ್ಲ. ಮುಂದೆ ಆತನಿಗೆ ಅಂಗೋಲಾದಲ್ಲೇ ಇರುವ ವಾಂಬೋ ಎಂಬ ದೂರದ ಪ್ರದೇಶವೊಂದಕ್ಕೆ ವರ್ಗಾವಣೆಯಾಯಿತು. ಅಂದಹಾಗೆ chain smoker ಆಗಿದ್ದ ಈತ ದಿನಕ್ಕೆ ನಲವತ್ತರಿಂದ ಐವತ್ತು ಸಿಗರೇಟನ್ನಾದರೂ ಸೇದುತ್ತಿದ್ದ. ಒಮ್ಮೆ ಅಂಗಡಿಯೊಳಕ್ಕೆ ನುಗ್ಗಿದರೆ ಬಾಳೆಹಣ್ಣಿನಂತೆ ಡಜನ್ನಿನ ಲೆಕ್ಕದಲ್ಲಿ ಸಿಗರೇಟು ಪ್ಯಾಕೇಟುಗಳನ್ನು ಖರೀದಿಸುತ್ತಿದ್ದ ಮಹಾಪುರುಷ ಈ ಆಲ್ಬರ್ಟೋ.

ಇನ್ನು ಭಾರತೀಯರಲ್ಲಿರುವಂತೆಯೇ ಅಂಗೋಲನ್ನರಲ್ಲೂ ಕೂಡ ವಿದೇಶೀಯರು ಎಂದರೆ ಅದೆಂಥದ್ದೋ ಒಂದು ಆಕರ್ಷಣೆ. ತಮ್ಮ ಕಪ್ಪು ತೊಗಲಿನ ಬಗ್ಗೆ ಅವರಿಗೆ ಕೀಳರಿಮೆಯಿಲ್ಲದಿದ್ದರೂ ಬಿಳಿ ಚರ್ಮದ ಬಗ್ಗೆ ಅವರಿಗೊಂದು ಸೆಳೆತವಂತೂ ಇದ್ದೇ ಇದೆ. ಹೀಗಾಗಿಯೇ 'ಮುಲಾಟೋ' ಹೆಣ್ಣುಮಕ್ಕಳು ಇಲ್ಲಿಯ ಇತರ ಹೆಣ್ಣುಮಕ್ಕಳಿಗಿಂತ ಹೆಚ್ಚು ಆಕರ್ಷಣೀಯ ಅನ್ನಿಸಿಕೊಳ್ಳುತ್ತಾರೆ. ಉದ್ಯೋಗಾವಕಾಶಗಳು ಇತರ ಕಪ್ಪುವರ್ಣೀಯರಿಗಿಂತ ಅವರಿಗೆ ಕೊಂಚ ವಾಸಿ ಎಂಬಂತಿವೆ. ಅಂದಹಾಗೆ ಈ 'ಮುಲಾಟೋ' ಎಂದರೇನು ಎಂದು ಕೇಳುತ್ತೀರಾ? ಕರಿಯ ಮತ್ತು ಬಿಳಿಯ ದಂಪತಿಗಳಿಗೆ ಹುಟ್ಟಿದ ಸಂತಾನವು ಅತ್ತ ತೀರಾ ಬಿಳಿಯರೂ ಆಗದೆ, ಇತ್ತ ತೀರಾ ಕರಿಯರೂ ಆಗದೆ ಕಂದು ಅಥವಾ ಗೋಧಿವರ್ಣದ ಚರ್ಮವನ್ನು ಹೊಂದಿ ಆಫ್ರಿಕನ್ನರ ಮಧ್ಯದಲ್ಲಿ ವಿಭಿನ್ನವಾಗಿ ಕಾಣುತ್ತಾರೆ. ಇವರನ್ನೇ 'ಮುಲಾಟೋ' ಎಂದು ಕರೆಯುವುದು. ಬಾಯಿಬಿಟ್ಟು ಹೇಳದಿದ್ದರೂ ಮುಲಾಟೋಗಳು ಕಪ್ಪುವರ್ಣೀಯರ ಉದ್ಯೋಗಾವಕಾಶಗಳನ್ನು ನುಂಗುತ್ತಿದ್ದಾರೆಂಬ ಅಸಮಾಧಾನವು ಸ್ಥಳೀಯ ಕರಿಯರಲ್ಲಿ ಒಳಗೊಳಗೆ ಇದ್ದೇ ಇದೆ.

ಅಂಗೋಲಾ ರಾಜಧಾನಿಯಾದ ಲುವಾಂಡಾದಲ್ಲಿ ಸಾಕಷ್ಟು ಭಾರತೀಯರು ಇರಬಹುದಾದ ಸಾಧ್ಯತೆಗಳಿದ್ದರೂ ನಾವಿರುವ ವೀಜ್‌ನಲ್ಲಂತೂ ಬೆರಳೆಣಿಕೆಯ ಭಾರತೀಯರಷ್ಟೇ ಇದ್ದರು. ವೀಜ್‌ಗೆ ಬಂದು ಒಂದು ವರ್ಷ ಕಳೆದರೂ ನಾನು ಮತ್ತು ನನ್ನೊಂದಿಗಿರುವ ಹಿರಿಯ ಸಹೋದ್ಯೋಗಿ ಪರಸ್ಪರರ ಮುಖ ನೋಡುತ್ತಿದ್ದುದನ್ನು ಬಿಟ್ಟರೆ ಒಬ್ಬನೇ ಒಬ್ಬ ಭಾರತೀಯನೂ ನನಗೆ ವೀಜ್‌ನಲ್ಲಿ ಕಂಡಿರಲಿಲ್ಲ. ನಂತರ ದಿನಸಿ ಅಂಗಡಿಯನ್ನು ನಡೆಸುತ್ತಿದ್ದ ಗುಜರಾತ್ ಮೂಲದ ಒಂದಿಬ್ಬರು ಸಿಕ್ಕರೂ ಮುಂದೆ ಆ ಅಂಗಡಿಗಳು ಏಕಾಏಕಿ ಮುಚ್ಚಿಹೋದವು. ಇನ್ನು ಭಾರತೀಯನಾದ ನನ್ನ ಬಗ್ಗೆ ಇಲ್ಲಿಯ ಸ್ಥಳೀಯರಿಗೆ ಹೆಚ್ಚು ಆಸಕ್ತಿಯಿದ್ದಿದ್ದು ನನ್ನ ಕೇಶಶೈಲಿಯ ಬಗ್ಗೆ. ಕೇಶಶೈಲಿಯ ಬಗ್ಗೆ ಅನ್ನುವುದಕ್ಕಿಂತಲೂ ಕೇಶದ ಬಗ್ಗೆ ಅಂದರೆ ಸರಿಯಾಗಬಹುದೇನೋ. ವೀಜ್‌ಗೆ ಬಂದ ಹೊಸದರಲ್ಲಿ ಕೆಲವರು ವಿನಾಕಾರಣ ಬಳಿ ಬಂದು ಸುಮ್ಮನೆ ನನ್ನ ತಲೆ ಸವರಿ ಹೋಗುತ್ತಿದ್ದ

ತಮಾಷೆಯ ಸನ್ನಿವೇಶಗಳೂ ನಡೆಯುತ್ತಿದ್ದವು. ಎಲ್ಲರದ್ದೂ ಒಂದೇ ಗೋಣಗಾಟ: “ನಮಗೂ ಇಂಥಾ ಕೂದಲು ಇದ್ದಿದ್ದರೆ!” ಎಂದು.

ಹೀಗೆ ಅಂಗೋಲನ್ನರು ಮುಕ್ತ ಮನಸ್ಸಿನವರು. ಟೀಕೆಗಳನ್ನು, ಪ್ರಶಂಸೆಯನ್ನು ಯಾವುದೇ ಹಿಂಜರಿಕೆಯಿಲ್ಲದೆ ಆ ಕ್ಷಣವೇ ಹೇಳಿಬಿಡುವವರು. ನೀವು ಪೋರ್ಚುಗೀಸ್ ಭಾಷೆಯನ್ನು ಮಾತಾಡಬಲ್ಲವರಾಗಿದ್ದರೆ ಅಥವಾ ಸಂವಹನದ ನೆಲೆಯಲ್ಲಿ ಇಬ್ಬರನ್ನೂ ಬೆಸೆಯುವ ಸಾಮಾನ್ಯ ಭಾಷೆಯೊಂದಿದ್ದರೆ ಅಂಗೋಲನ್ನರ ಗೆಳೆತನವನ್ನು ಸಂಪಾದಿಸುವುದು ಚಿಟಿಕೆ ಹೊಡೆದಷ್ಟೇ ಸುಲಭ. ಎಲ್ಲರನ್ನೂ ನಂಬಬಹುದೇ ಇಲ್ಲವೇ ಎಂಬುದು ನಂತರದ ಪ್ರಶ್ನೆ. ಆದರೆ ಗುರುತು ಪರಿಚಯವಿಲ್ಲವೆಂಬ ನೆಪಗಳನ್ನು ಹೇಳಿ ಅಂಗೋಲನ್ನರು ಸುಮ್ಮನೆ ಮುಖ ತಿರುಗಿಸಿ ನಡೆಯಲಾರರು. ನಾನು ಅಂಗೋಲಾಕ್ಕೆ ಬರುವ ಮುನ್ನವೇ ದೆಹಲಿಯಲ್ಲಿರುವ ಅಂಗೋಲಾ ರಾಯಭಾರ ಕಛೇರಿಯಲ್ಲಿ ನನಗೆ ಅಂಗೋಲನ್ ವಿದ್ಯಾರ್ಥಿನಿಯೊಬ್ಬಳ ಪರಿಚಯವಾಗಿತ್ತು. ಆಕೆ ನನಗೆ ರಾಯಭಾರ ಕಚೇರಿಯಲ್ಲಿ ನೆರವಾಗಿದ್ದಲ್ಲದೆ ವೀಜ್‌ನಲ್ಲಿರುವ ತನ್ನ ಸಂಬಂಧಿಯೊಬ್ಬರ ವಿಳಾಸವನ್ನೂ ಕೂಡ ನೀಡಿದ್ದಳು. ಅದು ನಮ್ಮಿಬ್ಬರ ಮೊದಲ ಭೇಟಿಯಾಗಿತ್ತು ಎಂಬುದನ್ನು ಹೇಳಲೇಬೇಕು. ಅಂಗೋಲನ್ನರ ಸ್ನೇಹಪರತೆಯ ಮೊದಲ ಝಲಕ್ ನನಗೆ ಸಿಕ್ಕಿದ್ದೇ ಅಲ್ಲಿ!

ಮುಂದಿನ ಬಾರಿ ಅಂಗೋಲಾ ಮೂಲದವರ್ಯಾರಾದರೂ ನಿಮಗೆ ಅಚಾನಕ್ಕಾಗಿ ಕಾಣಸಿಕ್ಕರೆ ತಕ್ಷಣ “ಹಾಯ್” ಎನ್ನಿ. ಸಂಭಾಷಣೆಯ ನಂತರದ ಭಾಗಗಳನ್ನು ಅವರೇ ನೋಡಿಕೊಳ್ಳುತ್ತಾರೆ.

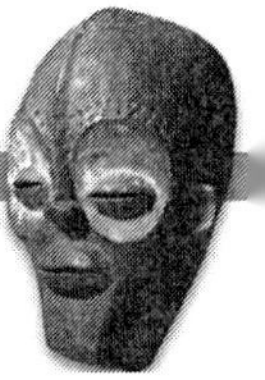

ರಸ್ತೆ ಪುರಾಣ

ಅದೊಂದು ದಾರಿ...

ಮುನ್ನೂರು ಚಿಲ್ಲರೆ ಕಿಲೋಮೀಟರುಗಳ ದಾರಿ...

ಆರೂವರೆ ತಾಸಿನ ಪ್ರಯಾಣವನ್ನು ಬೇಡುವ ದಾರಿ...

ಅಂಗೋಲಾದ ಲುವಾಂಡಾದಿಂದ ವೀಜ್‌ವರೆಗಿನ ಈ ದಾರಿಯನ್ನು ನಾನು ಕಳೆದೆರಡು ವರ್ಷಗಳಲ್ಲಿ ಹಲವಾರು ಬಾರಿ ಕ್ರಮಿಸಿದ್ದೇನೆ. ಆದರೆ ಪ್ರತೀಬಾರಿಯೂ ಇಲ್ಲಾಗುವ ಅನುಭವಗಳ ಖದರೇ ಬೇರೆ. ಕೆಲವೊಮ್ಮೆ ಈ ಪ್ರಯಾಣವು ವಿಹಾರದ ಆಹ್ಲಾದವನ್ನು ತಂದರೆ, ಇನ್ನು ಕೆಲವೊಮ್ಮೆ ತೀರಾ ಶಿಕ್ಷೆಯೆಂಬಂತೆ ಸತಾಯಿಸಬಹುದು. ಹೀಗಾಗಿಯೇ ಲುವಾಂಡಾ-ವೀಜ್‌ಗಳನ್ನು ಬೆಸೆಯುವ ಈ ದಾರಿಯು ನನಗೆ ಅಚ್ಚರಿ, ಅನಿರೀಕ್ಷಿತ, ಕೌತುಕಗಳ ಆಗರ. ಅಂಗೋಲಾಕ್ಕೆ ಬಂದಿಳಿದ ಮೊದಲ ದಿನದಿಂದ ಕೊನೆಯವರೆಗೂ ಈ ಒಂದು ರಸ್ತೆಯು ತಕ್ಕಮಟ್ಟಿನ ನಿಗೂಢತೆಯನ್ನು ತನ್ನಲ್ಲಿ ಉಳಿಸಿಕೊಂಡು ನನ್ನನ್ನು ಬಹಳಷ್ಟು ಕಾಡಿದೆ.

ಮೊದಲೇ ಹೇಳಿದಂತೆ ರಾಜಧಾನಿಯಾದ ಲುವಾಂಡಾದಿಂದ ವೀಜ್ ಗಿರುವ ಮುನ್ನೂರು ಚಿಲ್ಲರೆ ಕಿಲೋಮೀಟರುಗಳ ದಾರಿಯಲ್ಲಿ ಎಪ್ಪತ್ತೈದು ಪ್ರತಿಶತ ಕಾಡಿನದ್ದೇ ಸಾಮ್ರಾಜ್ಯ. ಕೆಲವೊಮ್ಮೆ ದಟ್ಟಕಾಡಾದರೆ ಇನ್ನು ಕೆಲವೊಮ್ಮೆ ವಿಶಾಲ ಖಾಲಿ ಬಯಲುಪ್ರದೇಶಗಳು. ಕೆಲವೊಮ್ಮೆ ಪುಟ್ಟ ತೊರೆಯಂತೆ ಏನೋ ಕಂಡರೆ ಮತ್ತೆ ಕೆಲವೊಮ್ಮೆ ಧಾರಾಕಾರ ಮಳೆಗೆ ದಾರಿಮಧ್ಯದಲ್ಲಿ ಉರುಳಿಬಿದ್ದ ಕೊಂಬೆಗಳ ಸ್ವಾಗತ. ಇಪ್ಪತ್ತು-ಇಪ್ಪತ್ತೈದು ಕಿಲೋಮೀಟರುಗಳಿಗೊಮ್ಮೆ ಏಳೆಂಟು ಇಟ್ಟಿಗೆಯ ಪುಟ್ಟ ಮನೆಗಳ ಗುಂಪುಗಳು, ರಸ್ತೆಬದಿಯಲ್ಲಿ ಗೆಣಸು, ಬಾಳೆಕಾಯಿಗಳನ್ನು ಮಾರುತ್ತಿರುವ ಹೆಂಗಸರು ಕಾಣಸಿಕ್ಕರೆ ಅದೇ

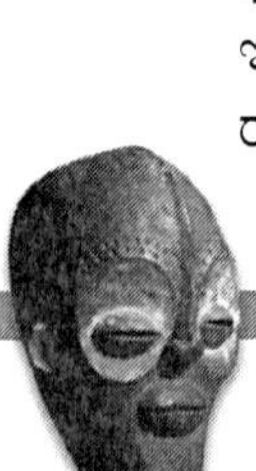

ದೊಡ್ಡದು. ಈ ಕಾಡಿನ ಗರ್ಭದಲ್ಲಿ ರಸ್ತೆಯ ಬದಿಗಳಲ್ಲಿ ತಕ್ಕಮಟ್ಟಿನ ಬಿಡಾರವೊಂದನ್ನು ಹೂಡಿಕೊಂಡು ಉದ್ಯಮದಂತಹ ಪುಟ್ಟ ತಾತ್ಕಾಲಿಕ ವ್ಯವಸ್ಥೆಯನ್ನು ಮಾಡಿಕೊಂಡ ಚೀನೀಯರನ್ನು ಬಿಟ್ಟರೆ ಅಂಗಡಿಗಳಾಗಲೀ, ಮಾರುಕಟ್ಟೆಗಳಾಗಲಿ, ಆಸ್ಪತ್ರೆಗಳಾಗಲಿ ಅಥವಾ ಇತರೆ ಕಟ್ಟಡಗಳಾಗಲೀ ಇಲ್ಲಿಲ್ಲ.

ಸೂರ್ಯದೇವ ನೆತ್ತಿಯ ಮೇಲೆ ನಿಗಿನಿಗಿ ಸುಡುತ್ತಿರುವಾಗ, ಹೀಗೆ ಏನೆಂದರೆ ಏನೂ ಇಲ್ಲದ ಜಾಗದಲ್ಲೊಮ್ಮೆ ವಾಹನದಿಂದ ಇಳಿದು ಸುಮ್ಮನೆ ಅತ್ತಿತ್ತ ನೋಡಬೇಕು. ಅದರ ಅನುಭವವೇ ಬೇರೆ. ತಲೆಯೆತ್ತಿ ನೋಡಿದರೆ ಆಗಸ, ಸುತ್ತಲೂ ವಿಶಾಲ ಬಯಲುಪ್ರದೇಶ, ಕಾಲಡಿಯಲ್ಲಿ ನೆಲ ಮತ್ತು ಪಕ್ಕದಲ್ಲಿ ನಿಂತಿರುವ ವಾಹನ. ಎತ್ತ ನೋಡಿದರೂ ಮಾನವನ ಸುಳಿವಿಲ್ಲದ ಆ ಪ್ರದೇಶವನ್ನು ನೋಡಿದರೆ ಇದೇನು ಹೊಸ ಗ್ರಹವೊಂದಕ್ಕೆ ಬಂದಿಳಿದುಬಿಟ್ಟೆವೋ ಎಂಬಂತಾಗುತ್ತದೆ. ಇಡೀ ಜಗತ್ತಿನ ಜನರೆಲ್ಲರೂ ಖಾಲಿಯಾಗಿ ನಾವಷ್ಟೇ ಉಳಿದುಬಿಟ್ಟೆವೋ ಎಂಬ ವಿಚಿತ್ರ ದಿಗಿಲಾಗುತ್ತದೆ. ಆ ವಿಚಿತ್ರ ಮೌನ, ರಣಬಿಸಿಲು, ಗಾಳಿಗೆ ಮೆಲ್ಲನೆ ತಲೆದೂಗುವ ಒಣಹುಲ್ಲುಗಳ ರಾಶಿ, ದಿಕ್ಕುತಪ್ಪಿದಂತೆ ಎಲ್ಲೆಂದರಲ್ಲಿ ಹಾರಾಡುತ್ತಿರುವ ಮುದ್ದಾದ ಅಪರಿಚಿತ ಚಿಟ್ಟೆ, ಹೆಸರು ಗೊತ್ತಿಲ್ಲದ ಕೀಟಗಳ, ಹಕ್ಕಿಗಳ ಸದ್ದು, ನಮ್ಮನ್ನೇ ದುರುಗುಟ್ಟಿನೋಡುತ್ತಿರುವ ಓತಿಕ್ಯಾತ, ಮಾತಿಲ್ಲದೆ ಮೈಸೋಕುವ ಗಾಳಿ... ಇವೆಲ್ಲವೂ ಹುಟ್ಟಿಸುವ ರೋಮಾಂಚನದಲ್ಲಿ ಅಚ್ಚರಿ, ಆತಂಕ, ಭಯಗಳ ವಿಲಕ್ಷಣವಾದ ಮಿಶ್ರಣವಿದೆ.

ಇದರಲ್ಲೇನು ಭಯ, ಆತಂಕ, ಅಚ್ಚರಿ ಎನ್ನುವಿರಾ? ಹಾಗಿದ್ದರೆ ಇಂಥಾ ಅನುಭವಗಳು ನಿಮಗಾಗಿಲ್ಲವೆಂದೇ ಹೇಳಬೇಕು. ಏಕೆಂದರೆ ತನಗೆ ಮನಃಶ್ಶಾಂತಿ ಬೇಕು ಎಂದು ಹೇಳುವ ಮನುಷ್ಯ ದೂರದ ಪರ್ವತ ಪ್ರದೇಶಗಳಿಗೆ ಹೋಗುವುದು, ಇನ್ನೇನೋ ಮಾಡುವುದು ಇತ್ಯಾದಿಗಳೆಲ್ಲಾ ಒಂದು ರೀತಿಯಲ್ಲಿ ಏಕಾಂತವನ್ನು ಹಂಬಲಿಸುವ, ಇರುವ ಏಕತಾನತೆಯನ್ನು ತೊರೆದು ಹೊಸದನ್ನು ಅನುಭವಿಸಬಯಸುವ ತುಡಿತವಷ್ಟೇ. ಅಸಲಿಗೆ ತನ್ನ ಸುತ್ತಮುತ್ತ ಮತ್ತು ತನ್ನೊಳಗೆ ಏನಾದರೊಂದು ನಡೆಯುತ್ತಿದ್ದರೇನೇ ಮನುಷ್ಯನಿಗೆ ಸಮಾಧಾನ. ಒಂದೆರಡು ನಿಮಿಷಗಳಿಗಿಂತ ಹೆಚ್ಚಿನ ನಿರ್ವಾತ, ಮೌನಗಳು ಅವನನ್ನು ಕಂಗೆಡಿಸಬಲ್ಲದು. ಹೀಗಾಗಿಯೇ ಆತ ಸಂಗೀತದ, ಪುಸ್ತಕಗಳ ಮೊರೆಹೋಗುತ್ತಾನೆ. ಯಾರಿಗೋ ಫೋನು ಹಚ್ಚುತ್ತಾನೆ. ಎಲ್ಲೋ ಎದ್ದು ಹೋಗಲು ತಯಾರಾಗುತ್ತಾನೆ. ಇಲ್ಲದ ಚಟಕ್ಕೆ ಬೀಳುತ್ತಾನೆ. ಏನೂ ಇಲ್ಲದಿದ್ದರೆ 'ಸಾಯ್ಲಿ ಅತ್ಲಾಗೆ' ಎಂದು ಸುಮ್ಮನೆ ಹೊದ್ದು ಮಲಗುತ್ತಾನೆ. ಅದೇನೇ ಆದರೂ ಮನುಷ್ಯ ಇಂಥಾ ಮಾನಸಿಕ ನಿರ್ವಾತ ಎಂಬಂತಿನ ಕ್ಷಣಗಳನ್ನು ತನ್ನಿಂದ ದೂರವೇ ಇಟ್ಟುಕೊಳ್ಳಲು ಶಕ್ತಿಮೀರಿ ಪ್ರಯತ್ನಿಸುತ್ತಾನೆ. ಇದಕ್ಕೆ ಕಾರಣ ತನ್ನೊಂದಿಗೆ ತಾನು ಮುಖಾಮುಖಿಯಾಗುವ ಬಗೆಗಿನ ಭಯವಿರಬಹುದು. ಅಂತಃಸಾಕ್ಷಿಯ ಮಾತುಗಳಿಗೆ ಕಿವಿಯಾಗುವ ದಿಗಿಲಾಗಿರಬಹುದು. ಮರ್ಕಟ ಮನಸ್ಸಿನ ಅಡಿಯಾಳಾಗಿ ನಾಶವಾಗುವ ಆತಂಕವೂ ಆಗಿರಬಹುದು.

ಅಮೆರಿಕಾದ ಮಿನ್ನೆಸೋಟಾದಲ್ಲಿ ಜಗತ್ತಿನ ಅತ್ಯಂತ ಮೌನದ ಜಾಗವೆಂದು ಹೇಳಲಾಗುವ ಕೋಣೆಯೊಂದಿದೆ. ಈ ಕೋಣೆಯನ್ನು ಹೇಗೆ ವಿನ್ಯಾಸಗೊಳಿಸಲಾಗಿದೆಯೆಂದರೆ ದೇಹದ

ಅತೀ ಚಿಕ್ಕ ಆಂತರಿಕ ಪ್ರಕ್ರಿಯೆಗಳಾದ ಎದೆಬಡಿತ, ಎಂಜಲು ನುಂಗುವಿಕೆ, ರಕ್ತದ ಚಲನೆಗಳಿಂದ ಹಿಡಿದು ತೊಟ್ಟ ಬಟ್ಟೆಯ ನೆರಿಗೆಗಳು ನಿಧಾನಕ್ಕೆ ತೆರೆದುಕೊಳ್ಳುವ/ಮಡಚುವ ಶಬ್ದಗಳೂ ಕೇಳಬಹುದು. ಈ ಪುಟ್ಟ ಕೋಣೆಯ ಅನುಭವವನ್ನು ತನ್ನದಾಗಿಸಿಕೊಳ್ಳಲು ಬಂದ ಯಾರೊಬ್ಬರೂ ಬೆರಳೆಣಿಕೆಯ ನಿಮಿಷಗಳಿಗಿಂತ ಹೆಚ್ಚಿನ ಕಾಲ ಅಲ್ಲಿ ಕೂರಲಾಗದೆ ಕಂಗೆಟ್ಟಿದ್ದಾರೆ. ಉಸಿರುಗಟ್ಟಿದಂತಾಗುತ್ತದೆಂದು ಹೊರಕ್ಕೋಡಿ ಬಂದಿದ್ದಾರೆ. ಭ್ರಮೆಗಳು ಹುಟ್ಟಿದಂತಾಗಿ ಕಂಗಾಲಾಗಿದ್ದಾರೆ. ನಲವತ್ತೈದು ನಿಮಿಷಗಳಿಗಿಂತ ಹೆಚ್ಚಿನ ಕಾಲ ಇಲ್ಲಿ ಕೂತಿದ್ದೇ ಆದರೆ ಮತಿಭ್ರಮಣೆಯಾಗುವುದು ಖಚಿತವೆಂದು ಹೇಳಲಾಗುತ್ತದೆಯಂತೆ.

ಇಲ್ಲಿ ನಾನು ಹೇಳುತ್ತಿರುವ ಮೌನವೂ ಇಂಥದ್ದೇ ಬಗೆಯದ್ದು. ಯೋಗಿಗಳ, ತಾಂತ್ರಿಕರ, ಮಿಸ್ಟಿಕ್‌ಗಳ ಬಗ್ಗೆ ನಾನೇನೂ ಹೇಳಲಾರೆ. ಆದರೆ ಸಾಮಾನ್ಯರಿಗೆ ಒಂದೆರಡು ನಿಮಿಷಗಳಾದರೆ ಇದು ಶಾಂತಿ. ಅದಕ್ಕಿಂತ ಹೆಚ್ಚಾದರೆ ಬೆನ್ನಹುರಿಯಲ್ಲಿ ಅದೆಂಥದ್ದೋ ಹರಿದಾಡಿದಂತಾಗುತ್ತದೆ. ಇಕ್ಕೆಲಗಳಲ್ಲಿ ಕಾಡುಗಳನ್ನೇ ಹೊಂದಿರುವ ಈ ರಸ್ತೆಯ ಸುಮಾರು ಎಪ್ಪತ್ತು ಪ್ರತಿಶತದ ಭಾಗಗಳಲ್ಲಿ ವಿದ್ಯುಚ್ಛಕ್ತಿಯ ಸೌಲಭ್ಯಗಳೂ ಇಲ್ಲದಿರುವುದರಿಂದ ನೀವು ರಾತ್ರಿಯ ವೇಳೆ ಪ್ರಯಾಣಿಸುವವರಾದರೆ ದೃಶ್ಯವು ಮತ್ತಷ್ಟು ಭಯಾನಕವಾಗುವುದಂತೂ ಸಹಜ. ಅಂಗೋಲಾ ಸೇರಿದಂತೆ ಆಫ್ರಿಕಾದ ಹಲವು ಭಾಗಗಳಲ್ಲಿ ಸೂರ್ಯಾಸ್ತದ ನಂತರ ಪ್ರಯಾಣಿಸುವುದು, ಅಡ್ಡಾಡುವುದು ಇತ್ಯಾದಿಗಳೆಲ್ಲಾ ಅಪಾಯಕ್ಕೆ ಆಹ್ವಾನವಿತ್ತಂತೆ. ಜನನಿಬಿಡ ಲುವಾಂಡಾದಂತಹ ಲುವಾಂಡಾದಲ್ಲೂ ರಾತ್ರಿಯ ಬೀದಿಗಳು ಸುರಕ್ಷಿತವಾಗಿಲ್ಲದಿದ್ದಾಗ ಇಂತಹ ಅಪಾಯಕರ ದಾರಿಗಳಲ್ಲಿ ಪ್ರಯಾಣಿಸುವುದು ಮೂರ್ಖತನವೇ ಸರಿ. ಪುಡಿಗಾಸಿಗಾಗಿ ಕೊಲೆ, ಸುಲಿಗೆಗಳಾಗುವ ಅಪಾಯಗಳು ಒಂದೆಡೆ ಇದ್ದರೆ ಅಪಘಾತದಂತಹ ತುರ್ತಿನ ಸಂದರ್ಭಗಳಲ್ಲಿ ಸಹಾಯವನ್ನು ನಿರೀಕ್ಷಿಸುವುದು ಇಲ್ಲಿ ಕನಸಿನ ಮಾತು.

ಆದರೆ ಇಂಥಾ ವಿಚಿತ್ರ ಪ್ರದೇಶಗಳಲ್ಲೂ ಹಲವು ಕಿಲೋಮೀಟರುಗಳ ಅಂತರದಲ್ಲಿ ಬೆರಳೆಣಿಕೆಯ ಮನೆಗಳು ಗುಂಪಾಗಿ ಕಾಣಸಿಗುವುದುಂಟು. ಅವುಗಳು ಥೇಟು ಡಬ್ಬದಂತಿರುವ ಮನೆಗಳು, ಬೆಂಕಿಪೊಟ್ಟಣದಂತಿರುವ ಇಟ್ಟಿಗೆಯ ಮನೆಗಳು, ಕಬ್ಬಿಣದ ಶೀಟುಗಳಿಂದ ಮಾಡಿದ ಹಕ್ಕಿಗೂಡಿನಂತಿರುವ ಮನೆಗಳು. ಈ ಮನೆಗಳಲ್ಲಿ ಹತ್ತರಿಂದ ಹದಿನೈದು ಪ್ರತಿಶತ ಮನೆಗಳಲ್ಲಷ್ಟೇ ಒಂದೇ ಒಂದು ಪುಟ್ಟ ಬಲ್ಬ್ ಪ್ರಕಾಶಿಸುತ್ತದೆ. ಉಳಿದವರಿಗೆ ಬೆಳಕೆಂಬುದು ಮುಂಜಾನೆಯ ಸೂರ್ಯನೊಂದಿಗೇ ಬರಬೇಕು (ಹಣ ಹೊಂದಿಸುವಷ್ಟು ಸ್ಥಿತಿವಂತರಾಗಿದ್ದರೆ ಕೆಲವರು ಮೇಣದ ಬತ್ತಿ, ಪೆಟ್ರೋಮ್ಯಾಕ್ಸ್‌ಗಳನ್ನೂ ಬಳಸುವುದುಂಟು). ಆದರೆ ಶಿಕ್ಷಣ, ಆರೋಗ್ಯಗಳಂತಹ ಮೂಲಭೂತ ಸೌಲಭ್ಯಗಳಿಗಾಗಿ ದೂರದೂರದ ಪ್ರದೇಶಗಳಿಗೆ ಹೋಗಬೇಕಾಗಿರುವುದು ಇವರ ದುರಾದೃಷ್ಟವೇ ಸರಿ.

ಎಲ್ಲೆಲ್ಲೂ ಕಾಣಸಿಗುವ ಕಾಡುಗಳದ್ದೇ ಒಂದು ತೂಕವಾದರೆ, ಟಾರುರಸ್ತೆಗಳ ಪಕ್ಕಕ್ಕಿರುವ ಒಂದಿಷ್ಟು ಪಾದಚಾರಿಗಳ ಮಾರ್ಗವನ್ನೂ ಗುಳುಂ ಮಾಡಿಬಿಟ್ಟಿರುವ ಹುಲ್ಲು, ಮೂರಡಿ ಎತ್ತರದ ಪೊದೆಗಳದ್ದೇ ಒಂದು ತೂಕ. ಈ ಪ್ರದೇಶಗಳ ಸಿಂಹಪಾಲು ಸಂಪೂರ್ಣ ಖಾಲಿಯಾಗಿರುವಂತೆ ಭಾಸವಾದರೂ ಬುಟ್ಟಿಗಳನ್ನು ಹಿಡಿದು ಸಾಗುತ್ತಿರುವ ಗ್ರಾಮೀಣ ಹೆಂಗಸರು, ಮಕ್ಕಳು, ಮೊಪೆಡ್ಡುಗಳಲ್ಲಿ ಹೋಗುತ್ತಿರುವ ಸ್ಥಳೀಯ ಯುವಕರು, ದಿನದ

ಕೆಲಸವನ್ನು ಮುಗಿಸಿ ಮನೆಯತ್ತ ತೆರಳುವ ಗಂಡಸರು... ಹೀಗೆ ಬೆರಳೆಣಿಕೆಯ ಜನರು ಐದಾರು ಕಿಲೋಮೀಟರುಗಳಿಗೊಮ್ಮೆ ಕಾಣಸಿಗುವುದು ಸಾಮಾನ್ಯ. ಖಾಲಿ ರಸ್ತೆಯೆಂದು ಘಂಟೆಗೆ ನೂರರಿಂದ ನೂರಾ ನಲವತ್ತು ಕಿಲೋಮೀಟರುಗಳ ಶರವೇಗದಲ್ಲಿ ಸಾಗುವ ಎಲ್ಲಾ ವಾಹನಗಳ ಚಾಲಕರೂ ಕೂಡ ಇಂಥಾ ದಾರಿಹೋಕರ ಬಗ್ಗೆ ಹೆಚ್ಚಿನ ಎಚ್ಚರವಹಿಸುವುದು ಇಲ್ಲಿಯ ಅವಶ್ಯಕತೆಗಳಲ್ಲೊಂದು. ಸಾಮಾನ್ಯವಾಗಿ ರಸ್ತೆಗಳನ್ನು ಚುಂಬಿಸುತ್ತಿರುವ ಪೊದೆಗಳನ್ನು ಸರಿಸುತ್ತಾ, ನೇರವಾಗಿ ರಸ್ತೆಗೂ ಬರದಂತೆ ಈ ದಾರಿಹೋಕರು ಹೇಗೋ ಕಿಲೋಮೀಟರುಗಟ್ಟಲೆ ನಡೆಯುತ್ತಿರುತ್ತಾರೆ. ವಾಹನವೊಂದು ಬರುತ್ತಿದೆಯೆಂದು ಹಿಂದೆ ಸರಿದರೆ ಅವರನ್ನು ಈ ಪೊದೆಗಳು ಬಹುತೇಕ ಮರೆಮಾಚುತ್ತವೆ. ಇಂಥಾ ದಾರಿಗಳಲ್ಲಿ ಭಯಂಕರ ವೇಗಗಳಲ್ಲಿ ಹೋಗುವ ವಾಹನಗಳು ಕ್ಷಣಮಾತ್ರಕ್ಕೂ ಮೈಮರೆತುಬಿಟ್ಟರೆ ಅನಾಹುತವೇ ನಡೆದುಬಿಟ್ಟೀತು.

ಆದರೆ ಈ ಸುದೀರ್ಘ ನಿರ್ಜನ ದಾರಿಯ ನಡುವಲ್ಲಿ ಬರುವ ಕೆಲ ಮನೆಗಳ ಗುಂಪುಗಳು ನಮ್ಮಂತಹ ಪ್ರಯಾಣಿಕರಲ್ಲಿ ಕೊಂಚ ನಿರಾಳತೆಯನ್ನು ತರುವುದೂ ಕೂಡ ಸತ್ಯ. ಸೊಂಟಕ್ಕೆ ಹಸುಳೆಗಳನ್ನು ಕಟ್ಟಿಕೊಂಡ ಅಂಗೋಲನ್ ಗ್ರಾಮೀಣ ಹೆಂಗಸರು ಇಂಥಾ ಜಾಗಗಳಲ್ಲಿ ಕುಳಿತುಕೊಂಡು ತಾವೇ ಬೆಳೆದ ಗೆಣಸು, ಬಾಳೆಹಣ್ಣು, ಬಟಾಟೆ, ಶೇಂಗಾ, ಪಪ್ಪಾಯಿ ಮತ್ತು ಸ್ಥಳೀಯ ತಿನಿಸುಗಳನ್ನು ಮಾರುತ್ತಾರೆ. ಜಾಗವು ಕೊಂಚ ಸಮತಟ್ಟಾಗಿದ್ದರೆ ಇದ್ದ ಜಾಗದಲ್ಲೇ ಹಳೆಯ ಚೆಂಡಿನೊಂದಿಗೆ ಫುಟ್ಬಾಲ್ ಆಡುತ್ತಿರುವ ಮಕ್ಕಳ ಚಿಕ್ಕ ಗುಂಪುಗಳು ಸಿಗುತ್ತವೆ. ಜೊತೆಗೇ ಸೌದೆಗಳನ್ನು ಕಡಿದು ತಲೆಯ ಮೇಲಿರಿಸಿ ಬರುತ್ತಿರುವ ಮಹಿಳೆಯರು, ದಿನನಿತ್ಯದ ಕೆಲಸಗಳಿಗಾಗಿ ತಮ್ಮ ಕತಾನಾ (ಮಚ್ಚು)ಗಳೊಂದಿಗೆ ಸಾಗುತ್ತಿರುವ ಗಂಡಸರು, ಸಿಕ್ಕ ಸಿಕ್ಕ ವಾಹನಗಳಿಗೆಲ್ಲಾ ಕೈಯಾಡಿಸುತ್ತಾ ಲಿಫ್ಟ್ ಕೇಳುತ್ತಿರುವ ದಾರಿಹೋಕರು... ಹೀಗೆ ಈ ರಸ್ತೆಗಳಲ್ಲಿ ಕಾಣಬರುವ ಬೆರಳೆಣಿಕೆಯ ಇತರರು ಇವರು.

ಇನ್ನು ಎತ್ತರದ ಹಸಿರು ಪ್ರದೇಶಗಳಲ್ಲಿ ಕೃಷಿ ಸಂಬಂಧಿ ಚಟುವಟಿಕೆಗಳಿಗಾಗಿ ಕೆಲವೊಮ್ಮೆ ಸ್ಥಳೀಯರು ಬೆಂಕಿ ಹಚ್ಚುವ ಕೆಲಸಗಳೂ ನಡೆಯುತ್ತವೆ. ತಮ್ಮ ಮುಂದಿನ ಬೆಳೆಗಾಗಿ ನೆಲವನ್ನು ಸಜ್ಜುಗೊಳಿಸುವ ವಿಧಾನವದು. ಆದರೆ ಕೆಲವೊಮ್ಮೆ ಈ ಬೆಂಕಿ ಒಣಹುಲ್ಲುಗಳ ಮೂಲಕವಾಗಿ ರಸ್ತೆಯವರೆಗೂ ಹಬ್ಬಿ ದಟ್ಟ ಹೊಗೆಯನ್ನು ತಂದು ಏನನ್ನೂ ಕಾಣದಂತಾಗುವ ಪರಿಸ್ಥಿತಿಗಳನ್ನೂ ಸೃಷ್ಟಿಸುವುದುಂಟು. ರಾತ್ರಿಗಳಲ್ಲಿ ಇಂಥಾ ಸಮಸ್ಯೆಗಳು ಉದ್ಭವವಾದರೆ ದಟ್ಟಹೊಗೆಯ ಪರದೆಯಿಂದಾಗಿ ಏನೇನೂ ಕಾಣದಂತಾಗಿ ಚಾಲಕರು ಕ್ಷಣಮಾತ್ರಕ್ಕಾದರೂ ಗೊಂದಲಕ್ಕೊಳಗಾಗುವುದು ಸಹಜ. ಈ ನಿರ್ಜನ ರಸ್ತೆಗಳಲ್ಲೆಲ್ಲಾದರೂ ಅಪಘಾತಗಳಾದರೆ ಅಥವಾ ವಾಹನವು ಕೆಟ್ಟುಹೋದರೆ ರಿಪೇರಿಯಾಗಲು ಕಾಯುತ್ತಿರುವ ವಾಹನಕ್ಕಿಂತ ಸುಮಾರು ಹತ್ತರಿಂದ ಮೂವತ್ತು ಅಡಿಗಳ ವಿವಿಧ ದೂರಗಳಲ್ಲಿ ಸೊಪ್ಪುಗಳ ರಾಶಿಯನ್ನಿಟ್ಟು ಆಸುಪಾಸಿನಲ್ಲಿ ಸಾಗುತ್ತಿರುವ ವಾಹನಗಳಿಗೆ ಎಚ್ಚರಿಕೆಯ ಸುಳಿವನ್ನು ನೀಡುವ ರೂಢಿಯಿದೆ.

ಇವೆಲ್ಲದರ ಹೊರತಾಗಿಯೂ ಈ ದಾರಿಗಳು ಗುಂಡಿರಹಿತವಾಗಿವೆ ಎಂಬುದನ್ನು ಹೇಳಲೇಬೇಕು. ಎಲ್ಲೋ ನಾಲ್ಕೈದು ಕಿಲೋಮೀಟರುಗಳ ಬೆಲ್ಟ್ ಅನ್ನು ಹೊರತುಪಡಿಸಿ ಈ ರಸ್ತೆಯು ಡ್ರೈವಿಂಗ್ ಮಾಡಲು ಸರಾಗ. ಹೀಗಾಗಿಯೇ ವಾಹನಗಳು ಇಲ್ಲಿ ನೂರಕ್ಕಿಂತ

ಕಮ್ಮಿಯ ವೇಗಕ್ಕಿಳಿಯುವುದು ಕಮ್ಮಿ. ಖಾಲಿ ರಸ್ತೆ ಮತ್ತು ಒಳ್ಳೆಯ ರಸ್ತೆ ಎಂದಾದರೆ ಬಹುಷಃ ಎಲ್ಲಾ ಚಾಲಕರಲ್ಲೂ ಅದೆಂಥದ್ದೋ ಹುರುಪು ಬಂದುಬಿಟ್ಟು ತೀರಾ ಫಾರ್ಮುಲಾ ವನ್ ರೇಸ್ ಪಂದ್ಯಗಳ ಮೈಕಲ್ ಶುಮಾಕರ್ ಆಗಿಬಿಡುತ್ತಾರೆ. ಆರೂವರೆ ತಾಸುಗಳ ಕಾಲ ಡ್ರೈವ್ ಮಾಡುತ್ತಾ ವೀಜ್‌ನಿಂದ ಲುವಾಂಡಾದತ್ತ ಸಾಗಿದರೆ ಮೊದಲ ಸುಮಾರು ನೂರೆಂಭತ್ತು ಕಿಲೋಮೀಟರುಗಳ ರಸ್ತೆಯು ತಿರುವುಗಳದ್ದಾದರೆ, ಉಳಿದ ನೂರು ಚಿಲ್ಲರೆ ಕಿಲೋಮೀಟರುಗಳ ರಸ್ತೆಯು ನೇರವಾಗಿರುವಂಥದ್ದು. ಮಧ್ಯದಲ್ಲಿ ಘಾಟಿಯೊಂದು ಇದ್ದಿದ್ದರೆ ನಮ್ಮ ಮಂಗಳೂರು-ಬೆಂಗಳೂರು ಪ್ರಯಾಣವಿದ್ದಂತೆಯೇ ಇರುತ್ತದೆ ಎಂದು ನಾನು ಈ ಬಗ್ಗೆ ಆಗಾಗ ಹೇಳುವುದುಂಟು.

ಚಲನಚಿತ್ರಗಳಲ್ಲಿ 'ರೋಡ್ ಮೂವಿ' ಅನ್ನೋ ವಿಧವಿರುತ್ತಂತೆ. ಲುವಾಂಡಾ-ವೀಜ್ ರಸ್ತೆಯ ಸ್ವಾರಸ್ಯವನ್ನು ಬರೆಯುತ್ತಾ ಕೂತರೆ ಇದೂ ಒಂದು ಪುರಾಣವೇ ಆಗಿಬಿಡುತ್ತದೆ. ಆದರೆ ಈ ಸ್ವಾರಸ್ಯಕರ ರಸ್ತೆ ಪುರಾಣವು ಇಲ್ಲಿಗೇ ಮುಗಿಯುವಂಥದ್ದಲ್ಲ. ಹೇಳಬೇಕಾಗಿರುವಂಥದ್ದು ಇನ್ನಷ್ಟಿದೆ. ಅಷ್ಟಕ್ಕೂ ನಮ್ಮ ಪಯಣವು ಈಗ ಶುರುವಾಗಿದ್ದಷ್ಟೇ ಅಲ್ಲವೇ...

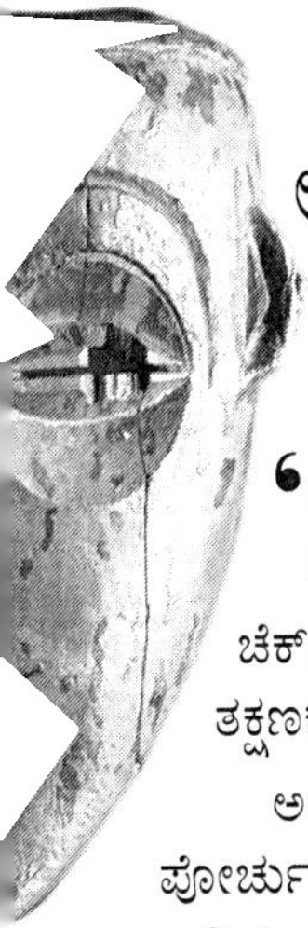

ಅಂಗೋಲಾದಲ್ಲಿ ಲಂಚಾವತಾರ

‘ಗೋಲ್ ಮಾಲ್ ಹೈ ಭಾಯಿ ಸಬ್ ಗೋಲ್ ಮಾಲ್ ಹೈ...’ ಲುವಾಂಡಾ-ವೀಜ್ ರಸ್ತೆಯಲ್ಲಿ ಬರುವ ಐದಾರು ಚೆಕ್‌ಪೋಸ್ಟ್‌ಗಳಲ್ಲಿ ಪೊಲೀಸಪ್ಪನೊಬ್ಬ ಮೊಟ್ಟಮೊದಲು ನನ್ನಲ್ಲಿ ಹಣ ಕೇಳಿದಾಗ ತಕ್ಷಣಕ್ಕೆ ಹೊಳೆದ ಹಾಡೇ ಇದು.

ಅಂಗೋಲಾಕ್ಕೆ ಕಾಲಿಡುವ ಮೊದಲ ದಿನವೇ ಏರ್‌ಪೋರ್ಟಿನಲ್ಲಿ ನಮಗೆ ಸಿಕ್ಕ ಬಿಳಿಯ ಪೋರ್ಚುಗೀಸ್ ವ್ಯಕ್ತಿಯೊಬ್ಬ, “ಯಾವುದಕ್ಕೂ ಹುಷಾರಾಗಿರಿ. ಸಿಕ್ಕಸಿಕ್ಕಲ್ಲಿ ಹಣ ಪೀಕುತ್ತಾರೆ ಇಲ್ಲಿಯ ಅಧಿಕಾರಿಗಳು” ಎಂದಿದ್ದ. ಈ ಸಹೃದಯಿಯ ಸಲಹೆಯನ್ನು ಗಂಭೀರವಾಗಿ ತೆಗೆದುಕೊಂಡಿದ್ದ ನಾವುಗಳು ಏರ್‌ಪೋರ್ಟಿನ ಇಮಿಗ್ರೇಷನ್ ಅಧಿಕಾರಿಗಳೊಂದಿಗೆ ಯಾವ ಮಹಾಮಾತುಕತೆಗೂ ಇಳಿಯದೆ ಕೋಲೆಬಸವನಂತೆ ತಲೆಯಾಡಿಸಿ ಆರಾಮಾಗಿ ಹೊರಬಂದಿದ್ದೆವು. ವಿಷಯ ಅಲ್ಲಿಗೆ ಮುಗಿದುಹೋಗಿತ್ತು.

ಆದರೆ ಲುವಾಂಡಾದಿಂದ ವೀಜ್‌ನತ್ತ ಸಾಗಲು ಮಾರ್ಗಮಧ್ಯದಲ್ಲಿ ಪಾಸಾಗಬೇಕಾದ ಪರೀಕ್ಷೆಗಳ ಬಗ್ಗೆ ನಮಗಾದರೂ ಏನು ಗೊತ್ತಿತ್ತು? ಆದರೆ ಮತ್ತೊಮ್ಮೆ ಅದೃಷ್ಟವೆಂಬಂತೆ ನಮ್ಮ ಮೊದಲ ಪ್ರಯಾಣದಲ್ಲಿ ಅಂಥಾ ಅನುಭವಗಳೇನೂ ಆಗಲಿಲ್ಲ. ಅಥವಾ ನಾವು ಪ್ರವಾಸಿಗಳ ಮೂಡಿನಲ್ಲೇ ಇದ್ದಿದ್ದರಿಂದ ಅಂಥದ್ದೇನಾದರೂ ಆಗಿದ್ದರೂ ನಮಗೆ ತಿಳಿಯಲಿಲ್ಲ. ಅಂದು ಅವರೆಲ್ಲರೂ ನನ್ನನ್ನು ನೋಡುತ್ತಾ, “ಓ ಇಂಡಿಯಾನು... ಇಂಡಿಯಾನು...” (ಓ ಭಾರತೀಯ!) ಎಂದಾಗ ನಾನು ಸುಮ್ಮನೆ ಸಮ್ಮತಿಯ ನಗುವನ್ನು ಬೀರಿದ್ದೆ. ‘ಈ ಬಾರಿ ಈತನನ್ನು ಬಿಟ್ಟುಬಿಡೋಣ. ಹೇಗೂ ಇನ್ನು ಒಂದು ವರ್ಷ ಈ ದಾರಿಯಲ್ಲೇ ಹೋಗಿಬರೋದು ಇರುತ್ತದಲ್ವೇ’, ಎಂದು ಅವರು ಲೆಕ್ಕಹಾಕಿದ್ದರೋ ಏನೋ! (ಪಾಸ್‌ಪೋರ್ಟಿನ ತಪಾಸಣೆಯಲ್ಲಿ ಒಂದು ವರ್ಷ ಅವಧಿಯ ವರ್ಕ್ ವೀಸಾವನ್ನು ಗುರುತಿಸಲು ಮಹಾ ಬುದ್ಧಿವಂತಿಕೆಯೇನೂ ಬೇಕಿಲ್ಲ). ಅಂತೂ ಮೊದಲ ಪ್ರಯಾಣವು ಸುಗಮವಾಗಿ ನೆರವೇರಿತ್ತು. ಆದರೆ ಅಸಲಿ ಕತೆಗಳು ಶುರುವಾಗಿದ್ದು ಮುಂದಿನ ಪ್ರಯಾಣಗಳಲ್ಲೇ.

ನಾವಿರುವ ವೀಜ್ ಒಂದು ಪುಟ್ಟ ಪಟ್ಟಣವಷ್ಟೇ. ವೀಜ್‌ನ ಹೃದಯಭಾಗದಲ್ಲಿ ಮೂಲಭೂತ ಅವಶ್ಯಕತೆಗಳು ಒಂದಷ್ಟು ವ್ಯವಸ್ಥಿತವಾಗಿ ಲಭ್ಯವಿದ್ದರೂ ಅದನ್ನು ಬಿಟ್ಟು ಬೇರೇನೂ ಈ ಪ್ರದೇಶದಲ್ಲಿಲ್ಲ. ವೀಜ್‌ನಲ್ಲಿ ಸಿಗದ ಸಾಮಾನುಗಳನ್ನು ತರಿಸಬೇಕಾದರೆ ನಾವು ನೇರವಾಗಿ ಲುವಾಂಡಾ ಮಹಾನಗರಿಗೇ ಹೋಗಬೇಕು. ಮೇಲಾಗಿ ಪ್ರಮುಖ ಸರ್ಕಾರಿ

ಕಾರ್ಯಾಲಯಗಳು, ರಾಯಭಾರ ಕಛೇರಿಗಳು, ಉದ್ಯಮಗಳೆಲ್ಲಾ ಬೀಡುಬಿಟ್ಟಿರುವುದು ಲುವಾಂಡಾದಲ್ಲೇ. ಅಂದರೆ ಮುನ್ನೂರು ಚಿಲ್ಲರೆ ಕಿಲೋಮೀಟರುಗಳ ದೂರವಿರುವ ಈ ಎರಡು ಜಾಗಗಳ ಮಧ್ಯೆ ಹೆಸರಿಗಾದರೂ ಒಂದೇ ಒಂದು ನಗರವೂ ಇಲ್ಲ. ವೀಜ್‌ನ ನಿವಾಸಿಗಳು ಒಳ್ಳೆಯ ಚಿಕಿತ್ಸೆಯು ಬೇಕೆಂದರೆ ಲುವಾಂಡಾಗೆ ದೌಡಾಯಿಸಬೇಕು. ಒಳ್ಳೆಯ ಶಾಲೆ ಬೇಕೆಂದರೆ ಲುವಾಂಡಾಗೆ ಹೋಗಬೇಕು. ಕೊರಿಯರ್ ವ್ಯವಸ್ಥೆ ಬೇಕೆಂದರೆ ಮತ್ತೆ ಅಲ್ಲಿಗೇ ಹೋಗಬೇಕು. ಕ್ಷೌರ ಮಾಡಿಸಿಕೊಳ್ಳಲು ವೀಜ್‌ನ ಕ್ಷೌರಿಕರು ಕತ್ತರಿ ಬಳಸುವುದಿಲ್ಲ ಎಂಬ ಒಂದೇ ಕಾರಣಕ್ಕಾಗಿ ನಾನು ಕೇವಲ ಕ್ಷೌರ ಮಾಡಿಸಿಕೊಳ್ಳಲು ಬರೋಬ್ಬರಿ ಮುನ್ನೂರು ಕಿಲೋಮೀಟರ್ ಪ್ರಯಾಣ ಮಾಡಬೇಕು. ಅಂಗೋಲಾದ ರಾಜಧಾನಿ ಲುವಾಂಡಾವು ವೀಜ್ ಸೇರಿದಂತೆ ದೂರದೂರದ ವಿವಿಧ ಪ್ರೊವಿನ್ಸ್(ಪ್ರಾಂತ್ಯ)ಗಳಿಗೆ ಏಕೈಕ ಆಪತ್ಬಾಂಧವನಂತಿರುವ ತಾಣ.

ಹೀಗಾಗಿ ನಾವು ವೀಜ್–ಲುವಾಂಡಾ, ಲುವಾಂಡಾ–ವೀಜ್ ಎಂದು ತಿಂಗಳಿಗೆ ಎರಡು ಬಾರಿಯಾದರೂ ಪ್ರಯಾಣಿಸುವುದು ಸಾಮಾನ್ಯ. ತಿಂಗಳಿಗೆ ಎರಡೇ ಬಾರಿಯಾದರೂ ದಿನದ ವೇಳೆಯಲ್ಲಿ ಆರೂವರೆ ಘಂಟೆಗಳ ಕಾಲ ಕಾರಿನಲ್ಲಿ ಕುಳಿತುಕೊಂಡು ಪ್ರಯಾಣಿಸುವುದೆಂದರೆ ಸುಸ್ತಿನ ವಿಚಾರ. ಅಂದರೆ ತಿಂಗಳ ನಾಲ್ಕು ದಿನಗಳು ರಸ್ತೆಯಲ್ಲೇ ಕಳೆದಂತಾಯಿತು. ಮಂಗಳೂರು–ಬೆಂಗಳೂರು ಬಸ್ಸು ಪ್ರಯಾಣದಂತೆ ಡಿಲಕ್ಸ್ ಬಸ್ಸಿನಲ್ಲಿ ರಾತ್ರಿ ಪ್ರಯಾಣ ಮಾಡೋಣವೆಂದರೆ ಅಂಥಾ ವಿಲಾಸಗಳು ಇಲ್ಲಿಲ್ಲವಲ್ಲಾ! ಅದರಲ್ಲೂ ನಮ್ಮಂತಹ ವಿದೇಶೀಯರು ಅಂಗೋಲಾದಲ್ಲಿ ಸೂರ್ಯಾಸ್ತದ ನಂತರ ಪ್ರಯಾಣಿಸುವುದೆಂದರೆ ಸಾವಿನ ಜೊತೆಗೆ ಚೆಲ್ಲಾಟವಾಡಿದಂತೆ. ಇರಲಿ. ಈ ರಸ್ತೆಯಲ್ಲಿ ಪ್ರಯಾಣ ಮಾಡಬೇಕಾಗಿರುವುದು ನಮ್ಮ ಅನಿವಾರ್ಯತೆ ಎಂದೇ ಹೇಳೋಣ. ಅಂದರೆ ನನ್ನ ಪ್ರಯಾಣವೊಂದರಲ್ಲಿ ವೀಜ್‌ನಿಂದ ಲುವಾಂಡಾಗೆ ತೆರಳುವಾಗ ಆರು ಬಾರಿ ಮತ್ತು ಲುವಾಂಡಾದಿಂದ ಮರಳಿ ಬರುವಾಗ ಮತ್ತೆ ಆರು ಬಾರಿ ಮಾರ್ಗಮಧ್ಯದಲ್ಲಿ ಚೆಕ್‌ಪೋಸ್ಟ್‌ನಲ್ಲಿ ತಪಾಸಣೆಗೊಳಪಡಬೇಕಾಗುತ್ತದೆ ಎಂದಾಯಿತು. ಹೀಗಿರುವಾಗ ಪ್ರತೀ ಚೆಕ್‌ಪೋಸ್ಟ್‌ನಲ್ಲಿರುವ ಪೊಲೀಸಪ್ಪನೂ ನನ್ನಲ್ಲಿ ಲಂಚಕ್ಕಾಗಿ ಕೈಚಾಚಿದರೆ ನನಗೆ ಹೇಗಾಗಬೇಡ?

ಮೊದಲ ಬಾರಿ ಅಚ್ಚರಿಯಿಂದ ಚಿಕ್ಕ ಮೊತ್ತವೊಂದನ್ನು ಪೋಲೀಸಪ್ಪನೊಬ್ಬನ ಕೈಯಲ್ಲಿಟ್ಟ ನಾನು, ಎರಡನೇ ಬಾರಿ ಗೊಂದಲದಲ್ಲಿ ಕೊಟ್ಟಿದ್ದೆ. ಆದರೆ ಮುಂದೆ ಇದೊಂದು ಚಟವಾಗಿ ಬಿಟ್ಟಾಗ ಮಾತ್ರ ನಾನು ತಲೆ ಚಚ್ಚಿಕೊಳ್ಳಬೇಕಾಯಿತು. ಅಂಗೋಲಾದಲ್ಲಿ ಕ್ರಮೇಣ ಬೇರುಬಿಡತೊಡಗಿದ್ದ ನಾನು ಅಷ್ಟಕ್ಕೂ ಅಲ್ಲಿ ಏನು ನಡೆಯುತ್ತಿದೆ ಎಂಬುದನ್ನು ನಿಧಾನವಾಗಿ ಅರ್ಥಮಾಡಿಕೊಳ್ಳತೊಡಗಿದ್ದೆ. ಇಲ್ಲಿಯ ಸಮವಸ್ತ್ರಧಾರಿ ಪೊಲೀಸರು ಮತ್ತು ಇಮಿಗ್ರೇಷನ್ ಅಧಿಕಾರಿಗಳಿಗೆ ಇದೊಂದು ಗೀಳಾಗಿಬಿಟ್ಟಿತ್ತು. ದಿನನಿತ್ಯ ಈ ದಾರಿಯಲ್ಲಿ ಸಾಗುವ ಹತ್ತು ವಾಹನಗಳಲ್ಲಿ ಏಳರಿಂದಾದರೂ ದೇಣಿಗೆಯನ್ನು ಸ್ವೀಕರಿಸಲೇಬೇಕು ಎಂದು ಇವರುಗಳು ಮೊದಲೇ ಲೆಕ್ಕಹಾಕಿ ನಿಂತಿರುವವರಾಗಿದ್ದರು. ಅದರಲ್ಲೂ ವಿದೇಶೀಯರು ಪ್ರಯಾಣಿಸುತ್ತಿದ್ದಾರೆಂದರೆ ಅವರಿಗಂದು ಹಬ್ಬ. ಅಂತೂ ಲುವಾಂಡಾ ಪ್ರಯಾಣವೆಂದರೆ ಇದು ನನ್ನ ಜೇಬು ತೂತಾಗುವ ಕೇಸು ಎಂದು ನನಗೆ ಕ್ರಮೇಣ ಜ್ಞಾನೋದಯವಾಗತೊಡಗಿತ್ತು.

ಲಂಚವನ್ನೂ ಕೂಡ ಸೃಜನಾತ್ಮಕವಾಗಿ ತೆಗೆದುಕೊಳ್ಳಬಹುದು ಎಂಬ ಜ್ಞಾನವನ್ನು ನನಗೆ ಕರುಣಿಸಿದ ಪುಣ್ಯಾತ್ಮರಿವರು. ಲಂಚದ ಮೆನು ಕಾರ್ಡಿನಲ್ಲಿ ಬರುವ ಮೊದಲ ಐಟಮ್ ಅಂದರೆ ಹಣ. ನಂತರದ ಸ್ಥಾನಗಳು ಕ್ರಮವಾಗಿ ಮೊಬೈಲ್ ರೀಚಾರ್ಜ್ ಕಾರ್ಡುಗಳು, ನೀರಿನ ಬಾಟಲ್ ಮತ್ತು ವೈನ್/ವ್ಹಿಸ್ಕಿಗಳಿಗೆ ಸಲ್ಲುತ್ತದೆ. ಲಂಚವನ್ನು ನನ್ನಲ್ಲಿ ಶಾಲೆಯ ಹೆಡ್ ಮಾಸ್ತರರಂತೆ ಮೆತ್ತಗೆ ಗದರಿಸಿ ಕೇಳಿದವರಿದ್ದಾರೆ. "ಪಾರ್ಟಿ ಕೊಡಿಸೋ... ಪಾರ್ಟಿ ಕೊಡಿಸೋ...", ಎಂದು ಗೆಳೆಯರು ಕೇಳುವ ಶೈಲಿಯಲ್ಲಿ ಬೆನ್ನುಹತ್ತಿ ಕೇಳಿದವರಿದ್ದಾರೆ. ಸ್ವಲ್ಪ ಕೊಟ್ಟರೆ ಚೆನ್ನಾಗಿರುತ್ತಿತ್ತು ಎಂದು ನಾಚುತ್ತಾ ಕೇಳಿದವರಿದ್ದಾರೆ. ಅಂದಹಾಗೆ ನೀವು ಕೊಟ್ಟು ಕೊಟ್ಟು ಇವರನ್ನು ಹಾಳುಮಾಡಿದಿರಿ ಇಂದು ಇಲ್ಲಿ ಯಾರೂ ಯಾರನ್ನೂ ದೂರುವಂತಿಲ್ಲ. ಏಕೆಂದರೆ ಇಂದು ಈ ಬಡಪಾಯಿಯಿಂದ ಲಂಚ ಕೀಳಲೇಬೇಕು ಎಂದು ಇಲ್ಲಿಯ ಪೋಲೀಸಪ್ಪನೊಬ್ಬ ನಿರ್ಧಾರ ಮಾಡಿಕೊಂಡೇ ಚೌಕಾಶಿಗಿಳಿದರೆ ಸಾಕ್ಷಾತ್ ಬ್ರಹ್ಮನೇ ಇಳಿದುಬಂದರೂ ಇದನ್ನು ತಪ್ಪಿಸಲಾರ.

ಆದರೆ ಹಲವು ಬಾರಿ ತಮಾಷೆಯ ಪ್ರಸಂಗಗಳಾಗಿದ್ದೂ ಇವೆ. ಉದಾಹರಣೆಗೆ ನೋಡಲು ಗುಂಡುಗುಂಡಾಗಿದ್ದ ಪೋಲೀಸಪ್ಪನೊಬ್ಬ "ನಿನ್ನೆಯಿಂದ ಹೊಟ್ಟೆಗೆ ಏನೂ ತಿಂದಿಲ್ಲ. ಏನಾದರೂ ಕೊಡಿ" ಎಂದು ತನ್ನ ಡೊಳ್ಳುಹೊಟ್ಟೆಯ ಮೇಲೆ ಕೈಯಾಡಿಸುತ್ತಾ ಕೇಳಿದ್ದ. ಅಧಿಕಾರಿಯೊಬ್ಬ ಅಷ್ಟು ದೈನ್ಯದಿಂದ ಕೇಳಿದರೆ ಯಾರಾದರೂ ಏನು ತಾನೇ ಮಾಡಬಲ್ಲ? ತೀರಾ ಹಟಕ್ಕೆ ಬಿದ್ದ ಮಕ್ಕಳು ರಚ್ಚೆ ಹಿಡಿದು ಚಾಕಲೇಟು ಕೇಳುವಂತೆ ಲಂಚವನ್ನು ಕೇಳುವ ಬೆನ್ನು ಬಿಡದ ಬೇತಾಳಗಳಂತಿದ್ದ ಸಿಬ್ಬಂದಿಗಳೂ ಇದ್ದರು. ಎಂಥೆಂಥದ್ದೋ ಬಾಲಿಶ ನೆಪಗಳನ್ನು ಹುಡುಕಿ ಅದು ಸರಿಯಿಲ್ಲ, ಇದು ಸರಿಯಿಲ್ಲ ಎನ್ನುತ್ತಾ ತಮ್ಮ ಉದ್ದೇಶವೇನೆಂಬುದನ್ನು ಪರೋಕ್ಷವಾಗಿ ಸೂಚಿಸುತ್ತಾ ನಮ್ಮನ್ನು ಮಾರ್ಗಮಧ್ಯದಲ್ಲಿ ಅಕಾರಣವಾಗಿ ನಿಲ್ಲಿಸಿದವರಿದ್ದಾರೆ. ಈ ಕಾಟಗಳಿಂದ ತಪ್ಪಿಸಿಕೊಳ್ಳಲು ಏನೋ ಒಂದು ಕೊಟ್ಟರಾಯ್ತಪ್ಪಾ ಎಂದು ಒಲ್ಲದ ಮನಸ್ಸಿನಿಂದ ಕೊಟ್ಟರೆ 'ಇದು ಕಮ್ಮಿಯಾಯಿತು' ಎಂದು ನೇರವಾಗಿಯೇ ನಿರಾಕರಿಸಿದವರಿದ್ದಾರೆ. ಒಟ್ಟಾರೆಯಾಗಿ ವೀಜ್-ಲುವಾಂಡಾ ರಸ್ತೆಯಲ್ಲಿ ಪ್ರಯಾಣಿಸುವುದೆಂದರೆ ಯಾವತ್ತಿಗೂ ಅದೊಂದು ಮುಗಿಯದ ತಲೆನೋವು.

ಒಂದೆರಡು ಬಾರಿಯೇನೋ ಸರಿ. ಆದರೆ ನನ್ನ ಜೇಬು ಅಕ್ಷಯಪಾತ್ರೆಯಲ್ಲವಲ್ಲಾ? ದಿನಗಳು ಕಳೆದಂತೆ ನಾನೂ ತಾಳ್ಮೆಯನ್ನು ಕಳೆದುಕೊಳ್ಳುತ್ತಾ ಬಂದಿದ್ದೆ. ಯಾವುದೇ ದಾಖಲೆಗಳಿಲ್ಲದ ಈ ಸಂದಾಯಕ್ಕೆ ಕೊನೆಯೇ ಇರಲಿಲ್ಲ. ಒಂದೆರಡು ಬಾರಿ ಪ್ರಯಾಣಿಸಿದರೆ ಮುಖಪರಿಚಯವಾಗಿ ಇದು ನಿಲ್ಲಬಹುದೆಂಬ ನನ್ನ ಲೆಕ್ಕಾಚಾರಗಳೂ ತಲೆಕೆಳಗಾಗಿದ್ದವು. ಏಕೆಂದರೆ ಪ್ರತೀ ಬಾರಿಯೂ ಹೊಸ ಪೋಲೀಸಪ್ಪ ನನಗೆ ಎದುರಾಗುತ್ತಿದ್ದ. ಏನು, ಎತ್ತ ಅಂತೆಲ್ಲಾ ಮತ್ತದೇ ಪ್ರಶ್ನೆಗಳನ್ನು ಕೇಳುತ್ತಿದ್ದ. "ನನಗೆ ಏನಾದರೂ ಉಡುಗೊರೆ ಕೊಡು" ಅನ್ನುತ್ತಿದ್ದ. ಬರಬರುತ್ತಾ ಇದೊಳ್ಳೆ ಕಥೆಯಾಯಿತು ಅಂದುಕೊಂಡ ನಾನು, "ನನ್ನಲ್ಲಿಲ್ಲಪ್ಪಾ" ಎನ್ನುತ್ತಾ ಎದುರಿಗಿದ್ದವನ ದೈನ್ಯ ಮುಖವಾಡವನ್ನೇ ಧರಿಸತೊಡಗಿದೆ. ಆದರೆ, ಮೊದಲೇ ಹೇಳಿದಂತೆ ಇವರು ಸಂಕಲ್ಪವೊಂದನ್ನು ತೆಗೆದುಕೊಂಡರೆ ಸಲ್ಮಾನ್ ಖಾನ್‌ನಂತೆ ತಮ್ಮ ಮಾತನ್ನೂ ತಾವು ಕೇಳಲೊಲ್ಲರು. ಹೀಗಾಗಿ ನೋಟಿನ ಬದಲಾಗಿ ನೀರಿನ ಬಾಟಲುಗಳನ್ನು ನೀಡಿ ಕೈತೊಳೆದುಕೊಳ್ಳಬೇಕಾಯಿತು. ಇನ್ನು ಈ ನೀರಿನ ಬಾಟಲ್‌ಗಳು ಹೊಸದೇ

ಆಗಿರಬೇಕು (ಸೀಲ್ಡ್ ಆಗಿರಬೇಕು) ಎಂಬುದು ಇವರ ಅಲಿಖಿತ ನಿಯಮಗಳಲ್ಲೊಂದು. ಮಿನೆರಲ್ ನೀರಿನ ಬಾಟಲಿಯ ಮುಚ್ಚಳವು ಕೊಂಚ ಸಡಿಲವಾಗಿದ್ದರೂ ಅದನ್ನಿವರು ಮುಟ್ಟಲಾರರು. ದಿನವೊಂದಕ್ಕೆ ಹೀಗೆ ನೂರು ನೀರಿನ ಬಾಟಲ್‌ಗಳನ್ನು ಇಳಿಸಿಕೊಂಡರೂ ಚೆಕ್-ಪೋಸ್ಟಿನ ಒಂದಿಡೀ ತಂಡವು ಅಷ್ಟು ನೀರನ್ನು ಕುಡಿಯುವ ಸಾಧ್ಯತೆಗಳೇ ಇಲ್ಲ. ಹೀಗಾಗಿ ಇವುಗಳನ್ನು ಬೇರೆಡೆ ಮಾರಲು ಬಳಸುತ್ತಿದ್ದಾರೆ ಎಂಬುದರಲ್ಲಿ ಸಂದೇಹವೇ ಇಲ್ಲ.

ಇಂಥಾ ಸಂದರ್ಭಗಳಲ್ಲಿ ಎಷ್ಟು ಬೇಕೋ ಅಷ್ಟೇ ಮಾತಾಡುವುದೂ ಕೂಡ ಕೆಲವೊಮ್ಮೆ ಜಾಣ ನಡೆಯೆನಿಸುತ್ತದೆ. ಉತ್ತಮ ಮಾತುಗಾರನೊಬ್ಬನಿಗೆ ಯಾವಾಗ ಏನು ಮಾತನಾಡಬೇಕೆಂದು ಎಷ್ಟು ಗೊತ್ತಿರುತ್ತದೋ, ಏನು ಮಾತನಾಡಬಾರದೆಂದೂ ಸ್ಪಷ್ಟವಾಗಿ ತಿಳಿದಿರುತ್ತದೆ. ಹೀಗಾಗಿ ಹಲವು ಬಾರಿ ನನಗೆ ಒಂದಿಷ್ಟು ಪೋರ್ಚುಗೀಸ್ ಅರ್ಥವಾದರೂ ಏನೂ ಅರಿಯದವನಂತೆ ಪಿಳಿಪಿಳಿ ಕಣ್ಣುಬಿಡುತ್ತಾ ಇವರುಗಳ ಕಣ್ಣಿನಲ್ಲಿ ಪೆದ್ದನೆನಿಸಿಕೊಂಡಿದ್ದೇನೆ. ಸುಮಾರಾಗಿ ಪೋರ್ಚುಗೀಸ್ ಪದಗಳನ್ನು ಬಳಸಲು ಬರುತ್ತದಾದರೂ ಇವತ್ತೇ ಅಂಗೋಲಾಕ್ಕೆ ಕಾಲಿಟ್ಟವನಂತೆ ಮುಗ್ಧತೆಯ ಅವತಾರವನ್ನೆತ್ತಿದ್ದೇನೆ. ತಾವು ಏನು ಹೇಳುತ್ತಿದ್ದೀರೆಂದು ನನಗೆ ಅರ್ಥವೇ ಆಗುತ್ತಿಲ್ಲ ಎಂದು ಕೈಸಂಜ್ಞೆ ಮಾಡುತ್ತಾ ಅಡ್ಡಡ್ಡ ತಲೆಯಾಡಿಸಿದ್ದೇನೆ. ಏಕೆಂದರೆ, ಈ ಬಗೆಯ ಸಂಪ್ರದಾಯವನ್ನು ಮುಂದುವರಿಸುವುದೆಂದರೆ ಅದು ಅಕ್ಷರಶಃ ಆನೆ ಸಾಕಿದಂತೆ. ಆನೆ ಸಾಕುವುದು ಎಲ್ಲರಿಗೂ ಆಗಿಬರುವಂಥದ್ದಲ್ಲ. ಮೇಲಾಗಿ ದುರಾಸೆಯೆಂಬುದು ತಳವಿಲ್ಲದ ಕೊಡ. ಸುರಿದಷ್ಟೂ ಅದಕ್ಕೆ ಕಮ್ಮಿಯೇ!

ಕಾನೂನಿನ ರಕ್ಷಕರೇ ಈ ಮಟ್ಟಕ್ಕೆ ಲಂಚ ತೆಗೆದುಕೊಳ್ಳುವುದಾದರೆ ಕಾನೂನು ವ್ಯವಸ್ಥೆಯ ತಳಪಾಯವು ಗಡಗಡ ಅಲ್ಲಾಡುವುದರಲ್ಲಿ ಅಚ್ಚರಿಯೇನಿಲ್ಲ. ಅಂಗೋಲಾ ಸೇರಿದಂತೆ ಆಫ್ರಿಕಾದುದ್ದಕ್ಕೂ ಯಾವ ಕಾನೂನುಗಳೂ ಕೂಡ ವ್ಯವಸ್ಥಿತವಾಗಿ ಜಾರಿಯಾಗುತ್ತಿಲ್ಲದರ ಹಿಂದಿನ ಕಾರಣಗಳೇ ಇದು. ಅಧಿಕಾರವು ಕೈಯಲ್ಲಿದೆಯೆಂದು ಸಿಕ್ಕಸಿಕ್ಕವರಿಗೆ ಬಿಕರಿಗಿಟ್ಟರೆ ಅದರ ಮೌಲ್ಯವೂ ಕುಗ್ಗುತ್ತಾ ಹೋಗುವುದು ಸಹಜ. ಅಂಗೋಲಾದಲ್ಲಿ ಮಿತಿಮೀರಿ ಹೋಗಿರುವ ಭ್ರಷ್ಟಾಚಾರವು ಜಾಗತಿಕ ಮಟ್ಟದಲ್ಲೂ ನಿರಂತರವಾಗಿ ಗಮನಸೆಳೆದಿದ್ದು ಮತ್ತು ಈ ಬಗ್ಗೆ ಬಹಿರಂಗವಾಗಿ ಟೀಕೆಗೊಳಗಾಗಿದ್ದೂ ಇದೆ. ಹೀಗಾಗಿ ವೀಜ್-ಲುವಾಂಡಾ ರಸ್ತೆ ಪುರಾಣದ ಬಗ್ಗೆ ಹೇಳುವಾಗ ಈ ಪ್ರಸಂಗಗಳನ್ನು ಉಲ್ಲೇಖಿಸದಿರುವುದು ಸಾಧ್ಯವೇ ಇಲ್ಲ.

ಕಾರಿನೊಳಗೆ ಕುಳಿತುಕೊಂಡೇ ಗಾಜಿನ ಕಿಟಕಿಯಿಂದ ಹೊರಗಿನ ದೃಶ್ಯಗಳನ್ನು ನಾನು ನೋಡುತ್ತಿದ್ದೇನೆ. ವೀಜ್‌ನಲ್ಲಿರುವ ಹತ್ತು ಮನೆಗಳಲ್ಲಿ ಎಂಟು ಬಣ್ಣ-ರೂಪಗೆಟ್ಟ ಕಳಪೆ ಮನೆಗಳು ಕಂಡರೆ, ಎರಡು ಗಟ್ಟಿಮುಟ್ಟಾದ, ಸುಣ್ಣಬಣ್ಣ ಬಳಿದ ಮನೆಗಳು ನನಗೆ ಕಾಣಸಿಗುತ್ತವೆ. ತಕ್ಷಣವೇ ಈ ಮನೆಯ ಮಾಲೀಕ ಪೊಲೀಸಪ್ಪನೇ ಇರಬೇಕು ಎಂದು ನಾನು ಮನದಲ್ಲೇ ಲೆಕ್ಕಹಾಕುತ್ತೇನೆ. ಬಹಳಷ್ಟು ಬಾರಿ ನನ್ನ ತರ್ಕವು ಸತ್ಯವೂ ಆಗಿರುತ್ತದೆ.

'ಕುರುಡು ಕಾಂಚಾಣ ಕುಣಿಯುತ್ತಲಿತ್ತು... ಕಾಲಿಗೆ ಬಿದ್ದವರ ತುಳಿಯುತ್ತಲಿತ್ತು... ಕುರುಡು ಕಾಂಚಾಣ...' ಹಾಡು ನೆನಪಾಗುತ್ತದೆ.

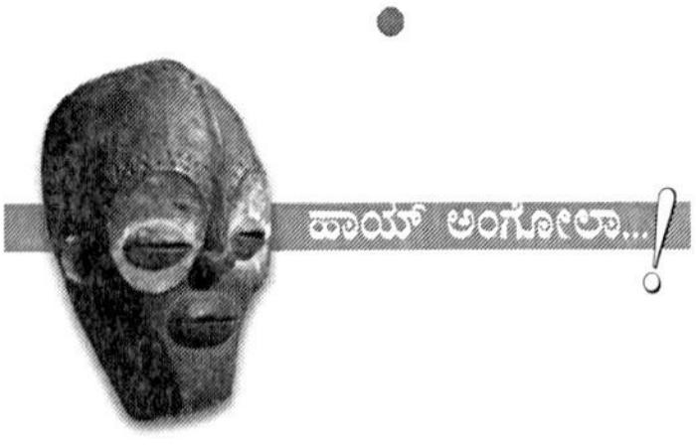

ನಾನೊಬ್ಬ ಮುಸಾಫಿರ್... ಪಯಣವೇ ನನ್ನ ಬದುಕು...

ಯೂ ಹೀ ಚಲಾ, ಚಲ್ ರಾಹೀ
ಯೂ ಹೀ ಚಲಾ, ಚಲ್ ರಾಹೀ
ಕಿತ್ನೀ ಹಸೀನ್ ಹೈ ಯೇ ದುನಿಯಾ...
ಭೂಲ್ ಸಾರೇ ಝಮೇಲೇ
ದೇಖ್ ಫೂಲೋಂಕೆ ಮೇಲೇ
ಬಡೀ ರಂಗೀನ್ ಹೈ ಯೇ ದುನಿಯಾ...

(ಹೀಗೆಯೇ ಸಾಗುತ್ತಿರು ಓ ಪಯಣಿಗ, ಹೀಗೆಯೇ ಸಾಗುತ್ತಿರು... ಅದೆಷ್ಟು ಸುಂದರವಾಗಿದೆ ಈ ಜಗತ್ತು... ಎಲ್ಲಾ ಜಂಜಾಟಗಳನ್ನು ಮರೆತು, ಹೂವಿನ ಜಾತ್ರೆಗಳನ್ನು ಕಂಡು... ನೋಡು ಅದೆಷ್ಟು ವರ್ಣಮಯವಾಗಿದೆ ಈ ಜಗತ್ತು...)

ಅಶುತೋಷ್ ಗೋವಾರಿಕರ್ ನಿರ್ದೇಶನದ ಶಾರೂಖ್ ಖಾನ್, ಗಾಯತ್ರಿ ಜೋಷಿ ಮುಖ್ಯಭೂಮಿಕೆಯಲ್ಲಿರುವ 'ಸ್ವದೇಸ್' ಚಿತ್ರದ ಮಧುರ ಹಾಡಿದು.

ಲುವಾಂಡಾ–ವೀಜ್ ರಸ್ತೆ ಪುರಾಣದ ಬಗ್ಗೆ ಮಾತಾಡಿದಾಗಲೆಲ್ಲಾ ನೀವು ಮಾರ್ಗದುದ್ದಕ್ಕೂ ಹೀಗೆ ಶಾರೂಖ್ ನಂತೆ ಹಾಡು ಹೇಳುತ್ತಲೇ ಸಾಗಿದ್ದಿರಬಹುದಲ್ಲಾ ಎಂದು ಬಹಳಷ್ಟು ಜನ ಕೇಳಿದ್ದಾರೆ. ಅಕ್ಕಪಕ್ಕ ಕೇಳುವವರು ಯಾರೂ ಇಲ್ಲದಿದ್ದರಿಂದ ಹಾಡಬಹುದಿತ್ತೋ ಏನೋ! ಈ ನನ್ನ ಪ್ರಯಾಣಗಳಲ್ಲಿ ಪರಿಸ್ಥಿತಿಗಳು ಕೊಂಚ ಭಿನ್ನವಾಗಿದ್ದರೂ road tripನ ಅನುಭವಗಳಂತೂ ಖಂಡಿತ ಆಗಿವೆ. ಆಗಿಲ್ಲವೆಂದರೂ ಆಗಿಸಿಕೊಳ್ಳುವ ಹುರುಪು ನನ್ನದು. ಇಲ್ಲದಿದ್ದರೆ ಪ್ರಯಾಣವೆಂಬುದು ಪ್ರಯಾಸದ ಮಾತಾಗುತ್ತದೆ. ಆರೇಳು ತಾಸುಗಳ ಪ್ರಯಾಣವೆಂಬ ಯೋಚನೆಯ ಮಾತ್ರದಿಂದಲೇ ಸುಸ್ತಾಗುತ್ತದೆ. ಕೆಲವೊಮ್ಮೆ ತೀರಾ ತುರ್ತಿನ ಸಂದರ್ಭಗಳಲ್ಲಿ ವಾರಕ್ಕೆ ಮೂರು ಬಾರಿ ನಾನು ಈ ಮಾರ್ಗವಾಗಿ ಹೋಗಿಬಂದಿರುವ ದೃಷ್ಟಾಂತಗಳೂ ಇವೆ. ಅಂದರೆ ನಲವತ್ತೆರಡು ತಾಸುಗಳು ಕೇವಲ ರಸ್ತೆಯಲ್ಲೇ. ಹೀಗಿರುವಾಗ ಪ್ರಯಾಣವನ್ನು ಆಸ್ವಾದಿಸದೆ ಪ್ರಯಾಸವನ್ನಾಗಿಸಿಕೊಂಡರೆ ಆ ಅನುಭವವೇ ಕೈತಪ್ಪಿಹೋಗುವುದು ಸಹಜ.

ವಾರಕ್ಕೊಮ್ಮೆ ಉಪವಾಸ ಮಾಡುವ ರೂಢಿಯು ಕೆಲವರಲ್ಲಿರುತ್ತದೆ. ದಿನಕ್ಕೊಂದಿಷ್ಟು ನಿಮಿಷವಾದರೂ ಮೌನವಾಗಿ ಕಳೆಯಿರಿ ಎಂದು ಜ್ಞಾನಿಗಳು ಹೇಳುತ್ತಾರೆ. ಈ ರಸ್ತೆಪುರಾಣವೂ ಕೂಡ ವೈಯಕ್ತಿಕ ನೆಲೆಯಲ್ಲಿ ಇಂಥದ್ದೇ ಅನುಭವ ನನಗೆ. ವೈಫೈ, ಟೆಲಿಫೋನ್

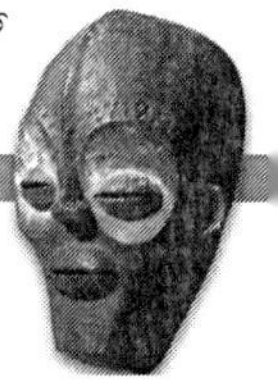

ನೆಟ್‌ವರ್ಕ್‌ಗಳಿಲ್ಲದ ದಾರಿಯಲ್ಲಿ, ದಟ್ಟ ಕಾಡನ್ನು ಸೀಳುತ್ತಾ ಸಾಗುವ ಹೆದ್ದಾರಿಯಲ್ಲಿ, ನೂರಕ್ಕಿಂತಲೂ ಹೆಚ್ಚಿನ ವೇಗದಲ್ಲಿ ತಾಸುಗಟ್ಟಲೆ ಪ್ರಯಾಣಿಸುವುದೆಂದರೆ ಹೊರಗಿನ ದುನಿಯಾದ ಜಂಜಾಟಗಳಿಂದ ಒಂದು ತಾತ್ಕಾಲಿಕ, ಸಂಕ್ಷಿಪ್ತ ಆದರೆ ಸಂಪೂರ್ಣ ಮುಕ್ತಿ. ಈ ಅವಧಿಯೇನಿದ್ದರೂ ನನ್ನ ಮತ್ತು ಕಾಡಿನ ಏಕಾಂತ ಮಾತ್ರ. ಸ್ವಲ್ಪ ಓದು, ಸ್ವಲ್ಪ ನಿದ್ದೆ, ಸ್ವಲ್ಪ ಸಂಗೀತ. ಮನಸ್ಸಾದರೆ ನನ್ನ ಕಳಪೆ ಪೋರ್ಚುಗೀಸ್ ಭಾಷೆಯಲ್ಲಿ ಜತೆಗಾರರೊಂದಿಗೆ ಒಂದಿಷ್ಟು ಮಾತು. ಪ್ರಕೃತಿಯಿಂದ ನಾವು ಅದೆಷ್ಟು ದೂರ ಬಂದುಬಿಟ್ಟಿದ್ದೇವೆ ಎಂದು ಅರಿವಾಗುವುದು ಇಂಥಾ ಮಧುರ ಕ್ಷಣಗಳಲ್ಲೇ.

ಅಂಗೋಲಾದಲ್ಲಿ ವರ್ಷಕ್ಕೆ ಸುಮಾರು ಏಳರಿಂದ ಎಂಟು ತಿಂಗಳುಗಳ ಕಾಲ ಧಾರಾಕಾರ ಮಳೆಯಾಗುತ್ತದೆ. ಮಳೆಯೆಂದರೆ ಅಂತಿಂಥಾ ಮಳೆಯಲ್ಲ ಅದು. ಧೋ ಎಂದು ಒಂದೇ ಸಮನೆ ಸುರಿಯುವ ಮಳೆ. ಉಕ್ಕುಕ್ಕಿ ಬರುತ್ತಿದ್ದರೂ ಅದೆಷ್ಟೋ ದಿನ ತಡೆದಿಟ್ಟು ಕೊನೆಗೊಂದು ದಿನ ಏಕಾಏಕಿ ಅತ್ತು ಕರಗಿಹೋಗುವ ಕಣ್ಣೀರಿನಂತೆ ಬರುವ ಮಳೆ. ಈ ಜಡಿಮಳೆಯ ನಂತರ ಸುತ್ತಲೂ ನಳನಳಿಸುವ ಹಸಿರನ್ನೊಮ್ಮೆ ನೋಡಬೇಕು. ಅದು ಕಣ್ಣಿಗೆ ಹಬ್ಬ. ಬೆರಳೆಣಿಕೆಯ ಸಂದರ್ಭಗಳಲ್ಲಿ ಇಂಥಾ ಮಳೆಯು ಮದವೇರಿದ ಆನೆಯಂತೆ ಏರಿಹೋಗುವುದೂ ಉಂಟು. ಆಗ ಆ ಮಳೆಯು ತನ್ನಷ್ಟಕ್ಕೆ ಶಾಂತವಾಗಿದ್ದ ವೀಜ್ ಪರಿಸರವನ್ನು ಏಕಾಏಕಿ ಚೆಲ್ಲಾಪಿಲ್ಲಿ ಮಾಡಿ ಜನರನ್ನು ಒಂದು ಕ್ಷಣ ಕಂಗೆಡಿಸುತ್ತದೆ. ಡ್ರೈವ್ ಮಾಡುತ್ತಿರುವವರು ವೈಪರ್‌ಗಳು ಜೋರಾಗಿ ಅತ್ತಿತ್ತ ಸರಿದಾಡುತ್ತಿದ್ದರೂ ಕಣ್ಣಿಗೆ ಏನೆಂದರೆ ಏನೂ ಕಾಣದೆ ಅಸಹಾಯಕರಾಗಿ ಎಲ್ಲಾದರೊಂದು ಮೂಲೆಯಲ್ಲಿ ವಾಹನವನ್ನು ನಿಲ್ಲಿಸಿಬಿಡುತ್ತಾರೆ. ರಸ್ತೆ ಬದಿಯಲ್ಲಿ ಬಾಳೆಹಣ್ಣು, ಗೆಣಸು, ಸಾಬೂನು ಇತ್ಯಾದಿಗಳನ್ನು ತಲೆಯ ಮೇಲೆ ಹೊತ್ತು ಮಾರುತ್ತಿದ್ದ, ಜೊತೆಗೆ ಬೆನ್ನ ಹಿಂದೆ ತನ್ನ ಹಸುಳೆಯನ್ನು ಬಟ್ಟೆಯೊಂದರಿಂದ ಸುತ್ತಿ ಕಟ್ಟಿದ್ದ ಸ್ಥಳೀಯ ಝುಂಗೇರಾ ಮಹಿಳೆಯರು ಆಸರೆಗಾಗಿ ಅತ್ತಿತ್ತ ಗೊಂದಲದಿಂದ ಓಡತೊಡಗುತ್ತಾರೆ. ಗೂಡಂಗಡಿಗಳು ಬೆಚ್ಚಿಬೀಳುತ್ತವೆ. ಇನ್ನು ಮನೆಯೊಳಗೆ ಬೆಚ್ಚಗಿರುವ ನನ್ನಂಥವರು ರಭಸವಾಗಿ ಬೀಳುತ್ತಿರುವ ಮಳೆಯನ್ನೇ ಸುಮ್ಮನೆ ನೋಡುತ್ತಾ ನೆನಪುಗಳ ಹಾಯಿದೋಣಿಯಲ್ಲಿ ಮೆಲ್ಲನೆ ಸಾಗತೊಡಗುತ್ತಾರೆ, ಕಾಫಿ-ಪುಸ್ತಕದ ಜನಪ್ರಿಯ ಕಾಂಬೋಗೆ ಶರಣಾಗುತ್ತಾರೆ, ಗಝಲ್‌ನ ಗುಂಗಿನಲ್ಲಿ ಕಳೆದುಹೋಗುತ್ತಾರೆ.

ಹೀಗಾಗಿಯೇ ಅಂಗೋಲಾ ದಿನಗಳ ಅದೆಷ್ಟೋ ತರಹೇವಾರಿ ಅನುಭವಗಳಿದ್ದರೂ ಈ ರಸ್ತೆ ಪುರಾಣದ ತೂಕವೇ ಬೇರೆ. ಕಡುನೀಲಿ ಬಣ್ಣದ ಸಮವಸ್ತ್ರಧಾರಿ ಲಂಚಬಾಕ ಪೊಲೀಸರು ನನ್ನನ್ನು ಅದೆಷ್ಟು ಗೋಳುಹೊಯ್ದುಕೊಂಡಿದ್ದಾರೋ, ಅಂಥಾ ಕಾಡಗರ್ಭದಲ್ಲೂ ಹಾಯಾಗಿರುವ ಸ್ಥಳೀಯರು ನನ್ನನ್ನು ಅಷ್ಟೇ ಕಾಡಿದ್ದಾರೆ. ಬಹಳಷ್ಟು ಅಂಗೋಲನ್ನರು ಕ್ಯಾಮೆರಾಗಳಿಗೆ ಸೆರೆಯಾಗಲು ಸಂಕೋಚಪಡುತ್ತಿದ್ದುದರಿಂದ ಈ ನೆನಪುಗಳು ಚಿತ್ರಗಳಾಗದೆ ಉಳಿದುಹೋದವು. ಹಾಗೆಂದು ಅಂಗೋಲನ್ನರು ನಾಚಿಕೆಯ ಸ್ವಭಾವದವರೇನೂ ಅಲ್ಲ. ಮನೆಯಲ್ಲಿದ್ದಾಗ ನಾವು ಹೇಗ್ಹೇಗೋ ಬಟ್ಟೆಗಳನ್ನು ಧರಿಸಿ ವಿಚಿತ್ರವಾಗಿರುತ್ತೇವಲ್ಲವೇ, ಹೀಗಾಗಿ ಫೋಟೋ ತೆಗೆಯಬೇಡಿ ಎಂಬ ಕೋರಿಕೆ ಅವರದ್ದು. ಇನ್ನು ಏನಿಲ್ಲವೆಂದರೂ ನನ್ನಂತಹ ವಿದೇಶೀ ಹೈದನೊಬ್ಬ ಹೀಗೆ ಸ್ಥಳೀಯರೊಂದಿಗೆ ಬೆರೆತಾಗ ಖುಷಿಖುಷಿಯಾಗಿ ದೊಡ್ಡ ಗುಂಪಿನಲ್ಲಿ ಬರುವವರು ಮಾತ್ರ ಮಕ್ಕಳು. ಯಾರು ತಮ್ಮಂತೆ ಕಾಣುತ್ತಿಲ್ಲವೋ ಅವರೆಲ್ಲರೂ ಈ ಮಕ್ಕಳಿಗೆ 'ಬ್ರಾಂಕು' (ಬಿಳಿ) ಮತ್ತು 'ಶಿನೇಷ್' (ಚೈನೀಸ್). ಕಿಂದರಿಜೋಗಿಯ ಹಿಂದೆ

ಹೇಗೆ ಇಲಿಗಳು ದಂಡಿಯಾಗಿ ಹೋದವೋ ಅಂತೆಯೇ ನನ್ನ ಹಿಂದೆ ಈ ಪುಟ್ಟ ಮಕ್ಕಳ ಕುರಿಮಂದೆಯಂತಿರುವ ಗುಂಪು.

ಅಂದಹಾಗೆ ಕನ್ನಡ ಸಿನೆಮಾಗಳಲ್ಲಷ್ಟೇ ನೋಡಿದ್ದ ಲಾಂಗು-ಮಚ್ಚುಗಳನ್ನು ಮತ್ತೊಮ್ಮೆ ನಿತ್ಯವೂ ಕಾಣುವ ಭಾಗ್ಯ ನನಗೊದಗಿಬಂದಿದ್ದು ಅಂಗೋಲಾದಲ್ಲಿ. ಅಂಗೋಲಾದ ಗ್ರಾಮೀಣ ಭಾಗಗಳಲ್ಲಿ ಓಡಾಡಿದರೆ ರಸ್ತೆಯುದ್ದಕ್ಕೂ ಮಚ್ಚುಗಳನ್ನು ಹಿಡಿದುಕೊಂಡು ತಮ್ಮ ಪಾಡಿಗೆ ತಾವು ಸಾಗುತ್ತಿರುವ ಪುರುಷರನ್ನು ನಾವು ಕಾಣಬಹುದು. ಸ್ಥಳೀಯ ಭಾಷೆಯಲ್ಲಿ ಇದರ ಹೆಸರು'ಕತಾನಾ'. ಒಂದು ರೀತಿಯಲ್ಲಿ ಕತಾನಾ ಅವರಿಗೊಂದು ultimate ಆಯುಧ. ಅದು ಸೌದೆಗೂ, ಚಿಕ್ಕಪುಟ್ಟ ಬೇಟೆಗೂ, ಎದೆಯೆತ್ತರ ಬೆಳೆದುನಿಂತ ಹುಲ್ಲುಗಳನ್ನು ಕತ್ತರಿಸಿ ದಾರಿ ಮಾಡಿಕೊಂಡು ಹೋಗಲು... ಹೀಗೆ ಎಲ್ಲದಕ್ಕೂ ಒಂದು handy ಸಾಧನ. ಕತಾನಾ ಅಂಗೋಲನ್ನರಿಗೆ ಒಂದು ಯಕಃಶ್ಚಿತ್ ಮಚ್ಚಷ್ಟೇ ಅಲ್ಲ. ಅದು ಒಂದು ಕಾಲದಲ್ಲಿ ಅವರ ಒಡಲ ರೋಷಕ್ಕೆ ದನಿಯಾದ ದಾರಿಯೂ ಹೌದು. ಪೋರ್ಚುಗೀಸ್ ಆಧಿಪತ್ಯದ ವಿರುದ್ಧ ತಿರುಗಿಬಿದ್ದ ಅಂಗೋಲನ್ನರು ಒಂದು ಹಂತದಲ್ಲಿ ಮಚ್ಚು, ಚೂರಿ, ಕೊಡಲಿಗಳಂತಹ ಆಯುಧಗಳನ್ನು ಹಿಡಿದುಕೊಂಡು ಬಂದೂಕು ಹಿಡಿದಿದ್ದ ಬಿಳಿಯ ಪೋರ್ಚುಗೀಸರ ವಿರುದ್ಧ ದಂಗೆಯೆದ್ದಿದ್ದರು ಎಂಬುದನ್ನು ನೀವು ನಂಬಲೇಬೇಕು.

ಇನ್ನು ತಮಾಷೆಯ ಕೆಲ ಸಂಗತಿಗಳೂ ಕೂಡ ಕೆಲವೊಮ್ಮೆ ರಸ್ತೆ ಪ್ರಯಾಣಗಳ ಆಯಾಸವನ್ನು ಮರೆಸಿಬಿಡುತ್ತವೆ. ಮುನ್ನೂರು ಚಿಲ್ಲರೆ ಕಿಲೋಮೀಟರುಗಳ ಇಂಥದ್ದೇ ಪ್ರಯಾಣವೊಂದರಲ್ಲಿ ಮಹಿಳಾ ಪೊಲೀಸ್ ಅಧಿಕಾರಿಯೊಬ್ಬರು ಕೊಂಚ ಹೆಚ್ಚೇ ಎನ್ನುವಷ್ಟು ನನ್ನ ಕಾಲೆಳೆದಿದ್ದರು. ನಾನಿನ್ನೂ ಯಾಕೆ ಮದುವೆಯಾಗಿಲ್ಲ ಎಂಬುದು ಅವರ ಮಿಲಿಯನ್ ಡಾಲರ್ ಪ್ರಶ್ನೆ. ಈ ವಯಸ್ಸಿಗೆ ಮನೆ ತುಂಬಾ ಮಕ್ಕಳಿರಬೇಕಿತ್ತು ಗೊತ್ತಾ ಎಂಬ ಕಳಕಳಿ ಬೇರೆ (ಅಂಗೋಲಾದಲ್ಲಿ ತರುಣ-ತರುಣಿಯರು ಬೇಗನೇ ಮದುವೆಯಾಗಿ ಸಂಸಾರಸ್ಥರಾಗುವುದು ಸಾಮಾನ್ಯ. ಇತ್ತೀಚೆಗೆ ತನ್ನ ಮೂವತ್ತೆರಡನೇ ವಯಸ್ಸಿನಲ್ಲಿ ಸಾವಿಗೀಡಾದ ಪರಿಚಿತ ಕಾರ್ಮಿಕನೊಬ್ಬ ಇಬ್ಬರು ಪತ್ನಿಯರಿಂದ ಬರೋಬ್ಬರಿ ಒಂಭತ್ತು ಮಕ್ಕಳನ್ನು ಪಡೆದಿದ್ದ). ಮದುವೆಯಾದರೆ ಅಂಗೋಲನ್ ಹುಡುಗಿಯನ್ನು ಆಗುತ್ತೀರಾ, ಅಥವಾ ಭಾರತೀಯ ಹುಡುಗಿಯನ್ನೋ ಎಂಬುದು ಮುಂದುವರಿದ ಪ್ರಶ್ನೆ. ಭಾರತೀಯ ಮಹಿಳೆಯರು ಅಷ್ಟು ಸ್ಫುರದ್ರೂಪಿಗಳಾಗಿರುತ್ತಾರಲ್ಲ, ಏನಿದರ ರಹಸ್ಯ? ಆದರೂ ಅಂಗೋಲನ್ ಸುಂದರಿಯರೂ ಏನು ಕಮ್ಮಿಯೇ? ನೀವು ಅಂಗೋಲನ್ ಹುಡುಗಿಯನ್ನು ವಿವಾಹವಾದರೆ ನಿಮ್ಮ ಮಕ್ಕಳಿಗೆ ಎಲ್ಲಿಯ ಪೌರತ್ವ ಸಿಗುತ್ತದೆ? ನಾನು ನಿಮಗೆ ಅಂಗೋಲನ್ ವಧು ಹುಡುಕಿ ಕೊಡಲಾ?... ಹೀಗೆ ಒಂದೇ ಎರಡೇ... ನಮ್ಮ ಪಾಡಿಗೆ ನಾವು ಲುವಾಂಡಾದತ್ತ ತೆರಳುತ್ತಿದ್ದರೆ ಆ ಕಾಡಿನ ಮಧ್ಯೆ ವಾಹನವನ್ನು ಮೂಲೆಯಲ್ಲಿ ಪಾರ್ಕ್ ಮಾಡಿಸಿ ಪ್ರಶ್ನೆಗಳನ್ನು ಪುಂಖಾನುಪುಂಖವಾಗಿ ಬಾಣದಂತೆ ಬಿಡುತ್ತಲೇ ಇದ್ದರು ಈಯಮ್ಮ. "ಅರೆ! ಇಷ್ಟೆಲ್ಲಾ ನಾನು ಯೋಚಿಸಿಯೇ ಇಲ್ವಲ್ಲಾ... ಸಂಸಾರಸ್ಥನಾಗಬೇಕು ಎಂದೇನಾದರೂ ಯೋಜನೆ ಹಾಕಿದರೆ ಎಲ್ಲವನ್ನೂ ಬಿಟ್ಟು ಉಟ್ಟಬಟ್ಟೆಯಲ್ಲೇ ನಿಮ್ಮೆದುರು ಬಂದು ನಿಲ್ಲುತ್ತೇನೆ. ಸರೀನಾ?", ಎಂದು ದುಭಾಷಿಯ ಮೂಲಕವಾಗಿ ಹೇಳಿಸಿದೆ ನಾನು. ನನ್ನ ಮಾತಿಗೆ ದೊಡ್ಡದಾಗಿ ನಗುತ್ತಾ ಅಸ್ತು ಎಂದರು ಆಕೆ. ಅವರಿಗೂ ಪಾಪ, ಮುಂಜಾನೆಯಿಂದ ಆ ನಿರ್ಜನ ಪ್ರದೇಶದಲ್ಲಿ ಕರ್ತವ್ಯ ನಿರ್ವಹಿಸುತ್ತಾ ಬೋರಾಗಿತ್ತೋ ಏನೋ! ಸಿಕ್ಕ ಅವಕಾಶವನ್ನು ಚೆನ್ನಾಗಿಯೇ

ಬಳಸಿಕೊಂಡಿದ್ದರು ಆಕೆ. ಆಗಲಿ, ಹತ್ತು ನಿಮಿಷಗಳ ಕಾಲ ಮನರಂಜನೆಯನ್ನು ಕೊಟ್ಟ ಪುಣ್ಯವಾದರೂ ನನಗೆ ಸಿಗಬಹುದು ಎಂದು ಅಂದುಕೊಂಡ ನಾವು ಮುನ್ನಡೆದಿದ್ದೆವು. ಆ ಮಹಿಳಾ ಅಧಿಕಾರಿಯನ್ನು ಅಲ್ಲೇ ಬಿಟ್ಟು ನಾವು ಮುನ್ನಡೆದರೂ ಆಕೆಯ ಪರಿಶುಭ್ರ ನಗೆಯು ಪ್ರಯಾಣದುದ್ದಕ್ಕೂ ನಮಗೆ ಸಾಥ್ ನೀಡಿತ್ತು.

ವಿಚಿತ್ರವೆಂದರೆ ವೀಜ್‌ನ ಸನಿಹದಲ್ಲಿರುವ ಏಕೈಕ ಪಟ್ಟಣವೆಂದರೆ ಲುವಾಂಡಾ ಅಷ್ಟೇ. ಮುನ್ನೂರು ಚಿಲ್ಲರೆ ಕಿಲೋಮೀಟರುಗಳ 'ಸನಿಹ'ವಿದು. ಹೀಗಾಗಿ ವೀಜ್‌ನಿಂದ ಲುವಾಂಡಾದತ್ತ ಹೋಗುವವರು ತಮ್ಮ ಆಪ್ತರಿಗಾಗಿ ಒಳ್ಳೆಯ ಗುಣಮಟ್ಟದ ಬಾಳೆಹಣ್ಣು, ಗೆಣಸು ಇತ್ಯಾದಿ ಕೃಷಿ ಉತ್ಪನ್ನಗಳನ್ನು ಹಳ್ಳಿಯಿಂದ ತೆಗೆದುಕೊಂಡು ಹೋದರೆ, ಲುವಾಂಡಾದಿಂದ ವೀಜ್ ಕಡೆಗೆ ಬರುವ ಜನರು ವೀಜ್‌ನಲ್ಲಿರುವ ಆಪ್ತರಿಗಾಗಿ ಸೂಪರ್ ಮಾರ್ಕೆಟ್ಟುಗಳ ಅಗತ್ಯ ವಸ್ತುಗಳನ್ನು, ಔಷಧಿಗಳನ್ನು ತರುತ್ತಾರೆ. ಪ್ರತೀ ಬಾರಿ ರಾಜಧಾನಿಗೆ ಹೋಗುವ ನಾನೇ ವೀಜ್‌ಗೆ ಮರಳಿ ಬರುವಾಗ ನನ್ನ ಮಜ್ದಾ ಕಾರಿನ ತುಂಬಾ ಬಗೆಬಗೆಯ ತಿಂಡಿ-ತಿನಿಸುಗಳನ್ನು ಮತ್ತು ಇತರೆ ವಸ್ತುಗಳನ್ನು ರಾಶಿಹಾಕಿ ತರುತ್ತೇನೆ. ಹೀಗಾಗಿಯೇ 'ಲುವಾಂಡಾ ನಗರವು ನಮ್ಮ ತವರುಮನೆ' ಎಂದು ನಾವೆಲ್ಲರೂ ಇಲ್ಲಿ ನಗೆಯಾಡುವುದೂ ಉಂಟು.

ಹಾಗೆ ನೋಡಿದರೆ ಮಂಗಳೂರು-ಬೆಂಗಳೂರುಗಳ ನಡುವೆ ಪ್ರಯಾಣಿಸಲು ವಿಮಾನಗಳ ಸೌಲಭ್ಯವಿರುವಂತೆಯೇ ವೀಜ್-ಲುವಾಂಡಾದ ಮಧ್ಯೆಯೂ ವಾಯುಮಾರ್ಗದ ಸೌಲಭ್ಯವಿದೆ. ಸೌಲಭ್ಯವೇನೋ ಇದೆ, ಆದರೆ ವಿಮಾನಗಳಿಲ್ಲ ಅಷ್ಟೇ. ಹಾಗಿದ್ದರೆ ಇದು 'ಸೌಲಭ್ಯ' ಹೇಗಾಯಿತು ಎಂದು ಮಾತ್ರ ಕೇಳಬೇಡಿ! ಕುತೂಹಲಕ್ಕಾದರೂ ಒಮ್ಮೆ ವೀಜ್-ಲುವಾಂಡಾ ಅಥವಾ ಲುವಾಂಡಾ-ವೀಜ್ ಮಾರ್ಗವಾಗಿ ನಲವತ್ತು ನಿಮಿಷ ಹಾರಾಡಬೇಕು ಎಂದು ಲೆಕ್ಕಹಾಕಿದ್ದ ನನಗೆ ಸಿಕ್ಕಿದ್ದು ನಿರಾಶೆಯೇ. ಅಷ್ಟಕ್ಕೂ ಈ ವೀಜ್ ವಿಮಾನನಿಲ್ದಾಣದಲ್ಲಿ ಏನಿದೆಯೆಂದು ಒಮ್ಮೆ ನೋಡಲು ಹೋದರೆ ಅಲ್ಲಿದ್ದ ನಾಲ್ಕೈದು ಸಿಬ್ಬಂದಿಗಳು ನೊಣ ಹೊಡೆಯುತ್ತಿದ್ದರು. ಇನ್ನು ವಿಮಾನಗಳ ವೇಳಾಪಟ್ಟಿಯನ್ನು ವಿಚಾರಿಸಿದರೆ "ಅಯ್ಯೋ... ಬಸ್ಸಲ್ಲಾ ಇರೋವಾಗ ದುಬಾರಿ ವಿಮಾನದಲ್ಲಿ ಯಾರು ಹೋಗೋರು? ಶುಕ್ರವಾರ ಒಂದು ವಿಮಾನ ಬಿಡ್ತೇವೆ, ಅದೂ ಕೂಡ ಜನ ಇದ್ರೆ ಮಾತ್ರ", ಎಂದರು ಒಬ್ಬರು. ಆ ಶುಭಶುಕ್ರವಾರ ಅದ್ಯಾವಾಗ ಬಂದುಹೋಯಿತೋ ನನಗಂತೂ ಗೊತ್ತಿಲ್ಲ. ಚುನಾವಣಾ ಸಂದರ್ಭದಲ್ಲಿ ದೇಶದ ರಾಷ್ಟ್ರಪತಿ ಹುದ್ದೆಗೆ ನಡೆದ ಪ್ರಚಾರಕ್ಕೆಂದು ಇಲ್ಲಿಯ ಆಡಳಿತ ಪಕ್ಷದ ರಾಷ್ಟ್ರಪತಿ ಅಭ್ಯರ್ಥಿಗಳು ವೀಜ್‌ಗೆ ಬಂದಿಳಿದಿದ್ದರು. ವೀಜ್‌ನ ವಿಮಾನ ನಿಲ್ದಾಣವು ಪಾವನವಾಗಿದ್ದು ಬಹುಷಃ ಆವಾಗಲೇ!

ಲುವಾಂಡಾ-ವೀಜ್ ರಸ್ತೆ ಪುರಾಣವು ಇಲ್ಲಿಗೆ ಸಮಾಪ್ತಿಯಾಗಿರಬಹುದು. ಆದರೆ ಈ ಅಂಗೋಲಾ ಪಯಣವಂತೂ ಅಲ್ಲ. ಸಾಗಬೇಕಾದ ದೂರವು ಮತ್ತಷ್ಟಿದೆ. ಸ್ವಾರಸ್ಯಕರ ಪಯಣದ ಈ ಮೆಹಫಿಲ್ ನಲ್ಲೇ ಗುಲ್ಜಾರ್ ಸಾಬ್ ಬರೆದ ಕಿಶೋರ್ ಕುಮಾರ್ ಹಾಡಿರುವ ಈ ಹಾಡೊಂದು ನನಗೆ ನೆನಪಾಗುತ್ತಿದೆ. ಮುಸಾಫಿರ್ ಹೂಂ ಯಾರೋಂ...ನ ಘರ್ ಹೇ ನಾ ಠಿಕಾನಾ... ಮುಝೇ ಚಲ್ತೇ ಜಾನಾ ಹೈ... ಬಸ್ ಚಲ್ತೇ ಜಾನಾ... (ನಾನೊಬ್ಬ ಪಯಣಿಗ ಓ ಗೆಳೆಯರೇ... ಮನೆಯಿಲ್ಲದ, ಠಿಕಾಣಿಯಿಲ್ಲದ ಪಯಣಿಗ... ನನಗಂತೂ ಹೀಗೆಯೇ ಸಾಗುತ್ತಿರಬೇಕು... ಹೀಗೆಯೇ ಸುಮ್ಮನೆ ಸಾಗುತ್ತಿರಬೇಕು...)

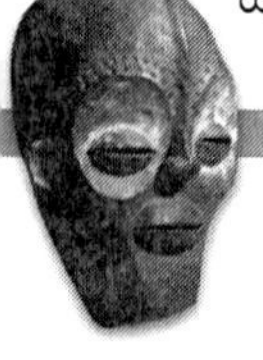

'ಅರಣ್ಯ'ರೋದನಗಳ ನಡುವೆ ಬುಷ್ ಮೀಟ್ ಸಾಮ್ರಾಜ್ಯ

"ಅಯ್ಯೋ... ಇವನಿಗೆ ಸ್ವಲ್ಪ ನಿಧಾನಕ್ಕೆ ಹೋಗಲು ಹೇಳಪ್ಪಾ... ಎಂಥದ್ದೂ ಕಾಣಿಸುತ್ತಿಲ್ಲ", ಎಂದೆ ನಾನು.

ನಾನೇನೋ ಹೇಳಬಾರದ್ದನ್ನು ಹೇಳಿಬಿಟ್ಟೆ ಎಂಬಂತೆ ದುಭಾಷಿ ಮತ್ತು ನನ್ನ ಜೊತೆಗಿದ್ದ ಸಹೋದ್ಯೋಗಿ ಬಿಟ್ಟಕಣ್ಣು ಬಿಟ್ಟಂತೆ ನನ್ನತ್ತ ನೋಡಿದರು. 'ಕಳೆದ ಮೂರು ತಾಸುಗಳಿಂದ ಬರೀ ಕಾಡನ್ನೇ ನೋಡುತ್ತಿದ್ದೇವೆ, ಇನ್ನೇನು ನೋಡೋದಕ್ಕಿದೆ ಮಣ್ಣಾಂಗಟ್ಟಿ' ಎಂಬ ಅಚ್ಚರಿಯ ಭಾವ ಅವರ ಕಣ್ಣುಗಳಲ್ಲಿ.

ಆದರೆ, ನನಗೋ ಮಾರ್ಗದುದ್ದಕ್ಕೂ ಹಲವು ಪ್ರಾಣಿಗಳು ಕಾಣುತ್ತಿದ್ದವು. ಜಿಂಕೆ, ಕೋತಿ, ಅಳಿಲು... ಹೀಗೆ ಇನ್ನೂ ಏನೇನೋ. ನಮ್ಮ ಮಜ್ದಾ ಡುವಲ್ ಕ್ಯಾಬ್ ವಾಹನವು ನೂರಿಪ್ಪತ್ತು ಕಿಲೋಮೀಟರ್ ಪ್ರತೀ ಘಂಟೆಗಳ ವೇಗದಲ್ಲಿ ನಾಗಾಲೋಟದಿಂದ ಸಾಗುತ್ತಿದ್ದರೆ ಈ ಪ್ರಾಣಿಗಳು ಮಿನಿ-ಮೈಕ್ರೋಸೆಕೆಂಡುಗಳ ಕಾಲವಷ್ಟೇ ನನ್ನ ಕಣ್ಣಿನಲ್ಲಿ ಸೆರೆಯಾಗುತ್ತಿದ್ದವು. ಸ್ವಲ್ಪ ವೇಗವನ್ನು ಕಮ್ಮಿ ಮಾಡಿ ಎಂದು ನಾನು ಹೇಳಿದ್ದು ಇದಕ್ಕಾಗಿಯೇ.

ಮೃಗಾಲಯಗಳಲ್ಲಿ ಬೋನಿನೊಳಗೆ ಬಂಧಿಯಾಗಿರುವ ಪ್ರಾಣಿಗಳನ್ನು ಕ್ಯಾಮೆರಾಗಳಲ್ಲಿ ಸೆರೆಹಿಡಿಯುವುದು ಸುಲಭ. ಅಭಯಾರಣ್ಯಗಳಲ್ಲಿ, ಸಫಾರಿಗಳಲ್ಲಿ ಇದು ಕೊಂಚ ಸವಾಲೇನೋ. ಆದರೆ ಅರಣ್ಯಗಳಲ್ಲಿ ಸ್ವಚ್ಛಂದವಾಗಿ ಓಡಾಡುತ್ತಿರುವ ಪ್ರಾಣಿಗಳನ್ನು ಹೀಗೆ ಕ್ಯಾಮೆರಾ ಲೆನ್ಸ್‌ಗಳಲ್ಲಿ ಅಷ್ಟು ಸುಲಭವಾಗಿ ಹಿಡಿದಿಡುವುದು ಕಷ್ಟ. ಆದರೆ ನಮ್ಮದು ಪ್ರವಾಸವೂ, ಸಫಾರಿಯೂ, ಸಾಕ್ಷ್ಯಚಿತ್ರದ ಚಿತ್ರೀಕರಣವೂ ಏನೂ ಆಗಿರಲಿಲ್ಲ. ಮೇಲಾಗಿ ನಾನು ಕಂಡ

ಈ ಪ್ರಾಣಿಗಳು ಜೀವಂತವಾಗಿರಲೂ ಇಲ್ಲ. ಇಲ್ಲಿ ಪ್ರಾಣಿಗಳ ಬದಲು ನಾವು ಸಾಗುತ್ತಿದ್ದೆವು. ಒಗೆದ ಬಟ್ಟೆಗಳನ್ನು ಒಣಗಲೆಂದು ನಾವು ಹೇಗೆ ಹಗ್ಗದಲ್ಲಿ ನೇತುಹಾಕುತ್ತೇವೋ ಈ ಸತ್ತ ಪ್ರಾಣಿಗಳನ್ನೂ ಕೂಡ ಅದೇ ರೀತಿ ನೇತುಹಾಕಲಾಗಿತ್ತು. ಅಷ್ಟಕ್ಕೂ ವಿಷಯವೇನೆಂದರೆ ಅವುಗಳನ್ನು ಆಹಾರವಾಗಿ ಮಾರಾಟಕ್ಕಿಟ್ಟಿದ್ದರು.

ಲುವಾಂಡಾ-ವೀಜ್‌ಗಳ ದಾರಿಯುದ್ದಕ್ಕೂ, ಅದರಲ್ಲೂ ವಿಶೇಷವಾಗಿ ಅರಣ್ಯ ಭಾಗಗಳಲ್ಲಿ ಹಲವು ಕಿಲೋಮೀಟರುಗಳ ಅಂತರದಲ್ಲಿ ಇಂಥಾ ದೃಶ್ಯಗಳು ಕಾಣಸಿಗುವುದು ಸಾಮಾನ್ಯ. ಇದು ಅಂಗೋಲಾದ ಬುಷ್ ಮೀಟ್ ವ್ಯಾಪಾರ ವ್ಯವಸ್ಥೆಯ ಒಂದು ನೋಟ. ಹೀಗೆ ಕಿಲೋಮೀಟರುಗಟ್ಟಲೆ ಹಬ್ಬಿದ ಅರಣ್ಯದಲ್ಲಿ ಓಡಾಡುತ್ತಿರುವ ಕೆಲ ಪ್ರಾಣಿಗಳನ್ನು ಬೇಟೆಯಾಡಿ ಅವುಗಳನ್ನು ಆಹಾರಕ್ಕಾಗಿ ಮತ್ತು ವಾಣಿಜ್ಯ ಸಂಬಂಧಿ ಚಟುವಟಿಕೆಗಳಿಗಾಗಿ ಬಳಸಲು ಹುಟ್ಟಿಕೊಂಡ ಸ್ಥಳೀಯ ಮಾರುಕಟ್ಟೆ ವ್ಯವಸ್ಥೆಯಿದು. ಹೀಗಾಗಿಯೇ ಇಲ್ಲಿ ಜಿಂಕೆಗಳು ಸ್ವಚ್ಛಂದವಾಗಿ ಓಡಾಡಿಕೊಂಡಿರದೆ ಕೋಲೊಂದಕ್ಕೆ ಕಟ್ಟಿದ ಹಗ್ಗದ ಆಧಾರದಲ್ಲಿ ತಲೆಕೆಳಗಾಗಿ ನೇತಾಡಿಕೊಂಡಿದ್ದವು. ಕೋತಿಗಳು, ಉದ್ದ ಜಾತಿಯ ಅಳಿಲುಗಳು ಒದ್ದೆ ಬಟ್ಟೆಯಂತೆ ತಲೆಕೆಳಗಾಗಿ ಜೋತುಬಿದ್ದಿದ್ದವು.

ಹಾಗೆ ನೋಡಿದರೆ ಇವುಗಳು ದೊಡ್ಡ ಮಾರುಕಟ್ಟೆಗಳೇನೂ ಅಲ್ಲ. ಆದರೆ ಇವುಗಳ ವ್ಯಾಪ್ತಿ ನಿಜಕ್ಕೂ ದೊಡ್ಡದು. ಲುವಾಂಡಾ-ವೀಜ್ ಮುನ್ನೂರು ಚಿಲ್ಲರೆ ಕಿಲೋಮೀಟರ್ ಮಾರ್ಗದುದ್ದಕ್ಕೂ ಸಿಗುವ ಮನೆಗಳ ಚಿಕ್ಕಪುಟ್ಟ ಗುಂಪುಗಳೇ ಬೆರಳೆಣಿಕೆಯಷ್ಟು. ಈ ಚಿಕ್ಕ ಜಾಗಗಳಲ್ಲೇ ದಾರಿಯ ಬದಿಯಲ್ಲಿ ಎರಡು ಕೋಲುಗಳನ್ನು ನೆಲಕ್ಕೂರಿ ಅವುಗಳ ಮಧ್ಯ ಇನ್ನೊಂದನ್ನಿಟ್ಟು ಹೀಗೆ ಬೇಟೆಯಾಡಿ ತಂದ ಪ್ರಾಣಿಗಳನ್ನು ನೇತುಹಾಕಲಾಗುತ್ತದೆ. ಇಂತಹ ಒಂದು ಅಂಗಡಿಯಲ್ಲಿ ಐದು ಪ್ರಾಣಿಗಳಿದ್ದರೇನೇ ಹೆಚ್ಚು. ಇನ್ನು ಸತ್ತ ಕೋತಿಯನ್ನು ಬಾಲದಿಂದ ಹಿಡಿದುಕೊಂಡು, ವೇಗವಾಗಿ ಸಾಗುತ್ತಿರುವ ವಾಹನಗಳಿಗೆ ತೋರಿಸುತ್ತಾ ಮಾರುತ್ತಿರುವ ಸ್ಥಳೀಯರೂ ಈ ಮಾರ್ಗದುದ್ದಕ್ಕೂ ಅಲ್ಲಲ್ಲಿ ಕಾಣಸಿಗುವುದುಂಟು.

ಬುಷ್ ಬಕ್, ಬ್ಲೂ ಡ್ಯೂಕರ್ ಮತ್ತು ಬ್ಲೂ ಮಂಕೀಸ್‌ಗಳು ಅಂಗೋಲಾದಲ್ಲಿ ಅತೀ ಹೆಚ್ಚು ಬೇಟೆಯಾಡಲಾಗುತ್ತಿರುವ ಪ್ರಾಣಿಗಳಾದರೆ ಬುಷ್ ಹೈರಾಕ್ಸ್, ಆಫ್ರಿಕನ್ ಜೈಂಟ್ ಸ್ಕ್ವಿರಿಲ್‌ಗಳು ನಂತರದ ಸ್ಥಾನಗಳಲ್ಲಿ ಬರುತ್ತವೆ. ಬುಷ್ ಬಕ್ ನೋಡಲು ಥೇಟು ಜಿಂಕೆಯಂತಿದ್ದರೆ ಬ್ಲೂ ಡ್ಯೂಕರ್‌ಗಳು ಹುಲ್ಲೆಯ ಜಾತಿಗೆ ಸೇರಿದವುಗಳು. ಬ್ಲೂ ಡ್ಯೂಕರ್‌ಗಳು ರೂಪ ಮತ್ತು ಗಾತ್ರದಲ್ಲಿ ಮರಿಜಿಂಕೆಯಷ್ಟಿದ್ದು ಸಾಮಾನ್ಯವಾಗಿ ಕಪ್ಪು, ಕಂದು ಅಥವಾ ಬೂದು ಬಣ್ಣಗಳಲ್ಲಿರುತ್ತವೆ. ಬ್ಲೂ ಮಂಕೀಸ್ ಜಾತಿಗೆ ಸೇರಿದ ಕೋತಿಗಳು ಮೈತುಂಬಾ ರೋಮವನ್ನು ಹೊಂದಿದ್ದು, ದಷ್ಟಪುಷ್ಟವಾಗಿ, ತನ್ನ ದೇಹಕ್ಕಿಂತಲೂ ಹೆಚ್ಚು ಉದ್ದನೆಯ ಬಾಲವನ್ನುಳ್ಳ ಕೋತಿಗಳು. ಬೇರೆ ಪ್ರಾಣಿಗಳು ಇರಲಿ, ಇಲ್ಲದಿರಲಿ. ಅಂಗೋಲಾದ ಅರಣ್ಯ ರಸ್ತೆಗಳ ಈ ಪುಟ್ಟ ಮಾರಾಟ ವ್ಯವಸ್ಥೆಯಲ್ಲಿ ಈ ಮೂರು ಪ್ರಾಣಿಗಳು ಮಾತ್ರ ಕಂಡುಬರುವುದು ಸಾಮಾನ್ಯ.

ಬುಷ್ ಹೈರಾಕ್ಸ್‌ಗಳು ನೋಡಲು ಮುಂಗುಸಿಯಂತಿರುವ ಆದರೆ ಗಾತ್ರದಲ್ಲಿ ಮುಂಗುಸಿಗಳಿಗಿಂತ ಕೊಂಚ ದೊಡ್ಡದಾಗಿರುವ ಸಸ್ತನಿಗಳು. ಇನ್ನು ಆಫ್ರಿಕನ್ ಜೈಂಟ್

ಸ್ಕ್ವಿರಿಲ್‌ಗಳು ಆಫ್ರಿಕಾದ ಅಳಿಲುಗಳಾಗಿದ್ದು ನಮ್ಮಲ್ಲಿ ಕಂಡುಬರುವ ಅಳಿಲುಗಳಿಗಿಂತ ಗಾತ್ರದಲ್ಲಿ ದೊಡ್ಡದಾಗಿದ್ದು ನೋಡಲು ಆಕರ್ಷಕವಾಗಿರುತ್ತವೆ. ಬುಷ್ ಬಕ್, ಡ್ಯೂಕರ್‌ಗಳಂತಹ ದೊಡ್ಡ ಪ್ರಾಣಿಗಳನ್ನು ಬೇಟೆಯಾಡಲು ಶಾಟ್‌ಗನ್‌ಗಳನ್ನು ಬಳಸಿದರೆ, ಉಳಿದ ಚಿಕ್ಕ ಪ್ರಾಣಿಗಳನ್ನು ಬೇಟೆಯಾಡಲು ಬಲೆ ಅಥವಾ ಬೋನುಗಳನ್ನು ಬಳಸಲಾಗುತ್ತದಂತೆ. ಅಂದು ಬೇಟೆಯಾಡಿದ ಪ್ರಾಣಿಯನ್ನು ಅಂದೇ ಅಥವಾ ಮರುದಿನ ಮಾರಿಬಿಡುವುದು ಇಲ್ಲಿಯ ರೂಢಿ. ಹಾಗಾಗಲಿಲ್ಲವೆಂದರೆ ಅವುಗಳನ್ನು ಒಣಗಿಸಿ, ಸುಟ್ಟು ಮತ್ತೆ ಮಾರಲಿಡಲಾಗುತ್ತದೆ. ಹೀಗೆ ಬೇಟೆಯಾಡಿದ ಪ್ರಾಣಿಗಳನ್ನು ಸ್ಥಳೀಯರು ಆಹಾರದ ರೂಪದಲ್ಲಿ ಸೇವಿಸುವುದಲ್ಲದೆ ಇವುಗಳು ವೀಜ್, ಲುವಾಂಡಾ ಮತ್ತು ಇತರೆ ಪಟ್ಟಣಗಳ ಮಾರುಕಟ್ಟೆಗಳನ್ನೂ ತಲುಪಿ ಮಾಂಸದ ಮಾರುಕಟ್ಟೆಗಳಲ್ಲಿ ಹೆಚ್ಚಿನ ದರದಲ್ಲಿ ಬಿಕರಿಯಾಗುತ್ತವೆ. ಲುವಾಂಡಾದಂತಹ ಜನನಿಬಿಡ ಶಹರಗಳಲ್ಲಿ ಕೈಯಲ್ಲೊಂದು ಆಮೆಯನ್ನು ಹಿಡಿದುಕೊಂಡು ಮಾರುತ್ತಿರುವ ಯುವಕರೂ ಹೆದ್ದಾರಿಗಳ ಬದಿಯಲ್ಲಿ ಕಾಣಸಿಗುವುದು ಇಲ್ಲಿಯ ನಿತ್ಯನೋಟಗಳಲ್ಲೊಂದು.

ಅಮೇರಿಕಾ ಬಿಟ್ಟರೆ ವಿಶ್ವದ ಸೂಪರ್ ಪವರ್ ಆಗಿ ಹೊರಹೊಮ್ಮುತ್ತಿರುವ ದೇಶಗಳಲ್ಲಿ ಮುಂಚೂಣಿಯ ಸ್ಥಾನದಲ್ಲಿರುವ ಚೀನಾ ಇಲ್ಲಿಗೂ ಬಂದುಬಿಟ್ಟಿದೆ. ಅಂಗೋಲಾಕ್ಕೆ ಬಂದಿಳಿದಾಗಲೇ ವಿಮಾನನಿಲ್ದಾಣದಲ್ಲಿ ಓಡಾಡುತ್ತಿದ್ದ ಚೀನೀಯರ ಸಂಖ್ಯೆಯನ್ನು ಕಂಡು ನಾನು ದಂಗಾಗಿದ್ದೆ. ನಾವು ಬಂದಿಳಿದಿದ್ದು ಲುವಾಂಡಾದಲ್ಲೋ, ಬೀಜಿಂಗ್‌ನಲ್ಲೋ ಎಂದು ತಲೆಕೆರೆದುಕೊಳ್ಳುವಂತಾಗಿತ್ತು. ಭಾರತದ ದೈತ್ಯ ಕಂಪೆನಿಗಳು ಆಫ್ರಿಕಾದಲ್ಲಿ ಅದೆಷ್ಟರ ಮಟ್ಟಿನ ಮಾರುಕಟ್ಟೆಯನ್ನು ಸೃಷ್ಟಿಸಿಕೊಂಡಿವೆಯೋ, ಚೀನೀಯರು ಅದಕ್ಕಿಂತ ಹತ್ತು ಪಟ್ಟು ಹೆಚ್ಚು ವ್ಯವಸ್ಥಿತವಾಗಿ ಆಫ್ರಿಕಾ ಖಂಡದುದ್ದಕ್ಕೂ ಬೇರುಬಿಟ್ಟಿದ್ದಾರೆ ಎಂಬುದನ್ನು ಹೇಳಲೇಬೇಕು. ಈ ವಿಚಾರದಲ್ಲಿ ಅಂಗೋಲಾ ಕೂಡ ಹೊರತಲ್ಲ. ಅಂಗೋಲಾದಲ್ಲಿ ಬೀಡುಬಿಟ್ಟಿರುವ ಚೀನೀಯರಲ್ಲಿ ಸಿಂಹಪಾಲು ಕನ್‌ಸ್ಟ್ರಕ್ಷನ್ ಉದ್ಯಮ (ಕಟ್ಟಡ/ರಸ್ತೆ/ಸೇತುವೆ ಮತ್ತು ಇತರ ಮೂಲಸೌಕರ್ಯಗಳ ನಿರ್ಮಾಣ)ಗಳಲ್ಲಿ ತೊಡಗಿಸಿಕೊಂಡಿರುವವರು ಮತ್ತು ತತ್ಸಂಬಂಧಿ ಕಾರ್ಮಿಕರು. ಅಸಲಿಗೆ ಇಂಥಾ ಪ್ರಾಣಿಗಳನ್ನು ಆಹಾರವಾಗಿ ಬಳಸುವ ಸಂಸ್ಕೃತಿಯು ಚೀನೀಯರಲ್ಲಿದೆ. ಅದು ಅವರ ಪ್ರತಿಷ್ಠೆಯ ಸಂಗತಿಗಳಲ್ಲೂ ಒಂದಂತೆ. ಹೀಗಾಗಿ ಇಂತಹ ವ್ಯಾಪಾರಿಗಳಿಗೆ ಚೀನೀಯರ ದೊಡ್ಡ ಗ್ರಾಹಕ ಬಳಗವು ಜೀವಸೆಲೆಯಾದಂತಾಗಿದೆ. ಅಂಗೋಲಾದಲ್ಲಿ ಚೀನೀಯರನ್ನು ಬಿಟ್ಟರೆ ಇಂಥಾ ವನ್ಯಜೀವಿಗಳನ್ನು ಆಹಾರವಾಗಿ ಬಳಸುವ ವಿದೇಶೀಯರೆಂದರೆ ಪೋರ್ಚುಗೀಸರು.

ವೀಜ್‌ನ ಮಾಂಸದ ಮಾರುಕಟ್ಟೆಯೊಳಕ್ಕೆ ನುಗ್ಗಿದ್ದ ನನಗೆ ಇನ್ನೊಂದು ಬಗೆಯ ಅಚ್ಚರಿಯೂ ಒಮ್ಮೆ ಕಾಣಸಿಕ್ಕಿತ್ತು. ನಮಗೆ ಸಾಮಾನ್ಯವಾಗಿ ಮೃಗಾಲಯಗಳಲ್ಲಷ್ಟೇ ಕಾಣಸಿಗುವ ಪ್ಯಾಂಗೋಲಿನ್ ಇಲ್ಲಿಯ ಕಸಾಯಿಖಾನೆಯಲ್ಲಿ ಉಸಿರಿಲ್ಲದೆ ಮಲಗಿತ್ತು. ಬಹುಷಃ ಕನ್ನಡದಲ್ಲಿ ಇವುಗಳನ್ನು ಚಿಪ್ಪುಹಂದಿ ಎನ್ನುತ್ತಾರೇನೋ! ಬುಷ್ ಮೀಟ್ ಟ್ರೇಡ್‌ಗಳಲ್ಲಿ ಪರಿಗಣಿಸಬಹುದಾದ ಜೀವಿಗಳಲ್ಲಿ ಇವುಗಳೂ ಒಂದು. ಪ್ಯಾಂಗೋಲಿನ್‌ಗಳ ಮಾಂಸವು ಆಹಾರವಾಗಿ ಬಳಕೆಯಾದರೆ ಅದರ ಚಿಪ್ಪುಗಳನ್ನು ಆಲಂಕಾರಿಕ ವಸ್ತುಗಳಾಗಿಯೂ, ಔಷಧಗಳಾಗಿಯೂ ಬಳಸಲಾಗುತ್ತದೆ. ಪ್ಯಾಂಗೋಲಿನ್‌ಗಳ ರಕ್ತದಲ್ಲಿ

ಔಷಧೀಯ ಗುಣಗಳಿದೆಯೆಂದೂ, ಅವುಗಳ ಭ್ರೂಣಗಳನ್ನು ಕಾಮೋತ್ತೇಜಕ ಔಷಧವಾಗಿ ಮತ್ತು ಇತರೆ ಆರೋಗ್ಯ ಸಂಬಂಧಿ ಉದ್ದೇಶಗಳಿಗಾಗಿಯೂ ಬಳಸುವವರಿದ್ದಾರೆ.

ಅಸಲಿಗೆ ಪ್ಯಾಂಗೋಲಿನ್‌ಗಳ ಕಾಳದಂಧೆಯ ಮುಖ್ಯ ಮಾರುಕಟ್ಟೆಯೇ ಏಷ್ಯಾ. ದಕ್ಷಿಣ ಮತ್ತು ಆಗ್ನೇಯ ಏಷ್ಯಾಗಳಲ್ಲಿ ಇವುಗಳಿಗೆ ಡಿಮಾಂಡಪ್ಪೋ ಡಿಮಾಂಡು. ಚೀನಾ, ವಿಯೆಟ್ನಾಮ್‌ಗಳಂತಹ ದೇಶಗಳಲ್ಲಿ ಇವುಗಳನ್ನು ಆಹಾರವಾಗಿ ಬಳಸುವುದಲ್ಲದೆ, ಚಿಪ್ಪುಗಳನ್ನು ಸಾಂಪ್ರದಾಯಿಕ ವೈದ್ಯಪದ್ಧತಿಯಲ್ಲಿ ಬಳಸುತ್ತಾರೆ. ಪ್ರವಾಸಿಗರನ್ನು ಆಕರ್ಷಿಸುವ ಕುಸುರಿಕಲೆಗಳ ಅಂಗಡಿಗಳಲ್ಲಿ ಆಲಂಕಾರಿಕ ವಸ್ತುವಾಗಿ ಮಾರಾಟಕ್ಕಿಟ್ಟ ಪ್ಯಾಂಗೋಲಿನ್‌ಗಳ ಒಣಗಿದ, ಪಾಲಿಷ್ ಮಾಡಿದ ಚಿಪ್ಪುಗಳನ್ನು ನಾನು ಕಂಡಿದ್ದೇನೆ. ಅಂದಹಾಗೆ ಹಲವು ಪ್ರಾಣಿಗಳ ಹಲ್ಲುಗಳನ್ನು, ಭ್ರೂಣಗಳ ತಲೆಬುರುಡೆಗಳನ್ನು, ಉಗುರುಗಳನ್ನು, ಹಾವು ಕಳಚಿಬಿಟ್ಟ ಪರೆಯನ್ನು, ಹಕ್ಕಿಗಳ ಕೊಕ್ಕುಗಳನ್ನು, ಗರಿಗಳನ್ನು, ಪಂಜಗಳನ್ನು ವಾಮಾಚಾರಕ್ಕಾಗಿಯೂ, ಸಾಂಪ್ರದಾಯಿಕ ಔಷಧಗಳಾಗಿಯೂ ಬಳಸುವ ಪದ್ಧತಿ ಅಂಗೋಲಾದಲ್ಲೂ ಇದೆ.

ಸೇಬಲ್ ಆಂಟೆಲೋಪ್ ಎಂಬ ಹೆಸರಿನ ಹುಲ್ಲೆ ಜಾತಿಗೆ ಸೇರಿದ ಪ್ರಾಣಿಯು ಅಂಗೋಲಾದ ರಾಷ್ಟ್ರೀಯ ಪ್ರಾಣಿಯೂ ಹೌದು. ಕ್ವಾಂಝಾ (ಅಂಗೋಲಾದ ಕರೆನ್ಸಿ) ನೋಟುಗಳಲ್ಲಿ ಈ ಪ್ರಾಣಿಯ ಚಿತ್ರಗಳು ಕಾಣಸಿಗುವುದು ಸಾಮಾನ್ಯ. ಆದರೆ ಇವುಗಳೂ ಕೂಡ ಚಿತ್ರಗಳಾಗಿಯೇ ಉಳಿದುಹೋಗುತ್ತದೆಂಬ ಆತಂಕವು ಕಳೆದ ಒಂದೆರಡು ದಶಕಗಳಿಂದ ಆರಂಭವಾಗಿತ್ತು. ಈ ನಿಟ್ಟಿನಲ್ಲಿ ತಕ್ಷಣ ಕಾರ್ಯೋನ್ಮುಖವಾದ ಲುವಾಂಡಾ ಸ್ಟ್ರಿಕ್ಟ್ ನೇಚರ್ ರಿಸರ್ವ್ 2009ರಲ್ಲಿ ಈ ಆಂಟೆಲೋಪ್‌ಗಳ ಸಂರಕ್ಷಣೆಯತ್ತ ಗಮನಹರಿಸಿ ತಕ್ಕಮಟ್ಟಿನ ಯಶಸ್ಸನ್ನು ಪಡೆದಿತ್ತು. ಜಿ.ಪಿ.ಎಸ್ ಮತ್ತು ರೇಡಿಯೋ ಕಾಲರ್‌ಗಳನ್ನು ಉಪಯೋಗಿಸಿ ಇವುಗಳ ಚಲನವಲನ ಮತ್ತು ಜೀವನಶೈಲಿಯ ಬಗೆಗಿನ ಸಂಶೋಧನೆಗಳನ್ನೂ ಕೂಡ ಕೈಗೊಳ್ಳಲಾಗಿತ್ತು. ಈ ಯಂತ್ರೋಪಕರಣಗಳು ಆಂಟೆಲೋಪ್‌ಗಳನ್ನು ಬೇಟೆಗಾರರಿಂದ ಒಂದು ಮಟ್ಟಿಗೆ ರಕ್ಷಿಸಿದ್ದೂ ಕೂಡ ಸತ್ಯ.

ಅಂಗೋಲಾದ ರಾಷ್ಟ್ರೀಯ ಪ್ರಾಣಿಯಾದ ಸೇಬಲ್ ಆಂಟೆಲೋಪ್‌ಗಳನ್ನು ಉಳಿಸಲು ಆರಂಭವಾಗಿದ್ದ ಈ ಮಹಾತ್ವಾಕಾಂಕ್ಷಿ ಯೋಜನೆಯಲ್ಲಿ ಬೆನ್ನೆಲುಬಾಗಿ ನಿಂತಿದ್ದು ಕಿಸ್ಸಾಮಾ ಫೌಂಡೇಷನ್ ಎಂಬ ಸಂಸ್ಥೆ. ಅಂಗೋಲಾ ಸರಕಾರದ ಅಧೀನದಲ್ಲಿರುವ ತೈಲೋದ್ಯಮವಾದ ಸೊನಾಂಗೋಲ್ ಸಂಸ್ಥೆಯು ಇದಕ್ಕೆ ಧನಸಹಾಯವನ್ನು ಒದಗಿಸಿತ್ತು. ಕಂಗಂಡಾಲಾ ನ್ಯಾಷನಲ್ ಪಾರ್ಕಿನಲ್ಲಿ ಆಂಟೆಲೋಪ್‌ಗಳು ಹರಡಿಕೊಂಡಿದ್ದ ಪ್ರದೇಶಗಳ ಸ್ಥಳೀಯರನ್ನು ತರಬೇತಿಯ ಮೂಲಕ ವನಪಾಲಕರಂತೆ ಸಜ್ಜುಗೊಳಿಸಿದ ಈ ಯೋಜನೆಯು ಅದೆಷ್ಟರ ಮಟ್ಟಿಗೆ ಯಶಸ್ವಿಯಾಯಿತೆಂದರೆ ಮುಂದೆ ಅಂಗೋಲಾದ ಪರಿಸರ ಮಂತ್ರಾಲಯವು ಖುದ್ದು ಇದರಲ್ಲಿ ಭಾಗವಹಿಸಿ, ಈ ವನಪಾಲಕರನ್ನು ಗುರುತಿಸಿ, ಅವರಿಗೆ ಭಡ್ತಿಯನ್ನೂ ಕೊಟ್ಟು ಬೆಂಬಲಿಸಿತು. ಆದರೆ ಇಂಟರ್‌ನ್ಯಾಷನಲ್ ಯೂನಿಯನ್ ಫಾರ್ ಕನ್ಸರ್ವೇಷನ್ ಆಫ್ ನೇಚರ್ (ಐ.ಯು.ಸಿ.ಎನ್/ಅಂತಾರಾಷ್ಟ್ರೀಯ ಪರಿಸರ ಸಂರಕ್ಷಣಾ ಒಕ್ಕೂಟ) ಹೇಳುವ ಪ್ರಕಾರ ಜೈಂಟ್ ಸೇಬಲ್ ಆಂಟೆಲೋಪ್‌ಗಳು ಇಂದಿಗೂ ಅಳಿವಿನ ಅಂಚಿನಲ್ಲಿರುವ ಪ್ರಾಣಿಗಳೇ.

ಪ್ಯಾಂಗೋಲಿನ್‌ಗಳ ವಿಚಾರದಲ್ಲಿ ದ ಇಂಟರ್‌ನ್ಯಾಷನಲ್ ಯೂನಿಯನ್ ಫಾರ್ ಕನ್ಸರ್ವೇಷನ್ ಆಫ್ ನೇಚರ್ – ದ ಸ್ಪೀಶೀಸ್ ಸರ್ವೈವಲ್ ಕಮಿಷನ್ (ಐ.ಯು.ಸಿ.ಎನ್. – ಎಸ್.ಎಸ್.ಸಿ) ಪ್ಯಾಂಗೋಲಿನ್ ಸ್ಪೆಷಲಿಸ್ಟ್ ಸಂಸ್ಥೆಯು ಹೇಳುತ್ತಿರುವುದೂ ಕೂಡ ಇದನ್ನೇ. ಇಷ್ಟುದ್ದ ಹೆಸರಿನ ಈ ಸಂಸ್ಥೆಯು ಪ್ಯಾಂಗೋಲಿನ್‌ಗಳ ಸಂರಕ್ಷಣೆ ಮತ್ತು ಸಂಶೋಧನೆಗಾಗಿ ದುಡಿಯುತ್ತಿರುವ ವಿಶ್ವದ ವಿವಿಧ ಭಾಗಗಳಲ್ಲಿರುವ ಜೀವಶಾಸ್ತ್ರಜ್ಞರ, ಸಮಾಜ ವಿಜ್ಞಾನಿಗಳ, ಪ್ರಾಣಿಶಾಸ್ತ್ರಜ್ಞರ, ಪರಿಸರ ತಜ್ಞರ ಮತ್ತು ತಳಿವಿಜ್ಞಾನಿಗಳ ಉತ್ಸಾಹಿ ತಂಡ. ಇಪ್ಪತ್ತೈದು ದೇಶಗಳ ನೂರಕ್ಕೂ ಹೆಚ್ಚು ಸದಸ್ಯರು, ತಜ್ಞರು ಈ ತಂಡದಲ್ಲಿರುವುದು ವಿಶೇಷ. ಇನ್ನು ಪ್ಯಾಂಗೋಲಿನ್‌ಗಳ ಚಿಪ್ಪಿನಂತೆಯೇ ಚರ್ಮಕ್ಕಾಗಿ ಕೊಲ್ಲಲ್ಪಟ್ಟು ಅಕ್ರಮವಾಗಿ ಸಾಗಾಟವಾಗುತ್ತಿರುವ ಪ್ರಾಣಿಗಳೆಂದರೆ ಚಿರತೆಗಳು ಮತ್ತು ಹಯೆನಾಗಳು.

ನಗರದ ಜೀವನದಿಂದ ಬೇಸತ್ತು ಹಿಲ್ ಸ್ಟೇಷನ್‌ಗಳೆಂದೋ, ರೆಸಾರ್ಟುಗಳೆಂದೋ ಹಸಿರನ್ನು ಹುಡುಕಿಕೊಂಡು ಇಂದಿನ ಮನುಷ್ಯ ಹೋಗುತ್ತಿದ್ದರೆ ಹಸಿರನ್ನೇ ಹೊದ್ದುಕೊಂಡಿರುವ ಪ್ರದೇಶಗಳು ಮಾತ್ರ ಈ ಕಾಡಿನ ಸಂಪತ್ತು ಅಪರಿಮಿತ ಎಂಬಂತೆ ಕಾಡನ್ನು ಬೇಕಾಬಿಟ್ಟಿ ಉಪಯೋಗಿಸುತ್ತಿವೆ. ಮಾರುಕಟ್ಟೆ ಮಾಫಿಯಾಗಳು ಇನ್ನೆಲ್ಲೋ ಕೂತು ಇವೆಲ್ಲವುಗಳನ್ನು ವ್ಯವಸ್ಥಿತವಾಗಿ ನಿಯಂತ್ರಿಸುತ್ತವೆ. ತಮ್ಮ ಲಾಭಕ್ಕಾಗಿ ಸದ್ದಿಲ್ಲದೆ ಕುಮ್ಮಕ್ಕನ್ನು ನೀಡುತ್ತವೆ.

ತಂತ್ರಜ್ಞಾನವು ಅದೆಷ್ಟೇ ಬೆಳೆದರೂ ಪ್ರಜ್ಞೆ ಮಾತ್ರ ಮಾನವನಿಗೆ ಬಂದೇ ಇಲ್ಲ ಎನ್ನುವುದು ಅದೆಷ್ಟು ಸತ್ಯ!

"ಅಲ್ರೀ, ಅದೇನ್ ಕೊಟ್ರೂ ತಿಂತೀರಲ್ರೀ?", ಎಂದು ಹೇಳುತ್ತಿದ್ದ ಗೆಳೆಯನೊಬ್ಬ ಅಂದು ಹಟಾತ್ತನೆ ನೆನಪಾದ.

ಸಸ್ಯಾಹಾರಿಗಳು ಮತ್ತು ಮಾಂಸಾಹಾರಿಗಳು ಮುಖಾಮುಖಿಯಾದರೆ ಇಂಥಾ ಮಾತುಗಳು ಕೇಳಿಬರುವುದು ಸಹಜ. ಕೆಲವರ್ಷಗಳ ಹಿಂದೆ ನಾನು ಒಂದೆರಡು ದಿನಗಳ ಮಟ್ಟಿಗೆ ನಾಗಾಲ್ಯಾಂಡಿಗೆ ಹೋದಾಗ ಅಲ್ಲಿ ನಾಯಿಗಳನ್ನು ತಿನ್ನುತ್ತಾರೆಂಬ ಸಂಗತಿಯು ನನಗೆ ತಿಳಿದುಬಂದಿತ್ತು. ನಾಯಿಮಾಂಸ ಉಳಿದವುಗಳಿಗಿಂತ ಹೆಚ್ಚು ರುಚಿಕರವೂ, ಹೆಚ್ಚು ದುಬಾರಿಯೂ ಕೂಡ ಎಂದು ನನ್ನ ಜೊತೆಗಿದ್ದ ಕಾರು ಚಾಲಕನೊಬ್ಬ ಅಂದು ಹೇಳಿದ್ದ. ಅಲ್ಲದೆ ಒಂದು ಕಾಲದಲ್ಲಿ ಕ್ಷಯರೋಗಕ್ಕೆ ಮದ್ದಾಗಿಯೂ ಇದನ್ನು ಬಳಸುತ್ತಿದ್ದರು ಎಂಬ ಇತಿಹಾಸವನ್ನೂ ಹೇಳಿದ್ದ. ಈ ಖಾಯಿಲೆ–ಚಿಕಿತ್ಸೆಗಳ ಹಿನ್ನೆಲೆಯಲ್ಲೆಷ್ಟು ಸತ್ಯವಿದೆ ಎಂಬುದು ನನಗೆ ತಿಳಿದಿಲ್ಲ. ಆದರೆ ಆಗ ಇದನ್ನು ಕೇಳಿ ನನಗೆ ಅಚ್ಚರಿಯಾಗಿದ್ದಂತೂ ಹೌದು. ಏಕೆಂದರೆ ಅಂದಿನವರೆಗೆ ಭಾರತದಲ್ಲಿ ಇಂಥದ್ದೆಲ್ಲಾ ಇಲ್ಲವೇ ಇಲ್ಲ ಎಂದು ನಾನು ತಿಳಿದುಕೊಂಡಿದ್ದೆ. ಇವುಗಳೇನಿದ್ದರೂ ಚೀನಾ, ಥಾಯ್ಲೆಂಡ್‌ನಂತಹ ದೇಶಗಳಿಗೇ ಮೀಸಲು ಎಂದು ಭಾವಿಸಿದ್ದೆ. ಆದರೆ ನಾಗಾಲ್ಯಾಂಡ್ ಪ್ರವಾಸವು ಭಾರತದ ಆಹಾರ ವೈವಿಧ್ಯತೆಯ ಹೊಸದೊಂದು ಮುಖವನ್ನು ನನಗಂದು ತೋರಿಸಿತ್ತು.

ಇಂದು ಅಂಗೋಲಾದ ಆಹಾರಪದ್ಧತಿಯ ಬಗ್ಗೆಯಂತೂ ನಾನು ಹೇಳಲು ಹೋಗುತ್ತಿಲ್ಲ. ಏಕೆಂದರೆ ಅಂಗೋಲಾದ ಬುಷ್ ಮೀಟ್ ಟ್ರೇಡ್ ಕಥೆಯು ಅಷ್ಟು ಬೇಗ ಮುಗಿಸಿಬಿಡುವಂಥದ್ದೂ ಅಲ್ಲ. ಈವರೆಗೆ ಇದರ ವಾಣಿಜ್ಯ ಮುಖವನ್ನಷ್ಟೇ ನಾವು ನೋಡಿದ್ದೆವು. ಆದರೆ ಆಹಾರವಾಗಿ ಇವುಗಳ ಬಳಕೆಯನ್ನು ನೋಡಿದರೆ ಅದರದ್ದೇ ಒಂದು ಪ್ರತ್ಯೇಕ ಕಥೆಯಾಗಿಬಿಡುತ್ತದೆ. ನಾನೂ ಕೂಡ ಅಂದು ಇಂಥದ್ದೇ ಕಥೆಗಳ ಬೆನ್ನಟ್ಟಿ ಹೋಗಿದ್ದೆ.

ಅದೇನೇ ಆದರೂ ಅಂಗೋಲಾದಲ್ಲಿ ಬುಷ್ ಮೀಟ್‌ಗಳು ಯಥೇಚ್ಛವಾಗಿ ಲಭ್ಯವಿದೆ ಎಂದರೆ ಇದರಲ್ಲಿ ಹೌಹಾರುವ ಸಂಗತಿಯೇನಿಲ್ಲ. ಅಷ್ಟಕ್ಕೂ 'ಬುಷ್ ಮೀಟ್' ಎಂದರೇನು? ಕಾಡುಪ್ರಾಣಿಗಳ ಮಾಂಸವಷ್ಟೇ. ವೀಜ್‌ನಿಂದ ಲುವಾಂಡಾಕ್ಕಿರುವ ಮುನ್ನೂರು ಚಿಲ್ಲರೆ ಕಿಲೋಮೀಟರುಗಳ ದಾರಿಯಲ್ಲಿ ಎಪ್ಪತ್ತು ಪ್ರತಿಶತ ಕಾಡೇ ಕಾಡು ಎಂದು ಈಗಾಗಲೇ ಹೇಳಿದ್ದೇನೆ. ಹೀಗಾಗಿ ಈ ಭಾಗದ ಜನರು ಕಾಡಿನಲ್ಲಿರುವ ಪ್ರಾಣಿಗಳನ್ನು ಬೇಟೆಯಾಡಿ ತಿನ್ನುವುದು ಸಾಮಾನ್ಯ. ಆದರೆ ಪ್ರಸ್ತುತ ಮತ್ತು ಭವಿಷ್ಯದಲ್ಲಿ ಇದಕ್ಕೆ ಇಲ್ಲಿಯ ಸ್ಥಳೀಯರು ತೆರಬೇಕಾದ ಬೆಲೆಯ ಬಗ್ಗೆ ಇವರಿಗೇನಾದರೂ ತಿಳಿದಿದೆಯೇ ಎಂಬುದು ಮಹತ್ತರವಾದ ಪ್ರಶ್ನೆ.

ವೀಜ್ ಪ್ರದೇಶದ ಮುಖ್ಯ ಮಾರುಕಟ್ಟೆಗೆ ನಾನು ಮೊದಲ ಬಾರಿಗೆ ಹೋದಾಗ ಕೊಂಚ ವಿಚಲಿತನಾಗಿದ್ದಂತೂ ಹೌದು. ಇದು ನಮ್ಮೂರಿನ ವಾರದ ಸಂತೆಯಂತಿದ್ದರೂ ಇತರ ಮಾರುಕಟ್ಟೆಯೊಂದಿಗೆ ಮಾಂಸದ ವಿಭಾಗವೂ ಜೊತೆಯಲ್ಲೇ ಇದೆ. ಮಾಂಸದ ಮಾರುಕಟ್ಟೆಯು ಕೊಂಚ ದೊಡ್ಡದಾಗಿಯೇ ಇದೆ ಎನ್ನಲೂಬಹುದು. ಮೀನು, ಕೋಳಿ, ದನ, ಹಂದಿ, ಜಿಂಕೆಗಳಿಂದ ಹಿಡಿದು ಇನ್ನೂ ಹಲವು ಬಗೆಯ ಆಹಾರಗಳನ್ನು ಅಲ್ಲಿ ಮಾರಾಟಕ್ಕಿಡಲಾಗಿತ್ತು. ಇನ್ನು ಕೆಲವು ಪ್ರಾಣಿಗಳ ತಲೆ, ಕಾಲುಗಳನ್ನು ತುಂಡರಿಸಿ ಮೇಜಿನ ಮೇಲಿಟ್ಟಿದ್ದರೆ ಇನ್ನು ಕೆಲವು ಚಿಕ್ಕ ಗಾತ್ರದ ಪ್ರಾಣಿಗಳ ಮೃತದೇಹವನ್ನು ಹಾಗೆಯೇ ಇರಿಸಲಾಗಿತ್ತು. ಅಸಲಿಗೆ ವೀಜ್-ಲುವಾಂಡಾ ಮಾರ್ಗದುದ್ದಕ್ಕೂ ಅಲ್ಲಲ್ಲಿ ಕಾಣುತ್ತಿದ್ದ ನೇತುಹಾಕಿದ್ದ ಪ್ರಾಣಿಗಳೇ (ಬುಷ್ ಬಕ್, ಬುಷ್ ಹೈರಾಕ್ಸ್, ಬ್ಲೂ ಮಂಕಿ, ಬ್ಲೂ ಡ್ಯೂಕರ್ಸ್, ಆಫ್ರಿಕನ್ ಜೈಂಟ್ ಸ್ಕ್ವಿರಿಲ್ ಇತ್ಯಾದಿಗಳು) ಇವುಗಳಾಗಿದ್ದವು. ಅಂದರೆ ಕಾಡಿನ ಭಾಗದಿಂದ ಈ ಬಗೆಯ ಮಾಂಸಗಳನ್ನು ನಾಡಿನವರೆಗೂ ತಂದು ಸಾಗಾಟದ ವೆಚ್ಚವನ್ನು ಸೇರಿಸಿ ಅವುಗಳನ್ನು ಹೆಚ್ಚಿನ ಬೆಲೆಯಲ್ಲಿ ಮಾರಲಾಗುತ್ತಿತ್ತು.

ಈ ಮಾಂಸಗಳು ಸಾಮಾನ್ಯವಾಗಿ ಎಲ್ಲೆಡೆ ತಿನ್ನಲಾಗುವ ಚಿಕನ್, ಮೀನು, ಪೋರ್ಕ್, ಬೀಫ್‌ಗಳಿಗಿಂತ ರುಚಿಯ ಮಟ್ಟಿನಲ್ಲಿ ಹೇಗೆ ಭಿನ್ನ ಎಂದು ನಾನು ಹಲವು ಅಂಗೋಲನ್ನರಲ್ಲಿ ಕೇಳಿದ್ದೇನೆ. ಇಲ್ಲಿ ನನಗೆ ಕಂಡುಬಂದ ಸೋಜಿಗದ ಸಂಗತಿಯೆಂದರೆ ವೀಜ್‌ನಲ್ಲಿ ನೆಲೆಸಿದ್ದ ಬಹಳಷ್ಟು ಮಂದಿ ಸ್ಥಳೀಯರು ಇವುಗಳನ್ನು ತಿನ್ನುತ್ತಿರಲಿಲ್ಲ. ಹಾಗೆ ತಿನ್ನುವವರಿದ್ದರೂ ಹತ್ತು ಮಂದಿಯಲ್ಲಿ ಮೂವರಷ್ಟೇ ಎನ್ನುವಂತೆ. ಈ ಬುಷ್ ಮೀಟ್‌ಗಳು ಕೊಂಚ ದುಬಾರಿಯಾಗಿರುವುದರಿಂದ ಮೊಟ್ಟೆ, ಚಿಕನ್, ಮೀನು, ಪೋರ್ಕ್, ಬೀಫ್‌ಗಳಲ್ಲೇ ಇವರುಗಳು ಹಾಯಾಗಿದ್ದರು. ಕಾಡನ್ನು ತೊರೆದು ನಗರದತ್ತ ಬಂದು

ಸೇರಿದ ಜನಸಮೂಹವು ಇವುಗಳನ್ನು ಸಂಪೂರ್ಣವಾಗಿ ತ್ಯಜಿಸಿಲ್ಲವಾದರೂ ತಕ್ಕಮಟ್ಟಿಗೆ ಈ ಮಾಂಸಗಳ ಬಳಕೆಯನ್ನು ಕಮ್ಮಿ ಮಾಡಿವೆಯಂತೂ ಹೌದು. ಹಾಗೆಂದು ಈ ಮಾಂಸಗಳ ಮಾರುಕಟ್ಟೆಯು ನಾಶವಾಗುವಷ್ಟು ಕೂಡ ವ್ಯಾಪಾರವು ಕುಸಿದಿಲ್ಲ. ಅಂಗೋಲಾದಲ್ಲಿ ತುಂಬಿಹೋಗಿರುವ ಚೀನೀಯರು, ಚೀನೀಯರಿಗಿಂತ ಕೊಂಚ ಕಮ್ಮಿ ಸಂಖ್ಯೆಯಲ್ಲಿರುವ ಬಿಳಿಯ ಪೋರ್ಚುಗೀಸರು ಮತ್ತು ಇತರೆ ಸ್ಥಳೀಯರು ಈ ಬಗೆಯ ಮಾಂಸಗಳನ್ನು ತಿನ್ನುವವರೇ.

ನೀವು ಯಾವ ದೇಶಕ್ಕೆ ಹೋದರೂ ಅಲ್ಲಿಯ ವಿಶೇಷ ಖಾದ್ಯಗಳನ್ನು ಸವಿಯದೆ ಮರಳಿದರೆ ನಿಮ್ಮ ಪ್ರವಾಸಕ್ಕೊಂದು ಅರ್ಥವೇ ಇರುವುದಿಲ್ಲ ಎಂಬುದು ನನ್ನ ಭಾವನೆ. ಇಟಲಿಗೆ ಹೋದರೂ ಇಡ್ಲಿ-ಸಾಂಬಾರ್ ಹುಡುಕಿಕೊಂಡು ಹೋಗುವುದು, ಚಿಲಿಯಲ್ಲೂ ಚಿತ್ರಾನ್ನ ತಿನ್ನುವುದು ಇವುಗಳೆಲ್ಲಾ ಮೂರ್ಖತನದ ಪರಮಾವಧಿಗಳು. ಆದರೆ ಕೆಲವು ಖಾದ್ಯಗಳನ್ನು ತಿನ್ನಲು ಸಾಧ್ಯವೇ ಇಲ್ಲವೆಂಬ ಪರಿಸ್ಥಿತಿಯೂ ಉಂಟಾಗುತ್ತದೆ. ಉದಾಹರಣೆಗೆ ಸಸ್ಯಾಹಾರಿಗಳಿಗೆ ಹೊರದೇಶಗಳಿಗೆ ಹೋಗಿ ಮಾಂಸಾಹಾರವನ್ನು ತಿನ್ನಿ ಎಂದರೆ ಕಷ್ಟ. ಇನ್ನು ಮಾಂಸಾಹಾರಿ ಭಾರತೀಯರಿಗಾದರೂ ಹುಳುಗಳನ್ನೋ, ಹಾವನ್ನೋ ಬೇಯಿಸಿ ತಟ್ಟೆಯಲ್ಲಿ ಹಾಕಿಕೊಟ್ಟರೆ ತಿನ್ನುವುದು ಕಷ್ಟ. ನನ್ನ ವಿಚಾರದಲ್ಲೂ ಇಂಥವುಗಳೇ ನಡೆದುಹೋದವು. ನಾನು ಮಾಂಸಾಹಾರಿಯಾಗಿದ್ದರೂ ಅಂಗೋಲಾದ ತರಹೇವಾರಿ ಮಾಂಸಾಹಾರಿ ಖಾದ್ಯಗಳನ್ನು, ಅದರಲ್ಲೂ ಬುಷ್ ಮೀಟ್‌ಗಳನ್ನು ಸವಿಯದೆ ಇರುವ ಮುಖ್ಯ ಕಾರಣವೆಂದರೆ ಶುಚಿತ್ವ. ಇನ್ನು ಒಳ್ಳೆಯ ಆಸ್ಪತ್ರೆಗಳಿಲ್ಲದ ಅಂಗೋಲಾದಲ್ಲೇನಾದರೂ ಖಾಯಿಲೆ ಬಿದ್ದರೆ ಆ ಭಗವಂತನೇ ಕಾಪಾಡಬೇಕಷ್ಟೇ!

ಅಂದಹಾಗೆ ಬುಷ್ ಮೀಟ್‌ಗಳು ಅಂಗೋಲಾ ದೇಶಕ್ಕಷ್ಟೇ ಸೀಮಿತವಾದುದಲ್ಲ. ಲೈಬೀರಿಯಾ, ಘಾನಾ, ಡೆಮಾಕ್ರಟಿಕ್ ರಿಪಬ್ಲಿಕ್ ಆಫ್ ಕಾಂಗೋ (ಡಿ.ಆರ್.ಸಿ) ಹೀಗೆ ಬೇರೆ ಆಫ್ರಿಕನ್ ದೇಶಗಳಲ್ಲೂ ಇವುಗಳು ಅಸ್ತಿತ್ವದಲ್ಲಿವೆ. ಹೀಗಾಗಿಯೇ ದೇಶಗಳ ಸರಹದ್ದುಗಳಾಚೆಗೂ ಕೆಲ ಮಾಂಸಗಳು ಆಹಾರ ಮತ್ತು ವಾಣಿಜ್ಯ ದೃಷ್ಟಿಯಿಂದ ಅಕ್ರಮವಾಗಿ ಸಾಗಿಸಲ್ಪಡುವುದುಂಟು. ಭೌಗೋಳಿಕವಾಗಿ ಅಕ್ಕಪಕ್ಕದಲ್ಲಿರುವ ಅಂಗೋಲಾ ಮತ್ತು ಡಿ.ಆರ್.ಸಿ. ಇದಕ್ಕೊಂದು ಉತ್ತಮ ಉದಾಹರಣೆ. ಅಂದಹಾಗೆ ಘಾನಾದಲ್ಲಿ ಪ್ರತೀ ವರ್ಷವೂ ಸುಮಾರು ಒಂದು ಲಕ್ಷ ಬಾವಲಿಗಳನ್ನು ತಿನ್ನಲಾಗುತ್ತದಂತೆ.

ಇರಲಿ. ಮತ್ತೆ ಶುಚಿತ್ವದತ್ತ ಬರೋಣ. ಒಮ್ಮೆ ಲುವಾಂಡಾ-ವೀಜ್ ಮಾರ್ಗಮಧ್ಯದಲ್ಲಿ ಬರುವ ಕಕ್ವಾಕು ಎಂಬ ಪುಟ್ಟ ಹಳ್ಳಿಯ ಕ್ಯಾಂಟೀನ್ ಒಂದಕ್ಕೆ ನುಗ್ಗಿದ್ದ ನಾನು ಅಲ್ಲಿಯ ವ್ಯವಸ್ಥೆಯನ್ನು ಕಂಡು ಬೆಚ್ಚಿಬಿದ್ದಿದ್ದೆ. ಆ ದಿನವು ನನಗಿನ್ನೂ ನೆನಪಿದೆ. ಅಂದು ಆರೇಳು ಗ್ರಾಹಕರಷ್ಟೇ ಆ ಕ್ಯಾಂಟೀನಿನಲ್ಲಿದ್ದರು. ದೀರ್ಘ ರಸ್ತೆ ಪ್ರಯಾಣಗಳಲ್ಲಿ ನಾನು ಸಾಮಾನ್ಯವಾಗಿ ಹಣ್ಣುಗಳನ್ನು ಬಿಟ್ಟರೆ ಇನ್ನೇನೂ ತಿನ್ನುವುದಿಲ್ಲವಾದ್ದರಿಂದ ಅಂದು ಏನನ್ನೂ ತಿನ್ನದೆ ಸುಮ್ಮನೆ ಕುಳಿತಿದ್ದರೆ ನನ್ನ ದುಭಾಷಿ ಮತ್ತು ಕಾರು ಚಾಲಕ ಜೊತೆಯಲ್ಲಿ ಕುಳಿತು ಪೋರ್ಕ್ ಮೆಲ್ಲುತ್ತಿದ್ದರು. ಕೊನೆಗೂ ಮಧ್ಯಾಹ್ನದೂಟದ ಗೌಜುಗದ್ದಲವು ಮುಗಿದು ಹೊರಡಲು ಅಣಿಯಾದಾಗ ಕ್ಯಾಂಟೀನಿನಲ್ಲಿದ್ದ ಹೆಂಗಸೊಬ್ಬಳು ಬಂದು ನೀರು ತುಂಬಿದ್ದ ಪುಟ್ಟ

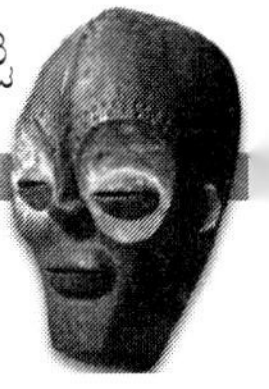

ಬಕೆಟ್ಟೊಂದನ್ನು ಇಟ್ಟು ಮರೆಯಾದಳು ನೋಡಿ. ಅದು ಗ್ರಾಹಕರಿಗೆ ಭೋಜನದ ನಂತರ ಕೈತೊಳೆಯಲು ಕೊಟ್ಟ ನೀರಿನ ಬಕೆಟ್ಟು ಎಂದು ನನಗೆ ಕೆಲನಿಮಿಷಗಳಲ್ಲೇ ತಿಳಿಯಿತು. ಸೋಜಿಗದ ಸಂಗತಿಯೆಂದರೆ ನನ್ನೆದುರಿಗಿದ್ದ ಭೂಪನೊಬ್ಬ ಬಂದು ತನ್ನ ಎಂಜಲಿನ ಕೈಯನ್ನೇ ಪೂರ್ತಿಯಾಗಿ ಆ ಬಕೆಟ್ಟಿಗೆ ಮುಳುಗಿಸಿ ತನ್ನ ಕೈಗಳನ್ನು ತೊಳೆದುಕೊಂಡ. ಇದರ ಬೆನ್ನಿಗೇ ಆತನ ಹಿಂದಿದ್ದ ಮತ್ತೊಬ್ಬ ಗ್ರಾಹಕ ಬಂದು ತನ್ನ ಕೈಯನ್ನೂ ಕೂಡ ಅದರಲ್ಲೇ ಮುಳುಗಿಸಿ ತೊಳೆದುಕೊಂಡು(?) ಹೋದ. ಇನ್ನಿಬ್ಬರು ತಮ್ಮ ತಮ್ಮ ಕೈಗಳನ್ನು ಆ ಬಕೆಟ್ಟಿನಲ್ಲಿ ಮುಳುಗಿಸಿ ಕೈ ತೊಳೆದುಕೊಳ್ಳಲು ಸಾಲಾಗಿ ನಿಂತಿದ್ದರು. ನನ್ನ ಆ ದಿನದ ಪ್ರಯಾಣವು ಆ ದೃಶ್ಯಮಾತ್ರದಿಂದಲೇ ಭಯಂಕರ ಹೇವರಿಕೆಯಿಂದಾಗಿ ಪ್ರಯಾಸದಿಂದ ಕಳೆದುಹೋಯಿತು. ಮುಂದೆಯೂ ಆ ಭಾಗದ ಮಾರ್ಗವಾಗಿ ರಾಜಧಾನಿಯತ್ತ ಹೋದಾಗಲೆಲ್ಲಾ ನನಗೆ ಹೊಟ್ಟೆ ತೊಳೆಸಿ ಬರುವಂತಾಗುತ್ತಿತ್ತು.

ಈ ಮೇಲಿನ ಘಟನೆಯನ್ನು 'ಶುಚಿತ್ವದ ಕೊರತೆ' ಎನ್ನುವುದಕ್ಕಿಂತಲೂ 'ಸಾಮಾನ್ಯಜ್ಞಾನದ ಕೊರತೆ' ಎಂದರೆ ಸರಿಯಾಗಬಹುದೇನೋ! ಬುಷ್ ಮೀಟ್‌ಗಳ ಸಂಗತಿಯಲ್ಲೂ ಇಂಥಾ ಹಲವು ಆಘಾತಕಾರಿ ಅಂಶಗಳು ನಮ್ಮೆದುರಿಗೆ ಬಂದು ನಿಲ್ಲುತ್ತವೆ. ಇವುಗಳಲ್ಲಿ ಮುಖ್ಯವಾದುದೆಂದರೆ ಬುಷ್ ಮೀಟ್‌ನಿಂದ ಬರುವ ಖಾಯಿಲೆಗಳು. ಇದನ್ನು ಬುಷ್ ಮೀಟ್ ವ್ಯಾಪಾರಿಗಳು ಅಲ್ಲಗಳೆದರೂ ತಜ್ಞರು ಇದನ್ನು ಒಪ್ಪಿಕೊಳ್ಳುತ್ತಾರೆ. ಸ್ಮಾಲ್ ಪಾಕ್ಸ್, ಚಿಕನ್ ಪಾಕ್ಸ್, ಕ್ಷಯ, ದಡಾರ, ರೇಬಿಸ್, ಹಳದಿ ಜ್ವರ ಮತ್ತು ರುಬೆಲ್ಲಾಗಳು ಇವುಗಳಲ್ಲಿ ಸಾಮಾನ್ಯವಾದವುಗಳು. ಆಫ್ರಿಕನ್ ಜೈಂಟ್ ಸ್ಕ್ವಿರಿಲ್(ಅಳಿಲು)ಗಳ ಸೇವನೆಯಿಂದ ಮಂಕಿ ಪಾಕ್ಸ್ ಅನ್ನುವ ಖಾಯಿಲೆಯೊಂದು ಡಿ.ಆರ್.ಸಿ.ಯಲ್ಲಿ ಪತ್ತೆಯಾಗಿತ್ತು. ಇನ್ನು ನೋಡಲು ಮುಂಗುಸಿಯಂತಿರುವ ಪ್ರೈರಿ ನಾಯಿಗಳ ಸೇವನೆಯಿಂದ ಬ್ಯುಬೋನಿಕ್ ಪ್ಲೇಗ್ ನಂಥಾ ಖಾಯಿಲೆಗಳು ಬರುವುದೂ ಇದೆ.

ಸಾಮಾನ್ಯವಾಗಿ ಆಗುವುದೇನೆಂದರೆ ಖಾಯಿಲೆಯ ವೈರಸ್‌ಗಳನ್ನು ಹೊತ್ತ ಪ್ರಾಣಿಗಳನ್ನು ಆಹಾರವಾಗಿ ಸೇವಿಸುವುದರಿಂದ ಮನುಷ್ಯನಿಗೂ ಈ ಖಾಯಿಲೆಗಳು ಕೆಲವೊಮ್ಮೆ ಬಂದುಬಿಡುತ್ತವೆ. ಎಬೋಲಾ ಖಾಯಿಲೆಯ ಸಂಬಂಧ ಸಾವಿರಾರು ಪುಟ್ಟ ಕಶೇರುಕ (ಬೆನ್ನುಮೂಳೆಯಿರುವ ಜಂತು)ಗಳಲ್ಲಿ ಪ್ರಯೋಗಗಳನ್ನು ನಡೆಸಿದಾಗ ಎರಡು ಪ್ರಭೇದಗಳ ಬಾವಲಿಗಳು ಈ ವೈರಸ್ ಅನ್ನು ತಮ್ಮಲ್ಲಿ ಹೊಂದಿರುವುದು ಕಂಡುಬಂದಿತ್ತು. ಎಬೋಲಾ ವೈರಸ್‌ಗಳನ್ನು ತನ್ನಲ್ಲಿ ಹೊಂದಿದ್ದ ಈ ಫ್ರೂಟ್ ಬ್ಯಾಟ್(ಬಾವಲಿ)ಗಳು ಅರ್ಧ ಕಚ್ಚಿ ತಿಂದ ಹಣ್ಣುಗಳನ್ನು ತಿಂದು ಗೊರಿಲ್ಲಾ, ಚಿಂಪಾಂಜಿಗಳು ಪ್ರಾಣಬಿಟ್ಟಿದ್ದವು. ಇತ್ತೀಚೆಗೆ ಸುದ್ದಿಯಾದ ಎಬೋಲಾ ಖಾಯಿಲೆಯು ಜನರಲ್ಲಿ ಮೂಡಿಸಿದ್ದ ಭಯವು ಅಷ್ಟಿಷ್ಟಲ್ಲ. ಗಿನಿಯ ದೇಶದಲ್ಲಿ ಎಬೋಲಾ ವೈರಸ್ಸಿಗೆ ಬಲಿಯಾದ ಮೊದಲ ರೋಗಿಯೆಂದರೆ ಎರಡು ವರ್ಷ ಪ್ರಾಯದ ಹಸುಳೆ ಎಮಿಲ್ ಓಅಮೌನು. ಡಿಸೆಂಬರ್ 06, 2013ರಲ್ಲಿ ಬಲಿಯಾದ ಈ ಮಗುವನ್ನು 'ಪೇಷಂಟ್ ಝೀರೋ' ಎಂದು ಮಾಧ್ಯಮಗಳು ಕರೆದವು. ಇದಾದ ಒಂದು ತಿಂಗಳಲ್ಲೇ ಎಮಿಲ್‌ನ ಸಹೋದರಿ, ತಾಯಿ ಮತ್ತು ಅಜ್ಜಿ ಎಬೋಲಾಗೆ ತುತ್ತಾಗಿ ಅಸುನೀಗಿದರು. ಎಮಿಲ್ ವಾಸವಾಗಿದ್ದ ಆಗ್ನೇಯ ಗಿನಿಯಾದ ಈ ಭಾಗದಲ್ಲಿ ಬಾವಲಿಗಳನ್ನು ಬೇಟೆಯಾಡಿ

ತಿನ್ನುವುದು ಸಾಮಾನ್ಯವಾಗಿತ್ತು ಎಂಬುದು ಇಲ್ಲಿ ಗಮನಿಸಬೇಕಾದ ಅಂಶ. ಎಮಿಲ್‌ನ ಸಾವಿನ ನಂತರ ಗಿನಿಯಾ, ಲೈಬೀರಿಯಾ ಮತ್ತು ಸಿಯೇರಾ ಲಿಯೋನೆ ದೇಶಗಳು ಒಂದು ವರ್ಷದ ಅವಧಿಯಲ್ಲಿ 10000ಕ್ಕೂ ಹೆಚ್ಚಿನ ಎಬೋಲಾ ಪ್ರಕರಣಗಳನ್ನು ಕಂಡಿದ್ದು ಬರೋಬ್ಬರಿ 4900ದಷ್ಟು ಜನರು ಅಸುನೀಗಿದ್ದಾರೆ ಎಂದು ವಿಶ್ವ ಆರೋಗ್ಯ ಸಂಸ್ಥೆ ಹೇಳಿತ್ತು.

ಚೆನ್ನಾಗಿ ಬೇಯಿಸದೆ ತಿನ್ನುವ ಮಾಂಸಗಳೂ ಕೂಡ ಖಾಯಿಲೆಗಳನ್ನು ತರಬಹುದಾದ ಪ್ರಮುಖ ಕಾರಣಗಳಲ್ಲೊಂದು. ಇನ್ನು ಸುಟ್ಟ ಬಾವಲಿಗಳನ್ನು ತಿಂದವರಿಗಿಂತಲೂ ಈ ಬಾವಲಿಗಳನ್ನು ಬೇಟೆಯಾಡಿ ಆಹಾರವಾಗಿ ಸಿದ್ಧಪಡಿಸುವವರು ರೋಗಗಳಿಗೆ ತುತ್ತಾಗುವ ಸಾಧ್ಯತೆಗಳು ಹೆಚ್ಚು. ಏಕೆಂದರೆ ಕೆಲ ಸ್ಥಳೀಯರು ನನಗೆ ಖುದ್ದಾಗಿ ಹೇಳಿರುವಂತೆ ಬೇಟೆಯಾಡುವ ಪ್ರಕ್ರಿಯೆಯಲ್ಲಿ ಜೀವಂತವಾಗಿ ಹಿಡಿಯುವ ಬಾವಲಿಗಳ ಉಗುರುಗಳು, ಹಲ್ಲುಗಳಿಂದಾಗಿ ಇಂಥವರಿಗೆ ಚಿಕ್ಕಪುಟ್ಟ ಗಾಯ/ಗೀರುಗಳಾಗುವುದು ಸಾಮಾನ್ಯ. ಇನ್ನು ಇವುಗಳನ್ನು ಕತ್ತರಿಸುವಾಗ ಬಾವಲಿಯ ರಕ್ತ ಮತ್ತು ದೇಹದ ಇತರ ದ್ರವಗಳು ಇವರುಗಳ ಸಂಪರ್ಕಕ್ಕೆ ಬಂದು ವೈರಸ್ ಹರಡುವ ಸಾಧ್ಯತೆಗಳು ಮತ್ತಷ್ಟು ಹೆಚ್ಚಾಗುವುದು ಸತ್ಯ.

ಅರಣ್ಯನಾಶ, ವನ್ಯಜೀವಿಗಳ ಸಂರಕ್ಷಣೆ ಇತ್ಯಾದಿಗಳ ಬಗ್ಗೆ ಅದೆಷ್ಟು ಮಾತನಾಡಿದರೂ ಬಡತನ, ಹಸಿವಿನಂತಹ ಸಂಗತಿಗಳು ಸಹಜವಾಗಿಯೇ ಮೊದಲ ಆದ್ಯತೆಯಾಗಿ ನಿಂತುಬಿಡುತ್ತವೆ. ಆದರೆ ಹಾಗೆಂದು ವಿಷವನ್ನೇ ತಿನ್ನಲಾದೀತೇ? "ಅಯ್ಯೋ... ಇಷ್ಟೆಲ್ಲಾ ಕಷ್ಟಪಟ್ಟು ತಿನ್ನಬೇಕೇ?", ಎಂದು ನಾನು ಒಬ್ಬರಲ್ಲಿ ಕೇಳಿದೆ. "ಇದರಲ್ಲೇನೂ ವಿಶೇಷವಿಲ್ಲ. ಯೂರೋಪಿಯನ್ನರು ಹೇಗೆ ಮೊಲಗಳನ್ನು ತಿನ್ನುತ್ತಾರೋ, ನಾವು ಇವುಗಳನ್ನು ತಿನ್ನುತ್ತೇವೆಯಷ್ಟೇ. ಅಷ್ಟಕ್ಕೂ ಮಾಂಸಾಹಾರವಿಲ್ಲದ ಊಟವೂ ಕೂಡ ಒಂದು ಊಟವೇ?", ಎಂದು ನಕ್ಕುಬಿಟ್ಟ ಆತ. ಆಯ್ತಪ್ಪಾ ಮಾರಾಯ, ಗಡದ್ದಾಗಿ ತಿನ್ನು ನೀನು ಎಂದು ನಾನು ಆತನಿಗೆ ಕೈಮುಗಿದೆ. ಅಂಗೋಲಾದ ನೆಲದಲ್ಲಿ ಎಬೋಲಾ ಖಾಯಿಲೆಯು ಕಾಲಿಡಲೇ ಇಲ್ಲ ಎಂಬುದು ಇವರುಗಳ ಧೈರ್ಯಕ್ಕೆ ಕಾರಣವಿರಬಹುದು. ಎಬೋಲಾ ಅಂತಲ್ಲ, ಶುಚಿತ್ವವಿಲ್ಲದ ಯಾವ ಆಹಾರವನ್ನೂ ತಿನ್ನುವುದು ಆರೋಗ್ಯದ ದೃಷ್ಟಿಯಿಂದ ಒಳ್ಳೆಯದಲ್ಲ ಎಂದು ನಾನು ನನ್ನ ಕೈಲಾದಮಟ್ಟಿಗೆ ತಿಳಿಹೇಳಲು ಪ್ರಯತ್ನಿಸಿದೆ.

"ಹೌದ್ಹೌದು, ಮೊದಲೇ ಇಲ್ಲಿ ಸರಿಯಾದ ವೈದ್ಯರುಗಳಿಲ್ಲ. ಇನ್ನಾದರೂ ಸ್ವಲ್ಪ ನೋಡಿ ತಿನ್ನಬೇಕು", ಎಂದು ಒಪ್ಪಿಕೊಂಡ ಆತ.

ಅಂಗೋಲಾದ ಆನೆಗಳೂ, 'ದಂತ'ಕಥೆಗಳೂ...

ರಸ್ತೆಯುದ್ದಕ್ಕೂ ಅಂದು ನಾನು ನೋಡುತ್ತಿದ್ದಿದ್ದು ಅಂಗೋಲಾದ ಬುಷ್ ಮೀಟ್ ಟ್ರೇಡ್‌ನ ಒಂದು ಮೇಲ್ನೋಟ ಮಾತ್ರ. ಆಂಗ್ಲ ಭಾಷೆಯಲ್ಲಿ 'ಟಿಪ್ ಆಫ್ ದ ಐಸ್ ಬರ್ಗ್' ಅಂತಾರಲ್ಲಾ, ಹಾಗೆ! ಆದರೆ ಇದರ ಮತ್ತಷ್ಟು ಆಳಕ್ಕೆ ಹೋದಂತೆ ಇವೆಲ್ಲವೂ ನಾನು ಅಂದುಕೊಂಡಿದ್ದಕ್ಕಿಂತಲೂ ಸ್ವಾರಸ್ಯಕರವಾಗಿದ್ದಂತೂ ಹೌದು.

ಹೀಗೆ ರಸ್ತೆಯಲ್ಲಿ ಕಂಡಿದ್ದ ಕೆಲವೇ ಕೆಲವು ಪ್ರಾಣಿಗಳ ವ್ಯಾಪಾರ ವ್ಯವಸ್ಥೆಯನ್ನು ಬೆನ್ನಟ್ಟಿದ್ದ ನನಗೆ ಮತ್ತಷ್ಟು ದ್ವಾರಗಳು ತೆರೆದುಕೊಂಡಿದ್ದವು. ಲುವಾಂಡಾದಲ್ಲಿ ನಾನು ಬೀಡುಬಿಟ್ಟಿದ್ದ ಮುಹುಬೆಂತು ಪ್ರದೇಶದಿಂದ ಬೆರಳೆಣಿಕೆಯ ಕಿಲೋಮೀಟರುಗಳಷ್ಟು ದೂರದಲ್ಲಿದ್ದ ಬೆಂಫಿಕಾ ಮಾರುಕಟ್ಟೆಗೆ ಭೇಟಿ ಕೊಟ್ಟಿದ್ದ ನಾನು ಅಲ್ಲಿಯ ಸೌಂದರ್ಯವೇ ಮೈವೆತ್ತಂತಿದ್ದ ಕುಸುರಿಕಲೆಗಳನ್ನು ನೋಡಿ ಕಣ್ಣರಳಿಸಿದ್ದೆ. ಅದೆಷ್ಟು ವೈವಿಧ್ಯ, ಅದೆಂಥಾ ಸೌಂದರ್ಯ. ಮೂರ್ತಿಗಳು, ದೀಪಗಳು, ಕುಸುರಿ ಕಲೆಗಾರಿಕೆ, ಆಲಂಕಾರಿಕ ವಸ್ತುಗಳು, ಕಲಾಕೃತಿಗಳು, ಗೊಂಬೆಗಳು... ಹೀಗೆ ತರಹೇವಾರಿ ಕರಕುಶಲ ಸಂಗ್ರಹಯೋಗ್ಯ ವಸ್ತುಗಳು. ಅಂಗೋಲಾದ ಸಾಂಸ್ಕೃತಿಕ ಲೋಕವೇ ಇಲ್ಲಿ ಚಾಪೆ ಹಾಸಿ ಕೂತಿದೆಯೇನೋ ಎಂಬಂತೆ.

ವಿದೇಶಿ ಪ್ರವಾಸಿಗರನ್ನೇ ಗುರಿಯಾಗಿಸಿಕೊಂಡಿದ್ದ ಈ ಬೃಹತ್ ಮಳಿಗೆಯಲ್ಲಿ ಬೆಲೆಗಳು ಆಕಾಶ ಮುಟ್ಟುತ್ತಿದ್ದರೂ ರಚ್ಚೆ ಹಿಡಿದು ಚೌಕಾಶಿ ಮಾಡಿದಲ್ಲಿ ಬೆಲೆಯು ಅರ್ಧಕ್ಕಿಳಿಯುವುದೂ ಸಾಮಾನ್ಯವಾಗಿತ್ತು. ಸುಮಾರು ಮೂವತ್ತರಿಂದ ಐವತ್ತು ಪುಟ್ಟ ಮಳಿಗೆಗಳನ್ನು ಒಂದಕ್ಕೊಂದು ತಾಗುವಂತೆ ಅಕ್ಕಪಕ್ಕದಲ್ಲಿ ಹಾಕಿದ್ದರಿಂದ ಭಯಂಕರ ಸ್ಪರ್ಧೆ ಬೇರೆ. ಎಲ್ಲಾ ವ್ಯಾಪಾರಿಗಳಿಗೂ ಗ್ರಾಹಕರನ್ನು ತಮ್ಮತ್ತ ಸೆಳೆಯುವ ತವಕ. ವ್ಯಾಪಾರೀ ಚಾಕಚಕ್ಯತೆಯಲ್ಲಿ ಇವರುಗಳು ದೆಹಲಿಯ ಖ್ಯಾತ ಮಾರುಕಟ್ಟೆಗಳ ವ್ಯಾಪಾರಿಗಳಷ್ಟು ಚಾಣಾಕ್ಷರಲ್ಲದಿದ್ದರೂ ತಮ್ಮ ಪ್ರಯತ್ನವನ್ನಂತೂ ಚೆನ್ನಾಗಿಯೇ ಮಾಡುತ್ತಿದ್ದರು. ಬಹಳಷ್ಟು ವ್ಯಾಪಾರಿಗಳು ನನಗೆ ಪೋರ್ಚುಗೀಸ್ ಮತ್ತು ಫ್ರೆಂಚ್ ಬರದ ಪರಿಣಾಮವಾಗಿ ಹೇಗೆ ಬಲೆ ಬೀಸುವುದು ಎಂದು ಗೊಂದಲಕ್ಕೀಡಾದರೆ ಉಳಿದವರು ಆದದ್ದಾಗಲಿ ಎಂದು ನಾನು ಮಹಾ ವಿವಿಐಪಿಯೇನೋ ಎಂಬಂತೆ ನನ್ನನ್ನು ಸ್ವಾಗತಿಸುತ್ತಿದ್ದರು. ಅಲ್ಪ ಸ್ವಲ್ಪ ಇಂಗ್ಲಿಷ್ ಮಾತಾಡುತ್ತಿದ್ದ ಒಬ್ಬನಂತೂ, "ಓ ನೀವು ಭಾರತೀಯ ಅಲ್ಲವೇ? ಭಾರತೀಯರ ಪೂರ್ವಜರೆಲ್ಲಾ ಆಫ್ರಿಕನ್ನರು ಗೊತ್ತಾ? ಅಂಗೋಲನ್ನರೂ ಕೂಡ ಒಂದು ರೀತಿಯಲ್ಲಿ ನಿಮ್ಮ ಪೂರ್ವಜರೇ" ಎಂದು ಹೇಳಿ ನಮ್ಮಿಬ್ಬರದ್ದು 'ಜನುಮ ಜನುಮದ ಅನುಬಂಧ' ಎಂಬ

ಭಾವವನ್ನು ಮೂಡಿಸಲು ಪ್ರಯತ್ನಿಸಿದ. ಅವನ ಸೃಜನಶೀಲ ಪ್ರಯತ್ನವನ್ನು ಕಂಡ ನಾನು ಹೂಂ ಹೂಂ ಎಂದು ತಲೆಯಾಡಿಸುತ್ತಾ ಮುಗುಳ್ನಕ್ಕೆ.

ಬೆಂಫಿಕಾ ಮಾರುಕಟ್ಟೆಯಲ್ಲಿ ಮಾರಾಟಕ್ಕಿಟ್ಟಿದ್ದ ವಸ್ತುಗಳು ನಿಜಕ್ಕೂ ಬಹಳ ವಿಭಿನ್ನ ಮತ್ತು ಆಕರ್ಷಕವಾಗಿದ್ದವು. ಮರ, ಆನೆಯ ದಂತ, ಚರ್ಮ ಇತ್ಯಾದಿಗಳಿಂದ ಮಾಡಲಾಗಿದ್ದ ಹಲವು ವಸ್ತುಗಳು, ನೋಡಲು ಭಯಾನಕವಾಗಿದ್ದ ಮುಖವಾಡಗಳು, ಸ್ಥಳೀಯ ಜನಪದ ಕಳೆಯನ್ನು ಹೊತ್ತ ಮುಖವಾಡಗಳು, ಆಲಂಕಾರಿಕ ವಸ್ತುಗಳು, ಎರಡರಿಂದ ಐದಡಿ ಎತ್ತರದ ವಿಚಿತ್ರ ಪ್ರತಿಮೆಗಳು... ಹೀಗೆ ಇನ್ನೂ ಏನೇನೋ. ನೋಡಲು ವಿಚಿತ್ರವಾಗಿರುವ ವುಡೂ (ವಾಮಾಚಾರದ ಒಂದು ಬಗೆ) ಬೊಂಬೆಗಳನ್ನು ದೊಡ್ಡದಾಗಿ ನಿರ್ಮಿಸಿ ನಿಲ್ಲಿಸಿದರೆ ಹೇಗಿರುತ್ತದೆ ಎಂದು ಯೋಚಿಸಿ, ಅಂಥಾ ಬೊಂಬೆಗಳವು. ಚಿತ್ರವಿಚಿತ್ರ ಆಕಾರಗಳುಳ್ಳ, ಮನುಷ್ಯ-ಭೂತ-ಪ್ರಾಣಿಗಳನ್ನು ಒಂದೇ ದೇಹದಲ್ಲಿ ಹೊಂದಿರುವ, ಮೈತುಂಬಾ ಸಾವಿರಾರು ಮೊಳೆಗಳನ್ನು ಚುಚ್ಚಿಸಿಕೊಂಡ ವಿಲಕ್ಷಣ ಪ್ರತಿಮೆಗಳು. ಹಾರರ್ ಸಿನೆಮಾಗಳನ್ನು ನಿರ್ಮಿಸುವವರಿಗೆ ಈ ಗೊಂಬೆಗಳನ್ನು ನೋಡಿದರೆ ಕೊಂಚ ಸ್ಫೂರ್ತಿ ಸಿಗಬಹುದೇನೋ!

ಇನ್ನು ತರಹೇವಾರಿ ವಸ್ತುಗಳಾದ ಪಕ್ಷಿಗಳ ಕೊಕ್ಕು, ಉಗುರುಗಳು, ಕೊಂಬು, ಹಲ್ಲು, ಕಾಲು, ಪುಟ್ಟ ತಲೆಬುರುಡೆಗಳು, ಪಾಲಿಷ್ ಮಾಡಿದ ಪ್ಯಾಂಗೋಲಿನ್‌ಗಳ ಚಿಪ್ಪು ಇತ್ಯಾದಿಗಳನ್ನೂ ಕೂಡ ಇಲ್ಲಿ ಮಾರಾಟಕ್ಕಿಡಲಾಗಿತ್ತು. ಮೊದಲೇ ಹೇಳಿದಂತೆ ಸ್ಥಳೀಯ ಮಾರುಕಟ್ಟೆಗಳಲ್ಲಿ ಸಿಗುವ ಇಂಥವುಗಳಲ್ಲಿ ಹೆಚ್ಚಿನವು ವಾಮಾಚಾರ ಮತ್ತು ಸಾಂಪ್ರದಾಯಿಕ ಔಷಧಗಳಾಗಿ ಬಳಕೆಯಾಗುವುದಾದರೆ ಇಲ್ಲಿ ಅವುಗಳನ್ನು ಆಲಂಕಾರಿಕ ವಸ್ತುಗಳಾಗಿ ಮಾರಲಾಗುತ್ತಿತ್ತು. ಇನ್ನು ಪ್ಯಾಂಗೋಲಿನ್ ಚಿಪ್ಪುಗಳಂತೆಯೇ ಆಲಂಕಾರಿಕ ವಸ್ತುಗಳಾಗಿ ಮಾರಾಟವಾಗುವಂಥವುಗಳೆಂದರೆ ಆಮೆಯ ಬೆನ್ನಕವಚ. "ಅಲ್ಲಪ್ಪಾ, ಅದ್ಯಾವುದೋ ಪ್ರಾಣಿಯ ಈ ಒಂದು ಹಲ್ಲನ್ನು ಹಿಡಿದುಕೊಂಡು ನಾನೇನು ಮಾಡಲಿ?" ಎಂದು ನಾನು ಒಬ್ಬ ವ್ಯಾಪಾರಿಯಲ್ಲಿ ಕೇಳಿದೆ. "ಕೊರಳಿಗೊಂದು ಸರ ಮಾಡಿಸಿ ಅದಕ್ಕೆ ಪೆಂಡೆಂಟಿನಂತೆ ಹಾಕಿ", ಎಂದ ಆತ. ಈ ಮಾತಿನ ನಂತರ ಚರ್ಚೆಯನ್ನು ಮುಂದುವರಿಸುವ ಮತ್ಯಾವುದೇ ಅವಶ್ಯಕತೆಯು ನನಗೆ ಕಾಣಲಿಲ್ಲ.

ಇನ್ನು ಸಹಜವಾಗಿಯೇ ಈ ಮಳಿಗೆಯಲ್ಲಿ ವಿದೇಶೀಯರ ಪ್ರಮುಖ ಆಕರ್ಷಣೆಯಾಗಿ ಇದ್ದಿದ್ದು ಆನೆಯ ದಂತದಿಂದ ಮಾಡಿದ ವಿವಿಧ ವಸ್ತುಗಳು. ಉಂಗುರ, ಬಾಚಣಿಕೆ, ಆಟಿಕೆಗಳು, ಚಾಪ್‌ಸ್ಟಿಕ್, ಸರಗಳು, ಬಳೆಗಳು, ಪುಟ್ಟ ಫಲಕಗಳು, ಚಾಕುಗಳು, ಕಿವಿಯೋಲೆಗಳು... ಹೀಗೆ ಎಲ್ಲವೂ ಆನೆಯ ದಂತಗಳದ್ದೇ. ಮತ್ತೊಬ್ಬ ವ್ಯಾಪಾರಿ ನನ್ನನ್ನು ಒಂದು ಮೂಲೆಗೆ ಕರೆದುಕೊಂಡು ಹೋಗಿ ದೊಡ್ಡ ಟ್ರಂಕ್ ಒಂದನ್ನು ಬಿಚ್ಚಲಾರಂಭಿಸಿದ್ದ. ನನಗೂ ಇದರಲ್ಲೇನು ನಿಧಿ ಇದೆಯಪ್ಪಾ ಎಂಬ ಭಾರೀ ಕುತೂಹಲ. ಹೀಗೆ ಭದ್ರವಾಗಿದ್ದ ಟ್ರಂಕ್ ಅನ್ನು ಬಿಚ್ಚಿದ್ದ ಆತ ಹೊರತೆಗೆದದ್ದು ಚಿರತೆಯೊಂದರ ಚರ್ಮವನ್ನು. ಆ ಚರ್ಮ ಅದೆಷ್ಟು ಚೆನ್ನಾಗಿತ್ತೆಂದರೆ ಈಗಷ್ಟೇ ಸುಲಿದು ತಂದಿರುವಷ್ಟು ತಾಜಾ ಆಗಿತ್ತು. "ಎಲ್ಲರೂ ಬಂದು ಇಂಥದ್ದೇ ತೆಗೆದುಕೊಳ್ಳುವುದು. ನೀವೂ ತೆಗೆದುಕೊಳ್ಳಿ. ಒಳ್ಳೆಯ ಬೆಲೆಯಲ್ಲಿ ನಿಮಗೆ ಕೊಡೋಣ", ಎಂದು ಪುಸಲಾಯಿಸಿದ ಆತ. "ಇದೆಲ್ಲಾ ನಮ್ಮಲ್ಲಿ ನಡೆಯೋದಿಲ್ಲ ಮಾರಾಯ", ಎಂದೆ ನಾನು. ತಕ್ಷಣ ತನ್ನ ಧಾಟಿಯನ್ನು ಬದಲಿಸಿದ ಆತ ಮತ್ತೆ ನನ್ನ ಮುಂದೆ ತಂದಿಟ್ಟಿದ್ದು ಚಿರತೆ ಮರಿ ಮತ್ತು ಹಯೆನಾ (ನೋಡಲು ಕತ್ತೆ ಕಿರುಬದಂತಿರುವ

ಪ್ರಾಣಿ) ಒಂದರ ಚರ್ಮವನ್ನು. ಅಂದಹಾಗೆ ಮೊಸಳೆಗಳ ಚರ್ಮದಿಂದ ಮಾಡಲಾಗಿದೆ ಎಂದು ಹೇಳಲಾಗುವ ಪರ್ಸುಗಳನ್ನೂ ಕೂಡ ಆತ ತನ್ನ ಸಂಗ್ರಹದಲ್ಲಿಟ್ಟಿದ್ದ. ಅಂತೂ ನಾನು ಪ್ರಾಣಿಗಳ ಚರ್ಮವನ್ನು ಭಾರತದವರೆಗೆ ತೆಗೆದುಕೊಂಡು ಹೋಗುವವನಲ್ಲ ಎಂಬುದನ್ನು ಆತನಿಗೆ ಮನದಟ್ಟುಮಾಡಿಸುವಲ್ಲಿ ನನಗೆ ಸಾಕುಸಾಕಾಗಿತ್ತು.

ಕೈಯಲ್ಲಿ ಹೆಚ್ಚು ಕಾಸಿಲ್ಲ ಎಂದು ಅಂದು ಬೆಂಫಿಕಾ ಮಾರುಕಟ್ಟೆಯಿಂದ ಹೊರಬಂದ ನನಗೆ, ನಾನು ಮಾಡಿದ್ದು ಅದೆಷ್ಟು ದೊಡ್ಡ ತಪ್ಪು ಎಂದು ತಿಳಿದುಕೊಳ್ಳಲು ಹೆಚ್ಚಿನ ಸಮಯವೇನೂ ತಗುಲಲಿಲ್ಲ. ಏಕೆಂದರೆ ಮುಂದಿನ ತಿಂಗಳು ಅದೇ ಜಾಗಕ್ಕೆ ನಾನು ಖರೀದಿಗೆಂದು ಬಂದಿಳಿದರೆ ಅಲ್ಲಿ ಏನೆಂದರೆ ಏನೂ ಇರಲಿಲ್ಲ. ಮಾರುಕಟ್ಟೆಯು ಎಲ್ಲಾದರೂ ಸ್ಥಳಾಂತರಗೊಂಡಿದೆಯೇ ಎಂದು ತಿಳಿಯಲು ಅಕ್ಕಪಕ್ಕದಲ್ಲಿ ಕೇಳಿದರೂ ಯಾರೊಬ್ಬರೂ ನನಗೆ ಖಚಿತ ಮಾಹಿತಿಯನ್ನು ಕೊಡುವವರಿರಲಿಲ್ಲ. ಸಹಜವಾಗಿಯೇ ನಾನು ಭಾರೀ ನಿರಾಶನಾಗಿದ್ದೆ. ಇಷ್ಟು ವೈವಿಧ್ಯತೆಯುಳ್ಳ ಮತ್ತೊಂದು ಮಾರುಕಟ್ಟೆಯು ರಾಜಧಾನಿಯಲ್ಲಿ ಸಿಗುವುದು ಸಾಧ್ಯವೇ ಇಲ್ಲ ಎಂದು ಹಳಹಳಿಸಿಕೊಂಡಿದ್ದೆ.

ಆದರೆ ಬೆಂಫಿಕಾ ಮಾರುಕಟ್ಟೆಯನ್ನು ನಾನು ಇತರ ಮಾರುಕಟ್ಟೆಯಂತೆಯೇ ಸಾಮಾನ್ಯ ಮಾರುಕಟ್ಟೆಯೆಂದು ಲೆಕ್ಕಹಾಕಿ ದಾರಿತಪ್ಪಿದ್ದೆ ಎಂದು ತಿಳಿದುಕೊಳ್ಳುವಷ್ಟರಲ್ಲಿ ಹಲವು ತಿಂಗಳುಗಳೇ ಕಳೆದಿದ್ದವು. ಅಸಲಿಗೆ ಬೆಂಫಿಕಾ ಮಾರುಕಟ್ಟೆಯು ತನ್ನ ವೈವಿಧ್ಯಮಯ ಸರಕುಗಳಿಂದ ಅದೆಷ್ಟು ಪ್ರಖ್ಯಾತಿಯನ್ನು ಪಡೆದುಕೊಂಡಿತ್ತೋ, ಆನೆಯ ದಂತಗಳಿಂದ ಮಾಡಿದ ಸರಕುಗಳಿಂದ ಅಷ್ಟೇ ಕುಖ್ಯಾತಿಯನ್ನೂ ಪಡೆದಿತ್ತು. ವಿಶೇಷವಾಗಿ ಕೆಲ ಸಂಶೋಧಕರು, ಪತ್ರಕರ್ತರು ಮತ್ತು ಪರಿಸರ ತಜ್ಞರು ಆನೆದಂತಗಳ ಸಂಬಂಧ ಈ ಮಾರುಕಟ್ಟೆಯನ್ನು ಬಹುಗಂಭೀರವಾಗಿ ಪರಿಗಣಿಸಿದ್ದಲ್ಲದೆ ಈ ಬಗ್ಗೆ ದೊಡ್ಡ ದನಿಯನ್ನೇ ಎತ್ತಿದ್ದರು. ಆನೆಗಳ ದಂತಗಳಿಂದ ಮಾಡಲಾಗುವ ಸರಕನ್ನು ದೊಡ್ಡ ಪ್ರಮಾಣದಲ್ಲಿ, ಇಷ್ಟು ಖುಲ್ಲಂಖುಲ್ಲಾ ಮಾರಾಟಕ್ಕಿಟ್ಟಿರುವುದನ್ನು ಕಂಡ ಈ ಆಸಕ್ತರು ಅಚ್ಚರಿಗೊಳಗಾಗಿದ್ದರೋ ಏನೋ! ಕೆಲ ವರ್ಷಗಳ ಹಿಂದೆ ರಾಶಿ ರಾಶಿ ಆನೆಯ ದಂತಗಳ ಸರಕುಗಳನ್ನು ಇಲ್ಲಿ ಪ್ರದರ್ಶನ ಮತ್ತು ಮಾರಾಟಕ್ಕಿಡಲಾಗುತ್ತಿತ್ತಂತೆ. ಹಾಗೆ ನೋಡಿದರೆ ನಾನು ನೋಡಿದ ದಂತಗಳ ಸರಕುಗಳು ಏನೇನೂ ಅಲ್ಲವೆಂದು ನನಗೆ ತಿಳಿದದ್ದೇ ಆವಾಗ.

ಅಂಗೋಲಾ ಸೇರಿದಂತೆ ಆಫ್ರಿಕಾದ ಆನೆದಂತಗಳ ಸರಕುಗಳು ದೊಡ್ಡ ಪ್ರಮಾಣದಲ್ಲಿ ಸಾಗಾಟವಾಗುವುದು ಬ್ಯಾಂಕಾಕ್, ಕಾಂಬೋಡಿಯಾದಂತಹ ದೇಶಗಳಿಗೆ. ಪ್ರಯಾಣಿಕರು ಹಲವು ಬಾರಿ ಈ ಸರಕುಗಳನ್ನು ಅಕ್ರಮವಾಗಿ ತೆಗೆದುಕೊಂಡು ಹೋಗಲು ಪ್ರಯತ್ನಿಸಿ, ನಂತರ ಸಿಕ್ಕಿಬಿದ್ದು ನ್ಯಾಯಾಲಯದ ಮೆಟ್ಟಿಲೇರಿದ ಪ್ರಕರಣಗಳೂ ಇವೆ. ಸೆಪ್ಟೆಂಬರ್ 2013ರಲ್ಲಿ ನಡೆದ ಪ್ರಕರಣವೊಂದರಲ್ಲಿ ಬ್ಯಾಂಕಾಕ್ ಏರ್‌ಪೋರ್ಟಿನಲ್ಲಿ ನೂರು ಕಿಲೋಗ್ರಾಮ್‌ಗೂ ಹೆಚ್ಚು ತೂಕವಿದ್ದ ಆನೆದಂತಗಳ ಸರಕನ್ನು ವಶಪಡಿಸಿಕೊಳ್ಳಲಾಗಿತ್ತು. ವಿಯೆಟ್ನಾಮ್ ದೇಶದ ದಂಪತಿಗಳೊಬ್ಬರಿಗೆ ಸೇರಿದ ಈ ಭಾರೀ ಡಬ್ಬಿಗಳು ಅಂಗೋಲಾದಿಂದ ಹೊರಟು ಇಥಿಯೋಪಿಯಾ ಮಾರ್ಗವಾಗಿ ಥಾಯ್ಲೆಂಡ್‌ವರೆಗೆ ಬಂದಿದ್ದವು. ಇದರ ಹಿಂದೆ ನಡೆದಿದ್ದ ಜುಲೈ 2012ರ ಪ್ರಕರಣವೊಂದರಲ್ಲಿ ಅರ್ಧ ಟನ್ನಿಗೂ ಹೆಚ್ಚಿದ್ದ ಆನೆದಂತಗಳನ್ನು ಥಾಯ್ಲೆಂಡ್‌ನಲ್ಲಿ ವಶಪಡಿಸಿಕೊಳ್ಳಲಾಗಿತ್ತು. ಕೀನ್ಯಾದಿಂದ ಬಂದಿದ್ದ ಈ ಡಬ್ಬಿಗಳ ಮೇಲೆ

'ಕರಕುಶಲ ವಸ್ತುಗಳು' ಎಂಬ ಲೇಬಲ್ ಹಚ್ಚಿ ಅಧಿಕಾರಿಗಳ ಕಣ್ಣಿಗೆ ಮಣ್ಣೆರಚುವ ತಂತ್ರವನ್ನು ಇಲ್ಲಿ ಖದೀಮರು ಬಳಸಿಕೊಂಡಿದ್ದರು.

ಆನೆಗಳ ಸಂರಕ್ಷಣೆಯ ನಿಟ್ಟಿನಲ್ಲಿ ಹೊರಗಿನಿಂದ ಬಂದ ಜನರು ದೊಡ್ಡ ಮಟ್ಟದಲ್ಲಿ ಚರ್ಚೆಯನ್ನು ಹುಟ್ಟು ಹಾಕಿ, ಅಂಗೋಲಾ ಸರಕಾರವನ್ನು ತರಾಟೆಗೆ ತೆಗೆದುಕೊಂಡು ಕೊನೆಗೆ ತಲೆಬಾಗುವಂತೆ ಮಾಡಿದ ಘಟನೆಯು ನಿಜಕ್ಕೂ ವಿಪರ್ಯಾಸವೇ. ಹಲವು ವರದಿಗಳು ಮತ್ತು ಅಭಿಪ್ರಾಯಗಳು ದಾಖಲಿಸಿರುವಂತೆ ಇವುಗಳು ದಂಡಿಯಾಗಿ ಹರಿದುಬರುವುದು ಪಕ್ಕದಲ್ಲೇ ಇರುವ ಡೆಮೋಕ್ರಟಿಕ್ ರಿಪಬ್ಲಿಕ್ ಆಫ್ ಕಾಂಗೋ (ಡಿ.ಆರ್.ಸಿ) ದೇಶದಿಂದ. ಮಧ್ಯ ಆಫ್ರಿಕಾವನ್ನು ಪರಿಗಣಿಸಿದರೆ ಅರಣ್ಯಗಳನ್ನು ಮತ್ತು ವನ್ಯಜೀವಿ ಸಂಕುಲವನ್ನು ದೊಡ್ಡ ಪ್ರಮಾಣದಲ್ಲಿ ಹೊಂದಿರುವ ಮುಖ್ಯ ದೇಶವೆಂದರೆ ಡಿ.ಆರ್.ಸಿ. ಹೀಗೆ ಆನೆಗಳ ದಂತವನ್ನು ದಂಡಿಯಾಗಿ ಇಲ್ಲಿನ ಸರಹದ್ದುಗಳ ಮಾರ್ಗವಾಗಿ ತರಿಸಿಕೊಳ್ಳುತ್ತಾ ಅಕ್ರಮ ಸಾಗಾಣಿಕೆಗೆ ಅಂಗೋಲಾವು ಪ್ರೋತ್ಸಾಹವನ್ನು ನೀಡುತ್ತಿದ್ದುದಲ್ಲದೆ ಡಿ.ಆರ್.ಸಿ ಯಲ್ಲಿ ಕಾಡುಗಳ ಮತ್ತು ಆನೆಗಳ ನಾಶದಲ್ಲೂ ಪ್ರಮುಖ ಪಾತ್ರವನ್ನು ವಹಿಸಿತ್ತು.

ಆಮದು, ರಫ್ತುಗಳು ಸೇರಿದಂತೆ ಅಳಿವಿನಂಚಿನಲ್ಲಿರುವ ಜೀವಸಂಕುಲಗಳಿಗೆ ಸಂಬಂಧಿಸಿದ ಎಲ್ಲಾ ವಿಧದ ವ್ಯಾಪಾರ-ವಹಿವಾಟುಗಳನ್ನು ಅಂತಾರಾಷ್ಟ್ರೀಯ ಮಟ್ಟದಲ್ಲಿ ನಿಯಂತ್ರಿಸಲು ಮಾಡಿಕೊಳ್ಳುವ ಕರಾರಾದ ಸೈಟ್ಸ್(ಸಿ.ಐ.ಟಿ.ಇ.ಎಸ್ – ಕನ್ವೆನ್ಷನ್ ಆನ್ ಇಂಟರ್‌ನ್ಯಾಷನಲ್ ಟ್ರೇಡ್ ಇನ್ ಎನ್‌ಡೇಂಜರ್ಡ್ ಸ್ಪಿಸೀಸ್ ಆಫ್ ವೈಲ್ಡ್ ಫೋನಾ ಆಂಡ್ ಫ್ಲಾರಾ)ಗೆ ಕೂಡ ಅಂಗೋಲಾ ಸೇರಿಕೊಂಡಿದ್ದು ಬಹಳ ತಡವಾಗಿ. ಆ ಹೊತ್ತಿಗೆ ತನ್ನ ನೆಲದಲ್ಲಿ ಆನೆಗಳ ಸಂತತಿಯಿದ್ದ ಹೊರತಾಗಿಯೂ ಸೈಟ್ಸ್ ಕರಾರಿಗೆ ಒಳಪಡದೆ ಉಳಿದಿದ್ದ ರಾಷ್ಟ್ರವೆಂದರೆ ಅಂಗೋಲಾ ಒಂದೇ. ಅಂತೂ ಅಕ್ಟೋಬರ್ 2013ರಲ್ಲಿ ಅಂಗೋಲಾ ಸೈಟ್ಸ್ ಕರಾರಿಗೆ ಅಧಿಕೃತವಾಗಿ ಸೇರಿಕೊಂಡಾಗ ಅದು ಸೈಟ್ಸ್ ಅಧೀನಕ್ಕೆ ಬಂದ 179 ನೇ ರಾಷ್ಟ್ರ. ಮುಂದೆ ಡಿಸೆಂಬರ್ 31, 2013ರಲ್ಲಿ ಈ ಕರಾರು ಪೂರ್ಣರೂಪದಲ್ಲಿ ಕಾರ್ಯರೂಪಕ್ಕೆ ಬರುವಂತಾಯಿತು. ಸದ್ಯ 183 ರಾಷ್ಟ್ರಗಳು ಸೈಟ್ಸ್ ಕರಾರಿನ ಅಧೀನದಲ್ಲಿವೆ ಎಂಬುದಾಗಿ ಸೈಟ್ಸ್‌ನ ಅಂತರ್ಜಾಲ ತಾಣವು ಹೇಳುತ್ತದೆ.

ಬೆಂಫಿಕಾದಿಂದ ಸ್ಥಳಾಂತರಗೊಂಡ ಮಾರುಕಟ್ಟೆ ಮುಂದೆ ಎಲ್ಲಿ ನೆಲೆಯೂರಿತೆಂದು ನನಗೆ ಕೊನೆಗೂ ತಿಳಿಯಲಿಲ್ಲ. ಇದಾದ ಸುಮಾರು ಒಂದು ವರ್ಷದ ನಂತರ ನಾನು ಅಂಗೋಲಾದ ಗುಲಾಮಗಿರಿಯ ಇತಿಹಾಸವನ್ನು ಹೇಳುವ ವಸ್ತುಸಂಗ್ರಹಾಲಯವೊಂದಕ್ಕೆ ಹೋಗಿದ್ದಾಗ ಅಲ್ಲಿಯ ಆವರಣದಲ್ಲಿ ಇಂಥದ್ದೇ ವ್ಯವಸ್ಥಿತ ಮಾರುಕಟ್ಟೆಯೊಂದನ್ನು ನೋಡಿದ್ದೆ. ನೀವು ಕಲೆಯನ್ನು ಇಷ್ಟಪಡುವವರಾಗಿದ್ದರೆ ಇಂಥಾ ಮಾರುಕಟ್ಟೆಗಳಿಗೆ ಹೋಗುವುದೆಂದರೆ ಮಕ್ಕಳನ್ನು ಚಾಕ್ಲೇಟುಗಳ ಅಂಗಡಿಯೊಳಕ್ಕೆ ತಂದು ಬಿಟ್ಟಂತೆ. ಪುಸ್ತಕಪ್ರಿಯರನ್ನು ಪುಸ್ತಕದಂಗಡಿಯೊಳಕ್ಕೆ ಬಿಟ್ಟುಬಂದಂತೆ. ಮನಸ್ಸು ಎಲ್ಲವನ್ನೂ ಖರೀದಿಸಬೇಕೆಂಬ ದುರಾಸೆಗೆ ಬೀಳುವುದು ಸಹಜ.

"ಹೇ ಇಂಡಿಯಾನು... ಇಂಡಿಯಾನು...", ಎನ್ನುತ್ತಾ ಅವರು ಕರೆಯುತ್ತಲೇ ಇದ್ದರು. ನಾನು ನನ್ನ ಖಾಲಿ ಜೇಬನ್ನು ಗುಟ್ಟಾಗಿ ಮುಟ್ಟಿಕೊಳ್ಳುತ್ತಾ ಮತ್ತೊಮ್ಮೆ ಬರುತ್ತೇನೆ ಎಂಬ ಭರವಸೆಯನ್ನು ಕೊಟ್ಟು ಮುಗುಳ್ನಗುತ್ತಾ ಮುನ್ನಡೆದಿದ್ದೆ.

ಅಂಗೋಲಾದಲ್ಲೂ ‘ಓಂ... ಬ್ರಾಂ... ಬ್ರೀಂ...’

ಆ ದಿನ ನನಗೆ ಅಷ್ಟೇನೂ ಕೆಲಸವಿರಲಿಲ್ಲ.

ಸುಮ್ಮನೆ ನನ್ನ ಕೈಯನ್ನು ಪರೀಕ್ಷಿಸುತ್ತಾ ದೊರಗಾದ ಬಣ್ಣಗೆಟ್ಟ ಚರ್ಮವನ್ನು ನೋಡುತ್ತಾ ಭಯಂಕರ ಚಿಂತೆಯಲ್ಲಿದ್ದೆ. ಅಂಗೋಲಾದ ಬಿಸಿಲು ಒಂದೆರಡು ತಿಂಗಳಲ್ಲೇ ತನ್ನ ಆಟವನ್ನು ತೋರಿಸಿತ್ತು. ನಾನು ಅಂಥಾ ಮಹಾಗೌರವರ್ಣದ ಒಡೆಯನೇನೂ ಅಲ್ಲದಿದ್ದರೂ ಕಳೆದ ಕೆಲ ವರ್ಷಗಳಲ್ಲಿ ದೆಹಲಿಯ ಚಳಿಯ ವಾತಾವರಣವು ನನ್ನ ಚರ್ಮವನ್ನು ಕೊಂಚ ಸುಧಾರಿಸಿತ್ತು. ಆದರೆ ಅಂಗೋಲಾದ ರಣಬಿಸಿಲಿಗೆ ನಾನ್ಯಾವ ಗಿಡದ ತೊಪ್ಪಲು? ಅಂತೂ ಬಣ್ಣಗೆಟ್ಟ ಚರ್ಮವನ್ನು ನೋಡಿ ನಿಡುಸುಯ್ಯುತ್ತಾ ಆ ರಣಬಿಸಿಲನ್ನು ಶಪಿಸುತ್ತಾ ನನ್ನ ಮಜ್ದಾ ಕಾರಿನಲ್ಲಿ ಸುಮ್ಮನೆ ಕಾದು ಕುಳಿತಿದ್ದೆ.

ಹೀಗೆ ಯೋಚನೆಯ ಗುಂಗಿನಲ್ಲಿ ಕಳೆದುಹೋಗಿರುವಾಗಲೇ ಒಬ್ಬಾತ ಬಂದು ಹೇಳದೆ ಕೇಳದೆ ಕರಪತ್ರವೊಂದನ್ನು ಕಾರಿನ ತೆರೆದ ಕಿಟಕಿಯಿಂದ ನನ್ನತ್ತ ಎಸೆದು ಹೊರಟುಹೋಗಿದ್ದ. ನನ್ನೊಂದಿಗಿದ್ದ ದುಭಾಷಿ ಮತ್ತು ಕಾರು ಚಾಲಕ ಅದೇನನ್ನೋ ತರಲೆಂದು ನನ್ನನ್ನು ಒಂಟಿಯಾಗಿ ಕಾರಿನಲ್ಲೇ ಬಿಟ್ಟುಹೋಗಿದ್ದರು. ಅಂಗೋಲಾದ ಬಿರುಬಿಸಿಲ ಮಧ್ಯಾಹ್ನದಲ್ಲಿ ಕಾರಿನೊಳಗೆ ಹೆಚ್ಚು ಹೊತ್ತು ಕುಳಿತುಕೊಂಡರೆ ಬಿಸಿಯಿಂದ ಬೇಯುವುದು ಖಚಿತ. ಹೀಗಾಗಿ ಸೆಖೆಯನ್ನು ತಡೆಯಲಾರದೆ ಕಾರಿನ ಕಿಟಕಿಯ ಗಾಜನ್ನು ಇಳಿಸಬೇಕಾಗಿ ಬಂದಿತ್ತು. ಹೀಗಿರುವಾಗಲೇ ಆಗಂತುಕನೊಬ್ಬ ಕರಪತ್ರವೊಂದನ್ನು ನನ್ನ ಮುಖದ ಮೇಲೆ ಎಸೆದು ಹೋಗಿದ್ದು. ಅಂತೂ ಅದೇನೆಂದು ಓದಲು ಪ್ರಯತ್ನಿಸಿದರೆ ಅದೊಂದು ಜಾಹೀರಾತು ಎಂಬುದನ್ನು ಹೊರತುಪಡಿಸಿ ಇನ್ನೇನೂ ತಿಳಿಯಲಿಲ್ಲ. ಯಾವುದಕ್ಕೂ ನಮ್ಮ ದುಭಾಷಿ ಮಹಾಶಯ ಮಿಗೆಲ್ ಎಂಬೋಸೋ ಮರಳಿ ಬರಲಿ, ಆಮೇಲೆ ಕೇಳೋಣವಂತೆ ಎಂದು ಲೆಕ್ಕಹಾಕಿ ಅದನ್ನು ಜೋಪಾನವಾಗಿ ತೆಗೆದಿಟ್ಟೆ.

ನಂತರ ಮಿಗೆಲ್ ಮರಳಿ ಬಂದಾಗ ಒಂದು ಕ್ಷಣವೂ ತಡಮಾಡದೆ ಇದೇನಿದು ಎಂದು ಕೇಳಿ ಕರಪತ್ರವನ್ನು ಅವನ ಕೈಗಿಟ್ಟೆ. ಅದನ್ನು ಸೂಕ್ಷ್ಮವಾಗಿ ಗಮನಿಸಿದ ಈತ ಇದು ಯಾವುದಕ್ಕೂ ಲಾಯಕ್ಕಿಲ್ಲದ್ದು ಎನ್ನುವ ನಿರುತ್ಸಾಹದಲ್ಲಿ ಪಕ್ಕಕ್ಕಿಟ್ಟ. ಅಷ್ಟಕ್ಕೂ ಅದು ಏನಾಗಿತ್ತೆಂದರೆ ವಾಮಾಚಾರಗಳನ್ನು ಮಾಡುವ ಸ್ಥಳೀಯ ಪರಿಣತನೊಬ್ಬನ ಜಾಹೀರಾತು ಕರಪತ್ರವಾಗಿತ್ತು. ನಮ್ಮಲ್ಲಿ ಹೇಗೆ ವಶೀಕರಣ, ವಿವಾಹ, ಆಸ್ತಿ ಕಲಹ, ವಾಸ್ತು ದೋಷ,

ಕುಜ ದೋಷ, ಮಾಟಮಂತ್ರ, ಕಾರ್ಯಸಿದ್ಧಿ ಎಂದೆಲ್ಲಾ ಇಷ್ಟುದ್ದ ಪಟ್ಟಿಯನ್ನು ಕೊಟ್ಟು ಕೆಲ ಮಾಂತ್ರಿಕರು ಜಾಹೀರಾತು ನೀಡುತ್ತಾರಲ್ಲವೇ? ಇದೂ ಕೂಡ ಅಂಥದ್ದೇ ಆಗಿತ್ತು. ಇಲ್ಲೂ ಪೋರ್ಚುಗೀಸ್ ಭಾಷೆಯಲ್ಲಿ ದೊಡ್ಡದೊಂದು ಪಟ್ಟಿಯನ್ನು ಕೊಡಲಾಗಿತ್ತು. ಜೊತೆಗೇ ಜಗತ್ತಿನ ಎಲ್ಲಾ ಸಮಸ್ಯೆಗಳಿಗೂ ಪರಿಹಾರವನ್ನು ನೀಡುವ ಆತನ ವಿಳಾಸ ಮತ್ತು ದೂರವಾಣಿ ಸಂಖ್ಯೆ ಕೂಡ. "ಅರೆ... ಇವೆಲ್ಲಾ ನಮ್ಮಲ್ಲೂ ಇದೆ ಮಾರಾಯ", ಅಂದೆ ನಾನು. ಸುಮ್ಮನೆ ನಕ್ಕ ಮಿಗೆಲ್ ಆ ಕಾಗದದಿಂದ ರಾಕೆಟ್ ಒಂದನ್ನು ಮಾಡಿ ಕಿಟಕಿಯಾಚೆಗೆ ಹಾರಿಸಿದ್ದ.

ಬಹುಷಃ ಈ ವಿಷಯಗಳ ಬಗ್ಗೆ ತಿಳಿದುಕೊಳ್ಳಲು ನಾನು ಕಷ್ಟಪಟ್ಟಷ್ಟು ಅಂಗೋಲಾದಲ್ಲಿ ಇನ್ಯಾವುದಕ್ಕೂ ಒದ್ದಾಡಿಲ್ಲವೇನೋ. ಅಂಗೋಲಾಕ್ಕೆ ಬಂದ ಆರಂಭದ ದಿನಗಳಲ್ಲೇ ಸ್ಥಳೀಯ ಮಾರುಕಟ್ಟೆಯಲ್ಲಿ ಮಾರಾಟಕ್ಕಿಟ್ಟಿದ್ದ ವಿಚಿತ್ರ ವಸ್ತುಗಳು ನನ್ನನ್ನು ಬೆಚ್ಚಿಬೀಳಿಸಿದ್ದವು. ಅವುಗಳಲ್ಲಿ ಮುಖ್ಯವಾಗಿದ್ದಿದ್ದು ಪ್ರಾಣಿಗಳ ಕೆಲ ಚಿಕ್ಕ ತಲೆಬುರುಡೆಗಳು, ಹಲ್ಲುಗಳು, ಹಾವುಗಳ ಒಣಗಿದ ಪೊರೆಗಳು, ಪಕ್ಷಿಗಳ ಕಾಲುಗಳು, ಕೊಕ್ಕುಗಳು, ಉಗುರುಗಳು ಮತ್ತು ಗರಿಗಳು. ಇವುಗಳಲ್ಲದೆ ಬಗೆಬಗೆಯ ಬೇರುಗಳನ್ನು, ಕಲ್ಲುಗಳನ್ನು, ಎಣ್ಣೆಗಳನ್ನೂ ಕೂಡ ಇಂಥಾ ಪುಟ್ಟ ಜಾಗಗಳಲ್ಲಿ ಮಾರಾಟಕ್ಕಿಡಲಾಗುತ್ತಿತ್ತು. ಕೊಳ್ಳಬೇಕೆಂಬ ಯಾವ ಆಸಕ್ತಿಯೂ ಇರದಿದ್ದರೂ ಈ ವಿಚಿತ್ರ ವಸ್ತುಗಳನ್ನು ನೋಡುವ ಒಂದು ಕುತೂಹಲದಿಂದಾಗಿ ನಾನು ಬಹಳಷ್ಟು ಬಾರಿ ಆ ಮಾರ್ಗವಾಗಿಯೇ ಹೋಗಿದ್ದೂ ಇದೆ. ಅಷ್ಟಕ್ಕೂ ಯಾರಾದರೂ ಈ ಬಗ್ಗೆ ಹೆಚ್ಚಿನ ಮಾಹಿತಿಯನ್ನು ಕೊಡಬಲ್ಲರೇ ಎಂಬ ಕೆಟ್ಟ ಕುತೂಹಲ ನನ್ನದು.

ಈ ಬಗ್ಗೆ ನನ್ನ ದುಭಾಷಿಯಾಗಲೀ, ನನ್ನ ಸ್ಥಳೀಯ ಸಹೋದ್ಯೋಗಿಗಳಾಗಲೀ ಅದೆಷ್ಟು ಕೇಳಿದರೂ ಬಾಯಿಬಿಟ್ಟಿರಲಿಲ್ಲ. "ಏನೋ ಇದೆ. ಆದ್ರೆ ಗೊತ್ತಿಲ್ಲ", ಎಂಬ ಉತ್ತರಗಳೇ ನನಗೆ ತಿಂಗಳಾನುಗಟ್ಟಲೆ ಸಿಕ್ಕಿದ್ದು. ಇನ್ನು ಮಾರುವವರ ಬಳಿಯೇ ಕೇಳೋಣವೆಂದು ದುಭಾಷಿಯನ್ನು ಹೇಗೋ ಒಲೈಸಿ ಕೇಳಿದರೂ ಮಾರುವಾಕೆ ನನ್ನನ್ನು ವಿಚಿತ್ರವಾಗಿ ಕಂಡು ಇಕ್ಕಟ್ಟಿಗೆ ಸಿಲುಕಿಸಿದ್ದಳು. ಅಂತೂ ಬಂದ ದಾರಿಗೆ ಸುಂಕವಿಲ್ಲವೆಂದು ಲೆಕ್ಕಹಾಕಿ ನಾನು ಹಿಂತಿರುಗಿದ್ದೆ.

ವಾಮಾಚಾರ ಮತ್ತು ಔಷಧ ಸಂಬಂಧಿ ಉತ್ಪನ್ನಗಳನ್ನು ಇಷ್ಟು ಖುಲ್ಲಂಖುಲ್ಲಾ ಆಗಿ ಮಾರುತ್ತಿರುವಾಗ ಇವುಗಳ ಬಗ್ಗೆ ಸ್ವಲ್ಪ ಹೇಳಿ ಎಂದು ಕೇಳಿದರೆ ಇದರಲ್ಲಿ ನಾಚುವಂಥದ್ದೇನಿದೆ ಎಂಬುದು ನನಗಿನ್ನೂ ತಿಳಿದಿಲ್ಲ. ಭಾರತದಲ್ಲಿರುವ ವಾಮಾಚಾರಕ್ಕೂ ಆಫ್ರಿಕಾದಲ್ಲಿರುವ ವಾಮಾಚಾರ ವಿಧಾನಗಳಿಗೂ ಹೆಚ್ಚಿನ ವ್ಯತ್ಯಾಸಗಳೇನಿಲ್ಲ. ಉದಾಹರಣೆಗೆ ನಮ್ಮಲ್ಲಿ ಪಂಚಭೂತಗಳ ಪರಿಕಲ್ಪನೆಗಳು ಹೇಗಿವೆಯೋ ಆಫ್ರಿಕನ್ 'ವುಡೂ'ಗಳಲ್ಲೂ ಇಂಥಾ ಕೆಲ ಸಾಮ್ಯತೆಗಳಿವೆ. ಹೀಗೆ ಸಾಂಸ್ಕೃತಿಕ ಹಿನ್ನೆಲೆಗಳು ಅದೇನಿದ್ದರೂ ಪ್ರಸ್ತುತ ಇವುಗಳು ಬಂದು ತಲುಪಿದ್ದು ಮಾತ್ರ ಇತರರನ್ನು ನಿರ್ನಾಮ ಮಾಡಲು ಬಯಸುವ ಅದೇ ಹಳಸಲು ಉಪಯೋಗಗಳಿಗೆ. ಅದನ್ನು ಬಿಟ್ಟರೆ ಕೆಲ ಬಗೆಯ ಬೇರು ಮತ್ತು ಎಣ್ಣೆಗಳನ್ನು ಸಾಂಪ್ರದಾಯಿಕ ಔಷಧಿಗಳಾಗಿ ಬಳಸುವುದುಂಟು. ಸಾಮಾನ್ಯ ನೆಗಡಿಯಿಂದ ಹಿಡಿದು ಕಾಮೋತ್ತೇಜನೆ, ಗರ್ಭಧಾರಣೆಯವರೆಗೂ ಇವರಲ್ಲಿ ಮದ್ದು-ಮಾಟಮಂತ್ರಗಳಿವೆ.

ಅಂಗೋಲಾ ಸೇರಿದಂತೆ ಉತ್ತಮ ವೈದ್ಯಕೀಯ ಸೌಲಭ್ಯಗಳಿಲ್ಲದ ಆಫ್ರಿಕಾದ ಹಲವು ಭಾಗಗಳಲ್ಲಿ ಇಂದಿಗೂ ಹೆಚ್ಚಿನವರು ಸಾಂಪ್ರದಾಯಿಕ ಔಷಧಿಗಳಿಗೇ ಮೊರೆಹೋಗುವುದು ಎಲ್ಲರಿಗೂ ಗೊತ್ತಿರುವ ವಿಷಯವೇ.

ಅಸಲಿಗೆ ಅಂಗೋಲಾದಲ್ಲಿ ಇಂಥಾ ವಿಲಕ್ಷಣ ವಸ್ತುಗಳನ್ನು ನಾನು ನೋಡಿದ್ದು ಒಂದು ಸ್ಯಾಂಪಲ್ ಅಷ್ಟೇ. ಟೋಗೋ ಎಂಬ ಹೆಸರಿನ ಚಿಕ್ಕ ಆಫ್ರಿಕನ್ ದೇಶವೊಂದರಲ್ಲಿ ಇಂಥವುಗಳದ್ದೇ ಒಂದು ವಿಶೇಷ ಮಾರುಕಟ್ಟೆಯಿದೆ. ಆಂಗ್ಲಭಾಷೆಯಲ್ಲಿ ಇವುಗಳನ್ನು "Fetish Market" ಎನ್ನುತ್ತಾರೆ. ಸಾಂಪ್ರದಾಯಿಕ ಔಷಧಗಳಿಂದ ಹಿಡಿದು ವಾಮಾಚಾರದವರೆಗೂ ಸಂಬಂಧಿ ರೀತಿರಿವಾಜುಗಳಿಗೆ ಬೇಕಿರುವ ಹಲವು ವಸ್ತುಗಳನ್ನು ಇಲ್ಲಿ ಮಾರಾಟಕ್ಕಿಡುತ್ತಾರೆ. ಹಕ್ಕಿ, ಕೋತಿ, ನಾಯಿ, ಮೊಸಳೆ, ಹಯೆನಾ, ಕುದುರೆಗಳ ತಲೆಬುರುಡೆಗಳು, ಪ್ರಾಣಿಗಳ ಚರ್ಮಗಳು, (ಒಣಗಿಸಿಟ್ಟ) ಪ್ರಾಣಿಗಳ ದೇಹದ ಭಾಗಗಳು, ಹಾವಿನ ಚರ್ಮಗಳು, ಪಂಜಗಳು, ಮೂಳೆಗಳು, ಸುಟ್ಟ ಬಾವಲಿಗಳು... ಹೀಗೆ ತರಹೇವಾರಿ ವಸ್ತುಗಳನ್ನು ಇಲ್ಲಿ ಇಡಲಾಗುತ್ತದೆ. ಇವುಗಳನ್ನು ಉಪಯೋಗಿಸಿಕೊಂಡು ಸಮಸ್ಯೆಗಳ ಪರಿಹಾರದ ಹೆಸರಿನಲ್ಲಿ ಭರ್ಜರಿ ವ್ಯಾಪಾರವಾಗುತ್ತದೆ. ಟೋಗೋದ ಲೋಮೆಯಲ್ಲಿರುವ ಈ 'ಅಕೊಡೆಸ್ಸಾವಾ' ಹೆಸರಿನ ಮಾರುಕಟ್ಟೆಯು ಏನಿಲ್ಲವೆಂದರೂ ಪ್ರವಾಸಿಗರನ್ನು ಆಕರ್ಷಿಸುವುದಂತೂ ಹೌದು.

ಟೋಗೋ, ಹೈಟಿ, ಬೆನಿನ್‌ಗಳಿಗೆ ಹೋಲಿಸಿದರೆ ಅಂಗೋಲಾದಲ್ಲಿ ಇದರ ವ್ಯಾಪ್ತಿ ಕೊಂಚ ಕಮ್ಮಿ ಎನ್ನಬಹುದಷ್ಟೇ. ಆದರೆ ಅಸ್ತಿತ್ವದಲ್ಲಂತೂ ಇದೆ. ಸಾಮಾನ್ಯವಾಗಿ ಇಂತಹ ವಸ್ತುಗಳನ್ನು ಹೇಗೆ ಬಳಸುತ್ತಾರೆಂದರೆ ಮೊದಲು ಪ್ರಾಣಿಯೊಂದರ ಸಂಪೂರ್ಣ/ಭಾಗಶಃ ಮೂಳೆ/ಕೊಂಬು/ಹಲ್ಲು/ಉಗುರು/ತಲೆಬುರುಡೆಯನ್ನು ಗುದ್ದಿ ಪುಡಿ ಮಾಡಿ, ವಿವಿಧ ಬಗೆಯ ಗಿಡಮೂಲಿಕೆಗಳನ್ನು ಜಜ್ಜಿ ಇವುಗಳೊಂದಿಗೆ ಬೆರೆಸಿ ಪುಡಿಯಂತಹ ಪದಾರ್ಥವೊಂದನ್ನು ತಯಾರಿಸಲಾಗುತ್ತದೆ. ನಂತರ ಇದನ್ನು ಬೆಂಕಿಗೆ ಹಿಡಿದರೆ ನಮಗೆ ಸಿಗುವುದು ಇದ್ದಿಲಿನಂತಹ ಕಪ್ಪು ಪುಡಿ. ಮುಂದೆ ಈ ಪುಡಿಯನ್ನು ದೇಹದ ಆಯ್ದ ಭಾಗಗಳಿಗೆ ತತ್ಸಂಬಂಧಿ ಮಂತ್ರ/ಪೂಜಾವಿಧಾನಗಳೊಂದಿಗೆ ಹಚ್ಚಲಾಗುತ್ತದೆ. ಅಥವಾ ತಮ್ಮ ತಮ್ಮ ಸಮಸ್ಯೆಗಳಿಗೆ ತಕ್ಕಂತೆ ಆಹಾರದೊಂದಿಗೆ ಬೆರೆಸಿ ಸೇವಿಸಲು ಸಲಹೆಯನ್ನು ಕೊಡಲಾಗುತ್ತದೆ. ಆರೋಗ್ಯಕ್ಕೆ, ಅದೃಷ್ಟಕ್ಕೆ, ನೌಕರಿಗೆ, ವಶೀಕರಣಕ್ಕೆ, ಪ್ರೇಮ ಪ್ರಕರಣಗಳ ಜಯಕ್ಕೆ ಹೀಗೆ ಹಲವು ಸಮಸ್ಯೆಗಳಿಗೆ ಇವರಲ್ಲಿ ಪರಿಹಾರವಿದೆ. ಪರಿಹಾರವು ಎಲ್ಲೂ ಕಾಣದಿದ್ದರೆ ಎಲ್ಲರೂ ನಮ್ಮಲ್ಲಿಗೇ ಬರುವುದು ಎನ್ನುತ್ತಾರೆ ಇಲ್ಲಿಯ ವ್ಯಾಪಾರಿಗಳು.

ಇನ್ನು ಸಾಂಕೇತಿಕವಾಗಿ ಬಳಸಲಾಗುವ ಬೊಂಬೆಗಳು, ಸರಗಳು, ಮುಖವಾಡಗಳು ಇತ್ಯಾದಿಗಳೂ ಕೂಡ ಫೆಟಿಷ್ ಮಾರುಕಟ್ಟೆಗಳಲ್ಲಿ ಚಾಲ್ತಿಯಲ್ಲಿರುತ್ತವೆ. ಬೊಂಬೆಗಳು ಎರಡಿಂಚಿನಿಂದ ಹಿಡಿದು ನಾಲ್ಕಡಿಯವರೆಗೂ ಇರಬಹುದು. ಗಾತ್ರದಲ್ಲಿ ದೊಡ್ಡದಿರುವ ಬೊಂಬೆಗಳು ಸಾಮಾನ್ಯವಾಗಿ ಕಪ್ಪು, ಬೂದು, ಕಂದು ಇತ್ಯಾದಿ ದಟ್ಟಬಣ್ಣಗಳಲ್ಲಿದ್ದು ಮೈಯಲ್ಲೆಲ್ಲಾ ಮೊಳೆಗಳನ್ನು ಹೊಡೆಸಿಕೊಂಡು ನೋಡಲು ವಿಲಕ್ಷಣವಾಗಿರುತ್ತವೆ. ಈ ಗೊಂಬೆಗಳ ಕಿವಿಯಲ್ಲಿ ಗುಟ್ಟುಗಳನ್ನು ಹೇಳುವುದರಿಂದ ಹಿಡಿದು ಇವುಗಳನ್ನು ತರಹೇವಾರಿ

ಪೂಜಾವಿಧಾನಗಳಲ್ಲಿ ಬಳಸಲಾಗುತ್ತದೆಯಂತೆ. ಇನ್ನು ತೀರಾ ಗ್ರಾಮೀಣ ಪ್ರದೇಶಗಳಲ್ಲಿನ ಪೂಜಾವಿಧಾನಗಳಲ್ಲಿ ಪ್ರಾಣಿಬಲಿಗಳಂತಹ ಆಚರಣೆಗಳನ್ನೂ ಅನುಸರಿಸಲಾಗುತ್ತದೆ.

ಆಫ್ರಿಕಾದ ಮತ್ತೊಂದು ದೇಶವಾದ ಬೆನಿನ್‌ನಲ್ಲಿ ಹೆಬ್ಬಾವುಗಳದ್ದೇ ಒಂದು ಪುಟ್ಟ ದೇವಾಲಯವಿದೆ. ಇನ್ನು ಪಶ್ಚಿಮದತ್ತ ವಾಲಿದರೆ ಬೊಲಿವಿಯಾದಲ್ಲಿ ಪ್ರಾಣಿಗಳ ತಲೆಬುರುಡೆಗಳನ್ನು ಇಡುವ ಮಾದರಿಯಲ್ಲೇ ಲಾಮಾಗಳ ಒಣಗಿದ ಭ್ರೂಣಗಳನ್ನು, ಕಪ್ಪೆಗಳನ್ನು ಮಾರಾಟಕ್ಕಿಡುತ್ತಾರೆ. ಹೊಸದೊಂದು ಮನೆಯನ್ನು ಕಟ್ಟುವ ಸಂದರ್ಭಗಳಲ್ಲಿ ಅಡಿಪಾಯ ಹಾಕುವ ಮುನ್ನ ಈ ಭ್ರೂಣಗಳನ್ನು ಮಣ್ಣಲ್ಲಿ ಹೂಳಲಾಗುತ್ತದೆ. ನಿರ್ಮಾಣ ಕಾಮಗಾರಿಯ ಸಂದರ್ಭಗಳಲ್ಲಿ ಅನಾಹುತಗಳಾಗದಿರುವಂತೆ ಈ ಎಚ್ಚರ! ಹೀಗೆ ಬೊಲಿವಿಯಾದ ಫೆಟಿಷ್ ಮಾರುಕಟ್ಟೆಗಳಲ್ಲಿ ಎಲ್ಲೆಲ್ಲೂ ಕಾಣಸಿಗುವ ಲಾಮಾಗಳ ಭ್ರೂಣಗಳನ್ನು ಬಡವರಷ್ಟೇ ಬಳಸುತ್ತಾರೆ ಎಂಬ ಮಾತೂ ಇದೆ. ಆರ್ಥಿಕವಾಗಿ ಉತ್ತಮ ಸ್ಥಿತಿಯಲ್ಲಿರುವವರು ಜೀವಂತ ಲಾಮಾಗಳನ್ನೇ ಬಲಿ ಕೊಟ್ಟು ಕಟ್ಟಡ ನಿರ್ಮಾಣದ ಮೊದಲ ಪವಿತ್ರ ವಿಧಿಯನ್ನು ಪೂರೈಸುತ್ತಾರಂತೆ. ಬಿಳಿಯರು ಆಫ್ರಿಕಾಕ್ಕೆ ಕಾಲಿಡುವ ಮುನ್ನವೇ ವುಡೂ ಈ ಭಾಗಗಳಲ್ಲಿ ತಳವೂರಿತ್ತು. ಘಾನಾ, ಬುರ್ಕಿನಾಫಾಸೋ, ಬೆನಿನ್, ಐವರಿ ಕೋಸ್ಟ್, ನೈಜೀರಿಯಾ ಮೂಲಗಳಿಂದ ಬಂದಿವೆಯೆಂದು ಹೇಳಲಾಗುವ ವುಡೂ ಇಂದಿಗೂ ಹಲವು ದೇಶಗಳಲ್ಲಿ ಅಸ್ತಿತ್ವದಲ್ಲಿದೆ. ಬೆನಿನ್‌ನಂತಹ ದೇಶಗಳಲ್ಲಿ ಇವುಗಳು ಒಂದು ಧರ್ಮವೆಂಬಷ್ಟು ಪ್ರಚಲಿತದಲ್ಲಿದ್ದರೆ ಹೈಟಿಗಳಂತಹ ದೇಶಗಳ ಗೋಡೆಗಳಲ್ಲಿರುವ ಗ್ರಾಫಿಟಿ ಕಲೆಗಳು ಇವತ್ತಿಗೂ ಇವುಗಳ ಪ್ರಬಲ ಇರುವಿಕೆಯನ್ನು ಪ್ರತಿಪಾದಿಸುತ್ತವೆ.

ಇವೆಲ್ಲವೂ ಹೌದಾದರೂ ನಮ್ಮಲ್ಲಿ 'ತಂತ್ರ' ಎಂದು ಕರೆಯಲಾಗುವ ಪ್ರಾಚೀನ ವಿಜ್ಞಾನದಷ್ಟು ಇವುಗಳು ಭದ್ರವಾದ ತಳಪಾಯವನ್ನು ಹೊಂದಿಲ್ಲ ಎಂದು ನನಗೆ ಕೆಲವೊಮ್ಮೆ ಅನ್ನಿಸಿದ್ದುಂಟು. ತಂತ್ರದ ಆಳವನ್ನು ಅರಿಯಬೇಕಾದರೆ 'Aghora: At the left hand of God' ಎಂಬ ಶೀರ್ಷಿಕೆಯಡಿಯಲ್ಲಿ Robert E. Svoboda ರವರು ಬರೆದ ಕೃತಿಯೊಂದನ್ನು ಓದಬೇಕು. ತಂತ್ರವು ಹಲವು ಅರೆಬೆಂದ ಜ್ಞಾನಿಗಳಿಂದ ಅದೆಷ್ಟು ತಿರುಚಿದ ರೀತಿಯಲ್ಲಿ ಪ್ರಸ್ತುತವಾಗಿದೆ ಎಂಬ ಬಗ್ಗೆ ತಿಳಿಯಲು ಈ ಒಂದು ಕೃತಿಯು ಸಾಕು. ತಂತ್ರದ ಆಳವನ್ನು ಅರಿಯದೆ ಅದನ್ನು ಕೇವಲ 'Tantric Sex' ಎಂಬ ಪ್ರಚೋದಕ ಹೆಸರಿನಲ್ಲಿ ಮಾರಿ ಕಾಸು ಮಾಡಿಕೊಳ್ಳುತ್ತಿರುವ ಕೆಲ ಪಾಶ್ಚಾತ್ಯ ಮಹಾಬುದ್ಧಿವಂತರ ಬಗ್ಗೆ ಅವರಿಗೆ ಅಸಮಾಧಾನವಿತ್ತು. ಮೂರು ಭಾಗಗಳಲ್ಲಿ ಪ್ರಕಟವಾದ ಈ ಕೃತಿಯು ಸ್ವೊಬೋಡಾರ ಹಲವಾರು ವರ್ಷಗಳ ಅಧ್ಯಯನದ ಮತ್ತು ಅಗಾಧ ಅನುಭವದ ಫಲ. ಹಾಗೆ ನೋಡಿದರೆ ಯೋಗವನ್ನು ಬಿಟ್ಟರೆ ತಂತ್ರಕ್ಕಿಂತ ಹೆಚ್ಚು ಈ ಪ್ರಕೃತಿಗೆ ಹತ್ತಿರವಾದದ್ದು ಬೇರೇನೂ ಇರಲಾರದು. ಮಹಾತ್ಮಾ ಗಾಂಧಿಯವರೂ ಕೂಡ ತಂತ್ರದ ರಹಸ್ಯ ಅನುಯಾಯಿಗಳಾಗಿದ್ದರೇ ಎಂಬ ವಾದಗಳೂ ಇವೆ.

ಫೆಟಿಷ್ ಮಾರುಕಟ್ಟೆಗಳಲ್ಲಿ ಮಾರಾಟಕ್ಕಿಡುವ ಪ್ರಾಣಿಗಳನ್ನು ಎಲ್ಲಿಂದ ತರುತ್ತಾರೆ ಎಂಬುದು ಮುಖ್ಯ ಪ್ರಶ್ನೆ. ಟೋಗೋದ ಖ್ಯಾತ ಮಾರುಕಟ್ಟೆಯಲ್ಲಿರುವ ಪ್ರಾಣಿಗಳ ತಲೆಬುರುಡೆ ಮತ್ತು ಇತರ ಭಾಗಗಳ ದೊಡ್ಡ ಸಂಗ್ರಹವನ್ನು ಗಮನಿಸಿದರೆ ಇಂಥಾ

ಪ್ರಶ್ನೆಗಳು ಮೂಡುವುದು ಸಹಜವೇ. ಸ್ವಾಭಾವಿಕವಾಗಿ ಸತ್ತ ಪ್ರಾಣಿಗಳನ್ನೇ ಇವುಗಳಿಗಾಗಿ ಬಳಸಿಕೊಳ್ಳುತ್ತೇವೆ ಎಂದು ಇವರುಗಳು ಹೇಳಿಕೊಂಡರೂ, ಸದ್ಯ ಇದು ತೀರಾ ತೆರೆದ ಮಾರುಕಟ್ಟೆಯ ರೂಪವನ್ನು ಪಡೆದಿರುವಾಗ ಪ್ರಾಣಿಗಳನ್ನು ರಹಸ್ಯವಾಗಿ ಕೊಂದು ರಾಶಿ ಹಾಕುತ್ತಾರೆ ಎಂಬ ಸಾಧ್ಯತೆಗಳಿರುವುದು ಸ್ಪಷ್ಟ. ಏಕೆಂದರೆ ಸಂಸ್ಕೃತಿಯ ಹೆಸರಿನಲ್ಲಿ ಇವುಗಳು ಸ್ಥಳೀಯ ಅಮಾಯಕರಿಗೆ, ವಿದೇಶಿ ಪ್ರವಾಸಿಗರಿಗೆ ಮತ್ತು ನನ್ನಂತಹ ಕುತೂಹಲಿಗಳಿಗೆ ಟೋಪಿ ಹಾಕುವುದಕ್ಕೂ ಯಶಸ್ವಿಯಾಗಿ ಬಳಕೆಯಾಗುತ್ತಿದೆ.

ಇವುಗಳು ತೀರಾ ಮುನ್ನೆಲೆಗೆ ಬರದ ಜ್ಞಾನದ ಹರಿವುಗಳಾದ್ದರಿಂದ ಅಂಗೋಲಾದಲ್ಲಿ ಈ ಬಗ್ಗೆ ಹೆಚ್ಚಿನ ಮಾಹಿತಿಗಳನ್ನು ಸಂಗ್ರಹಿಸಲು ಪ್ರಯತ್ನಿಸಿದಾಗಲೆಲ್ಲಾ ನನಗೆ ತೀವ್ರ ಹಿನ್ನಡೆಗಳಾಗಿವೆ. ಹಕೀಮರ ಸೋಗಿನಲ್ಲಿ ಕೂತಿರುವ ವ್ಯಾಪಾರಿಗಳಿಗೂ ಪ್ರಶ್ನೆಗಳು ಎದುರಾದಾಗ ಕಸಿವಿಸಿಯಾಗುತ್ತದೆ. ಇನ್ನು ಎಲ್ಲಿಂದಲೋ ಅರ್ಧಂಬರ್ಧ ಕಲಿತು ಪರಿಣತ(?)ರಾದವರು ಎಲ್ಲವನ್ನೂ 'ನಂಬಿಕೆ'ಯ ಮೇಲೆ ಹೊರಿಸಿ ನಿರಾಳರಾಗುತ್ತಾರೆ. ಸಂಕೀರ್ಣವಾದ ಪದಗಳನ್ನು, ವಾದಸರಣಿಗಳನ್ನು ಬಳಸಿ ನಮ್ಮನ್ನು ಮತ್ತಷ್ಟು ಗೊಂದಲಕ್ಕೆ ದೂಡುತ್ತಾರೆ. ಇದು ಆಫ್ರಿಕಾದಲ್ಲಷ್ಟೇ ಅಲ್ಲ, ಭಾರತದಲ್ಲೂ ಸತ್ಯವೇ. ಅಂಗೋಲಾದ ಸಂಸ್ಕೃತಿಯನ್ನು, ಆಧ್ಯಾತ್ಮವನ್ನು ಅರಿಯುವ ಪ್ರಯತ್ನವಷ್ಟೇ ನನ್ನದು ಎಂಬುದು ಇವರಿಗೆ ನನ್ನ ಎಂದಿನ ಉತ್ತರವಾಗಿತ್ತು. ಇದು ಇಂದಿಗೂ ಸತ್ಯ.

ನನ್ನಲ್ಲಿರುವ ಪ್ರಶ್ನೆಗಳು ಹೊಸದನ್ನು ತಿಳಿದುಕೊಳ್ಳುವ ಹಂಬಲದಿಂದ ಹುಟ್ಟಿಕೊಂಡಂಥವುಗಳೇ ಹೊರತು ಎಲ್ಲವನ್ನೂ ಪೂರ್ವಾಗ್ರಹಗಳ ಹಿನ್ನೆಲೆಯಲ್ಲಿ ಸಾಣೆ ಹಿಡಿದು ಧಿಕ್ಕರಿಸುವುದಕ್ಕಲ್ಲ. ಜೀವನವನ್ನು ನಿರಂತರ ಕಲಿಕೆಯನ್ನಾಗಿಸಿಕೊಂಡವರಿಗೆ ಎಲ್ಲವೂ ಅಚ್ಚರಿಯೇ, ಎಲ್ಲದರಲ್ಲೂ ಕುತೂಹಲವೇ! ಹೀಗಾಗಿ ವಾಮಮಾರ್ಗದ ಬಗ್ಗೆ ನನಗಿರುವ ಕುತೂಹಲದ ಬಗ್ಗೆ ಯಾವುದೇ ಪಶ್ಚಾತ್ತಾಪಗಳಿಲ್ಲ.

ಒಂದು ಹೊಟ್ಟೆಯ ಕಥೆ

ಇತ್ತೀಚೆಗಷ್ಟೇ ಪರಿಚಿತರೊಬ್ಬರೊಂದಿಗೆ ಮಾತಾಡುತ್ತಿದ್ದೆ. ಇಂತಿಂಥಾ ದಿನದಂದು ಪಾರ್ಟಿ ಮಾಡೋಣ ಅಂದರು. ಆಯ್ತು, ಆ ದಿನ ನಾನು ಖಾಲಿ ಹೊಟ್ಟೇಲಿ ಬರುತ್ತೇನಂತೆ ಅಂದೆ ತಮಾಷೆಗೆ. ಅಯ್ಯೋ ಇದೊಳ್ಳೆ ಕಥೆಯಾಯ್ತು. ಪಾರ್ಟಿ ಅಂದ್ರೆ ತಿನ್ನೋದೊಂದನ್ನು ಬಿಟ್ಟು ಬೇರೇನೂ ಇಲ್ಲವಾ? ಎಂದು ಕೇಳಿದರು ಅವರು. ಅರೇ ಹೌದಲ್ವಾ ಎಂದೆನಿಸಿತು. "ಭಾರತದಲ್ಲಿದ್ದಾಗ ನರಪೇತಲ ನಾರಾಯಣನಂತಿದ್ದೆ, ಆಫ್ರಿಕಾಗೆ ಹೋದ ಮೇಲೆ ಊದ್ಕೊಂಡುಬಿಟ್ಟಿದ್ದೀಯಾ... ತಲೆಯಲ್ಲಿ ತಿನ್ನೋದು ಬಿಟ್ಟು ಬೇರೇನೂ ಇಲ್ಲದಂತೆ ಕಾಣುತ್ತದೆ", ಎಂದು ಕಿಚಾಯಿಸಿದರು ಅವರು.

ಇದು ಒಂದು ರೀತಿಯಲ್ಲಿ ಸತ್ಯವೂ ಹೌದು. ಜಗತ್ತಿನ ತೊಂಭತ್ತೈದು ಪ್ರತಿಶತ ಜನರು ತೂಕ ಇಳಿಸಿಕೊಳ್ಳಲು ಒದ್ದಾಡುತ್ತಿದ್ದರೆ ನಾನು ಬರೋಬ್ಬರಿ ಎರಡು ದಶಕಗಳ ಕಾಲ ತೂಕವನ್ನು ಹೆಚ್ಚಿಸಲು ಹರಸಾಹಸ ಪಡುತ್ತಿದ್ದೆ. ಕೊನೆಗೂ ಅದರ ಕ್ರೆಡಿಟ್ ಪಡೆಯುವ ಭಾಗ್ಯವಿದ್ದದ್ದು ಅಂಗೋಲಾಕ್ಕೆ ಅನ್ನಿಸುತ್ತದೆ. ಆರಡಿ ಮೀರಿದರೂ ಮತ್ತಷ್ಟು ಉದ್ದಕ್ಕೆ ಅಡಿಕೆಮರದಂತೆ ಬೆಳೆಯುತ್ತಿದ್ದ ನನ್ನನ್ನು ದಪ್ಪಗಾಗಿಸಿದ್ದು ಅಂಗೋಲಾದ ದಿನಗಳು. "ಅಂತೂ ದಪ್ಪಗಾಗಲು ದೇಶ ಬಿಟ್ಟು ಬರಬೇಕಾಯಿತು", ಎಂದು ಈಗಲೂ ನಾನು ನಗೆಯಾಡುತ್ತಿರುತ್ತೇನೆ. ತೊಂಭತ್ತರ ದಶಕದಲ್ಲಿ ಹುಟ್ಟಿದ ಮಕ್ಕಳು ಹೇಗೆ ಮೊಬೈಲುಗಳಿಲ್ಲದ ಜೀವನವನ್ನು ಕಂಡ ಕೊನೆಯ ಪೀಳಿಗೆಯಾಗಿದ್ದಾರೋ ಹಾಗೆಯೇ ನಾನೂ ಕೂಡ ತೂಕ ಹೆಚ್ಚಿಸುವ ಮತ್ತು ತೂಕ ಇಳಿಸುವ ಎರಡೂ ಹಂತಗಳನ್ನು ಹತ್ತಿರದಿಂದ ಕಂಡು ಅನುಭವಿಸಿದ್ದೇನೆ. ಇರಲಿ. ಲೋಕಾನುಭವದ ಕಿರೀಟಕ್ಕೆ ಮತ್ತೊಂದು ಗರಿ ಎಂದಿಟ್ಟುಕೊಳ್ಳೋಣ.

ಅಂಗೋಲಾದ ಬುಷ್ ಮೀಟ್ ಆಹಾರದ ಬಗ್ಗೆ ಬಹಳಷ್ಟು ಭಾರತೀಯ ಮಿತ್ರರೊಂದಿಗೆ ನಾನು ಚರ್ಚಿಸಿದ್ದಿದೆ. ಈ ಬಗ್ಗೆ ಸಸ್ಯಾಹಾರಿಗಳು ಅಚ್ಚರಿಪಟ್ಟರೆ ಬಹಳಷ್ಟು ಮಾಂಸಾಹಾರಿಗಳು ಭಲೇ ಎನ್ನುವಂತೆ ಉಬ್ಬಿಹೋಗಿದ್ದಾರೆ. ಅಬ್ಬಬ್ಬಾ, ಅಂಗೋಲಾದಲ್ಲಿ ಮಾಂಸಾಹಾರಿಗಳಿಗೆ ತಿನ್ನಲು ಅದೆಷ್ಟು ವೆರೈಟಿ ಎಂಬ ಖುಷಿ ಅವರದ್ದು. ಅದು ಸತ್ಯವೂ ಹೌದೆನ್ನಿ. ಅಂಗೋಲಾಕ್ಕೆ ಬಂದ ಹೊಸದರಲ್ಲಿ ಹಲವರು ನನ್ನಲ್ಲಿ ಅಂಗೋಲನ್ನರು ನರಭಕ್ಷಕರೇ ಎಂದೆಲ್ಲಾ ಕೇಳುತ್ತಿದ್ದರು. ಆಫ್ರಿಕನ್ನರ ಬಗ್ಗೆ ಜಗತ್ತಿನ ಉಳಿದ ಭಾಗಗಳಿಗೆ ಇಂಥಾ ಕಲ್ಪನೆಗಳು ಎಲ್ಲಿಂದ ಬಂದಿವೆ ಎಂಬುದು ನಿಜಕ್ಕೂ ಸೋಜಿಗ ನನಗೆ. ಅಂಗೋಲಾದಲ್ಲಿ ಆಂತರಿಕ ಯುದ್ಧ ನಡೆಯುತ್ತಿದ್ದ ಕಾಲದಲ್ಲಿ ತಿನ್ನಲು ಏನೆಂದರೆ ಏನೂ ಸಿಗದಿರುತ್ತಿದ್ದ ಸಂಕಷ್ಟದ ಕಾಲದಲ್ಲಿ ಅಂಗೋಲನ್ನರು ಸತ್ತ ಸೈನಿಕರ ಮಾಂಸವನ್ನೇ ಅಲ್ಪಸ್ವಲ್ಪ ತಿನ್ನುತ್ತಿದ್ದ

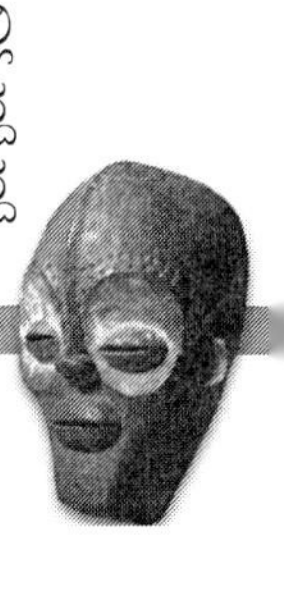

ಬಗ್ಗೆ ದಾಖಲಾಗಿದ್ದುಂಟು. ಏಕೆಂದರೆ ಆ ದಿನಗಳಲ್ಲಿ ದೇಶದ ದೂರದೂರದ ಸ್ಥಳಗಳನ್ನು ರಾಜಧಾನಿಯೊಂದಿಗೆ ಬೆಸೆಯುತ್ತಿದ್ದ ಹೆದ್ದಾರಿಯನ್ನು ಮುಚ್ಚುತ್ತಿದ್ದು ಗ್ರಾಮೀಣ ಭಾಗದ ಜನರು ದಿನಗಟ್ಟಲೆ ಉಪವಾಸ ಇರಬೇಕಾಗಿ ಬರುತ್ತಿತ್ತು. ಅದೊಂದು ತೀರಾ survival ಆಯ್ಕೆಯಾಗಿತ್ತಷ್ಟೇ ಹೊರತು ಇನ್ನೇನೂ ಅಲ್ಲ. ಇಂಥಾ ಅದೆಷ್ಟೋ ಉದಾಹರಣೆಗಳನ್ನು ಜಗತ್ತಿನ ಇತರ ಭಾಗಗಳಲ್ಲೂ ಇತಿಹಾಸವು ನಮಗೆ ತೋರಿಸಿದೆ. ಹೀಗಾಗಿ ಅಂಗೋಲನ್ನರಿಗೆ ವಿಶೇಷ ಹಣೆಪಟ್ಟಿಯನ್ನು ಕೊಡುವುದೇನೂ ಬೇಡ ಎಂಬುದು ನನ್ನ ಅಭಿಪ್ರಾಯ.

ಇದನ್ನೆಲ್ಲಾ ಏಕೆ ಹೇಳಬೇಕಾಯಿತೆಂದರೆ ಬೇರೇನೂ ಇರಲಿ, ಇಲ್ಲದಿರಲಿ. ವಿದೇಶಗಳಲ್ಲಿ ನೆಲೆಸಿರುವ ಪರಿಚಿತರೊಂದಿಗೆ ಮಾತಾಡುವ ಸಂದರ್ಭಗಳಲ್ಲಿ ಸಾಮಾನ್ಯವಾಗಿ ಬರುವ ಪ್ರಶ್ನೆಗಳು ಎರಡೇ: 1. ನಿಮ್ಮಲ್ಲಿ ಈಗ ಟೈಮೆಷ್ಟು? 2. ಊಟಕ್ಕೇನು ವ್ಯವಸ್ಥೆಯಿದೆ ನಿಮ್ಮಲ್ಲಿ? "ತುಂಬಾ ಸೆಖೆ ಮಾರಾಯ್ರೆ", ಎಂಬ ಓಬೀರಾಯನ ಕಾಲದ ಕ್ಲೀಷೆಯನ್ನು ಬಳಸುತ್ತಾ ಅಕ್ಕಪಕ್ಕದವರೊಂದಿಗೆ ಸಂಭಾಷಣೆಯನ್ನು ಹೇಗೆ ಆರಂಭಿಸುತ್ತೇವೋ, ಈ ಎರಡು ಪ್ರಶ್ನೆಗಳಿಗೂ ಕೂಡ ಅದೇ ಸ್ಥಾನಮಾನ ಕೊಡಬೇಕು. ಇವುಗಳಿದ್ದರೇನೇ ವಿದೇಶೀ ಗೆಳೆಯರೊಂದಿಗೆ ಮಾತಾಡಿದೆವು ಎಂಬ ಭಾವವು ಮೂಡಿದಷ್ಟು. "ಮದುವೆ ಹೇಗಿದ್ರೂ ಸರಿಯೇ. ಆದ್ರೆ ಊಟ ಒಂದು ಚೆನ್ನಾಗಿರ್ಬೇಕಪ್ಪಾ, ಆಗಲೇ ಸಮಾಧಾನ", ಎಂದು ನನ್ನ ಸಂಬಂಧಿಗಳೊಬ್ಬರು ಹೇಳುತ್ತಿದ್ದರು. ಹೀಗಾಗಿ ಅದೇನೇ ಆದರೂ ಭೋಜನವನ್ನು ನಾವು ಕಡೆಗಣಿಸುವ ಪ್ರಶ್ನೆಯೇ ಇಲ್ಲ. ಪೇಟ್ ಖುಷ್ ತೋ ಸಬ್ ಖುಷ್!

ವಿಶ್ವದ ಇತರ ಭಾಗಗಳಿಗೆ ಹೋಗುವಾಗ ಕೆಲವರಿಗೆ ಆಹಾರದ ವಿಚಾರದಲ್ಲಿ ಕೊಂಚ ತೊಂದರೆಯಾಗುವುದಂತೂ ಹೌದು. ಆಫ್ರಿಕಾದ ಮಲಾವಿ ಎಂಬ ದೇಶಕ್ಕೆ ಉದ್ಯೋಗನಿಮಿತ್ತ ಹೋಗಿದ್ದ ನನ್ನ ಅವಿವಾಹಿತ ಶುದ್ಧ ಸಸ್ಯಾಹಾರಿ ಮಿತ್ರನೊಬ್ಬ ಈ ದೇಶದ ಸಹವಾಸವೇ ಬೇಡಪ್ಪಾ ಎಂದು ಒಂದು ತಿಂಗಳಿನಲ್ಲೇ ಮರಳಿಬಂದಿದ್ದ. ಅಲ್ಲಿಯ ಆಹಾರ ಅವನಿಗೆ ಹಿಡಿಸಿರಲಿಲ್ಲವಂತೆ. ಇನ್ನು ಮಾಂಸಾಹಾರಕ್ಕೆ ಹೋಲಿಸಿದರೆ ಸಸ್ಯಾಹಾರಿಗಳಿಗೆ ಆಯ್ಕೆಗಳು ಅಂಗೋಲಾದಲ್ಲಿ ಕಮ್ಮಿಯಿವೆ ಎಂಬುದು ಸತ್ಯ. ಅಂಗೋಲಾದಲ್ಲಿ ನನ್ನ ಜೊತೆಗಿರುವ ಹಿರಿಯ ಸಹೋದ್ಯೋಗಿಯೊಬ್ಬರು ಸಸ್ಯಾಹಾರಿಗಳಾಗಿರುವುದರಿಂದ ಬಂದ ಹೊಸತರಲ್ಲಿ ಅವರಿಗೆ ಕೊಂಚ ಕಷ್ಟವಾಗಿತ್ತು. ಆದರೆ ಅವರು ಸ್ವತಃ ಪಾಕಪ್ರವೀಣರಾಗಿರುವುದರಿಂದ ಮತ್ತು ಒಂದು ಸುಸಜ್ಜಿತ ಅಡುಗೆಕೋಣೆಯನ್ನು ನಾವು ಹೊಂದಿರುವವರಾದ್ದರಿಂದ ತನಗೆ ಬೇಕಾದ್ದನ್ನು ಸಿದ್ಧಪಡಿಸಿ ಅವರು ತಿನ್ನಬಲ್ಲವರಾಗಿದ್ದರು. ಹಾಗೆಂದು ಸಸ್ಯಾಹಾರಿಗಳು ಅಂಗೋಲಾದಲ್ಲಿ ಉಪವಾಸ ಬೀಳಬೇಕೆಂದೇನಿಲ್ಲ. ನಮ್ಮಲ್ಲಿ ಸಿಗುವ ಬೆಂಡೆ, ಕ್ಯಾರೆಟ್, ಬದನೆ, ಹೂಕೋಸು, ಬೀಟ್ರೂಟ್, ಕ್ಯಾಪ್ಸಿಕಮ್, ಸೋರೇಕಾಯಿ... ಇತ್ಯಾದಿ ತರಕಾರಿಗಳು ಮತ್ತು ಬೆರಳೆಣಿಕೆಯ ಬೇಳೆಗಳು ಇಲ್ಲೂ ಸಿಗುತ್ತವೆ. ಅದರಲ್ಲೂ ನೀವು ರಾಜಧಾನಿಯಾದ ಲುವಾಂಡಾದಲ್ಲಿ ಅಥವಾ ಬೆಂಗೇಲಾ, ವಾಂಬುಗಳಂತಹ ಪಟ್ಟಣಗಳಲ್ಲಿರುವವರಾದರೆ ಸೂಪರ್ ಮಾರ್ಕೆಟ್‌ಗಳೂ ಇರುವುದರಿಂದಾಗಿ ಆಮದಾದ ಎಲ್ಲಾ ಬಗೆಯ ಆಹಾರಗಳೂ ಕೂಡ ಸಿಗುವುದು ಸಾಮಾನ್ಯ.

ಹೀಗಿದ್ದಾಗಲೂ ಕೆಲವಂತೂ ತಪ್ಪಿಹೋಗುವುದು ಸಹಜವೇ. ದೆಹಲಿಯಲ್ಲಿದ್ದಾಗ ಸವಿಯುತ್ತಿದ್ದ ಬಗೆಬಗೆಯ ಬೇಳೆಗಳು ಇಲ್ಲಿ ಮಾಯವಾಗಿದ್ದವು. ಹಸಿರುಸೊಪ್ಪುಗಳಡಿಯಲ್ಲಿ

ಬರುವ ಬಸಳೆ, ಪಾಲಕ್, ಮೆಂತ್ಯಗಳು ಕಾಣದಾದವು. ಉಪ್ಪಿನಕಾಯಿ ಗಗನಕುಸುಮವಾಯಿತು. ನಾನು ಉತ್ತರಭಾರತಕ್ಕೆ ಹೋದ ಹೊಸದರಲ್ಲಿ ಮನೆಯಿಂದ ಕರೆ ಬಂದಾಗಲೆಲ್ಲಾ ಆಲೂ–ಪಾಲಕ್, ಆಲೂ–ಗೋಬಿ, ಮಟರ್–ಆಲೂ ಎಂದೆಲ್ಲಾ ಹೇಳುವುದನ್ನು ಕೇಳಿ "ಏನಿದು, ಎಲ್ಲದಕ್ಕೂ ಬಟಾಟೆ ಹಾಕೋದು? ಹೊಟ್ಟೇಲಿ ಗ್ಯಾಸ್ ಆಗಲ್ವಾ ಮಾರಾಯ?", ಎಂದು ಮನೆಯವರು ಕೇಳುತ್ತಿದ್ದ ದಿನವೊಂದಿತ್ತು. "ದಕ್ಷಿಣಭಾರತದವರಿಗೆ ತುರಿದ ತೆಂಗಿನಕಾಯಿಯಿಲ್ಲದೆ ಹೇಗೆ ಪಲ್ಯ–ಸಾಂಬಾರು ಮಾಡುವುದು ಕನಸಿನ ಮಾತೋ, ಉತ್ತರಭಾರತದಲ್ಲಿ ಆ ಸ್ಥಾನ ಆಲೂಗಡ್ಡೆಗೆ ಸಲ್ಲುತ್ತದೆ", ಎಂದು ಹೇಳುತ್ತಿದ್ದೆ ನಾನು. ಆದರೆ ಅಂಗೋಲಾದ ಅಚ್ಚರಿಗಳು ಬೇರೆಯೇ ಇರುತ್ತವೆ ಎಂದು ನನಗಾದರೂ ಏನು ಗೊತ್ತಿತ್ತು?

ಅಂಗೋಲಾದಲ್ಲಿ ಹೇಗೋ ಅಡುಗೆ ಮಾಡಿಕೊಂಡು ತಿಂದರಾಯಿತು, ಹೀಗಾದರೂ ಪಾಕಶಾಸ್ತ್ರದ ಮೇಲೆ ಕೊಂಚ ಹಿಡಿತ ಸಿಗಲಿ ಎಂದೆಲ್ಲಾ ನಾನು ಲೆಕ್ಕಹಾಕುತ್ತಿದ್ದರೆ ಇಲ್ಲಿ ನನಗೆ ಬೇರೆಯದೇ ಕಾದಿತ್ತು. ಎಲ್ಲದಕ್ಕಿಂತಲೂ ಮುಖ್ಯವಾಗಿ ಭಾರತದಲ್ಲಿ ಸಿಗುವ ತರಹೇವಾರಿ ಮಸಾಲೆಗಳೇ ಇಲ್ಲಿ ಲಭ್ಯವಿರಲಿಲ್ಲ. ಮಸಾಲೆಗಳೇ ಇಲ್ಲವೆಂದ ನಂತರ ಭಾರತೀಯರಿಗೆ ಇನ್ಯಾವ ಅಡುಗೆ ರುಚಿಸುತ್ತದೆ? ಮಸಾಲೆಗಳು ವೀಜ್‌ನಲ್ಲಿ ಸಿಗದ ಪರಿಣಾಮ ಮುಂದೆ ರಾಜಧಾನಿಯಾದ ಲುವಾಂಡಾದಲ್ಲೂ ಪ್ರಯತ್ನಿಸಿದ್ದಿದೆ. ಈ ನಿಟ್ಟಿನಲ್ಲಿ ಇರುವ ಬೆರಳೆಣಿಕೆಯ ಭಾರತೀಯ ಹೋಟೇಲುಗಳ ಕದ ತಟ್ಟಿದ್ದೂ ಇದೆ. ಎಲ್ಲವೂ ಒಂದಿಷ್ಟು ಮಸಾಲೆಗಾಗಿ! ಕೊನೆಗೂ ಮಸಾಲೆಗಳು ಮಾತ್ರ ನಮಗಿಲ್ಲಿ ಸಿಗಲೇ ಇಲ್ಲ. ಸಿಕ್ಕರೂ ಒಂದಿದ್ದರೆ ಮತ್ತೊಂದು ಇಲ್ಲ ಅನ್ನೋ ಪರಿಸ್ಥಿತಿ. ಇಂದಿಗೂ ನನ್ನ ಅಡುಗೆ ಮನೆಯಲ್ಲಿರುವ ಬಹುಪಾಲು ಮಸಾಲೆಗಳು ಭಾರತದಿಂದ ತರಿಸಿಕೊಂಡವುಗಳೇ. 'ಉಪ್ಪಿನಕಾಯಿ' ಅಂದ್ರೇನು ಎಂಬುದನ್ನು ನಮ್ಮ ಅಂಗೋಲನ್ ಮಿತ್ರರಿಗೆ ಕೊನೆಯವರೆಗೂ ನನಗೆ ಅರ್ಥಪಡಿಸಲಾಗಲಿಲ್ಲ.

ಭಾರತೀಯ ಮಸಾಲೆಗಳಷ್ಟೇ ವೇಗದಲ್ಲಿ ಕಣ್ಮರೆಯಾದ ಮತ್ತೊಂದು ಸಂಗತಿಯೆಂದರೆ ಸಿಹಿತಿಂಡಿಗಳು. ಸಿಹಿ ಎಂದರೆ ಅಂಗೋಲಾದಲ್ಲಿ ಬಹುಷಃ ಚಾಕ್ಲೇಟು/ಬಿಸ್ಕತ್ತುಗಳಷ್ಟೇ. ಭಾರತದಲ್ಲಿ ಸಿಗುವ ಬಗೆಬಗೆಯ ಸಿಹಿತಿಂಡಿಗಳನ್ನು ಕಂಡು ಇಲ್ಲಿಯ ಸ್ಥಳೀಯರು ಅಚ್ಚರಿಪಟ್ಟಿದ್ದೂ ಕೂಡ ಇದೆ. ಒಮ್ಮೆ ಪೋರ್ಚುಗೀಸ್ ಸಹೋದ್ಯೋಗಿಯೊಬ್ಬರ ಬೀಳ್ಕೊಡುಗೆ ಸಮಾರಂಭವನ್ನು ಆಯೋಜಿಸಿದ್ದ ನಾನು ಭಾರತೀಯ ಖಾದ್ಯಗಳನ್ನೂ ಕೂಡ ಊಟದ ಮೆನುವಿನಲ್ಲಿ ವಿಶೇಷ ಆಕರ್ಷಣೆಯಾಗಿ ಇರಿಸಿದ್ದೆ. ಆ ದಿನ ನಾವು ನಮ್ಮ ಅಂಗೋಲನ್ ಸಹೋದ್ಯೋಗಿಗಳಿಗೆ ಊಟದ ಕೊನೆಯಲ್ಲಿ ಕೊಡುವ ಸಿಹಿಯ ಖಾದ್ಯವಾಗಿ ರಸಗುಲ್ಲವನ್ನು ಉಣಬಡಿಸಿದ್ದೆವು. ಈ ರಸಗುಲ್ಲದ ರುಚಿಯನ್ನು ನೋಡಿದ ಹಿರಿಯ ಅಂಗೋಲನ್ ಅಧಿಕಾರಿಯೊಬ್ಬರು ಇದೇನಪ್ಪಾ ಇಷ್ಟೊಂದು ಸಕ್ಕರೆ ಎಂದು ತಲೆ ಕೆರೆದುಕೊಂಡಿದ್ದರು. ನಂತರ ಆ ರಸಗುಲ್ಲವನ್ನು ನೀರಿನಲ್ಲಿ ಮುಳುಗಿಸಿ, ಸಕ್ಕರೆಯ ಅಂಶವನ್ನು ಸ್ವಲ್ಪ ಕರಗಿಸಿ ನೀಡಿದ ನಂತರವೇ ಆಕೆ ಅದನ್ನು ನಿರಾಳವಾಗಿ ತಿಂದಿದ್ದರು. ಇಂಥದ್ದೇ ಮತ್ತೊಂದು ಸನ್ನಿವೇಶವೊಂದರಲ್ಲಿ ಸಿಬ್ಬಂದಿಯೊಬ್ಬರಿಗೆ ಹಲ್ವಾ ಸಿದ್ಧಪಡಿಸಿ ತಿನ್ನಿಸಿದಾಗ ಆತ ಹಾಗಲಕಾಯಿ ತಿಂದಂತೆ ಮುಖವನ್ನು ಕಿವುಚಿದಾಗ ನಗಬೇಕೋ ಅಳಬೇಕೋ ಎಂಬ ಗೊಂದಲ ನಮಗೆ. ಸಿಹಿಯ ಅಂಶವನ್ನು ಹೊಂದಿರುವ ಬೆರಳೆಣಿಕೆಯ ಖಾದ್ಯಗಳು ಇಲ್ಲಿವೆಯೇ ಹೊರತು ಸಿಹಿಯನ್ನೇ ಕೇಂದ್ರಬಿಂದುವನ್ನಾಗಿಸಿದ ಖಾದ್ಯಗಳು ಅಂಗೋಲಾದಲ್ಲಿಲ್ಲ.

ಸಿಹಿಯ ಈ ವಿಚಾರವು ಐಸ್ ಕ್ರೀಂಗಳಲ್ಲೂ ಕೂಡ ಸತ್ಯ. ನೀವು ಐಸ್ ಕ್ರೀಂ ಪ್ರಿಯರಾಗಿದ್ದರೆ ಅಂಗೋಲಾ ನೀವು ಭೇಟಿಕೊಡಬೇಕಾದ ದೇಶವಲ್ಲ. ಅಂಗೋಲಾದ ಫ್ರೂಟ್ ಸಲಾಡ್‌ಗಳು ದೇವರಿಗೇ ಪ್ರೀತಿ! ಕಬ್ಬನ್ನು ಎಲ್ಲರೂ ಜಗಿಯುತ್ತಿದ್ದರೂ ಬೆಲ್ಲ ಮಾತ್ರ ಸಿಗುವುದೇ ಇಲ್ಲ. ಹೀಗಾಗಿ ನೀವು ಸಿಹಿತಿಂಡಿಗಳ, ಐಸ್ ಕ್ರೀಂಗಳ ಅಭಿಮಾನಿಗಳಾಗಿದ್ದರೆ ವಿದೇಶೀ ಬ್ರಾಂಡ್‌ಗಳು ನೆಲೆಯೂರಿರುವ ಪಟ್ಟಣಗಳ ಶಾಪಿಂಗ್ ಸೆಂಟರ್‌ಗಳಷ್ಟೇ ನಿಮ್ಮ ಆಸೆಯನ್ನು ಪೂರೈಸಬಲ್ಲದು.

ಅಷ್ಟಾಗಿಯೂ ಲಘು ಆಹಾರಗಳ ವಿಭಾಗಕ್ಕೆ ಬರುವ ಕೆಲ ಸ್ವಾರಸ್ಯಕರ ಆಹಾರಗಳ ಬಗ್ಗೆ ಹೇಳಲೇಬೇಕು. ವೀಜ್‌ನಂತಹ ಗ್ರಾಮೀಣ ಪ್ರದೇಶಗಳಿಂದ ಹಿಡಿದು ಲುವಾಂಡಾದಂತಹ ನಗರದವರೆಗೂ ಸಿಗುವ ಸಾಮಾನ್ಯ ತಿಂಡಿಯೆಂದರೆ 'ಪಿರಿಯ'. ಇದು ನೋಡಲು ನಮ್ಮ ಕರಾವಳಿಯಲ್ಲಿ ಸಿಗುವ ಗೋಳಿಬಜೆಯಂತಿದ್ದರೆ ತಿನ್ನಲು ಮಾತ್ರ ಕರಾವಳಿಯದ್ದೇ ಮತ್ತೊಂದು ಜನಪ್ರಿಯ ಖಾದ್ಯವಾದ 'ಬನ್ಸ್'ನಂತಿರುತ್ತದೆ. ಪಿರಿಯವನ್ನು ಇದಕ್ಕಿಂತ ಚಂದ ಇನ್ನೊಂದು ಬಗೆಯಲ್ಲಿ ನಾನು ವರ್ಣಿಸಲಾರೆ. ಅಂತೆಯೇ ಬನಾನಾ-ಜಿಂಗೂಬಾ ಎಂಬ ಹೆಸರಿನಲ್ಲಿ ಕರೆಯಲಾಗುವ ಹುರಿದ ಬಾಳೆಹಣ್ಣು ಮತ್ತು ನೆಲಗಡಲೆ ಇಲ್ಲಿಯ ಮತ್ತೊಂದು ಜನಪ್ರಿಯ ಲಘು ಆಹಾರ. ಎಣ್ಣೆ ಎಂದರೆ ಅಂಗೋಲನ್ನರಿಗೆ ಭಾರೀ ಪ್ರಿಯ. ತಮ್ಮ ಖಾದ್ಯಗಳನ್ನು ಸಿದ್ಧಪಡಿಸಲು ಇವರುಗಳು ಎಣ್ಣೆಯನ್ನು ಸಾಕಷ್ಟು ಪ್ರಮಾಣದಲ್ಲಿ ಬಳಸುವುದಲ್ಲದೆ ಆಹಾರ ಸಿದ್ಧವಾದ ನಂತರವೂ ತುಪ್ಪ ಸುರಿದಂತೆ ಎಣ್ಣೆಯನ್ನು ಸುರಿಸುರಿದು ಮೆಲ್ಲುತ್ತಾರೆ. ಹೀಗೆ ನಾನು ದಪ್ಪಗಾಗಿದ್ದುದರ ಹಿಂದೆ ನಮ್ಮ ಅಂಗೋಲನ್ ಅಡುಗೆಯಾಕೆಯ ಪಾತ್ರವೂ ಇದೆ ಎಂದರೆ ತಪ್ಪಾಗಲಿಕ್ಕಿಲ್ಲ.

ಅಂಗೋಲಾ ಸೇರಿದಂತೆ ಆಫ್ರಿಕಾದ ಬಹಳಷ್ಟು ಭಾಗಗಳಲ್ಲಿ 'ಕಸಾವಾ' ಬಹುಮುಖ್ಯವಾದ ಆಹಾರ. ನಮ್ಮಲ್ಲಿ ಭತ್ತ, ಗೋಧಿಗಳಿರುವಂತೆ ಕಸಾವಾ ಇಲ್ಲಿಯವರ ಆಹಾರದ ಬಹುಮುಖ್ಯ ಭಾಗ. ನೋಡಲು ಗೆಣಸಿನಂತೆ ಕಾಣುವ ಕಸಾವಾದ ಬೇರಿನಿಂದ ಹಿಡಿದು ಕಸಾವಾದ ಎಲೆಗಳನ್ನೂ ಕೂಡ ಆಹಾರವಾಗಿ ಬಳಸಲಾಗುತ್ತದೆ. ಆಫ್ರಿಕಾದುದ್ದಕ್ಕೂ ಯಥೇಚ್ಛವಾಗಿ ಆಹಾರವಾಗಿ ಬಳಸಲಾಗುವ ಕಸಾವಾವನ್ನು ಅತೀ ದೊಡ್ಡ ಪ್ರಮಾಣದಲ್ಲಿ ಉತ್ಪಾದಿಸುವ ದೇಶವೆಂದರೆ ನೈಜೀರಿಯಾ. ಇನ್ನು ಕಸಾವಾದ ಎಲೆಗಳನ್ನು, ಹಿಟ್ಟಿನಂತೆ ಸಿದ್ಧಪಡಿಸಿದ ನೆಲಗಡಲೆಯೊಂದಿಗೆ ಬೆರೆಸಿ 'ಕಿಝಾಕಾ' ಎಂಬ ಖಾದ್ಯವನ್ನೂ ಸಿದ್ಧಪಡಿಸಲಾಗುತ್ತದೆ. ಕಸಾವಾದಷ್ಟೇ ನಿಯಮಿತವಾಗಿ ಅಂಗೋಲಾದಲ್ಲಿ ಬಳಸಲ್ಪಡುವ ಮತ್ತೊಂದು ಆಹಾರವೆಂದರೆ 'ಫೂಂಜ್'. ಕಸಾವಾದ ಹಿಟ್ಟನ್ನು ನೀರಲ್ಲಿ ಕುದಿಸಿ ನಂತರ ಸಿಗುವ ದಪ್ಪನೆಯ ಪೇಸ್ಟ್ ಅನ್ನು ಉದ್ದನೆಯ ಕೋಲೊಂದರಿಂದ ಸುಮಾರು ಅರ್ಧ ತಾಸು ಜೋರಾಗಿ ಅಲ್ಲಾಡಿಸಿ ಮತ್ತಷ್ಟು ಚೆನ್ನಾಗಿ ಬೆರೆಸಲಾಗುತ್ತದೆ. ಸ್ಥಳೀಯ ಭಾಷೆಯಲ್ಲಿ 'ಮಶಾರಿಕು' ಎಂಬ ಹೆಸರಿನಿಂದ ಕರೆಯಲ್ಪಡುವ ಸುಮಾರು ಒಂದು ಮೀಟರ್ ಉದ್ದದ ಸೌಟಿನಂತಹ ಈ ಕೋಲು ಇದಕ್ಕಾಗಿಯೇ ಮೀಸಲು. ಕುದಿಸಿದ ನಂತರ ಉಂಟಾಗುವ ಪೇಸ್ಟ್ ಬಹಳ ಅಂಟುಅಂಟಾಗಿರುವುದರಿಂದ ಕೋಲಿನಿಂದ ಬೆರೆಸುವ ಈ ಕೆಲಸಕ್ಕೆ ಸಾಕಷ್ಟು ದೈಹಿಕ ಶ್ರಮ ಬೇಕಾಗುತ್ತದೆ. ಕೊನೆಗೆ ತಿನ್ನಲು ಸಿಗುವುದು ಬಿಳಿಯ ಬಣ್ಣದ, ಅಂಟಂಟಾದ, ನೋಡಲು ಗೋಂದಿನಂತೆ ಕಾಣುವ ಫೂಂಜ್. ಇನ್ನು ಫೂಂಜ್ ರುಚಿಯಿಲ್ಲದೆ

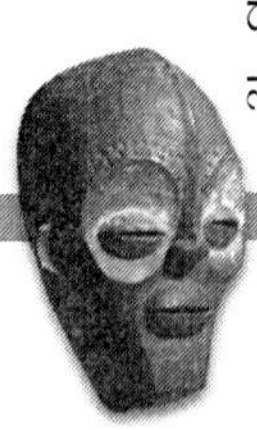

ಸಪ್ಪೆಯಾಗಿರುವುದರಿಂದ ಸಾಮಾನ್ಯವಾಗಿ ಯಾವುದಾದರೊಂದು ಸಾಂಬಾರಿನ ಜೊತೆಗೆ ಫ಼ೂಂಜ್ ಅನ್ನು ತಿನ್ನಲಾಗುತ್ತದೆ. ಉತ್ತರಭಾರತದ ಜನಪ್ರಿಯ ಖಾದ್ಯವಾದ 'ರಾಜ್ಮಾ-ಚಾವಲ್' ಕಾಂಬೋದಂತೆ ಅಂಗೋಲಾದಲ್ಲೂ ಅನ್ನ (ಅರೋಶ್) ಮತ್ತು ಬೀನ್ಸ್ (ಫ಼ೆಝೂಂವ್)ಗಳು ಬಲು ಸಾಮಾನ್ಯ.

ಇನ್ನು ಉಳಿದಂತೆ ಕಟಾಟುಸ್ ಎಂಬ ಹೆಸರಿನಲ್ಲಿ ಕರೆಯಲ್ಪಡುವ ಹುರಿದ ಕಂಬಳಿಹುಳುಗಳು, ನೋಡಲು ರೇಷ್ಮೆಹುಳುಗಳಂತಿದ್ದು ಬರೋಬ್ಬರಿ ಮೂರಿಂಚಿನಷ್ಟು ದೊಡ್ಡದಾಗಿ ದಪ್ಪಗಿರುವ 'ಸೋಂಬೆ' ಹುಳುಗಳು, ಸುಟ್ಟ ಮಿಡತೆಗಳು, ಒಣಮೀನುಗಳು, ಬುಷ್ ಮೀಟ್‌ಗಳು ಇದ್ದೇ ಇರುತ್ತವೆ. ಕಂಬಳಿಹುಳುಗಳನ್ನು ಬೆಳ್ಳುಳ್ಳಿಯೊಂದಿಗೆ ಹುರಿದು ಅನ್ನದೊಂದಿಗೆ ನೀಡಲಾಗುವ 'ಕಟಾಟುಸ್' ವೀಜ್‌ನ ಜನಪ್ರಿಯ ಖಾದ್ಯ. ಸಾಮಾನ್ಯವಾಗಿ ಪ್ಲಾಸ್ಟಿಕ್ ಬಕೆಟ್ಟುಗಳಲ್ಲಿ ಒಂದಿಷ್ಟು ಮಣ್ಣನ್ನು ತುಂಬಿಸಿ ನಂತರ ಅವುಗಳಲ್ಲಿ ನೂರಿನ್ನೂರು ಸೋಂಬೆ ಹುಳುಗಳನ್ನು ಜೀವಂತವಾಗಿಯೇ ಮಾರಾಟಕ್ಕಿಡಲಾಗುತ್ತದೆ. ಮೂರಿಂಚಿನ ಒಂದು ಸೋಂಬೆ ಹುಳು ಸುಮಾರು 200 ಕ್ವಾಂಝಾದಷ್ಟಿನ (1 ಡಾಲರ್) ದರದಲ್ಲಿ ಬಿಕರಿಯಾಗುತ್ತದೆ. ಆಹಾರವಾಗಿ ಮಾರಾಟಕ್ಕಿಡಲಾಗುವ ಹುಳುಗಳನ್ನು, ಅದರಲ್ಲೂ ಜೀವಂತವಾಗಿರುವ ದೊಡ್ಡ ಗಾತ್ರದ ಸೋಂಬೆ ಹುಳುಗಳನ್ನು ಕಂಡು ಕಂಗಾಲಾದ ನಾನು ಮತ್ತೆ ಅತ್ತ ನನ್ನನ್ನು ಕರೆದುಕೊಂಡು ಹೋಗದಂತೆ ಗೋಣಗುತ್ತಿದ್ದರೆ ಇಲ್ಲಿಯ ಸ್ಥಳೀಯರು ನಾನೇನು ಜೋಕ್ ಹೇಳಿದೆನೋ ಎಂಬಂತೆ ನಗುತ್ತಿದ್ದರು.

ಪ್ರೋಟೀನ್ ಅಂಶವಿದೆಯೆಂದು ಹೇಳಲಾಗುವ ಹುಳುಗಳನ್ನು ಆಹಾರವಾಗಿ ಬಳಸುವುದು ಆಫ್ರಿಕಾದಲ್ಲಿ ಹೊಸತೇನಲ್ಲ. 500ಕ್ಕೂ ಹೆಚ್ಚು ಬಗೆಯ ಹುಳುಗಳನ್ನು ಆಫ್ರಿಕಾದಾದ್ಯಂತ ಆಹಾರವಾಗಿ ಬಳಸಲಾಗುತ್ತದೆಯಂತೆ. ಆಫ್ರಿಕಾದ ದಕ್ಷಿಣ ಭಾಗದಲ್ಲಿ ಮೊಪೇನ್ ಹುಳುಗಳ ಮಾರಾಟದ ವಾರ್ಷಿಕ ವ್ಯವಹಾರದ ಮೌಲ್ಯವೇ ಸುಮಾರು 85 ಮಿಲಿಯನ್ ಡಾಲರ್‌ಗಳಷ್ಟಾಗುತ್ತೆ. ಈ ಮೊತ್ತ ಕೇವಲ ಒಂದೇ ಹುಳುವಿನ ವಹಿವಾಟಿದ್ದು ಎಂಬುದು ನೆನಪಿರಲಿ. ಇನ್ನು ವಿವಿಧ ಬಗೆಯ ಇತರ ಕೀಟಸಂತತಿಗಳನ್ನು ಪರಿಗಣಿಸಿದರೆ ಇವುಗಳ ಒಟ್ಟಾರೆ ಮೌಲ್ಯವು ಮತ್ತಷ್ಟು ಹೆಚ್ಚಾಗುವುದು ಖಚಿತ. ಡೆಮಾಕ್ರಟಿಕ್ ರಿಪಬ್ಲಿಕ್ ಆಫ್ ಕಾಂಗೋ (ಡಿ.ಆರ್.ಸಿ.), ನಮೀಬಿಯಾ, ಜಿಂಬಾವ್ವೆ, ಝಾಂಬಿಯಾ, ಉಗಾಂಡಾ, ದಕ್ಷಿಣ ಆಫ್ರಿಕಾ, ಕ್ಯಾಮೆರೂನ್‌ಗಳಲ್ಲಿ ಈ ಬಗೆಯ ಆಹಾರಪದ್ಧತಿಯನ್ನು ಹೆಚ್ಚಿನ ಪ್ರಮಾಣದಲ್ಲಿ ಅನುಸರಿಸುತ್ತಿದ್ದರೆ ಯೂರೋಪ್, ಅಮೇರಿಕಾ ಮತ್ತು ಕೆನಡಾಗಳಲ್ಲೂ ಇದರ ಬಗೆಗಿನ ಮಡಿಮೈಲಿಗೆಗಳು ಇತ್ತೀಚೆಗೆ ಕಮ್ಮಿಯಾಗುತ್ತಿರುವುದು ತಿನ್ನಲು ಯೋಗ್ಯವಾದ ಕೀಟಗಳ ಬೇಡಿಕೆಗಳನ್ನು ಹೆಚ್ಚುವಂತೆ ಮಾಡಿವೆ.

ಅಂಗೋಲಾವು ಪೋರ್ಚುಗೀಸರ ಅಧೀನದಲ್ಲಿದ್ದ ದೇಶವಾಗಿದ್ದರಿಂದ ಇವರ ಅಡುಗೆ ಮತ್ತು ಆಹಾರಪದ್ಧತಿಗಳ ಮೇಲೆ ಪೋರ್ಚುಗೀಸರ ದಟ್ಟ ಪ್ರಭಾವವಿದೆ. 'ನಮ್ಮ ಆಹಾರವನ್ನೇ ನೀನು ಹೆಚ್ಚು ತಿಂದರೆ ಕ್ರಮೇಣ ನಮ್ಮ ಭಾಷೆಯನ್ನೇ ನೀನು ಚೆನ್ನಾಗಿ ಮಾತನಾಡಬಲ್ಲೆ', ಎಂದು ಆಹಾರದ ಬಗ್ಗೆ ಆಫ್ರಿಕನ್ ಗಾದೆಯೊಂದಿದೆಯಂತೆ. ಅಂಗೋಲಾದ ಆಹಾರವೈವಿಧ್ಯವು ಶ್ರೀಮಂತವಾಗಿದೆ ಎಂಬುದರಲ್ಲಿ ಎರಡು ಮಾತಿಲ್ಲ. ಆದರೆ ಎಲ್ಲವೂ ಕೂಡ ಎಲ್ಲರಿಗೂ ಆಗಿಬರುವಂಥದ್ದಲ್ಲ ಎನ್ನುವುದೂ ಕೂಡ ಅಷ್ಟೇ ಸತ್ಯ.

'ಕತ್ತರಿ' ಪ್ರಯೋಗದ ಸುತ್ತ

"ಹುಡುಕಿದರೆ ಭಗವಂತನೇ ಸಿಕ್ಕಿಬಿಡುತ್ತಾನಂತೆ. ಆದರೆ ನನಗೆ ಕ್ಷೌರದಂಗಡಿ ಮಾತ್ರ ಸಿಕ್ಕಲಿಲ್ಲ", ಅನ್ನುತ್ತಿದ್ದರು ನನ್ನ ಸಹೋದ್ಯೋಗಿಯಾದ ಸಿಂಗ್.

ವೀಜ್‌ಗೆ ಬಂದ ಹೊಸತರಲ್ಲಿ ಕಂಡಿದ್ದೆಲ್ಲವೂ ಅಚ್ಚರಿಯಾಗಿದ್ದ ನಮಗೆ ಕ್ರಮೇಣ ಎಲ್ಲವೂ ಕೂಡ ದಿನಚರಿಯಂತೆ ಬದಲಾಗಿದ್ದವು. ಆದರೆ ಭಾರತವನ್ನು ಬಿಟ್ಟು ಬಂದ ಒಂದು ತಿಂಗಳಲ್ಲೇ ನಮಗೆ ಕ್ಷೌರದ ನೆನಪಾಗಿತ್ತು. ನಾವು ಕೂದಲನ್ನು ಮರೆತುಬಿಟ್ಟರೂ ಕೂದಲು ತನ್ನ ಬೆಳೆಯುವ ಪ್ರಕ್ರಿಯೆಯನ್ನು ನಿಲ್ಲಿಸಿಬಿಡುವುದಿಲ್ಲವಲ್ಲಾ! ಹೀಗೆ ದುಭಾಷಿಯೊಂದಿಗೆ ಕ್ಷೌರದಂಗಡಿಯ ತಲಾಶೆಯಲ್ಲಿ ಹೊರಟಿದ್ದ ನನ್ನ ಸಹೋದ್ಯೋಗಿಗೆ ಎಲ್ಲೆಲ್ಲೂ ಅಚ್ಚರಿಯೇ ಕಾದಿತ್ತು. ಬಹಳಷ್ಟು ಮಂದಿಗೆ ಈ ಬಗೆಯ ಕೂದಲನ್ನು ಕತ್ತರಿಸುವ ವಿಧಾನವೇ ಗೊತ್ತಿಲ್ಲದಿದ್ದ ಪರಿಣಾಮವಾಗಿ ಇದು ನಮ್ಮಿಂದಾಗೋ ಕೆಲಸವಲ್ಲ ಎಂದು ಹೇಳಿ ಹಿಂದೇಟು ಹಾಕಿದ್ದರು. ಹೀಗೆ ಕ್ಷೌರಕ್ಕೆಂದು ಬಂದ ಹಿರಿಯ ಭಾರತೀಯ ಗ್ರಾಹಕನನ್ನು ವಾಪಾಸು ಕಳಿಸಿದ ಕ್ಷೌರದಂಗಡಿಗಳ ಸಂಖ್ಯೆ ಹತ್ತಕ್ಕೆ ಎಂಟರಷ್ಟಾಗಬಹುದು. ನಾಳೆ ವೀಜ್‌ನ ಮತ್ತೊಂದು ಭಾಗದಲ್ಲಿ ಪ್ರಯತ್ನಿಸಿದರಾಯಿತು ಎಂದು ತಮ್ಮನ್ನು ತಾವೇ ಸಂತೈಸಿಕೊಂಡ ಅವರಿಗೆ ದುರಾದೃಷ್ಟವಶಾತ್ ಮುಂದಿನ ದಿನಗಳಲ್ಲೂ ಸಕಾರಾತ್ಮಕ ಫಲಿತಾಂಶಗಳು ದೊರೆಯಲಿಲ್ಲ. ಹೀಗೆ ಇದೇ ಕಥೆಯು ಮುಂದಿನ ನಾಲ್ಕೈದು ದಿನಗಳವರೆಗೂ ಪುನರಾವರ್ತನೆಯಾಯಿತು.

ಈ ಬೆಳವಣಿಗೆಯನ್ನೆಲ್ಲಾ ಗಮನಿಸುತ್ತಿದ್ದ ನಾನು ಸಹಜವಾಗಿಯೇ ಪೇಚಿಗೆ ಬಿದ್ದಿದ್ದೆ. ನಮ್ಮ ಕೇಶವು ಆಫ್ರಿಕನ್ನರಿಗಿಂತ ಭಿನ್ನವಾಗಿರುವುದು ನಿಜವಾಗಿದ್ದರೂ ಅದೇನು ಮಟ್ಟಸವಾಗಿ ಕತ್ತರಿಸಲಾಗದಷ್ಟು ದೊಡ್ಡ ಸಾಹಸವೇ ಎಂಬುದು ನಿಜಕ್ಕೂ ನನ್ನನ್ನು ಯೋಚಿಸುವಂತೆ ಮಾಡಿತ್ತು. "ಲುವಾಂಡಾಗೆ ಹೋಗಿ ಮಾಡಿಸಿದರಾಯಿತು ಬಿಡಿ. ಅಷ್ಟು ದೊಡ್ಡ ಶಹರದಲ್ಲಿ ಎಲ್ಲಾದರೂ ಮಾಡರ್ನ್ ಸಲೂನ್ ಗಳಿರುತ್ತವೆ", ಎಂದು ಅವರಿಗೆ ಸಲಹೆಯನ್ನು ನೀಡಿದೆ ನಾನು. ಆದರೆ ಸದ್ಯ ವೀಜ್‌ನಿಂದ ಲುವಾಂಡಾದತ್ತ ತೆರಳಲು ಅಂಥಾ ಯಾವುದೇ ಮುಖ್ಯ ಕಾರಣಗಳು ನಮ್ಮೊಂದಿಗಿರಲಿಲ್ಲ. ವೀಜ್‌ನಿಂದ ಸಾಕಷ್ಟು ದೂರವಿದ್ದ ಲುವಾಂಡಾಗೆ ಪ್ರಯಾಣಿಸುವುದಾದರೆ ಅದು ತಿಂಗಳಿಗೊಮ್ಮೆ ಮಾತ್ರ ಎಂದು ನಾವು ಮೊದಲೇ ಲೆಕ್ಕಹಾಕಿದ್ದೆವು. ಮೇಲಾಗಿ ಕೇವಲ ಕ್ಷೌರ ಮಾಡಿಸಿಕೊಳ್ಳಲು ಮುನ್ನೂರೈವತ್ತು ಚಿಲ್ಲರೆ ಕಿಲೋಮೀಟರುಗಳನ್ನು ಕ್ರಮಿಸುವುದು ಎಂದರೆ ನಿಜಕ್ಕೂ ಅದೊಂದು ವ್ಯರ್ಥಸಾಹಸವಾಗಿತ್ತು.

ನನ್ನ ಸಲಹೆಯನ್ನು ಯಾವುದಕ್ಕೂ ಇರಲಿ ಎಂದು ಸದ್ಯಕ್ಕೆ ಲೆಕ್ಕಕ್ಕಿಟ್ಟುಕೊಂಡ ಸಿಂಗ್ ನಾಲ್ಕೈದು ದಿನ ಕಷ್ಟಪಟ್ಟು ಹೇಗೋ ಕಾದರು. ಲುವಾಂಡಾದ ನಮ್ಮ ಮುಂದಿನ ಪ್ರಯಾಣಕ್ಕೆ ಕಮ್ಮಿಯೆಂದರೂ ಇಪ್ಪತ್ತು-ಇಪ್ಪತ್ತೈದು ದಿನಗಳು ಬಾಕಿಯಿದ್ದವು. ಆದರೆ ತಲೆಯ ಮೇಲಿರುವ ಕೂದಲು ಕ್ಯಾಲೆಂಡರ್ ನೋಡಿಕೊಂಡು ಬೆಳೆಯುವುದಿಲ್ಲವಲ್ಲಾ? ಈ ಜಂಜಾಟದಲ್ಲೇ ಒಂದು ವಾರವು ವ್ಯರ್ಥವಾದ ನಂತರ ಬೇಸತ್ತು ಹೋದ ಸಿಂಗ್ ಸಾಹೇಬರು ಅಂದು ನನ್ನೆದುರು ಘೋಷಿಸಿಯೇಬಿಟ್ಟರು: "ಆದದ್ದಾಗಲಿ, ನಾನಿಂದು ಎಲ್ಲಾದರೂ ಹೋಗಿ ಕ್ಷೌರ ಮಾಡಿಸಿಕೊಂಡೇ ಬರುತ್ತೇನೆ", ಎಂದು. ಈ ಬಾರಿ ಏನು ಮಾಡಬೇಕೆಂದು ತೋಚದ ನಾನು ಅಸ್ತು ಎಂದೆ. ಆದರೆ ಮುಂದಿನ ಸರದಿಯು ನನ್ನದು ಎಂಬ ಸತ್ಯವೇ ನನ್ನನ್ನು ಮತ್ತಷ್ಟು ಇರಿಸುಮುರುಸಾಗಿಸುತ್ತಿತ್ತು. ಪ್ರವಾಸ ಎಂದರೆ ಎಷ್ಟೆಲ್ಲಾ ತಯಾರಿಗಳನ್ನು ನಾವು ಮಾಡುತ್ತೇವೆ. ಚಿಕ್ಕಪುಟ್ಟ ಸಂಗತಿಗಳ ಬಗ್ಗೆಯೂ ಗಮನವಿಟ್ಟು ಸಿದ್ಧರಾಗುತ್ತೇವೆ. ಆದರೆ ಕ್ಷೌರದಂತಹ ಅಗತ್ಯವೂ ಕೂಡ ನಮ್ಮೆದುರು ಹೀಗೆ ಸವಾಲಾಗಿ ನಿಲ್ಲಬಹುದು ಎಂಬ ಕಲ್ಪನೆಯಾದರೂ ನಮಗೆಲ್ಲಿತ್ತು?

ಆ ದಿನ ಸಿಂಗ್ ಸಾಹೇಬ್ರು ಭಾರತವನ್ನು ಬಿಟ್ಟ ನಂತರ ಮೊದಲ ಬಾರಿ ಅಂಗೋಲಾದ ವೀಜ್‌ನಲ್ಲಿ ಕ್ಷೌರ ಮಾಡಿಸಿಕೊಂಡು ಬಂದಿದ್ದರು. ಕಟ್ಟಿಂಗ್ ಮಾಡಿಸಿಕೊಂಡು ಮನೆಗೆ ಮರಳಿದ ಅವರನ್ನು ಕಂಡ ನನಗೆ ಈ ಹೊಸ ಕೇಶಶೈಲಿಯು ಹೇಗಿದೆ ಎಂಬ ಅನಿಸಿಕೆಯನ್ನು ನೀಡುವ ಅವಶ್ಯಕತೆಯೇ ಬರಲಿಲ್ಲ. ನಾನು ಮಾತನ್ನಾರಂಭಿಸುವ ಮುನ್ನವೇ "ಇನ್ನೇನು ಮಾಡುವುದು. ಹೇಗೋ ತಲೆಯ ಭಾರವನ್ನು ಇಳಿಸಿಬಿಟ್ಟೆ", ಎಂದರವರು. ಅವರ ಮಾತನ್ನು ಕೇಳಿದ ನಾನು ಜೋರಾಗಿ ನಕ್ಕರೆ ಅವರೋ ಪೆಚ್ಚಾಗಿ ನಕ್ಕರು. ಆದರೆ ಇತ್ತ ನನ್ನ ತಲೆಯೂ ಕೂಡ ನಿಧಾನವಾಗಿ ಭಾರವಾಗುತ್ತಿತ್ತು. ಸಿಂಗ್ ಸಾಹೇಬ್ರ ಕ್ಷೌರ ಮಾಡಿಸಿಕೊಂಡ ತಲೆಯನ್ನು ನೋಡಿದ ನಾನು ಒಂದಂತೂ ನಿರ್ಧರಿಸಿದ್ದೆ: 'ಹೇಗೋ ತೆವಳಿಕೊಂಡಾದರೂ ಲುವಾಂಡಾ ಸೇರುತ್ತೇನೆ. ಆದರೆ ಇಲ್ಲಿಯ ಕ್ಷೌರಿಕರ ಬಳಿ ತಪ್ಪಿಯೂ ಹೋಗುವುದಿಲ್ಲ'.

ಬಹುಷಃ ಸಿಂಗ್ ಸಾಹೇಬರ ಭಾರತೀಯ ಕೂದಲನ್ನು ಕಂಡ ವೀಜ್‌ನ ಕ್ಷೌರಿಕ ನಿಜಕ್ಕೂ ಗೊಂದಲಕ್ಕೊಳಗಾಗಿದ್ದ. ಬುರುಡೆಗೆ ಅಂಟಿಕೊಂಡಂತಿರುವ ಆಫ್ರಿಕನ್ನರ ಪುಟ್ಟ ಕೂದಲುಗಳಂತಿರದೆ ಈ ಕೂದಲು ಭಿನ್ನವಾಗಿತ್ತು. ದಿನಕ್ಕೆರಡು ಬಾರಿ ತೆಂಗಿನೆಣ್ಣೆಯ ಸಖ್ಯವನ್ನೂ ಹೊಂದಿ ಹುಲುಸಾಗಿ ಬೇರೆ ಇತ್ತು. ಇಂಥಾ ಕೂದಲುಗಳನ್ನು ಆತ ಸಿನೆಮಾಗಳಲ್ಲೋ, ಅಕ್ಕಪಕ್ಕದ ಕೆಲ ವಿದೇಶೀಯರಲ್ಲೋ ಗಮನಿಸಿದ್ದರೂ ಕೂಡ ಈ ಬಗೆಯ ಕೂದಲನ್ನು ಹೇಗೆ ಮಟ್ಟಸವಾಗಿ ಕ್ಷೌರ ಮಾಡಬಹುದು ಎಂಬ ಕಲ್ಪನೆಯಾಗಲೀ ಅನುಭವವಾಗಲೀ ಅವನಿಗಿರಲಿಲ್ಲ. ಹೀಗಾಗಿ ಆತ ತಲೆಯ ತುಂಬಾ ಕಟ್ಟಿಂಗ್ ಮಷೀನ್ ಅನ್ನು ಓಡಿಸಿ ಅವುಗಳನ್ನು ಒಂದೇ ಏಟಿಗೆ ಬಹುತೇಕ ಮಾಯವಾಗಿಸಿದ್ದ. ಹುಲುಸಾಗಿ ಬೆಳೆದ ಕೂದಲು ಏಕಾಏಕಿ ಗಿಡ್ಡವಾದ ನಂತರ ಕತ್ತರಿಯನ್ನು ಬಳಸುವ ಅವಶ್ಯಕತೆಯೇ ಆತನಿಗೆ ಕಂಡಿರಲಿಲ್ಲ. ಮುಂದೆ ಉಳಿದ ಕೂದಲುಗಳನ್ನು ರೇಜರ್ ಬ್ಲೇಡಿನಿಂದ ಅಲ್ಲೊಮ್ಮೆ ಇಲ್ಲೊಮ್ಮೆ ತಾಗಿಸುತ್ತಾ ಎಲ್ಲಾ ಕೂದಲುಗಳು ಮೇಲ್ನೋಟಕ್ಕೆ ಒಂದೇ ಎತ್ತರದಲ್ಲಿರುವಂತೆ ಮಾಡಿ ತನ್ನ ಕರ್ತವ್ಯವನ್ನು ಆತ ಮುಗಿಸಿದ್ದ. ಇನ್ನು 'ಹಾಗೆ ಮಾಡಿ, ಹೀಗೆ ಮಾಡಿ' ಎಂದು ಸಲಹೆಗಳನ್ನು ಕೊಡೋಣವೆಂದರೆ ಸಿಂಗ್ ಸಾಹೇಬ್ರಿಗೆ ಭಾಷೆಯ ಸಮಸ್ಯೆಯು

ಎದುರಾಗಿತ್ತು! Style, Cropಗಳ ಮನೆ ಹಾಳಾಗಲಿ. ಕನಿಷ್ಠ ಪಕ್ಷ ಅದು presentable ಅನ್ನುವಂತೆಯೂ ಕೂಡ ಇರಲಿಲ್ಲ. ಕ್ಷೌರದ ಕೊನೆಯ ಫಲಿತಾಂಶವು ಬಹುತೇಕ ಅಮೀರ್ ಖಾನನ 'ಘಜಿನಿ'ಯನ್ನು ನೆನಪಿಸುತ್ತಿತ್ತು. ಸಹಜವಾಗಿಯೇ ನಾವು ನಿರಾಶರಾಗಿದ್ದೆವು.

ಕ್ಷೌರಕ್ಕೆಂದು ಕೂರುವ ಮುನ್ನವೇ "ನಾನೀಗ ಹೇಗಿದ್ದೇನೋ ಹಾಗೆಯೇ ಕ್ಷೌರ ಮಾಡಪ್ಪಾ. ನಾನು ಘಜಿನಿಯ ಅಭಿಮಾನಿಯೂ ಅಲ್ಲ, 'ಸೂಪರ್' ಚಿತ್ರದ ಉಪ್ಪಿಯ ಅಭಿಮಾನಿಯೂ ಅಲ್ಲ" ಎಂದು ಹೇಳಿಯೇ ಕೂರಬೇಕು ಎಂದು ನಾನು ಲೆಕ್ಕ ಹಾಕಿದೆ. ಏಕೆಂದರೆ, ದಿನಗಳು ಸುಮ್ಮನೆ ಉರುಳುತ್ತಾ ನನ್ನ ತಲೆಯಲ್ಲೂ ಕೇಶರಾಶಿಯು ಹುಲುಸಾಗಿ ಬೆಳೆದಿತ್ತು. ಹೀಗಾಗಿ ಆದಷ್ಟು ಬೇಗ ಕ್ಷೌರವನ್ನು ಮಾಡಿಸದೆ ವಿಧಿಯಿರಲಿಲ್ಲ. ಆದರೆ ಸಿಂಗ್ ಸಾಹೇಬರ ಕ್ಷೌರವನ್ನು ಕಂಡ ನಂತರವಂತೂ ಅದೇನೇ ಆಗಲಿ, ವೀಜ್‌ನ ಕ್ಷೌರಿಕರಿಗೆ ತಲೆಯನ್ನು ಒಪ್ಪಿಸುವುದಿಲ್ಲ ಎಂದು ಮನದಲ್ಲೇ ಪಣತೊಟ್ಟಿದ್ದೆ. ನಾನು ಸ್ವತಃ ಕ್ಷೌರ ಮಾಡಿದರೂ ಅದಕ್ಕಿಂತ ಚೆನ್ನಾಗಿ ಮಾಡಬಲ್ಲೆನೆಂಬ ಭಾವವು ನನ್ನಲ್ಲಿ ಮೂಡತೊಡಗಿತ್ತು. ತಮಾಷೆಯ ವಿಷಯವೆಂದರೆ ನನ್ನೊಂದಿಗಿದ್ದ ಬಿಳಿಯ ಬೆಲ್ಜಿಯನ್ ಸಹೋದ್ಯೋಗಿಯೊಬ್ಬರು ತಮ್ಮ ಕೂದಲನ್ನು ತಾವೇ ಕ್ಷೌರ ಮಾಡಿಕೊಳ್ಳುತ್ತಿದ್ದರು. ಅರವತ್ತೆರಡರ ಹಿರಿಯರೂ, ಒಂದು ಕಾಲದಲ್ಲಿ ಜ್ಯೂಡೋ ಪಟುವಾಗಿದ್ದವರೂ ಆದ ಇವರು ವೀಜ್‌ಗೆ ಬಂದಾಗಿನಿಂದ ಇದೇ ಅಭ್ಯಾಸವನ್ನು ಮುಂದುವರಿಸುತ್ತಾ ಬಂದಿದ್ದರಂತೆ.

ಹೀಗೆ ತಲೆಯ ಭಾರವನ್ನು ಇಳಿಸಿ ಸಿಂಗ್ ಸಾಹೇಬ್ರು ಹಾಯಾಗಿದ್ದರೆ ಚಿಂತೆಯಿಂದ ತಲೆಕೆರೆದುಕೊಳ್ಳುವ ಸರದಿ ಮಾತ್ರ ನನ್ನದಾಗಿತ್ತು. ಭಾರತದ ಗೆಳೆಯರೊಂದಿಗೆ ಮಾಡಿದ್ದ ಒಂದೆರಡು ವೀಡಿಯೋಕರೆಗಳಲ್ಲಿ ನನ್ನನ್ನು ಕಂಡವರು "ಏನಿದು ಅವತಾರ?" ಎಂದು ಕೇಳಿ ಹೊಟ್ಟೆ ತುಂಬಾ ನಕ್ಕಿದ್ದರು. ಏಕೆಂದರೆ ನನಗೆ ಬುದ್ಧಿ ಬಂದಾಗಿನಿಂದ ಹೊಸ ಕೇಶಶೈಲಿಗಳನ್ನು ಪ್ರಯತ್ನಿಸುವ ಸಾಹಸವನ್ನೇ ನಾನು ಮಾಡಿದವನಲ್ಲ. ಇನ್ನು ಸಿನೆಮಾ ನಟರನ್ನು ಅನುಕರಿಸಿ ವಿಚಿತ್ರ ಕೇಶಶೈಲಿಗಳನ್ನು ಮಾಡುವ ರೂಢಿಯೆಲ್ಲಾ ನಮ್ಮ ಮನೆಯಲ್ಲಿರಲಿಲ್ಲ. ಆದರೆ ಈ ಬಾರಿ ರಾಜಧಾನಿಗೆ ತೆರಳಿ ಕ್ಷೌರ ಮಾಡಿಸಿಕೊಳ್ಳುವ ಒಂದೇ ಒಂದು ಕಾರಣದಿಂದ ಕೂದಲನ್ನು ಹಾಗೇ ಬಿಡಬೇಕಾದ ಸಂದಿಗ್ಧವು ಎದುರಾಗಿತ್ತು. "ಆಯ್ತಪ್ಪಾ, ನಗೋರೆಲ್ಲಾ ನಕ್ಕುಬಿಡಿ. ನನ್ನ ಕಷ್ಟ ನನಗೇ ಗೊತ್ತು", ಎಂದು ನಿಡುಸುಯ್ದೆ ನಾನು.

ಆದರೆ ನನ್ನ ಪ್ರಯತ್ನಗಳೇನೂ ಕಮ್ಮಿಯಿರಲಿಲ್ಲ. ವೀಜ್‌ನಲ್ಲೇ ಆಗುವುದಾದರೆ ಇಲ್ಲೇ ಆಗಲಿ ಎಂಬ ಆಶಾಭಾವ ನನ್ನದು. ಮೇಲಾಗಿ ಅಂಥದ್ದೊಂದು ಜಾಗವು ಸಿಕ್ಕಿಬಿಟ್ಟರೆ ಮುಂದೆಯೂ ಅಲ್ಲೇ ಹೋಗಿ ನಿಯಮಿತವಾಗಿ ಕ್ಷೌರವನ್ನು ಮಾಡಿಸಿಕೊಳ್ಳಬಹುದು ಎಂಬ ದೂರಾಲೋಚನೆಯೂ ಕೂಡ. ಈ ನಿಟ್ಟಿನಲ್ಲಿ ನನ್ನ ಜೊತೆಗಿದ್ದ ಕೆಲ ಐರೋಪ್ಯರನ್ನು, ಪೋರ್ಚುಗೀಸರನ್ನು ಕೇಳಿ ನೋಡಿದೆ. ಎಲ್ಲರದ್ದೂ ಇದೇ ವ್ಯಥೆಯಾಗಿತ್ತು. ಕೆಲವರು ಬೇರೆ ಆಯ್ಕೆಯಿಲ್ಲವೆಂದು ವೀಜ್‌ನಲ್ಲೇ ಕೆಟ್ಟದಾಗಿ ಕ್ಷೌರ ಮಾಡಿಸಿಕೊಳ್ಳುತ್ತಿದ್ದರೆ, ಆ risk ಅನ್ನು ತೆಗೆದುಕೊಳ್ಳಲು ಇಚ್ಛಿಸದವರು ಲುವಾಂಡಾದವರೆಗೆ ಹೋಗಿಬರುತ್ತಿದ್ದರು. ಮಾಜಿ ಜ್ಯೂಡೋ ಪಟು ಮತ್ತು ಇಲ್ಲಿಯ ವಸತಿ ಕೇಂದ್ರದ ಮುಖ್ಯಸ್ಥ ಮೊದಲೇ ಹೇಳಿದಂತೆ ತನ್ನ ಕೂದಲಿಗೆ ತಾನೇ ಕತ್ತರಿ ಹಾಕುತ್ತಿದ್ದ. "ಈ ಬಗ್ಗೆ ಹೆಚ್ಚು ತಲೆಕೆಡಿಸಿಕೊಳ್ಳುವುದೇನೂ ಬೇಡ. ಕ್ಷೌರ ಮಾಡಿದ ಒಂದೆರಡು ವಾರ ಕೆಟ್ಟದಾಗಿ ಕಾಣುತ್ತದಷ್ಟೇ. ಕೂದಲು ಹುಲುಸಾಗಿ ಬೆಳೆದ

ನಂತರ ಮತ್ತೆ ಮೊದಲಿನಂತೆಯೇ ಸಾಮಾನ್ಯವಾಗಿ ಕಾಣುತ್ತದೆ", ಎಂಬ ಸಲಹೆಯೂ ಕೆಲ ಸ್ಥಳೀಯ ಹಿತೈಷಿಗಳಿಂದ ಕೇಳಿ ಬಂದಿತು. ಸಮಾಧಾನವೇ ಇಲ್ಲದಿದ್ದರೆ ಹೊಂದಿಕೊಂಡು ಹೋಗುವುದಲ್ಲದೆ ಇನ್ನೇನು ಮಾರ್ಗವಿದೆ?

ಹಟಹಿಡಿದು ಇಷ್ಟು ದಿನ ಕಾದ ಮೇಲೆ ಇನ್ನೊಂದೆರಡು ದಿನ ಕಾಯುವುದಕ್ಕೇನು ಧಾಡಿ? ಅಂತೂ ಲುವಾಂಡಾಗೆ ತೆರಳುವ ದಿನವು ಬಂದೇಬಿಟ್ಟಿತ್ತು. ಸುಮಾರು ಇಪ್ಪತ್ತರಿಂದ ಇಪ್ಪತ್ತೈದು ದಿನಗಳ ಈ ಅವಧಿಯ ಸಂಶೋಧನೆಯಲ್ಲಿ ಒಂದು ಸಂಗತಿಯಂತೂ ನನಗೆ ಸ್ಪಷ್ಟವಾಗಿತ್ತು. ಭಾರತೀಯ ಶೈಲಿಯ ಕೂದಲಿಗೆ ನ್ಯಾಯವನ್ನು ಒದಗಿಸುವಂತಹ ಸಲೂನ್ ವೀಜ್‌ನಲ್ಲಿಲ್ಲ ಎಂಬುದು. ವೀಜ್‌ನಿಂದ ಆರೂವರೆ–ಏಳು ತಾಸುಗಳ ಕಾಲ ರಸ್ತೆ ಮಾರ್ಗವಾಗಿ ಪ್ರಯಾಣಿಸಿ ಕೊನೆಗೂ ಒಂದು ಮಾಡರ್ನ್ ಸಲೂನನ್ನು ಈ ಮಹಾನಗರಿಯಲ್ಲಿ ಹುಡುಕುವಷ್ಟರಲ್ಲಿ ನಾನು ಹೈರಾಣಾಗಿದ್ದೆ. ಹೊಸ ಭೂಭಾಗವೊಂದನ್ನು ಕಂಡುಹಿಡಿದಾಗ ಕೊಲಂಬಸ್ ಹೇಗೆ ಸಂತಸದಿಂದ ಕುಣಿದಿರಬಹುದೋ ಅಂಥದ್ದೇ ಸಮಾಧಾನವು ನನ್ನಲ್ಲೂ ಅಂದು ಮನೆ ಮಾಡಿತ್ತು. "ನೋಡಪ್ಪಾ, ಕೇವಲ ಕ್ಷೌರಕ್ಕಾಗಿ ಅಷ್ಟು ದೂರದಿಂದ ಇಲ್ಲಿಯವರೆಗೆ ಬಂದಿದ್ದೇನೆ. ಅದ್ಯಾವ ಪ್ರಯೋಗವೂ, ಹೊಸ ಹೇರ್ ಸ್ಟೈಲೂ ನನಗೆ ಮಾಡಬೇಡ. ಕ್ಷೌರ ಎಂದರೆ ಹೀಗ್ಗಿಗಿರಬೇಕು. ಅಷ್ಟೇ! ಕೊನೆಗೆ ಕನ್ನಡಿಯೆದುರು ನಿಂತರೆ ಮುಖವು ನೋಡುವಂತಿರಬೇಕು", ಎಂದು ನನ್ನ ಬೇಡಿಕೆಯನ್ನು ಸ್ಪಷ್ಟವಾಗಿ ದುಭಾಷಿಯ ಮೂಲಕವಾಗಿ ಕ್ಷೌರಿಕನಿಗೆ ಹೇಳಿಸಿದೆ. "ನೀವೇನೂ ತಲೆಕೆಡಿಸಿಕೊಳ್ಳಬೇಡಿ ಸಾರ್. ಭಾರತ, ಪಾಕಿಸ್ತಾನ ಸೇರಿದಂತೆ ಬಹಳಷ್ಟು ದಕ್ಷಿಣ ಏಷ್ಯಾದ ಗ್ರಾಹಕರು ನಮ್ಮಲ್ಲಿಗೆ ಬರುತ್ತಾರೆ. ಹೀಗಾಗಿ ಈ ಬಗೆಯ ಕೂದಲನ್ನು ಸಂಭಾಳಿಸುವುದು ಹೇಗೆಂದು ನನಗೆ ಗೊತ್ತಿದೆ", ಎಂದು ಪೋರ್ಚುಗೀಸ್ ಭಾಷೆಯಲ್ಲಿ ಹೇಳಿದ ಆತ. ದುಭಾಷಿಯ ನೆರವಿನಿಂದ ಆತನ ಭರವಸೆಯನ್ನು ಅರ್ಥಮಾಡಿಕೊಂಡ ನಾನು ನಿರಾಳನಾದೆ. ಕೊನೆಗೂ ಕೇಶಮುಕ್ತಿಯ ಸಮಯವು ಬಂದೊದಗಿತ್ತು.

ಕ್ಷೌರದ ಮೊದಲ ಭಾಗದಿಂದಲೇ ಕತ್ತರಿಯನ್ನು ಕೈಗೆತ್ತಿಕೊಂಡ ಆತನನ್ನು ಕಂಡ ನನ್ನಲ್ಲಿ ನಿರಾಳತೆಯ ಭಾವ. ಈತನ ವಿಧಾನಗಳು ಭಾರತೀಯ ಕ್ಷೌರಿಕರಿಗಿಂತ ಕೊಂಚ ಭಿನ್ನವಾಗಿದ್ದರೂ ಫಲಿತಾಂಶವಂತೂ ಸಮಾಧಾನಕರವಾಗಿತ್ತು. ಆಯ್ಕೆಗಳೇ ಇಲ್ಲದಿದ್ದ ದುರ್ಗಮ ಸ್ಥಳಗಳಲ್ಲಿ ಪರಿಪೂರ್ಣತೆಯನ್ನು ಬಯಸುವುದು ಮೂರ್ಖತನ. ಕೊನೆಗೆ ಆತನಿಗೊಂದು ದೊಡ್ಡ ನಮಸ್ಕಾರವನ್ನು ಧನ್ಯವಾದದೊಂದಿಗೆ ಕೊಟ್ಟು ಅಲ್ಲಿಂದ ಹೊರಬಿದ್ದೆ. Of course, ಇನ್ನು ಮುಂದೆಯೂ ನಿಮ್ಮಲ್ಲಿಗೇ ಬರುತ್ತೇನೆ ಎಂಬ ಭರವಸೆಯೊಂದಿಗೆ.

ಆ ದಿನದಿಂದ ಅಂಗೋಲಾದಲ್ಲಿ ನಾನಿರುವವರೆಗೂ ಆತನ ಖಾಯಂ ಗ್ರಾಹಕನಾಗಿದ್ದೆ. ಪಾರ್ಕಿಂಗ್ ಸಮಸ್ಯೆಗಳಿದ್ದರೂ ಹೇಗೋ ಕಷ್ಟದಲ್ಲಿ ಈತನೆಡೆಗೆ ಧಾವಿಸುತ್ತಿದ್ದೆ. ಒಟ್ಟಿನಲ್ಲಿ ಅಂಗೋಲಾ ನೆಲದಲ್ಲಿ 'Hair cut' ಎಂದರೆ ನನಗೆ ಮುನ್ನೂರೈವತ್ತು ಚಿಲ್ಲರೆ ಕಿಲೋಮೀಟರುಗಳ ಒಂದು ಸುದೀರ್ಘ ಪ್ರಯಾಣ!

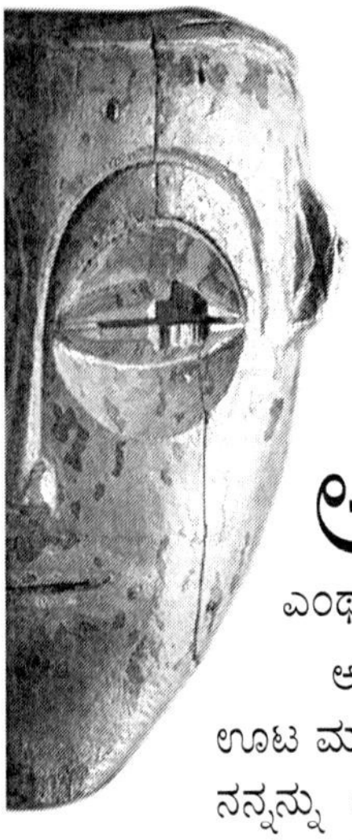

ನಮೀಬಿಯನ್ ನೀರೆಯರ ಜೊತೆ

ಅಂದು ನನ್ನ ಪಾಡಿಗೆ ನಾನು ತಿನ್ನುವುದರಲ್ಲೇ ಮಗ್ನನಾಗಿದ್ದರೂ ಮೂರು ಜೋಡಿ ಕಣ್ಣುಗಳು ನನ್ನನ್ನೇ ಅಳೆಯುತ್ತಿರುವಂತೆ ಭಾಸವಾಗಿ ಎಂಥದ್ದೋ ಹಿಂಜರಿಕೆಯಾದಂತಾಗಿ ನಾನು ಕೂತಲ್ಲೇ ಕೊಸರಾಡುತ್ತಿದ್ದೆ.

ಅಷ್ಟಕ್ಕೂ ಆಗಿದ್ದೇನೆಂದರೆ ರೆಸ್ಟೋರೆಂಟಿನ ಒಂದು ಬದಿಯಲ್ಲಿ ಏಕಾಂಗಿಯಾಗಿ ಊಟ ಮಾಡುತ್ತಿದ್ದ ನನ್ನನ್ನು ಮೂವರು ಆಫ್ರಿಕನ್ ತರುಣಿಯರು ಸುಮ್ಮನೆ ನೋಡುತ್ತಿದ್ದರು. ನನ್ನನ್ನು ಅಗಾಗ ಕದ್ದುಮುಚ್ಚಿ ನೋಡುತ್ತಾ, ಮುಸಿಮುಸಿ ನಗುತ್ತಿದ್ದ ಅವರನ್ನು ಕಂಡು ನಾನು ನಗುವಂಥದ್ದೇನಾಯಿತಪ್ಪಾ ಎಂದು ಕೂಡಲೇ ಒಂದು ತ್ವರಿತ ಸ್ವಪರೀಕ್ಷೆಯನ್ನು ಮಾಡಿಕೊಂಡೆ. ಹಿಪ್ಪಿಯಂತೆ ತೆಳು ಟೀ-ಶರ್ಟು ಮತ್ತು ಬರ್ಮುಡಾವನ್ನು ಧರಿಸಿದ್ದ ನನ್ನ ದಿರಿಸು ಸರಿಯಾಗಿಯೇ ಇತ್ತು. ಎಡಗೈಯಲ್ಲಿ fork ಇದ್ದರೆ ಬಲಗೈಯಲ್ಲಿ butter knife ಇತ್ತು. ಭಾರತವನ್ನು ಬಿಟ್ಟು ಅಂಗೋಲಾಕ್ಕೆ ಬಂದಾದ ನಂತರ ಇವುಗಳನ್ನೆಲ್ಲಾ ಬಳಸುವುದನ್ನು ಬಹುಬೇಗನೇ ನಾನು ಕಲಿತುಕೊಂಡಿದ್ದೆ. ಒಟ್ಟಾರೆಯಾಗಿ fork ಮತ್ತು ಚಾಕು ಇರಬೇಕಾದ ಕೈಗಳಲ್ಲೇ ಇದ್ದವು. ಕೊನೆಗೂ ಅದೇನೆಂದು ತಿಳಿಯದೆ ಕುಳಿತಲ್ಲಿಂದಲೇ ಈ ಮೂವರು ಆಫ್ರಿಕನ್ ಸುಂದರಿಯರಿಗೆ 'ಹಾಯ್' ಎಂದು ಮುಗುಳ್ನಗುತ್ತಾ ಕೈಬೀಸಿದೆ. ಇವರೆಲ್ಲರೂ ನನ್ನ ಈ ಹೆಜ್ಜೆಗಾಗಿಯೇ ಕಾಯುತ್ತಿದ್ದಂತೆ ಒಬ್ಬಳು ತಕ್ಷಣ ದೊಡ್ಡ ದನಿಯಲ್ಲಿ ಮಾತನಾಡಲಾರಂಭಿಸಿದಳು.

"ಮೂವರು ಬೆಡಗಿಯರು ಕಣ್ಣೆದುರಿಗೇ ಕುಳಿತುಕೊಂಡಿರುವಾಗ ಏಕಾಂಗಿಯಾಗಿ ಕುಳಿತು ಯಾಕೆ ತಿನ್ನುತ್ತಿದ್ದೀಯಾ?", ಎಂದು ಅರ್ಧಬಂರ್ಧ ಇಂಗ್ಲಿಷ್‌ನಲ್ಲಿ ಒಬ್ಬಾಕೆ ಹೇಳಿದಳು. ಆಕೆಯ ಮಾತಿಗೆ ಜೋರಾಗಿ ನಕ್ಕ ನಾನು ಆ ಆಹ್ವಾನಕ್ಕೆ ಒಪ್ಪಿಗೆಯನ್ನು ನೀಡುತ್ತಾ ನನ್ನ ಕುರ್ಚಿಯನ್ನು ಬಿಟ್ಟು ಅವರಿದ್ದಲ್ಲಿಗೆ ಬಂದೆ. "ಸಂಭಾಷಣೆಯನ್ನು ಆರಂಭಿಸಲು ಇದಕ್ಕಿಂತ ಸ್ವಾರಸ್ಯಕರವಾದ ವಾಕ್ಯವೊಂದನ್ನು ನಾನು ಈ ಮೊದಲು ಕೇಳಿಯೇ ಇಲ್ಲ ಗೊತ್ತಾ", ಎಂದು ನಗುತ್ತಾ ಅವರಿಗೆ ಹೇಳಿದೆ. ಶುಭ್ರನಗುವಿನಿಂದ ವಾತಾವರಣವು ಮತ್ತಷ್ಟು ತಿಳಿಯಾಗಿ ಮುಂದಿನ ಕೆಲ ನಿಮಿಷಗಳಲ್ಲೇ ಪರಿಚಯಗಳಾದವು. ಗೊತ್ತಿದ್ದಷ್ಟು ಹರಕುಮುರುಕು ಭಾಷೆಯಲ್ಲಿ ಒಂದಿಷ್ಟು ಮಾತುಕತೆಗಳಾದವು. ಮೀನು, ಕೋಳಿ, ಅನ್ನ, ಸಲಾಡ್‌ಗಳನ್ನು ಹೊಂದಿದ್ದ ಪುಷ್ಕಳ ಭೋಜನವೂ ಬಂದಿತು. ವೈನ್ ಗ್ಲಾಸುಗಳು ಸದ್ದುಮಾಡಿದವು.

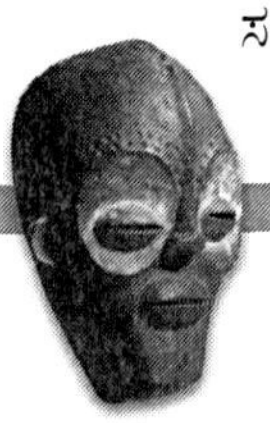

ಇನ್ನು ಜಾಗತಿಕ ತಾಪಮಾನ ಏರಿಕೆಯ ಲೆವೆಲ್ಲಿನಲ್ಲಿ ಅಂದು ನಮ್ಮ ಮಧ್ಯೆ ಚರ್ಚೆಯಾಗಿದ್ದು ನನ್ನ ಹೆಸರಿನ ಬಗ್ಗೆ. 'ಪ್ರಸಾದ್' ಎಂಬ ಹೆಸರು ಆಫ್ರಿಕನ್ ನಾಲಗೆಗೆ ಹೊರಳದಿರುವುದು ನನಗೆ ನಿರೀಕ್ಷಿತವೇ ಆಗಿತ್ತು. ಭಾರತದಲ್ಲಿದ್ದಾಗಲೇ ನನ್ನ ಹೆಸರು ಹಲವು ಅವತಾರಗಳನ್ನೆತ್ತಿ ವಿಶಿಷ್ಟ ಅನ್ನಿಸಿಕೊಂಡಿತ್ತು. ನಾನು ಪಂಜಾಬಿನಲ್ಲಿ 'ಪರ್ಸಾದ್' ಆದರೆ, ಉತ್ತರಭಾರತದ ಇತರ ಭಾಗಗಳಲ್ಲಿ 'ಪ್ರಶಾದ್' ಆಗುತ್ತಿದ್ದೆ. ಇನ್ನು ಪಶ್ಚಿಮಬಂಗಾಳದ ಪರಿಚಿತರಿಗಂತೂ ನಾನು 'ಪ್ರೊಷಾದ್' ಆಗಿದ್ದೆ. ಹೀಗಿದ್ದಾಗ ಆಫ್ರಿಕಾದಲ್ಲೂ ಮರುನಾಮಕರಣಗೊಳ್ಳಲಿರುವುದು ಸಹಜವೇ ಆಗಿತ್ತು. 'ನಾಯ್ಕ್' ಎಂಬುದು 'ನೈಕ್' ಎಂಬ ಕಂಪೆನಿಯ ಹೆಸರಿನಂತೆ ಕೇಳತೊಡಗಿದಾಗ ಕೊನೆಗೆ ನಾನು 'ನಿಕ್' ಆಗಬೇಕಾಯಿತು. 'ನಿಕ್' ಎಂದಾಕ್ಷಣ ನನಗೆ ಥಟ್ಟನೆ ನೆನಪಾಗುವುದು 'Basic Instinct' ಚಿತ್ರದ ನಾಯಕನಟ ಮೈಕಲ್ ಡಗ್ಲಾಸ್. ನಾನು ಮೈಕಲ್ ಡಗ್ಲಾಸ್‌ನ ತಕ್ಕಮಟ್ಟಿನ ಅಭಿಮಾನಿಯೂ ಆಗಿರುವುದರಿಂದ 'ನಿಕ್' ಎಂಬ ಸರಳ ಅಮೆರಿಕನ್ ನಾಮಧೇಯವನ್ನು ಎರವಲು ಪಡೆಯಲು ಕಷ್ಟವೇನೂ ಆಗಲಿಲ್ಲ. ಅಂದಿನಿಂದ ನಾನು ಅಂಗೋಲನ್ನರಿಗೆ 'ನಿಕ್' ಆಗಿಬಿಟ್ಟಿದ್ದೆ.

ಅಂದಹಾಗೆ ಈ ಮೂವರು ಸುಂದರಿಯರು ನಮೀಬಿಯಾ ಮೂಲದವರಾಗಿದ್ದರು. ಮಾತುಕತೆಯ ಮಧ್ಯದಲ್ಲೇ ನಾನು ಪಕ್ಕದಲ್ಲಿರುವ ಅಪಾರ್ಟ್ಮೆಂಟ್ ಒಂದರಲ್ಲಿ ತಂಗಿದ್ದೇನೆ ಎಂಬ ಮಾಹಿತಿಯು ಅವರಿಗೆ ನನ್ನಿಂದಲೇ ದೊರಕಿತು. ನೀವು ಬನ್ನಿ ಎನ್ನುವ ಮುನ್ನವೇ ಎಲ್ಲರೂ ತಮ್ಮನ್ನು ತಾವೇ ಆಹ್ವಾನಿಸಿಕೊಂಡು ನಡೀರಿ ಹೋಗೋಣ ಎಂದರು. ಹೀಗೆ ನಮ್ಮ ಸವಾರಿಯು ರೆಸ್ಟೋರೆಂಟಿನಿಂದ ನನ್ನ ಖಾಸಗಿ ಅಪಾರ್ಟ್‌ಮೆಂಟಿನತ್ತ ಸಾಗಿತು. ರೆಡ್ ವೈನ್‌ನ ಸಖ್ಯದಲ್ಲೇ ಒಂದೆರಡು ಘಂಟೆಗಳ ಕಾಲ ಭಯಂಕರ ಹರಟೆ ಹೊಡೆದೆವು. ಇದ್ದ ಒಂದಿಷ್ಟು ಜಾಗದಲ್ಲೇ ಹಾಡು, ಸಂಗೀತ, ಸಾಲ್ಸಾಗಳಾದವು. ಕೊನೆಗೆ ಮೂವರನ್ನೂ ಬೀಳ್ಕೊಟ್ಟಾಗ ಸುಮಾರು ರಾತ್ರಿಯ ಹನ್ನೊಂದು. ತನ್ನ ವಸತಿಗೃಹದಲ್ಲಿ ಒಬ್ಬ ಭಾರತೀಯ ತರುಣನನ್ನು ಮೂವರು ನಮೀಬಿಯನ್ ಸುಂದರಿಯರ ನಡುವೆ ಪ್ರಾಯಶಃ ಇದೇ ಮೊದಲ ಬಾರಿ ಕಂಡ receptionist ನನ್ನನ್ನು ನೋಡಿ ಕಣ್ಣು ಮಿಟುಕಿಸಿದ್ದ. 'ನೀನು

ಹೆಚ್ಚು ಕನಸು ಕಾಣಬೇಡ ಮಾರಾಯ', ಎಂದು ನಾನು ಕಣ್ಣಲ್ಲೇ ಅವನ ಬಾಯಿಮುಚ್ಚಿಸಿದ್ದೆ.

ನಂತರ ಇವರೆಲ್ಲರನ್ನೂ ಬೀಳ್ಕೊಟ್ಟು ಮರಳಿ ಬಂದರೆ ತಕ್ಷಣ ತಲೆಯೊಳಗೊಂದು ಹುಳ ಬಿಟ್ಟಂತಾಗಿತ್ತು. ನಾನು ಆ ವಸತಿಗೃಹದಲ್ಲಿ ಅತಿಥಿಯಾಗಿ ತಂಗಿದ್ದರಿಂದ ಆಗಂತುಕರು ಹೀಗೆ ಹೇಳದೆಕೇಳದೆ ಬರಬಹುದೇ ಎಂದು. ಕೂಡಲೇ ದುಭಾಷಿಗೊಂದು ಕರೆಕೊಟ್ಟೆ. “ನೀವು ಇದಕ್ಕೆಲ್ಲಾ ತಲೆಕೆಡಿಸಿಕೊಳ್ಳಬೇಡಿ. ಖಾಸಗಿತನಕ್ಕೆ ತುಂಬಾ ಗೌರವವಿದೆ ಇಲ್ಲಿ. ನಿಮ್ಮ ಕೋಣೆಯಲ್ಲಿ ನೀವೇನು ಮಾಡಿದರೂ ಯಾರೂ ಏನೂ ಕೇಳುವಂತಿಲ್ಲ. ಆರಾಮಾಗಿರಿ”, ಎಂದ. ನನಗೋ ಸಮಾಧಾನವಾಯಿತು. ಹಾಗೇ ನಿರಾಳನಾಗಿಬಿಟ್ಟೆ.

ಮರುದಿನ ಮೂವರಲ್ಲೊಬ್ಬಳಾದ ಎಮಿಲಿ ಕರೆ ಮಾಡಿದಳು. ಈ ಮೂವರಲ್ಲಿ ಶುದ್ಧ ಇಂಗ್ಲಿಷ್‌ನಲ್ಲಿ ಮಾತಾಡಬಲ್ಲವಳು ಎಮಿಲಿ ಒಬ್ಬಳೇ ಆಗಿದ್ದಳು. ಆರಡಿ ಎತ್ತರದ ನಿಲುವನ್ನು ಹೊಂದಿದ್ದ ಈ ಕೃಷ್ಣವರ್ಣೆಗೆ ತನ್ನ ಎತ್ತರ ಮತ್ತು ಲಾವಣ್ಯದ ಬಗ್ಗೆ ಭಾರೀ ಹೆಮ್ಮೆಯಿತ್ತು. ತನ್ನ heels ಕಿತ್ತೊಗೆದು ನನ್ನ ಆರಡಿ ಎತ್ತರಕ್ಕೆ ಸರಿಗಾಣುವಂತೆ ಭುಜಕ್ಕಂಟಿಕೊಂಡು ನಿಲ್ಲುತ್ತಾ, “ಎತ್ತರ ಅಂದರೆ ಹೀಗಿರಬೇಕು” ಎಂದು ಉಳಿದಿಬ್ಬರಿಗೆ ಹೇಳುತ್ತಾ ಅವರ ಕಾಲೆಳೆಯುತ್ತಿದ್ದಳು ಎಮಿಲಿ. ಹಿಂದಿನ ರಾತ್ರಿ ಹೊರಡುವ ಮುನ್ನ ನನ್ನ ದೂರವಾಣಿ ಸಂಖ್ಯೆಯನ್ನು ಆಕೆ ತೆಗೆದುಕೊಂಡಿದ್ದರಿಂದ ಕರೆ ಬರುವುದು ಬಹುತೇಕ ನಿಶ್ಚಯವೇ ಆಗಿತ್ತು. ಅಂದು ಮಾತನಾಡುತ್ತಾ “ಮಾರ್ಜಿನಲ್‌ಗೆ ಹೋಗೋಣವೇ” ಎಂದಳು ಎಮಿಲಿ. ನಾನು ಹೂಂ ಎಂದು ಒಪ್ಪಿಕೊಂಡೆ.

ಮಾರ್ಜಿನಲ್ ಸ್ಟ್ರೀಟ್ ಎಂದು ಕರೆಯಲಾಗುವ ಜಾಗವು ಲುವಾಂಡಾದ ಅತ್ಯಂತ ಸುಂದರ ತಾಣಗಳಲ್ಲೊಂದು. ಇದೊಂಥರಾ ಮುಂಬೈಯಲ್ಲಿರುವ ಮರೀನ್ ಡ್ರೈವ್ ಇದ್ದ ಹಾಗೇನೇ. ಸಂಜೆಯ ತಂಗಾಳಿಯನ್ನು ರೋಮರೋಮಗಳಲ್ಲಿ ಆಸ್ವಾದಿಸುತ್ತಾ, ಸೂರ್ಯಾಸ್ತದ ಕೆಂಪನ್ನು ಕಣ್ಣಲ್ಲಿ ಇಳಿಸಿಕೊಳ್ಳುತ್ತಾ ಅಟ್ಲಾಂಟಿಕ್ ತೀರದಲ್ಲಿ ಕುಳಿತುಕೊಳ್ಳುವ ಮೋಜೇ ಬೇರೆ. ಮೇಲಾಗಿ ಲುವಾಂಡಾದ ಈ ಸಮುದ್ರತೀರವು ಒಂದೊಂದು ಭಾಗದಲ್ಲಿ ಒಂದೊಂದು ಬಗೆಯ ಚಟುವಟಿಕೆಗಳನ್ನು ಹೊಂದಿ ಸದಾಕಾಲ ಲವಲವಿಕೆಯಿಂದಿರುವಂತಹ ಪ್ರದೇಶ. ಉದಾಹರಣೆಗೆ ತೀರದ ಒಂದು ಭಾಗದಲ್ಲಿ ಚಿಕ್ಕ ಪುಟ್ಟ ಕಲಾತ್ಮಕ ಶೈಲಿಯ ಕಟ್ಟಡಗಳಂತಹ ರಚನೆಗಳಿದ್ದು ಪುಸ್ತಕ ಬಿಡುಗಡೆ, ಪ್ರದರ್ಶನದಂತಹ ಕಾರ್ಯಕ್ರಮಗಳಿಗೆ ಇವುಗಳು ಹೇಳಿ ಮಾಡಿಸಿದಂತಿವೆ. ಇಲ್ಲಿ ಕುಳಿತುಕೊಳ್ಳಲು ಬೆಂಚಿನಂತಹ ಜಾಗಗಳಿರುವುದಲ್ಲದೆ ವಾಕಿಂಗ್ ಮತ್ತು ಸೈಕ್ಲಿಂಗ್‌ಗಳಿಗಾಗಿ ಪ್ರತ್ಯೇಕ ಟ್ರ್ಯಾಕ್‌ಗಳಿವೆ. ಅಂದರೆ ನಿಮಗೆ ಲುವಾಂಡಾದಲ್ಲಿ ಅಟ್ಲಾಂಟಿಕ್ ಸಮುದ್ರ ತೀರದುದ್ದಕ್ಕೂ ಹಾಯಾಗಿ ಸೈಕ್ಲಿಂಗ್ ಮಾಡಬೇಕಿದ್ದರೆ ಇದಕ್ಕಿಂತ ಪ್ರಶಸ್ತವಾದ ಜಾಗವು ಇನ್ನೊಂದಿಲ್ಲ. ನ್ಯಾಷನಲ್ ಬ್ಯಾಂಕ್ ಆಫ್ ಅಂಗೋಲಾದಿಂದ ಹಿಡಿದು ಹಲವು ಪ್ರಮುಖ ಸರಕಾರಿ ಮಂತ್ರಾಲಯಗಳಿಗೆ ಇದು ಹತ್ತಿರವೂ ಕೂಡ. ಮಾರ್ಜಿನಲ್

ಸ್ಟ್ರೀಟ್‌ನಿಂದ ವರದಿ ಮಾಡುವ ಬಹಳಷ್ಟು ಟಿ.ವಿ. ವರದಿಗಾರರು ಕ್ಯಾಮೆರಾದೆದುರು ಕಾಣಿಸಿಕೊಳ್ಳಲು ಆರಿಸುವ ಮಾರ್ಜಿನಲ್‌ನ ಬಹು ಆಕರ್ಷಣೀಯ ಜಾಗವು ಇದೇ.

ಇಲ್ಲಿಂದ ಸ್ವಲ್ಪ ಮುಂದಕ್ಕೆ ಹೋದರೆ ಸಮುದ್ರತೀರದ ಕೃತಕ ವೈಭವದ ಚಿತ್ರಣವು ಕೊಂಚ ಬದಲಾಗಿ ಸ್ಥಳೀಯ ಜನಜೀವನದ ಜೀವಂತಿಕೆಯು ಮೈತಾಳಿ ಮನಸ್ಸಿಗೆ ಮತ್ತಷ್ಟು ಆಪ್ತವಾಗುತ್ತದೆ. ಇಲ್ಲಿ ಜನರು ಫುಟ್ಬಾಲ್ ಅನ್ನೋ, ಬೀಚ್ ವಾಲಿಬಾಲ್ ಅನ್ನೋ ಆಡುತ್ತಿರುತ್ತಾರೆ. ಪ್ರೇಮಿಗಳು ಕೈಕೈ ಹಿಡಿದುಕೊಂಡು, ಚಿಕ್ಕ ಮೂಲೆಯೊಂದು ಸಿಕ್ಕರೆ ಗಾಢವಾಗಿ ಚುಂಬಿಸುತ್ತಾ ಜಗತ್ತನ್ನೇ ಮರೆತವರಂತೆ ಕಾಲಕಳೆಯುತ್ತಿದ್ದಾರೆ. ಇವರ ನಡುವೆಯೇ ರನ್ನಿಂಗ್ ಶೂಗಳನ್ನು ಧರಿಸಿ ಜಾಗಿಂಗ್ ಮಾಡುವವರು, ಬಿಕಿನಿಯನ್ನು ಧರಿಸಿ ಸಮುದ್ರಕ್ಕಿಳಿಯುವ ಆತುರದಲ್ಲಿರುವವರು, ತಲೆಯ ಮೇಲೆ ಹುಡ್ ಅನ್ನು ಧರಿಸಿ ಹಿಪ್-ಹಾಪ್ ಶೈಲಿಯಲ್ಲಿ ತಮ್ಮದೇ ಗುಂಗಿನಲ್ಲಿ ಕುಣಿಯುತ್ತಿರುವವರು, ವಿದೇಶೀ ಗಂಡಸರನ್ನು ಕಣ್ಣಲ್ಲೇ ಅಳೆದು ಮೆತ್ತನೆ ಚುಡಾಯಿಸಿ ಮೋಜು ನೋಡುವ ಸ್ಥಳೀಯ ಹೆಣ್ಣುಮಕ್ಕಳು, ರಸ್ತೆಗೂ ನಮಗೂ ಸಂಬಂಧವೇ ಇಲ್ಲ ಎಂಬಂತೆ ಮೈಮರೆತು ಆಡುತ್ತಿರುವ ಮಕ್ಕಳು, ಅಂಗೋಲಾದ ಜನಪ್ರಿಯ ಬಿಯರ್ ಆದ 'ಕೂಕಾ' ಹೀರುತ್ತಾ ಲೋಕಾಭಿರಾಮದ ಮಾತಿನಲ್ಲಿ ಮುಳುಗಿರುವ ಮಧ್ಯವಯಸ್ಕ ಪುರುಷರು... ಹೀಗೆ ಮಾರ್ಜಿನಲ್ ಬೀದಿಯ ಮತ್ತೊಂದು ಭಾಗವು ತನ್ನದೇ ಆದ ಒಂದು ವಿಶಿಷ್ಟತೆಯಿಂದ ನಳನಳಿಸುತ್ತಿರುತ್ತದೆ.

ಇವೆಲ್ಲವನ್ನೂ ದಾಟಿ ಇನ್ನೂ ಕೊಂಚ ಮುಂದಕ್ಕೆ ಹೋಗಿಬಿಡಿ ನೀವು. ತಳ್ಳುವ ಗಾಡಿಗಳ ತಿಂಡಿತಿನಿಸುಗಳಿಂದ ಹಿಡಿದು ಒಳ್ಳೆಯ ರೆಸ್ಟೋರೆಂಟುಗಳು ನಿಮಗಿಲ್ಲಿ ಕಾಣಸಿಗುತ್ತವೆ. ಸಾಮಾನ್ಯವಾಗಿ ಸಮುದ್ರ ತೀರದ ಮರಳಿಗೆ ಹೊಂದಿಕೊಂಡಂತೆಯೇ ಇರುವ ಈ ರೆಸ್ಟೋರೆಂಟ್‌ಗಳು ಒಳ್ಳೆಯ ಗುಣಮಟ್ಟದ ಆಹಾರವನ್ನು ಮತ್ತು ತಕ್ಕಮಟ್ಟಿನ ಬೆಲೆಯನ್ನು ಹೊಂದಿರುವಂಥವುಗಳು. ಇನ್ನು ಸಮುದ್ರತೀರದಿಂದ ಮುಖ್ಯ ರಸ್ತೆಯವರೆಗೆ ನಡೆದರೆ ಅಲ್ಲಿ ಡಿಸ್ಕೋಥೆಕ್, ಪಬ್, ಬಾರ್‌ಗಳನ್ನು ಹೊಂದಿರುವ ದುಬಾರಿ, ವಿಲಾಸಿ ರೆಸ್ಟೋರೆಂಟುಗಳನ್ನು ಕಾಣಬಹುದು. ಇಂಥಾ ಜಾಗಗಳಿಗೆ ಒಂದೆರಡು ಬಾರಿ ಹೋಗಿ ನೋಡಬಹುದಾದರೂ ನಿರಂತರವಾಗಿ ಹೋದರೆ ಜೇಬಿಗೆ ಭಾರೀ ಹೊಡೆತ ಬೀಳುವುದು ಸಹಜ. ಏಕೆಂದರೆ ಅಟ್ಲಾಂಟಿಕ್ ಸಮುದ್ರ ತೀರದಲ್ಲಿ ಬಂದರನ್ನೂ ಕೂಡ ಹೊಂದಿರುವ ಲುವಾಂಡಾ ಮಹಾನಗರಿಯು ಜಗತ್ತಿನ ಅತ್ಯಂತ ದುಬಾರಿ ಶಹರಗಳಲ್ಲೊಂದು ಎಂಬುದು ನೆನಪಿರಲಿ.

ಹೀಗೆ ನಮ್ಮ ಜೇಬಿಗೆ ಸರಿಹೊಂದುವಂತಹ ಸಮುದ್ರತೀರದ ರೆಸ್ಟೋರೆಂಟ್ ಒಳಹೋದ ನಾವು ಮೂಲೆಯೊಂದರಲ್ಲಿ ಕೂತೆವು. ಒಂದು ಭಾಗದಲ್ಲಿ ಅಳವಡಿಸಲಾಗಿದ್ದ ಟೆಲಿವಿಷನ್ನಿನಲ್ಲಿ ಯಾವುದೋ ಫುಟ್ಬಾಲ್ ಪಂದ್ಯವೊಂದು ನಡೆಯುತ್ತಿತ್ತು. ರೆಸ್ಟೋರೆಂಟಿಗೆ ಬಂದವರಲ್ಲಿ ನನ್ನನ್ನೊಬ್ಬನನ್ನು ಬಿಟ್ಟು ಉಳಿದವರ ಗಮನವೆಲ್ಲಾ ಎದುರಿಗಿದ್ದ ತಟ್ಟೆಯನ್ನು ಬಿಟ್ಟು ಟಿ.ವಿ ಪರದೆಗೇ ಅಂಟಿಕೊಂಡಿತ್ತು. ಮಾತುಮಾತಲ್ಲೇ ನಾವು ಸ್ಟೀಕ್, ಮೀನು, ಅನ್ನ, ಸಲಾಡ್ ಮತ್ತು ಜ್ಯೂಸ್‌ಗಳನ್ನು ತರಿಸಿಕೊಂಡೆವು. ಇದರ ನಂತರ ತರಿಸಿಕೊಂಡ ಆಮ್ಲೆಟ್ ಸಹಿತದ ಮತ್ಯಾವುದೋ ಸ್ಥಳೀಯ ಖಾದ್ಯವೊಂದು ಎಮಿಲಿಗೆ ಇಷ್ಟವಾಗಲಿಲ್ಲ.

"ಇವ್ರಿಗೆ ಮಾಡ್ತೀನಿ ಇರು", ಅಂದವಳೇ ಹೋಟೇಲಿನ ಸಿಬ್ಬಂದಿಯೊಬ್ಬರನ್ನು ಕರೆದು ಇದು ಚೆನ್ನಾಗಿಲ್ಲ ಎಂದು ದೂರಿತ್ತಳು. ಅವನೂ ಕೂಡ ಏನೋ ಒಂದಿಷ್ಟು ಅರ್ಥವಾದವನಂತೆ ತಲೆಯಾಡಿಸಿದ. ನಂತರ ಆ ಒಂದು ಖಾದ್ಯವನ್ನು ಬಿಟ್ಟು ಬೇರೆಲ್ಲವನ್ನೂ ಮುಗಿಸಿ ನಾವು ಹೊರಬಂದೆವು. ಇನ್ನೇನು ಬಿಲ್ ಪಾವತಿಸಿ ಹೊರಡಬೇಕು ಅನ್ನುವಷ್ಟರಲ್ಲಿ "ನನಗದು ಇಷ್ಟವಾಗಲಿಲ್ಲ, ನಾನದಕ್ಕೆ ಹಣ ಕೊಡುವುದಿಲ್ಲ", ಎಂದಳು ಎಮಿಲಿ. ಇದನ್ನು ಈಗಲಾ ಹೇಳುವುದು ಎಂದು ಹುಬ್ಬೇರಿಸುತ್ತಾ ಕಣ್ಣಲ್ಲೇ ಅವಳಿಗೆ ಕೇಳಿದೆ. ಅವಳೋ ಸುಮ್ಮನೆ ತುಟಿಯನ್ನು ಬಿಲ್ಲಿನಂತೆ ಬಾಗಿಸಿ, ಭುಜವನ್ನು ಎತ್ತರಿಸಿ ಕಿವಿಯವರೆಗೆ ತಂದಳು. ಬಾರೇ ಹೋಗೋಣ ಎಂದು ನಾನು ಹೇಳಿದರೂ ಕೇಳಲಿಲ್ಲ ಈ ಪುಣ್ಯಾತಗಿತ್ತಿ. ಇದಾದ ನಂತರ ಈ ಬಗ್ಗೆ ಹೋಟೇಲ್ ಮಾಲಕಿಯೊಂದಿಗೆ ಎಮಿಲಿಯ ಬಿರುಸಿನ ಚರ್ಚೆ ಸುಮಾರು ಹದಿನೈದು ನಿಮಿಷಗಳ ಕಾಲ ನಡೆಯಿತು. ಕೊನೆಗೂ ಗೆದ್ದಿದ್ದು ಎಮಿಲಿಯೇ. ಬಿಲ್‌ನ ಮೊತ್ತವು ಏಕಾಏಕಿ ಅರ್ಧಕ್ಕಿಳಿದಿತ್ತು. ನಾನು 'ಹೀಗೂ ಉಂಟೇ?' ಎಂಬ ಅಚ್ಚರಿಯಲ್ಲಿ ಎಮಿಲಿಯತ್ತ ನೋಡುತ್ತಿದ್ದೆ.

ಅಲ್ಲಿಂದ ಹೊರಟು ತಮ್ಮ ತಮ್ಮ ಗೂಡು ಸೇರಿದ ನಾವಿಬ್ಬರೂ ಮರುದಿನ ಅಂಗೋಲಾದ ಪ್ರಥಮ ರಾಷ್ಟ್ರಪತಿಯಾಗಿದ್ದ ದಿವಂಗತ ಆಗಸ್ಟಿನೋ ನೇಟೋರ ಸ್ಮಾರಕ ಮತ್ತು ವಸ್ತುಸಂಗ್ರಹಾಲಯಕ್ಕೆ ಹೋದೆವು. ಈ ಜಾಗವು ಎಮಿಲಿಗೆ ನೀರಸವೆನಿಸಿದ ಕಾರಣ ಅಂಗೋಲನ್ ಇತಿಹಾಸದ ಬಗ್ಗೆ ಮಾಹಿತಿಯನ್ನು ಕೆದಕುವ ನನ್ನ ಪ್ರಯತ್ನಗಳಿಗೂ ಕಲ್ಲುಬಿದ್ದಿತು. ಕೊನೆಗೂ ಅಲ್ಲಿಂದ ನಾವು ಹೊರಟು ಮರಳಿ ನನ್ನ ವಸತಿಗೃಹವನ್ನು ಸೇರಿದಾಗ ಸಂಜೆಯ ಐದು. ಅಟ್ಲಾಂಟಿಕ್ ಸಮುದ್ರತೀರದಲ್ಲಿ ಕುಳಿತು ಹರಟೆ ಹೊಡೆಯುತ್ತಾ "ನಾನು ಕೆಲವೇ ವಾರಗಳಲ್ಲಿ ನಮೀಬಿಯಾಕ್ಕೆ ಮರಳಲಿದ್ದೇನೆ. ಹಾಗೇನಾದರೂ ಹೋಗಿದ್ದೇ ಆದರೆ ನಾವಿನ್ನೆಂದೂ ಭೇಟಿಯಾಗೋದಿಲ್ಲ ಗೊತ್ತಾ?", ಎಂದಳು ಎಮಿಲಿ. ಅವಳ ಮಾತಿಗೆ ಗೊತ್ತು ಎಂಬಂತೆ ತಲೆಯಾಡಿಸುತ್ತಾ ಮುಗುಳ್ನಕ್ಕೆ ನಾನು. "ಆಗಂತುಕನೊಬ್ಬನನ್ನು ಅಂದೇ ಭೇಟಿಯಾಗಿ, ಅಂದೇ ಇಷ್ಟಪಟ್ಟು, ಅಂದೇ ವಿದಾಯ ಹೇಳುವ ಸಂದರ್ಭವೊಂದು ನಿನ್ನ ಜೀವನದಲ್ಲೆಂದಾದರೂ ಬಂದಿದೆಯಾ?", ಎಂದು ಎರಡನೇ ಪ್ರಶ್ನೆಯನ್ನು ಕೇಳಿದಳು ಆಕೆ. ಇದಕ್ಕೂ ನಾನು ಹೂಂ ಎಂದೆ. ಇವುಗಳು ಮೇಲ್ನೋಟಕ್ಕೆ ತೀರಾ ಕಾಲ್ಪನಿಕ ಅನ್ನಿಸಿದರೂ ನಿಜಕ್ಕೂ ಅಂಥಾ ಬೆರಳೆಣಿಕೆಯ ಅನುಭವಗಳು ನನಗೆ ಈ ಹಿಂದೆ ಆಗಿದ್ದವು. "ಹೀಗಾಗಿಯೇ ಈ ಸುಂದರ ಕ್ಷಣಗಳು ನನಗೂ ನಿನಗೂ ಬಹಳ ಕಾಲ ನೆನಪಿನಲ್ಲುಳಿಯಲಿವೆ ನೋಡು", ಎಂದು ಆಶಾವಾದಿಯಂತೆ ಹೇಳಿದೆ ನಾನು. ಸೂರ್ಯ ತನ್ನ ದಿನದ ಪಾಳಿಯನ್ನು ಮುಗಿಸಿ ಮೆಲ್ಲಗೆ ಅಸ್ತಂಗತನಾಗುತ್ತಿದ್ದ. ಹಕ್ಕಿಗಳು ತಮ್ಮ ತಮ್ಮ ಗೂಡಿಗೆ ಹಿಂತಿರುಗುತ್ತಿದ್ದವು. ಅದ್ಯಾಕೋ ಅದುವೇ ನಮ್ಮ ಕೊನೆಯ ಭೇಟಿ ಎಂದೆನಿಸಿದರೂ ನಾವಿಬ್ಬರೂ ಏನೂ ಮಾತನಾಡದೆ ಜೊತೆಯಲ್ಲೇ ಮಾರ್ಜಿನಲ್‌ನಿಂದ ಹೊರಟೆವು. ಪಕ್ಕದ ಬೆಂಫಿಕಾದಲ್ಲಿ ಎಮಿಲಿಯನ್ನು ಮನೆ ತಲುಪಿಸಿದ ನಾನು ಮುಹುಬೆಂತು ಪ್ರದೇಶದಲ್ಲಿರುವ ನನ್ನ ವಸತಿಗೃಹಕ್ಕೆ ಮರಳಿದೆ.

ಆದರೆ ಸುಯೋಗವೆಂಬಂತೆ ಆ ಸಂಜೆಯು ಅಲ್ಲಿಗೇ ಮುಗಿಯಲಿಲ್ಲ. ಎಮಿಲಿ ನಮೀಬಿಯಾಕ್ಕೆ ಮರಳುವ ಮುನ್ನ ಮತ್ತೆ ಮೂರ್ನಾಲ್ಕು ಬಾರಿ ನಮ್ಮ ಭೇಟಿಗಳಾದವು.

ಲುವಾಂಡಾ ಮಹಾನಗರಿಯಲ್ಲಿ ಒಂದು ಚಿಕ್ಕ ಉದ್ಯಮವನ್ನು ಶುರುಮಾಡುವ ಮಹಾತ್ವಾಕಾಂಕ್ಷೆಯಿಂದ ಬಂದಿದ್ದ ಎಮಿಲಿ ಕ್ರಮೇಣ ಲುವಾಂಡಾದ ದುಬಾರಿ ಜೀವನಶೈಲಿಯಿಂದ ನಲುಗಿಹೋಗಿದ್ದಳು. ಮೂಲಭೂತ ಸೌಲಭ್ಯಗಳನ್ನು ಸೇರಿದಂತೆ ಇತರ ದೈನಂದಿನ ಅವಶ್ಯಕತೆಗಳಿಗಾಗಿ ದಿನಗಳೆದಂತೆ ಏರುತ್ತಿದ್ದ ಖರ್ಚುಗಳು ಅವಳನ್ನು ನಿಧಾನವಾಗಿ ಉಸಿರುಗಟ್ಟಿಸತೊಡಗಿದ್ದವು. "ಬಹುಶಃ ಲುವಾಂಡಾದ ಋಣ ಇಂದಿಗೆ ತೀರಿತು ನಿಕ್", ಎಂದು ಕೊನೆಯ ಬಾರಿ ಕರೆ ಮಾಡಿ ನನಗೆ ಹೇಳಿದ್ದಳು ಎಮಿಲಿ. ಹೋಗಿ ಬಾ ಎಂದಿದ್ದ ನಾನು ಅವಳಿಗೆ ಶುಭಹಾರೈಸಿದ್ದೆ.

ಎಮಿಲಿ ಸದ್ಯ ನಮೀಬಿಯಾದಲ್ಲಿದ್ದಾಳೆ. ಅವಳ ಕನಸುಗಳು ಅಲ್ಲೇ ಆಕಾರವನ್ನು ಪಡೆದುಕೊಳ್ಳುತ್ತಿವೆ. ನನ್ನೊಂದಿಗಿನ ಮೊದಲ ಭೇಟಿಯಲ್ಲಿ ಅವಳೊಂದಿಗಿದ್ದ ಗ್ರೇಸ್ ಮತ್ತು ಮೂರನೇ ತರುಣಿ ಬಹುಷಃ ಲುವಾಂಡಾದಲ್ಲೇ ಇದ್ದಾರೆ. "ಆದಷ್ಟು ಬೇಗ ನಿನ್ನ ಉದ್ಯಮವು ಶುರುವಾಗಲಿ. ರಿಬ್ಬನ್ ತುಂಡರಿಸಿ ಉದ್ಘಾಟನೆ ಮಾಡಲು ನಾನೇ ಸ್ವತಃ ನಮೀಬಿಯಾಕ್ಕೆ ಬರುತ್ತೇನೆ", ಎಂದು ನಾನು ಅವಳ ಕಾಲೆಳೆದೆ. ನನ್ನ ಈ ಮಾತಿಗೆ ಎಮಿಲಿ ಟೆಲಿಫೋನಿನ ಅತ್ತ ಕಡೆಯಿಂದ ತನ್ನ ಎಂದಿನ ಶೈಲಿಯಲ್ಲಿ ಗಹಗಹಿಸಿ ನಕ್ಕಳು.

●

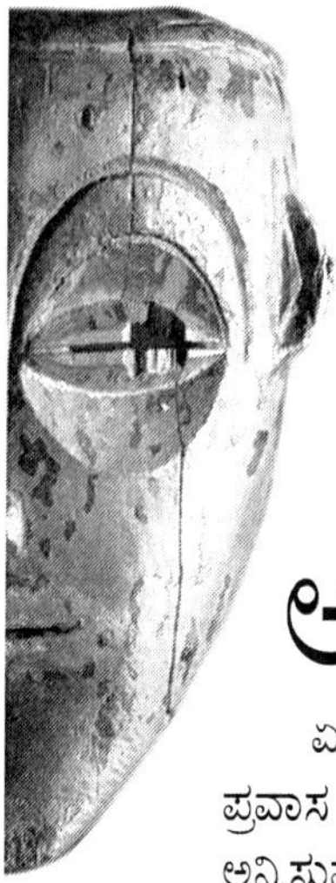

ಅಂಗೋಲಾವೆಂಬ ಬೂದಿ ಮುಚ್ಚಿದ ಕೆಂಡ

ಅಂಗೋಲಾಕ್ಕೆ ಆಗಮಿಸುವ ಮುನ್ನ ಕೇವಲ ಓದಿಯಷ್ಟೇ ಒಂದಿಷ್ಟು ತಿಳಿದಿದ್ದ ಮುಂಜಾಗರೂಕತಾ ಕ್ರಮಗಳನ್ನು ನಾನೀಗ ಚಾಚೂತಪ್ಪದೆ ಪಾಲಿಸುತ್ತಿದ್ದೆ. ಏಕೆಂದರೆ ಪರಿಸ್ಥಿತಿಗಳು ಬದಲಾಗಿದ್ದವು. ನನ್ನ ಮಟ್ಟಿಗೆ ಅಂಗೋಲಾ ಎನ್ನುವುದೊಂದು ಪ್ರವಾಸ ತಾಣವಾಗಿರದೆ ಕರ್ಮಭೂಮಿಯಾಗಿತ್ತು. ಒಂದು ಕಾಲದಲ್ಲಿ ಉತ್ಪ್ರೇಕ್ಷಿತ ಅನ್ನಿಸುವಂತಿದ್ದ ಸುರಕ್ಷಾ ಸಂಬಂಧಿ ಮಾಹಿತಿಗಳು, ಸಲಹೆ-ಸೂಚನೆಗಳು ಈಗ ನಿತ್ಯದ ದಿನಚರಿಯೆಂಬಂತೆ ಬದಲಾಗಿತ್ತು. ಎಲ್ಲದಕ್ಕಿಂತಲೂ ಮೇಲಾಗಿ ನಾನು ಇವುಗಳೆಲ್ಲವನ್ನೂ ಬಲು ಉತ್ಸಾಹದಿಂದಲೇ ಅಪ್ಪಿಕೊಂಡಿದ್ದೆ. ಅಂತೂ 'ಆಜ್ ಕುಛ್ ತೂಫಾನಿ ಕರ್ತೇ ಹೇಂ' ಅನ್ನೋ ಮಾದರಿಯಲ್ಲಿ ನನ್ನ ವೀಜ್ ದಿನಗಳು ಕಳೆದುಹೋಗುತ್ತಿದ್ದವು ಎಂಬುದಂತೂ ಸತ್ಯ.

ಅಂಗೋಲಾದಲ್ಲಿ ದಿನಕಳೆದಂತೆ ಹೆಚ್ಚಾಗುತ್ತಿರುವ ಅಪರಾಧಗಳಿಗೂ ಕೂಡ ಅದರದ್ದೇ ಆದ ಹಿನ್ನೆಲೆಯಿದೆ. ಆದರೆ ಇವುಗಳು ಈಗ ಹಿನ್ನೆಲೆಗಷ್ಟೇ ಸೀಮಿತವಾಗಿರದೆ ತನ್ನ ಕಬಂಧಬಾಹುಗಳನ್ನು ಮೆಲ್ಲಗೆ ದೇಶದಾದ್ಯಂತ ವಿಸ್ತರಿಸಿ ಅಭಿವೃದ್ಧಿಯ ಪಥದಿಂದ ಮತ್ತಷ್ಟು ದೂರ ಕೊಂಡೊಯ್ಯುವಷ್ಟು ಭಯಾನಕವಾಗಿ ಕಾಣುತ್ತಿವೆ. 1975ರಲ್ಲಿ ಅಂಗೋಲಾ ಪೋರ್ಚುಗೀಸರ ಹಿಡಿತದಿಂದ ಮುಕ್ತವಾಗಿ ಸ್ವತಂತ್ರ ಗಣರಾಜ್ಯವಾದಾಗ ಅಂಗೋಲಾದ ಪ್ರಥಮ ರಾಷ್ಟ್ರಪತಿಯಾಗಿ ದೇಶವನ್ನು ಮುನ್ನಡೆಸಿದವರು ದಿವಂಗತ ಆಗಸ್ಟಿನೋ ನೇಟೋ. ಮುಂದೆ 1979ರಲ್ಲಿ ನೇಟೋರ ನಿಧನದ ನಂತರ ದೇಶದ ಪ್ರಥಮ ಪ್ರಜೆಯಾಗಿ ಜೋಸ್ ಈಕ್ವಡೋರ್ಸ್ ದುಸ್ ಸಾಂತುಸ್ ಉತ್ತರಾಧಿಕಾರಿಯಾಗುತ್ತಾರೆ. ಹೀಗೆ 1979ರಲ್ಲಿ ನೇಟೋರ ಉತ್ತರಾಧಿಕಾರಿಯಾಗಿ ಬಂದ ಜೋಸ್ ಸಾಂತುಸ್ ತಮ್ಮ ಸಿಂಹಾಸನದಿಂದ ಕೆಳಗಿಳಿದಿದ್ದು 2017 ರಲ್ಲೇ. ಅಂದರೆ ಜೋಸ್ ಸಾಂತುಸ್ ಬರೋಬ್ಬರಿ ಮೂವತ್ತೆಂಟು ವರ್ಷಗಳ ಕಾಲ ಅಂಗೋಲಾದ ರಾಷ್ಟ್ರಪತಿಯಾಗಿ ಅಧಿಕಾರದ ಗದ್ದುಗೆಯಲ್ಲಿ ಭದ್ರವಾಗಿ ಕುಳಿತಿದ್ದರು.

ಈ ನಡುವೆ ಅಂಗೋಲಾದ ನೆಲದಲ್ಲಿ ಬಹಳಷ್ಟು ಬೆಳವಣಿಗೆಗಳೂ ಕೂಡ ಆದವು ಅನ್ನಿ. 1975 ರಿಂದ 2002ರ ನಡುವೆ ನಡೆದ ಆಂತರಿಕ ಯುದ್ಧದಲ್ಲಿ ಇಡೀ ದೇಶವೇ ನಲುಗಿಹೋಯಿತು. ದೇಶದಾದ್ಯಂತ ನಡೆದ ಭೀಕರ ಹಿಂಸಾಚಾರ, ಗಲಭೆಗಳಲ್ಲಿ ಲಕ್ಷಗಟ್ಟಲೆ ಜನರು ದಾರುಣವಾಗಿ ಸತ್ತರೆ ಅದೆಷ್ಟೋ ಜನ ತಮ್ಮ ಪ್ರೀತಿಪಾತ್ರರನ್ನು ಯುದ್ಧ, ಹಸಿವು,

ಖಾಯಿಲೆ ಇತ್ಯಾದಿ ಕಾರಣಗಳಿಂದಾಗಿ ಕಳೆದುಕೊಂಡರು. ಲೆಕ್ಕವಿಲ್ಲದಷ್ಟು ನೆಲಬಾಂಬುಗಳು ಅದೆಷ್ಟೋ ಜನರನ್ನು ಶಾಶ್ವತ ಅಂಗವಿಕಲರನ್ನಾಗಿಸಿದವು (ದಕ್ಷಿಣ ಅಂಗೋಲಾದ ಹಲವು ಪ್ರದೇಶಗಳಲ್ಲಿ ಇಂದಿಗೂ ಜೀವಂತ ನೆಲಬಾಂಬುಗಳಿವೆ. ಅವುಗಳನ್ನು ನಿಷ್ಕ್ರಿಯಗೊಳಿಸುವ ಕೆಲಸಗಳು ಇಂದಿಗೂ ನಡೆಯುತ್ತಿವೆ). ಆಂತರಿಕ ಯುದ್ಧದ ಸಮಯದಲ್ಲಿ ಅಂಗೋಲಾದ ವಾರ್ಷಿಕ ಆಯವ್ಯಯದ ಬಹಳಷ್ಟು ಪಾಲು ಸೋರಿಹೋಗಿದ್ದು ಶಸ್ತ್ರಾಸ್ತ್ರಗಳ ಖರೀದಿಯಲ್ಲಿ. ಹೀಗೆ ಆಂತರಿಕ ಯುದ್ಧವು ಒಂದು ರೀತಿಯಲ್ಲಿ ಇಡೀ ದೇಶವನ್ನೇ ಬರೋಬ್ಬರಿ ನೂರು ವರ್ಷಗಳ ಕಾಲ ಹಿಂದಕ್ಕೆ ತಳ್ಳಿಬಿಟ್ಟಿತು. ಪೋರ್ಚುಗೀಸರ ಕಾಲದಲ್ಲಿದ್ದ ಹಲವು ಸರಕಾರಿ ಕಟ್ಟಡಗಳು ನೆಲಸಮವಾದವು. ಶಾಲೆಗಳು, ಆಸ್ಪತ್ರೆಗಳನ್ನೂ ಸೇರಿದಂತೆ ಮೂಲಭೂತ ಅವಶ್ಯಕತೆಗಳನ್ನು ಪೋಷಿಸುತ್ತಿದ್ದ ಅದೆಷ್ಟೋ ಮೂಲಸೌಕರ್ಯಗಳು ಅಕ್ಷರಶಃ ನಾಶವಾದವು. ಒಂದು ಕಾಲದಲ್ಲಿ ಕಾಫಿಯನ್ನು ರಫ್ತು ಮಾಡುವ ಪ್ರಮುಖ ರಾಷ್ಟ್ರಗಳಲ್ಲಿ ಒಂದಾಗಿದ್ದ ಅಂಗೋಲಾ ಕ್ರಮೇಣ ತೆರೆಮರೆಗೆ ಸರಿದುಹೋಯಿತು. ಒಟ್ಟಾರೆಯಾಗಿ ದೇಶದ ಆರ್ಥಿಕತೆಯು ಹಳ್ಳಹಿಡಿದುಹೋಯಿತು.

ಆಂತರಿಕ ಯುದ್ಧದ ನಂತರವೂ ಕೂಡ ಅಂಗೋಲಾ ಹೇಳಿಕೊಳ್ಳುವಂತಹ ಅಭಿವೃದ್ಧಿಯನ್ನೇನೂ ಸಾಧಿಸಲಿಲ್ಲ. ದೇಶದ ಸಂಪತ್ತಿನ ಪ್ರಮುಖ ಮೂಲಗಳಾದ ತೈಲ, ವಜ್ರ ಇತ್ಯಾದಿಗಳ ಮೇಲೆಯೇ ಆರ್ಥಿಕತೆಯು ಅವಲಂಬಿತವಾಗಿತ್ತು. ರಾಜಧಾನಿಯಾದ ಲುವಾಂಡಾ ಸೇರಿದಂತೆ ನಾಲ್ಕೈದು ಶಹರಗಳನ್ನು ಬಿಟ್ಟರೆ ಬೇರ್ಯಾವ ಪ್ರದೇಶಗಳಿಗೂ ಕೂಡ ಅಭಿವೃದ್ಧಿಯು ನಸೀಬಾಗಲಿಲ್ಲ. ತಮ್ಮ ಮೂವತ್ತೆಂಟು ವರ್ಷಗಳ ಅಧಿಕಾರಾವಧಿಯಲ್ಲಿ ಜೋಸ್ ಸಾಂತುಸ್ ತಮ್ಮ ಓರಗೆಯವರನ್ನೆಲ್ಲಾ ಆಯಕಟ್ಟಿನ ಸ್ಥಳಗಳಲ್ಲಿ ಕೂರಿಸಿಬಿಟ್ಟಿದ್ದರು. ಬ್ಯಾಂಕಿಂಗ್, ತೈಲೋದ್ಯಮ, ಮಾಧ್ಯಮ, ಟೆಲಿಕಾಂ, ಸೂಪರ್ ಮಾರ್ಕೆಟ್ ಇತ್ಯಾದಿಗಳೆಲ್ಲವೂ ರಾಷ್ಟ್ರಾಧ್ಯಕ್ಷರ ಕುಟುಂಬದ ಬಿಗಿಹಿಡಿತಕ್ಕೊಳಪಟ್ಟು ಹೊರಗಿನ ಎಲ್ಲಾ ವ್ಯಾಪಾರಿ ಶಕ್ತಿಗಳ ಪ್ರವೇಶಕ್ಕೆ ದ್ವಾರಗಳು ಶಾಶ್ವತವಾಗಿ ಮುಚ್ಚಿಹೋದವು. ದೇಶದ ಬೃಹತ್ ಉದ್ಯಮಗಳ ಸಿಂಹಪಾಲು ಶೇರುಗಳು ಸಾಂತುಸ್‌ರ ಕುಟುಂಬದ ಸದಸ್ಯರ ಕೈಗಳಲ್ಲೇ ಉಳಿದುಬಿಟ್ಟವು. ದುರಾಡಳಿತ, ಮಿತಿಮೀರಿದ ಭ್ರಷ್ಟಾಚಾರವನ್ನೂ ಸೇರಿದಂತೆ ಹಲವು ವಿಷಯಗಳಲ್ಲಿ ಅಂಗೋಲಾಗೆ ಜಾಗತಿಕ ಮಟ್ಟದಲ್ಲಾದ ಮುಜುಗರಗಳು ಅಷ್ಟಿಷ್ಟಲ್ಲ. 2015ರ ಡಿಸೆಂಬರ್‌ನಲ್ಲಿ ಜೋಸ್ ಸಾಂತುಸ್‌ರ ಕುಟುಂಬದ ಅಧೀನದಲ್ಲಿರುವ ಯೂನಿಟೆಲ್ ಸಂಸ್ಥೆಯು ಆಯೋಜಿಸಿದ್ದ ಕ್ರಿಸ್ಮಸ್ ಹಬ್ಬದ ಪ್ರಯುಕ್ತದ ಸಂಗೀತ ಸಂಜೆಯೊಂದರಲ್ಲಿ ಖ್ಯಾತ ರ್‍ಯಾಪ್ ಗಾಯಕಿ ನಿಕ್ಕಿ ಮಿನಾಝ್ ರನ್ನು ಆಹ್ವಾನಿಸಲಾಗಿತ್ತು. ಈ ಸಂಗೀತ ಸಂಜೆಗಾಗಿ ನಿಕ್ಕಿಯವರಿಗೆ ಬರೋಬ್ಬರಿ 2 ಮಿಲಿಯನ್ ಡಾಲರ್‌ಗಳ ಬೃಹತ್ ಮೊತ್ತವನ್ನು ಸಂಭಾವನೆಯಾಗಿ ಜೋಸ್ ಸಾಂತುಸ್ ನೀಡಿದ ಬಗ್ಗೆ ಜಗತ್ತಿನಾದ್ಯಂತ ಟೀಕೆಗಳು ವ್ಯಕ್ತವಾದವು. ಅಂದಹಾಗೆ ಜೋಸ್ ಸಾಂತುಸ್‌ರ ಪುತ್ರಿಯಾದ ಇಸಾಬೆಲ್ ಸಾಂತುಸ್ ಆಫ್ರಿಕಾದ ಅತ್ಯಂತ ಶ್ರೀಮಂತ ಮಹಿಳೆಯೂ ಹೌದು.

ಸಂಪತ್ತಿನ ಹಂಚಿಕೆಯೆಂಬುದು ಅಂಗೋಲಾದಲ್ಲಿ ಅದೆಷ್ಟು ಅಸಮವಾಗಿದೆಯೆಂದರೆ ಅಂಗೋಲಾದಲ್ಲಿ ಇಂದಿಗೂ ಮಧ್ಯಮವರ್ಗವನ್ನು ಕಾಣುವುದು ಕಷ್ಟ. ಇಲ್ಲಿರುವುದು ಒಂದೋ ವಿಲಾಸಿ ಜೀವನವನ್ನು ನಡೆಸುತ್ತಿರುವ, ಲುವಾಂಡಾದಂತಹ ನಗರಗಳಲ್ಲಿ ಬೀಡುಬಿಟ್ಟಿರುವ

ಕೋಟ್ಯಾಧಿಪತಿಗಳು. ಇಲ್ಲವೇ ಬಡತನದಲ್ಲೇ ಹೇಗೋ ದಿನತಳ್ಳುತ್ತಿರುವವರು. ಶಿಕ್ಷಣ, ಆರೋಗ್ಯ ಮತ್ತು ಉದ್ಯೋಗಕ್ಷೇತ್ರಗಳಲ್ಲಿ ಅಂಗೋಲಾದ ಆಮೆಗತಿಯ ಅಭಿವೃದ್ಧಿಯು ಒಟ್ಟಾರೆಯಾಗಿ ದೇಶದ ಯುವಜನತೆಯ ಭವಿಷ್ಯದೊಂದಿಗೆ ಭಯಾನಕ ಆಟವನ್ನು ಆಡುತ್ತಿದೆ. ವೀಜ್ ಹಳ್ಳಿಯೊಂದನ್ನೇ ಗಮನಿಸಿದರೂ ಬಹಳಷ್ಟು ಮಂದಿ ನನ್ನ ಬಳಿ ಬಂದು ಏನಾದರೂ ಉದ್ಯೋಗಾವಕಾಶಗಳಿದ್ದರೆ ಹೇಳಿ ಎಂದು ಗೋಗರೆಯುತ್ತಿದ್ದ ದೃಷ್ಟಾಂತಗಳು ಸಾಕಷ್ಟಿವೆ. ಆರ್ಥಿಕ ಸಂಕಷ್ಟದಲ್ಲಿರುವ ಅಂಗೋಲಾದ ಬಹುಪಾಲು ಯುವಜನತೆಯು ಒಂದು ಕಡೆ ಉತ್ತಮ ಶಿಕ್ಷಣವನ್ನು ಪಡೆಯಲು ಇತರ ದೇಶಗಳತ್ತ ಹೋಗಲೂ ಆಗದೆ, ಇತ್ತ ಇಲ್ಲೂ ಉದ್ಧಾರವಾಗದೆ ತ್ರಿಶಂಕುಸ್ಥಿತಿಯಲ್ಲಿ ಒದ್ದಾಡುತ್ತಿದೆ. ಈ ನೆಲವನ್ನು ಬಿಟ್ಟರೇನೇ ನನಗೊಂದು ಉತ್ತಮ ಭವಿಷ್ಯ ಸಿಗಬಹುದು ಎಂಬ ನಿರೀಕ್ಷೆ ಅವರದ್ದು. ದೇಶದ ಭವಿಷ್ಯವಾಗಬೇಕಾದ ಪೀಳಿಗೆಯೊಂದು'ಹೇಗಾದರೂ ಮಾಡಿ ಇಲ್ಲಿಂದ ತಪ್ಪಿಸಿಕೊಂಡು ಹೋದರೆ ಸಾಕು' ಎಂಬ ಭಾವನೆಗಳೊಂದಿಗೆ ಬದುಕುತ್ತಿದ್ದರೆ ವ್ಯವಸ್ಥೆಯು ಚಲಾಯಿಸುತ್ತಿರುವುದು ದೇಶವನ್ನಲ್ಲ, ಒಂದು ತೆರೆದ ಕಾರಾಗೃಹವನ್ನಷ್ಟೇ ಎಂದು ವಿಷಾದದಿಂದ ಹೇಳಲೇಬೇಕಾಗುತ್ತದೆ. ಬಹುಷಃ ಇದಕ್ಕಿಂತ ದುರಾದೃಷ್ಟಕರ ಸ್ಥಿತಿಯು ದೇಶವೊಂದಕ್ಕೆ ಇನ್ನೇನೂ ಇರಲಿಕ್ಕಿಲ್ಲ.

ಹೀಗೆ ಕುಸಿದ ಉದ್ಯೋವಕಾಶಗಳೊಂದಿಗೆ ಅಪರಾಧಗಳ ಪ್ರಮಾಣವೂ ಕೂಡ ಅಂಗೋಲಾದಲ್ಲಿ ಬೆಳೆಯುತ್ತಾ ಹೋಗಿದೆ. ಸ್ಥಳೀಯರು, ವಿದೇಶೀಯರೆಂಬ ಬೇಧವಿಲ್ಲದೆ ಎಲ್ಲರೂ ಕೂಡ ಸದಾ ಕಾಲ ಜಾಗೃತ ಸ್ಥಿತಿಯಲ್ಲೇ ಬದುಕಬೇಕಾದ ಪರಿಸ್ಥಿತಿಯು ಕಳೆದೊಂದು ದಶಕಗಳಿಂದ ಹೆಚ್ಚಾಗಿಬಿಟ್ಟಿದೆ. ಲುವಾಂಡಾದಂತಹ ಜನನಿಬಿಡ ಮಹಾನಗರಿಯೂ ಕೂಡ ಸೂರ್ಯಾಸ್ತದ ನಂತರ ಅಪಾಯಕಾರಿ ಜಾಗವಾಗಿ ಬದಲಾಗುತ್ತದೆ. ನನ್ನಂತಹ ವಿದೇಶೀಯರು ಹಾಡಹಗಲಿನಲ್ಲೂ ಮೈಯೆಲ್ಲಾ ಕಣ್ಣಾಗಿ ತಮ್ಮ ಚಿಕ್ಕಪುಟ್ಟ ವರ್ತನೆಗಳನ್ನೂ, ನಡೆಗಳನ್ನೂ ಲೆಕ್ಕಾಚಾರದ ಸಮೇತ ಇಡುತ್ತಾರೆ. ಇನ್ನು ವಿದೇಶೀಯರು, ಶ್ರೀಮಂತರು, ರಾಜಕೀಯ ಧುರೀಣರು, ರಾಜತಾಂತ್ರಿಕರು... ಹೀಗೆ ಮೇಲ್ವರ್ಗದ ಜನರನ್ನೇ ಹೊಂದಿರುವ ರಾಜಧಾನಿಯಾದ ಲುವಾಂಡಾದಲ್ಲಿ ಬಿಡುಗಡೆಯ ಭಾರೀ ಮೊತ್ತಕ್ಕಾಗಿ ನಡೆಸಲಾಗುತ್ತಿರುವ ಅಪಹರಣ ಪ್ರಕರಣಗಳು ಹೆಚ್ಚಿವೆ ಎಂದು ದಾಖಲೆಗಳು ಹೇಳುತ್ತಿವೆ.

ಇತರ ದೇಶಗಳಲ್ಲಿರುವ ವಿದೇಶಾಂಗ ಮಂತ್ರಾಲಯಕ್ಕೆ ಸರಿಸಮನಾಗಿರುವ ಅಮೇರಿಕಾದ Department of Statesನ ಅಧೀನದಲ್ಲಿರುವ OSAC (Overseas Security Advisory Council / OSAC) ವಿಶ್ವದ ವಿವಿಧ ಭಾಗಗಳಲ್ಲಿ ನೆಲೆಸಿರುವ ಅಮೆರಿಕನ್ ನಾಗರಿಕರ ಭದ್ರತೆಗಾಗಿ ಮತ್ತು ತತ್ಸಂಬಂಧಿ ಸಂವಹನಕ್ಕಾಗಿ ಸ್ಥಾಪಿಸಲ್ಪಟ್ಟ ಮಂಡಳಿ. 2017ರಲ್ಲಿ 'ಅಂಗೋಲಾದ ಅಪರಾಧ ಮತ್ತು ಸುರಕ್ಷತೆಯ ವರದಿ'ಯನ್ನು ಬಿಡುಗಡೆಗೊಳಿಸಿರುವ OSAC ತನ್ನ ವರದಿಯಲ್ಲಿ ಹೀಗೆಂದು ಸ್ಪಷ್ಟವಾಗಿ ದಾಖಲಿಸಿದೆ:

"ಅಂಗೋಲಾ ಪೊಲೀಸ್ ಇಲಾಖೆಯ ಅಧಿಕೃತ ದಾಖಲೆಗಳ ಪ್ರಕಾರ ಅಪರಾಧ ಪ್ರಕರಣಗಳು 2016ರಲ್ಲಿ ಏರಿಕೆಯಾಗಿದೆ. (ಅಮೆರಿಕನ್) ರಾಯಭಾರಿ ಕಛೇರಿಯು ಅಂಗೋಲಾದಲ್ಲಿ, ಅದರಲ್ಲೂ ರಾಜಧಾನಿಯಾದ ಲುವಾಂಡಾದಲ್ಲಿ ಬಿಡುಗಡೆಯ ಮೊತ್ತಕ್ಕಾಗಿ ಮಾಡಲಾಗುವ ಅಪಹರಣ ಪ್ರಕರಣಗಳಲ್ಲಿ ಗಣನೀಯವಾದ ಏರಿಕೆಯನ್ನು

ಗಮನಿಸಿದೆ. ಲುವಾಂಡಾದಲ್ಲಿ ನೆಲೆಸಿರುವ ವಿದೇಶೀಯರ ಪ್ರಮುಖ ಸಮಸ್ಯೆಯು ಇಂದಿಗೂ ಸುಲಿಗೆಯೇ ಆಗಿದೆ. ದಾಳಿ, ಕಾರು ಕಳವು ಇತ್ಯಾದಿಗಳಿಂದ ಶುರುವಾಗಿ ಕೊಲೆಯಂತಹ ಅಪರಾಧಗಳಲ್ಲಿ ಕೊನೆಯಾದ ಸಾಕಷ್ಟು ಪ್ರಕರಣಗಳು ಲುವಾಂಡಾದಲ್ಲಿ ದಾಖಲಾಗಿವೆ. ಕತ್ತಲಾದ ನಂತರ ಹಿಂಸೆಯ ಪ್ರಕರಣಗಳು ಹೆಚ್ಚು ಸಾಮಾನ್ಯವಾಗಿದ್ದರೂ, ದುಷ್ಕೃತ್ಯಗಳಿಗೆ ಬಲಿಯಾಗದಂತೆ ಹಗಲಿನ ಸಮಯದಲ್ಲೂ ಜಾಗೃತರಾಗಿರುವ ಅವಶ್ಯಕತೆ ಎಲ್ಲರಿಗೂ ಇದೆ. ಯಾವಾಗಲೂ ಗುಂಪುಗಳಲ್ಲೇ ಓಡಾಡಿರಿ ಮತ್ತು ತಮ್ಮ ಗುಂಪಿನಲ್ಲಿ ಒಬ್ಬರಾದರೂ ಪೋರ್ಚುಗೀಸ್ ಭಾಷೆಯನ್ನು ಮಾತನಾಡುವವರು ಇರುವಂತೆ ಖಂಡಿತ ನೋಡಿಕೊಳ್ಳಿ.

ನೀವು ನಿಮ್ಮ ನಿವಾಸಲ್ಲಿ ತಂಗಿದ್ದರೆ ಭದ್ರತಾ ಸಂಬಂಧಿ ಉಪಕರಣಗಳು ಮತ್ತು ವ್ಯವಸ್ಥಿತ ಬೀಗಗಳನ್ನು (ಸಾಧ್ಯವಾದರೆ ಡಬಲ್ ಲಾಕ್ ಬೀಗಗಳು) ನಿಮ್ಮ ಬಾಗಿಲುಗಳಿಗೆ ಮರೆಯದೆ ಅಳವಡಿಸಿಕೊಳ್ಳಿ. ನೀವು ತಂಗಿರುವ ಪ್ರದೇಶವು ಸುರಕ್ಷಿತವಾಗಿದ್ದರೆ ಮಲಗುವ ಮುನ್ನ ಬಾಗಿಲುಗಳನ್ನು ಭದ್ರವಾಗಿ ಮುಚ್ಚಿಕೊಳ್ಳಿ. ಸಂಶಯಾಸ್ಪದ ಸದ್ದುಗಳೇನಾದರೂ ಕೇಳಿಬಂದಲ್ಲಿ ಪರೀಕ್ಷಿಸಲು ಸ್ವತಃ ಹೋಗದೆ ನಿಮ್ಮ ಭದ್ರತಾ ಸಿಬ್ಬಂದಿ ಅಥವಾ ಇತರರ ಸಹಾಯವನ್ನು ಕೇಳಿ ಪಡೆದುಕೊಳ್ಳಿ. ಸಾಮಾನ್ಯವಾಗಿ ದಾಳಿಯನ್ನು ನಡೆಸುವ ಮುನ್ನ ಅಪರಾಧಿಗಳು ನಿಮ್ಮ ಬಗೆಗಿನ ಮಾಹಿತಿಗಳನ್ನು ಮತ್ತು ನಿಮ್ಮನ್ನು ಮುಂಚಿತವಾಗಿಯೇ ಸೂಕ್ಷ್ಮವಾಗಿ ಗಮನಿಸಿರುವ ಸಾಧ್ಯತೆಗಳಿರುವುದರಿಂದ ಮನೆಯಿಂದ ನಿರ್ಗಮಿಸುವ ಅಥವಾ ಆಗಮನದ ಸಮಯದಲ್ಲಿ ಸದಾ ಜಾಗೃತರಾಗಿರಿ. ಬಾಗಿಲನ್ನು ತೆರೆಯುವ ಮುನ್ನ peep hole (ಬಂದವರ್ಯಾರೆಂದು ನೋಡಲು ಬಾಗಿಲಿಗೆ ಅಳವಡಿಸಲಾಗುವ ಚಿಕ್ಕ ರಂಧ್ರ)ನಿಂದ ಪರೀಕ್ಷಿಸಿಯೇ ಬಾಗಿಲು ತೆರೆಯಿರಿ. ಮನೆಯ ಕೀಲಿಕೈಗಳು ಸುರಕ್ಷಿತ ಜಾಗದಲ್ಲಿರಲಿ. ದುಬಾರಿ ವಸ್ತುಗಳು ಅತ್ತಿತ್ತ ಬಿದ್ದುಕೊಂಡಿರದಂತೆ ನೋಡಿಕೊಳ್ಳಿ. ನೀವು ಮನೆಬಿಟ್ಟು ಎಲ್ಲಿಗಾದರೂ ತೆರಳುವುದಾದರೆ ನಿಮ್ಮ ಅಮೂಲ್ಯ ವಸ್ತುಗಳನ್ನು ಮೊದಲೇ ಸುರಕ್ಷಿತ ಜಾಗದಲ್ಲಿರಿಸಿ ಹೊರಡಿ. ಪ್ರವೇಶ ನಿರ್ಬಂಧದ ಕೋಣೆಗಳೇನಾದರೂ ಇದ್ದರೆ ಅವುಗಳಿಗೆ ಬೀಗ ಜಡಿದು ಕೀಲಿಗಳನ್ನು ಸುರಕ್ಷಿತ ಜಾಗದಲ್ಲಿಟ್ಟುಬಿಡಿ. ಚಾಲಕರು, ಭದ್ರತಾ ಸಿಬ್ಬಂದಿಗಳು, ಮನೆಕೆಲಸಗಳ ಸಿಬ್ಬಂದಿಗಳನ್ನು ನೇಮಿಸುವಾಗ ಅವರ ಪೂರ್ವಾಪರಗಳನ್ನು ಸಮರ್ಪಕವಾಗಿ ತಿಳಿದುಕೊಳ್ಳಿ. ಆಗಂತುಕರಿಂದ ಚಿಕ್ಕಪುಟ್ಟ ಸಹಾಯಗಳನ್ನು ಪಡೆಯುವ ಅಭ್ಯಾಸದಿಂದ ಆದಷ್ಟು ದೂರವಿರಿ. ಸಿಬ್ಬಂದಿಗಳ ಆಗಮನದ ಮುನ್ನ ನಿಮಗೆ ಸೂಚನೆಗಳು ತಪ್ಪದೇ ಸಿಗಬೇಕು ಎಂಬುದು ನೆನಪಿರಲಿ. ಅವರ ಚಟುವಟಿಕೆಗಳು ನಿಮ್ಮ ಅವಗಾಹನೆಯಲ್ಲಿರಲಿ. ಸಾಧ್ಯವಾದಷ್ಟು ಮಟ್ಟಿಗೆ ನಿಮ್ಮ ಅಮೂಲ್ಯ ವಸ್ತುಗಳು ಅವರ ಕಣ್ಣಿಗೆ ಬೀಳದಂತೆ ಗಮನಹರಿಸಿ. ನೀವು ಯಾರೊಂದಿಗೆ ಯಾವ ವಿಷಯಗಳನ್ನು ಚರ್ಚಿಸುತ್ತಿದ್ದೀರಿ ಎಂಬ ಬಗ್ಗೆ ನಿಮಗೆ ಗಮನವಿರಲಿ".

ಇಷ್ಟಕ್ಕೇ ನಿಲ್ಲದ ಈ ವರದಿಯು ಅಂಗೋಲನ್ ಪೊಲೀಸ್ ಇಲಾಖೆಯು'ಸೀಮಿತ' ತರಬೇತಿ ಮತ್ತು ಸಂಪನ್ಮೂಲಗಳನ್ನು ಹೊಂದಿರುವುದರ ಬಗ್ಗೆ ಉಲ್ಲೇಖಿಸುವುದಲ್ಲದೆ ಇಲಾಖೆಯಲ್ಲಿರುವ ವ್ಯಾಪಕ ಭ್ರಷ್ಟಾಚಾರವನ್ನೂ ಕೂಡ ಹೆಚ್ಚುತ್ತಿರುವ ಅಪರಾಧಗಳಿಗೆ ಹೊಣೆಯಾಗಿಸಿದೆ. "ಅಪರಾಧಗಳ ಬಗೆಗಿನ ಸೂಚನೆಗಳಿಗೆ, ದೂರುಗಳಿಗೆ, ಸಹಾಯದ ವಿನಂತಿಗಳಿಗೆ ಇಲಾಖೆಯು ಪರಿಣಾಮಕಾರಿಯಾಗಿ ಸ್ಪಂದಿಸುತ್ತಿಲ್ಲ. ಇಂಗ್ಲಿಷ್ ಭಾಷೆಯ

ಬಳಕೆಯು ಬಹಳ ಕಮ್ಮಿಯಿದೆ. ಪೊಲೀಸರೊಂದಿಗೆ ವಾದವಿವಾದಗಳಾಗದಂತೆ, ಜಗಳಗಳಾಗದಂತೆ ಸಾಧ್ಯವಾದಷ್ಟು ನೋಡಿಕೊಳ್ಳಿ", ಎಂದು ಈ ವರದಿಯು ಅಂಗೋಲಾದಲ್ಲಿ ನೆಲೆಸಿರುವ ಅಮೆರಿಕನ್ನರನ್ನು ಎಚ್ಚರಿಸಿದೆ.

ಈ ವರದಿಯನ್ನು ಓದುತ್ತಿದ್ದಾಗ ಒಮ್ಮೆ ನನ್ನೊಂದಿಗೆ ನಡೆದಿದ್ದ ಘಟನೆಯೊಂದು ಥಟ್ಟನೆ ನೆನಪಾಯಿತು. ತನ್ನ ಪಾಡಿಗೆ ತಾನು ಸಾಗುತ್ತಿದ್ದ ನಮ್ಮ ವಾಹನವನ್ನು ಪೊಲೀಸರ ವಾಹನವೊಂದು ಮಾರ್ಗಮಧ್ಯದಲ್ಲಿ ಏಕಾಏಕಿ ತಡೆದು ನಿಲ್ಲಿಸಿತ್ತು. ಕಡುನೀಲಿ ಸಮವಸ್ತ್ರ ಧರಿಸಿದ್ದ, ಶಸ್ತ್ರಧಾರಿಗಳಾಗಿದ್ದ ಲಗುಬಗೆಯಿಂದ ಇಳಿದ ಆರೇಳು ಪೊಲೀಸರು ನನ್ನ ಕಾರುಚಾಲಕನೊಂದಿಗೆ ಪೋರ್ಚುಗೀಸ್ ಭಾಷೆಯಲ್ಲಿ ಅದೇನೋ ಮಾತನಾಡಿ ಮತ್ತೆ ಬಂದ ವೇಗದಲ್ಲೇ ಮರೆಯಾಗಿದ್ದರು. ಆ ದಿನ ದುಭಾಷಿಯು ನನ್ನೊಂದಿಗಿರದಿದ್ದ ಪರಿಣಾಮವಾಗಿ ಅಂದು ಏನಾಯಿತೆಂದು ನನಗೆ ಮರುದಿನವೇ ತಿಳಿದುಕೊಳ್ಳಬೇಕಾಯಿತು. ಅಷ್ಟಕ್ಕೂ ಆಗಿದ್ದೇನೆಂದರೆ ಯಾವನೋ ಅಪರಾಧಿಯೊಬ್ಬನನ್ನು ಬೆನ್ನಟ್ಟಿದ್ದ ಪೊಲೀಸರಿಗೆ ಈಗ ಅಚಾನಕ್ಕಾಗಿ ಹೊಸ ವಾಹನವೊಂದು ಬೇಕಿತ್ತು. ಅವರಿದ್ದ ವಾಹನದಲ್ಲಿ ಅದೇನೋ ಸಮಸ್ಯೆಯಂತೆ. ಹೀಗಾಗಿ ನಮ್ಮ ಮಜ್ದಾ ಕಾರನ್ನು ಮಾರ್ಗಮಧ್ಯದಲ್ಲೇ ತಡೆದು ನಿಮ್ಮ ವಾಹನವನ್ನು ಅರ್ಧದಿನದ ಮಟ್ಟಿಗೆ ಕೊಡಲಾಗುವುದೇ ಎಂದು ವಿಚಾರಿಸಿದ್ದಾರೆ. ಈಗ ಕಾರಿನಿಂದಿಳಿದರೆ ರಸ್ತೆಯಲ್ಲೇ ಉಳಿದುಹೋಗುತ್ತೇವೆ ಎಂಬ ಆತಂಕದಿಂದ ನನ್ನ ಕಾರು ಚಾಲಕ ಪೊಲೀಸರ ವಿನಂತಿಯನ್ನು ಸೌಜನ್ಯದಿಂದಲೇ ತಿರಸ್ಕರಿಸಿದ್ದಾನೆ (ದುಭಾಷಿಯ ಅನುಪಸ್ಥಿತಿಯಿಂದಾಗಿ ನನ್ನೊಂದಿಗೆ ನಿರ್ಜನ ಬೀದಿಗಿಳಿಯುವ ಧೈರ್ಯವನ್ನು ನನ್ನ ಕಾರುಚಾಲಕ ಮಾಡಿರಲಿಲ್ಲ). ನಮ್ಮ ಪುಣ್ಯವೋ ಎಂಬಂತೆ ಪೊಲೀಸರು ಯಾವ ಒತ್ತಡವನ್ನೂ ನಮ್ಮ ಮೇಲೆ ಹೇರದೆ ಸುಮ್ಮನೆ ಮುನ್ನಡೆದಿದ್ದಾರೆ. ಬದುಕಿದೆಯಾ ಬಡಜೀವವೇ ಎಂಬ ನಿರಾಳತೆಯೊಂದಿಗೆ ನನ್ನ ಕಾರುಚಾಲಕ ಆದಷ್ಟು ಬೇಗ ಕಾರನ್ನು ಚಲಾಯಿಸಿ ನನ್ನನ್ನು ಮನೆ ತಲುಪಿಸಿದ್ದಾನೆ. ಇತ್ತ ನಾನು ಏನೊಂದೂ ತಿಳಿಯದೆ ಈ ಎಲ್ಲಾ ಬೆಳವಣಿಗೆಗಳನ್ನೂ ಸುಮ್ಮನೆ ಪಿಳಿಪಿಳಿ ಕಣ್ಣುಬಿಡುತ್ತಾ ನೋಡಿದ್ದೇನೆ.

ಎಲ್ಲಾ ವಿದೇಶ ಪ್ರಯಾಣಗಳೂ ಕೂಡ ಅಂದುಕೊಂಡಷ್ಟು ಸುಗಮವಾಗಿರುವುದಿಲ್ಲ. ಅದರಲ್ಲೂ ಆಫ್ರಿಕಾದಲ್ಲಾಗುವ ಅನುಭವಗಳೇ ವಿಚಿತ್ರವಾಗಿರುತ್ತವೆ. ಅಂಗೋಲಾದ ಜೀವನವನ್ನು ನಾನು 'Routine Adventure' (ಪ್ರತಿನಿತ್ಯದ ಸಾಹಸ) ಎಂದು ಕರೆಯುವುದು ಈ ಕಾರಣಕ್ಕಾಗಿಯೇ!

"**ಎ**ಲ್ಲಿ ಹೋಗಿದ್ರಿ ನೀವು? ನಿಮ್ಮನ್ನು ಹುಡುಕಿ ಹುಡುಕಿ ಸಾಕಾಗಿಹೋಯಿತು. ಇಂದಿನಿಂದ ನೀವು ಎಲ್ಲೂ ಒಬ್ಬೊಬ್ಬರೇ ಹೋಗುವಂತಿಲ್ಲ", ಎಂದು ಅಂದು ದೃಢವಾಗಿ ಹೇಳಿದ ನನ್ನ ದುಭಾಷಿ ಮಹಾಶಯ ಮಿಗೆಲ್ ಎಂಬೋಸೋ.

ಎಲ್ಲೂ ಒಬ್ಬೊಬ್ಬನೇ ಹೋಗುವುದಕ್ಕಿಲ್ಲ ಎಂದರೆ? ನಾನು ಗಂಭೀರವಾಗಿ ಯೋಚಿಸಿದೆ! ಕಳೆದ ಏಳು ವರ್ಷಗಳಿಂದ ನನ್ನ ಬಹುಪಾಲು ತಿರುಗಾಟಗಳು ಏಕಾಂಗಿಯಾಗಿಯೇ ಆಗಿವೆ. ಆಫ್ರಿಕಾದ ಅಂಗೋಲಾಕ್ಕೆ ಬಂದ ನಂತರವೂ ನನ್ನ ಹರಕುಮುರುಕು ಪೋರ್ಚುಗೀಸ್ ಭಾಷೆಯನ್ನು ಅವಲಂಬಿಸಿಕೊಂಡು ದುಭಾಷಿಯ ಅನುಪಸ್ಥಿತಿಯಲ್ಲೂ ಒಬ್ಬನೇ ನಾನು ಪ್ರಯಾಣಿಸಿದ್ದೇನೆ. ದಿನಕ್ಕೆ ಬರೋಬ್ಬರಿ ಏಳು ಘಂಟೆಗಳನ್ನು ರಸ್ತೆ ಮಾರ್ಗದಲ್ಲಿ ಕಳೆದರೂ ವಸತಿಗೃಹವನ್ನು ತಲುಪಿದಾಕ್ಷಣ ತಂದ ಬ್ಯಾಗುಗಳನ್ನು ಮೂಲೆಗೆಸೆದು ನಾನು ಮತ್ತೆ 'ಊರು ಸುತ್ತಲು' ಹೊರಟುಬಿಡುತ್ತಿದ್ದೆ. "ಅವರಿಗೇನು? ಆರಾಮಾಗಿ ಕುಳಿತು ಪುಢಾರಿಯಂತೆ ಆದೇಶ ನೀಡುತ್ತಾರೆ. ಆದರೆ ಡ್ರೈವ್ ಮಾಡಬೇಕಾಗಿರುವುದು ನಾವಲ್ಲವೇ? ಈಯಪ್ಪನಿಂದಾಗಿ ನಮಗೂ ತಿರುಗಾಟದ ಕಾಟ ತಪ್ಪಿದ್ದಿಲ್ಲ", ಎಂದು ಕೆಲ ಕಾರುಚಾಲಕರು ನನ್ನ ಬೆನ್ನ ಹಿಂದೆ ದೂರಿದ್ದೂ ಇದೆಯಂತೆ. ಇಂತಿಪ್ಪ ಅಲೆಮಾರಿಗೆ ಇಂದಿನಿಂದ ನೀವು ಹೀಗೆ ಒಬ್ಬೊಬ್ಬರೇ ಎದ್ದು ಹೋಗುವಂತಿಲ್ಲ ಎಂದುಬಿಟ್ಟರೆ?

ನನ್ನ ದುಭಾಷಿ ಮಹಾಶಯ ಮಿಗೆಲ್ ಎಂಬೋಸೋ ನನ್ನನ್ನು ಗೃಹಬಂಧನದಲ್ಲೇನೂ ಕೂಡಿಹಾಕಿರಲಿಲ್ಲ. ಆತನ ಕಾಳಜಿಯು ಸಹಜವಾಗಿತ್ತು. "ಇವರ ರಕ್ಷಣೆ ನಿನ್ನ ಜವಾಬ್ದಾರಿ", ಎಂದು ಅವನ ಮೇಲಧಿಕಾರಿಗಳು ಅವನಿಗೆ ಹೇಳಿದ್ದಿರಬಹುದು. ಹೀಗಾಗಿ ಮೈಯೆಲ್ಲಾ ಕಣ್ಣಾಗಿ ನನ್ನ ಚಲನವಲನಗಳ ಮೇಲೆ ಆತ ಒಂದು ಕಣ್ಣಿಟ್ಟಿದ್ದ. ಆದರೆ ನಾವಿಬ್ಬರೂ ಒಂದೇ ವಯಸ್ಸಿನವರಾಗಿರುವುದರಿಂದ ಕೊಂಚ ಹುಡುಗುಬುದ್ಧಿಯ ಕಪಿಚೇಷ್ಟೆಗಳೂ ಕೂಡ ಜೊತೆಜೊತೆಗೇ ನಡೆಯುತ್ತಿದ್ದವು. ಇಂಥದ್ದೇ ಒಂದು ಸಾಧಾರಣ ಸಂಜೆಯಲ್ಲಿ ನಾವಿಬ್ಬರೂ ನಮ್ಮ ವಸತಿಗೃಹದೆದುರಿಗಿದ್ದ ಶಾಪಿಂಗ್ ಮಾಲ್ ಒಂದಕ್ಕೆ ಖರೀದಿಗೆಂದು ಹೊರಟಿದ್ದೆವು. ಆಗ ಮಾರ್ಗಮಧ್ಯದಲ್ಲಿ ನಾಲ್ಕೈದು ತರುಣರ ಚಿಕ್ಕ ಗುಂಪೊಂದು ಏನೋ ಬಿಸಿಬಿಸಿ ವಾಗ್ವಾದ ಗಳನ್ನು ನಡೆಸುತ್ತಿರುವುದನ್ನು ನಾವು ನೋಡಿದ್ದೆವೆ. ಆದರೆ ಸಂಶಯಾಸ್ಪದ ಸುಳಿವುಗಳೇನೂ ಇರದ ಪರಿಣಾಮವಾಗಿ ನಾವಿಬ್ಬರೂ ಅವರನ್ನು ಹಾದು ಮುಂದೆ ನಡೆದಿದ್ದೆವೆ. ಆದರೆ ಇನ್ನೇನು ನಮ್ಮ ಬೆನ್ನ ಹಿಂದೆ ಆ ಗುಂಪು ಚದುರಿಹೋಗಲಿದೆ ಎನ್ನುವ ಘಳಿಗೆಯಲ್ಲಿ ಮಿಗೆಲ್ ಏಕಾಏಕಿ ನನ್ನ ಕೈಹಿಡಿದು ಮುಂದೆ ಹೋಗದಂತೆ ತಡೆದಿದ್ದಾನೆ. ಕೂಡಲೇ ಅಲ್ಲೊಂದು ಶೂಟೌಟ್ ಆಗುತ್ತಿರುವಂತೆ ನಾವು ನಿಂತ ಆ ಜಾಗದಲ್ಲೇ ಬಗ್ಗಿ ಕೂತಿದ್ದೆವೆ.

ಆದರೆ ಹಾಗೇನೂ ಆಗಿರಲಿಲ್ಲ. ಇದಾದ ಒಂದೆರಡು ನಿಮಿಷಗಳವರೆಗೂ ನಾವು ಹೀಗ್ಯಾಕೆ ಗರಬಡಿದವರಂತೆ ನಿಂತಲ್ಲೇ ಕುಸಿದೆವು ಎಂಬುದು ನನಗೆ ಅರ್ಥವಾಗಿರಲಿಲ್ಲ. ಏಕೆಂದರೆ ನಗರವು ಎಂದಿನಂತೆ ಶಾಂತವಾಗಿತ್ತು. ವಾಹನಗಳು ಯಥಾಪ್ರಕಾರ ಲಗುಬಗೆಯಿಂದ ಓಡಾಡುತ್ತಿದ್ದವು. ಆ ತರುಣರ ಗುಂಪನ್ನಂತೂ ನಾನು ಮರೆತೇಬಿಟ್ಟಿದ್ದೆ. "ಏನಾಯಿತು?", ನಾನು ಮೆಲ್ಲನೆ ಅವನ ಕಿವಿಯಲ್ಲಿ ಉಸುರಿದೆ. "ಅವರಲ್ಲೊಬ್ಬರ ಕೈಯಲ್ಲಿ ಪಿಸ್ತೂಲಿತ್ತು", ಎಂದು ಪಿಸುಗುಟ್ಟಿದ ಮಿಗೆಲ್. ಸುತ್ತಲೂ ಇದ್ದ ಬೀದಿ ದೀಪಗಳ ಪ್ರಕಾಶಕ್ಕೆ ಅವನ ಕಪ್ಪು ಹಣೆಯಲ್ಲಿ ಪುಟ್ಟ ಮಣಿಗಳಂತೆ ಸಾಲುಗಟ್ಟಿ ನಿಂತಿದ್ದ ಬೆವರ ಹನಿಗಳು ಮಂದವಾಗಿ ಹೊಳೆಯುತ್ತಿರುವ ನಕ್ಷತ್ರಗಳಂತೆ ನನಗಂದು ಕಂಡವು. ನಾನು ಸುಮ್ಮನೆ ಬೆಪ್ಪುತಕ್ಕಡಿಯಂತೆ ಅವನನ್ನು ನೋಡುತ್ತಲೇ ಇದ್ದೆ.

ಆ ಕತ್ತಲಿನಲ್ಲಿ ಅವನು ರಿವಾಲ್ವರ್ ಒಂದನ್ನು ಯಾರ ಕೈಯಲ್ಲಿ ಅದ್ಯಾವಾಗ, ಹೇಗೆ ನೋಡಿದನೋ ನನಗಂತೂ ತಿಳಿದಿಲ್ಲ. ಆ ಗುಂಪನ್ನು ನೋಡಿದ ಮರುಘಳಿಗೆಯಲ್ಲೇ ನಾನು ಆ ದೃಶ್ಯವನ್ನು ಮರೆತುಬಿಟ್ಟಿದ್ದೆ. ಆ ಮುಖಗಳು ಜನನಿಬಿಡ ಬೀದಿಯಲ್ಲಿ ಓಡಾಡುತ್ತಿದ್ದ ನೂರಾರು ಜನರ ನಡುವೆ ಬೆರೆತು ನನ್ನ ಮಟ್ಟಿಗೆ ಕಳೆದುಹೋಗಿದ್ದವು. ಆದರೆ ಆತನ ಕಣ್ಣುಗಳಲ್ಲಿದ್ದ ಮೃತ್ಯುಭಯವು ತಾನು ಸತ್ಯವನ್ನೇ ನುಡಿಯುತ್ತಿರುವೆನೆಂಬಂತೆ ಬಾರಿ ಬಾರಿ ಹೇಳುತ್ತಿದ್ದವು. ಘಟನೆಯ ಗಾಂಭೀರ್ಯತೆಯು ನನಗೆ ಅರಿವಾದದ್ದೇ ಆಗ.

ಅಂಗೋಲಾ ಸೇರಿದಂತೆ ಬಹುಪಾಲು ಆಫ್ರಿಕನ್ ರಾಷ್ಟ್ರಗಳಲ್ಲಿ ಸುರಕ್ಷತೆಯೆಂಬುದು ಸ್ಥಳೀಯರಿಗೂ, ವಿದೇಶೀಯರಿಗೂ ಅದೆಷ್ಟು ದೊಡ್ಡ ಸಮಸ್ಯೆಯಾಗಿ ಉಲ್ಬಣಿಸಿದೆಯೆಂದರೆ ನಾವು ಕಳ್ಳರ, ಲೂಟಿಕೋರರ ನಡುವಿನಲ್ಲೇ ಬಾಳುತ್ತಿದ್ದೇವೆಯೆಂಬಂತೆ ಮೈಯೆಲ್ಲಾ ಎಚ್ಚರವಾಗಿರಬೇಕಾದ ಅನಿವಾರ್ಯತೆ ಇಲ್ಲಿದೆ. ಇದು ಅಂಗೋಲಾದಲ್ಲೂ ಸತ್ಯ. ಇಲ್ಲಿ ಮೈಮರೆಯುವುದೆಂದರೆ ಅಪಾಯಕ್ಕೆ ಆಹ್ವಾನ ನೀಡಿದಂತೆ. ಕೆಲ ವರ್ಷಗಳ ಹಿಂದೆ ನೋಯ್ಡಾ ಮೂಲದ ನನ್ನ ಪರಿಚಿತರೊಬ್ಬರು ಸರಕಾರಿ ಪ್ರಾಜೆಕ್ಟ್ ಒಂದರ ನಿಮಿತ್ತ ಕೀನ್ಯಾದ ನೈರೋಬಿಗೆ ತೆರಳಿದ್ದರು. ಆಫ್ರಿಕಾಕ್ಕೆ ಮೊದಲ ಭೇಟಿಯಾಗಿದ್ದ ಆಕೆಗೆ ಅಲ್ಲಿಯ ಬೀದಿಗಳಲ್ಲಿರುವ ಅಪಾಯಗಳ ಬಗ್ಗೆ ಮಾಹಿತಿಯಿರಲಿಲ್ಲವೋ ಏನೋ. ತನ್ನ ಸಹೋದ್ಯೋಗಿಯೊಬ್ಬನ ಆಗಮನದ ನಿರೀಕ್ಷೆಯಲ್ಲಿ ಕಾರಿನೊಳಗೆ ಕಾದು ಕುಳಿತಿದ್ದ ಆಕೆ ವಿಪರೀತ ಶೆಖೆಯೆಂದು ಕಾರಿನ ಕಿಟಕಿಯ ಗಾಜನ್ನು ಇಳಿಸಿ ಹವೆಯನ್ನು ಆಸ್ವಾದಿಸಲು ಪ್ರಯತ್ನಿಸಿದ್ದಾರೆ. ಇದಾದ ಕೆಲ ನಿಮಿಷಗಳಲ್ಲೇ ಯಾವನೋ ಆಗಂತುಕನೊಬ್ಬ ಬಂದು ನೇರವಾಗಿ ಆಕೆಯ ಕತ್ತಿಗೆ ಕೈಹಾಕಿ ತೆಳುವಾದ ಚಿನ್ನದ ಸರವನ್ನು ಎಗರಿಸಿದ್ದಾನೆ. ಅಷ್ಟೇ ಅಲ್ಲದೆ ಉದ್ಭವವಾದ ವೇಗದಲ್ಲೇ ಮರೆಯಾಗಿದ್ದಾನೆ ಕೂಡ. ಗೊಂದಲ ಮತ್ತು ಆಘಾತದ ಸ್ಥಿತಿಯಲ್ಲಿದ್ದ ಆಕೆ ಏನು ಮಾಡಬೇಕೆಂದು ತೋಚದೆ ಕೂತಲ್ಲೇ ಸ್ತಬ್ಧರಾಗಿಬಿಟ್ಟಿದ್ದಾರೆ. "ಚಿನ್ನದ ಸರ ಹೋದದ್ದು ಹೋಗಲಿ, ಆತ ತಲೆಯನ್ನೇ ಕಳಚಿ ಕೊಂಡುಹೋಗಲಿಲ್ಲವಲ್ಲಾ ಅದೇ ದೊಡ್ಡದು", ಎಂದು ನಂತರ ನನ್ನಲ್ಲಿ ನಗುತ್ತಾ ಹೇಳುತ್ತಿದ್ದರು ಆಕೆ.

ಅಂಗೋಲಾದಲ್ಲೂ ಒಮ್ಮೆ ಹೀಗಾಯ್ತು. ಮಾರುಕಟ್ಟೆಯಿಂದ ತರಕಾರಿಗಳನ್ನು ಖರೀದಿಸಿ ಕಾರಿನಲ್ಲಿ ಮನೆಯತ್ತ ಮರಳಿಬರುತ್ತಿದ್ದ ನಾನು ನಮ್ಮತ್ತಲೇ ಓಡಿಬರುತ್ತಿದ್ದ ದೊಡ್ಡ ಜನರ ಗುಂಪೊಂದನ್ನು ಕಂಡು ದಿಗಿಲಾಗಿ ಕೂಡಲೇ ವಾಹನವನ್ನು ನಿಲ್ಲಿಸು ಎಂದು ಚಾಲಕನಿಗೆ ಹೇಳಬೇಕಾಗಿ ಬಂದಿತ್ತು. ಅಷ್ಟಕ್ಕೂ ಆಗಿದ್ದೇನೆಂದರೆ ವಿಚಿತ್ರವಾಗಿ ಕಾಣುತ್ತಿದ್ದ ವ್ಯಕ್ತಿಯೊಬ್ಬ ನಮ್ಮ ಕಾರಿನ ಚಕ್ರದಡಿ ಬಿದ್ದು ಆತ್ಮಹತ್ಯೆಯನ್ನು ಮಾಡಿಕೊಳ್ಳಲು ಹಾತೊರೆಯುತ್ತಿರುವವನಂತೆ ನಮ್ಮ ವಾಹನದತ್ತಲೇ ಓಡಿಬರುತ್ತಿದ್ದ. ಇನ್ನು ಆತನ ಹಿಂದೆ ಸುಮಾರು ಐವತ್ತರಿಂದ ಎಪ್ಪತ್ತು ಜನರು ಅವನನ್ನು ಅಟ್ಟಿಸಿಕೊಂಡು ಬೇರೆ ಬರುತ್ತಿದ್ದಾರೆ.

ಕೆಟ್ಟ ಕೋಪದಲ್ಲಿದ್ದ ಈ ಜನರ ಕೈಯಲ್ಲಿ ಕತಾನಾ (ಮಚ್ಚು) ಗಳಿಂದ ಹಿಡಿದು, ಕೋಲು, ಇಟ್ಟಿಗೆ, ಬೆತ್ತ ಇತ್ಯಾದಿಗಳೂ ಇದ್ದವು. ಖಾಲಿ ರಸ್ತೆಯಲ್ಲಿ ನೂರರ ವೇಗದಲ್ಲಿ ಹೋಗುತ್ತಿದ್ದ ನಮ್ಮ ವಾಹನವು ಬ್ರೇಕ್ ಹಾಕಿಕೊಂಡು ಬೇಗನೇ ನಿಂತುಬಿಟ್ಟರೂ ಆತ ಥಟ್ಟನೆ ತನ್ನ ಇರಾದೆಯನ್ನು ಬದಲಿಸಿದವನಂತೆ ಎಡಕ್ಕೆ ತಿರುಗಿ ಓಡಿಹೋಗಲು ಪ್ರಯತ್ನಿಸಿದ್ದ. ಆದರೆ ಆ ಕೋಪೋದ್ರಿಕ್ತ ಗುಂಪು ಮಾತ್ರ ಅವನನ್ನು ಹಿಡಿಯಲು ಪಣತೊಟ್ಟವರಂತೆ ಹಿಂದೆಯೇ ಓಡುತ್ತಿತ್ತು.

"ಇವನೇನಾದರೂ ಈ ತಲೆಕೆಟ್ಟ ಜನರ ಕೈಗೆ ಸಿಕ್ಕಿಬಿಟ್ಟರೆ ಸತ್ತೇ ಹೋಗುವನೋ ಏನೋ!", ನಾನು ನನ್ನಷ್ಟಕ್ಕೇ ಗೊಣಗಿದೆ. "ಬಹುಷಃ ಆತ ಏನನ್ನೋ ಕದ್ದು ಸಿಕ್ಕಿಬಿದ್ದಿದ್ದಾನೆ. ಅವನನ್ನು ಬಿಡೋದುಂಟಾ? ಈ ಜನರು ಮನಸ್ಸು ಮಾಡಿದರೆ ಆತನ ಮೈ ಮೇಲೆ ಪೆಟ್ರೋಲ್ ಸುರಿದು ಆತನನ್ನು ಜೀವಂತವಾಗಿ ದಹಿಸಬಲ್ಲರು", ಎಂದ ಮಿಗೆಲ್. ಹೆಚ್ಚೆಂದರೆ ಆತನನ್ನು ಚೆನ್ನಾಗಿ ಚಚ್ಚಿ ಪೊಲೀಸರ ಕೈಗೊಪ್ಪಿಸುತ್ತಾರೆಂದು ಲೆಕ್ಕಹಾಕಿದ್ದ ನಾನು ಈ ಜೀವಂತ ದಹನದ ಮಾತನ್ನು ಕೇಳಿ ಒಳಗೊಳಗೇ ಸಣ್ಣಗೆ ನಡುಗಿಹೋದೆ. ವ್ಯಕ್ತಿಯೊಬ್ಬ ಹೊತ್ತಿ ಉರಿಯುತ್ತಿರುವ ಜ್ವಾಲೆಯನ್ನು ಮೈಯೆಲ್ಲಾ ತುಂಬಿಕೊಂಡು ಜೋರಾಗಿ ಅರಚುತ್ತಾ ದಿಕ್ಕಾಪಾಲಾಗಿ ಓಡುತ್ತಿರುವ ಸಿನಿಮೀಯ ದೃಶ್ಯವೊಂದು ನನ್ನ ಮನಸ್ಸಿನಲ್ಲಿ ಮೂಡಿ ಆತಂಕವನ್ನು ಹುಟ್ಟಿಸಿ ಮರೆಯಾಯಿತು. "ಅಷ್ಟು ಸುಲಭವಾಗಿ ಸಾರ್ವಜನಿಕವಾಗಿ ವ್ಯಕ್ತಿಯೊಬ್ಬನನ್ನು ಕೊಲೆ ಮಾಡಬಹುದೇ? ಕೊಲೆಗಾರನನ್ನು ವ್ಯವಸ್ಥೆಯು ಸುಮ್ಮನೆ ಬಿಡಲಿದೆಯೇ?", ಎಂದು ಪ್ರಶ್ನಿಸಿದೆ ನಾನು. "ಸಹಜವಾಗಿಯೇ ಇವನ್ನೆಲ್ಲಾ ನಡುಬೀದಿಯಲ್ಲಿ ಮಾಡುತ್ತಾರಾ? ಎಲ್ಲೋ ಗುಟ್ಟಾಗಿ ಮಾಡುತ್ತಾರೆ. ಬೀದಿಯಲ್ಲೇ ಮಾಡಿದರೂ ಅತ್ತಿತ್ತ ಪೊಲೀಸರು ಇಲ್ಲ ಎಂಬುದನ್ನು ಮೊದಲು ಖಾತ್ರಿಪಡಿಸಿಕೊಳ್ಳುತ್ತಾರೆ. ಇನ್ನು ಕೆಲಸವಾದ ನಂತರ ಎಲ್ಲರೂ ಬೇಗನೇ ಅಲ್ಲಿಂದ ಜಾಗ ಖಾಲಿಮಾಡುತ್ತಾರೆ. ಅಷ್ಟಕ್ಕೂ ಜೈಲು ಸೇರುವುದೆಂದರೆ ಇಲ್ಲಿ ಮಹಾಸಂಗತಿಯೇನಲ್ಲ. ಒಂದು ಪಕ್ಷ ಶಂಕಿತನೊಬ್ಬ ಜೈಲು ಸೇರಿಯೇಬಿಟ್ಟ ಅಂದುಕೊಳ್ಳೋಣ. ಡಾಲರಿನ ಕೆಲ ನೋಟುಗಳನ್ನು ತೋರಿಸಿ ಆತ ಅಧಿಕಾರಿಗಳನ್ನು ಖರೀದಿಸಬಲ್ಲವನಾಗಿದ್ದರೆ ವಾರದೊಳಗೇ ಆಚೆ ಬರಬಲ್ಲ", ಎಂದು ಇದೊಂದು ಗಂಭೀರವಾದ ವಿಷಯವೇ ಅಲ್ಲವೆಂಬ ಧಾಟಿಯಲ್ಲಿ ಹೇಳಿಬಿಟ್ಟ ದುಭಾಷಿ.

ಮೇಲಿನ ಘಟನೆಯನ್ನು ಓದಿ ಅಂಗೋಲಾದಲ್ಲಿ ಅರಾಜಕತೆ ತಾಂಡವವಾಡುತ್ತಿದೆ, ಇಲ್ಲಿ ಕಾನೂನೇ ಇಲ್ಲ ಎಂದು ನೀವು ಅಂದುಕೊಂಡರೆ ತಪ್ಪಾಗಬಹುದು. ಸಂವಿಧಾನವೆಂಬುದು ಇಲ್ಲೂ ಇದೆ. ಇಲ್ಲೂ ನಿಯಮಗಳು, ಕಾನೂನು-ಕಟ್ಟಳೆಗಳಿವೆ. ಆದರೆ ಅವುಗಳ ಅನುಷ್ಠಾನ ಮಾತ್ರ ದೇವರಿಗೇ ಪ್ರೀತಿ. ಸಮರ್ಪಕವಾಗಿ ಕಾರ್ಯರೂಪಕ್ಕೆ ಬರದ ಅದ್ಯಾವ ಕಾನೂನೇ ಆಗಲಿ ಅದು ಕಸಕ್ಕೆ ಸಮಾನ. ಇಂಥಾ ಕಾನೂನು ಇದ್ದರೇನು, ಇಲ್ಲದಿದ್ದರೇನು? ಕಾನೂನುಗಳ ವಿಚಾರಕ್ಕೆ ಬಂದರೆ ನಮ್ಮಲ್ಲೂ ಬಹಳ ಕುಂದುಕೊರತೆಗಳು ಕಾಣುತ್ತವೆ. ಅವುಗಳು ತಕ್ಕಮಟ್ಟಿಗೆ ಸಹಜ ಕೂಡ. ಹಲವು ಬಾರಿ ಇಂಥಾ ಚಿಕ್ಕಪುಟ್ಟ ಕೊರತೆಗಳನ್ನೇ ತಮ್ಮ ಲಾಭಕ್ಕೆ ಬಳಸಿಕೊಂಡು ಸಾಕ್ಷಿಗಳನ್ನು ತಿರುಚಲಾಗುತ್ತದೆ, ಸಿರಿವಂತರ ಕೈಮೇಲಾಗುತ್ತದೆ, ನ್ಯಾಯ ಮಣ್ಣುಮುಕ್ಕುತ್ತದೆ. ಆದರೆ ಕಾನೂನೆಂಬುದು ತೀರಾ ಚ್ಯೂಯಿಂಗ್ ಗಮ್ ನಂತಾಗಿಬಿಟ್ಟರೆ

ಎಲ್ಲರೂ ಅದನ್ನು ಕಚ್ಚಿ, ಎಳೆದಾಡಿ, ತಮಗೆ ಬೇಕಿರುವ ಆಕಾರದಲ್ಲಿ ಬದಲಾಯಿಸಿಕೊಂಡು ಸಿಕ್ಕಸಿಕ್ಕಲ್ಲಿ ಅಂಟಿಸಿ ಹೋಗುವುದನ್ನು ಯಾರೂ ತಪ್ಪಿಸಲಾರರು.

ಈ ಹಿಂದೆ ಲೇಖನವೊಂದಕ್ಕಾಗಿ ಕೀನ್ಯಾದ ಬ್ಲಾಗ್ ಬರಹಗಾರ, ಯುವ ಸಾಮಾಜಿಕ ಕಾರ್ಯಕರ್ತನಾದ ಜೇಮ್ಸ್ ವಕೀಬಿಯಾನನ್ನು ಸಂದರ್ಶಿಸುತ್ತಿದ್ದ ನಾನು ಇದೇ ಪ್ರಶ್ನೆಯನ್ನು ಅವನ ಮುಂದಿಟ್ಟಿದ್ದೆ. ವಕೀಬಿಯಾ ಮತ್ತು ಕೆಲ ಉತ್ಸಾಹಿ ಸಂಘಟನೆಗಳ ಹಲವು ವರ್ಷಗಳ ಸತತ ಪ್ರಯತ್ನದ ನಂತರ ಕೀನ್ಯಾದಲ್ಲಿ ಪ್ಲಾಸ್ಟಿಕ್ ನಿಷೇಧದ ಗೆಝೆಟ್ ನೋಟೀಸನ್ನು ಅಧಿಕೃತವಾಗಿ ಜಾರಿಗೊಳಿಸಲಾಗಿತ್ತು. ಈ ನಿಟ್ಟಿನಲ್ಲಿ ಕಾನೂನೊಂದನ್ನು ರೂಪಿಸಿದ್ದಲ್ಲದೆ ಅದರ ಉಲ್ಲಂಘನೆಯಾದರೆ ದೊಡ್ಡ ಮೊತ್ತದ ದಂಡ ಮತ್ತು ಎರಡರಿಂದ ನಾಲ್ಕು ವರ್ಷಗಳ ಜೈಲುಶಿಕ್ಷೆಯನ್ನೂ ಕೂಡ ಇದು ನಿಗದಿಪಡಿಸಿತ್ತು. ಕೊನೆಗೂ ನಮ್ಮ ಹೋರಾಟಕ್ಕೆ ಜಯ ಸಿಕ್ಕಿದೆ ಎಂದು ಹೇಳುತ್ತಿದ್ದ ವಕೀಬಿಯಾರಿಗೆ ನಾನು ಒಂದೇ ಒಂದು ಪ್ರಶ್ನೆಯನ್ನಿಟ್ಟಿದ್ದೆ: "ಹೊಸ ಕಾನೂನನ್ನು ಪರಿಚಯಿಸಿದ್ದೇನೋ ಸರಿ. ಆದರೆ ಈ ಕಾನೂನು ನಿರೀಕ್ಷಿತ ಮಟ್ಟದಲ್ಲಿ ಅನುಷ್ಠಾನಗೊಳ್ಳಲಿದೆ ಎಂಬ ಬಗ್ಗೆ ನಿಮಗೆ ಖಾತ್ರಿಯಿದೆಯೇ?", ಎಂದು.

ಈ ಪ್ರಶ್ನೆಯನ್ನು ನಾನು ನಿರಾಶವಾದಿಯಾಗಿಯೋ ಸಿನಿಕನಂತೆಯೋ ವಕೀಬಿಯಾರಲ್ಲಿ ಕೇಳಿರಲಿಲ್ಲ. ಅಸಲಿಗೆ ಪ್ಲಾಸ್ಟಿಕ್ ನಿಷೇಧದ ಪ್ರಯತ್ನಗಳು ಈ ಹಿಂದೆಯೂ ಕೀನ್ಯಾದಲ್ಲಿ ನಡೆದಿದ್ದವು. 2005 ಮತ್ತು 2007ರಲ್ಲಿ ಮೊದಲ ಹಂತವಾಗಿ ಮೂವತ್ತು ಮೈಕ್ರಾನ್ ದಪ್ಪದ ಪ್ಲಾಸ್ಟಿಕ್ ನಿಷೇಧಕ್ಕೊಳಗಾದರೆ, 2009ರಲ್ಲಿ ಅರವತ್ತು ಮೈಕ್ರಾನ್ ದಪ್ಪದ ಪ್ಲಾಸ್ಟಿಕ್ ಅನ್ನು ಕೀನ್ಯಾದಲ್ಲಿ ನಿಷೇಧಿಸಲಾಗಿತ್ತು. ಆದರೆ ಸಿಕ್ಕ ಫಲಿತಾಂಶಗಳು ಮಾತ್ರ ನಿರಾಶಾದಾಯಕ. ಹಿಂದೆ ಜುಜುಬಿ ಐದು-ಹತ್ತು-ಇಪ್ಪತ್ತು ಶಿಲ್ಲಿಂಗ್‌ಗಳ ದರದಲ್ಲಿ ಸಿಕ್ಕಸಿಕ್ಕಲ್ಲಿ ಬಿಕರಿಯಾಗುತ್ತಿದ್ದ ವಿವಿಧ ಗಾತ್ರಗಳ ಪ್ಲಾಸ್ಟಿಕ್ ಚೀಲಗಳು ನಿಷೇಧದ ಬೆನ್ನಿಗೇ ಏಕಾಏಕಿ ಭೂಗತವಾಗಿ ಚಲಾವಣೆಯಾಗತೊಡಗಿದ್ದವು. ಅಂದಹಾಗೆ ಆಫ್ರಿಕಾದಲ್ಲಿ ಪ್ಲಾಸ್ಟಿಕ್ ನಿಷೇಧವು ತಕ್ಕಮಟ್ಟಿಗೆ ಯಶಸ್ವಿಯಾದ ಏಕೈಕ ರಾಷ್ಟ್ರವೆಂದರೆ ರವಾಂಡಾ. ಇಂತಿಪ್ಪ ರವಾಂಡಾದಲ್ಲೂ ಪ್ಲಾಸ್ಟಿಕ್ ಚೀಲಗಳನ್ನು ಕೆಲ ಭೂಪರು ನೆರೆರಾಷ್ಟ್ರವಾದ ಕಾಂಗೋದಿಂದ ಅಕ್ರಮವಾಗಿ ತರಿಸಿಕೊಂಡು ಮಾರುಕಟ್ಟೆಗೆ ಬಿಡುತ್ತಾರಂತೆ.

ನಾನು ಮಿಗೆಲ್‌ನ ಮಾತುಗಳಿಗೆ ಮತ್ತೂ ಕಿವಿಯಾಗುತ್ತಿದ್ದೆ. ಇದೇ ಮೊದಲ ಬಾರಿಗೆ ಅಂಗೋಲಾವು ಒಂದು ದೇಶದಂತೆ ಅನಿಸದೆ ಅರಾಜಕತೆಯ, ಗೊಂದಲದ ತಾಣದಂತೆ ಕಾಣತೊಡಗಿತ್ತು. ಅಂಗೋಲಾ ಮೇಲ್ನೋಟಕ್ಕೆ ಶಾಂತವಾಗಿದ್ದರೂ ಒಳಗೊಳಗೇ ಹೊಗೆಯಾಡುತ್ತಿದ್ದ ಸಮಸ್ಯೆಗಳನ್ನು ನಾನೀಗ ಒಂದೊಂದಾಗಿ ನೋಡುತ್ತಿದ್ದೆ. "ನಾವು ಆಫ್ರಿಕನ್ನರು ಹೀಗೆಯೇ. ಹೇಳಿಕೊಳ್ಳಲು ನಮ್ಮಲ್ಲಿ ಎಲ್ಲವೂ ಇದೆ. ಆದರೆ ಯಾವುದೂ ಕೂಡ ಸಮರ್ಪಕವಾಗಿಲ್ಲ", ಎನ್ನುತ್ತಿದ್ದ ಆತ.

ಅವನ ಆ ಮಾತನ್ನು ಕೇಳಿ ನನಗೆ ನಗಬೇಕೋ ಅಳಬೇಕೋ ತಿಳಿಯಲಿಲ್ಲ.

"ಇಲ್ಲಿಯವರೆಗೆ ಬಂದ ನಂತರ ಭಯದ ನೆರಳಿನಲ್ಲಿ ಬದುಕುವುದೆಂದರೆ ಮೂರ್ಖತನವೇ ಸರಿ. ತೀರಾ ಪುಕ್ಕಲರಾಗಬೇಡಿ. ಆದರೆ ಜಾಗೃತ ಸ್ಥಿತಿಯಲ್ಲಂತೂ ಖಂಡಿತ ಇರಿ", ಎಂದು ನಾನು ನನ್ನ ಕಿರಿಯ ಸಹೋದ್ಯೋಗಿಯೊಬ್ಬನಿಗೆ ಹೇಳುತ್ತಿದ್ದೆ.

ಮೊದಮೊದಲು ಅಂಗೋಲಾಕ್ಕೆ ಬರುವ ಬಗ್ಗೆ ಸಾಕಷ್ಟು ಉತ್ಸಾಹದಲ್ಲಿದ್ದ ಈತ ಕೊನೆಯ ಕ್ಷಣದಲ್ಲಿ ಹಿಂದೇಟು ಹಾಕಲು ಪ್ರಯತ್ನಿಸುತ್ತಿದ್ದ. ಹಾಗೆ ನೋಡಿದರೆ ಒಂದೆರಡು ವಾರಗಳ ಮಟ್ಟಿಗೆ ಅಂಗೋಲಾಕ್ಕೆ ಬರುತ್ತಿರುವ ಆತನಿಗಿಂತ ಇಲ್ಲೇ ನೆಲೆಯೂರಿದ್ದ ನನಗೆ ಹೆಚ್ಚಿನ ಆತಂಕವಿರಬೇಕಿತ್ತು. ಇನ್ನು ಸಾಮಾನ್ಯವಾಗಿ ಯಾರೂ ಹೋಗದ ದೇಶಕ್ಕೆ ನನ್ನನ್ನೇ ಏಕೆ ದೂಡುತ್ತಿದ್ದಾರೆ ಎಂಬ ಅಳುಕೂ ಕೂಡ ಅವರಲ್ಲಿತ್ತು. ಈ ನಿಟ್ಟಿನಲ್ಲಿ ಅಂಗೋಲಾದ ನೈಜ ಪರಿಸ್ಥಿತಿ ಹೇಗಿದೆ ಎಂಬುದನ್ನು ಮಾತುಮಾತಲ್ಲೇ ಕೇಳುತ್ತಾ ಉಪಾಯವಾಗಿ ನನ್ನ ಬಾಯಿಬಿಡಿಸುವ ಪ್ರಯತ್ನವನ್ನು ಮಾಡುತ್ತಿದ್ದ ಈ ಆಸಾಮಿ.

ನನ್ನ ಆ ಮಾತಿನಲ್ಲಿ ಸತ್ಯಾಂಶವಿತ್ತೇ ಹೊರತು ಉತ್ಪ್ರೇಕ್ಷೆಯಲ್ಲ. ಅಂಗೋಲಾಕ್ಕೆ ಬಂದಿಳಿದ ನಂತರದ ಕೆಲವೇ ದಿನಗಳಲ್ಲಿ ಸುರಕ್ಷತೆಯೆಂಬುದು ನಮ್ಮ ಪ್ರಮುಖ ಆದ್ಯತೆಯಾಗಿ ಬದಲಾಗಿತ್ತು. ವಸತಿ ಮತ್ತು ಕಾರ್ಯಾಲಯಗಳನ್ನು ಹೊಂದಿರುವ ನಮ್ಮ ಸುಂದರ ಆವರಣದ ಭದ್ರತೆಗಾಗಿ ದಿನದ ಇಪ್ಪತ್ತನಾಲ್ಕು ಘಂಟೆಗಳ ಕಾಲವೂ ರೈಫಲ್ ಹಿಡಿದುಕೊಂಡಿದ್ದ ಭದ್ರತಾ ಸಿಬ್ಬಂದಿಯೊಬ್ಬನನ್ನು ನೇಮಿಸಲಾಗಿತ್ತು. ಇನ್ನು ಖಾಸಗಿ ಅಂಗರಕ್ಷಕರೇನೂ ಇರದಿದ್ದರೂ ಸಾರ್ವಜನಿಕ ಸ್ಥಳಗಳಲ್ಲಿ ದಿನ-ರಾತ್ರಿಗಳ ಬೇಧವಿಲ್ಲದೆ ಒಬ್ಬಂಟಿಯಾಗಿ ಎಲ್ಲೆಲ್ಲೋ ಹೋಗುವುದು ಅಪಾಯಕರವೆಂಬ ಸೂಚನೆಗಳನ್ನು ನಮಗೆ ಒದಗಿಸಲಾಗಿತ್ತು. ಕ್ರಮೇಣ ಇವೆಲ್ಲವೂ ಕೂಡ ನಮಗೆ ರೂಢಿಯಾಗಿಬಿಟ್ಟವೂ ಕೂಡ.

ಅಂಗೋಲಾದಲ್ಲಿ ತುರ್ತುಪರಿಸ್ಥಿತಿಯೇನೂ ಬಂದೊದಗಿರಲಿಲ್ಲ. ಅಂಗೋಲಾ ಬಹುಷಃ ಹಿಂದೆಂದಿಗಿಂತಲೂ ಶಾಂತವಾಗಿತ್ತು. ಆದರೆ ಈ ಸಲಹೆ-ಸೂಚನೆಗಳೆಲ್ಲಾ ನಮ್ಮಲ್ಲಿ ಇಂಥಾ ಭಾವನೆಯನ್ನು ಮೂಡಿಸಿದ್ದಂತೂ ಸತ್ಯ. ಅಂಗೋಲಾದ ಸ್ಥಳೀಯ ಅಧಿಕಾರಿಗಳು ನಮ್ಮನ್ನು ಇಲ್ಲಿಯ ಪರಿಸ್ಥಿತಿಗಳಿಗೆ ಸಜ್ಜುಗೊಳಿಸುತ್ತಿದ್ದರೇ ಹೊರತು ನಮ್ಮನ್ನು ಹೆದರಿಸಿ ಕೂಪಮಂಡೂಕಗಳಾಗಿಸುವ ಯಾವ ಇರಾದೆಯೂ ಅವರಲ್ಲಿರಲಿಲ್ಲ. ಹೀಗಾಗಿ ಇರುವ ಸಂಗತಿಯನ್ನು ಹಿಂಜರಿಕೆಯಿಲ್ಲದೆ ಹೇಳುವ ಅವರ ನಡೆಯು ಸರಿಯಾಗಿಯೇ ಇತ್ತು. "ನೀವು ಈ ಹಿಂದೆ ಎಲ್ಲೆಲ್ಲಿ ಹೇಗೆಲ್ಲಾ ಇದ್ದಿರಿ ಎಂಬುದು ನನಗೆ ತಿಳಿದಿಲ್ಲ. ಆದರೆ ಆಫ್ರಿಕಾದ ಜಗತ್ತೇ ಭಿನ್ನ. ಇದು ಅಂಗೋಲಾದ ವಿಚಾರದಲ್ಲೂ ಸತ್ಯ. ಹಾಗೆಂದು ನೀವು ತಲೆಕೆಡಿಸಿಕೊಳ್ಳಬೇಕಾದ ಅವಶ್ಯಕತೆಯೇನೂ ಇಲ್ಲ. ನಿಮ್ಮ ಜಾಗ್ರತೆಯಲ್ಲಿ ನೀವಿರಬೇಕು ಅಷ್ಟೇ. ಮತ್ತೇನೇ ಆದರೂ ನಾವು ನಿಮ್ಮೊಂದಿಗಿದ್ದೇವೆ", ಎಂದಿದ್ದ ಆತ. ನಮ್ಮ ಬಗೆಗಿದ್ದ

ಅವರ ನಿಷ್ಕಲ್ಮಶ ಕಾಳಜಿಯನ್ನು ಕಂಡು ಅಚ್ಚರಿಗೊಂಡ ನಾನು ಅವರ ಕೈಕುಲುಕಿ ನನ್ನ ಧನ್ಯವಾದವನ್ನರ್ಪಿಸಿದ್ದೆ.

ಕ್ರಮೇಣ ಈ ಜಾಗೃತ ಸ್ಥಿತಿಯನ್ನು ಜೀವಂತವಾಗಿಟ್ಟುಕೊಂಡೇ ನಮ್ಮ ಜೀವನಶೈಲಿಗಳೂ ಕೂಡ ಕೊಂಚ ಬದಲಾಗುತ್ತಾ ಹೋದವು. ಉದಾಹರಣೆಗೆ ನಮ್ಮ ಮಜ್ದಾ ವಾಹನವನ್ನು ಮುಖ್ಯ ಮಾರುಕಟ್ಟೆಯ ಆವರಣದ ಹೊರಭಾಗದಲ್ಲಿ ನಿಲ್ಲಿಸಿ ವೀಜ್‌ನ ಮಾರುಕಟ್ಟೆಗೆ ಹೋಗುತ್ತಿದ್ದ ನಾನು ನನ್ನ ಸ್ಮಾರ್ಟ್‌ಫೋನ್ ಮತ್ತು ಪರ್ಸುಗಳನ್ನು ವಾಹನದಲ್ಲೇ ಇಟ್ಟು ಮಾರುಕಟ್ಟೆಯೊಳಕ್ಕೆ ಕಾಲಿಡುತ್ತಿದ್ದೆ. ಒಂದಿಷ್ಟು ತರಕಾರಿ ಮತ್ತು ಇತರೆ ವಸ್ತುಗಳನ್ನು ಖರೀದಿಸುವಷ್ಟು ನಗದು ಮಾತ್ರ ಆ ಕ್ಷಣದಲ್ಲಿ ನನ್ನ ಜೊತೆಯಲ್ಲಿರುತ್ತಿತ್ತು. ಹೀಗೆ ಜೇಬುಗಳ್ಳನೊಬ್ಬ ಬಳಿಬಂದು ನನ್ನ ಜೇಬಿಗೆ ಕತ್ತರಿ ಹಾಕಿದರೂ ನನ್ನ ಜೇಬಿನಲ್ಲಿದ್ದ ಜುಜುಬಿ ಕ್ವಾಂಝಾ(ಅಂಗೋಲಾದ ಕರೆನ್ಸಿ)ಗಳನ್ನು ಕಂಡು ನಂತರ ಮರುಗಿ, ಸ್ವತಃ ಮರಳಿ ಬಂದು ನನಗೆ ಹಿಂದಿರುಗಿಸುತ್ತಿದ್ದನೋ ಏನೋ!

ಅಂಗೋಲಾದಲ್ಲೊಂದು ವಿಚಿತ್ರ ಆದರೆ ಕೊಂಚ ತಮಾಷೆಯ ಒಂದು ಯೋಚನಾ-ಲಹರಿಯಿದೆ. ಇಲ್ಲಿ ಡೊಳ್ಳುಹೊಟ್ಟೆಯವರನ್ನು ಶ್ರೀಮಂತರು ಎಂದು ಭಾವಿಸಲಾಗುತ್ತದೆ. ಭಾರತದಲ್ಲಿ ಸಣಕಲನಾಗಿದ್ದ ನಾನು ಅಂಗೋಲಾಕ್ಕೆ ಬಂದು ಕೊಂಚ ದಪ್ಪಗಾಗಿದ್ದೆ. ಅಷ್ಟಕ್ಕೂ ಆಗಿದ್ದೇನೆಂದರೆ ನಮ್ಮ ಅಂಗೋಲನ್ ಅಡುಗೆಯಾಕೆ ಅಡುಗೆ ಎಣ್ಣೆಯನ್ನು ಸುರಿದು ಸುರಿದು ನನ್ನ ಕೊಲೆಸ್ಟ್ರಾಲ್ ಮಟ್ಟವನ್ನು ಹೆಚ್ಚಿಸುವಲ್ಲಿ ತನ್ನ ನೇರ ಪಾತ್ರವನ್ನು ವಹಿಸಿದ್ದಳು. "ನೀವು ಹೀಗೆ ನೀರಿನಂತೆ ಎಣ್ಣೆಯನ್ನು ಖರ್ಚು ಮಾಡುತ್ತಾ ಹೋದರೆ ನಾವಿಲ್ಲಿ ನಮ್ಮ ಕೆಲಸವನ್ನೆಲ್ಲಾ ಬದಿಗಿಟ್ಟು ಎಣ್ಣೆಯ ಬಾವಿ ಕೊರೆಯಬೇಕಾದೀತು", ಎಂದು ನಾವು ನಗೆಯಾಡಿದ್ದೆವು. ಒಂದು ಲೀಟರ್ ಎಣ್ಣೆಯ ಬಾಟಲಿ ಐದೇ ಐದು ದಿನ ಬರುತ್ತಿದ್ದ ಒಗಟೂ ಕೂಡ ಅಂದು ನಮಗೆ ತೆರೆದುಕೊಂಡಿತ್ತು. ಒಟ್ಟಾರೆಯಾಗಿ ಈ ಅಡುಗೆಯ ಹೆಂಗಸು ನನ್ನನ್ನು ಏಕಾಏಕಿ ದಪ್ಪಗಾಗಿಸಿದ್ದಂತೂ ಹೌದು. ಮೇಲಾಗಿ ದೈಹಿಕ ಚಟುವಟಿಕೆಗಳೂ ಕೂಡ ಹಟಾತ್ತನೆ ಕಮ್ಮಿಯಾದ ಪರಿಣಾಮವಾಗಿ ನಾನು ನನ್ನ ಜೀವನದಲ್ಲಿ ಇದೇ ಮೊದಲ ಬಾರಿಗೆ ಅಡಿಕೆಮರದಂತೆ ಎತ್ತರಕ್ಕೆ ಬೆಳೆಯುವ ಬದಲು ಗುಂಡಗಾಗತೊಡಗಿದ್ದೆ. ಒಂದಿಷ್ಟು ಕೊಬ್ಬು ಹೊಟ್ಟೆಯ ಮೇಲೆ ಕುಳಿತು ನನ್ನನ್ನು ಕಿಚಾಯಿಸುತ್ತಿತ್ತು.

"ಏನು ದಪ್ಪಗಾಗುತ್ತಲೇ ಇದ್ದೀರಿ? ಕೈಯಲ್ಲಿ ಒಳ್ಳೇ ಕಾಸು ಹರಿದಾಡುತ್ತಿದೆ ಅಲ್ಲವೇ?", ಎಂಬ ಪ್ರಶ್ನೆಯನ್ನು ಕ್ರಮೇಣ ಎಲ್ಲರಿಂದಲೂ ಕೇಳುವುದು ಸಾಮಾನ್ಯವಾಗಿ ಹೋಗಿತ್ತು. "ನಿಮ್ಮೆಲ್ಲರ ದೃಷ್ಟಿಯಾದರೂ ಆಗಿ ಸ್ವಲ್ಪ ತೂಕ ಕಳೆದುಕೊಳ್ಳುವಂತಾಗಲಿ", ಎಂದು ನಗುತ್ತಾ ಅನ್ನುತ್ತಿದ್ದ ನಾನು ಈ ತೂಕದ ಪಾಪವನ್ನು ಅಂಗೋಲಾದ ಜನಪ್ರಿಯ ಬಿಯರ್ ಆದ 'ಕೂಕಾ'ದ ತಲೆಯ ಮೇಲೆ ಹಾಕಿದ್ದೆ. "ಲೀಟರುಗಟ್ಟಲೆ ನಿಮ್ಮ ಕೂಕಾ ಕುಡಿದೇ ನಾನು ಹೀಗಾಗಿದ್ದು", ಎಂಬ ಮಹಾಬುದ್ಧಿವಂತ ವಾದವು ಮಾತ್ರವೇ ಈ ಸ್ಥಳೀಯರ ಬಾಯಿಗಳನ್ನು ಮುಚ್ಚಿಸಲು ನನಗೆ ನೆರವಾಗುತ್ತಿದ್ದಿದ್ದು.

ವೀಜ್‌ನಲ್ಲಿ ನನ್ನ ದಿನಗಳು ಹೀಗೆ ಸಾಗುತ್ತಿದ್ದರೆ ಬಹಳಷ್ಟು ಮಂದಿ ಸ್ಥಳೀಯರು ಮಾತುಮಾತಿಗೂ ಬಂದು ಹಣ ಕೇಳುವ, ಸಹಾಯ ಕೇಳುವ ವಿಚಿತ್ರ ಘಟನೆಗಳು ನಡೆಯುತ್ತಿದ್ದವು. ಇನ್ನು ಪದೇ ಪದೇ ಭೇಟಿ ಕೊಡುತ್ತಿದ್ದ ನಗರದ ಕೆಲ ಭಾಗಗಳಲ್ಲಿ,

ಅದರಲ್ಲೂ ಮುಖ್ಯವಾಗಿ ಮಾರುಕಟ್ಟೆಯ ಮೂಲೆಯೊಂದರಲ್ಲಿ ನಡೆಯುತ್ತಿದ್ದ ಡಾಲರ್ ವಿನಿಮಯ ವಿಭಾಗದಲ್ಲಿ ಕೆಲವರು ನನ್ನ ಬಗ್ಗೆ ಕೇಳುತ್ತಿದ್ದರು ಎಂಬ ಮಾಹಿತಿಯನ್ನು ಅಲ್ಲಿಯ ನೌಕರನೊಬ್ಬ ನನ್ನ ದುಭಾಷಿಗೆ ಕೊಟ್ಟಿದ್ದ. ಬಹುತೇಕ ಎಲ್ಲರೊಂದಿಗೂ ಸಂಭಾಷಣೆಯಲ್ಲಿ ತೊಡಗುತ್ತಿದ್ದ ನನ್ನ ನಡೆಗಳು ಬಹುಷಃ ಕೆಲವರ ಗಮನವನ್ನು ಸೆಳೆದಿದ್ದವು. ನಂತರ ಈ ಬಗ್ಗೆ ಕೂಲಂಕುಷವಾಗಿ ವಿಚಾರಿಸಿದಾಗ ಕೆಲ ಧೂರ್ತರು ಬಹುತೇಕ ಎಲ್ಲಾ ವಿದೇಶೀಯರ ಮೇಲೆ ಯಾವಾಗಲೂ ಒಂದು ಕಣ್ಣಿಟ್ಟಿರುತ್ತಾರೆ ಎಂದು ತಿಳಿದುಬಂದಿತು. ಈ ಮಧ್ಯೆ ಇಬ್ಬರು ಆಗಂತುಕರು ಮುಂಜಾನೆ ಸುಮಾರು ಮೂರರ ಜಾವದಲ್ಲಿ ನಾವು ನೆಲೆಸಿರುವ ವಸತಿ ಸಂಕೀರ್ಣದೊಳಕ್ಕೆ ನುಗ್ಗಿ ಹಲವು ಲೀಟರ್ ಪೆಟ್ರೋಲ್ ಅನ್ನು ಕದ್ದೊಯ್ದಿದ್ದರು. ಭಾರದ ರೈಫಲ್ ಹಿಡಿದುಕೊಂಡಿದ್ದರೂ ಕುಂಭಕರ್ಣನಂತೆ ಮಲಗಿದ್ದ ಭದ್ರತಾ ಸಿಬ್ಬಂದಿಯ ಕರ್ತವ್ಯಲೋಪದಿಂದಾಗಿ ಅಂದು ಒಂದಿಬ್ಬರು ಕಳ್ಳರಿಗೆ ಒಳ್ಳೆಯ ಲಾಭವಾಗಿತ್ತು. ಮುಂದೆ ಇದರಿಂದಾಗಿ ಆ ಭದ್ರತಾ ಸಿಬ್ಬಂದಿಯ ಉದ್ಯೋಗವೂ ಕೈತಪ್ಪಿಹೋಯಿತು ಎಂಬುದು ಸತ್ಯ. ಹೀಗೆ ಬೆರಳೆಣಿಕೆಯ ವಿದೇಶೀಯರಿರುವ ವೀಜ್ ಮತ್ತು ಇತರ ಹಳ್ಳಿಗಳಲ್ಲಿ ಸ್ಥಳೀಯರಿಗಿಂತ ಒಂದಿಷ್ಟು ಪಟ್ಟು ಉತ್ತಮ ಜೀವನಮಟ್ಟವನ್ನು ಹೊಂದಿರುವ, (ಸ್ಥಳೀಯ ದೃಷ್ಟಿಕೋನದ ಪ್ರಕಾರ) ವಿಲಾಸಿ ಜೀವನವನ್ನು ಬಾಳುತ್ತಿರುವ ವಿದೇಶೀಯರ ಕಡೆಗೆ ಕೆಲವರ ಕಣ್ಣುಗಳು ಹೋಗುವುದು ಸಹಜವೇ. ಈ ಕಾರಣಗಳಿಂದಾಗಿ ನಮ್ಮ ಡಾಲರ್-ಕ್ವಾಂಝಾ ವಿನಿಮಯದ ವಹಿವಾಟುಗಳನ್ನು ಮುಂದೆ ಅಲ್ಲಿಂದ ಸ್ಥಳಾಂತರಿಸಿ ಕೊಂಚ ವಾಸಿ ಎನ್ನುವಂತಹ ಜಾಗಕ್ಕೆ ಬದಲಾಯಿಸಿಕೊಂಡಿದ್ದೆವು.

ಹಾಗೆಂದು ನಾವು ಕೋಟಿಗಟ್ಟಲೆ ವ್ಯಾಪಾರವನ್ನೇನೂ ಮಾಡುತ್ತಿರಲಿಲ್ಲ. ಐವತ್ತು, ಹೆಚ್ಚೆಂದರೆ ನೂರು ಡಾಲರ್ ಅನ್ನು ಬಿಟ್ಟು ಅದಕ್ಕಿಂತ ಹೆಚ್ಚು ನಗದನ್ನು ಸ್ಥಳೀಯ ಕರೆನ್ಸಿಯಾದ ಕ್ವಾಂಝಾಕ್ಕೆ ಬದಲಿಸಿಕೊಂಡವನೇ ನಾನಲ್ಲ. ಸಾಮಾನ್ಯವಾಗಿ ನೂರರಿಂದ ನೂರೈವತ್ತು ಡಾಲರುಗಳ ಮಿತಿಯಲ್ಲಿ ನನ್ನಿಡೀ ತಿಂಗಳ ಖರ್ಚು ಸರಿದೂಗುತ್ತಿತ್ತು. ಅದಕ್ಕೂ ಮೇಲಾಗಿ ಭಾರತದಿಂದ ನಾನು ಹಿಡಿದುಕೊಂಡು ಬಂದಿದ್ದೇ 1500 ಡಾಲರುಗಳ ಅಲ್ಪಮೊತ್ತ. ಆದರೆ ಇವೆಲ್ಲಾ ಹೊರಗಿನವರಿಗೆ ಗೊತ್ತಿರಬೇಕೆಂದಿಲ್ಲವಲ್ಲ? "ಅಲ್ರೀ... ನನ್ನ ಐವತ್ತು ಡಾಲರ್ ಹಿಡಿದುಕೊಂಡು ಯಾವನಾದರೂ ಯಾವ ಅರಮನೆ ತಾನೇ ಕಟ್ಟಿಸಬಲ್ಲ?", ಎಂದು ಒಬ್ಬರಲ್ಲಿ ನಾನು ಕೇಳಿದ್ದೆ. "ಅರಮನೆ ಅಂತಲ್ಲ. ಆದರೆ ನಾಲ್ಕೈದು ದಿನ ಯಾವ ಚಿಂತೆಯೂ ಇಲ್ಲದೆ ಆತ 'ಕೂಕ' ಕುಡಿಯಬಹುದಲ್ವಾ? ಅದಕ್ಕೆ ಇನ್ನೊಂದಿಷ್ಟು ಹಣ ಸೇರಿಸಿ ತನ್ನ ಪ್ರೇಯಸಿಯ ಜೊತೆ ಪೋರ್ಚುಗಲ್ಲಿಗೋ, ಪ್ಯಾರಿಸ್ಸಿಗೋ ಹೋಗಬಹುದಲ್ವಾ?", ಎಂಬ ಉತ್ತರವು ನನಗೆ ಬಂದಿತ್ತು. ಒಂದು ರೀತಿಯಲ್ಲಿ ಇದು ಸತ್ಯವೂ ಹೌದು. "Quick Money"ಯ ಹಿಂದೆ ಹೋದವರಿಗೆ ಇಂಥದ್ದೇ ಉದ್ದೇಶಗಳೇನೂ ಇರುವುದಿಲ್ಲ. ಹಾಗೇನಾದರೂ ಇದ್ದರೂ ಅದು ಅಲ್ಲಿಗೇ ಮುಗಿಯುವ ಕಥೆಯೂ ಅಲ್ಲ. ಯಾರದ್ದೋ ತಲೆ ಒಡೆದು ಸಂಪಾದಿಸಿದ ಕಾಸಿಗೆ ಅಂಥಾ ಮೌಲ್ಯವೂ ಇರುವುದಿಲ್ಲ ನೋಡಿ. ಅದೇನಿದ್ದರೂ ಅಡ್ಡ ಖರ್ಚುಗಳಿಗೇ ಮೀಸಲು.

ಹಾಗೆಂದು ವಿದೇಶೀಯರಷ್ಟೇ ಅಪರಾಧಗಳಿಗೆ ಬಲಿಯಾಗುವವರಲ್ಲ. ಇತರರಿಗೆ ಹೋಲಿಸಿದರೆ ವಿದೇಶೀಯರು ಸುಲಭವಾಗಿ ಬಲಿಬೀಳುವ ಮಿಕಗಳಷ್ಟೇ. ಸ್ಥಳೀಯರೂ ಕೂಡ ಒಂದು ವಿಚಿತ್ರ ಭಯದಲ್ಲೇ ದಿನ ತಳ್ಳುತ್ತಿರುತ್ತಾರೆ. ಕೊಂಚ ಅಪಾಯಕಾರಿ

ಎನ್ನಿಸಿದ ಜಾಗಗಳಿಗೆ ಕುಡುಕ ಮತ್ತು ಲಂಪಟರನ್ನು ಬಿಟ್ಟು ಸಾಮಾನ್ಯವಾಗಿ ಯಾರೂ ಕಾಲಿಡುವುದಿಲ್ಲ. ನನ್ನ ಏಷ್ಯನ್ ಕೇಶವನ್ನು ಮರೆಮಾಚಲು ಲೆಕ್ಕವಿಲ್ಲದಷ್ಟು ಬಾರಿ ನಾನು ಟೋಪಿಯನ್ನು ಧರಿಸಿ ಜನನಿಬಿಡ ಮಾರುಕಟ್ಟೆಗಳಲ್ಲಿ ಓಡಾಡಿದ ದೃಷ್ಟಾಂತಗಳೂ ಇವೆ. ಅದೂ ಕೂಡ ಹಾಡಹಗಲಿನಲ್ಲಿ! ಕೆಲ ಅಪಾಯಕಾರಿ ಸ್ಥಳಗಳಿಗೆ ಹೋಗಲೇಬೇಕಾಗಿ ಬಂದಾಗ ಎಲ್ಲರೊಳಗೊಂದಾಗಲು ಮಾಡಿದ್ದ ಕ್ಷೀಣ ಪ್ರಯತ್ನಗಳವು. ಅವರಿವರ್ಯಾಕೆ? ನನ್ನ ದುಭಾಷಿಯ ಗುಬ್ಬಿ ಗೂಡಿನಂಥಾ ಮನೆಯಲ್ಲೇ ಎರಡು ಬಾರಿ ಸುಲಿಗೆಯಾಗಿತ್ತು. ಒಮ್ಮೆ ಯಾರೋ ಬಂದು ಮನೆಯ ಹೊರಭಾಗದಲ್ಲಿರಿಸಿದ್ದ ಆತನ ಮೋಟಾರ್ ಬೈಕನ್ನು ಎತ್ತಿಕೊಂಡು ಹೋದರೆ ಮತ್ತೊಮ್ಮೆ ಇಬ್ಬರು ಬಂದೂಕುಧಾರಿಗಳು ಉಟ್ಟ ಬಟ್ಟೆಯನ್ನೂ ಬಿಡದೆ ಇದ್ದದ್ದೆಲ್ಲವನ್ನೂ ದೋಚಿಕೊಂಡು ಹೋಗಿದ್ದರು. ನಂತರ ನಮ್ಮ ಕೆಲ ಸಹೋದ್ಯೋಗಿಗಳು ಬಂದು ಆತನಿಗೆ ಹೊಸ ಬಟ್ಟೆಗಳನ್ನು ಖರೀದಿಸಿ ಕೊಡಬೇಕಾಗಿ ಬಂದಿತ್ತು.

ಹೀಗೆ ವೀಜ್, ಲುವಾಂಡಾಗಳನ್ನು ಸೇರಿದಂತೆ ಅಂಗೋಲಾದ ಬಹುತೇಕ ಸ್ಥಳಗಳಲ್ಲಿ ನಡೆಯುವ ಅಪರಾಧ ಪ್ರಕರಣಗಳ ಸಂಖ್ಯೆಯು ಕಮ್ಮಿಯೇನಿಲ್ಲ. ಇನ್ನು ಹಳ್ಳಿಗಳಲ್ಲಿ ನಡೆಯುವ ಹಲವಾರು ಪ್ರಕರಣಗಳು ಪೊಲೀಸ್ ಠಾಣೆಗಳನ್ನೂ ಕೂಡ ತಲುಪುವುದಿಲ್ಲ. ಏಕೆಂದರೆ ಅಪರಾಧ ನಿಯಂತ್ರಣಗಳ ವಿಚಾರದಲ್ಲಿ ಪೊಲೀಸರ ನಿಷ್ಕ್ರಿಯತೆ ಮತ್ತು ಲಂಚಕೋರತನಗಳು ಜನಸಾಮಾನ್ಯರನ್ನು ಕಂಗೆಡಿಸಿವೆ. ಈಗಾಗಲೇ ಸಾಕಷ್ಟು ನಷ್ಟ ಮಾಡಿಕೊಂಡಿರುವ ವ್ಯಕ್ತಿ ಮತ್ತೆ ಪೊಲೀಸರ ಕೈಗೆ ಸಿಕ್ಕಿ ದೋಚಲ್ಪಡುವ ಮೂರ್ಖತನಕ್ಕಿಳಿಯಲಾರ. ಹೀಗಾಗಿ ನಾನು ಪಡೆದುಕೊಂಡು ಬಂದಿದ್ದೇ ಇಷ್ಟು ಎಂದು ಆತ ತೆಪ್ಪಗಾಗಿಬಿಡುತ್ತಾನೆ. ಅಷ್ಟರಮಟ್ಟಿಗೆ ಅಪರಾಧ ಲೋಕದಲ್ಲಿ ಹೊಸದಾಗಿ ಕಾಲಿಡುತ್ತಿರುವ ಅಂಗೋಲನ್ ಯುವಕನೊಬ್ಬನಿಗೆ ಇದರಿಂದಾಗಿ ಮತ್ತಷ್ಟು ಇಂಬು ಕೊಟ್ಟಂತಾಗಿರುತ್ತದೆ.

ಅಂಗೋಲನ್ನರ ಸ್ನೇಹಪರತೆಯು ಯಾರನ್ನಾದರೂ ಕೂಡ ಆಕರ್ಷಿಸುವಂಥದ್ದು. ಆದರೆ ಹಾಗೆಂದು ಮೈಮರೆತುಬಿಟ್ಟಿರೋ ಹಳ್ಳಕ್ಕೆ ಬೀಳುವ ಸಾಧ್ಯತೆಗಳು ಹೆಚ್ಚು. "ತೀರಾ ಪುಕ್ಕಲರಾಗಬೇಡಿ. ಆದರೆ ಜಾಗೃತ ಸ್ಥಿತಿಯಲ್ಲಂತೂ ಖಂಡಿತ ಇರಿ", ಎಂಬುದೇ ಇಲ್ಲಿ ನೆಲೆಸಿರುವ ಬಹುತೇಕ ಎಲ್ಲರ ಬೀಜಮಂತ್ರ.

2016 ಫೆಬ್ರವರಿಗೆ ಸಿಕ್ಕ ಲೆಕ್ಕದಂತೆ 100ಕ್ಕೆ 76 ಚಿಲ್ಲರೆ ಅಂಕ. ಆಫ್ರಿಕಾದಲ್ಲಿ ಒಂಭತ್ತನೇ ಅತೀ ಅಪಾಯಕಾರಿ ಮಹಾನಗರಿ. ಇದು ನುಂಬಿಯೋ ಜಾಲತಾಣವು ಲುವಾಂಡಾಕ್ಕೆ ಕೊಟ್ಟ ಕ್ರೈಂ ಇಂಡೆಕ್ಸ್ ಅಂಕ.

ಅಪರಾಧವೆಂಬುದು ಅಂಗೋಲಾ ರಾಜಧಾನಿಯಾದ ಲುವಾಂಡಾದಲ್ಲಷ್ಟೇ ಅಲ್ಲ. ಕಾಲಾಂತರದಲ್ಲಿ ಅದು ಕ್ರಮೇಣ ದೇಶದ ನರನಾಡಿಗಳಲ್ಲೆಲ್ಲಾ ತುಂಬಿಹೋಗಿದೆ. ಲುವಾಂಡಾದಲ್ಲಾಗುವ ಒಂದಿಷ್ಟು ಪ್ರಕರಣಗಳು ವರದಿಯಾಗುತ್ತವೆ ಎನ್ನುವುದನ್ನು ಬಿಟ್ಟರೆ

ಲುವಾಂಡಾ, ಬೆಂಗೇಲಾಗಳಂತಹ ಶಹರಗಳಾಗಲಿ, ವೀಜ್, ಕಿಟೇಷ್‌ಗಳಂತ ಹಳ್ಳಿಗಳಾಗಲಿ ತೀರಾ ಭಿನ್ನವೇನೂ ಇಲ್ಲ.

ಅಸಲಿಗೆ ಅಪರಾಧ ಎನ್ನುವುದು ಇಲ್ಲಿಯ ಸುರಕ್ಷಾ ಇಲಾಖೆಗಳಲ್ಲೇ ಗುಪ್ತಗಾಮಿನಿಯಂತೆ ಸೇರಿಹೋಗಿದೆ. ಅಂಗೋಲಾಕ್ಕೆ ನೀವು ಬರುವುದಾದರೆ ಅಷ್ಟು ಸುಲಭದಲ್ಲಿ ನಿಮಗೆ ವೀಸಾ ದಕ್ಕುವುದಿಲ್ಲ. ಏರ್‌ಪೋರ್ಟುಗಳಲ್ಲಿ ಇಮಿಗ್ರೇಷನ್ ವಿಭಾಗದ ಪೊಲೀಸ್ ಅಧಿಕಾರಿಗಳು ಕಾರಣವೇ ಇಲ್ಲದೆ ನಿಮ್ಮಿಂದ ಹಣವನ್ನು ಕೀಳಬಲ್ಲರು. ನೀವು ಹೆಚ್ಚು ವಾದ ಮಾಡಲು ಹೋದರೆ ಅಥವಾ ಕಿತ್ತಾಟಕ್ಕಿಳಿದರೆ ನಿಮ್ಮ ಪ್ರಯಾಣದ ಉತ್ಸಾಹಕ್ಕೆ ಇವರುಗಳು ನಿರ್ದಾಕ್ಷಿಣ್ಯವಾಗಿ ತಣ್ಣೀರೆರಚಬಲ್ಲರು. ಲುವಾಂಡಾ ಏರ್‌ಪೋರ್ಟಿನಲ್ಲಿ ನಡೆಯುವ ಇಂಥಾ ಲಂಚದ ವ್ಯವಹಾರಗಳು ಅದೆಷ್ಟು ಜನಜನಿತವೆಂದರೆ ಜಾಗತಿಕ ಮಟ್ಟದ ಶಕ್ತಿಗಳು ಅಂಗೋಲಾದ ಸರಕಾರವನ್ನು ನೇರವಾಗಿ ಈ ಬಗ್ಗೆ ಟೀಕಿಸಿವೆ. ದುರಾಡಳಿತ ಮತ್ತು ಮಿತಿಮೀರಿದ ಭ್ರಷ್ಟಾಚಾರಕ್ಕೆ ಕಡಿವಾಣ ಹಾಕಲು ನಿಮ್ಮ ಸರಕಾರವು ವಿಫಲವಾಗಿದೆ ಎಂದು ಬಹಿರಂಗವಾಗಿಯೇ ಹೇಳಿಕೊಂಡಿವೆ. ಸದ್ಯ ಅಂಗೋಲಾ ಏರ್‌ಪೋರ್ಟುಗಳಲ್ಲಿ ಅದ್ಯಾವುದೇ ಆಗಮನ-ನಿರ್ಗಮನಗಳಿರಲಿ, ಯಾವ ಹಂತದಲ್ಲಾದರೂ ಪೊಲೀಸಪ್ಪನೊಬ್ಬ ಬಂದು ಲಂಚ ಕೇಳುವುದು ಖಚಿತ ಎಂಬಂತಾಗಿದೆ. ಹೀಗಾಗಿ ನನ್ನಂಥವರು ಕೊಂಚ ಹೆಚ್ಚೇ ನಗದನ್ನು ಜೇಬಿನಲ್ಲಿಟ್ಟುಕೊಂಡು ಏರ್‌ಪೋರ್ಟುಗಳಿಗೆ ಹೊರಡುತ್ತೇವೆ. ಯಾವುದಕ್ಕೂ ಇರಲಿ ಎಂದು!

ಸಾಮಾನ್ಯವಾಗಿ ಅಂತಾರಾಷ್ಟ್ರೀಯ ಪ್ರಯಾಣಗಳನ್ನು ಮಾಡುವ ಪ್ರಯಾಣಿಕರಿಂದ ಡಾಲರುಗಳಲ್ಲಿ ದಕ್ಷಿಣೆ ಕೇಳುತ್ತಾರೆ ಈ ಅಧಿಕಾರಿಗಳು. ಡಾಲರುಗಳಿಲ್ಲ ಎಂದಾದರೆ ಸಾಕಷ್ಟು ದೊಡ್ಡ ಮೊತ್ತದ ಕ್ವಾಂಝಾಗಳ ಬೇಡಿಕೆಯನ್ನೇ ಇಡಲಾಗುತ್ತದೆ. ನಾನು ಪ್ರತೀಬಾರಿ ಪ್ರಯಾಣಿಸುವಾಗಲೂ ನಾನೊಬ್ಬ ಬಡವ ಮಾರಾಯ್ರೇ ಎಂಬ ಅಮಾಯಕ ಮುಖಭಾವವನ್ನು ಇವರೆದುರು ಪ್ರದರ್ಶಿಸುತ್ತೇನೆ. ನನ್ನ ಹರಕುಮುರುಕು ಪೋರ್ಚುಗೀಸ್ ಭಾಷೆಯಲ್ಲಿ, "ನನ್ನಲ್ಲಿರುವುದು ಇಷ್ಟೇ. ಬೇಕಿದ್ದರೆ ತಗೊಳ್ಳಿ" ಎನ್ನುತ್ತೇನೆ. ನಂತರ ಅಲ್ಲೊಂದು ಚೌಕಾಶಿಯಾಗಿ "ಇಷ್ಟನ್ನಾದರೂ ನೀವು ಕೊಡಲೇಬೇಕು" ಎಂದು ಆ ಅಧಿಕಾರಿಯು ನನಗೆ ಆದೇಶಿಸುತ್ತಾನೆ. ಕೊನೆಗೂ ನಾನೇ ಸೋಲಬೇಕಾಗುತ್ತದೆ. ವಿಪರ್ಯಾಸವೆಂದರೆ ರಸೀದಿ, ದಾಖಲೆ ಇತ್ಯಾದಿ ಯಾವುದೇ ಪ್ರಮಾಣಪತ್ರವಿಲ್ಲದೆ ಪೀಕಲಾಗುವ ಈ ಮೊತ್ತವು ನೇರವಾಗಿ ಅಧಿಕಾರಿಯ ಮತ್ತು ಅವರ ತಂಡದ ಜೇಬನ್ನು ಸೇರುತ್ತದೆ ಎನ್ನುವುದು ಸತ್ಯ. ಹೀಗೆ ಪ್ರಯಾಣಿಕರು ಕಾರಣವೇ ಇಲ್ಲದೆ ಲುವಾಂಡಾದ ಏರ್‌ಪೋರ್ಟಿನಲ್ಲಿ ವಿನಾಕಾರಣ ನಷ್ಟ ಮಾಡಿಕೊಳ್ಳುತ್ತಾರೆ. ಅಂಥಾ ಅಧಿಕಾರಿಗಳು ನಿಮಗೆ ಸಿಕ್ಕಿಲ್ಲವೆಂದರೆ ನಿಮ್ಮ ದಿನವು ನಿಜಕ್ಕೂ ಶುಭದಿನವೇ.

ಇನ್ನು ಈ ಚೌಕಾಶಿ ನಡೆಯುವ ಕೋಣೆಯೂ ಕೂಡ ವಿಚಿತ್ರವಾಗಿದ್ದು ಅಂಗೋಲಾಕ್ಕೆ ಹೊಸದಾಗಿ ಬರುವ ಪ್ರಯಾಣಿಕರಲ್ಲಿ ದಿಗಿಲನ್ನುಂಟುಮಾಡಿದರೆ ಸಂಶಯವಿಲ್ಲ. ಪ್ರಯಾಣಿಕನನ್ನು ಚಿಕ್ಕ ಕೋಣೆಯೊಳಕ್ಕೆ ಏಕಾಂಗಿಯಾಗಿ ಕರೆದುಕೊಂಡುಹೋಗುವ ಪೊಲೀಸ್ ಅಧಿಕಾರಿ ಕೂಡಲೇ ಬಾಗಿಲನ್ನು ಮುಚ್ಚಿಬಿಡುತ್ತಾನೆ. ಪುಟ್ಟ ಡಬ್ಬದಂತಹ ಆ ಕೋಣೆಯಲ್ಲಿ ಹವೆಯಾಡಲು ಒಂದು ಕಿಟಕಿಯೂ ಇಲ್ಲ ಎಂದು ಶೀಘ್ರದಲ್ಲೇ ಪ್ರಯಾಣಿಕನಿಗೆ ಗೊತ್ತಾಗುತ್ತದೆ. ನಂತರ ಸಿನೆಮಾಗಳಲ್ಲಿ ಪೊಲೀಸ್ ತನಿಖೆಗಳನ್ನು ತೋರಿಸುವಂತೆ ಮೇಜಿನ

ಎರಡು ಬದಿಯಲ್ಲಿ ಕುಳಿತು ಮಾತುಕತೆಯ ಆರಂಭವಾಗುತ್ತದೆ. ಇವುಗಳನ್ನೆಲ್ಲಾ ಮೊದಲೇ ಕಂಡಿರುವ ನನ್ನಂತಹ ಅನುಭವಿ ಪ್ರಯಾಣಿಕರು ಪೊಲೀಸರ ಜೊತೆ ಮೊಂಡುವಾದಕ್ಕಿಳಿಯದೆ ನಿಮಿಷಗಳೊಳಗಾಗಿಯೇ ಡೀಲ್ ಕುದುರಿಸಿ ಆದಷ್ಟು ಬೇಗ ಅಲ್ಲಿಂದ ಹೊರಬೀಳುತ್ತೇವೆ. ಇಂಥಾ ಜಾಗಗಳಲ್ಲಿ ಹೆಚ್ಚು ಸಮಯವನ್ನು ಕಳೆದಷ್ಟು ಸಮಸ್ಯೆಗಳೂ ಹೆಚ್ಚು. ಅಂದಹಾಗೆ ಡೀಲ್ ಕುದುರಿಸಬೇಕಾಗಿರುವುದು ನಮ್ಮ ಅನಿವಾರ್ಯತೆಯೇ ಹೊರತು ಆಯ್ಕೆಯಲ್ಲ ಎಂಬುದು ನೆನಪಿರಲಿ.

ಹೀಗೆ ಚೆಕ್ ಪೋಸ್ಟ್, ಠಾಣೆ, ವಿಮಾನ ನಿಲ್ದಾಣ, ಇಮಿಗ್ರೇಷನ್ ಹೀಗೆ ಎಲ್ಲೆಲ್ಲೂ ಲಂಚಕ್ಕಾಗಿಯೇ ಕಾದು ಕುಳಿತಿರುವ ಪೊಲೀಸರು ಅಂಗೋಲಾದಲ್ಲಿರುವ ಜನಸಾಮಾನ್ಯರನ್ನು ಬಾಣಲೆಯಿಂದ ಬೆಂಕಿಗೆ ದೂಡಿದ್ದಾರೆ ಎನ್ನುವುದು ಸತ್ಯ. ಹೀಗಾಗಿ ಅಂಗೋಲಾದ ಓಣಿಗಳಲ್ಲಿ ಹತ್ತು ಮಣ್ಣಿನ ಮನೆಗಳ ನಡುವೆ ಒಂದು ಗಾರೆ ಮಾಡಿರುವ, ಸುಣ್ಣಬಣ್ಣ ಬಳಿದ ಮನೆಯೊಂದು ನಿಮಗೆ ಕಾಣಸಿಕ್ಕರೆ ಅದು ಪೊಲೀಸರದ್ದೇ ಎಂದು ಖಾತ್ರಿ. ತನ್ನದು ಜುಜುಬಿ ಸಂಬಳ ಯಾವಾಗಲೂ ಗೊಣಗುವ ಪೊಲೀಸ್ ಅಧಿಕಾರಿ ಹೀಗೆ ಅಡ್ಡದಾರಿಗಿಳಿದು ಕಾಸು ಸಂಪಾದಿಸಿರುತ್ತಾನೆ. ಒಮ್ಮೆ ಹೀಗಾಯ್ತು. ನೀರಾವರಿ ಯೋಜನೆಯೊಂದರ ಬಗೆಗಿನ ಅಧ್ಯಯನಕ್ಕಾಗಿ ಜನಾಭಿಪ್ರಾಯವನ್ನು ಸಂಗ್ರಹಿಸಲು ಮನೆಮನೆಗೆ ತೆರಳುತ್ತಿದ್ದ ನಾನು ಹಲವು ಜನರನ್ನು ಭೇಟಿಯಾಗುತ್ತಿದ್ದೆ. ಸಾಮಾನ್ಯವಾಗಿ ಎಲ್ಲಾ ಮುಖಗಳನ್ನು ನೆನಪಿನಲ್ಲಿಡುವುದು ಕಷ್ಟವಾದರೂ ಭಿನ್ನ ಎಂದೆನಿಸುವ ಒಂದಿಬ್ಬರು ಹೇಗೋ ಮನದಲ್ಲಿ ಉಳಿದುಹೋಗುವುದು ಸಹಜ. ಹೀಗೆ ಪೊಲೀಸ್ ಅಧಿಕಾರಿಯೊಬ್ಬರ ನಡುವೆ ನಾನು ನಡೆಸಿದ್ದ ಸಂವಾದವೊಂದು ನನಗೆ ನೆನಪಿತ್ತು. ಆತ ತನ್ನನ್ನು ತಾನು ಪ್ರಸ್ತುತಪಡಿಸಿದ ರೀತಿ ಮತ್ತು ಸುಸಂಸ್ಕೃತನಂತೆ ಮಾತನಾಡುತ್ತಿದ್ದ ಪರಿಯು ನನ್ನನ್ನು ಆಕರ್ಷಿಸಿತ್ತು. ಅಲ್ಲದೆ ಯೋಜನೆಗೆ ಸಂಬಂಧಪಟ್ಟಂತೆ ಉಳಿದವರಿಗಿಂತ ಹೆಚ್ಚಿನ ಸ್ವಾರಸ್ಯಕರ ಮಾಹಿತಿಗಳನ್ನೂ ಕೂಡ ಈತ ನನಗೆ ಕೊಟ್ಟಿದ್ದ. ಮುಂದೆ ಇದೇ ಬೈರೋ(ಗ್ರಾಮ)ದಲ್ಲಿ ಇತರ ಮನೆಗಳಿಗೆ ನಾನು ಭೇಟಿ ಕೊಟ್ಟರೆ ಅಲ್ಲೂ ಈತ ಕಾಣಿಸಿಕೊಳ್ಳಬೇಕೇ? ನೀವು ಇಲ್ಲೇನು ಮಾಡುತ್ತಿದ್ದೀರಿ ಎಂಬ ನನ್ನ ಪ್ರಶ್ನೆಗೆ ಇದು ನನ್ನದೇ ಮನೆ ಎಂದು ಉತ್ತರಿಸಿದ್ದ ಆತ. ಮೇಲಾಗಿ ಆತ ತನ್ನ ನಾಲ್ಕನೇ ಮನೆಯನ್ನು ಬೈರೋದ ಮತ್ತೊಂದು ಭಾಗದಲ್ಲಿ ಕಟ್ಟಿಸುತ್ತಿದ್ದಾನೆ ಎಂಬ ಖಚಿತ ವರ್ತಮಾನವು ನನಗೆ ನನ್ನ ಪರಿಚಿತರೊಬ್ಬರಿಂದ ದೊರಕಿತ್ತು. ಅಂಗೋಲಾದಲ್ಲಿರುವ ಆರಕ್ಷಕರ ಧಿಮಾಕು ಅಂಥದ್ದು.

ಸಾರ್ವಜನಿಕ ಸಾರಿಗೆ ವ್ಯವಸ್ಥೆಯ ಭಾಗಗಳಾದ ಬಸ್ಸು ಮತ್ತು ಟ್ಯಾಕ್ಸಿಗಳಲ್ಲಿ ವಿದೇಶೀಯರು ಓಡಾಡುವುದು ಇಲ್ಲವೇ ಇಲ್ಲವೆಂಬಷ್ಟು ಕಮ್ಮಿ. ಅತ್ತಿತ್ತ ಓಡಾಡುತ್ತಿರುವ 'ಕಂದೊಂಗ್ಯೆರು' ಎಂಬ ಹೆಸರಿನ ನೀಲಿ-ಬಿಳಿ ಬಣ್ಣದ ಟ್ಯಾಕ್ಸಿಗಳು ಹೊರಗಿನಿಂದ ನೋಡಲು ಚೆನ್ನಾಗಿದ್ದರೂ ಒಳಭಾಗದಲ್ಲಿ ಕಳಪೆಯಾಗಿರುತ್ತವೆ. ಆದರೆ ಭಾರತೀಯ ಶಹರಗಳಲ್ಲಿ ಜನರನ್ನು

ಉಪ್ಪಿನಕಾಯಿ ಹಾಕುವಂತೆ ಈ ಲೋಹದ ಡಬ್ಬದೊಳಗೆ ಪ್ರಯಾಣಿಕರನ್ನು ತೂರಿಸುವುದಿಲ್ಲ ಎಂಬ ಸಂಗತಿ ಮಾತ್ರ ಸಮಾಧಾನಕರವಾದದ್ದು. ನನ್ನನ್ನೂ ಸೇರಿದಂತೆ ಅಂಗೋಲಾದಲ್ಲಿ ನೆಲೆಸಿರುವ ಬಹುತೇಕ ವಿದೇಶೀಯರು ಖಾಸಗಿ ಕಾರು ಮತ್ತು ಚಾಲಕರನ್ನು ಹೊಂದಿರುತ್ತಾರೆಯೇ ವಿನಹ ಬಸ್ಸು, ಟ್ಯಾಕ್ಸಿಗಳ ಗೋಜಿಗೆ ಮರೆತೂ ಹೋಗಲಾರರು. ಹಾಗೆ ಒಂದು ಪಕ್ಷ ಹೋಗಬೇಕಾಗಿ ಬಂದರೂ ತಮ್ಮೊಂದಿಗೆ ಪೋರ್ಚುಗೀಸ್ ಭಾಷೆಯನ್ನು ಬಲ್ಲ, ಸ್ಥಳೀಯ ಪರಿಸರಗಳ ಬಗ್ಗೆ ಕೊಂಚವಾದರೂ ಜ್ಞಾನವಿರುವ ಒಬ್ಬ ಬಂಟನನ್ನು ಜೊತೆಯಲ್ಲಿ ಕರೆದುಕೊಂಡೇ ಹೋಗುವುದು ಇಲ್ಲಿಯ ಸಾಮಾನ್ಯ ಜಾಣನಡೆಗಳಲ್ಲೊಂದು.

ಇನ್ನು ಎಲೆಕ್ಟ್ರಾನಿಕ್ಸ್ ವಸ್ತುಗಳ ಬಗ್ಗೆ ಅಂಗೋಲನ್ನರಿಗಿರುವ ಆಕರ್ಷಣೆ ಮತ್ತು ಕೊರತೆಯು ಇವುಗಳನ್ನು ಹೇಗಾದರೂ ಮಾಡಿ ಸಂಪಾದಿಸಲೇಬೇಕೆಂಬ ಅಪಾಯಕಾರಿ ಹಟವನ್ನೂ ಕೆಲ ಧೂರ್ತರಲ್ಲಿ ತಂದಿಟ್ಟಿದೆ. ಹೀಗಾಗಿ ಇಂಥಾ ವಸ್ತುಗಳಿಗಾಗಿಯೇ ಕನ್ನ ಹಾಕುವವರು ಬಹುತೇಕ ಎಲ್ಲೆಲ್ಲೂ ಕಾಣಸಿಗುತ್ತಾರೆ. ಇಲ್ಲಿ ತೀರಾ ದುಬಾರಿಯಾಗಿರುವ ಎಲೆಕ್ಟ್ರಾನಿಕ್ಸ್ ವಸ್ತುಗಳು ಅಂಗೋಲನ್ನರಿಗೆ ಇನ್ನೂ ವಿಲಾಸಿ ವಸ್ತುಗಳೇ ಆಗಿವೆ. ಉದಾಹರಣೆಗೆ ಭಾರತದಲ್ಲಿ ಲಭ್ಯವಿರುವ ಸುಮಾರು ಹದಿನೈದು ಸಾವಿರ ರೂಪಾಯಿಗಳ ಮೌಲ್ಯದ ಒಂದು ಸ್ಮಾರ್ಟ್ಫೋನ್ ಅಂಗೋಲಾದಲ್ಲಿ 200,000 ಕ್ವಾಂಝಾಗಳಲ್ಲಿ ಬಿಕರಿಯಾಗುತ್ತದೆ. 200,000 ಕ್ವಾಂಝಾ ಎಂದರೆ ಅದು ಸುಮಾರು 1200 ಡಾಲರುಗಳಿಗೆ ಸಮ. ಸದ್ಯದ ಡಾಲರ್ ವಿನಿಮಯ ದರವನ್ನು ಪರಿಗಣಿಸಿದರೆ 1200 ಡಾಲರ್ ಮೊತ್ತವು ಸುಮಾರು 78,000 ರೂಪಾಯಿಗಳಿಗೆ ಸಮನಾಗುತ್ತದೆ. ಇನ್ನು ರಿಪೇರಿಯ ಆಯ್ಕೆಗಳು ಅಂಗೋಲಾದಲ್ಲಿ ಇಲ್ಲದಿರುವುದರಿಂದ ಸಣ್ಣ ರೇಡಿಯೋ, ಮಿಕ್ಸರ್‌ಗಳಿಂದ ಹಿಡಿದು ದೊಡ್ಡ ಪ್ಲಾಸ್ಮಾ ಟಿ.ವಿ.ಗಳವರೆಗೂ ಎಲೆಕ್ಟ್ರಾನಿಕ್ಸ್ ಸಾಧನಗಳಲ್ಲಿ ಚಿಕ್ಕದೊಂದು ಸಮಸ್ಯೆ ಕಾಣಿಸಿಕೊಂಡರೂ ಅದನ್ನು ತಿಪ್ಪೆಗೆಸೆಯುವುದನ್ನು ಬಿಟ್ಟು ಬೇರೆ ಆಯ್ಕೆಗಳಿಲ್ಲ. ಹೀಗಾಗಿ ದುಬಾರಿ ಎಲೆಕ್ಟ್ರಾನಿಕ್ಸ್ ಸಾಧನಗಳು ವಿಲಾಸಿ ವಸ್ತುಗಳ ಪಟ್ಟಿಗೆ ಸೇರಿ ಹಲವು ಕಳ್ಳತನ, ಸುಲಿಗೆ, ದಾಳಿಗಳಿಗೆ ಮುಖ್ಯ ಕಾರಣವೆನಿಸಿದೆ. ಹಣವನ್ನು ಬಿಟ್ಟರೆ ಅಂಗೋಲಾದ ಅಪರಾಧಿಗಳು ಹೊಂಚುಹಾಕುವುದು ಎಲೆಕ್ಟ್ರಾನಿಕ್ಸ್ ಸಾಧನಗಳಿಗಾಗಿಯೇ ಎಂಬುದು ಇಲ್ಲಿ ಎಲ್ಲರಿಗೂ ಗೊತ್ತಿರುವ ಸಂಗತಿ.

ನಾನು ಆರು ವರ್ಷಗಳಿಂದ ಬಲು ಜತನದಿಂದ ಉಪಯೋಗಿಸುತ್ತಿದ್ದ ಸ್ಮಾರ್ಟ್‌ಫೋನೊಂದು ಏಕಾಏಕಿ ಮಾತನಾಡುವುದನ್ನು ನಿಲ್ಲಿಸಿದಾಗ ರಿಪೇರಿಗೆಂದು ನನಗೆ ಲುವಾಂಡಾದ ದಾರಿಯನ್ನು ತೋರಿಸಲಾಯಿತು. ಲುವಾಂಡಾ ಮಹಾನಗರಿಯಲ್ಲಿ ಕಂಪೆನಿಯ ಸರ್ವೀಸ್ ಸೆಂಟರ್ ಏನಾದರೂ ಇರಬಹುದೇ ಎಂದರೆ ಅಲ್ಲೂ ನನಗೆ ಕಾದಿದ್ದು ನಿರಾಶೆ. ಇನ್ನು ವೀಜ್‌ನಲ್ಲಿರುವ ಎಲೆಕ್ಟ್ರಾನಿಕ್ಸ್ ಅಂಗಡಿಗಳ ಮಾಲಕರು ನನಗೆ ಶಿಫಾರಸ್ಸು ಮಾಡಿದ್ದ ಸ್ಥಳವನ್ನು ನೋಡಿದರೆ ನಾನು ಮೂರ್ಛೆ ಹೋಗುವುದಷ್ಟೇ ಬಾಕಿ. ಮಾರುಕಟ್ಟೆಯ ಮೂಲೆಯೊಂದರಲ್ಲಿ ನಾಲ್ಕೈದು ಸ್ಟೂಲುಗಳನ್ನಿಟ್ಟುಕೊಂಡು ಕೆಲ ತರುಣರು ಅಲ್ಲಿ ಮೊಬೈಲ್, ಲ್ಯಾಪ್‌ಟ್ಯಾಪ್ ಇತರ ಎಲೆಕ್ಟ್ರಾನಿಕ್ಸ್ ಸಾಧನಗಳನ್ನು ರಿಪೇರಿ ಮಾಡುವುದರಲ್ಲಿ ವ್ಯಸ್ತರಾಗಿದ್ದರು. ಇನ್ನು ಸುತ್ತಮುತ್ತಲೂ ಇದ್ದ ಚಿಕ್ಕಪುಟ್ಟ ರೆಸ್ಟೋರೆಂಟುಗಳಿಂದ ತೂರಾಡಿ ಹೊರಬರುತ್ತಿದ್ದ ಕುಡುಕರು, ಸಿಕ್ಕಸಿಕ್ಕವರನ್ನು ಗೋಳುಹೊಯ್ದುಕೊಳ್ಳುತ್ತಾ ತಮಾಷೆ ನೋಡುತ್ತಿರುವ, ನಶೆಯಲ್ಲಿ ಮುಳುಗಿರುವ ಪಡ್ಡೆ ಹುಡುಗರು, ಈ ಜನಜಂಗುಳಿಯ

ನಡುವಿನಲ್ಲೂ ಕಿವಿಯ ತಮಟೆಯು ಹರಿದುಹೋಗುವಷ್ಟು ದೊಡ್ಡದಾಗಿ ಧ್ವನಿವರ್ಧಕಗಳಿಂದ ಕರ್ಕಶ ಸಂಗೀತವನ್ನು ಹಾಕಿ ಯದ್ವಾತದ್ವಾ ಕುಣಿಯುತ್ತಿರುವ ಜನರು... ಹೀಗೆ ಎಲ್ಲಾ ರೀತಿಯಲ್ಲೂ ವಿಲಕ್ಷಣ ಪ್ರದೇಶವಾಗಿತ್ತದು. ದುಭಾಷಿಯೊಂದಿಗೆ ಬಂದಿದ್ದರೂ ನಾನು ಅಂಗೋಲಾದ ಅಪಾಯಕಾರಿ ಪ್ರದೇಶವೊಂದಕ್ಕೆ ಕಾಲಿರಿಸಿದ್ದೇನೆ ಎಂಬುದನ್ನು ಅರಿಯಲು ನನಗೆ ಹೆಚ್ಚಿನ ಸಮಯವೇನೂ ತಗುಲಲಿಲ್ಲ.

ಆದರೆ ಅಚ್ಚರಿಗಳು ಅಲ್ಲಿಗೇ ಕೊನೆಯಾಗಲಿಲ್ಲ. ನಿಮ್ಮ ಮೊಬೈಲನ್ನು ರಿಪೇರಿ ಮಾಡುತ್ತೇನೆ ಎಂದು ನನ್ನನ್ನು ಎರಡು ತಾಸು ಬಿಸಿಲಿನಲ್ಲಿ ಕೂರಿಸಿದ್ದ ತರುಣನೊಬ್ಬ ಕೊನೆಗೂ ತನ್ನಿಂದಾಗುವುದಿಲ್ಲವೆಂದು ಕೈಯೆತ್ತಿದ್ದ. ಈ ಮಧ್ಯದಲ್ಲೇ ಎಲ್ಲಿಂದಲೋ ಮತ್ತೊಬ್ಬ ಬಂದು "ಇವನೇನು ಮಾಡೋದು ಮಣ್ಣಾಂಗಟ್ಟಿ? ಇದನ್ನು ನಾನು ರಿಪೇರಿ ಮಾಡುತ್ತೇನೆ" ಎಂದು ಗೊಣಗಿ ಹೇಳದೆಕೇಳದೆ ಮೊಬೈಲನ್ನು ಎತ್ತಿಕೊಂಡು ಹೋದ. ಹೀಗೆ ಏಕಾಏಕಿ ಬಂದು ವಕ್ಕರಿಸಿದ ಸ್ಪರ್ಧಿಯಿಂದ ಇಲ್ಲಿ ಆಗಲೇ ಕೆಲಸ ಮಾಡುತ್ತಿದ್ದವನಿಗೆ ರೇಗಿಹೋಯಿತು. ಇಬ್ಬರೂ ಈಗ ತಮ್ಮ ತಮ್ಮ ಕೆಲಸಗಳನ್ನು ಬಿಟ್ಟು ಶರಂಪರ ಕಿತ್ತಾಡತೊಡಗಿದರು. ಒಬ್ಬನ ಕೈಯಲ್ಲಿ ನನ್ನ ಫೋನಿನ ಬ್ಯಾಟರಿಯಿದ್ದರೆ ಇನ್ನೊಬ್ಬನ ಕೈಯಲ್ಲಿ ಉಳಿದ ಬಿಡಿಭಾಗಗಳಿದ್ದವು. ಮೊದಲೇ ಹುಚ್ಚರ ಸಂತೆಯಂತಿದ್ದ ಆ ಪ್ರದೇಶದ ಜನರಿಗೆ ಇದೊಂದು ಹೊಸ ತಮಾಷೆಯಾಗಿಬಿಟ್ಟು ಮುಷ್ಟಿಯುದ್ಧ ನೋಡಲು ಜನಜಂಗುಳಿಯೇ ಸೇರತೊಡಗಿತು. ಕೊನೆಗೂ ಇಬ್ಬರನ್ನೂ ಸಮಾಧಾನಪಡಿಸಿ ಮೊಬೈಲನ್ನು ಇದ್ದ ಸ್ಥಿತಿಯಲ್ಲೇ ಮರಳಿ ಪಡೆಯುವಷ್ಟರಲ್ಲಿ ನನ್ನ ಮತ್ತು ದುಭಾಷಿಯ ತ್ರಾಣವೆಲ್ಲಾ ಉಡುಗಿಹೋಗಿತ್ತು. ಇನ್ನೆಂದೂ ಈ ಕಡೆ ತಲೆಹಾಕಲಾರೆ ಎಂಬ ಶಪಥದೊಂದಿಗೆ ನಾನು ಆದಷ್ಟು ಬೇಗ ಅಲ್ಲಿಂದ ಕಾಲ್ಕಿತ್ತೆ. ನಮ್ಮ ಮಜ್ದಾ ಕಾರು ಏದುಸಿರು ಬಿಡುತ್ತಾ ಹೇಗೋ ಆ ಅಪಾಯಕಾರಿ ಪ್ರದೇಶದಿಂದ ಹೊರಬಂದಿತು. ಮುಂದೆ ಆ ಮೊಬೈಲಿಗೆ ಮರುಜೀವ ಸಿಕ್ಕಿದ್ದು ಭಾರತಕ್ಕೆ ಮರಳಿದ ನಂತರವೇ. "ಬಳಸಿದ ನಂತರ ಏನಾದರೂ ಸಮಸ್ಯೆಗಳು ಬಂದರೆ ಎಸೆಯೋದಷ್ಟೇ. ರಿಪೇರಿಯೆಂಬುದು ಇಲ್ಲಿಲ್ಲ", ಎಂದು ವೀಜ್‌ನಲ್ಲಿ ಅಚಾನಕ್ಕಾಗಿ ಸಿಕ್ಕಿದ ಗುಜರಾತಿ ವ್ಯಾಪಾರಿಗಳೊಬ್ಬರು ನನಗೆ ನಂತರಹೇಳಿದಾಗ ಈ ಘಟನೆಯನ್ನೇ ನಾನು ನೆನಪಿಸಿದೆ. "ನಿಮ್ಮ ಎಲೆಕ್ಟ್ರಾನಿಕ್ಸ್ ಸಾಧನಗಳು ಸರಿಯಾಗದಿದ್ದರೂ ಓಕೇನೆ. ಆದರೆ ಅಂಥಾ ಜಾಗಗಳಿಗೆಲ್ಲಾ ಹೋಗಬೇಡಿ. ಗಂಭೀರ ಅಪರಾಧಗಳು ನಿತ್ಯವೂ ನಡೆಯುವ ಜಾಗಗಳು ಅವು", ಎಂದು ನನಗೆ ಸಲಹೆಯನ್ನು ಕೊಟ್ಟಿದ್ದರು ಆತ.

ಆಫ್ರಿಕಾದ ಅತ್ಯಂತ ಅಪಾಯಕಾರಿ ನಗರಗಳ ಪಟ್ಟಿಗೆ ಲುವಾಂಡಾವೂ ಕೂಡ ಸೇರಿಕೊಂಡಾಗಿದೆ. ಅಮೆರಿಕವೂ ಸೇರಿದಂತೆ ಹಲವು ದೇಶಗಳ ರಾಯಭಾರಿ ಕಛೇರಿಗಳು ರಾಜಧಾನಿಯಲ್ಲಿರುವ ಇಂಥಾ ಅಪಾಯಕಾರಿ ತಾಣಗಳ ಬಗ್ಗೆ ತನ್ನ ದೇಶದ ನಾಗರಿಕರಿಗೆ ಮುನ್ನೆಚ್ಚರಿಕೆಯನ್ನು ಕೊಟ್ಟಿವೆ. ಹೆಸರಿಗೆ ತಕ್ಕಂತೆ ಹಾವಿನಂತಿರುವ "ಸರ್ಪಂಟೈನ್" ರಸ್ತೆ, ಸಂಬೆಝೂಂದಾ, ರೋಶ್ ಪಿಂಟೋ ಕೊಳಚೆ ಪ್ರದೇಶ ಮತ್ತು ಸ್ಥಳೀಯ ಮಾರುಕಟ್ಟೆಗಳು ಅಪರಾಧಗಳಿಂದಲೇ ಕುಖ್ಯಾತಿಯನ್ನು ಪಡೆದಿರುವ ಲುವಾಂಡಾದ ಕೆಲ ಭಾಗಗಳು. ಸೂರ್ಯಾಸ್ತದ ನಂತರ ಲುವಾಂಡಾದ ಹೆಚ್ಚಿನ ಬೀದಿಗಳು ಅಪರಾಧಿಗಳ ಅಡ್ಡಾ ಆಗಿಬಿಟ್ಟರೆ ನೈಟ್‌ಕ್ಲಬ್ಬುಗಳಂತಹ ಜಾಗಗಳಲ್ಲಿ ಅತ್ಯಾಚಾರ, ಕೊಲೆಗಳಂತಹ ಪೈಶಾಚಿಕ ಅಪರಾಧಗಳು ಘಟಿಸುತ್ತವೆ ಎಂದು ಅಂಕಿಅಂಶಗಳೇ ಹೇಳುತ್ತವೆ. ಡ್ರೈವ್ ಮಾಡುವ ಸಂದರ್ಭಗಳಲ್ಲಿ

ಆಗಂತುಕರಿಗೆ ಲಿಫ್ಟ್ ಕೊಡುವುದು, ಜನಜಂಗುಳಿಯಿರುವ ಪ್ರದೇಶದಲ್ಲಿ ನಗದು ವಿನಿಮಯಗಳಲ್ಲಿ ತೊಡಗಿರುವುದು, ಟ್ರಾಫಿಕ್‌ನಲ್ಲಿ ಸಿಲುಕಿರುವಾಗ ವಾಹನದ ಗಾಜುಗಳನ್ನು ತೆರೆದಿಟ್ಟಿರುವುದು, (ವಿದೇಶೀಯರು) ಒಬ್ಬಂಟಿಯಾಗಿ ಬೀದಿಗಳಲ್ಲಿ ಸುತ್ತಾಡುವುದು ಇತ್ಯಾದಿಗಳು ಅಪಾಯಕ್ಕೆ ಆಹ್ವಾನವನ್ನೇ ಕೊಟ್ಟಂತೆ. ಇನ್ನು ವಿದೇಶೀಯರ ಅಪಹರಣ ಯತ್ನ ಪ್ರಕರಣಗಳೂ ಕೂಡ ಲುವಾಂಡಾದ ಹಲವು ಭಾಗಗಳಲ್ಲಿ ಕಂಡುಬಂದಿರುವುದು ಅಂಗೋಲಾಕ್ಕೆ ಹೊಸದಾಗಿ ಬರುವ ವಿದೇಶೀಯರನ್ನು ಮತ್ತಷ್ಟು ಜಾಗರೂಕರನ್ನಾಗಿಸಿದೆ.

ಆಫ್ರಿಕಾದ ಇತರ ದೇಶಗಳಂತೆಯೇ ಲುವಾಂಡಾದಲ್ಲಾಗುವ ಅಪರಾಧಗಳ ಮಟ್ಟವನ್ನು ಪರಿಗಣಿಸಿರುವ OSAC (Overseas Security Advisory Council / OSAC) ಲುವಾಂಡಾವನ್ನು ಅಪರಾಧಗಳ ಆಧಾರದಲ್ಲಿ ತನ್ನ 'Critical' (ಗಂಭೀರ) ನಗರಗಳ ಪಟ್ಟಿಗೆ ಸೇರಿಸಿದೆ. ಅಂಗೋಲಾ ಎಂದರೆ ಲುವಾಂಡಾವಷ್ಟೇ ಅಲ್ಲ ಎಂಬುದು ಸತ್ಯ. ಜೊತೆಗೇ ಲುವಾಂಡಾವೆಂದರೆ ಅಪರಾಧ ಮಾತ್ರ ಎಂಬುದೂ ಕೂಡ ಸತ್ಯಕ್ಕೆ ದೂರವಾದ ಮಾತು. ಹಾಗೆಂದು ಅಂಗೋಲಾದಾದ್ಯಂತ ಆಗುತ್ತಿರುವ ಗಂಭೀರ ಅಪರಾಧಗಳನ್ನು, ವಿಲಕ್ಷಣ ಭಯದ ವಾತಾವರಣವನ್ನು ಅಲ್ಲಗಳೆಯಲು ಸಾಧ್ಯವಿಲ್ಲ. ಹಾಗೆಯೇ ಪೊಲೀಸರ ನಿರ್ಲಕ್ಷ್ಯ, ನಿಷ್ಕ್ರಿಯತೆ ಮತ್ತು ಲಂಚಕೋರತನಗಳನ್ನೂ ಕೂಡ.

ಅಂಗೋಲಾ ತನ್ನ ವೀಸಾ ಪ್ರಕ್ರಿಯೆಯನ್ನು ಅದೆಷ್ಟು ಸಂಕೀರ್ಣಗೊಳಿಸಿದೆಯೆಂದರೆ ಯಾರೂ ತಮ್ಮತ್ತ ಬರುವುದೇ ಬೇಡ ಎಂಬ ಯೋಜನೆಯನ್ನು ಹಾಕಿರುವಂತಿದೆ ಅಂಗೋಲನ್ ಸರಕಾರ. ಇಂದು ಅಂಗೋಲಾ ಜಗತ್ತನ್ನು ತನ್ನತ್ತ ಕೊಂಚ ಸೆಳೆದಿದ್ದರೆ ಅದು ತನ್ನೊಡಲಿನಲ್ಲಿ ಹಿಡಿದಿಟ್ಟುಕೊಂಡಿರುವ ತೈಲದ ಕಾರಣದಿಂದ ಮಾತ್ರ. ಹೀಗಿರುವಾಗ ದಿನಗಳೆದಂತೆ ಹೆಚ್ಚುತ್ತಿರುವ ಅಪರಾಧಗಳು ಬೆರಳೆಣಿಕೆಯ ವಿದೇಶಿ ಹೂಡಿಕೆದಾರರನ್ನೂ ನಿರಾಶೆಗೀಡುಮಾಡಿದರೆ ಆಗಲಿರುವ ದೀರ್ಘಾವಧಿ ನಷ್ಟಗಳು ಅಂಗೋಲಾಕ್ಕೆ ದುಬಾರಿಯಾಗಿ ಪರಿಣಮಿಸಲಿರುವುದನ್ನು ಯಾರೂ ತಪ್ಪಿಸಲಾರರು.

ಅದೇನೇ ಇರಲಿ. ಸ್ವತಃ ಕವಿಯೂ, ಅಂಗೋಲಾದ ಪ್ರಥಮ ರಾಷ್ಟ್ರಪತಿಯೂ ಆಗಿದ್ದ ಡಾ. ಆಗಸ್ಟಿನೋ ನೇಟೋರ ಕನಸಿನ ಅಂಗೋಲಾ ಇದಲ್ಲ ಎಂಬುದನ್ನು ನಾನು ಖಡಾಖಂಡಿತವಾಗಿ ಹೇಳಬಲ್ಲೆ. ದೇಶಕ್ಕೆ ದಕ್ಕಿರುವ ಹೊಸ ಮುಂದಾಳತ್ವವಾದರೂ ಪರಿಸ್ಥಿತಿಯನ್ನು ಕೊಂಚ ಸಹನೀಯಗೊಳಿಸಲಿ ಎಂಬ ನಿರೀಕ್ಷೆ ನನ್ನದು.

"**ಕಿಂ**ಚಿತ್ತಾದರೂ ಸರಿಯೇ. ರಾತ್ರಿಯ ಕತ್ತಲ ಲೋಕವನ್ನೂ ನೋಡಲೇಬೇಕು", ಎಂದು ಅನ್ನುತ್ತಿದ್ದೆ ನಾನು.

ನಾನೇನು ಕೇಳಬಾರದ್ದನ್ನು ಕೇಳುತ್ತಿದ್ದೇನೆ ಎಂಬಂತೆ ನನ್ನ ಸುತ್ತಲಿದ್ದ ಎಲ್ಲರೂ ನನ್ನತ್ತ ಅಚ್ಚರಿಯಿಂದ ನೋಡಿದ್ದರು. ನನ್ನ ದುಭಾಷಿ ಮಹಾಶಯನ ಮುಖದಲ್ಲಿ ಚಿಂತೆಯ ಗೆರೆಗಳು

ಆಗಲೇ ಮೂಡಿಯಾಗಿತ್ತು. "ನಿನಗೇನಾದರೂ ಕೆಲಸವನ್ನು ನೀಡುವ ಮುನ್ನವೇ ನೀನು ಸುಸ್ತಾಗಿಬಿಡ್ತೀ ಮಾರಾಯ", ಎಂದು ಯಾವಾಗಲೂ ಈತನ ಕಾಲೆಳೆಯುವವನು ನಾನು. ಈ ಬಾರಿ ನನ್ನ ನಿಲುವು ದೃಢವಾಗಿರುವ ವಾಸನೆ ಇವರುಗಳ ಮೂಗಿಗೆ ಬಡಿಯಿತೋ ಏನೋ. ಚೌಕಾಶಿ ಶುರುವಾಯಿತು.

"ಇದು ಹೊಸ ವಿಷಯವೇನೂ ಇಲ್ಲ. ಈ ಜಾಗಕ್ಕೆ ನೀವು ಹೊಸಬರೂ ಅಲ್ಲ. ಇಲ್ಲಿಯ ಜಾಗಗಳು ಹೇಗಿವೆಯೆಂದು ನಿಮಗೂ ಗೊತ್ತು. ರಾತ್ರಿಯ ಪ್ರಯಾಣಗಳು ಮಾರಣಾಂತಿಕ ಅಂದೇನೂ ನಾನು ಹೇಳುತ್ತಿಲ್ಲ. ಆದರೆ ಇದೊಂದು ಅಪಾಯಕಾರಿ, ಬೇಜವಾಬ್ದಾರಿಯ ದುಸ್ಸಾಹಸ. ಹೌದು, ಇಲ್ಲೂ ನೂರಾರು ಜನ ರಾತ್ರಿ ಪ್ರಯಾಣಿಸುತ್ತಿರುತ್ತಾರೆ. ಎಲ್ಲೋ ಏನೋ ಆಗುತ್ತದೆ. ಕೆಲವು ಆಕಸ್ಮಿಕವೋ, ಇನ್ನು ಕೆಲವು ಉದ್ದೇಶಪೂರ್ವಕವಾಗಿಯೋ ಆಗಿರುತ್ತವೆ. ಏನೋ ಒಂದು. ಸುಖಾಸುಮ್ಮನೆ ಇಂಥವುಗಳಲ್ಲಿ ಯಾಕೆ ಬೀಳುವುದು ಹೇಳಿ?", ನನ್ನ ಸಹೋದ್ಯೋಗಿಯ ಕಾರು ಚಾಲಕ, ತಿಂಡಿಪೋತ ಮಾಂಬೋ ಹೇಳುತ್ತಲೇ ಇದ್ದ.

ಅವನ ದನಿಯಲ್ಲಿದ್ದ ಆತಂಕವನ್ನು ಕಂಡರೆ ಆತ ಈ ಮಾತುಗಳನ್ನು ನನಗೆ ಹೇಳುತ್ತಿದ್ದನೋ ಅಥವಾ ತನಗೆ ತಾನೇ ಹೇಳುತ್ತಿದ್ದನೋ ಎಂಬ ಸಂಶಯ ನನಗೆ. "ಈ ಭಾರತೀಯನ ಹುಚ್ಚು ಬಿಡಿಸಪ್ಪಾ ದೇವರೇ, ಬೇಡ ಅನ್ನುವಂತಾಗಲಿ ದೇವರೇ", ಎಂದು ಕಾಣದ ದೇವರಲ್ಲಿ ಪ್ರಾರ್ಥಿಸುತ್ತಿದ್ದವನಂತೆ ಸೊಂಟದ ಮೇಲೆ ತನ್ನೆರಡೂ ಕೈಗಳನ್ನಿರಿಸಿಕೊಂಡು ಆಗಾಗ ಆಕಾಶ ನೋಡುತ್ತಿದ್ದ ದುಭಾಷಿ ನನಗೆ ಕಂಡ. ಇವನ್ನೆಲ್ಲಾ ನೋಡುತ್ತಿದ್ದ ನನಗೆ ಸಹಜವಾಗಿಯೇ ಒಂದು ಮಟ್ಟಿಗೆ ನಿರಾಶೆಯಾಗಿತ್ತು.

ಇದು ಅಂಗೋಲಾ ಅಂತಲ್ಲ. ರಾತ್ರಿಯ ಪ್ರಯಾಣಗಳೆಂದರೆ ಚಾಲಕರು ಸಾಮಾನ್ಯವಾಗಿ ತಪ್ಪಿಸಿಕೊಳ್ಳುವುದು ಆಫ್ರಿಕಾದ ಇತರ ಭಾಗಗಳಲ್ಲೂ ಇದೆ ಎಂಬುದನ್ನು ನಾನು ಕೇಳಿ ತಿಳಿದಿದ್ದೆ. ಎಂಥಾ ಥ್ರಿಲ್ ಆದರೂ ಆ ಕ್ಷಣವನ್ನು ಸವಿಯಲು ಪ್ರಾಣವೊಂದು ಇರಬೇಕಲ್ಲಾ, ಉಸಿರು ನಡೆಯುತ್ತಿರಬೇಕಲ್ಲಾ! ಇವೆಲ್ಲಾ ಕಪಿಚೇಷ್ಟೆಗಳು ಬೇಡವೆಂದು ನನ್ನನ್ನೊಪ್ಪಿಸುವ ಪ್ರಯತ್ನಗಳು ನಡೆಯುತ್ತಲೇ ಇದ್ದವು.

"ಅಲ್ರಯ್ಯಾ... ನೀವು ಇಲ್ಲಿಯವರಾಗಿ ನನಗೆ ಧೈರ್ಯವನ್ನು ತುಂಬಬೇಕು. ನೀವೇ ಹೀಗೆ ಭಯಪಟ್ಟರೆ ಹೇಗೆ?", ಎಂದು ತಿರುಗುಬಾಣದ ಪ್ರಶ್ನೆಯನ್ನೆಸೆಯುತ್ತಾ ನಾನು ಮೆತ್ತಗೆ ಇವರೆಲ್ಲರ ಕಾಲೆಳೆಯುತ್ತಿದ್ದೆ. 'ಆದದ್ದಾಗಲಿ, ಒಂದು ಕೈ ನೋಡೇಬಿಡೋಣ', ಎಂದು ಯೋಚಿಸುವ ಹಾದಿಗೆ ಇವರನ್ನು ತರಲು ಪ್ರಯತ್ನಿಸುತ್ತಿದ್ದೆ. ಆದರೆ ಪ್ರಾಣಭಯವು ಇವೆಲ್ಲದ್ದಕ್ಕಿಂತಲೂ ಮೇಲಿನದ್ದಾಗಿತ್ತು.

ಚರ್ಚೆಗಳು ನಡೆದಿದ್ದೇ ನಡೆದಿದ್ದು. ನಿಮಿಷಗಳು ಉರುಳಿದವೇ ಹೊರತು ಒಬ್ಬರೂ ನನ್ನ ಮಾತಿಗೆ ಒಪ್ಪುವಂತೆ ಕಾಣಲಿಲ್ಲ. ಯಾರಿಂದಲೂ ಒತ್ತಾಯದಿಂದ ಕೆಲಸವನ್ನು

ಮಾಡಿಸುವ ಜಾಯಮಾನವು ನನ್ನದಲ್ಲ. ನಾನು ಒಬ್ಬನೇ ಹೋಗುವಂತಹ ಪ್ರಶ್ನೆಯೇ ಇರಲಿಲ್ಲ. ಇನ್ನು ಇವರನ್ನು ಕರೆದುಕೊಂಡು ಹೋಗಿ ಏನಾದರೂ ಎಡವಟ್ಟಾದರೆ, ಎಡವಟ್ಟಾಗುವುದಕ್ಕಿಂತಲೂ ಹೆಚ್ಚಾಗಿ ನನ್ನ ಒತ್ತಾಯಕ್ಕುತ್ತರವಾಗಿ ಇವರಿಬ್ಬರೂ 'ಅಸಹಕಾರ ಚಳುವಳಿ'ಯನ್ನು ಮಾಡಹೊರಟರೆ ನನಗೇ ನಷ್ಟ ಎಂದು ನಾನು ಮನದಲ್ಲೇ ಲೆಕ್ಕಹಾಕಿದೆ. ಆಗಲಪ್ಪಾ ಎಂದು ಒಪ್ಪಿಯೂ ಬಿಟ್ಟೆ. ತಕ್ಷಣವೇ ಎಲ್ಲರ ಮುಖಗಳು ಗೆಲುವಿನ ಖುಷಿಯಿಂದ, ನಿರಾಳತೆಯಿಂದ ಅರಳಿದವು.

ಅಂದರೆ ನನ್ನ ಮಟ್ಟಿಗೆ ಮಾತುಕತೆಯು ಮುರಿದುಬಿದ್ದಿತ್ತು.

ರಾತ್ರಿಯ ಈ ಭಯದ ಕಾರಣದಿಂದಲೇ ರಾಜಧಾನಿಗೆ ತೆರಳುವುದಾದರೆ ಮುಂಜಾನೆಯೇ ವೀಜ್‌ನಿಂದ ಹೊರಡುವುದೋ, ವೀಜ್‌ಗೆ ಮರಳುವುದಾದರೆ ಅಪರಾಹ್ನದೊಳಗೆ ಲುವಾಂಡಾದಿಂದ ಹೊರಡುವುದೋ ನಡೆಯುತ್ತಿತ್ತು. ಆದರೆ ಹೀಗೆಯೇ ಎಷ್ಟು ದಿನವೆಂದು ಕೂರಬಹುದು? ಅಂಥದ್ದೊಂದು ದಿನವು ಕೊನೆಗೂ ಬಂದೇಬಿಟ್ಟಿತ್ತು ನೋಡಿ. ಕಾರ್ಯಾಲಯ ಸಂಬಂಧಿ ಮುಖ್ಯ ಕೆಲಸವೊಂದಕ್ಕಾಗಿ ಲುವಾಂಡಾಗೆ ತೆರಳಿದ್ದ ನನಗೆ ಈಗಲೇ ಹೊರಟು ಬನ್ನಿ ಎಂದು ವೀಜ್‌ನಿಂದ ಕರೆ ಬಂದಿತ್ತು.

ಗಡಿಯಾರದತ್ತ ಕಣ್ಣುಹಾಯಿಸಿದರೆ ಆಗಲೇ ಅಪರಾಹ್ನದ ಒಂದು. 'ಮುಗೀತು ಕಥೆ', ಎಂದು ಒಳಗೊಳಗೇ ನಾನು ನಕ್ಕುಬಿಟ್ಟೆ. ಚಾಲಕನಿಗೆ ಕರೆ ಮಾಡಿ ವಿಷಯ ತಿಳಿಸಿದೆ. "ಇವತ್ತು ನಮ್ಮೊಂದಿಗೆ ದುಭಾಷಿ ಬೇರೆ ಇಲ್ಲ. ನಾವು ಹೊರಡೋದ್ಯಾವಾಗ, ಹೋಗಿ ಮುಟ್ಟೋದ್ಯಾವಾಗ?", ಎಂದು ಅಗುಸ್ಟೋ ತಲೆಕೆರೆದುಕೊಂಡ. "ಈ ಬಾರಿ ನಮ್ಮ ಬಳಿ ಆಯ್ಕೆಯೇ ಇಲ್ಲ. ಹೊರಡಲೇಬೇಕು", ಅಂದೆ ನಾನು. ತಯಾರಿಗಳನ್ನು ನಡೆಸಿ ಒಂದೂವರೆಗೆ ಹೊರಟರೂ, ದಾರಿ ಮಧ್ಯೆ ಪೊಲೀಸರ ಕಾಟ ಸಿಗಲೇ ಇಲ್ಲ ಎಂದು ಅಂದುಕೊಂಡರೂ ಎಂಟಂತೂ ಆಗೇ ಆಗುತ್ತೆ ಎಂದು ನಾವಿಬ್ಬರೂ ಕೈಗಡಿಯಾರವನ್ನು ನೋಡುತ್ತಾ ನಮ್ಮನಮ್ಮಲ್ಲೇ ಲೆಕ್ಕಹಾಕಿದೆವು.

"ನಾವು ಹೀಗೆ ಯೋಚಿಸುತ್ತಾ ಕೂತರೆ ಇನ್ನೂ ತಡವಾಗಿಬಿಡುತ್ತದೆ. ಬೇಗನೆ ಹೊರಡೋಣ", ಎಂದು ಅವನನ್ನು ಪುಸಲಾಯಿಸಿದೆ. ಆಯ್ತಾಯ್ತು ಎನ್ನುತ್ತಾ ಅಗುಸ್ಟೋ ಹೊರಡಲು ಅಣಿಯಾದ. ಅದ್ಯಾವ ಕರ್ಮಕ್ಕೆ ಅಷ್ಟು ಚಂದದ ವಿಮಾನ ನಿಲ್ದಾಣವನ್ನು ವೀಜ್‌ನಲ್ಲಿ ಕಟ್ಟಿಟ್ಟಿದ್ದಾರೋ ಎಂದು ಹೊರಡುತ್ತಲೇ ಆತ ಗೊಣಗಿದ ಕೂಡ.

ಮಧ್ಯಾಹ್ನದ ಬಿಸಿಲು ಲುವಾಂಡಾದ ಟಾರು ರಸ್ತೆಗಳನ್ನು ಬಿಸಿಕಾವಲಿಗಳಾಗಿ ಮಾಡುತ್ತಿರುವಂತೆಯೇ ನಾವು ಲಗುಬಗೆಯಿಂದ ಹೊರಟೆವು. ಹಿಂದೊಮ್ಮೆ ಪೋರ್ಚುಗೀಸ್ ಸಹೋದ್ಯೋಗಿಯೊಬ್ಬ ನನ್ನನ್ನು ರಾತ್ರಿಯ ಔತಣಕೂಟಕ್ಕೆ ಕರೆದೊಯ್ದಿದ್ದ ಅನ್ನುವುದನ್ನು

ಬಿಟ್ಟರೆ ಯಾವತ್ತೂ ನಾನು ಆ ಹೊತ್ತಿನಲ್ಲಿ ಹೊರಗೆ ಹೋದವನೇ ಅಲ್ಲ. ದೆಹಲಿಯ ಮೈಕೊರೆಯುವ ಚಳಿಯಲ್ಲಿ ಅಪರಾತ್ರಿಯಲ್ಲೂ ಚಹಾ ಸವಿಯಲು ಹೊರಡುತ್ತಿದ್ದ ನನಗೆ ಇಲ್ಲಿ ಕಟ್ಟಿಹಾಕಿದಂತಾಗಿತ್ತು.

ಇನ್ನು ಪೇಟೆಯಿಂದ ಮನೆಯು ಸಾಕಷ್ಟು ದೂರವಿತ್ತು ಎನ್ನುವುದು ಒಂದು ಮಾತಾದರೆ ಆ ಹೊತ್ತಿನಲ್ಲಿ ಚಾಲಕರ ಅಲಭ್ಯತೆಯಿಂದಲೂ ಹೊರಹೋಗುವುದು ನಮಗೆ ಸಾಧ್ಯವಾಗುತ್ತಿರಲಿಲ್ಲ. ಇಲ್ಲವಾದರೆ ಇಳಿಸಂಜೆಯ ಹೊತ್ತಿನಲ್ಲಿ ಕಾಲ್ನಡಿಗೆಯ ವಿಹಾರಗಳು ಚೆನ್ನ. ಅದರಲ್ಲೂ ಎಲ್ಲೆಲ್ಲೂ ಹಸಿರೇ ಮೇಳೈಸಿರುವ ವೀಜ್‌ನಂತಹ ಹಳ್ಳಿಗಾಡಿನ ಪ್ರದೇಶದಲ್ಲಿ ಇದು ಮತ್ತಷ್ಟು ಸೊಗಸು. ಅಂತೂ ನಿಸರ್ಗವು ಎಲ್ಲವನ್ನೂ ನಮಗಾಗಿ ಸಿದ್ಧಪಡಿಸಿಟ್ಟಿದ್ದರೂ ನಮ್ಮ ಸಂದರ್ಭಗಳೇ ಸರಿಯಿರಲಿಲ್ಲ ಎಂಬುದೇ ಸತ್ಯ.

ಲುವಾಂಡಾದಿಂದ ವೀಜ್‌ಗಿರುವ ಈ ಮುನ್ನೂರು ಚಿಲ್ಲರೆ ಕಿಲೋಮೀಟರುಗಳ ದೂರದ ಬಗ್ಗೆ ಈಗಾಗಲೇ ಅದೆಷ್ಟು ಬರೆದಿದ್ದೇನೆ. ಆದರೆ ಇದರದ್ದೋ ಬರೆದಷ್ಟೂ ಕಥೆಗಳು. ಅಂದಿನ ಪಯಣದಲ್ಲಿ ಕತ್ತಲೂ ಬೇರೆ ನಮ್ಮನ್ನು ಎದುರಾಗಲಿತ್ತು. ಹೀಗಾಗಿ ಮತ್ತಷ್ಟು ಹೊಸ ಅನುಭವಗಳು ಎದುರಾಗುವ ನಿರೀಕ್ಷೆಗಳು ಸಹಜವಾಗಿಯೇ ಇದ್ದವು.

ಸಾಮಾನ್ಯವಾಗಿ ಈ ಆರೇಳು ತಾಸುಗಳ ಪಯಣವನ್ನು ನಿದ್ದೆ, ಬರವಣಿಗೆ ಮತ್ತು ಸಂಗೀತವೆಂದು ವಿಭಾಗಿಸಿ ಹೊರಡುವವನು ನಾನು. ಅಂಕುಡೊಂಕಿನ ರಸ್ತೆಗಳಲ್ಲಿ ಲ್ಯಾಪ್ ಟ್ಯಾಪ್ ಅನ್ನು ಮಡಿಲಿನಲ್ಲಿರಿಸಿ ಬರೆಯುತ್ತಾ, ಸುಸ್ತಾದಾಗ ಸಂಗೀತ ಕೇಳುತ್ತಾ ಸಾಗುವುದು ಕೊಂಚ ಕಷ್ಟವೇ. ಏಕೆಂದರೆ ಮಾಡಬೇಕಿರುವ ಮುಖ್ಯ ಕೆಲಸಕ್ಕಿಂತ ಮಡಿಲಿನಿಂದ ಜಾರುತ್ತಿರುವ ಲ್ಯಾಪ್‌ಟ್ಯಾಪ್ ಅನ್ನು ರಕ್ಷಿಸುವುದೇ ದೊಡ್ಡ ಕೆಲಸವಾಗಿಬಿಡುತ್ತದೆ. ಒಟ್ಟಾರೆಯಾಗಿ ನಮ್ಮೆಲ್ಲರಿಗೂ ಈ ಪ್ರಯಾಣದ ಬಗ್ಗೆ ಯೋಚಿಸುವಾಗಲೇ ಒಂದು ರೀತಿಯಲ್ಲಿ ಸುಸ್ತಾಗುವಂತಹ ಅನುಭವ.

ಅಂದೂ ಕೂಡ ನಾವು ಸಾಕಷ್ಟು ದೂರ ಸಾಗಿಯಾಗಿತ್ತು. ಲುವಾಂಡಾದಿಂದ ಹೊರಟ ನಾವು ಬೆಂಗು, ಕಶೀತುಗಳನ್ನು ದಾಟಿ ಸಾಕಷ್ಟು ದೂರ ಬಂದಿದ್ದೆವು. ಮುಖ್ಯರಸ್ತೆಯನ್ನು ಬಿಟ್ಟು ವೀಜ್ ನೆಡೆಗೆ ಸಾಗುವ ಎಡರಸ್ತೆಯನ್ನು ಹಿಡಿದು ಒಂದೆರಡು ಚೆಕ್ ಪೋಸ್ಟ್‌ಗಳನ್ನೂ ಯಶಸ್ವಿಯಾಗಿ ದಾಟಿದ್ದೆವು. "ಸರಾಗವಾಗಿ ಸಾಗುತ್ತಿದ್ದೇವೆ ನೋಡು. ಆರಾಮಾಗಿ ಓಡಿಸು", ಎಂದು ಈ ಬಾರಿ ಅಗುಸ್ಟೋನನ್ನು ನಾನು ಹುರಿದುಂಬಿಸಿದೆ.

"ಆಗಲೇ ಕತ್ತಲಾಗುತ್ತಾ ಬಂದಿದೆ. ಈ ವೇಗವನ್ನು ಕಮ್ಮಿ ಮಾಡುವಂತೆಯೂ ಇಲ್ಲ. ವೇಗ ಕಮ್ಮಿ ಮಾಡಿದರೆ ಮತ್ತಷ್ಟು ತಡವಾಗುವುದು ಖಚಿತ", ಎಂಬ ಅರ್ಥದಲ್ಲಿ ಅದೇನೋ ಹೇಳಿದ ಆತ (ಒಟ್ಟಿನಲ್ಲಿ ಅವನಂದಿದ್ದರಲ್ಲಿ ನನಗರ್ಥವಾಗಿದ್ದು ಇಷ್ಟು ಎಂದು ಇಲ್ಲಿ ಓದುಗರು ತಿಳಿದುಕೊಳ್ಳಬೇಕು ಅಷ್ಟೇ). ಇಲ್ಲಿಯ ಭಣಗುಡುವ ಖಾಲಿ ರಸ್ತೆಗಳಲ್ಲಿ ತೊಂಭತ್ತರಿಂದ ನೂರಿಪ್ಪತ್ತರ ವೇಗದಲ್ಲಿ ವಾಹನಗಳು ಸಾಗುವುದು ಸಹಜ. ನಾವು ಕೂಡ ಎಂದಿನಂತೆ ಈ ವೇಗದಲ್ಲೇ ಹೋಗುತ್ತಿದ್ದೆವು. ಅಗುಸ್ಟೋ ಅಂದು ಹೇಳುತ್ತಿದ್ದಿದ್ದು ಇದರ ಬಗ್ಗೆಯೇ.

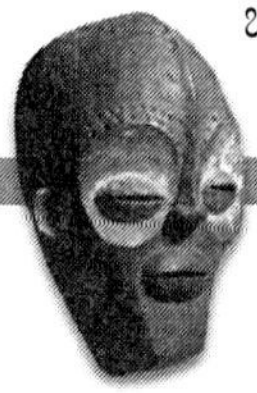

ಆತನ ಅನುಭವದ ಮಾತುಗಳು ನಿಜವೇ ಆಗಿದ್ದವು ಅನ್ನಿ. ಸಂಪೂರ್ಣವಾಗಿ ಸೂರ್ಯಾಸ್ತವಾದ ನಂತರ ಈ ರಾತ್ರಿಗಳು ಎಂಥಾ ಗಟ್ಟಿಗುಂಡಿಗೆಯವರಲ್ಲೂ ಭಯವನ್ನು ಹುಟ್ಟಿಸಬಲ್ಲಷ್ಟು ಭೀಕರವಾಗಿ ಕಾಣುವಂಥವು. ಮೈಲುಗಟ್ಟಲೆ ಹಬ್ಬಿರುವ ಕಾಡನ್ನು ಸೀಳುತ್ತಾ ಈ ವೇಗದಲ್ಲಿ ಸಾಗುವುದೆಂದರೆ ಜೀವವನ್ನು ಮುಷ್ಟಿಯಲ್ಲಿ ಹಿಡಿದು ಎದೆಗವಚಿಕೊಂಡು ಹೋಗುವಂತೆಯೇ. ದಾರಿಯುದ್ದಕ್ಕೂ ಒಂದೇ ಒಂದು ದಾರಿದೀಪಗಳಿಲ್ಲದಿರುವುದೂ ಕೂಡ ಇದಕ್ಕೆ ಮತ್ತೊಂದು ಕಾರಣ.

ಎರಡರಿಂದ ಮೂರು ಕಿಲೋಮೀಟರುಗಳಿಗೊಮ್ಮೆ ಸಿಗುವ ಒಂದೆರಡು ಜೋಪಡಿಗಳಲ್ಲಿ ಚಿಮಣಿಯ ದೀಪಗಳಂತೆ ಏನಾದರೂ ಮಿಣಮಿಣ ದೀಪಗಳು ಕಾಣಸಿಕ್ಕರೆ ಅದೇ ನಮಗೆ ದೊಡ್ಡ ಬೆಳಕು. ಕಾರಿನ ಹೆಡ್‌ಲೈಟ್ ರಸ್ತೆಯನ್ನು ತೋರಿಸುವ ಒಂದಿಷ್ಟು ಮೀಟರ್‌ಗಳ ಕಣ್ಣುಕುಕ್ಕುವ ಬೆಳಕನ್ನು ಬಿಟ್ಟರೆ ಎಲ್ಲೆಲ್ಲೂ ಕತ್ತಲೆಯದ್ದೇ ತಾಂಡವ. ಇನ್ನು ವಾಹನವನ್ನೊಮ್ಮೆ ನಿಲ್ಲಿಸಿ ಸುಮ್ಮನೆ ಕುಳಿತರಂತೂ ಆ ಕರಾಳಮೌನವೇ ಮನವನ್ನು ವಿಚಲಿತಗೊಳಿಸುವಂಥದ್ದು.

ಇಂಥದ್ದೊಂದು ಕತ್ತಲೆಯಲ್ಲಿ ಅಕಸ್ಮಾತ್ತಾಗಿ ರಸ್ತೆ ಅಪಘಾತವೇನಾದರೂ ಆದರೆ? ವಾಹನವು ಕೆಟ್ಟುಹೋಯಿತೆಂದರೆ? ಕತಾನಾ(ಮಚ್ಚು)ಗಳನ್ನು ಹಿಡಿದುಕೊಂಡ ಪುಂಡರು ಸುಲಿಗೆ ಮಾಡಲು ಮೈಮೇಲೆರಗಿಬಿಟ್ಟರೆ? ಅಂಗೋಲಾದ ದುರ್ಗಮ ದಾರಿಗಳ ಆ ಕತ್ತಲಿನಲ್ಲಿ ಇಂಥಾ ಕಲ್ಪನೆಗಳೇ ತೀವ್ರಭಯವನ್ನು ಹುಟ್ಟಿಸಬಲ್ಲವು. ಇನ್ನು ಗುಂಡಿಗಳು ಇಲ್ಲವೇ ಇಲ್ಲವೆಂಬಷ್ಟು ಕಮ್ಮಿಯಾದರೂ ಕೆಲ ಭಾಗಗಳಲ್ಲಿ ಗುಂಡಿಗಳು ಆಗಾಗ ಸಿಕ್ಕು ಪ್ರಯಾಣಿಕರನ್ನು ಕಂಗೆಡಿಸುವುದೂ ಇದೆ. ಶರವೇಗದಲ್ಲಿ ಸಾಗುತ್ತಿದ್ದ ವಾಹನಗಳು ಆಗ ಬಲವಾದ ಒದೆಯನ್ನು ತಿಂದ ಪ್ರಾಣಿಯಂತೆ ಬೆಚ್ಚಿಬೀಳುತ್ತವೆ. ಒಳಗಿದ್ದವರು ಧಡಾರನೆ ಕುಪ್ಪಳಿಸಿ ಅಲ್ಲಿಲ್ಲಿ ಒಂದಿಷ್ಟು ಏಟು ಮಾಡಿಕೊಳ್ಳುತ್ತಾರೆ.

ಘಂಟೆಗೆ ನೂರು ಕಿಲೋಮೀಟರುಗಳಿಗಿಂತಲೂ ಹೆಚ್ಚಿನ ವೇಗದಲ್ಲಿ ಸಾಗುವ ವಾಹನಗಳು ನಿಯಂತ್ರಣ ತಪ್ಪಲು ಇಲ್ಲಿ ಮಹಾಕಾರಣಗಳೇನೂ ಬೇಕಾಗಿಲ್ಲ. ಹಾಗೇನಾದರೂ ಆದರೆ ದೂರದೂರಕ್ಕೂ ನೆರವಿನ ಯಾವ ಭರವಸೆಗಳೂ ಇಲ್ಲ. ರಾತ್ರಿಯ ಪ್ರಯಾಣದ ಬಗ್ಗೆ ನನಗೆ ದೊರೆತ ಎಚ್ಚರಿಕೆಗಳು ಸರಿಯಾಗಿಯೇ ಇದ್ದವು ಎಂಬುದನ್ನು ಆ ರಾತ್ರಿಯ ಕತ್ತಲು ನನಗೆ ದೃಢಪಡಿಸಿತು.

ಓದುಗರಿಗೆ ಈ ವಿವರಗಳೆಲ್ಲಾ ಕೊಂಚ ಉತ್ಪ್ರೇಕ್ಷೆಯೆಂಬಂತೆ ಕಂಡರೆ ಅಚ್ಚರಿಯೇನಿಲ್ಲ. ಏಕೆಂದರೆ ಇಂಥಾ ಅನುಭವಗಳು ಸಾಮಾನ್ಯವಾಗಿ ಆಗುವುದು ಕಮ್ಮಿಯೇ. ಎಂಥಾ ಕುಗ್ರಾಮವಾದರೂ ನಮ್ಮಲ್ಲಿ ಬೆರಳೆಣಿಕೆಯ ಲೈಟುಕಂಬಗಳಾದರೂ ಇರುತ್ತವೆ. ಆದರೆ ಇಲ್ಲಿ ಅದೂ ಇಲ್ಲವಲ್ಲಾ! ಇನ್ನು ನೂರಿನ್ನೂರು ಚಿಲ್ಲರೆ ಕಿಲೋಮೀಟರುಗಳಷ್ಟು ಹಬ್ಬಿರುವ ಈ ಖಾಲಿಜಾಗದಲ್ಲೂ ಸಾಕಷ್ಟು ವೈವಿಧ್ಯತೆಯಿದೆ. ಕೆಲ ಭಾಗದ ರಸ್ತೆಗಳಲ್ಲಿ ಪಾದಚಾರಿಗಳು ಸಾಗಲು ಒಂದಿಷ್ಟೂ ಜಾಗವಿಲ್ಲವೆಂಬಷ್ಟು ಬೆಳೆದ ನಾಲ್ಕೈದು ಅಡಿ ಎತ್ತರದ ಹುಲ್ಲುಪೊದೆಗಳು ರಸ್ತೆಯನ್ನಾವರಿಸಿವೆ. ಇದ್ದಲ್ಲೇ ಇದ್ದರೂ ತನ್ನ ಎತ್ತರದಿಂದಾಗಿ ಶರವೇಗದಿಂದ ಸಾಗುವ ವಾಹನಗಳ ಕೆನ್ನೆಗಳಿಗೆ ಅವುಗಳು ರಪರಪನೆ ಬಡಿಯುತ್ತವೆ. ಸ್ಥಳೀಯರ್ಯಾರಾದರೂ ಇಂತಹ ಹಾದಿಗಳಲ್ಲಿ ನಡೆದುಕೊಂಡು ಎಲ್ಲಿಗೋ ಹೋಗುತ್ತಿದ್ದಾರೆಂದರೆ ಮಿಂಚಿನ

ವೇಗದಲ್ಲಿ ಸಾಗುವ ವಾಹನಗಳು ಏಕಾಏಕಿ ಬಂದಾಗ ಅವರು ತಬ್ಬಿಬ್ಬಾಗಿ ಪೊದೆಯೊಳಗೆ ನುಸುಳಿಕೊಂಡು ತಮ್ಮನ್ನು ತಾವು ರಕ್ಷಿಸಿಕೊಳ್ಳುತ್ತಾರೆ.

ಹೀಗೆ ಕತ್ತಲೆಯಲ್ಲಿ ಪೊದೆಗಳಿಂದ ಹೊರಬರುತ್ತಿರುವ, ಒಳನುಗ್ಗುತ್ತಿರುವ ಮಾನವಾಕೃತಿಗಳನ್ನು ಅಚಾನಕ್ಕಾಗಿ ನೋಡುವ ಚಾಲಕನು ಹೊಸಬನಾಗಿದ್ದರೆ ಆತನೂ ಅವರಂತೆಯೇ ತಬ್ಬಿಬ್ಬಾಗುವುದು ಸಹಜ. ಮಿಲಿಸೆಕೆಂಡುಗಳ ಅಂತರದಲ್ಲಿ ವೇಗದ ವಾಹನವನ್ನು ನಿಯಂತ್ರಿಸುವುದೂ, ಈಗಷ್ಟೇ ತಾನು ನೋಡಿದ ಆಕೃತಿಯೇನು ಎಂಬುದನ್ನು ಲೆಕ್ಕಹಾಕುವುದು, ರಸ್ತೆಯನ್ನು ತೋರಿಸುವ ಹೆಡ್‌ಲೈಟುಗಳಿಗೆ ತನ್ನ ಇರುವಿಕೆಯನ್ನೂ ತೋರಿಸುವಂತೆ ಹಟಮಾಡುವ ಪೊದೆಗಳನ್ನು ಸಂಭಾಳಿಸುವುದು... ಹೀಗೆ ಇವೆಲ್ಲಾ ಕಷ್ಟಸಾಧ್ಯವೇ.

ಹಾರರ್ ಚಿತ್ರಗಳನ್ನು ಮಾಡುವವರಿಗೆ ಇಂಥಾ ಜಾಗಗಳಿಗೆ ಕರೆದುಕೊಂಡು ಬಂದರೆ ಹೊಸದೊಂದು ಕಥೆಯೇ ಅವರ ಮನದಲ್ಲಿ ಸೃಷ್ಟಿಯಾಗಬಹುದೇನೋ. ಇವೆಲ್ಲಾ ಒಂದು ರೀತಿಯಲ್ಲಿ ಸಿನೆಮಾಗಳಲ್ಲಿ ನೋಡಲು, ಕಥೆಗಳಲ್ಲಿ ಓದಲಷ್ಟೇ ಚೆಂದ. ನೈಜಜೀವನದಲ್ಲಿ ಭಯ, ಗೊಂದಲಗಳು ಒಮ್ಮಿಂದೊಮ್ಮೆಲೇ ದಾಳಿಯಿಟ್ಟಾಗ ಮನುಷ್ಯನ ಬುದ್ಧಿ ಕೈಕೊಡುವುದು ಸಹಜ. ಆದರೆ ನಮ್ಮೊಂದಿಗೆ ಅದೃಷ್ಟವಶಾತ್ ಅಂಥಾ ಅನಾಹುತಗಳೇನೂ ಆಗಿರಲಿಲ್ಲ. ಬಹುಷಃ ಅಗುಸ್ಟೋನ ಕಣ್ಣುಗಳು ಆ ಕತ್ತಲಿಗೆ ಆಗಲೇ ಬಹುತೇಕ ಹೊಂದಿಕೊಂಡಿದ್ದವು.

ಆದರೆ ಆತ ಕುಳಿತ ಭಂಗಿ ಮಾತ್ರ ಹಿಂದಿನಷ್ಟು ಆರಾಮದಾಯಕವಾಗಿರಲಿಲ್ಲ. ಮುಂದಕ್ಕೆ ಬಾಗಿದ ಬೆನ್ನು, ತಲೆಯು ಆತ ಮತ್ತಷ್ಟು ಜಾಗರೂಕನಾಗಿರುವುದನ್ನು ತೋರಿಸುತ್ತಿತ್ತು. ಅವನ ಪುಟ್ಟ ಕಣ್ಣುಗಳು ನೆರಳು-ಬೆಳಕಿನಾಟವನ್ನು ಸೂಕ್ಷ್ಮವಾಗಿ ಅರ್ಥೈಸಿಕೊಳ್ಳುತ್ತಾ ಪ್ರತೀ ಕ್ಷಣದ, ಪ್ರತೀ ದೃಶ್ಯದೊಂದಿಗೂ ಯುದ್ಧವನ್ನು ಹೂಡಲು ಸನ್ನದ್ಧರಾಗಿರುವಷ್ಟು ಚುರುಕಾಗಿರುವಂತೆ ನನಗಂದು ಭಾಸವಾಯಿತು.

ದುಭಾಷಿಯ ಅನುಪಸ್ಥಿತಿಯ ಹಿನ್ನೆಲೆಯಲ್ಲಿ ನನ್ನ ಸುರಕ್ಷತೆಯ ಎಲ್ಲಾ ಜವಾಬ್ದಾರಿಯೂ ಆತನ ಹೆಗಲ ಮೇಲಿರುವುದು ಸ್ಪಷ್ಟವಾಗಿತ್ತು. ಎಂದಿನಂತೆ ಯಾವುದೇ ದೂರುದುಮ್ಮಾನಗಳಿಲ್ಲದೆ ಆತ ಇವೆಲ್ಲವನ್ನೂ ನಿಭಾಯಿಸುತ್ತಿದ್ದ ಕೂಡ. ಅಗುಸ್ಟೋ ಒಂದು ಕಾಲದಲ್ಲಿ ಸೈನ್ಯದಲ್ಲೂ ಸೇವೆ ಸಲ್ಲಿಸಿದವನಂತೆ. ಅದೆಷ್ಟೋ ಇಕ್ಕಟ್ಟಿನ ಸಂದರ್ಭಗಳಲ್ಲಿ ಆತನ ಚಾಕಚಕ್ಯತೆಯ ಕೆಲಸಗಳಿಗೆ ನಾನು ಸಾಕ್ಷಿಯಾಗಿದ್ದೆ. ಕಾಲೇಜು ತರುಣನಂತೆ ಮಟ್ಟಸವಾಗಿಯೂ, ಆಧುನಿಕ ಶೈಲಿಯ ಉಡುಗೆಯನ್ನೂ ಧರಿಸುತ್ತಿದ್ದ ಈತ ಇಲ್ಲಿಯ ಅದೆಷ್ಟೋ ಹಿರಿಯ ಅಧಿಕಾರಿಗಳಿಗಿಂತ ಪ್ರೆಸೆಂಟೇಬಲ್ ಆಗಿ ಕಾಣುತ್ತಿದ್ದ. ಅಷ್ಟೇ ಶಿಸ್ತಿನವನೂ, ಹಸನ್ಮುಖಿಯೂ, ಮಿತಭಾಷಿಯೂ ಆಗಿದ್ದ.

ನಾವು ಕಿಪೆಡ್ರೋ, ಅಂಬೂಲಾಗಳಂತಹ ಪ್ರದೇಶಕ್ಕೆ ಹೋದಾಗ ಕೋತಿಯಂತೆ ಚಕಚಕನೆ ಮರಹತ್ತಿ ಗೋಣಿಗಟ್ಟಲೆ ಮೂಸಂಬಿಗಳನ್ನು ಕಿತ್ತುಹಾಕಿದವನು ಈತನೇ. ನಂತರ ಈ ಗೋಣಿಚೀಲಗಳನ್ನು ಕೊಂಡೊಯ್ಯುವುದು ಹೇಗೆಂದು ಎಲ್ಲರೂ ಚಿಂತಿಸುತ್ತಿದ್ದಾಗ ಯಾವ್ಯಾವುದೋ ಎಲೆಗಳನ್ನು ವಿಚಿತ್ರವಾಗಿ ಕಟ್ಟಿ ಹಗ್ಗದಂತೆ ಹೆಣೆದು ಚೀಲದ ಮೂತಿಗಳನ್ನು ಭದ್ರ ಮಾಡಿಸಿ ಸಾಗಿಸಿದವನೂ ಈತನೇ. ಆಗಸ್ಟೋ ನನ್ನಂಥಾ ಎಳಸುಗಳಿಗೆ ಹೇಗೆ

ಕಾಣುತ್ತಿದ್ದನೆಂದರೆ ಆಗ ತನ್ನ ಸುತ್ತಮುತ್ತಲಿದ್ದ, ಕೈಗೆ ಸಿಕ್ಕ ಸಂಪನ್ಮೂಲಗಳನ್ನು ಬಳಸಿ ತನಗೆ ಬೇಕಾಗಿರುವುದನ್ನು ಸೃಷ್ಟಿಸಬಲ್ಲವನಾಗಿದ್ದ. ಅದು ಪರಿಪೂರ್ಣವೇನೂ ಅಲ್ಲದಿದ್ದರೂ ಆಗಬೇಕಿರುವ ಕೆಲಸಗಳು ಈತನ ಸಮಯಪ್ರಜ್ಞೆಯಿಂದಾಗಿ ನಿರೀಕ್ಷೆಗಿಂತಲೂ ಸರಾಗವಾಗಿ ನಡೆಯುತ್ತಿದ್ದವು. ಇಂಥಾ ಸಂದರ್ಭಗಳಲ್ಲಿ ಇನ್ನೇನು ಬೇಕು ಹೇಳಿ!

ಇಂತಿಪ್ಪ ಅಗುಸ್ಟೋ ನನ್ನ ಸಾರಥಿಯಾಗಿದ್ದಾಗ ಚಿಂತಿಸುವುದೇನು ಬಂತು? "ಎಷ್ಟಾಯಿತು ಟೈಮು? ಜೋರು ಹಸಿವಾಗುತ್ತಿದೆ ನಿಕ್", ತನ್ನಷ್ಟಕ್ಕೇ ಮಾತಾಡಿಕೊಂಡವನಂತೆ ಗೊಣಗಿದ ಅಗುಸ್ಟೋ. "ಸುಸ್ತಾದರೆ ಕೊಂಚ ನಿಲ್ಲಿಸು. ಚೀಲದಲ್ಲಿ ಒಂದಿಷ್ಟು ಬಿಸ್ಕತ್ತುಗಳಿವೆ. ತಿಂದುಕೊಂಡು ಮುಂದುವರಿಯೋಣ", ಎಂದೆ ನಾನು. ಅಂತೆಯೇ ಏಳು ಕಳೆದು ಹತ್ತು ನಿಮಿಷಗಳಾಯಿತು ಎಂದು ಅವನ ಪ್ರಶ್ನೆಗೂ ಉತ್ತರಿಸಿದೆ. "ಅಷ್ಟೇನಾ ಹೆಚ್ಚೆಂದರೆ ಇನ್ನು ಒಂದೂವರೆ ತಾಸುಗಳ ಪ್ರಯಾಣ ಉಳಿದಿದೆ. ಮುಂದಿನ ವಿಶ್ರಾಂತಿ ವೀಜ್ ತಲುಪಿದ ನಂತರವೇ", ಅಂದುಬಿಟ್ಟ ಅಗುಸ್ಟೋ. ಆತನ ಉತ್ಸಾಹಕ್ಕೆ ನಾನು ಈ ಬಾರಿಯೂ ಎಂದಿನಂತೆ ತಲೆದೂಗಿದೆ.

ಸಮಯವು ಕೇವಲ ಏಳಾಗಿದ್ದರೂ ಅರ್ಧರಾತ್ರಿಯ ಕತ್ತಲಿನಂತೆ ಕಾಣುತ್ತಿದ್ದ ಆ ನಿರ್ಜನ ಪ್ರದೇಶದಲ್ಲಿ ತನ್ನಿಂದಾದಷ್ಟು ಬೆಳಕು ಚೆಲ್ಲುತ್ತಾ ನಮ್ಮ ವಾಹನವು ಶರವೇಗದಲ್ಲಿ ಮುಂದೆ ಸಾಗಿತು.

●

ಎಚ್ಚರಿಕೆ: ನಾವು ಮರೆತೂ ಕೂಡ ಖಾಯಿಲೆ ಬೀಳುವಂತಿಲ್ಲ!

ಅಂದು ನಾನು ಚೇಗೆವಾರನ ಮೋಟಾರ್ ಸೈಕಲ್ ಡೈರಿಯನ್ನು ಓದುತ್ತಿದ್ದೆ. ಚೇಗೆವಾರ ಮತ್ತು ಆತನ ಮಿತ್ರ ಆಲ್ಬರ್ಟೋರ ಸಾಹಸಮಯ ಪಯಣದಲ್ಲಿ ವಿಚಿತ್ರ ರಾತ್ರಿಯೊಂದು ಎದುರಾಗುತ್ತದೆ. ಅಂದು ಮೈಕೊರೆಯುವ ಚಳಿಯಲ್ಲಿ ಚಿಲಿಯನ್ ಕಮ್ಯೂನಿಸ್ಟ್ ದಂಪತಿಗಳೊಬ್ಬರು ಈ ತರುಣರಿಗೆ ಮಾತಿಗೆ ಸಿಗುತ್ತಾರೆ. ಜೀವನದುದ್ದಕ್ಕೂ ಕಷ್ಟವನ್ನೇ ಉಸಿರಾಡಿದ ಜೋಡಿಯದು. ಆತ ಮೂರು ತಿಂಗಳುಗಳ ಕಾಲ ಜೈಲಿನಲ್ಲಿ ಒದ್ದಾಡಿದ್ದರೆ ಆತನ ಪತ್ನಿ ಆ ಸಂಕಷ್ಟದ ಸಮಯದಲ್ಲೂ ಆತನ ಜೊತೆಗೆ ನಿಂತಿದ್ದಳು. ಮಕ್ಕಳನ್ನು ಒಬ್ಬ ಸಹೃದಯಿ ನೆರೆಮನೆಯವನ ಬಳಿ ನೋಡಿಕೊಳ್ಳಲು ಬಿಟ್ಟು ಜೀವನೋಪಾಯಕ್ಕೊಂದು ದಾರಿ ಮಾಡಿಕೊಳ್ಳಲು ಈ ಜೋಡಿಯು ಹೊರಟಿತ್ತು. ಆದರೆ ತಮ್ಮ ಮಾರ್ಗದುದ್ದಕ್ಕೂ ಅವರಿಗೆ ಸಿಕ್ಕಿದ್ದು ಕಣ್ಣೀರು ಮತ್ತು ಹತಾಶೆ ಮಾತ್ರ. ಹೊರಗಡೆ ಮೈಕೊರೆಯುವ ಚಳಿಯಾದರೆ ಒಳಗಡೆ ಇಬ್ಬರಿಗೂ ದೇಹದ ಕಸುವನ್ನು ಇಷ್ಟಿಷ್ಟಾಗಿ ತಿಂದುಹಾಕುವ ಹಸಿವು. ಅಂದು ಅವರಿಬ್ಬರು ಅದ್ಯಾವ ದೈನ್ಯ ಸ್ಥಿತಿಯಲ್ಲಿದ್ದರೆಂದರೆ ಬೆನ್ನಮೂಳೆಯನ್ನು ಹರಿದುಹಾಕಬಲ್ಲ ಆ ಚಳಿಗೆ ಹೊದ್ದುಕೊಳ್ಳಲು ಒಂದು ಕಂಬಳಿಯೂ ಆ ದಂಪತಿಗಳ ಬಳಿಯಲ್ಲಿರಲಿಲ್ಲ.

ಮಾತುಕತೆಗಳು ನಡೆಯುತ್ತಿರುವಂತೆಯೇ ಚೇ ಮತ್ತು ಆಲ್ಬರ್ಟೋ ಅವರಿಗೆ ತಿನ್ನಲು ರೊಟ್ಟಿ ಮತ್ತು ಚಳಿಗೆ ಸವಿಯಲು ಬಿಸಿಬಿಸಿ ಮೇಟ್ (ಅರ್ಜೆಂಟೀನಾದ ಚಹಾ) ಅನ್ನು ನೀಡುತ್ತಾರೆ. ನಂತರ ಇವರ ಕಥೆಯನ್ನು ಕೇಳಿ ಮರುಗುವ ಈ ಇಬ್ಬರೂ ತಮ್ಮಲ್ಲಿರುವ ದಪ್ಪನೆಯ ಒಂದು ಕಂಬಳಿಯನ್ನು ದಂಪತಿಗಳಿಗೆ ನೀಡುತ್ತಾರೆ. ಉಳಿದ ಒಂದು ಕಂಬಳಿಯಲ್ಲಿ ಚೇ ಮತ್ತು ಆಲ್ಬರ್ಟೋ ಇಬ್ಬರೂ ಮುದುಡಿಕೊಂಡು ರಾತ್ರಿಯನ್ನು ಹೇಗೋ ಕಳೆಯುತ್ತಾರೆ. ಆ ರಾತ್ರಿಯ ಬಗ್ಗೆ ತನ್ನ ಡೈರಿಯಲ್ಲಿ ಚೇ ಹೀಗೆಂದು ಬರೆಯುತ್ತಾನೆ: "ಆ ದಂಪತಿಗಳು ಜಗತ್ತಿನ ಯಾವುದೇ ಭಾಗದ ಕಾರ್ಮಿಕನೊಬ್ಬನ ಜೀವನವನ್ನು ಪ್ರತಿನಿಧಿಸುತ್ತಿರುವವರಂತೆ ಅಂದು ಕಂಡರು. ಅದು ನನ್ನ ಜೀವನದ ಅತ್ಯಂತ ಚಳಿಯ ರಾತ್ರಿಗಳಲ್ಲೊಂದು. ಆದರೆ ಅಂದು ನನಗೆ ಈ ಜನಾಂಗದ ಪ್ರತಿಯಾಗಿ ಮತ್ತಷ್ಟು ಭ್ರಾತೃತ್ವದ ಭಾವನೆಯು ಜಾಗೃತವಾಯಿತು. ಈ ಜನಾಂಗವನ್ನು ಮಾನವ ಪ್ರಬೇಧವೆಂದೇ ಕರೆಯೋಣ". ತನ್ನ ಹನ್ನೆರಡು ಸಾವಿರ ಕಿಲೋಮೀಟರುಗಳಿಗೂ ಮಿಕ್ಕಿದ ಪಯಣದ ಮುಂದಿನ ದಿನಗಳಲ್ಲೂ

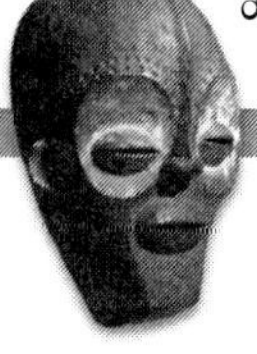

ಇಂಥಾ ಹಲವು ಅನುಭವಗಳು ಚೇಗೆವಾರನಿಗಾಗುತ್ತವೆ. ಈ ಕಾರಣಕ್ಕಾಗಿಯೇ ಏನೋ, ಚೇ ಕೊನೆಯಲ್ಲಿ ಬರೆದುಬಿಟ್ಟ: "ಈ ಪಯಣವು ನನ್ನನ್ನು ಬದಲಿಸಿಬಿಟ್ಟಿತು. ಮನೆಯಿಂದ ಹೊರಡುವ ಮುನ್ನ ಇದ್ದ ಚೇ ಈಗ ನಾನಲ್ಲ", ಎಂದು.

ನಾನು ಪ್ರವಾಸಕಥನಗಳನ್ನು ಹೆಚ್ಚು ಓದಿದವನಲ್ಲ. ತನ್ನ ಈ ಹಿಂದಿನ ಚಿಕ್ಕಪುಟ್ಟ ಪ್ರಯಾಣಗಳನ್ನು ಇಷ್ಟು ವಿವರವಾಗಿ ದಾಖಲಿಸಿಕೊಂಡವನಂತೂ ಅಲ್ಲವೇ ಅಲ್ಲ. ಆದರೆ ಚೇ ಯ ಪ್ರಯಾಣದ ಅನುಭವಗಳು ನನ್ನ ಮನಕಲಕಿದ್ದು ಸತ್ಯ. "ದ ಮೋಟಾರ್ ಸೈಕಲ್ ಡೈರಿ"ಯ ಬಗ್ಗೆ ಅಷ್ಟು ಕೇಳಿದ್ದರೂ ಓದಲು ಇಷ್ಟು ವರ್ಷ ತೆಗೆದುಕೊಂಡೆನಲ್ಲಾ ಎಂಬ ಪಶ್ಚಾತ್ತಾಪವೂ ನಂತರ ನನಗಾಗಿತ್ತು. ಏಕೆಂದರೆ ಚೇಗೆವಾರನಿಗಾದಂಥಾ ಅನುಭವಗಳು ಅಂಗೋಲಾದಲ್ಲೂ ನನಗೆ ಸಾಕಷ್ಟು ಆಗಿದ್ದವು. ನನ್ನನ್ನು ಕಂಗೆಡಿಸಿದ್ದವು, ಕಣ್ಣಾಲಿಗಳನ್ನು ಒದ್ದೆಯಾಗಿಸಿದ್ದವು, ತಿಂಗಳಾನುಗಟ್ಟಲೆ ದುಃಸ್ವಪ್ನದಂತೆ ಕಾಡಿದ್ದವು. ಒಂದೆಡೆ ಇಂಥದ್ದೊಂದು ಜಗತ್ತೂ ಕೂಡ ಇದೆ ಎಂಬುದನ್ನು ಒಪ್ಪಿಕೊಳ್ಳಲು ಕಷ್ಟವಾದರೆ ಮತ್ತೊಂದೆಡೆ ಇವರಿಗೆ ಯಾವ ರೀತಿಯಲ್ಲಿ ನೆರವಾಗಬಹುದು ಎಂಬ ಕಳಕಳಿಯೂ ಕೂಡ. ಹೇಗೆ, ಏನು ಮಾಡಬೇಕೆಂದು ತಿಳಿಯದೆ ಪರಿಸ್ಥಿತಿಯು ನಮ್ಮನ್ನು ಗೊಂದಲದಲ್ಲಿ ದೂಡುವ, ಒಂದು ರೀತಿಯಲ್ಲಿ ಅಕ್ಷರಶಃ ಅಸಹಾಯಕತೆಯ ಭಾವವದು.

ಅಂದು ನಡೆದ ಒಂದು ಘಟನೆಯೂ ಕೂಡ ಇನ್ನೇನು ಬಂದು ನನ್ನನ್ನು ಕಾಡಲಿದ್ದ ಯೋಚನಾಸರಣಿಗೆ ಮುನ್ನುಡಿ ಬರೆದಿತ್ತು. ನನ್ನ ಮಟ್ಟಿಗೆ ಅದೊಂದು ಒಳ್ಳೆಯ ಮುಂಜಾನೆ. ಹೆಚ್ಚೇನೂ ವಿಶೇಷವಿಲ್ಲದ ಯಥಾಪ್ರಕಾರ ಬರುವ ಒಂದು ಮುಂಜಾನೆ. ಆಗಂತೂ ನನಗೆ ಎಲ್ಲವನ್ನೂ ಎಲ್ಲರನ್ನೂ ನನ್ನೊಳಗೆ ಇಳಿಸಿಕೊಳ್ಳುವ ಸಂಭ್ರಮ. ಅಂಗೋಲಾ ನೆಲದಲ್ಲಿ ಕಾಲಿರಿಸಿದ ಆರಂಭದ ದಿನಗಳು ಬೇರೆ. ಹೀಗಿರುವಾಗಲೇ ದೊಡ್ಡದಾದ ಟ್ರಕ್ ಒಂದು ನಾವಿದ್ದ ಮಜ್ದಾ ಕಾರಿನ ಬಳಿಯಲ್ಲೇ ಹಾದುಹೋಯಿತು ನೋಡಿ. ಆ ಟ್ರಕ್ಕಿನ ಹಿಂದಿನ ತೆರೆದ ಭಾಗದಲ್ಲಿ ಸುಮಾರು ನಲವತ್ತು ಜನರಾದರೂ ಇದ್ದರು ಅನ್ನಿಸುತ್ತೆ. ದೊಡ್ಡದಾಗಿ ಅದೇನೋ ಹಾಡು ಹೇಳುತ್ತಾ, ಚಪ್ಪಾಳೆ ತಟ್ಟುತ್ತಾ, ನಿಂತಿದ್ದ ಒಂದಿಂಚು ಜಾಗದಲ್ಲೇ ಮೆತ್ತಗೆ ಹೆಜ್ಜೆಹಾಕುತ್ತಿರುವಂತೆ ಕಾಣುತ್ತಿತ್ತು ಈ ಜನಸಮೂಹ. ಇನ್ನೇನು ಒಬ್ಬನೇ ಒಬ್ಬನನ್ನೂ ಅದರಲ್ಲಿ ಕೂರಿಸುವಂತಿರಲಿಲ್ಲ ಎಂಬಷ್ಟರ ಮಟ್ಟಿಗೆ ತುಂಬಿಹೋಗಿತ್ತು ಆ ಟ್ರಕ್ಕಿನ ಹಿಂಭಾಗ. ಆದರೆ ಅಲ್ಲೇನು ನಡೆಯುತ್ತಿದೆ ಎಂಬುದನ್ನು ಸರಿಯಾಗಿ ನೋಡುವುದಾದರೂ ಹೇಗೆ? ಜನರನ್ನೇ ತನ್ನಲ್ಲಿ ತುಂಬಿಕೊಂಡಿದ್ದ ಆ ಟ್ರಕ್ ಕ್ಷಣಾರ್ಧದಲ್ಲಿ ನಮ್ಮತ್ತ ಹೀಗೆ ಬಂದು ಹಾಗೆ ಹಾದುಹೋಗಿತ್ತು.

ಇದಾದ ಕೆಲವೇ ಸೆಕೆಂಡುಗಳಲ್ಲಿ ಜನರನ್ನು ತುಂಬಿದ್ದ ಇಂಥದ್ದೇ ಮತ್ತೆರಡು ಟ್ರಕ್ಕುಗಳು ನಮ್ಮನ್ನು ಹಾದುಹೋದವು. ಎಲ್ಲದರಲ್ಲೂ ಜನವೋ ಜನ. ಸ್ಥಳೀಯ ಗುತ್ತಿಗೆದಾರರು ತಮ್ಮ ಕಾರ್ಮಿಕರನ್ನು ಎಲ್ಲಿಗೋ ಕರೆದುಕೊಂಡು ಹೋಗುತ್ತಿದ್ದಾರೆ ಎಂಬ ತಕ್ಷಣದ ಲೆಕ್ಕಾಚಾರ ನನ್ನದು. ಆದರೆ ಆ ಚಪ್ಪಾಳೆ, ಹಾಡುಗಳು ಅದ್ಯಾಕೋ ನನ್ನ ತರ್ಕಕ್ಕೆ ನ್ಯಾಯವನ್ನೊದಗಿಸಿದಂತೆ ಕಾಣಲಿಲ್ಲ. ಹೀಗೆ ಮಾತುಮಾತಲ್ಲೇ ಈಗ ನಾವು ಕಂಡಿದ್ದೇನು ಎಂದು ನಮ್ಮ ದುಭಾಷಿಯನ್ನು ನಾನು ಕೇಳಿಯೇಬಿಟ್ಟಿದ್ದೆ. ಅವರೆಲ್ಲರೂ ಶವಸಂಸ್ಕಾರಕ್ಕೆಂದು

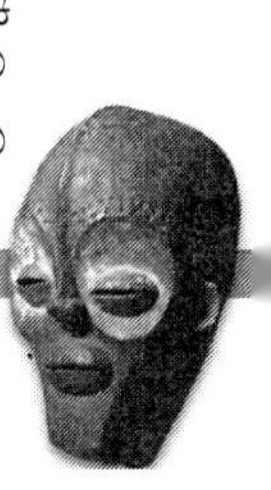

ಸ್ಮಶಾನಕ್ಕೆ ಹೋಗುತ್ತಿದ್ದಾರೆ ಎಂದ ಆತ. ಆ ರಸ್ತೆಯಲ್ಲಿ ಹಾಗೇ ಅರ್ಧ ಕಿಲೋಮೀಟರ್ ಮುಂದುವರಿದು ಎಡಕ್ಕೆ ತಿರುಗಿದರೆ ಸಿಗುವ ಮಣ್ಣಿನ ಮಾರ್ಗವೊಂದು ನಮ್ಮನ್ನು ಊರ ಸ್ಮಶಾನಕ್ಕೆ ತಲುಪಿಸುತ್ತದಂತೆ. ಆ ಚಪ್ಪಾಳೆ, ಹಾಡುಗಳೂ ಕೂಡ ಶವಸಂಸ್ಕಾರದ ಅವಧಿಯಲ್ಲೇ ಅನುಸರಿಸಲಾಗುವ ಪರಿಪಾಠಗಳು ಎಂಬ ಮಾಹಿತಿಯು ನನಗೆ ಆತನಿಂದ ದೊರಕಿತು. "ಮುಂದೆ?", ಎನ್ನುವಂಥಾ ಭಾವವನ್ನು ಕಣ್ಣಲ್ಲೇ ತೋರಿಸಿದ ನಾನು ಅವನ ಮತ್ತಷ್ಟು ಮಾತುಗಳಿಗೆ ಕಿವಿಯಾಗಲು ಅಣಿಯಾದೆ.

ಅಸಲಿಗೆ ನಾನಂದು ನೋಡಿದ ದೃಶ್ಯವು ಅದೆಷ್ಟು ಚಿಕ್ಕ ಅವಧಿಯದ್ದಾಗಿತ್ತೆಂದರೆ ಬಹಳಷ್ಟು ಸಂಗತಿಗಳು ನನ್ನ ಕಣ್ಣಿಗೆ ಗೋಚರಿಸಿಯೇ ಇರಲಿಲ್ಲ. ನಾನು ನೋಡಿದ ಮೂರು ಟ್ರಕ್ಕುಗಳಲ್ಲಿ ಮೊದಲ ಟ್ರಕ್‌ನ ಹಿಂಭಾಗವು ಶವಪೆಟ್ಟಿಗೆಯನ್ನು ಹೊಂದಿತ್ತಂತೆ. ಇದ್ದಿರಲೂಬಹುದು. ಆ ಟ್ರಕ್ಕಿನಲ್ಲಿ ಅದೆಷ್ಟು ಜನ ತುಂಬಿಕೊಂಡಿದ್ದರೆಂದರೆ ಸಮತಲದಲ್ಲಿ ಇಟ್ಟಿದ್ದ ಶವಪಟ್ಟಿಗೆಯು ಜನರ ರಾಶಿಯಲ್ಲಿ ನನಗೆ ಕಂಡೇ ಇರಲಿಲ್ಲ. "ಉಳಿದೆರಡು ಟ್ರಕ್ಕುಗಳಲ್ಲಿ ವಿಶೇಷವೇನೂ ಇಲ್ಲ. ಜನರೆಲ್ಲರೂ ಜೊತೆಯಾಗಿ ಸ್ಮಶಾನಕ್ಕೆ ಹೋಗುತ್ತಿದ್ದಾರೆ", ಎಂದಷ್ಟೇ ಹೇಳಿ ನನ್ನ ಕುತೂಹಲಕ್ಕೆ ಮಂಗಳ ಹಾಡಿಬಿಟ್ಟಿದ್ದ ದುಭಾಷಿ ಸಾಹೇಬ. ನಾನೂ ಕೂಡ ಮನೆ ತಲುಪಿದ ನಂತರ ಇದನ್ನು ಮರೆತೇಬಿಟ್ಟೆ. ಆದರೂ ಬೆಳ್ಳಂಬೆಳಗ್ಗೆ ಶವಯಾತ್ರೆ ನೋಡಬೇಕಾಗಿ ಬಂದಿತಲ್ವಾ ಎಂಬ ಅಳುಕಂತೂ ಇದ್ದೇ ಇತ್ತು.

ಆದರೆ ನನಗೆ ನಿಜವಾದ ಗೊಂದಲಗಳಾಗಿದ್ದು ಮುಂದಿನ ದಿನಗಳಲ್ಲಿ. ಮುಂದಿನ ಮೂರು ದಿನಗಳಲ್ಲಿ ಸತತವಾಗಿ ಇಂಥಾ ದೃಶ್ಯಗಳು ಕಣ್ಣೆದುರು ಮರುಕಳಿಸಿದ್ದವು. ನಾಲ್ಕನೇ ದಿನವಂತೂ ಪೂರ್ವಾಹ್ನದಲ್ಲಿ ಒಂದು, ಅಪರಾಹ್ನದ ನಂತರ ಮತ್ತೊಂದು, ಹೀಗೆ ಎರಡು ಜನನಿಬಿಡ ಶವಯಾತ್ರೆಗಳನ್ನು ನಾನು ನೋಡಿದ್ದೆ. ಸಾವು ನನಗೆ ಹೌಹಾರುವ ಸಂಗತಿಯೇನಲ್ಲ. ಆದರೆ, ಸಾವನ್ನು ತೀರಾ ಹತ್ತಿರದಿಂದ ಕಂಡವನೂ ನಾನಲ್ಲ. "ಏನಾಗುತ್ತಿದೆ ಇಲ್ಲಿ? ಇಷ್ಟು ಜನ ಇಷ್ಟು ಕಡಿಮೆ ಅವಧಿಯಲ್ಲಿ ಸಾಯುವುದಾದರೂ ಹೇಗೆ? ಇದು ಶವಸಂಸ್ಕಾರದ ಮೆರವಣಿಗೆಗಳೇ ಎಂಬ ಬಗ್ಗೆ ನಿನಗೆ ಖಾತ್ರಿಯಿದೆಯೇ?", ಹೀಗೆ ಪ್ರಶ್ನೆಗಳನ್ನು ಪುಂಖಾನುಪುಂಖವಾಗಿ ಕೇಳುತ್ತಲೇ ಇದ್ದೆ ನಾನು.

ಕನಿಷ್ಠ ಪಕ್ಷ ಅಂಗೋಲಾದಲ್ಲಿ ಹೊಸಬನಾಗಿದ್ದ ನನಗಂತೂ ಇವುಗಳು ನನ್ನ ಬಾಲಿಶ ತರ್ಕಕ್ಕೆ ಮೀರಿದ್ದಾಗಿದ್ದವು. ಅಂಗೋಲಾದಲ್ಲಿ ಯುದ್ಧವೇನೂ ನಡೆಯುತ್ತಿರಲಿಲ್ಲ. ಮಹಾರಕ್ತಪಾತ, ಮಾರಣಹೋಮಗಳೇನೂ ಆಗಿರಲಿಲ್ಲ. ಎಬೋಲಾ ಆ ದಿನಗಳಲ್ಲಿ ಜಗತ್ತಿನಾದ್ಯಂತ ಭಯವನ್ನು ಹುಟ್ಟಿಸಿದ್ದಂತೂ ಸತ್ಯ. ಅಂಗೋಲಾದಲ್ಲಿ ಎಬೋಲಾ ಇನ್ನೂ ಕಾಲಿಟ್ಟಿಲ್ಲ ಎಂಬ ಖಚಿತ ಸುದ್ದಿಯನ್ನು ಪಡೆದ ನಂತರವೇ ನಾವು ಭಾರತವನ್ನು ಬಿಟ್ಟು ಆಫ್ರಿಕಾದ ಕಡೆಗೆ ಹಾರಿದ್ದೆವು. ಅಂದರೆ ಎಬೋಲಾ ಖಾಯಿಲೆಯೂ ಕೂಡ ಅಂಗೋಲಾದಲ್ಲಿರಲಿಲ್ಲ. ಹೀಗಿರುವಾಗ ಇಲ್ಲಿಯ ನಾಗರಿಕರು ಈ ಮಟ್ಟಕ್ಕೆ ಹುಳುಗಳಂತೆ ಏಕೆ ಸಾಯುತ್ತಿದ್ದರು ಎಂಬ ನನ್ನ ಪ್ರಶ್ನೆಯು ಕೇಳಬೇಕಾಗಿರುವಂಥದ್ದೇ ಆಗಿತ್ತು.

ಈ ಬಗ್ಗೆ ಹಲವರಲ್ಲಿ ಕೇಳಿದರೂ ನನಗೆ ಸಿಕ್ಕ ಉತ್ತರವು ಒಂದೇ: "ಅಂಗೋಲಾದ ದಯನೀಯ ವೈದ್ಯಕೀಯ ವ್ಯವಸ್ಥೆ". ವೀಜ್ ಹಳ್ಳಿಯಲ್ಲಿದ್ದ ವೈದ್ಯಕೀಯ ಸೌಲಭ್ಯಗಳು ಅದೆಷ್ಟು ಕೆಳಮಟ್ಟದ್ದಾಗಿತ್ತೆಂದರೆ ಮಲೇರಿಯಾದಂತಹ ಖಾಯಿಲೆಗೂ ಜನರು ಪ್ರಾಣ

ಬಿಡುತ್ತಿದ್ದರು. ವೀಜ್ ಅಂಗೋಲಾದ ಹದಿನೆಂಟು 'ಪ್ರೊವಿನ್ಸ್'(ಪ್ರಾಂತ್ಯ)ಗಳಲ್ಲಿ ಒಂದು. ಈ ಪ್ರಾಂತ್ಯ ಅನ್ನುವುದು ಬಹುತೇಕ ನಮ್ಮ ತಾಲೂಕು ಮಟ್ಟಕ್ಕೆ ಸರಿಸಮನಾಗಿರುವಂಥದ್ದು. ಅಂಗೋಲಾವು ವೀಜ್ ಅನ್ನು 'ಟೌನ್' (ಪಟ್ಟಣ) ಎಂದು ಕರೆದಿದ್ದರೂ ಒಂದು ರೀತಿಯಲ್ಲಿ ಇದೊಂದು ಅತ್ತ ಹಳ್ಳಿಯೂ ಅಲ್ಲದ ಇತ್ತ ಪಟ್ಟಣವೂ ಅಲ್ಲದ ಸೆಮಿ-ಅರ್ಬನ್ ಪ್ರದೇಶ (ಆದರೆ ನನ್ನಂತಹ ವಿದೇಶೀಯರಿಗೆ ಅದೊಂದು ಹಳ್ಳಿಯೇ). ಹೀಗಾಗಿಯೇ ವೀಜ್‌ನಲ್ಲಿ ಬಹುತೇಕ ಎಲ್ಲವೂ ಇದ್ದವು. ಸರಕಾರಿ ಆಫೀಸುಗಳು, ಗವರ್ನರ್ ಸಾಹೇಬರ ಅರಮನೆ, ವ್ಯವಸ್ಥಿತ ಮಾರುಕಟ್ಟೆ, ಒಂದೆರಡು ಐಷಾರಾಮಿ ಹೋಟೇಲುಗಳು, ಒಳ್ಳೆಯ ರೆಸ್ಟೋರೆಂಟುಗಳು... ಹೀಗೆ ಎಲ್ಲವೂ. ವ್ಯವಸ್ಥಿತವಾದ ಆಸ್ಪತ್ರೆಯೊಂದನ್ನು ಬಿಟ್ಟು!

ವೀಜ್‌ನ ಹೃದಯಭಾಗದಲ್ಲಿರುವ ಸರಕಾರಿ ಆಸ್ಪತ್ರೆಯು ಇಲ್ಲಿಯ ಹೆಚ್ಚಿನ ನಿವಾಸಿಗಳು ಆಗಾಗ ಹೋಗುವ ಆರೋಗ್ಯ ಕೇಂದ್ರಗಳಲ್ಲೊಂದು. ಇಲ್ಲಿ ರೋಗಿಗಳಿಗೆ ಉಚಿತವಾಗಿ ಚಿಕಿತ್ಸೆಯನ್ನು ನೀಡಲಾಗುತ್ತದೆ ಎಂಬುದೇನೋ ಸರಿ. ಆದರೆ ಇಲ್ಲಿಯ ಸೌಲಭ್ಯಗಳು ಮಾತ್ರ ದೇವರಿಗೇ ಪ್ರೀತಿ. ಆಸ್ಪತ್ರೆಯೊಂದರಲ್ಲಿ ಏನೆಲ್ಲಾ ಇರಬಾರದೋ ಇವೆಲ್ಲವೂ ಕೂಡ ವೀಜ್‌ನ ಈ ಮುಖ್ಯ ಆಸ್ಪತ್ರೆಯಲ್ಲಿ ಕೊಂಚ ಹೆಚ್ಚೇ ಇದ್ದವು: ಔಷಧಿಗಳ ಅಲಭ್ಯತೆ, ಆಧುನಿಕ ಉಪಕರಣಗಳ ಕೊರತೆ, ನುರಿತ ತಜ್ಞರ ಅಭಾವ, ಗಾಳಿ-ಬೆಳಕು-ನೈರ್ಮಲ್ಯಗಳ ಕೊರತೆ... ಹೀಗೆ ಹೊರಗಿನಿಂದ ನೋಡಲು ಇದೊಂದು ಪ್ರತಿಷ್ಠಿತ ಆಸ್ಪತ್ರೆಯಂತೆ ಕಂಡರೂ ಒಳಗಿನ ನೋಟಗಳು ಬೇರೆಯದೇ ಕಥೆಯನ್ನು ಹೇಳುತ್ತಿದ್ದವು. ಈ ಸರಕಾರಿ ಆಸ್ಪತ್ರೆಯನ್ನು ಬಿಟ್ಟರೆ ಮಹಿಳೆ ಮತ್ತು ಮಕ್ಕಳಿಗಾಗಿಯೇ ಇರುವ ಕೆಲ ಆರೋಗ್ಯ ಕೇಂದ್ರಗಳು ಇಲ್ಲಿವೆ. ನಾಲ್ಕೈದು ಖಾಸಗಿ ಒಡೆತನದ ಆಸ್ಪತ್ರೆಗಳೂ ಇವೆ. ಇವುಗಳು ಸರಕಾರಿ ಆಸ್ಪತ್ರೆಗಿಂತ ಐದು ಪ್ರತಿಶತ ವಾಸಿ ಎನಿಸುವಂತಿದ್ದವು ಎಂಬುದನ್ನು ಬಿಟ್ಟರೆ ಇವುಗಳೇನೂ ಒಳ್ಳೆಯ ಗುಣಮಟ್ಟದ ಚಿಕಿತ್ಸೆಗಳನ್ನು ನೀಡಬಲ್ಲ ಆರೋಗ್ಯ ಕೇಂದ್ರಗಳೇನೂ ಆಗಿರಲಿಲ್ಲ. ಮೇಲಾಗಿ ದುಬಾರಿ ಎಂಬ ಕಾರಣದಿಂದಾಗಿ ಬೆರಳೆಣಿಕೆಯ ನಿವಾಸಿಗಳಷ್ಟೇ ಇಂಥಾ ಆಸ್ಪತ್ರೆಗಳ ಕದ ತಟ್ಟುತ್ತಿದ್ದರು. ಅಂತೂ ಉಳಿದ ಹೆಚ್ಚಿನವರಿಗೆ ಸರಕಾರಿ ಆಸ್ಪತ್ರೆಯೇ ಖಾಯಿಲೆ ಬಿದ್ದ ದಿನಗಳಲ್ಲಿ ಇರುವ ಒಂದು ಆಶಾಕಿರಣವಾಗಿತ್ತು.

ವೀಜ್‌ನ ನಿವಾಸಿಗಳ ಜೀವಕ್ಕೆ ಕುತ್ತಾಗಿ ಪರಿಣಮಿಸಿದ್ದ ಮತ್ತೊಂದು ಅಂಶವೆಂದರೆ ಉತ್ತಮ ಗುಣಮಟ್ಟದ ಚಿಕಿತ್ಸೆಯನ್ನು ಪಡೆಯಬೇಕಿದ್ದರೆ ಇವರುಗಳು ನಗರಕ್ಕೇ ಹೋಗಬೇಕಿತ್ತು. ವೀಜ್‌ಗೆ ಅತ್ಯಂತ ಹತ್ತಿರವಿದ್ದ ಏಕೈಕ ಮಹಾನಗರಿಯೆಂದರೆ ಅಂಗೋಲಾದ ರಾಜಧಾನಿ ಲುವಾಂಡಾ. ಅಂದರೆ ಮತ್ತೆ ಮುನ್ನೂರೈವತ್ತು ಚಿಲ್ಲರೆ ಕಿಲೋಮೀಟರುಗಳ ಪ್ರಯಾಣ. ಸಾವು ಬದುಕುಗಳ ಮಧ್ಯೆ ಉಯ್ಯಾಲೆಯಾಡುತ್ತಿದ್ದ ರೋಗಿಯೊಬ್ಬನನ್ನು ಉಳಿಸಿಕೊಳ್ಳಲು ವೀಜ್‌ನ ನಿವಾಸಿಗಳು ಮಾಡಬಹುದಾಗಿದ್ದ ಪ್ರಯತ್ನವೆಂದರೆ ಅದೇ. ಆರರಿಂದ ಏಳು ತಾಸು ರಸ್ತೆಮಾರ್ಗವಾಗಿ ಪ್ರಯಾಣಿಸಿ ಲುವಾಂಡಾದ ಆಸ್ಪತ್ರೆಗೆ ರೋಗಿಯನ್ನು ಭರ್ತಿ ಮಾಡುವುದು. ನಂತರ ಅಲ್ಲಿ ಕೇಳುವ ದೊಡ್ಡ ಮೊತ್ತದ ಶುಲ್ಕವನ್ನು ಕಟ್ಟಲಾಗದೆ ತನ್ನ ಕಣ್ಣೆದುರಿಗೇ ಸಾಯುತ್ತಿರುವ ಆಪ್ತ ಜೀವವೊಂದನ್ನು ಕಂಡು ಕಣ್ಣೀರಾಗುವುದು. "ಅಯ್ಯೋ ದೇವರೇ, ಇದೆಂಥಾ ಸ್ಥಿತಿಯನ್ನು ನನಗೆ ತಂದುಬಿಟ್ಟೆ?", ಎಂದು ಎದೆಹಿಡಿದು ಗೋಳಾಡುವುದು.

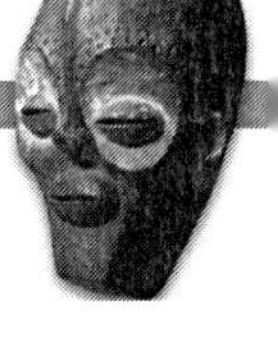

ಹೀಗಾಗಿ ವೀಜ್‌ನ ನಿವಾಸಿಗಳು ಚಿಕ್ಕಪುಟ್ಟ ಆರೋಗ್ಯಸಂಬಂಧಿ ಕಾರಣಕ್ಕೆ ಹುಳುಗಳಂತೆ ಸಾಯುವುದು ಸಹಜವೇ ಆಗಿತ್ತು. ಯಾವ ಬಡವ ತಾನೇ ತುರ್ತಿನ ಸಂದರ್ಭಗಳಲ್ಲಿ ರೋಗಿಯನ್ನು ಲುವಾಂಡಾದವರೆಗೆ ಕೊಂಡೊಯ್ಯಬಲ್ಲ? ಕೊಂಡೊಯ್ದರೂ ವಿಶ್ವದ ಅತೀ ದುಬಾರಿ ನಗರಗಳಲ್ಲೊಂದಾದ ಲುವಾಂಡಾದಲ್ಲಿ ಚಿಕಿತ್ಸೆಯನ್ನು ನೀಡಬಲ್ಲ? ಹೀಗೆ ಅಲ್ಲಿ ಮುಗಿಯದ ಪ್ರಶ್ನೆಗಳಷ್ಟೇ ಇದ್ದವು. ಉತ್ತರಗಳನ್ನು ಕಂಡುಕೊಳ್ಳಲು ನಾನಿಲ್ಲಿ ಚಿಂತಿಸುತ್ತಿದ್ದರೆ ಅಲ್ಲಿ ಬೆನ್ನುಬೆನ್ನಿಗೆ ಹೆಣಗಳು ಬೀಳುತ್ತಿದ್ದವು. ಇಂಥದ್ದೊಂದು ಅಸಹಾಯಕ ಪರಿಸ್ಥಿತಿಯನ್ನು ಕನಸು ಮನಸಲ್ಲೂ ಊಹಿಸಿರದ ನಾನು ಸಹಜವಾಗಿಯೇ ಬೆಚ್ಚಿಬಿದ್ದಿದ್ದೆ.

ಇದಾದ ಒಂದೆರಡು ವಾರಗಳ ನಂತರ ವೀಜ್‌ನ ಸರಕಾರಿ ಆಸ್ಪತ್ರೆಯ ಆವರಣದ ಹೊರಗಡೆ ನಿಂತ ನಾನು ಸುಮ್ಮನೆ ಅಲ್ಲಿರುವವರನ್ನೇ ನೋಡುತ್ತಿದ್ದೆ. ಅಲ್ಲೊಂದು ಚಿಕ್ಕ ಗೇಟು. ಆ ಗೇಟಿನೆದುರು ಸೇರಿದ್ದ ಜನರ ದೊಡ್ಡ ಗುಂಪು. ಆಸ್ಪತ್ರೆಯ ಶವಾಗಾರದಿಂದ ಶವವನ್ನು ಸಿಬ್ಬಂದಿಗಳು ನೇರವಾಗಿ ಆ ಗೇಟಿಗೆ ತರುತ್ತಾರಂತೆ. ಅಲ್ಲಿ ಸಂಬಂಧಿ ಜನರು ಬಂದು ಶವವನ್ನು ತಮ್ಮ ವಶಕ್ಕೆ ಪಡೆದುಕೊಳ್ಳಬೇಕು. ಅಂದರೆ ಸಾವಿನ ನಂತರವೂ ಆ ದೇಹವನ್ನು ವ್ಯವಸ್ಥಿತವಾಗಿ ಆಸ್ಪತ್ರೆಯಿಂದ ಮನೆಗೆ ಕರೆದುಕೊಂಡು ಹೋಗುವ ಭಾಗ್ಯವು ವೀಜ್‌ನ ನಿವಾಸಿಗಳಿಗಿರಲಿಲ್ಲ. ಸಾವಿನ ಸುದ್ದಿಯನ್ನಷ್ಟೇ ತಿಳಿದ ಈ ಜನರು ಬೇಸಿಗೆಯ ಬಿಸಿಲ ಝಳಕ್ಕೆ ಸುಡುತ್ತಾ, ಮಳೆಗಾಲದ ಗಾಳಿಮಳೆಗೆ ನೆನೆಯುತ್ತಾ ಆ ಗೇಟಿನೆದುರು ತಮ್ಮ ಆಪ್ತರ ಶವಕ್ಕಾಗಿ ಗಂಟೆಗಟ್ಟಲೆ ಕಾಯಬೇಕಿತ್ತು. ಹೀಗೆ ಶವಕ್ಕಾಗಿ ಎರಡರಿಂದ ಮೂರು ತಾಸುಗಳ ಕಾಲ ನಾನು ಸ್ವತಃ ಸುಡುಬಿಸಿಲಿನಲ್ಲಿ ಕಾದ ದೃಷ್ಟಾಂತಗಳೂ ಇವೆ. ಹೀಗಾಗಿ ಅಲ್ಲಿದ್ದಿದ್ದು ಮಾತಿಗಿಂತ ಹೆಚ್ಚು ಕಣ್ಣೀರು, ಬಿಕ್ಕಳಿಕೆಗಳೇ. ಅಲ್ಲಿ ಎಲ್ಲರೂ ರೋದಿಸುವವರೇ, ಬಾಯಿ ಬಡಿದುಕೊಳ್ಳುವವರೇ. ಅತ್ತು ಅತ್ತು ನೆಲದ ಮೇಲೋ, ಇನ್ಯಾರ ಮಡಿಲಲ್ಲೋ ಮೂರ್ಛೆ ಹೋಗುವವರೇ!

ಮುಂದೆ ವೀಜ್‌ನಲ್ಲಿ ದಿನಗಳು ಉರುಳತೊಡಗಿದಂತೆ ಕ್ರಮೇಣ ಇವೆಲ್ಲವೂ ಸಾಮಾನ್ಯವಾಗತೊಡಗಿತು. ಪ್ರತೀದಿನವೂ ಶವಯಾತ್ರೆಗಳನ್ನು ನೋಡುವುದು ಬಹುತೇಕ ನಿತ್ಯದ ಮಾತಾಯಿತು. ಹೀಗಾಗಿ ನಾನು ಶವಗಳ ಲೆಕ್ಕವಿಡುವುದನ್ನು ಬಿಟ್ಟುಬಿಟ್ಟೆ. ಹಾಗೆಂದು ಇದು ನಿರಾಳತೆಯನ್ನು ತರುವ ಸಂಗತಿಯೇನಲ್ಲ. ಸರಕಾರಿ ಆಸ್ಪತ್ರೆಯ ಆ ಪುಟ್ಟ ಗೇಟು, ಗೇಟಿನೆದುರು ಶವವನ್ನು ಕೊಂಡೊಯ್ಯಲು ಕಾಯುತ್ತಿರುವ ವಾಹನಗಳು, ದೀನರಾಗಿ ನರ್ತಿಸುತ್ತಾ ರೋದಿಸುತ್ತಿರುವ ಅಂಗೋಲನ್ ಮಹಿಳೆಯರು, ಯಾರೋ ಸತ್ತರೆಂದು ಏಕಾಏಕಿ ರಜೆ ಕೇಳಿ ಪದೇ ಪದೇ ಹೊರಟುಹೋಗುವ ಉದ್ಯೋಗಿಗಳು... ಹೀಗೆ ಇವೆಲ್ಲವೂ ಕೂಡ ಇಂದಿಗೂ ನನ್ನಲ್ಲಿ ವಿಚಿತ್ರವಾದ ದಿಗಿಲನ್ನು ಹುಟ್ಟಿಸುತ್ತದೆ. ಶವಗಳನ್ನು ನೋಡುವುದು, ಶವಯಾತ್ರೆಗಳಿಗೆ ಎದುರಾಗುವುದು ನನಗೀಗ ಅಪಶಕುನವಾಗಿ ಕಾಣಿಸುತ್ತಿಲ್ಲ. ಬದಲಾಗಿ ತನಗರಿವಿಲ್ಲದಂತೆಯೇ ಭಾರವಾದ ನಿಟ್ಟುಸಿರಿಡುವಂತೆ ಮಾಡುತ್ತದೆ. ಸಾವಿನ ಕಮಟಿಗೆ ಎದೆಬಡಿತದ ತಾಳವು ತನ್ನಷ್ಟಕ್ಕೇ ತಪ್ಪಿಹೋಗುತ್ತದೆ.

ಅಂದು ಹತಾಶನಾಗಿ ಮನೆಗೆ ಮರಳಿದ ನಾನು ನನ್ನೊಂದಿಗಿರುವ ಏಕಮಾತ್ರ ಭಾರತೀಯ ಸಹೋದ್ಯೋಗಿಗೆ ಸ್ಪಷ್ಟವಾಗಿ ಹೇಳಿದೆ: "ಜೀವನವು ಹೊಸದೊಂದು

ತಿರುವಿಗೆ ನಮ್ಮನ್ನಿಂದು ತಂದು ನಿಲ್ಲಿಸಿದೆ. ನಾವು ವಿಚಿತ್ರವಾದ ದೇಶದ ಬಲುವಿಚಿತ್ರವಾದ ಪ್ರದೇಶವೊಂದಕ್ಕೆ ಬಂದಿಳಿದಿದ್ದೇವೆ. ಇಲ್ಲಿ ನಾವು ಮರೆತೂ ಕೂಡ ಖಾಯಿಲೆ ಬೀಳುವಂತಿಲ್ಲ!"

"ಅಂಗೋಲಾದಲ್ಲಿ ನಾವು ಮರೆತೂ ಖಾಯಿಲೆ ಬೀಳುವಂತಿಲ್ಲ", ಎಂದು ನಾನು ನನ್ನ ಸಹೋದ್ಯೋಗಿಯಾದ ಸಿಂಗ್ ಸಾಹೇಬರಿಗೆ ಹೇಳಿದ್ದೇನೋ ಸರಿ. ಆದರೆ ಖಾಯಿಲೆಗಳೇನು ನಕಾಶೆ ಹಿಡಿದುಕೊಂಡು, ಮುಹೂರ್ತ ನೋಡಿಕೊಂಡು ಬರುತ್ತವೆಯೇ? ಬಹುಷಃ ಅಂಗೋಲಾದ ವೈದ್ಯಕೀಯ ಜಗತ್ತಿನ ಒಳಹೊರಗನ್ನು ಮತ್ತಷ್ಟು ಹತ್ತಿರದಿಂದ ನೋಡುವ ಅವಕಾಶಗಳು ಇನ್ನೂ ಬಾಕಿಯಿದ್ದವು. ಅಂತೂ ನಾನು ಖಾಯಿಲೆ ಬಿದ್ದಿದ್ದೆ!

ಅಂಗೋಲಾದ ಆಸ್ಪತ್ರೆಗಳ ಸ್ಥಿತಿಯನ್ನು ಕಂಡು ಕೊಂಚ ಕೆಮ್ಮಿದರೂ ಕಂಗಾಲಾಗುತ್ತಿದ್ದ ದಿನಗಳವು. ಸಸ್ಯಾಹಾರವನ್ನು ಹೆಚ್ಚು ತಿಂದರೆ ರೋಗನಿರೋಧಕ ಶಕ್ತಿಗಳು ಹೆಚ್ಚಾಗುತ್ತವೆ ಎಂಬ ನನ್ನ ಸಹೋದ್ಯೋಗಿಯ ಸಲಹೆಯನ್ನು ಆಧರಿಸಿ ಸಸ್ಯಾಹಾರದ ಬಳಕೆಯು ಹೆಚ್ಚಾಗಿತ್ತು. ಅವರೇನೋ ಶುದ್ಧ ಸಸ್ಯಾಹಾರಿಗಳು. ಹೀಗಾಗಿ ಇದು ಅವರ ನಿತ್ಯದ ಆಹಾರಪದ್ಧತಿಯೇ ಆಗಿತ್ತು ಎಂದರೆ ತಪ್ಪಿಲ್ಲ. ಆದರೆ ನಾನು ಶುದ್ಧ ಮಾಂಸಾಹಾರಿಯಾಗಿದ್ದ ಪರಿಣಾಮವಾಗಿ ಕೆಲ ದಿನಗಳು ಆಹಾರವು ನೀರಸವೆನಿಸಿದ್ದಂತೂ ಸತ್ಯ. ಆದರೆ ಆಗಾಗ, ಅಂದರೆ ಮೊದಲಿಗಿಂತ ಕಡಿಮೆ ಪ್ರಮಾಣದಲ್ಲಿ ಅಲ್ಲೊಮ್ಮೆ ಇಲ್ಲೊಮ್ಮೆ ಮಾಂಸಾಹಾರವನ್ನು ಸವಿಯುವ ಅವಕಾಶಗಳೂ ಸಿಗುತ್ತಿದ್ದರಿಂದ ಎಲ್ಲವೂ ಪರವಾಗಿಲ್ಲ ಎಂಬ ಸ್ಥಿತಿಯಲ್ಲೇ ನಡೆಯುತ್ತಿತ್ತು ಎಂಬುದನ್ನು ಹೇಳಲೇಬೇಕು.

ಶುಚಿತ್ವದ ಅಂಶವನ್ನು ಗಮನದಲ್ಲಿರಿಸಿಕೊಂಡು ಮನೆಯ ಹೊರಗಿನ ಆಹಾರವನ್ನು ತಿನ್ನುವ ಅಭ್ಯಾಸಗಳು ಬಹುತೇಕ ನಿಂತೇಹೋಗಿದ್ದವು. ರೆಸ್ಟೋರೆಂಟುಗಳಲ್ಲೂ ಆಯ್ದ ಕೆಲವಕ್ಕೆ ಮಾತ್ರ ನಮ್ಮ ಸವಾರಿಗಳು ತಲುಪಿದವು. ಸ್ಥಳೀಯ ಅಧಿಕಾರಿಗಳ ಸೂಚನೆಯಂತೆ ಕುಡಿಯುವ ನೀರಿಗಾಗಿ ಮಿನೆರಲ್ ವಾಟರ್ ಬಾಟಲಿಗಳು ನಮ್ಮ ಅಡುಗೆಮನೆಗಳನ್ನು ನುಗ್ಗಿದವು. ಲುವಾಂಡಾದ ಕೆಲ ಆಯ್ದ ರೆಸ್ಟೋರೆಂಟುಗಳಲ್ಲಾದರೂ ನಾನು ಹೊಸ ಹೊಸ ಖಾದ್ಯಗಳನ್ನು ಸವಿದರೆ ಸಿಂಗ್ ಸಾಹೇಬ್ರು ಮಾತ್ರ ಇವುಗಳ ಸಹವಾಸವೇ ಬೇಡ ಎಂದು ತರಿಸಿಕೊಂಡದ್ದನ್ನೇ ಮತ್ತೆ ಮತ್ತೆ ತರಿಸಿಕೊಂಡು ಒಂದಿಷ್ಟು ತಿನ್ನುತ್ತಿದ್ದರು. ಹಾಗಂತ ಇದಕ್ಕೆ ಆರೋಗ್ಯದ ಕಾರಣವು ಮಾತ್ರವಲ್ಲ. ಬೇರೊಂದು ತಮಾಷೆಯ ಹಿನ್ನೆಲೆಯೂ ಇದೆ. ನಮ್ಮ ವೀಜ್ ನಿವಾಸದಿಂದ ಸುಮಾರು ಅರ್ಧ ಕಿಲೋಮೀಟರ್ ದೂರದಲ್ಲಿರುವ, ಹಚ್ಚಹಸಿರ ಗರ್ಭದಲ್ಲಿ ನೋಡಲು ರೆಸಾರ್ಟ್‌ನಂತಿರುವ ರೆಸ್ಟೋರೆಂಟ್ ಒಳಕ್ಕೆ ಅಂದು ನಾವು ಕಾಲಿರಿಸಿದ್ದೆವು. ಆ ದಿನ ನಮ್ಮ ಜೊತೆ ದುಭಾಷಿಯೂ ಇರಲಿಲ್ಲವಾದ್ದರಿಂದ ಪೋರ್ಚುಗೀಸ್ ಭಾಷೆಯಲ್ಲಿದ್ದ ಹೋಟೇಲಿನ ಮೆನು ನಮಗೇನೂ ಅಷ್ಟು ಅರ್ಥವಾಗಲಿಲ್ಲ. ಆದರೂ ನಾನು ಅದೇನು, ಇದೇನು ಅಂತ ಕೇಳುವುದು, ಕೌಂಟರಿನಾಚೆ ಕೂತ ಸುಂದರಿಯೋರ್ವಳು ತನಗೆ

ತಿಳಿದಷ್ಟು ಇಂಗ್ಲಿಷಿನಲ್ಲಿ ಖಾದ್ಯಗಳ ಬಗ್ಗೆ ವಿವರಿಸುವುದು ಇತ್ಯಾದಿಗಳೂ ಪರವಾಗಿಲ್ಲ ಎಂಬ ಮಟ್ಟಿಗೆ ನಡೆಯುತ್ತಿದ್ದವು. ಅಷ್ಟಕ್ಕೂ ಅಂದು ಆಗಿದ್ದೇನೆಂದರೆ ಮೆನು ಕಾರ್ಡಿನಲ್ಲಿ 'ಬೆಫೆ' ಎಂಬ ಪದವನ್ನು ನೋಡಿದ ನಮ್ಮ ಸಿಂಗ್ ಸಾಹೇಬ್ರು ಅದನ್ನು 'ಬುಫೆಟ್' ಎಂದು ಊಹಿಸಿ ತರಿಸಿಕೊಂಡಿದ್ದರು. ಆದರೆ ಅದು 'ಬುಫೆಟ್' ಅಲ್ಲ, ಬದಲಾಗಿ 'ಬೀಫ್' ಎಂದು ತಿಳಿದಿದ್ದು ನನ್ನ ನಂತರದ ವಿಚಾರಣೆಗಳಿಂದಾಗಿಯೇ. ಮೊದಲೇ ಶುದ್ಧ ಸಸ್ಯಾಹಾರಿಗಳು, ಮೇಲಾಗಿ ದನದ ಮಾಂಸ ಬೇರೆ. ಅರವತ್ತರ ಹಿರಿಯರಿಗೆ ಹೇಗಾಗಿರಬೇಡ! ಅದೇ ಕೊನೆ. ಸಿಂಗ್ ಸಾಬ್ ಅಂಗೋಲಾದಲ್ಲಿ ಮತ್ತೆಂದೂ ಹೊಸ ಖಾದ್ಯಗಳನ್ನು ಪ್ರಯತ್ನಿಸುವ ಗೋಜಿಗೆ ಹೋಗಲಿಲ್ಲ.

ಅಂಗೋಲಾಕ್ಕೆ ಬಂದಿಳಿದ ಹೊಸತರಲ್ಲಿ ನಮ್ಮನ್ನು ಕಾಡಿದ ಮೊಟ್ಟ ಮೊದಲ ಕೌತುಕವೆಂದರೆ ಅದ್ಯಾವುದೋ ಅದೃಶ್ಯ ಕೀಟದ ಕಾರುಬಾರು. ಕೈಕಾಲುಗಳು ವಿಚಿತ್ರವಾಗಿ ತುರಿಸುತ್ತಿದ್ದ ಆರಂಭದ ಆ ದಿನಗಳು ನನಗಿಂದೂ ನೆನಪಿದೆ. ತುರಿಸುವುದನ್ನು ಮುಂದುವರಿಸಿದರೆ ನಂತರ ಚಿಕ್ಕ ಚಿಕ್ಕ ಕೆಂಪು ಬೊಕ್ಕೆಗಳು ಮೇಲೇಳುತ್ತಿದ್ದು ನಂತರದ ಕೆಲ ತಾಸುಗಳಲ್ಲಿ ತನ್ನಷ್ಟಕ್ಕೇ ಮಾಯವಾಗುತ್ತಿದ್ದವು. ಸಾಮಾನ್ಯವಾಗಿ ಉಂಟಾಗುವ ಸೊಳ್ಳೆ ಕಡಿತದಿಂದ ಹೆಚ್ಚು ತೀಕ್ಷ್ಣವಾಗಿದ್ದ, ಎಲ್ಲೆಂದರಲ್ಲಿ ಯಾವುದೇ ಪೂರ್ವಸೂಚನೆಗಳಿಲ್ಲದೆ ಉಂಟಾಗುತ್ತಿದ್ದ ತುರಿಕೆಗಳು ನಮ್ಮನ್ನು ಇರಿಸುಮುರುಸಾಗಿಸಿದ್ದಂತೂ ಸತ್ಯ. ನನ್ನ ಸ್ಪ್ಯಾನಿಶ್ ಸಹೋದ್ಯೋಗಿಯಾಗಿದ್ದ ಆಲ್ಬರ್ಟೋನಂತೂ ತುರಿಸುವುದಕ್ಕಾಗಿಯೇ ಹುಟ್ಟಿರುವವನಂತೆ ಕೆರೆದು ಕೆರೆದು ತನ್ನೆರಡೂ ಕೈಗಳಲ್ಲಿ ಅದೆಷ್ಟೋ ಬೊಕ್ಕೆಗಳನ್ನು ತರಿಸಿಕೊಂಡಿದ್ದ. ಮೊದಲೇ ಬಿಳಿಯನಾಗಿದ್ದ ಆತನ ಕೈಯಲ್ಲಿ ಕೆಂಪು ಬೊಕ್ಕೆಗಳು ಕೊಂಚ ಹೆಚ್ಚೇ ಎದ್ದುಕಾಣುವಂತೆ ಕಣ್ಣಿಗೆ ರಾಚುತ್ತಿದ್ದವು. ಕೊನೆಗೂ ಯಾವುದರಿಂದ ಹೀಗಾಗುತ್ತದೆ ಎಂಬ ಮಾಹಿತಿಯು ನಮಗೆ ಸಿಕ್ಕಿಲ್ಲದ ಪರಿಣಾಮವಾಗಿ 'ಅದೃಶ್ಯ ಕೀಟ' ಎಂಬ ನಾಮಕರಣವೊಂದನ್ನು ಈ ಜಂತುವಿಗೆ ನಾವಿಲ್ಲಿ ಮಾಡಿದೆವು.

ಈ ಮಧ್ಯೆ ನನ್ನ ಎಡಗಾಲ ಹೆಬ್ಬೆರಳ ಮೂಲೆಯು ತನ್ನಷ್ಟಕ್ಕೇ ಕುಟುಕುತ್ತಿರುವ ಹೊಸ ಸಮಸ್ಯೆಯೊಂದೂ ಪ್ರಾರಂಭವಾಗಿತ್ತು. ನಂತರ ಇದನ್ನು ಸೂಕ್ಷ್ಮವಾಗಿ ಗಮನಿಸಿದರೆ ಉಗುರಿನ ಮೂಲೆಯು ಮಾಂಸದೊಳಗೆ ಬಹುತೇಕ ಒಳನುಗ್ಗಿ ಆ ಮೃದುಮಾಂಸವನ್ನು ಕುಟುಕುತ್ತಾ ನೋವಿನ ತರಂಗವನ್ನು ಕಳಿಸುತ್ತಿತ್ತು. ಕೆಲದಿನಗಳ ಕಾಲ ಕಾದು ನೋಡಿದ ನಾನು ಮಾಂಸದೊಳಗೆ ಬಚ್ಚಿಟ್ಟುಕೊಂಡ ಉಗುರಿನ ಮೂಲೆಯನ್ನು ತಲುಪಲೂ ಆಗದೆ, ಅದನ್ನು ಮರೆಯಲೂ ಆಗದೆ ಸ್ಥಳೀಯ ವೈದ್ಯರ ಬಳಿ ಹೋಗಿಯೇ ಬಿಡೋಣ ಎಂದು ನಿರ್ಧರಿಸಿದ್ದೆ. ಬಹುಷಃ ಅಂಗೋಲಾದಲ್ಲಿ ನಾನು ಮಾಡಿದ್ದ ಬೆರಳೆಣಿಕೆಯ ತಪ್ಪು ನಿರ್ಧಾರಗಳಲ್ಲಿ ಇದು ಮುಂಚೂಣಿಯಲ್ಲಿ ನಿಲ್ಲುವಂಥದ್ದು!

"ಇಲ್ಲಿಯ ಆಸ್ಪತ್ರೆಗಳಿಗೆ ಹೋಗುವುದೆಂದರೆ ನನಗೆ ಭಯ ಮಾರಾಯ. ಸಾಧ್ಯವಾದರೆ ಇಂಗ್ಲಿಷ್ ಭಾಷೆಯನ್ನು ಮಾತನಾಡುವ ವೈದ್ಯರು ಸಿಗುತ್ತಾರೋ ನೋಡೋಣ. ಏಕೆಂದರೆ ನೀವಿಬ್ಬರೂ ಏನು ಮಾತಾಡುತ್ತಿದ್ದೀರಿ ಎಂದು ನನಗೂ ಕೊಂಚ ಅರ್ಥವಾಗುತ್ತದೆ", ಎಂದೆ ನಾನು. ಆಗಲಿ ಎಂದ ದುಭಾಷಿ ಮಿಗೆಲ್ ಸಾಕಷ್ಟು ದೊಡ್ಡದಾಗಿದ್ದ ಖಾಸಗಿ

ಆಸ್ಪತ್ರೆಯೊಂದಕ್ಕೆ ನನ್ನನ್ನು ಕರೆದೊಯ್ದ. ನನ್ನ ಪುಣ್ಯವೇನೋ ಎಂಬಂತೆ ಆಂಗ್ಲಭಾಷೆಯನ್ನು ಮಾತನಾಡುವ ಒಬ್ಬ ವೈದ್ಯರೂ ಅಂದು ಸಿಕ್ಕಿದರು. ಮೂವತ್ತರ ಆಸುಪಾಸಿನ ಈ ವೈದ್ಯ ಹಸನ್ಮುಖಿಯಾಗಿದ್ದು ಅಂಗೋಲನ್ನರ ಸ್ನೇಹಪರತೆಯನ್ನು ಹೊಂದಿದ್ದ. ಸಾಲದ್ದಕ್ಕೆ ಆತ ಶುದ್ಧ ಇಂಗ್ಲಿಷ್ ಅನ್ನು ಬೇರೆ ಮಾತಾಡುತ್ತಿದ್ದ. "ಹಾಯ್, ನಾನು ಡಾ. ರಾಯ್ಮುಂಡು", ಆತ ಮುಗುಳ್ನಗುತ್ತಾ ತನ್ನನ್ನು ತಾನು ಪರಿಚಯಿಸಿಕೊಂಡ. ನಾನೂ ಕೂಡ ಕೈಕುಲುಕಿ ಸ್ವಪರಿಚಯ ಮಾಡಿಕೊಂಡೆ. ತಡಮಾಡದೆ ಇಬ್ಬರೂ ಕೂಡ ನೇರವಾಗಿ ವಿಷಯಕ್ಕಿಳಿದೆವು.

ಆಸ್ಪತ್ರೆಯ ಕೋಣೆಯು ಹೆಚ್ಚೇನೂ ಆಧುನಿಕವಾಗಿಲ್ಲದಿದ್ದರೂ ಮೇಲ್ನೋಟಕ್ಕೆ ದೂರುವಂಥದ್ದೇನೂ ಇರಲಿಲ್ಲ. ಆದರೆ ಎಂದಿನಂತೆ ಗಾಳಿ, ಬೆಳಕಿನ ವ್ಯವಸ್ಥೆಗಳು ಕಳಪೆಯಾಗಿದ್ದವು. ಕೈಗೊಂದು ಕೈಗವಸನ್ನು ಧರಿಸಿ ಸೂಕ್ಷ್ಮವಾಗಿ ನನ್ನ ಕಾಲ ಹೆಬ್ಬೆರಳನ್ನು ಪರೀಕ್ಷಿಸಿದ ಈ ಯುವವೈದ್ಯ "ತಲೆಕೆಡಿಸಿಕೊಳ್ಳುವುದಕ್ಕೇನೂ ಇಲ್ಲ, ಈ ಮೂಲೆಯನ್ನು ಒಂದು ಚಿಕ್ಕ ಸರ್ಜರಿ ಮಾಡಿಸಿ ತೆಗೆದುಬಿಡೋಣ" ಅಂದ. ಹಾಗೆಯೇ ಬಲಗಾಲ ಹೆಬ್ಬೆರಳನ್ನೂ ಪರೀಕ್ಷಿಸಿ ಜೊತೆಜೊತೆಗೇ ಇದನ್ನೂ ಸರ್ಜರಿ ಮಾಡಿಬಿಡೋಣ ಅಂದುಬಿಟ್ಟ. ಮೊದಲ ಭೇಟಿಯ ಮೊದಲ ಪರೀಕ್ಷೆಯಲ್ಲೇ ಸರ್ಜರಿಯಂತಹ ಬ್ರಹ್ಮಾಸ್ತ್ರವನ್ನು ನಿರೀಕ್ಷಿಸದಿದ್ದ ನಾನು ಕೊಂಚ ಹಿಂದೇಟು ಹಾಕಿದೆ. "ಅಯ್ಯೋ, ಸರ್ಜರಿಯೆಂದರೆ ಒಂದ್ಹತ್ತು ನಿಮಿಷಗಳ ಕೆಲಸವಷ್ಟೇ. ಬೇಗನೇ ಮುಗಿದುಹೋಗುತ್ತದೆ", ಎಂದ ಆತ. "ಅಲ್ಲ, ಒಂದು ಬೆರಳಿಗೆ 20,000 ಕ್ವಾಂಝಾ ಶುಲ್ಕವನ್ನು ಬೇರೆ ನೀವು ಕೇಳುತ್ತಿದ್ದೀರಿ. ಅಷ್ಟು ನಗದು ಈಗ ನನ್ನ ಬಳಿಯಿಲ್ಲ. ಹೀಗಾಗಿ ನಾಳೆ ಬರುತ್ತೇನೆ", ಎಂದು ನಾನು ಈ 'ಮಹಾಸರ್ಜರಿ'ಯನ್ನು ಮುಂದೂಡಲು ಪ್ರಯತ್ನಿಸಿದೆ. ಕೊನೆಗೂ ಮಾತುಕತೆಗಳ ನಂತರ ಇಂದಿನ ಬದಲು ಈ ಶಸ್ತ್ರಚಿಕಿತ್ಸೆಯನ್ನು ಮುಂದಿನ ದಿನಕ್ಕೆ ನಿಗದಿಪಡಿಸಲಾಯಿತು. "ಮೊದಲಿಗೆ ನೋಯುವ ಈ ಎಡಬೆರಳನ್ನಷ್ಟೇ ನಾನು ನಿಮಗೆ ಕೊಡೋದು. ಬಲಗಾಲಿನದ್ದು ಮತ್ತೊಮ್ಮೆ ನೋಡೋಣ", ಎಂದು ಕೊನೆಯಲ್ಲಿ ನಾನು ತೀರ್ಪನ್ನು ಕೊಟ್ಟೆ. "ಆಯ್ತಪ್ಪಾ... ಯಾವುದಕ್ಕೂ ನಾಳೆ ಬಂದುಬಿಡಿ", ಎಂದು ನಗುನಗುತ್ತಲೇ ನನ್ನನ್ನು ಕಳುಹಿಸಿಕೊಟ್ಟರು ಡಾ. ರಾಯ್ಮುಂಡು.

ಮರುದಿನ ಮುಂಜಾನೆಯ ಹತ್ತಕ್ಕೆ ಆಸ್ಪತ್ರೆಗೆ ಬಂದ ನನಗೆ ನನ್ನ ಸರದಿಯು ಬರುವಷ್ಟರಲ್ಲಿ ಹನ್ನೊಂದೂವರೆಯಾಗಿತ್ತು. "ಹೋ, ಬನ್ನಿ ಬನ್ನಿ...", ಎಂದು ಸ್ವಾಗತಿಸಿದ ಡಾ. ರಾಯ್ಮುಂಡು ತನ್ನ ಸಹಾಯಕನನ್ನು ಕರೆದು ಈ ಸರ್ಜರಿಗೆ ಬೇಕಿದ್ದ ಉಪಕರಣಗಳನ್ನು ತರಿಸಿಕೊಂಡರು. ಆ ಆಯುಧಗಳನ್ನು ನೋಡಿ ಕಂಗಾಲಾದ ನಾನು "ಸಾರ್, ಅದೇನು ಮಾಡೋದಿದ್ರೂ ಮೊದಲು ಅನಸ್ತೇಸಿಯಾ ಹಾಕಲು ಮಾತ್ರ ಮರೆಯಬೇಡಿ", ಎಂದು ಅವರಿಗೆ ನೆನಪಿಸಿದೆ. ನನ್ನ ಪೆಚ್ಚಾದ ಮುಖವನ್ನು ಕಂಡ ಆತ ಆಗಲಿ ಎನ್ನುತ್ತಾ ಮುಗುಳ್ನಕ್ಕ. ಮುಂದಿನ ಕೆಲನಿಮಿಷಗಳಲ್ಲೇ ನನ್ನ ಬೆರಳಿನ ರಿಪೇರಿಯು ಶುರುವಾಗಿತ್ತು.

ಉಗುರ ಹೆಬ್ಬೆರಳಿನ ಸುತ್ತಲಿನ ಸೂಕ್ಷ್ಮವಾದ ಜಾಗಕ್ಕೆ ಮೂರು ಚುಚ್ಚುಮದ್ದುಗಳನ್ನು ಅನಸ್ತೇಸಿಯಾದ ಹೆಸರಿನಲ್ಲಿ ಚುಚ್ಚಿದ ವೈದ್ಯರು ತನ್ನ ಅರ್ಧಶಕ್ತಿಯನ್ನಂತೂ ಅಲ್ಲೇ ಉಡುಗಿಸಿಬಿಟ್ಟಿದ್ದರು. ಆದರೆ ಏನೆಲ್ಲಾ ರಿಪೇರಿಗಳಾಗಿದೆ ಎಂಬುದನ್ನು ನಾನು ಪರೀಕ್ಷಿಸುವ ಮೊದಲೇ ರಕ್ತಸಿಕ್ತವಾಗಿದ್ದ ನನ್ನ ಹೆಬ್ಬೆರಳಿಗೆ ಏನೇನೋ ಹಚ್ಚಿ, ದಪ್ಪನೆಯ ಬ್ಯಾಂಡೇಜನ್ನು

ಸುತ್ತಿ "ಶುಭಂ" ಅಂದುಬಿಟ್ಟರು ಡಾ. ರಾಯ್ಮುಂಡು. ವಾರಕ್ಕೆರಡು ಬಾರಿ ಡ್ರೆಸ್ಸಿಂಗ್ ಬದಲಾಯಿಸಬೇಕು ಎಂಬ ಸೂಚನೆಯೊಂದಿಗೆ ಅಂದು ನಾನು ಕುಂಟುತ್ತಾ ಮನೆಗೆ ಮರಳಿದೆ.

ದುರಾದೃಷ್ಟವಶಾತ್ ಎರಡನೇ ಮತ್ತು ಮೂರನೇ ಡ್ರೆಸ್ಸಿಂಗ್‌ಗಳು ಸರ್ಜರಿಗಿಂತಲೂ ಯಾತನಾಮಯವಾಗಿ ಪರಿಣಮಿಸಿ ನನ್ನನ್ನು ಮತ್ತೆ ನಿರಾಶೆಗೆ ದೂಡಿದವು. ಇನ್ನು ಎಲ್ಲವೂ ಮುಗಿಯಿತು ಎಂಬ ಕೊನೆಯ ಹಂತದಲ್ಲಿರುವಾಗ ಕೀವೊಂದು ಮೇಲೆದ್ದು ಮತ್ತೆ ನಾನು ಆಸ್ಪತ್ರೆಗೇ ಮರಳಬೇಕಾಯಿತು. ಡಾ. ರಾಯ್ಮುಂಡುರವರ ಅನುಪಸ್ಥಿತಿಯಲ್ಲಿ ಈ ಬೆರಳನ್ನು ಪರೀಕ್ಷಿಸಿ "ಅದ್ಯಾವುದೋ ಕೀಟವು ಮೊಟ್ಟೆಯಿಟ್ಟಿದೆ" ಎಂದ ವೈದ್ಯನೊಬ್ಬ ಉಗುರಿನ ಒಂದಿಂಚು ಆಳಕ್ಕೆ ಬೆಂಕಿಕಡ್ಡಿಯೊಂದನ್ನು ತೂರಿಸಿ ಭಯಾನಕವಾಗಿ ಕೀವನ್ನು ಶುಚಿಗೊಳಿಸಿದ. ಉರಿದು ಎಸೆಯಲು ಲಾಯಕ್ಕಾಗಿದ್ದ ಬೆಂಕಿಕಡ್ಡಿಯೊಂದನ್ನು ಹೀಗೂ ಬಳಸಬಹುದು ಎಂದು ನನಗೆ ತಿಳಿದದ್ದು ಆ ದಿನವೇ. ಚುಚ್ಚುಮದ್ದುಗಳನ್ನು ಚುಚ್ಚಿ ಚುಚ್ಚಿ, ಏನೇನೋ ವಸ್ತುಗಳನ್ನು ತೂರಿಸಿ ತೂರಿಸಿ ಹೆಬ್ಬೆರಳ ಉಗುರು ವಿಕಾರವಾಗಿ ಹೋಗಿತ್ತು. "ಈ ಕಥೆ ಶುರುವಾಗಿ ಒಂದು ತಿಂಗಳಾಗುತ್ತಾ ಬಂತು. ನಾನು ಕಟ್ಟಡ ಕಾಮಗಾರಿಗಳು ನಡೆಯುವ ಜಾಗದಲ್ಲಿ ಇಂಜಿನಿಯರ್ ಆಗಿ ದುಡಿಯುವವನು. ಹೀಗಾಗಿ ಮದುಮಗನಂತೆ ಗಾಜಿನರಮನೆಯಲ್ಲಿ ಕೂರುವುದು ಕಷ್ಟ. ನಡೆಯಲು ಬೇರೆ ಆಗುತ್ತಿಲ್ಲ. ಯಾವಾಗ ಈ ರಾಮಾಯಣವನ್ನು ನೀವು ಮುಗಿಸುವುದು?", ಎಂದು ನಾನು ಒಂದು ದಿನ ನೇರವಾಗಿಯೇ ಕೇಳಿಬಿಟ್ಟೆ. "ಕೊನೆಯ ಹಂತವಾಗಿ ಇನ್ನೆರಡು ಚುಚ್ಚುಮದ್ದುಗಳನ್ನು ಕೊಡುವುದಿದೆ. ಅದು ಮುಗಿದರೆ ಎಲ್ಲವೂ ಮುಗಿದಂತೆ", ಎಂದ ಹಸನ್ಮುಖಿ ವೈದ್ಯ ಚುಚ್ಚುಮದ್ದುಗಳ ಹೆಸರನ್ನು ಬರೆದುಕೊಟ್ಟು ಮುಂದಿನ ಬಾರಿ ಬರುವಾಗ ಇದನ್ನೂ ತಂದುಬಿಡಿ ಎಂದು ನನ್ನನ್ನು ಬೀಳ್ಕೊಟ್ಟ.

ನನ್ನ ಅಸಮಾಧಾನಕ್ಕೆ ಕಾರಣಗಳೂ ಇದ್ದವು ಅನ್ನಿ. ನನ್ನನ್ನು ಕರೆದೊಯ್ಯಲಾಗಿದ್ದ ಒಂದು ಕ್ಲಿನಿಕ್ ಅಂತೂ ನೋಡಲು ವಿಚಿತ್ರವಾಗಿತ್ತು. ಹವಾನಿಯಂತ್ರಣ ವ್ಯವಸ್ಥೆಯಂತೂ ದೂರದ ಮಾತು. ಗಾಳಿಯಾಡಲು ಒಂದು ಟೇಬಲ್ ಫ್ಯಾನ್ ಕೂಡ ಅಲ್ಲಿರಲಿಲ್ಲ. ಕೋಣೆಯ ಒಂದು ಮೂಲೆಯಲ್ಲಿ ವಿಚಿತ್ರವೆಂಬಷ್ಟು ಚಿಕ್ಕದಾಗಿದ್ದ ಕಿಟಕಿಯೊಂದಿತ್ತು. ಬೆಳಕು ಮಂದವಾಗಿದ್ದು ಬಾರಿನಂತಿದ್ದರೆ, ಒಟ್ಟಾರೆ ವ್ಯವಸ್ಥೆಯು ವೈದ್ಯರ ಕೋಣೆಯಂತಿರದೆ ಒಂದು ಅಡಗುತಾಣದಂತಿತ್ತು. ಇಂಥಾ ವಿಲಕ್ಷಣ ವ್ಯವಸ್ಥೆಯಲ್ಲಿ ವಿಚಿತ್ರವಾದ ಭಂಗಿಯಲ್ಲಿ ಕುಳಿತು ನೋವಿನಿಂದ ಒದ್ದಾಡುತ್ತಿದ್ದ ನನ್ನ ಕಾಲಹೆಬ್ಬೆರಳ ಮೇಲೆ ಏನೇನೋ ಪ್ರಯೋಗಗಳು ನಡೆಯುತ್ತಿದ್ದವು. ಮತ್ತದೇ ಔಷಧಿಗಳ ರಾಶಿ ಮತ್ತು ನಗುಮುಖದ ಭರವಸೆ. ಕೊನೆಗೂ ಎಲ್ಲವೂ ಮುಗಿಯುಷ್ಟರಲ್ಲಿ ನಾನು ತೀವ್ರವಾಗಿ ಬೆವತು ಒದ್ದೆ ಕೋಳಿಯಂತಾಗುತ್ತಿದ್ದೆ. ನೋವಿನಿಂದ ನಡೆಯಲಾಗದೆ ಕಾಲುಗಳು ಕಂಪಿಸುತ್ತಿದ್ದವು. ಕ್ರಮೇಣ ಈ ಕೋಣೆಗಳನ್ನು ನಾನು 'ಟಾರ್ಚರ್ ಚೇಂಬರ್' ಎಂದು ಕರೆಯಲಾರಂಭಿಸಿದ್ದೆ.

ಈ 'ಸೆಮಿಫೈನಲ್' ಚುಚ್ಚುಮದ್ದು ಕೂಡ ನೋಡಲು ದೊಡ್ಡದಾಗಿದ್ದು ವಿಚಿತ್ರವಾಗಿತ್ತು. ಇಂಥಾ ಚುಚ್ಚುಮದ್ದುಗಳಿಗೆ ನಾವು ಬಾಲ್ಯದಲ್ಲಿ 'ದನಕ್ಕೆ ಹಾಕುವ ಇಂಜೆಕ್ಷನ್' ಅನ್ನುತ್ತಿದ್ದೆವು.

ಇವುಗಳನ್ನು ದನಕ್ಕೆ ಹಾಕುತ್ತಿದ್ದರೋ ಇಲ್ಲವೋ ಗೊತ್ತಿಲ್ಲ. ಆದರೆ ಇವುಗಳು ಮನುಷ್ಯರಿಗಂತೂ ಅಲ್ಲ, ಇದೇನಿದ್ದರೂ ದಪ್ಪ ಚರ್ಮದ ಪ್ರಾಣಿಗಳಿಗೆ ಮಾತ್ರ ಎಂಬ ಅರ್ಥದಲ್ಲಿ ಇದನ್ನು ಹೇಳಲಾಗುತ್ತಿತ್ತು. ಏನಪ್ಪಾ ಇದು ಎಂದು ಕಂಗಾಲಾದ ನಾನು ಈ ಬಾರಿ ಎರಡರಲ್ಲಿ ಒಂದನ್ನು ಮಾತ್ರ ಆಸ್ಪತ್ರೆಗೆ ಕೊಂಡೊಯ್ದು ಹಾಕಿಸಿಕೊಂಡೆ. ಎಂದಿನಂತೆ ಮತ್ತದೇ ಮುಗಿಯದ ಭಯಾನಕ ಯಾತನೆ. ಆದರೆ ಮುಂದಿನ ದಿನಗಳಲ್ಲಿ ತಲೆಯು ಭಾರವಾದಂತಾಗಿ ಹಸಿವು ಇಲ್ಲವೇ ಇಲ್ಲವೆಂಬಷ್ಟು ಕಮ್ಮಿಯಾಗಿತ್ತು. "ಒಂದೂವರೆ ತಿಂಗಳಾಗುತ್ತಾ ಬಂತು. ಇನ್ನು ನೀವು ಅಲ್ಲಿಗೆ ಹೋಗಬೇಡಿ. ನಿಮ್ಮ ಬಿಲ್ ಈಗಾಗಲೇ ನೂರು ಡಾಲರ್ ದಾಟಿಯಾಗಿದೆ. ಆತ ಬಹುಷಃ ನಿಮ್ಮನ್ನು ಆಟವಾಡಿಸುತ್ತಿದ್ದಾನೆ. ಅವನಿಗೆ ಸಮಸ್ಯೆಯ ಪರಿಹಾರವೇ ಬೇಕಿಲ್ಲ", ಎಂದರು ಸಿಂಗ್ ಸಾಹೇಬ್ರು. ಈ ಮುಗಿಯದ ನಾಟಕಗಳಿಂದಾಗಿ ನನ್ನ ದೈನಂದಿನ ಚಟುವಟಿಕೆಗಳಿಗೆ ಭಾರೀ ಪೆಟ್ಟು ಬಿದ್ದಿದ್ದಲ್ಲದೆ ಉದ್ಯೋಗಸಂಬಂಧಿ ಚಟುವಟಿಕೆಗಳಿಗೂ ತೀವ್ರ ಹಿನ್ನಡೆಯಾಗಿತ್ತು. ಈವರೆಗೆ ಅನುಭವಿಸಿದ ಯಾತನೆಗಳನ್ನು ನೆನಪಿಸಿಕೊಳ್ಳುತ್ತಾ ನಾನು ಮತ್ತೆ ಯೋಚಿಸುವ ಗೋಜಿಗೆ ಹೋಗದೆ ಎರಡನೇ ಚುಚ್ಚುಮದ್ದನ್ನು ಕಸದ ಬುಟ್ಟಿಗೆ ಎಸೆದಿದ್ದೆ. ಮತ್ತೇನನ್ನೋ ಹೊಸದಾಗಿ ಪ್ರಯತ್ನಿಸಲು ನನಗಂತೂ ದೇಹದಲ್ಲಿ ಕಸುವೇ ಉಳಿದಿರಲಿಲ್ಲ.

ಈ ಯುವವೈದ್ಯನೊಂದಿಗಿನ ನನ್ನ ಮುಂದಿನ ಭೇಟಿಯಲ್ಲಿ ಬಹಳಷ್ಟು ವಿಲಕ್ಷಣ ಸಂಗತಿಗಳು ಬೆಳಕಿಗೆ ಬಂದವು. ನೀಡಲಾಗಿದ್ದ ಔಷಧಿಗಳ ಪಟ್ಟಿಯಲ್ಲಿ ಮಲೇರಿಯಾದ ಮಾತ್ರೆಗಳೂ ಸೇರಿದ್ದವು. ಸೊಳ್ಳೆಯ ಚಿತ್ರವೊಂದು ಪೊಟ್ಟಣದ ಮೇಲಿದ್ದ ಪರಿಣಾಮವಾಗಿ ಇದು ನನ್ನ ಕಣ್ಣಿಗೆ ಬಿದ್ದಿತ್ತು. ಕೂಡಲೇ ಜಾಗೃತನಾದ ನಾನು ದೆಹಲಿಯ ಮಿತ್ರರೊಬ್ಬರಿಗೆ ಫೋನಾಯಿಸಿ ಮಾತ್ರೆಗಳ ಪಟ್ಟಿಯನ್ನು ಓದಿ ಅರ್ಧಕ್ಕೂ ಹೆಚ್ಚಿನವುಗಳನ್ನು ತಿಪ್ಪೆಗೆಸೆದೆ. ಮುಂದೆ ಸುಮಾರು ಹದಿನೈದು ದಿನಗಳ ನಂತರ ಸ್ವತಃ ನನಗೆ ಕರೆ ಮಾಡಿದ ವೈದ್ಯ ಮಹಾಶಯ, "ಏನು ನೀವು ಇತ್ತ ಕಡೆ ಬರಲೇ ಇಲ್ಲ" ಎಂದು ಮಾತನ್ನಾರಂಭಿಸಿ ನನ್ನಲ್ಲಿ ಕೆಲ ಡಾಲರುಗಳ ಸಾಲವನ್ನು ಕೇಳುತ್ತಿದ್ದ. ಆದರೆ, ನಾನು ಅಂಗೋಲಾದ ಸ್ಥಳೀಯ ಬ್ಯಾಂಕಿನಲ್ಲಿ ಉಳಿತಾಯ ಖಾತೆಯನ್ನು ಹೊಂದಿಲ್ಲವಾದ್ದರಿಂದ ಈ ಡೀಲ್ ಮುರಿದುಬಿತ್ತು. ಮುಂದೆ ವೈದ್ಯಕೀಯ ದಾಖಲೆಗಳಿಗಾಗಿ ನಿಮ್ಮ ರಿಜಿಸ್ಟ್ರೇಷನ್ ಸಂಖ್ಯೆ ಕೊಡಿ ಎಂದು ನಾನು ಕೇಳಿದರೆ ಅಲ್ಲಿ ಬನ್ನಿ, ಇಲ್ಲಿ ಬನ್ನಿ ಎಂದು ಆಟವಾಡಿಸುತ್ತಾ ಈತ ಕೊನೆಗೂ ಭೂಗತಪಾತಕಿಯಂತೆ ತಲೆಮರೆಸಿಕೊಂಡಿದ್ದೇ ಆಯಿತು. ಕೊನೆಗೂ ನನ್ನ ದಾಖಲೆಗಳು ಈತನ ರಿಜಿಸ್ಟ್ರೇಷನ್ ಸಂಖ್ಯೆಯ ಮಾಹಿತಿಯಿಲ್ಲದೆ ಅಪೂರ್ಣವಾಗಿಯೇ ಉಳಿದುಹೋದವು.

ಹೀಗೆ ಚಿಕ್ಕದೊಂದು ಸಮಸ್ಯೆಗೆ ಬಿದ್ದು, ಅಂಗೋಲನ್ ವೈದ್ಯರ ಕೈಗೆ ಸಿಕ್ಕಿಹಾಕಿಕೊಂಡು, ಬರೋಬ್ಬರಿ ಐದು ತಿಂಗಳು ಕಾಲೆಳೆಯುತ್ತಾ ನಡೆಯುತ್ತಿದ್ದ ನಾನು ಭಾರತಕ್ಕೆ ಬಂದು ಮಾಡಿದ ಮೊಟ್ಟಮೊದಲ ಕೆಲಸವೆಂದರೆ ಭಾರತೀಯ ವೈದ್ಯರ ಬಳಿ ಇದನ್ನು ತೋರಿಸಿದ್ದು. "ಇದೆಲ್ಲಾ ಹೇಗಾಯಿತು ಎಂದು ನನಗೆ ಅಚ್ಚರಿಯಾಗುತ್ತದೆ. ಬಂದ ಕೂಡಲೇ ನಡೀರಿ, ಶಸ್ತ್ರಚಿಕಿತ್ಸೆ ಮಾಡೋಣ ಎಂದು ಯಾವ ವೈದ್ಯ ತಾನೇ ಹೇಳುತ್ತಾನೆ? 'ಕಾದು ನೋಡುವುದು' ಅನ್ನುವಂಥದ್ದೂ ಒಂದಿದೆ", ಎಂದ ನನ್ನ ಮಂಗಳೂರಿನ ಪರಿಚಿತ

ವೈದ್ಯರು ವಿಷಾದದಿಂದಲೇ ನಕ್ಕುಬಿಟ್ಟರು. "ಇದು ಉಗುರುಸುತ್ತೇನೂ ಅಲ್ಲ. ಮೂಲೆಗಳಲ್ಲಿ ಹೆಚ್ಚಾಗಿ ಬೆಳೆದ ಉಗುರಷ್ಟೇ. ನೂರಕ್ಕೆ ತೊಂಬತ್ತು ಪ್ರತಿಶತ ಜನರಲ್ಲಿ ಇದು ಕಾಣಬರುವುದು ಸಾಮಾನ್ಯ. ತೀರಾ ಪರಿಹಾರವೇ ಇಲ್ಲ ಎಂಬಂತಹ ಸಂದರ್ಭಗಳಲ್ಲಿ ಮಾತ್ರ ಉಗುರಿನ ಒಂದು ಭಾಗ ಅಥವಾ ಇಡೀ ಉಗುರನ್ನು ಕೀಳಲಾಗುತ್ತದೆ", ಎಂದರು ಅವರು. ಗುಪ್ತ ಉದ್ದೇಶಗಳನ್ನಿಟ್ಟುಕೊಂಡು ಮುಂದುವರೆದಿದ್ದ ವೀಜ್‌ನ ವೈದ್ಯರು ನಿಸ್ಸಂದೇಹವಾಗಿ ಉದ್ದೇಶಪೂರ್ವಕವಾಗಿಯೇ ಕಡ್ಡಿಯನ್ನು ಗುಡ್ಡ ಮಾಡಿಬಿಟ್ಟಿದ್ದರು. ನಾನು ಸ್ವತಃ ಕೈಯಾರೆ ಕೋಲನ್ನು ಕೊಟ್ಟು ಏಟು ತಿಂದು ಬಂದಿದ್ದೆ.

ಈ ವಿಚಿತ್ರ ಪ್ರಕರಣದೊಂದಿಗೆ ಅಂಗೋಲಾದ ವೈದ್ಯಕೀಯ ಜಗತ್ತಿನ ಹೊಸದೊಂದು ಮುಖವು ಕೊಂಚ ಭಯಾನಕವಾಗಿಯೇ ನನ್ನೆದುರು ತೆರೆದುಕೊಂಡಿತ್ತು. ಭಾರತದಲ್ಲೂ ವೈದ್ಯರ ನಿರ್ಲಕ್ಷ್ಯ ಮತ್ತಿತರ ಘಟನೆಗಳ ಬಗ್ಗೆ ಅಲ್ಲೊಮ್ಮೆ ಇಲ್ಲೊಮ್ಮೆ ನಾವು ಕೇಳುತ್ತಲೇ ಇರುತ್ತೇವೆ. ಅದೇನೇ ಇರಲಿ. ಅಮಾಯಕರನ್ನು ಆರ್ಥಿಕವಾಗಿ, ದೈಹಿಕವಾಗಿ ಮತ್ತು ಮಾನಸಿಕವಾಗಿ ಇಷ್ಟಿಷ್ಟೇ ಕೊಲ್ಲುವ ಇವುಗಳು ನನ್ನ ಮಟ್ಟಿಗೆ ಆಸ್ಪತ್ರೆಗಳೇ ಅಲ್ಲ. ಮೊದಲೇ ಹೇಳಿದಂತೆ ಅಕ್ಷರಶಃ 'ಟಾರ್ಚರ್ ಚೇಂಬರ್'ಗಳು!

ನಾವಿಬ್ಬರೂ ಅಂದು ಮಾತಾಡುತ್ತಲೇ ಇದ್ದೆವು. ಎಲ್ಲೋ ಕಳೆದು ಹೋಗಿ ದಶಕಗಳ ನಂತರ ಭೇಟಿಯಾದ ಬಾಲ್ಯದ ಗೆಳೆಯರಂತೆ.

ನಾನು ಅಂದು ಮಾತಾಡುತ್ತಿದ್ದಿದ್ದು ಡಾ. ಜೆರಾಂಡುಬ ಯೊಟೊಬುಂಬೆಟಿ ಅವರೊಂದಿಗೆ. ಇಷ್ಟುದ್ದ ಇರುವ ಅವರ ಹೆಸರಿನ ಸರಿಯಾದ ಉಚ್ಚಾರಣೆಯು ಹೀಗೇನೇ ಎಂದು ನಾನು ಹೇಳುವ ಹಾಗಿಲ್ಲ. ಆದರೆ ನನಗೆ ಅವರು 'ಡಾಕ್ಟರ್' ಮಾತ್ರ. ಸಿಂಪಲ್ಲಾಗಿ 'ಡಾಕ್'. ನಾನು ಮೊಟ್ಟಮೊದಲ ಬಾರಿಗೆ ವೀಜ್‌ನಲ್ಲಿರುವ ಒಂದು ಸರ್ಕಾರೇತರ ಸಂಸ್ಥೆಯ ಕದ ತಟ್ಟಿದಾಗ ಅಲ್ಲಿಯವರೊಬ್ಬರು "ನೀವು ನಮ್ಮ ಚೀಫ್ (ಮುಖ್ಯಸ್ಥ) ರನ್ನು ಭೇಟಿಯಾಗಬೇಕು", ಅಂದಿದ್ದರು. ಹೂಂ ಎಂದ ನಾನು ಕೆಲದಿನಗಳ ನಂತರ ಮತ್ತೊಮ್ಮೆ ಹೋದರೆ "ನೀವು ಹೀಗೆಲ್ಲಾ ಬರೋ ಹಾಗಿಲ್ಲ. ಮೊದಲು ಒಂದು ಪತ್ರ ಬರೀಬೇಕು. ನಂತರ ಇಲ್ಲಿಂದ ನಿಮಗೆ ಉತ್ತರ ಬರುತ್ತದೆ. ಅನಂತರವಷ್ಟೇ ನಿಗದಿತ ಸಮಯವನ್ನು ಹೊಂದಿಸಿಕೊಂಡು ಬರಬೇಕು", ಎಂದು ಆತ ನನ್ನನ್ನು ಹೊರಗಟ್ಟಲು ನೋಡಿದ್ದ. ಅಯ್ಯೋ, ಇದೊಳ್ಳೆ ಕಥೆಯಾಯಿತಲ್ಲಾ ಎಂದು ತಲೆಕೆರೆದುಕೊಂಡ ನಾನು ಬಂದ ದಾರಿಗೆ ಸುಂಕವಿಲ್ಲವೆಂಬಂತೆ ಮರಳಲು ನಿರ್ಧರಿಸಿದ್ದೆ. ಇ-ಮೈಲ್‌ಗಳನ್ನು ಅಷ್ಟಾಗಿ ಉಪಯೋಗಿಸದ ಇವರುಗಳು ಪತ್ರಕ್ಕೆಲ್ಲಾ ಉತ್ತರ ನೀಡುವವರಲ್ಲ ಎಂಬ ಸಂಗತಿಯನ್ನು ನನ್ನ ಹಿಂದಿನ ಅನುಭವಗಳಿಂದ ತಿಳಿದುಕೊಂಡಿದ್ದೆ. ಇನ್ನು ದೇವರಿಗಿಂತ ಪೂಜಾರಿಯೇ ಬಲು ಜಿಗುಟು ಎಂಬಂತಾಗಿದ್ದು ನನ್ನ ದಾರಿಗೆ ಹೊಸ ಅಡಚಣೆಯನ್ನು ತಂದೊಡ್ಡಿತ್ತು.

ನಾನು ಇನ್ನೇನು ಹೊರಡಬೇಕು ಎಂದಾಗ ನನ್ನ ಕಣ್ಣೆದುರೇ ಆ ಸಂಸ್ಥೆಯ ವಾಹನವೊಂದು ಕಟ್ಟಡದ ಮತ್ತೊಂದು ಭಾಗದಲ್ಲಿ ಬಂದು ನಿಂತಿತ್ತು ನೋಡಿ. ಕ್ಷಣಾರ್ಧದಲ್ಲಿ ಟೋಪಿಯಿಂದ ಬೂಟಿನವರೆಗೂ ಆಫ್ರಿಕನ್ ಸಾಂಪ್ರದಾಯಿಕ ದಿರಿಸನ್ನು ಧರಿಸಿದ್ದ ವ್ಯಕ್ತಿಯೊಬ್ಬರು ಕಾರಿನಿಂದ ಕೆಳಕ್ಕಿಳಿದರು. ನನ್ನನ್ನು ದೂರದಿಂದಲೇ ನೋಡಿದ ಆತ ಮುಗುಳ್ನಕ್ಕು ಕಣ್ಣಲ್ಲೇ ನಮಸ್ಕಾರ ಅಂದಿದ್ದ. ಆರಡಿ ಎತ್ತರದ ನನ್ನನ್ನೇ ಮೀರಿಸುವಂತಿದ್ದ, ಧಡೂತಿ ದೇಹವನ್ನು ಹೊಂದಿದ್ದು ಭಾರೀ ಗಾತ್ರವಿರುವಂತೆ ಕಂಡ ಅವರನ್ನು ನೋಡಿ 'ಅಬ್ಬಾ, ಏನು ಪರ್ಸನಾಲಿಟಿ' ಎಂದು ನಾನು ಮನದಲ್ಲೇ ಲೆಕ್ಕಹಾಕಿದೆ. ಆಫ್ರಿಕನ್ನರ ಸಾಂಪ್ರದಾಯಿಕ ದಿರಿಸುಗಳು ಸಾಮಾನ್ಯವಾಗಿ ದೇಹದ ಗಾತ್ರಕ್ಕಿಂತ ಕೊಂಚ ಹೆಚ್ಚೇ ದೊಡ್ಡದಾಗಿದ್ದು ಸಡಿಲವಾಗಿರುವ ಕಾರಣ ಆ ದಿರಿಸಿನಲ್ಲಿ ಅವರು ಮತ್ತಷ್ಟು ದಪ್ಪಗಾಗಿ ಕಾಣುತ್ತಿದ್ದರು. ತನ್ನ ಅಡ್ಡಾದಲ್ಲಿ ಗೊಂದಲದಲ್ಲಿ ನಿಂತಿದ್ದ ವಿದೇಶೀ ತರುಣನನ್ನು ಕಂಡು ಅವರಿಗೆ ಬೇಜಾರಾಯಿತೋ ಏನೋ! ನನ್ನೊಂದಿಗೆ ಒಳಕ್ಕೆ ಬನ್ನಿ ಎಂದು ಕೈಸನ್ನೆ ಮಾಡಿ ಕರೆದರು. "ಅವರೇ ನಮ್ಮ ಚೀಫ್, ಹೋಗಿಬನ್ನಿ", ಎಂದು ಈವರೆಗೆ ಧಿಮಾಕು ತೋರಿಸುತ್ತಿದ್ದ ಉದ್ಯೋಗಿ ನನ್ನ ಕಿವಿಯಲ್ಲಿ ಮೆಲ್ಲಗೆ ಉಸುರಿದ. ಕೂಡಲೇ ಜಾಗೃತನಾದ ನಾನು ಸಂತಸದಿಂದಲೇ ಅವರನ್ನು ಹಿಂಬಾಲಿಸಿ ಒಳನಡೆದೆ.

ಆ ದಿನವೇ ಡಾ. ಯೊಟೊಬುಂಬೆಟಿ ನನಗೆ 'ಡಾಕ್' ಆಗಿಬಿಟ್ಟರು. ಎಲ್ಲಿಂದಲೋ ಬಂದವರು ಮೊದಲು ಸುಧಾರಿಸಿಕೊಳ್ಳುವುದನ್ನು ಬಿಟ್ಟು ನನ್ನೊಂದಿಗೆ ಆಪ್ತವಾಗಿ ಮಾತಿಗಿಳಿದಿದ್ದರು. ಅಂದಿನಿಂದ ಯಾವಾಗ ಅವರ ಕಚೇರಿಗೆ ಹೋದವರೂ ಡಾಕ್ ಗಂಟೆಗಟ್ಟಲೆ ಮಾತಾಡುವವರು. ನನ್ನೊಂದಿಗೆ ಮಾತನಾಡುವುದನ್ನು ಬಿಟ್ಟು ಅವರಿಗೆ ಬೇರೆ ಕೆಲಸವೇ ಇಲ್ಲವೇನೋ ಎಂಬಂತೆ ನನ್ನೆಲ್ಲಾ ಕುತೂಹಲದ ಪ್ರಶ್ನೆಗಳಿಗೆ, ಅಭಿಪ್ರಾಯಗಳಿಗೆ, ಚರ್ಚೆಗಳಿಗೆ ಕಿವಿಯಾಗುವವರು. ಮೇಲಾಗಿ ಡಾಕ್ ಇಂಗ್ಲಿಷ್ ಭಾಷೆಯನ್ನು ನಿರರ್ಗಳವಾಗಿ ಮಾತಾಡಬಲ್ಲವರಾದ್ದರಿಂದ ದುಭಾಷಿಯ ಹಂಗಿನ ಅವಶ್ಯಕತೆಯೂ ಇರದೆ ನನ್ನ ಕೆಲಸಗಳು ಏಕಾಏಕಿ ಸಲೀಸಾಗಿಬಿಟ್ಟಿದ್ದವು.

ಚಾಡ್ ಮೂಲದ ವೈದ್ಯರಾಗಿರುವ ಡಾಕ್ ಅಂಗೋಲಾದಲ್ಲಿ ಚಿಕಿತ್ಸೆ, ಆರೋಗ್ಯ, ನೈರ್ಮಲ್ಯ ಇತ್ಯಾದಿಗಳನ್ನು ಅಮೆರಿಕನ್ ದಾನಿಗಳಿಂದ ನಡೆಯುತ್ತಿರುವ ಸಂಸ್ಥೆಯೊಂದರ ಸಹಯೋಗದಿಂದ ಬಹಳ ಮುತುವರ್ಜಿಯಿಂದ ನಡೆಸಿಕೊಂಡು ಬರುತ್ತಿರುವವರು. ಸಂಸ್ಥೆಯ ಪ್ರತಿಯೊಂದು ಯೋಜನೆಯನ್ನೂ ಕೂಡ ತನ್ನ ವೈಯಕ್ತಿಕ ಕೆಲಸವೇ ಎಂಬಷ್ಟು ಕಾಳಜಿಯಿಂದ ಮಾಡಿಕೊಂಡು ಅದರಲ್ಲಿ ಯಶಸ್ಸನ್ನೂ ಪಡೆದವರು. ಈ ಹಿಂದೆ ಕಾಂಗೋದಲ್ಲೂ ಕೂಡ ಕೆಲಸ ಮಾಡಿದ ಅನುಭವವು ಅವರಿಗಿದೆಯಂತೆ. ಸ್ಥಳೀಯ ವೈದ್ಯರು, ಸೋಬಾ(ಸರಪಂಚ್)ಗಳು, ಸಾಂಪ್ರದಾಯಿಕ ವೈದ್ಯರು, ಶಾಲೆಗಳು, ಶಿಕ್ಷಕರು, ಅಧಿಕಾರಿಗಳು, ಸಮುದಾಯದ ಮುಖ್ಯಸ್ಥರು, ಧಾರ್ಮಿಕ ಮುಖಂಡರು... ಹೀಗೆ ಎಲ್ಲರನ್ನೂ ಕೂಡ ತನ್ನ ಕಳಕಳಿಯ ಹೆಜ್ಜೆಗಳಲ್ಲಿ ಜೊತೆಯಾಗಿ ಕರೆದುಕೊಂಡು ಅಂಗೋಲಾದ ವೈದ್ಯಕೀಯ ಕ್ಷೇತ್ರದಲ್ಲಿ ಏನನ್ನಾದರೂ ಮಹತ್ತರವಾದ ಬದಲಾವಣೆಯನ್ನು ತರುವ ತುಡಿತ ಇವರದ್ದು.

"ಯಾಕೆ ಹೀಗಾಗುತ್ತಿದೆ ಡಾಕ್? ತನ್ನ ನಾಗರಿಕರು ಜುಜುಬಿ ಖಾಯಿಲೆಗಳಿಂದ, ಮೂಲಭೂತ ವೈದ್ಯಕೀಯ ಸೌಲಭ್ಯಗಳಿಂದ ಪ್ರಾಣಬಿಡುತ್ತಿದ್ದರೂ ವ್ಯವಸ್ಥೆ ಮಾತ್ರ

ತನಗೂ ಇದಕ್ಕೂ ಸಂಬಂಧವೂ ಇಲ್ಲಂತೆ ರಾಜಧಾನಿಯ ವಿಲಾಸಿ ಗೂಡಿನಲ್ಲೇಕೆ ಬೆಚ್ಚಗೆ ಕುಳಿತುಕೊಂಡಿದೆ?", ಎಂದು ನಾನು ಕೇಳಿದ್ದೆ. ಉತ್ತರಿಸುವ ಸರದಿಯು ಬಂದಾಗ ಡಾಕ್ ನನ್ನಷ್ಟೇ ನಿರಾಶರಾದಂತೆ ಕಂಡರು. ಅವರ ಮುಖದಲ್ಲಿ ದಟ್ಟ ವಿಷಾದದ ಕಾರ್ಮೋಡ. "ನೋಡಿ... ನಾನು ಹೇಳಿದರೆ ನೀವು ನಂಬಲಿಕ್ಕಿಲ್ಲ. ನಾನು ಮೊಟ್ಟಮೊದಲು ಅಂಗೋಲಾಕ್ಕೆ ಬಂದಾಗ ಇಲ್ಲಿಯ ಆರೋಗ್ಯಕ್ಷೇತ್ರವನ್ನು ಕಂಡು ಬೆಚ್ಚಿಬಿದ್ದಿದ್ದೆ. ನಾನೇನು ಮುಗಿಯದ ದುಃಸ್ವಪ್ನವೊಂದನ್ನು ಕಾಣುತ್ತಿರುವೆನೇ ಎಂದನಿಸತೊಡಗಿತ್ತು. ಇಲ್ಲಿಯ ಹಳ್ಳಿಗಳಲ್ಲಿ ಒಳ್ಳೆಯ ಆಸ್ಪತ್ರೆಗಳೇ ಇಲ್ಲ. ನೂರಾರು ಕಿಲೋಮೀಟರುಗಳ ದೂರವಿರುವ ನಗರಕ್ಕೆ ಚಿಕಿತ್ಸೆಗೆಂದು ಹೋಗಲು ಇವರು ಶಕ್ತರೂ ಅಲ್ಲ, ಅಲ್ಲಿಯ ದುಬಾರಿ ವೆಚ್ಚಗಳನ್ನು ಭರಿಸುವಷ್ಟು ಸ್ಥಿತಿವಂತರೂ ಅಲ್ಲ. ಲುವಾಂಡಾ, ಬೆಂಗೇಲಾ, ವಾಂಬೋಗಳಂತಹ ಶಹರಗಳಲ್ಲಿ ಸುಸಜ್ಜಿತ ಆಸ್ಪತ್ರೆಗಳನ್ನು ಸರ್ಕಾರವು ಆರಂಭಿಸಿದ್ದರೂ ಅರ್ಹ ವೈದ್ಯರ ಸಂಖ್ಯೆ ಮಾತ್ರ ಇಲ್ಲವೇ ಇನ್ನುವಷ್ಟು ಕಮ್ಮಿ. ಅಸಲಿಗೆ ಅಂಗೋಲಾದಿಂದ ಒಳ್ಳೆಯ ವೈದ್ಯರೇ ಹೊರಬರುತ್ತಿಲ್ಲ. ಒಂದಿಷ್ಟು ಬಂದರೂ ಇಲ್ಲಿಯ ಜನಸಂಖ್ಯೆಗೆ ಎಲ್ಲಿಯೂ ಸಾಲುವುದಿಲ್ಲ ಅನ್ನುವಷ್ಟು", ಅಂದರು ಡಾಕ್.

ಅವರ ಮಾತಿನಲ್ಲಿ ಸತ್ಯಾಂಶವಿತ್ತು. ಸ್ವಾತಂತ್ರ್ಯ ಸಂಗ್ರಾಮದ ಅಂತಿಮ ಭಾಗ, ಆಂತರಿಕ ಯುದ್ಧದ ಕಾಲಘಟ್ಟದಿಂದ ಹಿಡಿದು ಇಂದಿಗೂ ಅಂಗೋಲಾದಲ್ಲಿ ಶಿಕ್ಷಣ ಮತ್ತು ವೈದ್ಯಕೀಯ ಕ್ಷೇತ್ರದಲ್ಲಿ ಅದ್ಭುತ ಸೇವೆಯನ್ನು ಸಲ್ಲಿಸುತ್ತಿರುವವರು ಕ್ಯೂಬನ್ನರು. ಫಿಡೆಲ್ ಕಾಸ್ಟ್ರೋ ತನ್ನ ನಾಗರಿಕರಿಗೆ ಕಂದೀಲು, ಪುಸ್ತಕ ಹಿಡಿದುಕೊಂಡು ಕ್ಯೂಬಾದ ಹಳ್ಳಿಹಳ್ಳಿಗೂ ಹೋಗಿ ಅಕ್ಷರ ಕ್ರಾಂತಿಯನ್ನು ಮಾಡಿ ಎಂದು ಕರೆಕೊಟ್ಟಾಗ ಹಚ್ಚಲ್ಪಟ್ಟ ಜ್ಞಾನದ ಹಣತೆಯ ಬೆಳಕು ಕ್ಯೂಬಾವನ್ನು ಬೆಳಗಿದ್ದು ಮಾತ್ರವಲ್ಲದೆ ಅಂಗೋಲಾ ಸೇರಿದಂತೆ ಅದೆಷ್ಟೋ ಆಫ್ರಿಕನ್ ದೇಶಗಳನ್ನೂ ಬೆಳಗಿಸಿತ್ತು. "ಜಗತ್ತಿನ ಯಾವ ಮೂಲೆಯಲ್ಲಾದರೂ ಆಗುತ್ತಿರುವ ದೌರ್ಜನ್ಯವನ್ನು ಕಂಡು ನೀನು ಸಿಡಿದೆದ್ದಿದ್ದೇ ಆದರೆ ನೀನು ನನ್ನ ಸಂಗಾತಿ", ಎಂದು ಹೇಳಿದ ಚೇಗೆವಾರ ಕ್ಯೂಬನ್ನರನ್ನು ತಯಾರುಗೊಳಿಸಿದ್ದು ಭ್ರಾತೃತ್ವದ, ವಿಶ್ವಮಾನವ ತುಡಿತವನ್ನು ಹೊಂದಿದ್ದ "ಇಂಟರ್‌ನ್ಯಾಷನಲಿಸಂ" ಅನ್ನು ಮುಂದಿಟ್ಟುಕೊಂಡು. ಇಂದಿಗೂ ಅಂಗೋಲಾ ಸೇರಿದಂತೆ ಆಫ್ರಿಕಾದ ಹಲವು ದೇಶಗಳಲ್ಲಿ ಶಿಕ್ಷಣ ಮತ್ತು ವೈದ್ಯಕೀಯ ಕ್ಷೇತ್ರದಲ್ಲಿ ನಿಸ್ವಾರ್ಥ ಸೇವೆಯನ್ನು ಸಲ್ಲಿಸುತ್ತಿರುವವರು ಕ್ಯೂಬನ್ನರೇ.

ಹಾಗೆಂದು ಕ್ಯೂಬನ್ನರ ಬೆನ್ನಿಗೇ ಶಾಶ್ವತವಾಗಿ ಜೋತುಬೀಳಲಾಗುವುದೇ? 1975ರಲ್ಲಿ ಅಂಗೋಲಾಕ್ಕೆ ಸ್ವಾತಂತ್ರ್ಯವೇನೋ ಸಿಕ್ಕಿತು. ಆದರೆ ಅದನ್ನು ದೇಶದ ಉನ್ನತಿಗಾಗಿ ವ್ಯವಸ್ಥಿತವಾಗಿ ಬಳಸುವುದು ಬೇಡವೇ? ಚಿಕ್ಕದೊಂದು ಸಮಸ್ಯೆಗಾಗಿ ವೈದ್ಯರನ್ನು ಕಾಣಲು ಅಂಗೋಲಾ ರಾಜಧಾನಿಯಾದ ಲುವಾಂಡಾಗೆ ತೆರಳಿದ್ದ ನಾನು ಪರವಾಗಿಲ್ಲ ಎಂಬಂತಹ ಆಸ್ಪತ್ರೆಯೊಂದರ ಒಳಹೊಕ್ಕಿದ್ದೆ. ನೋಂದಣಿ ಅರ್ಜಿಯ ಶುಲ್ಕ, ವೈದ್ಯರ ಶುಲ್ಕ, ಮುಂಚಿತವಾಗಿ ನೀಡಬೇಕಾದ ಶುಲ್ಕ ಎಂದೆಲ್ಲಾ ಹೇಳಿ ನನ್ನಿಂದ ಸುಮಾರು 45,000 ಕ್ವಾಂಝಾಗಳನ್ನು (ಸುಮಾರು 270 ಡಾಲರ್ / 17,500 ರೂಪಾಯಿ) ರಿಸೆಪ್ಷನ್ನಿನಲ್ಲಿ ಕುಳಿತುಕೊಂಡಿದ್ದ ಸಿಬ್ಬಂದಿಯೊಬ್ಬ ತೆಗೆದುಕೊಂಡ. ಇದರಲ್ಲಿ ವೈದ್ಯರ ಸಲಹಾ ಶುಲ್ಕವೇ 35,000 (ಸುಮಾರು 212 ಡಾಲರ್ / 13,700 ರೂಪಾಯಿ) ಕ್ವಾಂಝಾಗಳಷ್ಟಿತ್ತು. ಇನ್ನು 10,000 ಕ್ವಾಂಝಾ ಹೆಚ್ಚುವರಿಯಾಗಿ ಏಕೆ ತೆಗೆದುಕೊಂಡಿರಿ ಎಂದು ಕೇಳಿದರೆ "ಇದು ಔಷಧಿಗಳ ಶುಲ್ಕ. ನಿಮ್ಮ

ಔಷಧಿಗಳ ಮೌಲ್ಯವು ಈ ಶುಲ್ಕಕ್ಕಿಂತ ಕಮ್ಮಿಯಾದರೆ 10,000 ಕ್ವಾಂಝಾಗಳಲ್ಲಿ ಔಷಧಿಯನ್ನು ದರವನ್ನಷ್ಟೇ ಪಡೆದುಕೊಂಡು ಉಳಿದ ಮೊತ್ತವನ್ನು ನಿಮಗೆ ಮರಳಿಸುತ್ತೇವೆ", ಎಂದಿದ್ದ ಆತ. ಇರುವ ಸಮಸ್ಯೆಯನ್ನು ವೈದ್ಯರಿಗೆ ತೋರಿಸಿ ಪರಿಹರಿಸಿಕೊಳ್ಳಲು ಬಂದಿದ್ದ ನನಗೆ ಈ ದರಗಳನ್ನು ನೋಡಿ ಮೂರ್ಛೆ ಹೋಗುವುದೊಂದೇ ಬಾಕಿ. ಮೊದಲೇ ಮಿತಿಮೀರಿದ ಭ್ರಷ್ಟಾಚಾರ, ನಿರುದ್ಯೋಗದಂತಹ ಸಮಸ್ಯೆಗಳಿಂದ ಕಂಗೆಟ್ಟು ಎರಡು ಹೊತ್ತಿನ ಊಟವನ್ನು ಹೇಗೋ ನಿಭಾಯಿಸುತ್ತಿರುವ ಅಂಗೋಲಾದ ಗ್ರಾಮೀಣ ಭಾಗದವರು ಇಲ್ಲಿಯವರೆಗೆ ಬಂದು, ಇಷ್ಟು ಬೆಲೆ ತೆತ್ತು ಸಹಾಯವನ್ನು ಪಡೆಯುವುದು ಸಾಧ್ಯವೇ ಇಲ್ಲ ಎಂಬುದು ಸ್ಪಷ್ಟವಾಗಿತ್ತು. ಇದೇನಿದ್ದರೂ ನಗರಗಳಲ್ಲಿರುವ ಮೇಲ್ವರ್ಗದ ಅಂಗೋಲನ್ನರಿಗೆ ಮತ್ತು ಡಾಲರುಗಳಲ್ಲಿ ಸಂಬಳವನ್ನು ಪಡೆಯುತ್ತಿರುವ ವಿದೇಶೀಯರಿಗೆ ದಕ್ಕುವಂತಹ ಆರೋಗ್ಯ ಸೇವೆಗಳಾಗಿದ್ದವು.

40,000 ಕ್ವಾಂಝಾದ ಮೊತ್ತದಲ್ಲಿ ವೀಜ್‌ನಲ್ಲಿ ನನ್ನ ಇಡೀ ತಿಂಗಳ ಖರ್ಚನ್ನು ಅನಾಯಾಸವಾಗಿ ನಿಭಾಯಿಸುವವನು ನಾನು. ನನ್ನ ಆಹಾರ, ಪ್ರಯಾಣ, ಚಿಕ್ಕಪುಟ್ಟ ವಿಲಾಸಗಳಿಂದ ಹಿಡಿದು ಇತರೆ ಖರ್ಚುಗಳೂ ಕೂಡ ಈ ಮೊತ್ತದಲ್ಲಿ ಒಂದು ತಿಂಗಳಿಗೆ ಸರಿಹೊಂದುತ್ತವೆ. ಅಂಥದ್ದರಲ್ಲಿ ಲುವಾಂಡಾದ ವೈದ್ಯರೊಂದಿಗೆ ಒಂದ್ಹತ್ತು ನಿಮಿಷಗಳ ಸಮಾಲೋಚನೆ ಮತ್ತು ಒಂದಿಷ್ಟು ಮಾತ್ರೆಗಳಿಗಾಗಿ ನಾನು 45,000 ಕ್ವಾಂಝಾಗಳನ್ನು ವ್ಯಯಿಸಿದ್ದೆ. ಖರ್ಚುಗಳು ಕೆಲವೊಮ್ಮೆ ಏರುಪೇರಾಗುವುದು ಸಹಜ. ಆದರೆ ಇದಕ್ಕೊಂದು ಅರ್ಥವೇ ಇರಲಿಲ್ಲ! ವೀಜ್‌ನಂತಹ ಹಳ್ಳಿಗಳಲ್ಲಿರುವ ದಿನಕೂಲಿ ಕಾರ್ಮಿಕರಿಗೆ, ಚಿಕ್ಕಪುಟ್ಟ ಉದ್ಯೋಗಗಳಲ್ಲಿರುವವರ ಮಾಸಿಕ ವೇತನವೇ ಸುಮಾರು 40,000 ಕ್ವಾಂಝಾಗಳಷ್ಟಾಗುತ್ತದೆ. ಹೀಗಿರುವಾಗ ತನ್ನ ಇಡೀ ಒಂದು ತಿಂಗಳ ದುಡಿಮೆಯನ್ನು ಸಂಪೂರ್ಣವಾಗಿ ಆಸ್ಪತ್ರೆಯ ಜೋಳಿಗೆಗೆ ಸ್ಥಳೀಯ ನಾಗರಿಕನೊಬ್ಬ ಹೇಗಾದರೂ ತುಂಬಿಸಬಲ್ಲ? ಬಂದು ವೈದ್ಯರಿಗೆ ತೋರಿಸಿ ಹೋಗುವ ಹೊರರೋಗಿಗಳಿಗೇ ಇಷ್ಟು ಖರ್ಚಾದರೆ ಇನ್ನು ಆಸ್ಪತ್ರೆಗಳಲ್ಲಿ ಹಲವು ದಿನಗಳವರೆಗೆ ದಾಖಲಾಗುವ ಒಳರೋಗಿಗಳು ಅದೆಷ್ಟು ವ್ಯಯಿಸಬೇಕು ಎಂದು ಒಮ್ಮೆ ಲೆಕ್ಕಹಾಕಿಕೊಳ್ಳಿ.

"ನೆಟ್ಟಗೆ ಸತ್ತರೂ ಪರವಾಗಿಲ್ಲ. ಆದರೆ ಇಲ್ಲಿಯ ಕೆಲ ವೈದ್ಯರು ನನಗೆ ಭಯ ಹುಟ್ಟಿಸುತ್ತಾರೆ", ಎಂದ ನಾನು ನನ್ನ 'ಟಾರ್ಚರ್ ಚೇಂಬರ್' ಕಥೆಯನ್ನು ಡಾಕ್‌ಗೆ ಹೇಳಿದೆ. ನನ್ನ ಮಾತುಗಳನ್ನು ಕೇಳಿ ಅವರು ವಿಷಾದದಿಂದ ತಲೆಯಾಡಿಸಿದರು. "ವಿದೇಶೀಯರು ಕಂಡರೆ ಸಾಕು, ಕೆಲವರು ಡಾಲರುಗಳಿಗಾಗಿ ಮುಗಿಬೀಳುತ್ತಾರೆ", ಎಂದರು ಡಾಕ್. "ಅಂಗೋಲಾದಲ್ಲಿರುವಾಗ ನಿಮ್ಮ ಆರೋಗ್ಯವು ಚೆನ್ನಾಗಿರುವಂತೆ ನೀವು ನೋಡಿಕೊಳ್ಳಬೇಕು. ಈ ವಿಚಾರದಲ್ಲಿ ನಿಮಗೆ ಬೇರೆ ಆಯ್ಕೆಯೇ ಇಲ್ಲ. ವೀಜ್‌ನಲ್ಲಿ ನಿಮಗೆ ಬೇಕಿರುವ ಔಷಧಿಗಳು ಸದಾ ಲಭ್ಯವಿರುವುದಿಲ್ಲ. ಇದು ಅಂಗೋಲಾದಲ್ಲಿರುವ ಬಹುತೇಕ ಹಳ್ಳಿಗಳಲ್ಲೂ ನಿಜ. ಇನ್ನು ಅಷ್ಟು ದೂರ ಇರುವ ಲುವಾಂಡಾಗೆ ಪದೇ ಪದೇ ಹೋಗಿ ಚಿಕಿತ್ಸೆಯನ್ನು ಪಡೆಯುವುದು ಸಾಧ್ಯವಾಗದ ಮಾತು. ಶುದ್ಧ ನೀರು, ಆಹಾರ, ಒಳ್ಳೆಯ ಜೀವನಶೈಲಿ ಇತ್ಯಾದಿ ಮುನ್ನೆಚ್ಚರಿಕೆಗಳನ್ನು ನೀವು ಕೈಗೊಳ್ಳಬೇಕು. ಆಗಲೇ ನಿಮ್ಮ ಇಲ್ಲಿಯ ದಿನಗಳು

ಸುಸೂತ್ರವಾಗಿ ನಡೆಯಬಹುದು", ಎಂದು ಸಲಹೆಯನ್ನು ನೀಡಿದರು ಡಾಕ್. ಹಾಗೆಯೇ ಏನಾದರೂ ಸಮಸ್ಯೆಗಳಿದ್ದರೆ ನನ್ನನ್ನು ಸಂಪರ್ಕಿಸಲು ಮೀನಮೇಷ ಎಣಿಸಬೇಡಿ ಎಂಬ ಭರವಸೆಯನ್ನೂ ಕೂಡ ಕೊಡಲು ಮರೆಯಲಿಲ್ಲ ಈ ಸಹೃದಯಿ ವೈದ್ಯ.

ಹೀಗೆ ನಮ್ಮ ಚರ್ಚೆಗಳು ಮುಂದುವರೆಯುತ್ತಿರುವಂತೆಯೇ ಹೊರಗಿನಿಂದ ಲಗುಬಗೆಯಿಂದ ಒಳಬಂದ ದುಭಾಷಿ ಏನೋ ಅತೀ ಮುಖ್ಯವಾದ ಸಮಾಚಾರವೆಂಬಂತೆ ನನ್ನ ಕಿವಿಯಲ್ಲಿ ಪಿಸುಗುಟ್ಟಿದ. ನಮ್ಮ ಕಾಮಗಾರಿಯು ನಡೆಯುತ್ತಿರುವ ಜಾಗದಲ್ಲಿ ಕೆಲಸ ಮಾಡುತ್ತಿದ್ದ ಕಾರ್ಮಿಕನೊಬ್ಬನ ಗರ್ಭಿಣಿ ಪತ್ನಿ ಹೆರಿಗೆಯ ಸಂದರ್ಭದಲ್ಲಿ ಅಸುನೀಗಿದ್ದಳು. ತಾಯಿಯೊಂದಿಗೆ ಮಗುವೂ ಕೂಡ ಮರಣವನ್ನಪ್ಪಿಕೊಂಡಿತ್ತು. ಹೆಣವು ಎಂದಿನಂತೆ ವೀಜ್‌ನ ಹೃದಯಭಾಗದಲ್ಲಿರುವ ಮಿಲಿಟರಿ ಜನರಲ್ ಆಸ್ಪತ್ರೆಯಲ್ಲಿ ಕಾಯುತ್ತಿತ್ತು. ಅಂದರೆ ಮತ್ತದೇ ದುಃಖದ ದೃಶ್ಯಗಳು! ಶವಗಳನ್ನು ಹೊರಸಾಗಿಸಲೆಂದೇ ಮೀಸಲಾಗಿರುವ ಆಸ್ಪತ್ರೆಯ ಚಿಕ್ಕ ಗೇಟು, ಶವಾಗಾರದಿಂದ ಹೊರಬರುವ ಹೆಣ, ಹೆಣವನ್ನು ಸಾಗಿಸಲು ರಸ್ತೆಯ ಪಕ್ಕದಲ್ಲಿ ಕಾಯುತ್ತಿರುವ ಒಂದು ಟೆಂಪೋ, ಗೇಟಿನೆದುರು ಕಣ್ಣೀರು ಹಾಕುತ್ತಿರುವ ಕುಟುಂಬದ ಸದಸ್ಯರು, ಬಿಕ್ಕಳಿಕೆ, ನಿಲ್ಲದ ರೋದನೆ...

ಸಾಮಾನ್ಯವಾಗಿ ಇಲ್ಲಿ ನಾವು ಸಿಬ್ಬಂದಿಗಳೆಲ್ಲರೂ ಒಂದಿಷ್ಟು ಹಣವನ್ನು ಚಂದಾದಂತೆ ಸಂಗ್ರಹಿಸಿ ಸಾವನ್ನಪ್ಪಿರುವ ಕುಟುಂಬದ ಮನೆಯವರಿಗೆ ಕೊಟ್ಟು ನಮ್ಮ ಕೈಲಾದಷ್ಟು ನೆರವಾಗುವ ಪರಿಪಾಠವನ್ನಿಟ್ಟುಕೊಂಡಿದ್ದೇವೆ. ಮೊತ್ತಗಳು ಚಿಕ್ಕದೇ ಆಗಿದ್ದರೂ ಎಲ್ಲಾ ಸಿಬ್ಬಂದಿಗಳನ್ನು ಸೇರಿಸಿ ನೋಡಿದಾಗ ಹನಿಹನಿಗೂಡಿ ಹಳ್ಳ ಎಂಬಂತೆ ಒಂದೊಳ್ಳೆಯ ಮೊತ್ತವೊಂದಕ್ಕೆ ಅದು ಬಂದು ನಿಂತಿರುತ್ತದೆ. ಇದು ಹೂಳುವಿಕೆ, ಅಂತ್ಯಕ್ರಿಯೆ, ಬಂದವರಿಗೆ ಊಟ–ತಿಂಡಿ ಎಂದೆಲ್ಲಾ ಉಂಟಾಗುವ ಹತ್ತಾರು ಖರ್ಚುಗಳನ್ನು ಗಮನದಲ್ಲಿರಿಸಿಕೊಂಡು ಸಿಬ್ಬಂದಿಗಳು ತನ್ನ ಬಡ ಸಹೋದ್ಯೋಗಿಗೆ ನೀಡುವ ಕಿಂಚಿತ್ತು ಸಹಾಯವೂ ಹೌದು. ಸಂಸ್ಥೆಯ ಆಡಳಿತ ಮಂಡಳಿಯು ಹೊಸ ನಿಯಮವನ್ನು ತರುವವರೆಗೂ ಕಾಯದೆ ಸಿಬ್ಬಂದಿಗಳು ತಮ್ಮತಮ್ಮಲ್ಲೇ ಮಾಡಿಕೊಂಡು ಕಾರ್ಯರೂಪಕ್ಕೆ ತಂದಿರುವ ಮಾನವೀಯ ಸಂವೇದನೆಯುಳ್ಳ ಹೆಜ್ಜೆಯಿದು.

"ಸಾವಿನ ಸುದ್ದಿಯೊಂದು ಬಂದಿದೆ ಡಾಕ್. ಸದ್ಯ ನಾನು ತುರ್ತಾಗಿ ಹೋಗಬೇಕಾಗಿದೆ. ಇನ್ನೂ ನಿಮ್ಮೊಂದಿಗೆ ಬಹಳಷ್ಟು ಚರ್ಚಿಸಲು ಬಾಕಿಯಿದೆ. ಮತ್ತೆ ಬರುತ್ತೇನೆ", ಎಂದ ನಾನು ಎದ್ದು ನಿಂತು ಕೈಚಾಚಿದೆ. "ಯಾವಾಗಲಾದರೂ ಸರಿಯೇ, ಖಂಡಿತ ಬನ್ನಿ", ಎಂದು ಮುಗುಳ್ನಗುತ್ತಾ ಕೈಕುಲುಕಿದರು ಡಾಕ್. ನಮ್ಮ ಮನದೊಳಗಿನ ಹತಾಶೆಗೆ ತನ್ನ ದನಿಯನ್ನೂ ಸೇರಿಸುತ್ತಿರುವಂತೆ ಆಗಸದಲ್ಲಿ ಜಮೆಯಾಗಿದ್ದ ಕಾರ್ಮೋಡಗಳು ಮೆಲ್ಲನೆ ವರ್ಷಧಾರೆಯನ್ನು ಸುರಿಸಲು ಶುರುಮಾಡಿದವು.

ನಮ್ಮ ಮಜ್ದಾ ಕಾರು ಆ ಮಳೆಯಲ್ಲೂ ಸದ್ದು ಮಾಡುತ್ತಾ ಸಾವಿನ ಮನೆಯತ್ತ ಸಾಗಿತ್ತು.

“**ನಾ**ಳೆ ನಾನು ಬರೋದಿಲ್ಲ ಚೀಫ್”, ನನ್ನೆದುರು ಕೈಕಟ್ಟಿಕೊಂಡು ನಿಂತಿದ್ದ ದುಭಾಷಿ ಮಹಾಶಯ ಮಿಗೆಲ್ ಎಂಬೋಸೋ ಹೇಳಿದ್ದ.

ಇಪ್ಪತ್ತೈದರ ಆಸುಪಾಸಿನವನಾದ ನನ್ನ ದುಭಾಷಿ ಇನ್ನೂ ಹುಡುಗುಬುದ್ಧಿಯನ್ನಿಟ್ಟುಕೊಂಡೇ ಕೆಲಸ ಮಾಡುವವನು. ತೀರಾ ಕಾಲೇಜು ವಿದ್ಯಾರ್ಥಿಯಂತೆ ಇಡೀ ದಿನ ತನ್ನ ಸ್ಮಾರ್ಟ್ಫೋನಿನಲ್ಲೇ ಮುಳುಗಿ ಸೋಷಿಯಲ್ ಮೀಡಿಯಾ, ಚಾಟಿಂಗ್, ಅದು-ಇದು ಎಂಬಂತಹ ಕೆಲಸಕ್ಕೆ ಬಾರದ ಚಟುವಟಿಕೆಗಳಲ್ಲಿ ವ್ಯಸ್ತನಾಗಿರುವವನು. ಬಹುತೇಕ ಎಲ್ಲಾ ಅಂಗೋಲನ್ನರಂತೆ ಸ್ವಭಾವತಃ ಕೊಂಚ ಮೈಗಳ್ಳನೂ ಹೌದು. “ಅಲ್ಲಯ್ಯಾ... ಕಳೆದ ವಾರವಷ್ಟೇ ರಜೆ ಬೇಕು ಅಂದುಕೊಂಡು ಹೋಗಿದ್ದೆ. ಹೀಗೆ ಪದೇ ಪದೇ ಹೋದರೆ ಹೇಗೆ? ಇಲ್ಲಿ ಇಂಗ್ಲಿಷ್-ಪೋರ್ಚುಗೀಸ್ ಭಾಷೆಗಳೆರಡನ್ನೂ ಬಲ್ಲವನೇ ನೀನೊಬ್ಬ. ನೀನು ಹೀಗೆ ಚಕ್ಕರ್ ಹೊಡೆಯುತ್ತಿದ್ದರೆ ನಮ್ಮ ಕೆಲಸಗಳೂ ಕಾಲುಮುರಿದುಕೊಂಡು ಬೀಳುತ್ತವೆ”, ಎಂದಿದ್ದೆ ನಾನು. ಒಂದರ್ಥದಲ್ಲಿ ಇದು ಸತ್ಯವೂ ಆಗಿತ್ತು. ಪೋರ್ಚುಗೀಸ್ ಭಾಷೆಯನ್ನು ಒಂದಿಷ್ಟು ಅರ್ಥಮಾಡಿಕೊಳ್ಳುವ ನಾನು ಹೇಗೋ ಕಷ್ಟಪಟ್ಟು ಮಾತಾಡುತ್ತಾ ಕೆಲಸಗಳನ್ನು ನಿಭಾಯಿಸುತ್ತಿದ್ದಿದ್ದು ಹೌದಾದರೂ ಎಲ್ಲಾ ಸಂದರ್ಭಗಳಲ್ಲಿ ಇದು ಸಾಧ್ಯವಾಗುತ್ತಿರಲಿಲ್ಲ. ಹೀಗಾಗಿ ಅಧಿಕೃತವಾಗಿ ನೇಮಿಸಲಾಗಿದ್ದ ದುಭಾಷಿಯನ್ನು ಅವನ ಹುಡುಗಾಟಗಳಿಗಾಗಿ ಸುಮ್ಮನೆ ಬಿಡುವಷ್ಟು ಉದಾರಿಯೂ ನಾನಾಗಿರಲಿಲ್ಲ.

“ಅದು... ಅದು... ಒಂದು ಮೆಡಿಕಲ್ ಟೆಸ್ಟ್ ಮಾಡಿಸಿಕೊಳ್ಳೋಕಿದೆ. ನಾಳೆಯೇ ಮುಗಿಸಿ ನಾಡಿದ್ದು ಖಂಡಿತ ಬರುತ್ತೇನೆ”, ಎಂದ ಆತ. “ನಿನಗೇನಯ್ಯಾ ಆಗಿದೆ? ಚೆನ್ನಾಗೇ ಇದ್ದೀಯಲ್ವಾ?”, ಎಂದು ಮತ್ತೆ ವಿಚಾರಿಸಿದೆ ನಾನು. “ಅದು ನನ್ನ ಗರ್ಲ್‌ಫ್ರೆಂಡ್‌ಗೆ ಎಚ್.ಐ.ವಿ. ಟೆಸ್ಟ್ ಅನ್ನು ಮಾಡಿಸಿಕೊಳ್ಳಬೇಕಿತ್ತು. ಹೀಗಾಗಿ ಹೋಗಲೇಬೇಕು”, ಅಂದುಬಿಟ್ಟ ಮಿಗೆಲ್. ಏಡ್ಸ್ ಅಂದಾಕ್ಷಣ ನೆಟ್ಟಗಾದ ನಾನು ಆಕೆಗೆ ಹಾಗೇನಾದರೂ ಇದೆ ಎಂದು ನಿನಗನ್ನಿಸುತ್ತಿದೆಯೇ ಎಂದು ಕೇಳಿದ್ದೆ. “ಹಾಗೇನಿಲ್ಲ, ಸುಮ್ಮನೆ ಒಂದು ಚೆಕಪ್ ಮಾಡಿಸಿಕೊಂಡು ಬರುತ್ತೇವೆ”, ಎಂದು ಉತ್ತರಿಸಿದ ಆತ. ನಂತರ ಇವನನ್ನು ಕುಳ್ಳಿರಿಸಿ ಈ ಬಗ್ಗೆ ಆಳವಾಗಿ ವಿಚಾರಿಸಿಕೊಂಡಾಗ ಅಂಥಾ ಸಮಸ್ಯೆಗಳೇನೂ ಇಲ್ಲ ಎಂಬುದು ತಿಳಿದುಬಂತು. ತಾನು ಆರೋಗ್ಯವಾಗಿದ್ದೇನೆ ಎಂಬ ಬಗ್ಗೆ ಖಾತ್ರಿಯುಳ್ಳ ಈತ ತನ್ನ ಹುಡುಗಿ ಇನ್ಯಾರೊಂದಿಗಾದರೂ ಇದ್ದು ಏನಾದರೂ ಬೇಡದ ಖಾಯಿಲೆಯನ್ನು ತರಿಸಿಕೊಂಡಿದ್ದಾಳೆಯೇ ಎಂಬುದನ್ನು ಪರೀಕ್ಷಿಸಲು ಈ ಹೆಜ್ಜೆಯಂತೆ. ಈ ವಿಚಿತ್ರ ವಿವರಣೆಯನ್ನು ಕೇಳಿದ ನಾನು ನಗಬೇಕೋ ಅಳಬೇಕೋ ಎಂದು ತಿಳಿಯದೆ ಸುಮ್ಮನಾಗಿಬಿಟ್ಟೆ. ಮರುದಿನದ ರಜೆಯು ಆತನಿಗೆ ನನ್ನಿಂದ ತಕ್ಷಣವೇ ಮಂಜೂರಾಯಿತು.

ಏಡ್ಸ್ ಅಂಗೋಲಾ ಒಂದರ ಸಮಸ್ಯೆಯಷ್ಟೇ ಅಲ್ಲ. ಒಟ್ಟಾರೆಯಾಗಿ ಇಡೀ ಆಫ್ರಿಕಾ ಖಂಡಕ್ಕೇ ಬಡಿದುಕೊಂಡ ಶಾಪ. ಅದರಲ್ಲೂ ಅಂಗೋಲಾದಲ್ಲಿ ಏಡ್ಸ್ ನಿಯಂತ್ರಣವನ್ನು

ಮೀರಿಯೇ ಬೆಳೆದುಬಿಟ್ಟಿದೆ. ಅಂಗೋಲಾದ ಆರೋಗ್ಯ ಕ್ಷೇತ್ರದ ಬಗ್ಗೆ ತಿಳಿದುಕೊಳ್ಳಲು ಪ್ರಯತ್ನಿಸುತ್ತಿದ್ದ ನನಗೆ ಇತರೆ ಖಾಯಿಲೆಗಳು ಅದೆಷ್ಟೋ ಇದ್ದರೂ ಏಡ್ಸ್ ಇವೆಲ್ಲದಕ್ಕಿಂತಲೂ ಮಿಗಿದಾದ ದೊಡ್ಡ ಪ್ರಶ್ನಾರ್ಥಕ ಚಿಹ್ನೆಯೆಂಬಂತೆ ಕಾಣುತ್ತಿತ್ತು, ಕಾಡುತ್ತಿತ್ತು. ಸರಕಾರವು ಏಡ್ಸ್ ನಿರ್ಮೂಲನೆಗೆ ತನ್ನದೇ ಆದ ಹೆಜ್ಜೆಗಳನ್ನಿಟ್ಟಿದ್ದರೂ ಹೇಳಿಕೊಳ್ಳುವಷ್ಟು ಒಳ್ಳೆಯ ಫಲಿತಾಂಶಗಳೇನೂ ದಕ್ಕಿರಲಿಲ್ಲ. ದೂರದೃಷ್ಟಿಗಳಿಲ್ಲದ ಇತರ ಯೋಜನೆಗಳಂತೆಯೇ ಇದೂ ಕೂಡ ಮಕಾಡೆ ಮಲಗಿಕೊಂಡಿದೆ ಎಂಬುದು ಎಲ್ಲರ ಅಭಿಪ್ರಾಯವೂ ಹೌದು.

ಏಡ್ಸ್ ಅಂಗೋಲಾದ ಇಂದು ನಿನ್ನೆಯ ಸಮಸ್ಯೆಯಲ್ಲ. ಅಂಗೋಲಾದ ರಾಜಕೀಯ ಜಗತ್ತಿನಲ್ಲಿ ಮುಂಚೂಣಿಯ ಪಕ್ಷವಾಗಿದ್ದ ಪೀಪಲ್ಸ್ ಮೂಮೆಂಟ್ ಫಾರ್ ಲಿಬರೇಷನ್ ಆಫ್ ಅಂಗೋಲಾ (ಎಮ್.ಪಿ.ಎಲ್.ಎ)ಗೆ ಮಿಲಿಟರಿ ಸಹಾಯವನ್ನು ನೀಡಲು ಫಿಡೆಲ್ ಕಾಸ್ಟ್ರೋರ ಆಣತಿಯ ಮೇರೆಗೆ ಕ್ಯೂಬನ್ ಸೈನಿಕರು ಮೊಟ್ಟಮೊದಲು ಅಂಗೋಲಾಕ್ಕೆ ಬಂದಿಳಿದಾಗ ಅವರನ್ನು ಕಂಗೆಡಿಸಿದ್ದು ಎರಡೇ ಸಂಗತಿಗಳು. ಅವುಗಳೆಂದರೆ ಅಂಗೋಲನ್ನರು ಸಿಕ್ಕಸಿಕ್ಕಲ್ಲಿ ಮೂತ್ರಮಾಡುತ್ತಿದ್ದ ದೃಶ್ಯ ಮತ್ತು ಅಂಗೋಲನ್ನರ ತೀರಾ ಹೆಚ್ಚು ಎಂಬಷ್ಟಿದ್ದ ಲೈಂಗಿಕತೆ. ಈ ಬಗ್ಗೆ ಕ್ಯೂಬನ್ ಸೈನಿಕರು 'ಅಂಗೋಲನ್ನರದ್ದು ಅಕ್ಷರಶಃ ಪಶುಸದೃಶ ಲೈಂಗಿಕತೆ' ಎಂದು ಹೇಳಿಕೊಳ್ಳುವುದೂ ಇತ್ತಂತೆ.

ಅಂಗೋಲಾಕ್ಕೆ ಬಂದಿಳಿದ ಕ್ಯೂಬನ್ ಸೈನಿಕರು ಹೆಜ್ಜೆಹೆಜ್ಜೆಗಳಲ್ಲೂ ಸವಾಲನ್ನೇ ಎದುರಿಸುತ್ತಿದ್ದರು. ತಾವು ಚಲಿಸುವ ಮಾರ್ಗದಲ್ಲಿ ಇರಬಹುದಾಗಿದ್ದ ನೆಲಬಾಂಬುಗಳನ್ನು ಅವರು ಮೊದಲು ನಿಷ್ಕ್ರಿಯಗೊಳಿಸಬೇಕಿತ್ತು. ಇತ್ತ ವರ್ಷಗಳಾದರೂ ಮುಗಿಯದಂತೆ ಕಾಣುತ್ತಿದ್ದ ದಂಗೆ, ಹಿಂಸೆಗಳಿಂದ ಕಂಗಾಲಾಗಿದ್ದ ಅಂಗೋಲನ್ನರು ಕ್ಯೂಬಾದ ಸೈನಿಕರ ಮೇಲೆ ಭರವಸೆಯಿರದಿದ್ದ ಪರಿಣಾಮವಾಗಿ ಸ್ಥಳೀಯ ಅಂಗೋಲನ್ನರಿಂದಲೇ ಇವರ ಮೇಲೆ ದಾಳಿಗಳಾಗುತ್ತಿದ್ದವು. ಅದರಲ್ಲೂ ಒಂದಿಷ್ಟು ದೇಹಸುಖವನ್ನು ಅರಸಿಕೊಂಡು ಕ್ಯೂಬನ್ ಸೈನಿಕರು ರಾತ್ರಿಯ ವೇಳೆಗಳಲ್ಲಿ ಸ್ಥಳೀಯ ಹೆಂಗಸರನ್ನು ಹುಡುಕಿಕೊಂಡು ಹೊರಟರೆ ಇಂಥಾ ದಾಳಿಗಳಾಗುವುದು ಸಾಮಾನ್ಯವಾಗಿತ್ತು.

ಹೀಗೆ ಮೊದಲಿನಿಂದಲೂ ಲೈಂಗಿಕತೆಯ ಬಗ್ಗೆ ಕೊಂಚ ಹೆಚ್ಚೇ ಅನ್ನುವಷ್ಟು ಒಲವನ್ನು ಹೊಂದಿದ್ದ ಅಂಗೋಲನ್ನರು ಕಾಲಾನುಕ್ರಮದಲ್ಲಿ ಅಸುರಕ್ಷಿತ ಲೈಂಗಿಕತೆಗಳಿಂದ ಏಡ್ಸ್‌ನಂತಹ ಮಹಮ್ಮಾರಿಗಳಿಗೂ ಕೂಡ ಆಹ್ವಾನವನ್ನು ಕೊಟ್ಟುಬಿಟ್ಟಿದ್ದರು. ವಿಪರ್ಯಾಸವೆಂದರೆ ಇವುಗಳು ಇಂದಿಗೂ ಕೂಡ ಮುಂದುವರಿದು ಲೈಂಗಿಕ ಖಾಯಿಲೆಗಳನ್ನು ಹೆಚ್ಚಿನ ವೇಗದಲ್ಲಿ ಹರಡುವಂತೆ ಮಾಡುತ್ತಿವೆ. ಏಡ್ಸ್‌ಗೆ ಅಸುರಕ್ಷಿತ ಲೈಂಗಿಕತೆಯೊಂದೇ ಕಾರಣವೆನ್ನುವುದು ತಪ್ಪಾದರೂ ಅಸುರಕ್ಷಿತ ಲೈಂಗಿಕತೆಯು ಅಂಗೋಲಾದಾದ್ಯಂತ ಖಾಯಿಲೆಯ ಪ್ರಮಾಣವನ್ನು ಉಲ್ಬಣಗೊಳಿಸಿರುವಲ್ಲಿ ಸಂಶಯವೇ ಇಲ್ಲ.

ಕಾನೂನಿನ ಪ್ರಕಾರ ಬಹುಪತ್ನಿತ್ವವು ಅಂಗೋಲಾದಲ್ಲಿ ಅಕ್ರಮವಾದರೂ ಸಾಮಾಜಿಕವಾಗಿ ಈ ರೂಢಿಯನ್ನು ಮುಕ್ತವಾಗಿ ಒಪ್ಪಿಕೊಳ್ಳಲಾಗಿದೆ. ಹೀಗಾಗಿ ವ್ಯಕ್ತಿಯೊಬ್ಬ ಒಬ್ಬರಿಗಿಂತ ಹೆಚ್ಚು ಪತ್ನಿಯರನ್ನು ಹೊಂದಿರುವುದು ಇಲ್ಲಿ ಹೌಹಾರುವ ವಿಷಯವೇನಲ್ಲ. ಬಹಳಷ್ಟು ಸ್ಥಳೀಯ ಪುರುಷರು ಮತ್ತು ಮಹಿಳೆಯರು ಈ ಬಗ್ಗೆ

ನನ್ನೊಂದಿಗಿನ ಸಂಭಾಷಣೆಗಳಲ್ಲಿ ಒಪ್ಪಿಕೊಂಡಿದ್ದಾರೆ ಕೂಡ. ಅರವತ್ತರ ಅಂಚಿನಲ್ಲಿದ್ದರೂ ಊರು ತುಂಬಾ ಪ್ರೇಯಸಿಯರನ್ನಿಟ್ಟುಕೊಂಡಿರುವ, ತನ್ನ ಮೊಮ್ಮಕ್ಕಳ ಪ್ರಾಯದ ಹೆಣ್ಣುಮಕ್ಕಳೊಂದಿಗೆ ದೇಹಸಂಬಂಧವನ್ನು ಇಟ್ಟುಕೊಂಡಿರುವ ಹಲವು ವೃದ್ಧ(?)ರನ್ನು ನಾನು ಬಲ್ಲೆ. ಅಂಗೋಲಾದಲ್ಲಿ ಇವೆಲ್ಲಾ ಹುಬ್ಬೇರಿಸುವ ವಿಷಯಗಳೂ ಅಲ್ಲ. ಇಲ್ಲಿಯ ಹಳ್ಳಿಗಳಲ್ಲಿರುವ ಸೋಬಾ (ಸರಪಂಚ್) ಒಬ್ಬರು ವಿಚಿತ್ರವೆನಿಸುವ ಪದ್ಧತಿಯ ಬಗ್ಗೆ ನನ್ನಲ್ಲಿ ಮಾಹಿತಿಯನ್ನು ಹಂಚಿಕೊಂಡಿದ್ದರು. ಈ ಪದ್ಧತಿಯ ಪ್ರಕಾರ ಏಳೆಂಟು ಪತ್ನಿಯರನ್ನು ಹೊಂದಿರುವ ಸೋಬಾನಿಗೆ ಎಲ್ಲಾ ಪತ್ನಿಯರೂ ಕೂಡ ಬಗೆಬಗೆಯ ಖಾದ್ಯಗಳನ್ನು ಸಿದ್ಧಪಡಿಸಿಟ್ಟುಕೊಳ್ಳುತ್ತಾರಂತೆ. ಸೋಬಾ ಬಂದು ಎಲ್ಲವನ್ನೂ ರುಚಿ ನೋಡಿ ತನಗೆ ಇಷ್ಟವಾದ ಖಾದ್ಯವನ್ನು ಸಿದ್ಧಪಡಿಸಿದ ಪತ್ನಿಯೊಂದಿಗೆ ಅಂದಿನ ರಾತ್ರಿಯನ್ನು ಕಳೆಯುತ್ತಾನೆ. ವಿಶೇಷಗಳೇನಾದರೂ ಇದ್ದರೆ ಮಾಂಸದಡುಗೆಯನ್ನೂ ಅಂದು ಸಿದ್ಧಪಡಿಸಲಾಗುತ್ತದೆ. ಉಳಿದ ಪತ್ನಿಯರು ತಮ್ಮ ಪಾಡಿಗೆ ತಮ್ಮ ತಮ್ಮ ಗುಡಿಸಲುಗಳಲ್ಲಿ ಎಂದಿನಂತೆ ಜೊತೆಯಾಗಿರುತ್ತಾರೆ.

ಇಂಥದ್ದೇ ಒಂದು ವಿಚಿತ್ರ ಪದ್ಧತಿಯು ಕೆಲ ದಶಕಗಳ ಹಿಂದೆ ಅಂಗೋಲಾದ ಸಾಮಾನ್ಯ ಜನಜೀವನದಲ್ಲೂ ಪ್ರಚಲಿತದಲ್ಲಿತ್ತು. ಇಲ್ಲೇನಾಗುತ್ತಿತ್ತೆಂದರೆ ಹರೆಯಕ್ಕೆ ಬಂದ ಗಂಡು/ಹೆಣ್ಣಿಗೆ ಲೈಂಗಿಕತೆಯ ಬಗ್ಗೆ ಒಂದು ಪ್ರಾಯೋಗಿಕ ಅನುಭವವನ್ನು ಕುಟುಂಬದ ಸದಸ್ಯರಿಂದಲೇ ನೀಡಲಾಗುತ್ತಿತ್ತು. ಸಾಮಾನ್ಯವಾಗಿ ಆಗಷ್ಟೇ ದನಿ ಗಡುಸಾಗುತ್ತಿರುವ, ಮೀಸೆ ಬೆಳೆಯಲು ಶುರುವಾದ ಹುಡುಗನ ಬಳಿ ಆಕೆಯ ಸೋದರತ್ತೆಯು ಬಂದು ಒಂದು ರಾತ್ರಿಯನ್ನು ಕಳೆದು ದೇಹಸಂಬಂಧ ಅನ್ನುವುದು ಹೇಗಿರುತ್ತೆ ಎಂಬುದನ್ನು ಪ್ರಾಯೋಗಿಕವಾಗಿ ಅವನ ಅನುಭವಕ್ಕೆ ತರುತ್ತಿದ್ದಳು. ಹೀಗೆಯೇ ಮುಟ್ಟಿನ ವಯಸ್ಸಿಗೆ ಬಂದ ಹೆಣ್ಣಿನೊಂದಿಗೆ ಮಾವನೋ, ಚಿಕ್ಕಪ್ಪನೋ ಬಂದು ಒಂದು ರಾತ್ರಿಯನ್ನು ಕಳೆಯುತ್ತಿದ್ದ. ನೀವು ವಯಸ್ಸಿಗೆ ಬಂದಿದ್ದೀರಿ, ಇನ್ನೇನು ಬೆರಳೆಣಿಕೆಯ ವರ್ಷಗಳಲ್ಲಿ ವಿವಾಹ ಬಂಧನಕ್ಕೆ ಬೀಳುತ್ತೀರಿ. ಹೀಗಿರುವಾಗ ಇವೆಲ್ಲಾ ನಿಮಗೆ ಮೊದಲೇ ಗೊತ್ತಿರಬೇಕು ಎಂಬ ಲೈಂಗಿಕತೆಯ ಜ್ಞಾನವನ್ನು ನೀಡಲು ಹೀಗೆ ಮಾಡಲಾಗುತ್ತಿತ್ತು. ಆದರೆ ಇಂಥಾ ತಂತ್ರಗಳು ತಿರುಗುಬಾಣಗಳಾಗಿದ್ದೇ ಹೆಚ್ಚು. ಬಹುಬೇಗನೇ ದೇಹಸುಖದ ರುಚಿ ನೋಡಿದ ಹರೆಯದ ಮಕ್ಕಳು ಮುಂದೆ ಇವುಗಳನ್ನು ಹುಡುಕಿಕೊಂಡು ಹೊಸ ಹೊಸ ಲೈಂಗಿಕ ಸಂಗಾತಿಗಳನ್ನು ಅರಸಿಕೊಂಡು ಹೋಗುವುದು ಸಾಮಾನ್ಯವಾಗಿತ್ತು. ಈ ಪದ್ಧತಿಯು ಸದ್ಯಕ್ಕಂತೂ ಅಂಗೋಲಾದಲ್ಲಿಲ್ಲ. ಇದ್ದರೂ ದಕ್ಷಿಣ ಅಂಗೋಲಾದ ಕೆಲ ಬುಡಕಟ್ಟು ಜನಾಂಗಗಳಲ್ಲಿ ಇಂದಿಗೂ ಜೀವಂತವಾಗಿರಬಹುದೇನೋ. ಆದರೆ ಸದ್ಯದ ಪೀಳಿಗೆಯ ಬಹುತೇಕ ಅಂಗೋಲನ್ನರಿಗೆ ಈ ಬಗ್ಗೆ ಹೆಚ್ಚಿನ ಮಾಹಿತಿಯಿಲ್ಲ.

ಕಳೆದ ಏಳೆಂಟು ದಶಕಗಳಲ್ಲಿ ಕ್ರಮೇಣ ಬ್ರೆಜಿಲ್ ಮತ್ತು ಪೋರ್ಚುಗೀಸ್ ಸಂಸ್ಕೃತಿಗಳ ಕಡೆಗೆ ಆಕರ್ಷಿತರಾದ ಅಂಗೋಲನ್ನರು ಮೆಲ್ಲಗೆ ಪಾಶ್ಚಾತ್ಯರಂತಾಗಲು ಪ್ರಯತ್ನಿಸಿದ್ದಂತೂ ಸತ್ಯ. ಆ ಸೆಳೆತವು ಇಂದಿಗೂ ಅಂಗೋಲನ್ನರಲ್ಲಿದೆ. ಹೀಗಾಗಿಯೇ ಹರೆಯಕ್ಕೆ ಬಂದು ಲೈಂಗಿಕ ಹಾರ್ಮೋನುಗಳು ಮೆಲ್ಲನೆ ತಮ್ಮ ಆಟವನ್ನು ಪ್ರದರ್ಶಿಸುವ ಹೊತ್ತಿಗೇ ಬಹಳಷ್ಟು ಹದಿಹರೆಯದವರು ತಮ್ಮ ದೇಹತೃಷೆಗಳನ್ನು ತೀರಿಸಿಕೊಳ್ಳಲು ಮುಗಿಬೀಳುತ್ತಿರುವುದಲ್ಲದೆ

ಅದನ್ನೇ ಚಟವನ್ನಾಗಿಸಿಕೊಂಡವರೂ ಇದ್ದಾರೆ. ಹೀಗಾಗಿಯೇ ಅಂಗೋಲನ್ ಹೆಣ್ಣುಮಕ್ಕಳು ಬಹುಬೇಗನೇ ಗರ್ಭವನ್ನು ಧರಿಸುವುದು, ಕೈಗೊಂದು ಕಂಕುಳಿಗೊಂದು ಎನ್ನುವಂತೆ ಮನೆ ತುಂಬಾ ಮಕ್ಕಳನ್ನು ಹೆತ್ತು ಸಂಭಾಳಿಸುವುದು ಇಲ್ಲಿ ಕಾಣಬರುವ ಸಾಮಾನ್ಯ ದೃಶ್ಯಗಳಲ್ಲೊಂದು. ಹಲವು ಬಾರಿ ವಯಸ್ಸಿನ ಖಯಾಲಿಗೆ ಬಿದ್ದು ತಮ್ಮ ಪ್ರೇಯಸಿ/ಪತ್ನಿಯರಿಗೆ ಮಕ್ಕಳನ್ನು ಕರುಣಿಸಿದ ಗಂಡಸರು ಏಕಾಏಕಿ ಎದ್ದುಹೋಗುವ ಪ್ರಕರಣಗಳೂ ಇಲ್ಲಿ ಸಾಕಷ್ಟಿವೆ. ಇಂಥಾ ಸಂದರ್ಭಗಳಲ್ಲಿ ಹೆಣ್ಣು ಏಕಾಂಗಿಯಾಗಿ ತನ್ನ ಮಕ್ಕಳನ್ನು ಹೇಗೋ ಸಾಕುತ್ತಾಳೆ. ಕಳೆದ ವರ್ಷ ನಿಧನನಾಗಿದ್ದ 32 ವರ್ಷದ ನಮ್ಮ ಯುವಸಿಬ್ಬಂದಿಯೊಬ್ಬ ಬರೋಬ್ಬರಿ ಒಂಭತ್ತು ಮಕ್ಕಳನ್ನು ಅನಾಥರನ್ನಾಗಿಸಿದ್ದ.

"ವೀಜ್ ಸೇರಿದಂತೆ ಅಂಗೋಲಾದಾದ್ಯಂತ ವೇಶ್ಯಾವಾಟಿಕೆಯ ಚಟುವಟಿಕೆಗಳು ಮಿತಿಮೀರಿ ಬೆಳೆಯತೊಡಗಿವೆ. ಆಧುನಿಕತೆಯ ಆಕರ್ಷಣೆಗೆ ಬೀಳುವ ಗಂಡುಮಕ್ಕಳು ದುಡಿದು ಸಂಪಾದಿಸುವ ಗೋಜಿಗೆ ಹೋಗದೆ ಕಳ್ಳತನ, ದರೋಡೆ, ಸುಲಿಗೆ ಇತ್ಯಾದಿ ಅಪರಾಧಗಳಲ್ಲಿ ತೊಡಗಿಸಿಕೊಂಡರೆ ವಿಲಾಸಿ ಜೀವನದ ಕನಸನ್ನು ಕಾಣುವ ಹರೆಯದ ಹೆಣ್ಣುಮಕ್ಕಳು ಪುಡಿಗಾಸಿಗಾಗಿ ತಮ್ಮ ದೇಹವನ್ನು ಮಾರಿಕೊಂಡು ದೇಹವನ್ನು ಖಾಯಿಲೆಗಳ ಗೂಡಾಗಿ ಪರಿವರ್ತಿಸಿಕೊಳ್ಳುತ್ತಿದ್ದಾರೆ", ಎನ್ನುತ್ತಿದ್ದರು ಡಾಕ್. ಲುವಾಂಡಾದಲ್ಲಿ ಸಾಮಾನ್ಯ ರೆಸ್ಟೋರೆಂಟುಗಳಲ್ಲೂ ವಿದೇಶೀಯರನ್ನು ಮತ್ತು ಹೆಂಗಸರನ್ನು ಕಂಡ ಕೂಡಲೇ ಕಾಸುಬಿಚ್ಚಿ ದುಂದುವೆಚ್ಚ ಮಾಡುವ ಮಧ್ಯವಯಸ್ಕರನ್ನು ಸೆಳೆಯಲು ಪ್ರಯತ್ನಿಸುತ್ತಿದ್ದ ತರುಣಿಯರನ್ನು ನಾನು ಲೆಕ್ಕವಿಲ್ಲದಷ್ಟು ಬಾರಿ ಕಂಡಿದ್ದೆ. ನೋಡಲು ಸಾಮಾನ್ಯ ಹೆಣ್ಣುಮಕ್ಕಳಂತೆ ಕಾಣುವ, ನಾಲ್ಕೈದು ಮಂದಿಯ ಗುಂಪಿನಲ್ಲಿ ಗ್ರಾಹಕರಂತೆ ಬರುತ್ತಿದ್ದ ಈ ಹೆಣ್ಣುಮಕ್ಕಳನ್ನು ಇವರು ಇದಕ್ಕಾಗಿಯೇ ಬರುವವರು ಎಂಬುದನ್ನು ಗುರುತಿಸುವುದೂ ಕೂಡ ಬಹಳ ಕಷ್ಟ. ಹೀಗೆ ಬಂದ ತರುಣಿಯರಿಗಾಗಿ ಖಾದ್ಯಗಳನ್ನು ತರಿಸಿಕೊಳ್ಳುತ್ತಿದ್ದ ಈ ಪುರುಷ ಗ್ರಾಹಕರು ನಂತರ ಅವರನ್ನು ಖಾಸಗಿಯಾಗಿ ಕರೆದುಕೊಂಡು ಹೋಗುವ ದೃಷ್ಟಾಂತಗಳನ್ನು ನಾನು ಗಮನಿಸಿದ್ದೆ. ಇವರಲ್ಲಿ ಬಹುತೇಕ ಹೆಣ್ಣುಮಕ್ಕಳು ಕಾಲೇಜು ವಿದ್ಯಾರ್ಥಿನಿಯರೋ, ಲುವಾಂಡಾ ಮಹಾನಗರಿಯಲ್ಲಿ ತರಹೇವಾರಿ ಕೆಲಸಗಳಿಗಾಗಿ ಬಂದು ತಾತ್ಕಾಲಿಕವಾಗಿ ನೆಲೆಯೂರಿದವರೂ ಆಗಿದ್ದಾರೆ ಎಂಬ ಖಚಿತ ಮಾಹಿತಿಯು ನನಗೆ ದೊರಕಿತ್ತು. ಅಂಗೋಲಾದ ಹಲವಾರು ಭಾಗಗಳಲ್ಲಿ ವ್ಯವಸ್ಥಿತವಾಗಿ ವೇಶ್ಯಾವಾಟಿಕೆಗಳು ನಡೆಯುತ್ತಿದ್ದರೆ ಉಳಿದ ಭಾಗಗಳಲ್ಲಿ ಇಂಥಾ ಸನ್ನಿವೇಶಗಳು ಪದೇ ಪದೇ ಎದುರಾಗುತ್ತಾ ಸಮಸ್ಯೆಯ ಗಂಭೀರತೆಗೆ ಕನ್ನಡಿ ಹಿಡಿಯುವಂತಿದ್ದವು.

ನನ್ನ ಕೀನ್ಯಾದ ಪರಿಚಿತನೊಬ್ಬ ತನ್ನ ವೈದ್ಯ ಗೆಳೆಯನ ಬಗ್ಗೆ ಹೇಳುತ್ತಾ ದಿನದ ಹೊತ್ತಿನಲ್ಲಿ ಸಾಮಾನ್ಯ ಕ್ಲಿನಿಕ್ ಆಗಿರುವ ಆತನ ಕಚೇರಿ ರಾತ್ರಿಯ ಹೊತ್ತಿಗೆ ರಹಸ್ಯ ಗರ್ಭಪಾತಗಳ ಪ್ರಯೋಗಶಾಲೆಯಾಗಿ ಬದಲಾಗುತ್ತದೆ ಎಂದಿದ್ದ. ಬಹುಬೇಗನೇ ಗರ್ಭವನ್ನು ಧರಿಸಿ ಮಕ್ಕಳನ್ನು ಒಂದರ ಹಿಂದೊಂದಂತೆ ಸಾಲಾಗಿ ಹುಟ್ಟಿಸುವ ಅಂಗೋಲಾದ ಬಹುಪಾಲು ಎಳೆಯ ಹೆಣ್ಣುಮಕ್ಕಳು ತಮ್ಮ ವಿದ್ಯಾಭ್ಯಾಸ, ಭವಿಷ್ಯಗಳ ಜೊತೆ ಚೆಲ್ಲಾಟವಾಡುತ್ತಾ ಎಲ್ಲೂ ಸಲ್ಲದವರಂತೆ ಬದುಕುತ್ತಿದ್ದಾರೆ. ದೇಶದ ಯುವಶಕ್ತಿಯು ಈ ಮಟ್ಟದಲ್ಲಿ ಅಡ್ಡದಾರಿಗಿಳಿದು

ನಾಶವಾಗುತ್ತಿರುವುದು ನಿಜಕ್ಕೂ ವಿಪರ್ಯಾಸವೇ ಹೌದು. ಈ ಪರಿಸ್ಥಿತಿಯು ಆಫ್ರಿಕಾದ ಹಲವು ದೇಶಗಳಲ್ಲಿದೆ ಎಂಬುದೂ ಕೂಡ ವಿಷಾದದ ಸಂಗತಿ.

ಇನ್ನು ಕಾಂಡೋಮ್‌ಗಳ ಬಗ್ಗೆ ಅಂಗೋಲನ್ ಪುರುಷರಿಗಿರುವ ತಾತ್ಸಾರವೂ ಕೂಡ ಏಡ್ಸ್ ಅನ್ನು ಹದ್ದುಮೀರಿ ಹರಡುವಂತೆ ಮಾಡಲು ಯಶಸ್ವಿಯಾಗಿದೆ. ನನಗೆ ಕಾಂಡೋಮ್‌ಗಳನ್ನು ಬಳಸದೇ ಮಾಡುವ 'ಸ್ಕಿನ್-ಟು-ಸ್ಕಿನ್' ಸೆಕ್ಸೇ ಇಷ್ಟ ಎನ್ನುವ ಅಂಗೋಲನ್ ಪುರುಷರು ತಮ್ಮ ಕ್ಷಣಿಕ ಸುಖಕ್ಕಾಗಿ ತನ್ನ ಮತ್ತು ತನ್ನ ಸಂಗಾತಿಗಳ ಜೀವನವನ್ನು ಅಪಾಯದಂಚಿಗೆ ದೂಡುತ್ತಿದ್ದಾರೆ. "ಅಂಗೋಲಾದ ರಾಜಧಾನಿ ಲುವಾಂಡಾದಲ್ಲಿ ನಾನು ಬೆರಳೆಣಿಕೆಯ ಪತ್ರಿಕೆಗಳನ್ನು ನೋಡಿದ್ದೆ. ವೀಜ್‌ನಲ್ಲಿ ದಿನಪತ್ರಿಕೆಗಳೇ ಅಸ್ತಿತ್ವದಲ್ಲಿಲ್ಲ. ಆದರೆ ರೇಡಿಯೋ ಅಥವಾ ಟೆಲಿವಿಷನ್‌ಗಳ ಮೂಲಕವಾದರೂ ಏಡ್ಸ್ ಬಗ್ಗೆ, ಕಾಂಡೋಮ್‌ಗಳ ಬಳಕೆಯ ಬಗ್ಗೆ ಜಾಹೀರಾತು, ಪ್ರಕಟಣೆಗಳ ಮೂಲಕ ಜನಜಾಗೃತಿಯನ್ನು ಹುಟ್ಟಿಸಬಹುದಲ್ಲವೇ?", ಎಂದು ಡಾಕ್‌ರಲ್ಲಿ ಕೇಳಿದೆ ನಾನು. "ಹಾಗೆ ಮಾಡಬಹುದೇನೋ ಸರಿ. ಆದರೆ ಅಂಥಾ ಕೆಲಸಗಳೇನೂ ಆಗುತ್ತಿಲ್ಲ. ಉದಾಹರಣೆಗೆ ಸರಕಾರವು ಒಮ್ಮೆ ಕಾಂಡೋಮ್ ಬಳಕೆಯನ್ನು ಜನಪ್ರಿಯಗೊಳಿಸಲು ಸರಕಾರಿ ಆಸ್ಪತ್ರೆಗಳಲ್ಲಿ ಉಚಿತವಾಗಿ ಕಾಂಡೋಮ್‌ಗಳನ್ನು ವಿತರಿಸಲು ಪ್ರಾರಂಭಿಸಿತ್ತು. ಆದರೆ ಅವುಗಳನ್ನು ಸಮರ್ಪಕವಾಗಿ ಬಳಸುವುದು ಹೇಗೆ, ಅವುಗಳನ್ನು ಎಲ್ಲಿಂದ ಪಡೆದುಕೊಳ್ಳಬಹುದು ಎಂಬ ಮಾಹಿತಿಗಳು ಜನರಿಗೆ ತಲುಪಬೇಕಾದ ಮಟ್ಟದಲ್ಲಿ ತಲುಪಲಿಲ್ಲ. ವೀಜ್‌ನಲ್ಲಿ ಏನಾಯಿತು ಎಂದು ಕೇಳುತ್ತೀರಾ? ಒಮ್ಮೆ ಇಲ್ಲಿಯ ಆರೋಗ್ಯ ಮಂತ್ರಾಲಯದ ಕಚೇರಿಗೆ ಬಂದಿದ್ದ ನಾನು ಹಿರಿಯ ಅಧಿಕಾರಿಯೊಬ್ಬರ ಕೋಣೆಯಲ್ಲಿ ಇಟ್ಟಿದ್ದ ಕಾಂಡೋಮ್‌ಗಳ ಡಬ್ಬಗಳನ್ನು ನೋಡಿದ್ದೆ. ಜನಸಾಮಾನ್ಯರು ಹೆಚ್ಚು ಭೇಟಿ ಕೊಡುವುದು ಮಂತ್ರಾಲಯದ ಕಚೇರಿಗೋ ಅಥವಾ ಆಸ್ಪತ್ರೆಗಳಿಗೋ ನೀವೇ ಹೇಳಿ. ಈ ಕಚೇರಿಗಳಿಗೆ ಜನರು ಬರುವುದು ಕೆಲ ದಾಖಲಾತಿ ಸಂಬಂಧಿ ಕೆಲಸಗಳಿಗೆ ಮಾತ್ರ. ಮಂತ್ರಾಲಯದ ಕಚೇರಿಯಲ್ಲಿ ಕಾಂಡೋಮ್‌ಗಳು ರಾಶಿ ಬಿದ್ದಿವೆ, ತೆಗೆದುಕೊಂಡು ಹೋಗ್ರಪ್ಪಾ ಎಂದು ಜನರಿಗೆ ಹೇಳುವುದಾದರೂ ಹೇಗೆ? ಅವುಗಳು ಅಲ್ಲೇ ಡಬ್ಬದಲ್ಲಿ ಕೊಳೆಯುತ್ತಿದ್ದವು", ಎಂದು ವಿಷಾದದಿಂದ ಹೇಳುತ್ತಿದ್ದರು ಡಾಕ್.

ಇನ್ನು ಏಡ್ಸ್ ನಿರ್ಮೂಲನೆಗೆ ಕೆಲ ಸಮಿತಿಗಳನ್ನು, ಕಾರ್ಯಕರ್ತರ ಗುಂಪುಗಳನ್ನು ಸರಕಾರವು ಈ ಹಿಂದೆ ನೇಮಿಸಿದ್ದರೂ ಇಲ್ಲಿಯ ಸಿಬ್ಬಂದಿಗಳಿಗೆ ಅವಶ್ಯಕ ತರಬೇತಿಗಳನ್ನು ಕಾಲಕಾಲಕ್ಕೆ ನೀಡುವುದರಲ್ಲಿ ವ್ಯವಸ್ಥೆಯು ವಿಫಲವಾಗಿದೆ. ಹಲವಾರು ಬಾರಿ ಹಣಕಾಸಿನ ಕೊರತೆಗಳಿಂದಾಗಿ ಕೆಲ ಯೋಜನೆಗಳು ಅರ್ಧಕ್ಕೇ ನಿಂತುಹೋಗಿವೆ ಎಂದು ಹೇಳುವ ಕೆಲ ಸಂಘಟನೆಗಳ ಕಾರ್ಯಕರ್ತರು ಸಂಬಳ, ಲೇಖನ ಸಾಮಗ್ರಿಗಳಂತಹ ಅಗತ್ಯ ವಸ್ತುಗಳ ಖರೀದಿಗೂ ಸಂಬಂಧಿ ಮೂಲಗಳಿಂದ ನಿಧಿಗಳು ಬರುವುದು ನಿಂತುಹೋಗಿ ಯೋಜನೆಗಳು ನೆಲಕಚ್ಚಿದವು ಎನ್ನುತ್ತಾರೆ. ಒಟ್ಟಿನಲ್ಲಿ ಏಡ್ಸ್‌ನ ವಿಚಾರಕ್ಕೆ ಬಂದರೆ ಅಂಗೋಲಾವು ಸಾಗಬೇಕಾದ ದೂರ ಸಾಕಷ್ಟಿದೆ.

●

ಝುಂಬಾ ತಾಳಕ್ಕೆ ಮೈಮರೆಯುತ್ತಾ...

ನೀವು ಚಿತ್ರಪ್ರೇಮಿಗಳಾಗಿದ್ದಲ್ಲಿ 'Notting Hill' ಎಂಬ ಚಿತ್ರದ ಬಗ್ಗೆ ಕೇಳಿರಬಹುದು.

ಹಾಲಿವುಡ್ ಖ್ಯಾತನಾಮರಾದ ಜೂಲಿಯಾ ರಾಬರ್ಟ್ಸ್ ಮತ್ತು ಹ್ಯೂ ಗ್ರಾಂಟ್ ಮುಖ್ಯಭೂಮಿಕೆಯಲ್ಲಿರುವ ಮುದ್ದಾದ ರೊಮ್ಯಾಂಟಿಕ್ ಕಾಮಿಡಿ ಚಿತ್ರವಿದು. ಬಾಫ್ತಾ ಅವಾರ್ಡ್ ಸೇರಿದಂತೆ ಹಲವು ಪ್ರಶಸ್ತಿಗಳನ್ನು ತನ್ನದಾಗಿಸಿಕೊಂಡ ಈ ಚಿತ್ರಕಥೆಯನ್ನು ಬರೆದವರು ಮತ್ತೋರ್ವ ಖ್ಯಾತನಾಮರಾದ ರಿಚರ್ಡ್ ಕರ್ಟಿಸ್. ಅತ್ಯಂತ ಪ್ರಖ್ಯಾತ ವ್ಯಕ್ತಿಯೊಬ್ಬ ಸಾಮಾನ್ಯನೊಬ್ಬನ ಜೀವನದೊಳಕ್ಕೆ ಹಾಗೆ ಸುಮ್ಮನೆ ನಡೆದುಕೊಂಡು ಬಂದರೆ ಏನೆಲ್ಲಾ ಆಗಬಹುದು ಎಂಬುದನ್ನೇ ಪ್ರೇಮಕಥೆಯ ಧಾಟಿಯಲ್ಲಿ ಮುದ್ದಾಗಿ ಕಟ್ಟಿಕೊಡುತ್ತಾರೆ ಕರ್ಟಿಸ್. ಅಂದಹಾಗೆ, ಈ ಐಡಿಯಾ ಅವರಿಗೆ ಅಚಾನಕ್ಕಾಗಿ ಹೊಳೆದಿದ್ದಂತೆ. "ಕೆಲವೊಮ್ಮೆ ನಾನು ಯೋಚಿಸುತ್ತಿರುತ್ತೇನೆ. ನಾನು ವಾರಕ್ಕೊಮ್ಮೆ ಅಥವಾ ಸಾಮಾನ್ಯವಾಗಿ ಯಾವಾಗಲೂ ಭೇಟಿ ನೀಡುವ ಗೆಳೆಯರೊಬ್ಬರ ಮನೆಗೆ ಎಂದಿನಂತೆ ಡಿನ್ನರ್‌ಗೆಂದು ಹೋದಾಗ ವಿಶ್ವದ ಅತೀ ಪ್ರಖ್ಯಾತ ವ್ಯಕ್ತಿಯೊಬ್ಬರೂ ಕೂಡ ಅಲ್ಲೇ ಊಟಕ್ಕೆಕುಳಿತಿದ್ದರೆ ನನ್ನ ತಕ್ಷಣದ ಪ್ರತಿಕ್ರಿಯೆ ಏನಾಗಿರಬಹುದು? ಮಡೋನಾ ಅಥವಾ ಅವರಷ್ಟೇ ವಿಶ್ವವಿಖ್ಯಾತ ವ್ಯಕ್ತಿಯೊಬ್ಬನನ್ನು ಹೀಗೆ ಸಾಮಾನ್ಯನಂತೆ ನಮ್ಮೊಂದಿಗೆ ಡಿನ್ನರ್ ಟೇಬಲ್ ಎದುರು ಕುಳಿತುಕೊಂಡಿರುವುದನ್ನು ಕಂಡು ಅಚ್ಚರಿಯಿಂದ ನನಗೆ ಮಾತು ಹೊರಡಬಹುದೇ? ಅಲ್ಲಿರುವ ನನ್ನ ಆ ಗೆಳೆಯರು ಆ ವೇಳೆಯಲ್ಲಿ ಹೇಗೆ ಪ್ರತಿಕ್ರಯಿಸಬಹುದು? ಎಲ್ಲಾ ಸರಿಯಾಗಿದೆ ಎಂದು ಏನೂ ಆಗಿಲ್ಲವೆಂಬಂತೆ ಊಟ ಮಾಡಲು ಅಂದು ಸಾಧ್ಯವಾಗಬಹುದೇ? ಇಂಥದ್ದೊಂದು ಯೋಚನಾಲಹರಿಯಲ್ಲೇ 'Notting Hill' ಹುಟ್ಟಿಕೊಂಡಿತು", ಅನ್ನುತ್ತಾರೆ ಕರ್ಟಿಸ್.

ವಿಕ್ಟರ್ ಮ್ಯಾಕ್ಸಿಮುಸ್ ಎಂಬ ಸ್ಫುರದ್ರೂಪಿ ತರುಣನೊಬ್ಬನನ್ನು ಲುವಾಂಡಾದಲ್ಲಿ ಭೇಟಿಯಾಗಿದ್ದ ನನಗೆ ಒಂದೆರಡು ದಿನಗಳ ನಂತರ ಇಂಥದ್ದೇ ಅನುಭವವಾಗಿ ನನ್ನನ್ನು ಅಚ್ಚರಿಯಲ್ಲಿ ದೂಡಿತ್ತು. ಅಂದು ಭಾರತದಿಂದ ನಮ್ಮಲ್ಲಿಗೆ ಬಂದಿದ್ದ ಹಿರಿಯ ಸಹೋದ್ಯೋಗಿಯೊಬ್ಬರ ಜೊತೆ ಕುಳಿತುಕೊಂಡು ನಾನು ವೈನ್ ಸವಿಯುತ್ತಿದ್ದೆ. ಇನ್ನೇನು ಸ್ವಲ್ಪ ಹೊತ್ತಿನಲ್ಲಿ ರಾತ್ರಿ ಭೋಜನವೂ ತಯಾರಾಗಿ ಬರಲಿತ್ತು. ರಾಜಧಾನಿಯಾದ ಲುವಾಂಡಾ ಮಹಾನಗರಿಯು ಮೊದಲಿನಿಂದಲೂ ಮನರಂಜನೆಯ ಮತ್ತು ಹೊಸ ಹೊಸ ಪರಿಚಯಗಳನ್ನು ಮಾಡಿಕೊಳ್ಳುವ ನಿಟ್ಟಿನಲ್ಲಿ ನನ್ನ ಮಟ್ಟಿಗೆ ಅಂಗೋಲಾದ ಮುಖ್ಯ ತಾಣಗಳಲ್ಲೊಂದಾಗಿ ಪರಿಣಮಿಸಿದೆ. ಈ ಹಿಂದೆ ಅಂಡಮಾನಿನ ಪೋರ್ಟ್‌ಬ್ಲೇರ್‌ನಲ್ಲಿ ಒಂದೆರಡು ತಿಂಗಳ ಕಾಲ ತಂಗಿದ್ದ ದಿನಗಳಲ್ಲೂ ಕೂಡ ನನ್ನ 'socialising' ಅನುಭವಗಳು

ಹೇರಳವಾಗಿದ್ದವು. ಆದರೆ ಅಂಡಮಾನ್ ಸಾಗರ ತೀರಕ್ಕೆ ಬರುತ್ತಿದ್ದ ಭಾರತೀಯ ಪ್ರವಾಸಿಗರಲ್ಲಿ ಹೆಚ್ಚಿನವರು ಮಧುಚಂದ್ರಕ್ಕೆಂದು ಬರುತ್ತಿದ್ದ ಜೋಡಿಗಳೇ ಆಗಿದ್ದರಿಂದ ಏಕಾಂಗಿ ಹಿಪ್ಪಿಯಂತಿದ್ದ ನಾನು ಬಿಳಿಯರ ಗುಂಪುಗಳಲ್ಲೇ ಬ್ಯುಸಿಯಾಗಿರುತ್ತಿದ್ದೆ. ಇಂಥಾ ನೆನಪುಗಳನ್ನೆಲ್ಲಾ ಲುವಾಂಡಾ ಆಗಾಗ ತಾಜಾಗೊಳಿಸುತ್ತಿತ್ತು.

ಲುವಾಂಡಾದಲ್ಲಿ ನಾವು ಉಳಿದುಕೊಂಡಿದ್ದ ವಸತಿಗೃಹ ನಮಗೆ ಹೊಸ ಜಾಗವೇನೂ ಆಗಿರಲಿಲ್ಲ. ಹೀಗಾಗಿ ಸುತ್ತಮುತ್ತಲ ಪರಿಸರದ ಮತ್ತು ಸಿಬ್ಬಂದಿಗಳ ಪರಿಚಯವೂ ನನಗಿತ್ತು. ನನ್ನ ಹರಕುಮುರುಕು ಪೋರ್ಚುಗೀಸ್ ಭಾಷೆಯನ್ನು ಇವರೆಲ್ಲರೂ ನಗುನಗುತ್ತಲೇ ಸವಿಯುತ್ತಿದ್ದವರು. ಆದರೆ ಆ ಸಂಜೆ ಮಾತ್ರ ಚಟುವಟಿಕೆಗಳು ಹೆಚ್ಚೇ ನಡೆಯುತ್ತಿದ್ದಂತೆ ಭಾಸವಾಗುತ್ತಿತ್ತು. ಈಜುಕೊಳಕ್ಕಿಂತ ಒಂದಿಷ್ಟು ದೂರದಲ್ಲೇ ಚಿಕ್ಕದೊಂದು ವೇದಿಕೆಯನ್ನು ಹಾಕಿ 'ಝುಂಬಾ' ಎಂಬ ದೊಡ್ಡ ಬ್ಯಾನರ್ ಅನ್ನು ಅಲ್ಲಿ ಕಟ್ಟಿದ್ದರು. ನಿಮಿಷಗಳು ಸರಿದಂತೆಯೇ, ನಾವುಗಳು ನೋಡನೋಡುತ್ತಿರುವಂತೆಯೇ ಸುಮಾರು ನೂರು-ನೂರೈವತ್ತು ಜನರು ಆ ಜಾಗದಲ್ಲಿ ಸೇರಿದರು. ನಂತರ ಧ್ವನಿವರ್ಧಕಗಳ ಅಬ್ಬರಗಳೊಂದಿಗೆ ಕಾರ್ಯಕ್ರಮವು ಶುರುವಾಯಿತು. ತೆರೆದ ಅಂಗಳದಂತಿದ್ದ ಆ ಸುಂದರ ಜಾಗದಲ್ಲಿ ಎಲ್ಲರೂ ಝುಂಬಾ ಕುಣಿಯುವವರೇ. ಇನ್ನು ನಮ್ಮಲ್ಲಿ ಫ್ಲ್ಯಾಷ್ ಮಾಬ್ ಕಾರ್ಯಕ್ರಮಗಳಾದಾಗ ಒಬ್ಬೊಬ್ಬರಾಗಿ ನರ್ತಿಸಲು ಬಂದು ಸೇರುತ್ತಾರಲ್ಲವೇ, ಹೀಗೆ ಮಧ್ಯದಲ್ಲಿ ಬಂದು ಸೇರುವ ಜನರೂ ಬೇರೆ. ಒಟ್ಟಾರೆಯಾಗಿ ಒಂದು ತಾಸಿನ ಯಶಸ್ವಿ ಕಾರ್ಯಕ್ರಮವಾಗಿತ್ತದು.

"ನೀವೇನು ನೋಡುತ್ತಲೇ ಇದ್ದೀರಿ? ಬಂದು ಕೊಂಚ ಮೈಸಡಿಲಿಸುವುದಲ್ಲವೇ?", ಕಾರ್ಯಕ್ರಮದ ಕೊನೆಯಲ್ಲಿ ಏದುಸಿರುಬಿಡುತ್ತಾ ನಿಂತಿದ್ದ ತರುಣನೊಬ್ಬ ಇವೆಲ್ಲವನ್ನೂ ನೋಡುತ್ತಲೇ ಇದ್ದ ನನ್ನನ್ನು ಕೇಳಿದ. "ಅಯ್ಯೋ... ನನ್ನ ಜೀವಮಾನದಲ್ಲಿ ಒಮ್ಮೆಯೂ ನಾನು ನರ್ತಿಸಿದವನೇ ಅಲ್ಲ", ಎಂದು ಪೆಚ್ಚಾಗಿ ನುಡಿದೆ ನಾನು. "ಹಾಗಾದರೆ ಮುಂದಿನ ಬಾರಿ ನೀವು ಪ್ರಯತ್ನಿಸಲೇಬೇಕು", ಎಂದ ಆತ. ನಾನು ಆಯಿತೆಂದು ತಲೆಯಾಡಿಸಿದೆ. ಸುಮಾರು ಒಂದು ತಾಸಿನಿಂದ ನರ್ತಿಸುತ್ತಾ ಬೆವರಿನಿಂದ ತೊಯ್ದುಹೋಗಿದ್ದ ಆತ ಮಾತನ್ನು ಮುಂದುವರಿಸದೆ ತನ್ನ ಒದ್ದೆ ಅಂಗಿಯನ್ನು ಪಕ್ಕಕ್ಕೆಸೆದು ಈಜುಕೊಳಕ್ಕೆ ಹಾರಿದ. ಉಳಿದವರೂ ಕೂಡ ನೀರು ಕುಡಿಯುವುದರಲ್ಲಿ, ಕುಳಿತು ಕೊಂಚ ಸುಧಾರಿಸಿಕೊಳ್ಳುವಲ್ಲಿ ವ್ಯಸ್ತರಾಗಿದ್ದರು. ಇತ್ತ ನನ್ನ ಸಹೋದ್ಯೋಗಿ ಮಾತ್ರ ಇನ್ನೂ ಚಿತ್ರಗಳನ್ನು ಕ್ಲಿಕ್ಕಿಸುವುದರಲ್ಲೇ ಬ್ಯುಸಿಯಾಗಿದ್ದರು. "ಆಗಲಿ, ನೀವಾದರೂ ಕೆಲ ಚಿತ್ರಗಳನ್ನು ಸೆರೆಹಿಡಿದಿರಲ್ಲಾ, ನಾನಂತೂ ನೋಡುವುದರಲ್ಲೇ ಮಗ್ನನಾಗಿದ್ದೆ", ಎಂದೆ ನಾನು. "ನನ್ನ ಈ ಮೊಬೈಲಿನಲ್ಲಿ ನೂರು ಚಿತ್ರಗಳನ್ನು ಕ್ಲಿಕ್ಕಿಸಿದರೆ ನಾಲ್ಕೈದು ಮಾತ್ರ ನೋಡಲು ಲಾಯಕ್ಕಾಗಿರುತ್ತವೆ. ಹೀಗಾಗಿ ಎಲ್ಲವನ್ನೂ ಆದಷ್ಟು ಕ್ಲಿಕ್ ಮಾಡಿದೆ", ಎಂದರವರು. ಇದೊಳ್ಳೆ ಕಥೆ ಎನ್ನುತ್ತಾ ನಾವು ಮರೆತಿದ್ದ ಭೋಜನದ ಕಡೆಗೆ ತೆರಳಿ ದಿನವನ್ನು ಮುಗಿಸಿದೆವು.

ಇದಾದ ಹತ್ತು ದಿನಗಳ ನಂತರ ವೀಜ್‌ನಿಂದ ಮತ್ತೆ ಲುವಾಂಡಾಗೆ ಬರಬೇಕಿದ್ದ ಸಂದರ್ಭವು ಒದಗಿಬಂದಿದ್ದರಿಂದ ಈ ಝುಂಬಾ ನೃತ್ಯತಂಡವನ್ನು ಮತ್ತೊಮ್ಮೆ ನಾವು ಕಂಡೆವು. ಈ ಬಾರಿ ನೆರೆದಿದ್ದ ಜನರ ಸಂಖ್ಯೆಯಲ್ಲಿ ಒಂದಿಷ್ಟು ಇಳಿಕೆಯಾಗಿದ್ದರೂ ಉತ್ಸಾಹಕ್ಕೇನೂ ಕಮ್ಮಿಯಿರಲಿಲ್ಲ. "ನೀವು ಮೊನ್ನೆ ಬಂದಾಗ ಇಲ್ಲಿ ನಡೆಯುತ್ತಿದ್ದಿದ್ದು ಇವರ

ಮೊದಲ ಕಾರ್ಯಕ್ರಮ. ಅಂದಿನಿಂದ ಪ್ರತಿ ಮಂಗಳವಾರ, ಗುರುವಾರ ಒಂದು ತಾಸಿನ ಕಾರ್ಯಕ್ರಮ ಇಲ್ಲಿ ನೀಡುತ್ತಿದ್ದಾರೆ", ಎಂದು ಪರಿಚಿತ ಸಿಬ್ಬಂದಿಯೊಬ್ಬ ಹೇಳಿದ, 'ನೀವೂ ಹೋಗಿ ಮಾರಾಯ್ರೇ' ಎಂಬ ಸಲಹೆ ಕೊಟ್ಟ. 'ನಾನು ಕೆಟ್ಟದಾಗಿ ಹೆಜ್ಜೆಹಾಕಿದರೂ ನನ್ನನ್ನಿಲ್ಲಿ ನೋಡೋರ್‍ಯಾರು. ಮುಂದಿನ ಬಾರಿ ಖಂಡಿತ ಪ್ರಯತ್ನಿಸುತ್ತೇನೆ', ಎಂದು ಒಳಗೊಳಗೇ ಲೆಕ್ಕಹಾಕಿದೆ. ಆ ರಾತ್ರಿ ವಿಶ್ರಾಂತಿಯ ಬಳಿಕ ನನ್ನ ಸಹೋದ್ಯೋಗಿ ಮರುದಿನ ಭಾರತಕ್ಕೆ ವಾಪಸ್ಸಾದರು. ಅಂತೂ ಆ ಪಯಣವೂ ಕೂಡ ಝುಂಬಾ ನಿಟ್ಟಿನಲ್ಲಿ ಬರಖತ್ತಾಗಲಿಲ್ಲ.

ಆದರೆ, ಲುವಾಂಡಾದ ನನ್ನ ಮುಂದಿನ ಪ್ರಯಾಣ ಗುರುವಾರವೇ ಬರುವಂತೆ ನೋಡಿಕೊಂಡಿದ್ದೆ. ಹತ್ತು ನಿಮಿಷವಾದರೂ ಸರಿ, ಒಂದಿಷ್ಟು ಹೆಜ್ಜೆಹಾಕಿ ಬೆವರಿಳಿಸಬೇಕು ಎಂಬ ಯೋಚನೆ ನನ್ನದಾಗಿತ್ತು. ಅದ್ಹೇಗೋ ಕಷ್ಟಪಟ್ಟು ಸ್ಪೋರ್ಟ್ಸ್ ಶೂ ಬೇರೆ ತರಿಸಿಕೊಂಡೆ. ಹೀಗಾಗಿ ಇನ್ನು ತಡಮಾಡುವ ವಿಚಾರವೇ ಇರಲಿಲ್ಲ. ಕೊನೆಗೂ ಸುಮುಹೂರ್ತ ಕೂಡಿಬಂದು ಸಂಕೋಚದಿಂದಲೇ ಆ ಜನಜಂಗುಳಿಯಲ್ಲಿ ಹೆಜ್ಜೆ ಹಾಕಿದೆ. ಸೂರ್ಯಾಸ್ತದ ನಂತರ, ತೆರೆದ ಆವರಣದಲ್ಲಿ, ಪೋರ್ಚುಗೀಸ್ ಮತ್ತು ಸ್ಪ್ಯಾನಿಶ್ ಹಾಡುಗಳಿಗೆ ಲ್ಯಾಟಿನ್ ಅಮೆರಿಕನ್ ಶೈಲಿಯಲ್ಲಿ ನರ್ತಿಸುವ ಸಂತಸವೇ ಬೇರೆ. ಅದೂ ಕೂಡ ಗೊತ್ತಿಲ್ಲದ ನಾಡಿನಲ್ಲಿ, ಗೊತ್ತಿಲ್ಲದ ಜನರೊಂದಿಗೆ ಗೊತ್ತಿಲ್ಲದ ನೃತ್ಯಶೈಲಿಯನ್ನು ಪ್ರಯತ್ನಿಸುವುದೆಂದರೆ ವಿಶಿಷ್ಟ ಅನುಭವವೇ. ಇತರರಿಗಿಂತ ಬೇಗ ಸುಸ್ತಾಗಿದ್ದನ್ನು ಬಿಟ್ಟರೆ 'ಪ್ರಥಮ ಚುಂಬನಂ ದಂತಭಗ್ನಂ' ಅನ್ನುವಂಥದ್ದೇನೂ ಆಗಲಿಲ್ಲವಾದ್ದರಿಂದ ನಾನು ನಿರಾಳನಾದೆ. ಮುಂದಿನ ಬಾರಿ ಬಂದಾಗ ಮತ್ತೊಮ್ಮೆ ಪ್ರಯತ್ನಿಸಬಹುದೆಂಬ ಪುಟ್ಟ ಧೈರ್ಯ ಮನದಲ್ಲಿ ಕುಣಿದಾಡಿತು.

ಆ ಸಂಜೆಯ ಕಾರ್ಯಕ್ರಮವು ಮುಗಿದ ನಂತರ ನಮ್ಮೆಲ್ಲರಿಗೂ ಝುಂಬಾ ಕಲಿಸುತ್ತಿದ್ದ ಸ್ಫುರದ್ರೂಪಿ ತರುಣನೆಡೆಗೆ ತೆರಳಿ ಪರಿಚಯಿಸಿಕೊಂಡೆ. "ನಾನು ವಿಕ್ಟರ್ ಮ್ಯಾಕ್ಸಿಮುಸ್", ಆತ ಕೈಕುಲುಕಿ ತನ್ನನ್ನು ತಾನು ಪರಿಚಯಿಸಿಕೊಂಡ. ಹಾಗೆಯೇ ಮುಂದುವರಿಯುತ್ತಾ "ಇವರು ಪೌಲಾ ಸಾಂತುಸ್", ಎನ್ನುತ್ತಾ ಜೊತೆಯಲ್ಲಿದ್ದ ಬಿಳಿಯ ಹೆಂಗಸೊಬ್ಬಳನ್ನೂ ಕೂಡ ಪರಿಚಯಿಸಿದ. ನನಗೆ ತಿಳಿದ ಮಟ್ಟಿಗೆ ವಿಕ್ಟರ್ ಮತ್ತು ಪೌಲಾ ಈ ಝುಂಬಾ ತಂಡದ ಚುಕ್ಕಾಣಿ ಹಿಡಿದಿದ್ದರು. ನನ್ನ, ವಿಕ್ಟರ್ ಮತ್ತು ಪೌಲಾರ ಆರಂಭಿಕ ಮಾತುಗಳು ಇಂಗ್ಲಿಷ್ ಭಾಷೆಯಲ್ಲಿ ನಡೆಯುತ್ತಿದ್ದರಿಂದ ಸುತ್ತ ನೆರೆದಿದ್ದ ಉಳಿದ ಸ್ಪರ್ಧಾಳುಗಳು ಬೇಗಬೇಗನೇ ಅಲ್ಲಿಂದ ಜಾರಿಕೊಂಡರು. ಇನ್ನು ಕೆಲ ಮಹಿಳಾ ಅಭಿಮಾನಿಗಳು ವಿಕ್ಟರ್‌ನನ್ನು ಬಿಡುವ ಮೂಡಿನಲ್ಲಿರುವಂತೆ ಕಾಣದಿದ್ದಾಗ "ನಿಮಗೆ ಹೋಗಲು ಮನಸ್ಸಿಲ್ಲದಿದ್ದರೆ ಇಲ್ಲೇ ನಮ್ಮ ಜೊತೆ ಕುಳಿತುಕೊಳ್ಳಿ. ನಾನು ಹೆಚ್ಚು ಸಮಯವನ್ನೇನೂ ತೆಗೆದುಕೊಳ್ಳುವುದಿಲ್ಲ", ಎಂದು ಭರವಸೆಯನ್ನು ಕೊಟ್ಟೆ. ನನ್ನ ಮಾತಿನ ಒಳಾರ್ಥವನ್ನು ಅರ್ಥೈಸಿಕೊಂಡ ಒಂದಿಬ್ಬರು ತರುಣಿಯರು ಗೊಳ್ಳನೆ ನಕ್ಕರು. ನಾನೊಬ್ಬ ಬರಹಗಾರನೆಂದು ತಿಳಿದ ಮೇಲೆ ವಿಕ್ಟರ್‌ನ ಉತ್ಸಾಹವು ಇಮ್ಮಡಿಯಾಗಿ ಕುಳಿತು ಮಾತನಾಡಲು ಒಪ್ಪಿಕೊಂಡ. ಹಾಗೆಯೇ ಈ ಸಂಭಾಷಣೆಯು ಬೇಗನೇ ಮುಗಿಯುವಂಥದ್ದಲ್ಲ ಎಂದು ಅರಿವಾದವನಂತೆ ಪೌಲಾರನ್ನು ಉಳಿಸಿಕೊಂಡು ಉಳಿದವರನ್ನು ಕಳಿಸಿಬಿಟ್ಟ. ಸುತ್ತಲೂ ನೆರೆದಿದ್ದ ತರುಣಿಯರು ನಮ್ಮನ್ನು ನೋಡಿ ಕುಲುಕುಲು ನಗುತ್ತಾ ಹೊರಟುಹೋದರು.

ಭೇಟಿಯಾದ ಕ್ಷಣಮಾತ್ರದಲ್ಲೇ ಆಪ್ತನೆಂಬಂತೆ ಮಾತನಾಡಲು ಶುರುಹಚ್ಚಿಕೊಂಡ

ವಿಕ್ಟರ್ ತನ್ನ ಬಗ್ಗೆ, ತನ್ನ ತಂಡದ ಬಗ್ಗೆ ಹೇಳುತ್ತಾ ಹೋದ. ಬೆಳ್ಳಿ ಕೂದಲುಗಳು ಅಲ್ಲಲ್ಲಿ ಇಣುಕುತ್ತಿದ್ದರೂ ಇಪ್ಪತ್ತರ ತರುಣರಲ್ಲಿದ್ದ ಆತನ ಹುಮ್ಮಸ್ಸು ಸಹಜವಾಗಿಯೇ ನನ್ನನ್ನು ಆಕರ್ಷಿಸಿತ್ತು. ಅಂಗೋಲನ್ ನಾಗರಿಕನಾಗಿದ್ದರೂ ತನ್ನ ಜೀವನದ ಬಹುಪಾಲು ವರ್ಷಗಳನ್ನು ತಾನು ಪೋರ್ಚುಗಲ್‌ನಲ್ಲೇ ಕಳೆದ ಬಗ್ಗೆ ಆತ ಹೇಳಿದ. ವಿಕ್ಟರ್ ಮತ್ತು ಪೌಲಾ ಅಂಗೋಲಾದಾದ್ಯಂತ ಝುಂಬಾ ಕಾರ್ಯಕ್ರಮಗಳನ್ನು ನಡೆಸಿಕೊಡುತ್ತಾರೆ ಎಂಬ ಮಾಹಿತಿಗಳು ಆತನಿಂದಲೇ ತಿಳಿದುಬಂದಿತು. ಪೌಲಾ ದೈಹಿಕವಾಗಿ ಅಷ್ಟೇನೂ ಫಿಟ್ ಆಗಿರದಿದ್ದರೂ ಚೆನ್ನಾಗಿ ಲಯಬದ್ಧವಾಗಿ ನರ್ತಿಸುತ್ತಿದ್ದಳು. ಲುವಾಂಡಾದಲ್ಲಿ ಈ ಜಾಗವನ್ನು ಹೊರತುಪಡಿಸಿ ಮೂರು ಪ್ರತ್ಯೇಕವಾದ ಝುಂಬಾ ನೃತ್ಯಶಾಲೆಗಳನ್ನು ಆತ ಖಾಸಗಿಯಾಗಿ ನಡೆಸುತ್ತಿದ್ದು ತನ್ನೊಂದಿಗೆ ಹಲವು ಝುಂಬಾ ತರಬೇತುದಾರರನ್ನು ಇಟ್ಟುಕೊಂಡಿದ್ದ. ಈತನ ಅನುಪಸ್ಥಿತಿಯಲ್ಲಿ ಪೌಲಾ ಇಂಥಾ ಕಾರ್ಯಕ್ರಮಗಳನ್ನು ನಡೆಸಿಕೊಡುತ್ತಿದ್ದಳು.

"ಅಂಗೋಲಾದಲ್ಲಿರುವ ಹಲವು ಝುಂಬಾ ತಂಡಗಳಲ್ಲಿ ನಮ್ಮದು ಮುಂಚೂಣಿಯಲ್ಲಿ ನಿಲ್ಲುವಂಥದ್ದು", ಎಂದು ಹೆಮ್ಮೆಯಿಂದ ಹೇಳಿದ ವಿಕ್ಟರ್. ಆಗಾಗ ಸಮುದ್ರತೀರಗಳಂತಹ ಸಾರ್ವಜನಿಕ ಸ್ಥಳಗಳಲ್ಲೂ ಇವರು ಕಾರ್ಯಕ್ರಮಗಳನ್ನು ಆಯೋಜಿಸುತ್ತಾರಂತೆ. "ಕೆಲವೊಮ್ಮೆ ಇಲ್ಲಿಯ ಟಿ.ವಿ ಚಾನೆಲ್‌ಗಳಿಗೂ ಕಾರ್ಯಕ್ರಮಗಳನ್ನು ನೀಡುತ್ತಿರುತ್ತೇನೆ. ಸಾವಿರಾರು ಜನರನ್ನು ಒಂದೇ ಕಡೆ ಸೇರಿಸಿ, ದೊಡ್ಡ ಮಟ್ಟಿನ ಝುಂಬಾ ನೃತ್ಯ ಕಾರ್ಯಕ್ರಮವನ್ನು ಆಯೋಜಿಸಿ ಗಿನ್ನೆಸ್ ದಾಖಲೆ ಬರೆಯುವ ಯೋಚನೆಯೂ ತನಗಿದೆ", ಎಂದ ಆತ. ವಿಕ್ಟರ್ ಇಂಥಾ ಖಾಸಗಿ ಕಾರ್ಯಕ್ರಮಗಳು ಮತ್ತು ತರಬೇತಿಗಳನ್ನಲ್ಲದೆ ಹಲವು ವಿ.ಐ.ಪಿ.ಗಳಿಗೂ ಖಾಸಗಿಯಾಗಿ ಝುಂಬಾ ತರಬೇತಿಗಳನ್ನು ನೀಡುತ್ತಿದ್ದ. ಹೀಗಾಗಿ ವಿಕ್ಟರ್ ಸ್ವತಃ ಹೇಳುವಂತೆ ಸರಕಾರದ, ಆಡಳಿತದ ಮತ್ತು ಇತರ ಕ್ಷೇತ್ರಗಳಲ್ಲಿನ ಆಯಕಟ್ಟಿನ ಜಾಗದಲ್ಲಿರುವ ಹತ್ತಾರು ವ್ಯಕ್ತಿಗಳೊಂದಿಗೆ ಈತನಿಗೆ ಒಳ್ಳೆಯ ಸಂಬಂಧವಿತ್ತು. ಪರಿಣಾಮವಾಗಿ ಇಂಥದ್ದೊಂದು ಅದ್ದೂರಿ ಕಾರ್ಯಕ್ರಮದ ಆಯೋಜನೆಯು ಆತನಿಗೆ ಕಷ್ಟದ ವಿಷಯವೇನೂ ಆಗಿರಲಿಲ್ಲ.

ಝುಂಬಾ ಬಗ್ಗೆ ತಮ್ಮ ಅನುಭವಗಳನ್ನು ಪೌಲಾ ಆಪ್ತವಾಗಿ ನನ್ನೊಂದಿಗೆ ಹಂಚಿಕೊಂಡರು. "ಪೌಲಾ ಇರದಿದ್ದರೆ ನಾನು ಝುಂಬಾ ಕಡೆ ತಲೆಹಾಕುತ್ತಲೇ ಇರಲಿಲ್ಲ. ಮೊದಲಂತೂ ನಾನು ದಪ್ಪಗಿದ್ದು ವಿಚಿತ್ರವಾಗಿದ್ದೆ. ನಂತರ ಕಿಲೋಗಟ್ಟಲೆ ತೂಕ ಕಳೆದುಕೊಂಡು ಈಗ ಫಿಟ್ ಆಗಿದ್ದೇನೆ. ಈಗಂತೂ ಝುಂಬಾದಿಂದಲೇ ನನ್ನ ಜೀವನ ನಡೆಯುತ್ತಿದೆ", ಎಂದು ಉತ್ಸಾಹದಿಂದ ಹೇಳಿದ ವಿಕ್ಟರ್. "ವಾರಕ್ಕೆರಡು ಬಾರಿ ನಾವು ಇಲ್ಲಿರುತ್ತೇವೆ. ನೀವೂ ಕೂಡ ಬಂದು ಭಾಗವಹಿಸಿ", ಎಂದು ಆತ್ಮೀಯವಾಗಿ ಆಹ್ವಾನಿಸಿದರು ಪೌಲಾ. "ನಾನು ಲುವಾಂಡಾಗೆ ಬರುವುದು ತಿಂಗಳಿಗೊಮ್ಮೆಯಷ್ಟೇ. ಆದರೆ, ಬಂದಾಗಲೆಲ್ಲಾ ಖಂಡಿತ ಭಾಗವಹಿಸುತ್ತೇನೆ", ಎಂದು ನಾನು ಒಪ್ಪಿಕೊಂಡೆ. ಅಂದಹಾಗೆ ಅಂಗೋಲಾಕ್ಕೆ ಬಂದ ನಂತರ ದೈಹಿಕ ಶ್ರಮದ ಕೆಲಸಗಳು ಏಕಾಏಕಿ ಕಡಿಮೆಯಾದ ಪರಿಣಾಮ ಝುಂಬಾವನ್ನು ಮುಂದುವರಿಸುವ ಬಗ್ಗೆ ನಾನು ಆಗಲೇ ನಿರ್ಧರಿಸಿದ್ದೆ. ವೀಜ್‌ನಲ್ಲಿ ಜಿಮ್ ವ್ಯವಸ್ಥೆಯು ಇಲ್ಲದಿದ್ದ ಪರಿಣಾಮವಾಗಿ ಮನರಂಜನೆಯ ಜೊತೆಗೆ ದೈಹಿಕ ಕಸರತ್ತಿನ ನಿಟ್ಟಿನಲ್ಲಿ ಝುಂಬಾ ಒಂದೊಳ್ಳೆಯ ಆಯ್ಕೆಯಾಗುವ ಸಾಧ್ಯತೆಯನ್ನು ನಾನು ಕಂಡುಕೊಂಡಿದ್ದೆ. ಅಂತೂ ಮತ್ತೆ ಭೇಟಿಯಾಗುವ ಭರವಸೆಯೊಂದಿಗೆ ನಮ್ಮ ಅಂದಿನ ಮಾತುಕತೆ ಮುಗಿದಿತ್ತು.

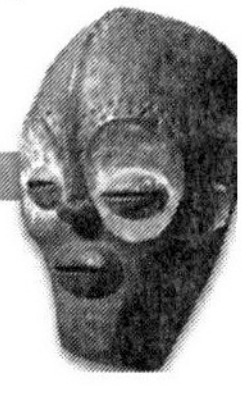

ಇದಾದ ಎರಡು ದಿನಗಳ ನಂತರ ದುಭಾಷಿಯ ಬಳಿ ಏನೋ ಮಾತನಾಡುತ್ತಿದ್ದಾಗ ಈ ವಿಷಯವೂ ಕೂಡ ನಮ್ಮ ಮಧ್ಯೆ ಸುಳಿಯಿತು. "ವಿಕ್ಟರ್ ಮ್ಯಾಕ್ಸಿಮುಸ್ ಒಂದು ರೀತಿ ಸೆಲೆಬ್ರಿಟಿಯೇ. ಝುಂಬಾದಲ್ಲಿ ಆತ ಒಳ್ಳೆ ಹೆಸರನ್ನು ಮಾಡಿದ್ದಾನೆ. ಇಲ್ಲಿಯ ಟಿ.ವಿ ಚಾನೆಲ್‌ಗಳಲ್ಲೂ ಸತತವಾಗಿ ಕಾಣಿಸಿಕೊಳ್ಳುತ್ತಿರುತ್ತಾನೆ", ಎಂದ ದುಭಾಷಿ. "ಆವತ್ತೇ ಹೇಳುವುದಲ್ಲವೇ? ಕನಿಷ್ಠ ಪಕ್ಷ ಆತನ ಜೊತೆಯಲ್ಲಿ ಒಂದು ಫೋಟೋ ತೆಗೆದುಕೊಳ್ಳುತ್ತಿದ್ದೆ", ಎಂದು ಗೊಣಗಿದೆ ನಾನು. ಅಸಲಿಗೆ ವಿಕ್ಟರ್ ತನ್ನ ತಂಡದ ಬಗ್ಗೆ ನನ್ನೊಂದಿಗೆ ಪ್ರಮೋಷನ್ ಅಷ್ಟೇ ಮಾಡುತ್ತಿದ್ದಾನೆ ಎಂದು ನನಗನ್ನಿಸಿತ್ತು. ಆದರೆ, ನನ್ನ ಎಣಿಕೆ ತಪ್ಪಾಗಿತ್ತು. ನನ್ನ ಮಾತಿಗೆ ನಕ್ಕ ಆತ, ಮುಂದಿನ ಬಾರಿ ತೆಗೆದುಕೊಂಡರಾಯಿತು ಬಿಡಿ ಎಂದು ಬಿಟ್ಟಿ ಸಲಹೆ ಕೊಟ್ಟ. ವಿಕ್ಟರ್ ಗಾಯಕಿ ಮಡೋನಾರಷ್ಟು ಖ್ಯಾತನಾಗಿಲ್ಲದಿರಬಹುದು. ಆದರೆ ಝುಂಬಾ ಕ್ಷೇತ್ರದಲ್ಲಿ ಒಳ್ಳೆಯ ಹೆಸರನ್ನು ಗಳಿಸಿದ್ದ. 'ನಾಟ್ಟಿಂಗ್ ಹಿಲ್'ನ ಕರ್ಟಿಸ್ ಮತ್ತೆ ನೆನಪಾದರು.

ಅಂಗೋಲಾದಲ್ಲಿ ಸ್ಥಳೀಯ ಸೆಲೆಬ್ರಿಟಿಯಂತಹ ಸಾಧಕರು ಜನಸಾಮಾನ್ಯರಂತೆಯೇ ಎಲ್ಲರೊಂದಿಗೆ ಬೆರೆತುಕೊಂಡಿರುತ್ತಾರೆ ಎಂಬುದು ಮುಂದೆ ನನಗೆ ತಿಳಿಯಿತು. ಹೀಗಾಗಿ ಟಿ.ವಿ ಪರದೆಯಲ್ಲಿ ಕಾಣಸಿಗುವ ಮುಖಗಳು ಅಕಸ್ಮಾತ್ತಾಗಿ ಬೀದಿಯಲ್ಲಿ ಸಿಕ್ಕರೆ ಇಲ್ಲಿ ಅಷ್ಟಾಗಿ ಜನರೇನೂ ಸೇರುವುದಿಲ್ಲ, ಇರುವೆಗಳಂತೆ ಮುತ್ತಿಕೊಂಡು ಸೆಲ್ಫಿ ಕ್ಲಿಕ್ಕಿಸುವುದಿಲ್ಲ. ಸಾಧಕರೂ ಕೂಡ ತಾವೇನು ಆಕಾಶದಿಂದ ಇಳಿದುಬಂದ ದೇವತೆಗಳೋ ಎಂಬಂತೆ ವರ್ತಿಸುವುದಿಲ್ಲ. ಇದು ಗಾಯಕರು, ಕಲಾವಿದರಿಂದ ಹಿಡಿದು ಟಿ.ವಿ ನಿರೂಪಕರವರೆಗೂ ಸತ್ಯ. "ಒಂದು ಪಕ್ಷ ಪೀಲೆಯೋ, ಮೆಸ್ಸಿಯೋ, ರಿಹಾನಾಳೋ, ಮಡೋನಾಳೋ ಬಂದರೂ ಹೀಗಾಗುತ್ತದೆಯೋ?", ಎಂದು ಅಚ್ಚರಿಯಿಂದ ಕೇಳಿದೆ ನಾನು. "ಇಲ್ಲ ಇಲ್ಲ... ಅವರೆಲ್ಲಾ ಬಂದರೆ ಜನ ಸೇರುವುದಂತೂ ಖಂಡಿತ", ಎಂದ ದುಭಾಷಿ. 'ಘರ್ ಕಾ ಮುರ್ಗಾ ದಾಲ್ ಬರಾಬರ್' (ಮನೆಯಲ್ಲಿ ಬೇಯಿಸಿದ ಕೋಳಿಯೂ ಸಪ್ಪೆ ಬೇಳೆಯಂತೆಯೇ) ಅನ್ನೋ ಮಾತೊಂದು ಹಿಂದಿಯಲ್ಲಿದೆ. ಅದ್ಯಾಕೆ ಹೀಗೆ? ನನಗಂತೂ ಗೊತ್ತಿಲ್ಲ!

ಹಚ್ಚಿಕೊಂಡ ಝುಂಬಾ ಹುಚ್ಚು ಮುಂದೆಂದೂ ನನ್ನ ಬಿಡಲೇ ಇಲ್ಲ. ಪ್ರತೀ ಬಾರಿ ಲುವಾಂಡಾಗೆ ಹೋದಾಗಲೂ ಮೈಮುರಿಯುವಂತೆ ಕುಣಿಯುವುದನ್ನು ತಪ್ಪಿಸುವ ಮಾತೇ ಇಲ್ಲ. ಮಕ್ಕಳಿಂದ ಹಿಡಿದು ಹಿರಿಯರವರೆಗೂ, ಫಿಟ್ ಆಗಿರುವವರಿಂದ ಹಿಡಿದು ನಿನ್ನೆ-ಮೊನ್ನೆ ಹೆಜ್ಜೆಹಾಕಲು ಶುರು ಮಾಡಿರುವ ಉತ್ಸಾಹಿಗಳೆಲ್ಲರೂ ಇಲ್ಲಿ ಹುಮ್ಮಸ್ಸಿನಿಂದ ಭಾಗವಹಿಸುತ್ತಿರುವುದು ವಿಶೇಷ. ಓಶೋ ರಜನೀಶ್ ನೃತ್ಯವನ್ನು ಧ್ಯಾನಕ್ಕೆ ಹೋಲಿಸಿದ್ದರು. ಆದರೆ ಅದರ ಅರಿವಾಗಲು ಮಾತ್ರ ನಾನು ಅಂಗೋಲಾವರೆಗೂ ಬರಬೇಕಾಯಿತು. "ಅಲ್ಲಾರೀ... ವೇದಿಕೆ ಬಿಡಿ, ನಾನು ನನ್ನ ಜೀವಮಾನದಲ್ಲೇ ಮುಚ್ಚಿದ ಕೋಣೆಯಲ್ಲೂ ನರ್ತಿಸಿದವನಲ್ಲ. ನೀವೀಗ ನನಗೆ ಝುಂಬಾ ಹುಚ್ಚು ಹತ್ತಿಸಿಬಿಟ್ರಿ", ಎಂದು ವಿಕ್ಟರ್ ಸಿಕ್ಕಿದಾಗಲೆಲ್ಲಾ ಅವರಿಗೆ ಹೇಳುತ್ತಿರುತ್ತೇನೆ. ನನ್ನ ಮಾತನ್ನು ಕೇಳುತ್ತಾ ಜೋಕು ಕೇಳಿದವರಂತೆ ವಿಕ್ಟರ್ ಮ್ಯಾಕ್ಸಿಮುಸ್ ಪಕಪಕನೆ ನಗುತ್ತಿರುತ್ತಾರೆ.

ಅಂಗೋಲಾದಲ್ಲಿ ಶಾರೂಖನೂ, ಬಾಹುಬಲಿಯೂ...

ಲುವಾಂಡಾದ ಖ್ಯಾತ ಮಾರ್ಜಿನಲ್ ಬೀದಿಯಲ್ಲಿದ್ದ ಭಾರತೀಯ ರೆಸ್ಟೋರೆಂಟ್ ಒಂದರ ಒಳಕ್ಕೆ ನಾವು ಅಂದು ನುಗ್ಗಿದ್ದೆವು.

ನಾವು ಅಂದು ಹೋಗಿದ್ದು 'ಓ ಕಾರಿಲ್' ರೆಸ್ಟೋರೆಂಟಿಗೆ. ಒಳ ನಡೆಯುತ್ತಿರುವಂತೆಯೇ "ವಾವ್" ಅಂದುಬಿಟ್ಟ ನನ್ನ ದುಭಾಷಿ ಮಿಗೆಲ್. ರೆಸ್ಟೋರೆಂಟ್ ಹೆಚ್ಚೇನೂ ದೊಡ್ಡದಾಗಿಲ್ಲದಿದ್ದರೂ ಒಳಾಂಗಣವು ಸುಂದರವಾಗಿತ್ತು. ಅಲಂಕರಿಸಿದ ಮದುವೆಮನೆಯಂತೆ ಝುಗಮಗ ಹೊಳೆಯುತ್ತಿತ್ತು. ನಾನು ತಪ್ಪಿ ಯಾರದ್ದೋ ವಿವಾಹ ಸಮಾರಂಭಕ್ಕೇನೂ ಬಂದಿಲ್ಲವಲ್ಲಾ ಎಂಬ ಗೊಂದಲದಲ್ಲಿ ಸುತ್ತಲೂ ಕಣ್ಣಾಡಿಸಿದೆ. ಸುಡುಮಧ್ಯಾಹ್ನದ ವೇಳೆಯಾಗಿದ್ದರಿಂದಲೋ ಏನೋ, ಹೆಚ್ಚೇನೂ ಜನಜಂಗುಳಿಯಿರಲಿಲ್ಲ. ಕೋಣೆಯ ಮಧ್ಯಭಾಗದಲ್ಲಿ ಬಿಳಿಯರ ಕುಟುಂಬವೊಂದು ಜೊತೆಯಾಗಿ ಕುಳಿತುಕೊಂಡು ಊಟ ಮಾಡುತ್ತಿದ್ದರೆ ಇನ್ನೊಂದು ಮೂಲೆಯಲ್ಲಿ ಆಫ್ರಿಕನ್ ಜೋಡಿಯೊಂದು 'ಕಣ್ಣು ಕಣ್ಣು ಕಲೆತಾಗ' ಗುಂಗಿನಲ್ಲಿ ತಮ್ಮದೇ ಪ್ರೇಮಲೋಕದಲ್ಲಿ ಕಳೆದುಹೋಗಿತ್ತು. ಲುವಾಂಡಾದಂತಹ ದುಬಾರಿ ಮಹಾನಗರಿಯಲ್ಲಿ ವಿದೇಶೀಯರು ಇಂಥದ್ದೊಂದು ರೆಸ್ಟೋರೆಂಟನ್ನು ಆರಂಭಿಸಿ ನಡೆಸುವುದು ಅಷ್ಟು ಸುಲಭವಲ್ಲ. ಅಂತೂ ಉದ್ಗಾರವೆತ್ತುತ್ತಲೇ ನಾವು ಒಳನಡೆದೆವು.

ಅಂದಹಾಗೆ ಭಾರತೀಯ ಖಾದ್ಯವನ್ನು ಸವಿಯಲೇನೂ ನಾವು ಅಂದು ಕಾರಿಲ್ ನತ್ತ ನಡೆದಿರಲಿಲ್ಲ. ಮಸಾಲೆಭರಿತ ಭಾರತೀಯ ಖಾದ್ಯಗಳನ್ನು ಸವಿಯುವ ಹಂಬಲದಲ್ಲಿ ಹೊಟ್ಟೆ ಚುರುಗುಟ್ಟುತ್ತಿತ್ತು ಎಂಬುದನ್ನು ಅಲ್ಲಗಳೆದರೆ ಸುಳ್ಳಾದೀತು. ಆದರೇನು ಮಾಡುವುದು?

ನಾನಿದ್ದಿದ್ದು ಲುವಾಂಡಾದಲ್ಲೇ ಹೊರತು ನಮ್ಮೂರಿನ ಬೀದಿಗಳಲ್ಲಲ್ಲ. ಮನಸ್ಸು "ಬೇಕು ಬೇಕು" ಎಂದರೂ ಜೇಬು "ಬೇಡ ಬೇಡ" ಅನ್ನುವ ಕ್ಷಣಗಳವು. ಇಡೀ ತಿಂಗಳ ರೇಶನ್ನಿನ ಖರ್ಚನ್ನು ಒಂದು ಹೊತ್ತಿನ ಊಟಕ್ಕೆ ವ್ಯಯಿಸಲು ಧೈರ್ಯವಷ್ಟೇ ಅಲ್ಲ, ಜೇಬೂ ದಪ್ಪಗಿರಬೇಕು! ಇರಲಿ. ಅಸಲಿಗೆ ನಾವು ಗುಪ್ತಚರ ವಿಭಾಗದ ಅಧಿಕಾರಿಗಳಂತೆ ಈ ಸ್ಥಳವನ್ನು ಹುಡುಕುತ್ತಾ ಹೋಗಿದ್ದು ತರಹೇವಾರಿ ಭಾರತೀಯ ಮಸಾಲೆಗಳು ಎಲ್ಲಿ ಸಿಗಬಹುದು ಎಂಬ ಮಾಹಿತಿಯನ್ನು ಪಡೆಯಲು ಮಾತ್ರ. ಎಲ್ಲಾ ಕಡೆ ಹುಡುಕಿ ಹುಡುಕಿ ನಿರಾಶರಾಗಿ ನಮಗುಳಿದಿದ್ದ ಒಂದೇ ದಾರಿಯದು. ಹೋಟೇಲಿನವರು ಎಲ್ಲಿಂದಾದರೂ ತರಿಸಿಕೊಳ್ಳುತ್ತಾರಲ್ಲವೇ? ಹಾಗಾಗಿ ಒಮ್ಮೆ ಪ್ರಯತ್ನಿಸಿಯೇಬಿಡೋಣ ಎಂಬ ಹುರುಪಿನಿಂದ ನಾನು ಹೊರಟಿದ್ದೆ.

ದಿನದ ವಿಶೇಷವೆಂದರೆ ಹೋಟೇಲಿನ ಮಧ್ಯಭಾಗದಲ್ಲಿ ಅಳವಡಿಸಲಾಗಿದ್ದ ದೊಡ್ಡ ಟೆಲಿವಿಷನ್ನಿನಲ್ಲಿ ಶಾರೂಖ್ ಖಾನ್ 'ಮೊಹಬ್ಬತೇ' ಚಿತ್ರದ ಹಾಡೊಂದಕ್ಕೆ ಕುಣಿಯುತ್ತಿದ್ದ. ಅರೇ ವಾಹ್ ಎಂದು ಕಣ್ಣರಳಿಸದೆ ಬೇರೆ ದಾರಿಯಿರಲಿಲ್ಲ. ಅಂಗೋಲಾದಲ್ಲಿ ಭಾರತೀಯ ಚಲನಚಿತ್ರವೊಂದನ್ನು ಕಂಡಿದ್ದು ಅದೇ ಮೊದಲು ನಾನು. ಅದು ಇಂಡಿಯನ್ ರೆಸ್ಟೋರೆಂಟ್ ಆಗಿತ್ತು ಅನ್ನುವುದರಿಂದಾಗಿ ಇದೊಂದು ದೊಡ್ಡ ವಿಷಯವಲ್ಲದಿರಬಹುದು. ಇನ್ನು ಬಾಲಿವುಡ್ಡಿಗೂ ತನಗೂ ಯಾವ ಸಂಬಂಧವೂ ಇಲ್ಲದಂತಹ ರಾಷ್ಟ್ರಗಳಲ್ಲೂ ಈ ಮೇರುನಟನಿಗೆ ಅಭಿಮಾನಿಗಳಿರುವುದು ಎಲ್ಲರಿಗೂ ಗೊತ್ತಿರುವ ಸಂಗತಿಯೇ. ಅದೇನೇ ಇದ್ದರೂ ಅಚಾನಕ್ಕಾಗಿ ಬರುವ ಇಂಥಾ ಚಿಕ್ಕಪುಟ್ಟ ಅನಿರೀಕ್ಷಿತ ಖುಷಿಗಳು ಪುಳಕವನ್ನು ನೀಡುವುದಂತೂ ಸತ್ಯ.

ಆ ದಿನ ಭಾರತೀಯ ಚಲನಚಿತ್ರಗಳ ಬಗ್ಗೆ ನನ್ನ ದುಭಾಷಿ ಮಹಾಶಯ ಅದ್ಭುತವಾಗಿ ಮಾತಾಡಿದ. ಹಿಂದೆಲ್ಲಾ ಅಂಗೋಲನ್ ಟಿ.ವಿ ಚಾನೆಲ್‌ಗಳಲ್ಲಿ ಭಾರತೀಯ ಚಿತ್ರಗಳನ್ನು ಪ್ರಸಾರ ಮಾಡುತ್ತಿದ್ದರಂತೆ. ಹೀಗಾಗಿ ಈ ಬಗ್ಗೆ ಅಲ್ಪಸ್ವಲ್ಪವಾದರೂ ಇವರುಗಳಿಗೆ ತಿಳಿದಿತ್ತು. ಈತ ಎಲ್ಲೋ ತಮಾಷೆಗೆ ಹೇಳಿರಬೇಕು ಎಂದು ನಾನು ಅಂದುಕೊಂಡರೆ ಅಚ್ಚರಿಯೆಂಬಂತೆ ಮುಂದೆ ಹಲವರಿಂದ ಇಂಥಾ ಅಭಿಪ್ರಾಯಗಳು ಕೇಳಿಬಂದಿದ್ದವು. ಇವರಲ್ಲಿ ಬಹಳಷ್ಟು ಮಂದಿ ಭಾರತೀಯ ಚಿತ್ರಗಳನ್ನು ವೀಕ್ಷಿಸುತ್ತಿದ್ದಿದ್ದು ಹಾಡುಗಳಿಗೆ ಅದ್ಭುತವಾಗಿ ಹೆಜ್ಜೆಹಾಕುತ್ತಿದ್ದ ಭಾರತೀಯ ನಟನಟಿಯರನ್ನು ನೋಡಲು. ಈ ಬಗ್ಗೆ ಹಲವು ಬಗೆಯ ತಮಾಷೆಯ ಪ್ರಶ್ನೆಗಳು ನನಗೆ ಎದುರಾಗಿದ್ದೂ ಇದೆ. ಅದ್ಯಾಕೆ ಭಾರತೀಯ ಚಿತ್ರಗಳಲ್ಲಿ ಇಷ್ಟುದ್ದ ಹಾಡುಗಳಿರುತ್ತವೆ? ನಟ-ನಟಿಯರ ಹಿಂದೆ ನರ್ತಿಸುವ ಎಲ್ಲಾ ಕಲಾವಿದರು (ಜೂನಿಯರ್ ಆರ್ಟಿಸ್ಟ್‌ಗಳು) ಪಾತ್ರವಾಗಿಯೂ ಬರುತ್ತಾರೋ? ಭಾರತೀಯ ನಟಿಯರ ಸೌಂದರ್ಯದ ಗುಟ್ಟೇನು? ಹೀಗೆ ತರಹೇವಾರಿ ಪ್ರಶ್ನೆಗಳು. "ಸ್ವಲ್ಪ ಹೊತ್ತಿನ ಮುಂಚೆಯಷ್ಟೇ ಹತ್ತಿಪ್ಪತ್ತು ಜನ ಭಯಂಕರವಾಗಿ ಹೊಡೆದಾಡುತ್ತಿದ್ದರು. ಈಗ ಎಲ್ಲರೂ ಜೊತೆಯಾಗಿ ಥಕಥೈ ಥಕಥೈ ಕುಣಿಯುತ್ತಿದ್ದಾರೆ. ಇದ್ಹೇಗೆ ಸಾಧ್ಯ?", ಎನ್ನುತ್ತಾ ಒಬ್ಬನಂತೂ ನಮ್ಮಲ್ಲಿ ನಗೆಯುಕ್ಕಿಸಿದ್ದ.

ಈ ಹಿಂದೆ ಲುವಾಂಡಾ ಏರ್‌ಪೋರ್ಟಿನಲ್ಲಿ ಪರಿಚಯವಾಗಿದ್ದ ನಮೀಬಿಯನ್

ತರುಣಿಯೊಬ್ಬಳೂ ಕೂಡ ಈ ಬಗ್ಗೆ ಮಾತಾಡುತ್ತಾ ಪುಂಖಾನುಪುಂಖವಾಗಿ ಪ್ರಶ್ನೆಗಳನ್ನೆಸೆಯುತ್ತಿದ್ದಿದ್ದು ನೆನಪಾಗುತ್ತಿದೆ. ಕೆಲವೇ ದಿನಗಳ ಹಿಂದೆ ಭಾರತೀಯ ಚಿತ್ರವೊಂದನ್ನು ಕಂಡು ಆಕೆ ಬಹಳ ಇಷ್ಟಪಟ್ಟಿದ್ದಳಂತೆ. ಆದರೆ ಅದು ಯಾವ ಭಾಷೆಯಲ್ಲಿದೆ, ಚಿತ್ರದ ಹೆಸರೇನು ಎಂಬ ಬಗ್ಗೆಯೆಲ್ಲಾ ಆಕೆಗೆ ಏನೇನೂ ತಿಳಿದಿರಲಿಲ್ಲ. ನಂತರ ಪ್ರಶ್ನೆಗಳನ್ನೆಸೆಯುವ ಸರದಿಯು ನನಗೆ ಬಂದಾಗ ಆಕೆ ಮಾತಾಡುತ್ತಾ ಇದ್ದಿದ್ದು 'ತ್ರೀ ಈಡಿಯಟ್ಸ್' ಚಿತ್ರದ ಬಗ್ಗೆ ಎಂದು ತಿಳಿದುಬಂದಿತ್ತು. ಹೀಗೆಯೇ ವೀಜ್‌ನ ಸರಕಾರಿ ಇಲಾಖೆಯೊಂದರಲ್ಲಿರುವ ಹಿರಿಯ ಅಧಿಕಾರಿಯೊಬ್ಬರು ಫೇಸ್-ಬುಕ್ಕಿನಲ್ಲಿ ಮೆಸೇಜ್ ಮಾಡಿ "ಇಲ್ಲೊಂದು ವೀಡಿಯೋ ಇದೆ ನೋಡಿ, ಸಖತ್ತಾಗಿದೆ", ಎಂದು ಕಳಿಸಿದ್ದರು. ಏನಿದೆಯಪ್ಪಾ ಎಂದು ನೋಡಿದರೆ ಕನ್ನಡದ ರಾಕಿಂಗ್ ಸ್ಟಾರ್ ಯಶ್ ರೌಡಿಗಳ ದೊಡ್ಡ ಪಡೆಯೊಂದಕ್ಕೆ ಯದ್ವಾತದ್ವಾ ಬಾರಿಸುತ್ತಿದ್ದರು. "ಇದು ನನ್ನದೇ ಭಾಷೆ ಸಾಹೇಬ್ರೇ... ಈ ಭಾಷೆಯಲ್ಲೇ ನಾನು ಬರೆಯೋದು", ಎಂದೆ ಅವರಿಗೆ. "ಏನೋ ಚೆನ್ನಾಗಿತ್ತು, ನಿಮಗೂ ಕಳಿಸಿದೆ", ಅಂದರವರು (ಹೊಡೆದಾಟದ ದೃಶ್ಯಗಳಲ್ಲಿ ಗುರುತ್ವಾಕರ್ಷಣೆಯಂತಹ ಭೌತಶಾಸ್ತ್ರದ ಮೂಲತತ್ವಗಳು ಈ ಪಾತ್ರಧಾರಿಗಳಿಗೆ ಅನ್ವಯವಾಗದಿರುವುದು ಅವರಿಗೆ ವಿಭಿನ್ನವಾಗಿ ಕಂಡಿತೋ ಏನೋ). ಇವರ ಪೂರ್ವಜರಲ್ಲಿ ಕೆಲವರು ಪೋರ್ಚುಗೀಸ್ ಆಡಳಿತದಲ್ಲಿ ದೊಡ್ಡ ಹುದ್ದೆಯಲ್ಲಿ ಕೆಲಸ ಮಾಡುತ್ತಿದ್ದರಂತೆ. ನಂತರ ಅವರಿಂದಾಗಿ ಗೋವಾದ ಹೊಸ ನಂಟೊಂದು ಶುರುವಾಗಿ ಇವರೂ ಒಂದೆರಡು ವರ್ಷಗಳಿಗೊಮ್ಮೆ ಗೋವಾಗೆ ಭೇಟಿ ನೀಡುವ ಪರಿಪಾಠವು ಶುರುವಾಗಿತ್ತಂತೆ. "ನಿಮ್ಮ ಚಿತ್ರಗಳಲ್ಲಿ ಬರುವ ಡ್ಯಾನ್ಸ್ ನೋಡುವುದೆಂದರೆ ನನಗಂತೂ ಖುಷಿಯೋ ಖುಷಿ", ಎನ್ನುತ್ತಾ ಮುಗುಳ್ನಗುತ್ತಾರೆ ಈತ.

ಭಾರತೀಯ ಚಿತ್ರರಂಗವೆಂದರೆ ಬಾಲಿವುಡ್ ಅಷ್ಟೇ ಅಲ್ಲ ಎಂದು ನಾನು ನನ್ನ ಅಂಗೋಲನ್ ಮಿತ್ರರಿಗೆ ಸಾಮಾನ್ಯವಾಗಿ ಹೇಳುತ್ತಿರುತ್ತೇನೆ. ಹಾಗೆಯೇ ಕನ್ನಡ, ಮರಾಠಿ, ಬೆಂಗಾಲಿ, ಮಲಯಾಳಂ ಚಿತ್ರಗಳ ಕಲಾಶ್ರೀಮಂತಿಕೆಯ ಬಗ್ಗೆಯೂ. ಅಂಗೋಲಾದಲ್ಲಿ ವ್ಯವಸ್ಥಿತವಾಗಿ ನಡೆಯುವಂತಹ ಚಿತ್ರೋದ್ಯಮವೇನೂ ಇಲ್ಲದಿದ್ದರೂ ಇಲ್ಲಿಯ ಗಾಯಕರು ಮತ್ತು ಕಲಾವಿದರು ಜನಪ್ರಿಯರೇ. ಯೊಲಾ ಸಿಮೋಡೋ, ಬೊಂಗ, ಅನ್ಸೆಲ್ಮೋ ರಾಲ್ಫ್, ಆರಿ ಗೇಬ್ರಿಯೆಲಾ, ಪೌಲೋ ಫ್ಲೋರ್ಸ್, ಯೂರಿ ಡಕುನ್ಹ ಇವರಲ್ಲಿ ಪ್ರಮುಖರು. ಈ ಬಾರಿಯ (2018) ಕಾರ್ನಿವಲ್ ಆಚರಣೆಯಲ್ಲಿ ಖ್ಯಾತ ಅಂಗೋಲನ್ ಗಾಯಕಿಯಾದ ಯೊಲಾ ಸಿಮೋಡೋರನ್ನು ಕಾರ್ನಿವಲ್ ರಾಯಭಾರಿಯನ್ನಾಗಿಯೂ ಕೂಡ ನೇಮಿಸಲಾಗಿತ್ತು.

ನಮ್ಮ ವೀಜ್ ನಿವಾಸದಲ್ಲಿ ಮನೆಗೆಲಸಕ್ಕೆಂದು ನೇಮಿಸಲಾಗಿರುವ ಕೆಲ ತರುಣಿಯರೂ ಕೂಡ ಕ್ರಮೇಣ ಭಾರತೀಯ ಚಿತ್ರಗೀತೆಗಳ ಹುಚ್ಚನ್ನು ತಲೆಗೇರಿಸಿಕೊಂಡಿದ್ದರು. ನಮ್ಮ ಬಳಕೆಗೆಂದೇ ಹಾಕಿಸಲಾಗಿದ್ದ ನಾಲ್ಕೈದು ಮನರಂಜನಾ ಚಾನೆಲ್ಲುಗಳಿಂದಾಗಿ ಇವರಿಗೂ 'ಸಾಂಸ್ಕೃತಿಕ ವಿನಿಮಯ'ದ ಭಾಗ್ಯ. ಹಾಡುಗಳು ಎಲ್ಲಿ ಬರುತ್ತಿವೆ ಎಂಬ ತಲಾಶೆಯಲ್ಲಿ ಹೂವಿನಿಂದ ಹೂವಿಗೆ ಹಾರುವ ದುಂಬಿಗಳಂತೆ ಚಾನೆಲ್ಲಿನಿಂದ ಚಾನೆಲ್ಲಿಗೆ ಹಾರುವ ಕುತೂಹಲಿಗಳಿವರು. ನಡುನಡುವಿನಲ್ಲಿ "ಎಲ, ಮುಯ್ತು ಬುನೀತ... ಮುಯ್ತು ಬುನೀತ...

(ಆಕೆ ಅದೆಷ್ಟು ಸುಂದರಿ)", ಎಂಬ ಉದ್ಗಾರಗಳು. ನಿಂತಲ್ಲೇ, ಕೂತಲ್ಲೇ ಹಾಡಿನ ಲಯಕ್ಕೆ ಸರಿಯಾಗಿ ನೆಲತಟ್ಟುವ ಕಾಲುಗಳು. ರೋಜಾ ಎಂಬ ಮಧ್ಯವಯಸ್ಕ ಮಹಿಳೆಯಂತೂ ಗಂಟೆಗಟ್ಟಲೆ ಸಿಳ್ಳೆಯಲ್ಲೇ ಅಂಗೋಲನ್ ಬುಡಕಟ್ಟು ಜನಾಂಗದ ಹಾಡುಗಳನ್ನು ಯಾವಾಗಲೂ ಗುನುಗುನಿಸುತ್ತಿರುವವಳು. ಆ ಸಿಳ್ಳೆಯು ಕೇಳಲು ಅದೆಷ್ಟು ಮಧುರವೆಂದರೆ ದೂರದಲ್ಲಿ ಕೂತವರಿಗೆ ಯಾರೋ ತನ್ಮಯರಾಗಿ ಕೊಳಲು ನುಡಿಸುತ್ತಿದ್ದಾರೆ ಎಂದು ಅನ್ನಿಸಬೇಕು. ಅಂಥಾ ರೋಜಾಳಂಥಾ ರೋಜಾಳೂ ಕೂಡ ಆ ದಿನ ಪೆನ್-ಡ್ರೈವ್ ಒಂದನ್ನು ಎಲ್ಲಿಂದಲೋ ಪಡೆದುಕೊಂಡು ಬಂದು ನನ್ನ ಕೈಯಲ್ಲಿರಿಸಿ ಹೇಳಿಯೇಬಿಟ್ಟಿದ್ದಳು: "ನಿಮ್ಮ ಕಂಪ್ಯೂಟರಿನಲ್ಲಿರುವ ಎಲ್ಲಾ ಬಗೆಯ ಭಾರತೀಯ ಹಾಡುಗಳನ್ನೂ ಇದರಲ್ಲಿ ಹಾಕಿಬಿಡಿ. ನನಗೊಮ್ಮೆ ಕೇಳಬೇಕು!"

'ಲಗ್ ಜಾ ಗಲೇ...' ಹಾಡನ್ನು ನೆನಪಿಸುತ್ತಾ "ನಮ್ಮ ಹಾಡುಗಳು ಯಾವ ಥೆರಪಿಗಳಿಗೂ ಕಮ್ಮಿಯಿಲ್ಲ" ಎಂದು ಸಂದರ್ಶನವೊಂದರಲ್ಲಿ ಹೇಳಿದ್ದ ಚಿತ್ರನಿರ್ದೇಶಕ ಕರಣ್ ಜೋಹರ್ ಅದ್ಯಾಕೋ ಅಂದು ನೆನಪಾದರು.

ಅಂಗೋಲಾದಲ್ಲೂ ಬಾಹುಬಲಿ:

ಭಾರತೀಯ ಚಿತ್ರರಂಗದ ಬ್ಲಾಕ್ ಬಸ್ಟರ್‌ಗಳಲ್ಲೊಂದಾದ ರಾಜಮೌಳಿ ನಿರ್ದೇಶನದ 'ಬಾಹುಬಲಿ' ಬಿಡುಗಡೆಯಾದಾಗ ನಾನು ಚಿತ್ರವನ್ನು ನೋಡಿರಲಿಲ್ಲ. ವಿಷುವಲ್ ಎಫೆಕ್ಟ್‌ಗಳನ್ನು ಹೆಚ್ಚಾಗಿ ಬಳಸುವ ಫ್ಯಾಂಟಸಿ, ಸೈ-ಫೈ ಚಿತ್ರಗಳೆಂದರೆ ಅಷ್ಟಕ್ಕಷ್ಟೇ ಎಂಬಂತಿರುವ ನಾನು ಈ ಚಿತ್ರವನ್ನು ಕೈಬಿಟ್ಟಿದ್ದೆ. ಆದರೆ ನಂತರ ಚಿತ್ರಕ್ಕೆ ಸಿಕ್ಕ ಜನಪ್ರಿಯತೆಯನ್ನು ಕಂಡಾಗ ಕುತೂಹಲಕ್ಕಾದರೂ ಒಮ್ಮೆ ನೋಡಬಹುದಿತ್ತು ಎಂದು ತಲೆಕೆರೆದುಕೊಂಡಿದ್ದು ಸತ್ಯ. ಮುಂದೆ 2017ರಲ್ಲಿ ಚಿತ್ರದ ಎರಡನೇ ಭಾಗವು ಬಿಡುಗಡೆಯಾದಾಗ ನಾನು ಅಂಗೋಲಾದಲ್ಲಿದ್ದೆ. ಹೀಗಾಗಿ ಇಂಥದ್ದೊಂದು ಮೆಗಾ ಚಿತ್ರವನ್ನು ದೊಡ್ಡ ಪರದೆಯ ಮೇಲೆ ನೋಡುವ ಅವಕಾಶವೊಂದು ಮತ್ತೊಮ್ಮೆ ತಪ್ಪಿಹೋಗಿತ್ತು.

ಈ ದಿನಗಳಲ್ಲೇ ಅಚ್ಚರಿಯೆನಿಸುವ ಸನ್ನಿವೇಶವೊಂದು ನಡೆಯಿತು. ವೀಜ್‌ನ ಸ್ಥಳೀಯ ಮಾರುಕಟ್ಟೆಯಲ್ಲಿ ತರಕಾರಿ ತರಲೆಂದು ಹೋಗಿದ್ದ ನನಗೆ ಬಾಹುಬಲಿ ಅಲ್ಲೂ ಎದುರಾಗಿದ್ದ. ಮಾರುಕಟ್ಟೆಯ ಒಂದು ಮೂಲೆಯಲ್ಲಿ ಮಾರಲಿಟ್ಟಿದ್ದ ಹಲವು ಡಿ.ವಿ.ಡಿ.ಗಳ ರಾಶಿಯಲ್ಲಿ ಬಾಹುಬಲಿಯೂ ಇತ್ತು. ಅಸಲಿಗೆ ಅದೊಂದು ಅಂಗಡಿಯೂ ಆಗಿರಲಿಲ್ಲ. ಸಿಕ್ಕ ಒಂದಿಷ್ಟು ಜಾಗದಲ್ಲಿ ತೆಳುವಾದ ಬಟ್ಟೆಯೊಂದನ್ನು ಹಾಸಿ ಇಪ್ಪತ್ತೈದರಿಂದ ಐವತ್ತು ಡಿ.ವಿ.ಡಿ.ಗಳನ್ನು ಸಾಲಾಗಿ ಚೊಕ್ಕವಾಗಿಟ್ಟು ಮಾರುವ ಪುಟ್ಟ ಜಾಗವದು. ತನ್ನದು ಎಂದು ಹೇಳಿಕೊಳ್ಳಲು ಒಂದು ಸೂರೂ ಇಲ್ಲದ ಹಿಡಿಯಷ್ಟು ಜಾಗ. ಸೂರಿಲ್ಲದ ಪರಿಣಾಮವಾಗಿ ಈ ಡಿ.ವಿ.ಡಿ.ಗಳು ಮಧ್ಯಾಹ್ನದ ಬಿರುಬಿಸಿಲಿಗೆ ಒಣಮೀನಿನಂತೆ ಚೆನ್ನಾಗಿ ಒಣಗುತ್ತಿರುತ್ತವೆ. ಮಳೆಯ

ದಿನಗಳಲ್ಲಿ ಕಾರ್ಮೋಡಗಳು ಗರ್ಜಿಸುತ್ತಾ ಭೋರೆಂದು ವರ್ಷಧಾರೆಯನ್ನು ಸುರಿಸಿದ್ದೇ ಆದಲ್ಲಿ ಆ ಬಟ್ಟೆಯಲ್ಲೇ ಈ ಡಿ.ವಿ.ಡಿ.ಗಳನ್ನು ಸುತ್ತಿಕೊಂಡು ಎದೆಗವಚಿ ಆತ ಓಡಬೇಕು. ಅಲ್ಲಿ ಬಿಕರಿಯಾಗುತ್ತಿದ್ದ ಎಲ್ಲಾ ಡಿ.ವಿ.ಡಿ.ಗಳು ಪೋರ್ಚುಗೀಸ್ ಭಾಷೆಯಲ್ಲಿದ್ದವು ಎಂಬ ಒಂದೇ ಒಂದು ಕಾರಣದಿಂದಾಗಿ ನಾನು ಯಾವ ಖರೀದಿಯನ್ನೂ ಅಲ್ಲಿ ಈವರೆಗೂ ಮಾಡಿರಲಿಲ್ಲ. ನಂಬಲೇಬೇಕಾದ ಸಂಗತಿಯೆಂದರೆ ಬಾಹುಬಲಿ ಅಲ್ಲಿಗೂ ಬಂದಿಳಿದಿದ್ದ. ಎಲ್ಲಿಯ ರಾಜಮೌಳಿ? ಎಲ್ಲಿಯ ವೀಜ್? ಭಗವಂತನೇ ಬಲ್ಲ!

"ಇದು ಭಾರತದ ಸೂಪರ್ ಹಿಟ್ ಚಿತ್ರ ಗೊತ್ತಾ? ಇದರೊಂದಿಗೆ ನಿನ್ನದೊಂದು, ನಿನ್ನ ಈ ಪುಟ್ಟ ಅಂಗಡಿಯದೊಂದು ಫೋಟೋ ತೆಗೆಯಲೇಬೇಕು ಮಾರಾಯ. ನಾಳೆ ಇಲ್ಲೇ ಇರುತ್ತೀಯಲ್ಲಾ?", ಎಂದು ಆ ವ್ಯಾಪಾರಿಯನ್ನು ಕೇಳಿದೆ ನಾನು. ಇತ್ತ ನನ್ನ ಉತ್ಸಾಹವು ಅವನಿಗಷ್ಟು ಅರ್ಥವಾದಂತೇನೂ ತಿಳಿಯಲಿಲ್ಲ. ಸ್ಥಳೀಯ ಮಾರುಕಟ್ಟೆಗಳಂತಹ ಹೆಚ್ಚು ಜನಸಂದಣಿಯಿರುವ ಸಾರ್ವಜನಿಕ ಸ್ಥಳಗಳಿಗೆ ಹೋಗುವಾಗ ದುಬಾರಿ ಎಲೆಕ್ಟ್ರಾನಿಕ್ಸ್ ವಸ್ತುಗಳು ಮತ್ತು ನಗದನ್ನು ತೆಗೆದುಕೊಂಡು ಹೋಗುವುದು ಅಪಾಯವಾದ್ದರಿಂದ ಆ ಕ್ಷಣದಲ್ಲಿ ನನ್ನೊಂದಿಗೆ ಸಾವಿರ ಕ್ವಾಂಝಾಗಳ ಎರಡು ಮುದಿನೋಟುಗಳಲ್ಲದೆ ಇನ್ನೇನೂ ಇರಲಿಲ್ಲ. ಸ್ಮಾರ್ಟ್‌ಫೋನ್ ಮನೆಯಲ್ಲೇ ಬೆಚ್ಚಗೆ ಮಲಗಿತ್ತು. ಹೀಗಾಗಿ ನಾಳೆ ಬರುತ್ತೇನೆ ಎನ್ನದೆ ವಿಧಿಯಿರಲಿಲ್ಲ. ಅಂತೂ ಒಲ್ಲದ ಮನಸ್ಸಿನಿಂದಲೇ ಅಲ್ಲಿಂದ ಮರಳಿದೆ.

ನನ್ನ 'ನಾಳೆ'ಯ ಬಗ್ಗೆ ಆತ ಮರೆತಿರಬೇಕು. ಕೆಲವು ದಿನಗಳ ಕಾಲ ಅವನ ಪತ್ತೆಯೇ ಇರಲಿಲ್ಲ. ನಂತರ ಮರಳಿ ಬಂದಾಗ ಆತ ಈ ಬಗ್ಗೆ ಮರೆತವನಂತೆ ಅನ್ನಿಸಿತು. "ಅದೆಲ್ಲಿ ಹೋಯಿತೋ ಗೊತ್ತಿಲ್ಲಪ್ಪ. ಯಾರೋ ಖರೀದಿಸಿರಬಹುದು", ಎಂದು ಗೊಣಗಿದ ನಮ್ಮ ಮಹಾನುಭಾವ. ಆ ದಿನ ತರಕಾರಿಯ ಶಾಪಿಂಗ್ ನೀರಸವೆನ್ನಿಸಿತು.

ಅಂದಹಾಗೆ ಕೆಲ ದಿನಗಳ ನಂತರ, ಅಂದರೆ ನವೆಂಬರ್ 2017ರಲ್ಲಿ 'ಬಾಹುಬಲಿ' ಚಿತ್ರವು ವೀಜ್‌ನ ಚಿತ್ರಮಂದಿರವೊಂದರಲ್ಲಿ ಪ್ರದರ್ಶನವಾಯಿತು. ವಾರಾಂತ್ಯದ ದಿನದಂದು ಎರಡು ಶೋಗಳು ನಿಗದಿಯಾಗಿದ್ದವು. ಅಂದು ವಾಹನದಲ್ಲಿ ಎಲ್ಲಿಗೋ ಪ್ರಯಾಣಿಸುತ್ತಿದ್ದರೂ ಪಕ್ಕದಲ್ಲಿ ಪಾರ್ಕ್ ಮಾಡಿಸಿ ಪೋಸ್ಟರಿನ ಚಿತ್ರವೊಂದನ್ನು ಕ್ಲಿಕ್ಕಿಸಿದೆ. ಚಿತ್ರವು ಲುವಾಂಡಾದಲ್ಲಿ ಪ್ರದರ್ಶನವಾಗಿದ್ದರೆ ಇಷ್ಟು ಆಶ್ಚರ್ಯವಾಗುತ್ತಿರಲಿಲ್ಲವೋ ಏನೋ, ಆದರೆ ವೀಜ್‌ನಂತಹ ಪುಟ್ಟ ಹಳ್ಳಿಯಲ್ಲೂ ಭಾರತೀಯ ಚಿತ್ರವೊಂದು ದೊಡ್ಡ ಪರದೆಯಲ್ಲಿ ಬಂದಿದ್ದು ಅಚ್ಚರಿಯೇ ಸರಿ.

ಅವಕಾಶ ಸಿಕ್ಕರೆ ಈ ಬಗ್ಗೆ ರಾಜಮೌಳಿಯವರಿಗೊಮ್ಮೆ ಹೇಳಬೇಕು. ಹಾಗೆಯೇ ಅವರ ಪ್ರತಿಕ್ರಿಯೆಯ ಬಗ್ಗೆಯೂ ಬರೆಯಬೇಕು!

●

ಚಿಣ್ಣರ ಲೋಕದ ಚಿನ್ನ ಚಿನ್ನ ಆಸೈ

"ಶಿನೇಶ್... ಶಿನೇಶ್...", ಎಂದು ನನ್ನನ್ನು ನೋಡುತ್ತಾ ಖುಷಿಯಿಂದ ಕೂಗುತ್ತಲೇ ಇದ್ದರು ಆ ಮಕ್ಕಳು.

'ಶಿನೇಶ್' ಎಂದರೆ ಪೋರ್ಚುಗೀಸ್ ಭಾಷೆಯಲ್ಲಿ 'ಚೈನೀಸ್' ಎಂದರ್ಥ. ನಾನು ಅದ್ಯಾವ ಕೋನದಲ್ಲಿ ಚೀನೀಯನಂತೆ ಇವರಿಗೆ ಕಾಣುತ್ತೀನಪ್ಪಾ ಎಂದು ಯಾವತ್ತೂ ನಗೆಯಾಡುವವನು ನಾನು. ಆದರೆ ಈ ಚಿಣ್ಣರಿಗೇನು ಗೊತ್ತು ಈ ದೇಶ-ಭಾಷೆ-ಸರಹದ್ದುಗಳೆಲ್ಲಾ? ತಮ್ಮಂತೆ ಕಾಣುವವರನ್ನು ಬಿಟ್ಟರೆ ಅವರು ನೋಡಿರುವುದು ಅಂಗೋಲಾದಲ್ಲೆಲ್ಲಾ ತುಂಬಿಕೊಂಡಿರುವ ಚೀನೀಯರನ್ನು ಮಾತ್ರ. ಹೀಗಾಗಿ ಯಾರು ತಮ್ಮಂತೆ ಕಾಣುತ್ತಿಲ್ಲವೋ ಅವರೆಲ್ಲರೂ ಈ ಮಕ್ಕಳಿಗೆ 'ಶಿನೇಶ್'. ವಿದೇಶೀಯರನ್ನು ಕಂಡರೆ ಅವರಿಗೊಂಥರಾ ವಿಚಿತ್ರವಾದ ಆಕರ್ಷಣೆ. ಹೀಗಾಗಿಯೇ ಈ ಖುಷಿ, ಹುಮ್ಮಸ್ಸು, ನಗುವಿನ ಉಲ್ಲಾಸವೆಲ್ಲಾ!

ನಾನು ಪ್ರತೀಬಾರಿ ಮನೆಯಿಂದ ಹೊರಗಡೆ ಹೋದಾಗಲೆಲ್ಲಾ ನನಗೆ ಹೆಚ್ಚಾಗಿ ಎದುರಾಗುವುದು ಇಲ್ಲಿಯ ಮಕ್ಕಳೇ. ಎತ್ತ ನೋಡಿದರೂ ಮಕ್ಕಳ ಗುಂಪು. ಹೊಸದಾಗಿ ಬಂದ ಒಂದೆರಡು ತಿಂಗಳಿನ ಅವಧಿಯಲ್ಲಿ ಯಾವ ಹೊತ್ತಿನಲ್ಲೂ ಕಾಣಸಿಗುವ ಮಕ್ಕಳ ದಂಡನ್ನು ಕಂಡು ನಾನು ಅಚ್ಚರಿಪಡುತ್ತಿದ್ದೆ. ಇವರುಗಳು ಶಾಲೆಗೆ ಹೋಗೋಲ್ವಾ ಹೇಗೆ ಎಂಬುದು ನನ್ನ ಯೋಚನೆ. ಇಲ್ಲಿಯ ಶಾಲೆಗಳು ಪಾಳಿಗಳಲ್ಲಿ ನಡೆಯುತ್ತವೆ ಎಂಬ ಸತ್ಯವು ನನಗೆ ಗೊತ್ತಾಗಿದ್ದು ನಂತರವೇ. ಹೀಗಾಗಿ ರಾತ್ರಿಯ ಪಾಳಿಯಲ್ಲಿ ಶಾಲೆಗೆ ಹೋಗಬೇಕಾಗಿರುವ ಮಕ್ಕಳು ದಿನದ ಹೊತ್ತಿನಲ್ಲಿ ಆಡುತ್ತಿದ್ದರು. ಇನ್ನು ದಿನದ ಪಾಳಿಯಲ್ಲಿ ಶಾಲೆಗೆ ಹೋಗುವ ಮಕ್ಕಳ ಶಾಲಾ ಅವಧಿಯು ತೀರಾ ಚಿಕ್ಕದಾಗಿದ್ದರಿಂದ ಅವರುಗಳೂ ಹೆಚ್ಚಾಗಿ ಕಾಣಸಿಗುವುದು ಸಾಮಾನ್ಯವಾಗಿತ್ತು. ಅಷ್ಟಿಷ್ಟು ಸಂಜೆಯ ಪಾಳಿಯವರೂ ಇದ್ದರು. ಒಟ್ಟಾರೆಯಾಗಿ ಎತ್ತ ಕಣ್ಣುಹಾಯಿಸಿದರೂ ಮಕ್ಕಳದ್ದೇ ಸೈನ್ಯ.

ಮೂರರಿಂದ ನಾಲ್ಕು ತಾಸುಗಳ ಶಾಲಾ ಅವಧಿಯನ್ನಷ್ಟೇ ಹೇಗೋ ಮುಗಿಸಿ ಮನೆಗೆ ಮರಳುವ ಮಕ್ಕಳನ್ನು ಕಂಡರೆ ನನ್ನಂಥವರಿಗೆ ಅಚ್ಚರಿ. ನಮ್ಮ ಶಾಲೆಗಳು ಆಫೀಸಿನಂತೆ ಇಡೀ ದಿನ ಇರುತ್ತಿತ್ತು ಮಾರಾಯ ಎಂದು ನನ್ನ ಪೋರ್ಚುಗೀಸ್ ಗೆಳೆಯನೊಬ್ಬನ ಬಳಿ

ಯಾವತ್ತೂ ಹೇಳುವವನು ನಾನು. ಅದೇನು ಓದ್ತಾರೋ ಅವರಿಗೇ ಗೊತ್ತು ಎನ್ನುವ ಭಾವದ ನಿಟ್ಟುಸಿರು ಅವನದ್ದು. ಹೊರಗಿನಿಂದ ಬಂದವರಿಗೆ ಇವೆಲ್ಲಾ ವಿಚಿತ್ರವೇ.

ಇಪ್ಪತ್ತು ವರ್ಷಗಳ ಹಿಂದೆ ನಾನು ಶಾಲೆಗೆ ಹೋಗುತ್ತಿದ್ದಾಗ ಕೋಚಿಂಗ್ ಕ್ಲಾಸುಗಳು ಆಗಷ್ಟೇ ಕಣ್ಣುಬಿಡುತ್ತಿದ್ದರೂ ಕೂಡ ಶಾಲೆಗಳಲ್ಲೇ ನಡೆಯುವ ವಿಶೇಷ ತರಗತಿಗಳು ಜೋರಾಗಿಯೇ ನಡೆಯುತ್ತಿದ್ದವು. ಇವುಗಳೂ ಕೂಡ ವಿವಿಧೋದ್ದೇಶ ಯೋಜನೆಗಳಂತಿದ್ದ ತರಗತಿಗಳು. ಆದರೆ ಲಾಭಾರ್ಥಿಗಳು ಮಾತ್ರ ಎಲ್ಲರೂ. ವಿಜ್ಞಾನ, ಗಣಿತಗಳಂತಹ ಕಠಿಣ ವಿಷಯಗಳಲ್ಲಿ ಒದ್ದಾಡುತ್ತಿದ್ದವರಿಗೆ, ಹೇಗಾದರೂ ಮಾಡಿ ನೂರಕ್ಕೆ ಮೂವತ್ತೈದು ಗಳಿಸಿ ಪಾಸಾಗಬೇಕಾಗಿರುವ ವಿದ್ಯಾರ್ಥಿಗಳಿಗೆ, ನೋಟ್ಸ್ ಬರೆಯಲಿಲ್ಲವೆಂದೋ ಇನ್ಯಾವುದೋ ತಪ್ಪಿಗೋ ಶಿಕ್ಷೆಯನ್ನು ಅನುಭವಿಸುತ್ತಿರುವ ವಿದ್ಯಾರ್ಥಿಗಳಿಗೆ... ಹೀಗೆ ಒಂದು ಕೆಟಗರಿ. ಇನ್ನೊಂದು ಸ್ವಲ್ಪ ಭಿನ್ನ ಬಗೆಯದ್ದು. ತನ್ನ ತರಗತಿಯ ಮಕ್ಕಳು ಪರೀಕ್ಷೆಯಲ್ಲಿ ಒಳ್ಳೆಯ ಅಂಕ ತರಬೇಕೆಂದು, ಪ್ರಿಪರೇಟರಿ-ಪಬ್ಲಿಕ್ ಪರೀಕ್ಷೆಯಂತಹ 'ಸ್ಟಾರ್' ಪರೀಕ್ಷೆಗಳ ತಯಾರಿಗೆಂದು, ಶಾಲಾವಾರ್ಷಿಕೋತ್ಸವದ ತಯಾರಿಗೆ ಹೆಚ್ಚಿನ ತರಗತಿಗಳು ಪೋಲಾದವೆಂದು ನಡೆಸಲಾಗುತ್ತಿದ್ದ ತರಗತಿಗಳು... ಇವುಗಳು ಇನ್ನೊಂದು ಕೆಟಗರಿ. ಈ ತರಗತಿಗಳನ್ನು ಶಿಕ್ಷಕರು ತಮ್ಮ ಸ್ವಇಚ್ಛೆಯಿಂದ ನಡೆಸುತ್ತಿದ್ದರೇ ಹೊರತು ಅವುಗಳೇನೂ ಮನೆಪಾಠದ ಕಸರತ್ತಾಗಿರಲಿಲ್ಲ. ಶಾಲೆಯಲ್ಲೇ ಸಂಜೆ ಒಂದು ತಾಸು ಹೆಚ್ಚುವರಿಯಾಗಿ ಕಲಿಸೋದಷ್ಟೇ. ಒಟ್ಟಾರೆಯಾಗಿ ಇಡೀ ದಿನದ ತರಗತಿಗಳ ನಂತರವೂ ವಿದ್ಯಾರ್ಥಿಯು ತನಗಿಷ್ಟವಿದ್ದೋ ಇಲ್ಲದೆಯೋ ಇಂಥಾ ತರಗತಿಗಳಲ್ಲಿ ತೊಡಗಿಕೊಂಡಿರುತ್ತಿದ್ದ. ನಂತರ ಮನೆಗೆ ಬಂದರೆ ಅಷ್ಟೂ ವಿಷಯಗಳ ರಾಶಿ ಹೋಂ-ವರ್ಕ್‌ಗಳು. ಹೆತ್ತವರಿಂದ ಮತ್ತೆ ಪ್ರತ್ಯೇಕವಾಗಿ ಓದು ಓದು ಎಂಬ ಒತ್ತಡ. ಒಟ್ಟಿನಲ್ಲಿ ಇವೆಲ್ಲಾ ಅದ್ಯಾವಾಗ ಮುಗಿದುಹೋಗುತ್ತದೋ ಎಂದು ಹಳಹಳಿಸುತ್ತಿದ್ದ ದಿನಗಳು ಒಂದು ಕಾಲದಲ್ಲಿ ನಮಗಿದ್ದವು.

ಇಂಥಾ ಯಾವ ಗೋಜಲುಗಳೇ ಇಲ್ಲದೆ ಹಾಯಾಗಿರುತ್ತಿದ್ದ ಇಲ್ಲಿಯ ಚಿಣ್ಣರನ್ನು ಕಂಡು ನನಗಂತೂ ಅಚ್ಚರಿ. ಶಾಲೆಗಳಲ್ಲಿ ತರಗತಿಗಳೇನೋ ನಡೆಯುತ್ತಿದ್ದವು. ಆದರೆ ಶಿಕ್ಷಣದ ಗುಣಮಟ್ಟವು ಅಷ್ಟೇನೂ ಚೆನ್ನಾಗಿಲ್ಲ ಎಂಬ ಅಭಿಪ್ರಾಯಗಳು ದಟ್ಟವಾಗಿವೆ. ಮೇಲಾಗಿ ದಿನಕ್ಕೆ ಕೇವಲ ಮೂರ್ನಾಲ್ಕು ತಾಸುಗಳ ತರಗತಿಗಳಷ್ಟೇ. ನಾನು ನನ್ನ ಕೆಲಸಕ್ಕೆ ಸಂಬಂಧಪಟ್ಟಂತೆ ಕೆಲ ಸಾಮಾಜಿಕ ಅಧ್ಯಯನದ ಚಟುವಟಿಕೆಗಳಲ್ಲಿ ತೊಡಗಿಸಿಕೊಂಡಿದ್ದ ದಿನಗಳಲ್ಲಿ ಒಂದು ವಿಷಯವಂತೂ ನನಗೆ ಸ್ಪಷ್ಟವಾಗಿತ್ತು. ಪ್ರತೀಮನೆಯಲ್ಲೂ ಮೂರರಿಂದ ಆರು ಮಕ್ಕಳ ಸಂಖ್ಯೆಯಿತ್ತು. ಬೆಂಕಿಪೊಟ್ಟಣದಂತಿನ ಪುಟ್ಟ ಮನೆಯಲ್ಲಿ ಮಕ್ಕಳನ್ನೂ ಸೇರಿದಂತೆ ಒಟ್ಟು ಎಂಟರಿಂದ ಹತ್ತು ಮಂದಿ ಸದಸ್ಯರು. ಸರಾಸರಿ ಏಳು ಅಥವಾ ಎಂಟು. ವಿವಿಧ ಕಾರಣಗಳಿಂದಾಗಿ ಇಲ್ಲಿಯ ಹೆಣ್ಣುಮಕ್ಕಳು ಬೇಗನೇ ಗರ್ಭ ಧರಿಸುವುದು ಒಂದು ಮಾತಾದರೆ ಬೆನ್ನುಬೆನ್ನಿಗೇ ಮಕ್ಕಳನ್ನು ಹಡೆಯುವುದು ಇನ್ನೊಂದು ಸಂಗತಿ. ಹೀಗಾಗಿಯೇ ಕೈಗೊಂದು ಕಂಕುಳಿಗೊಂದು ಎಂಬಂತೆ ಮಕ್ಕಳನ್ನು ಸದಾ ಹಿಡಿದುಕೊಂಡಿರುವ ಹೆಂಗಸರನ್ನು, ತರುಣಿಯರನ್ನು ಅಂಗೋಲಾದಲ್ಲಿ ಕಾಣುವುದು ಸಾಮಾನ್ಯ. ಆದರೆ ಖಾಯಿಲೆ ಮತ್ತಿತರ ಸಮಸ್ಯೆಗಳಿಂದಾಗಿ ಅವುಗಳಲ್ಲಿ ಎಷ್ಟು ಮಕ್ಕಳು ನಿಜಕ್ಕೂ ಉಳಿಯುತ್ತಾರೆ ಎಂಬುದು ಮಾತ್ರ ಬೇರೆ ವಿಷಯ.

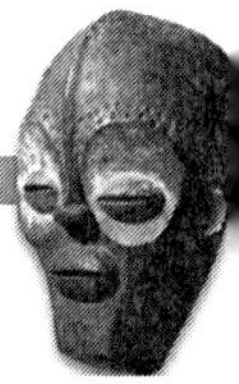

ಇನ್ನು ಇಲ್ಲಿಯ ಮಕ್ಕಳ ಆಟದ ಲೋಕವೂ ಕೂಡ ಸಮೃದ್ಧ. ಕೆಲವಾರಗಳ ಹಿಂದೆ ಮಿತ್ರರೊಬ್ಬರು ನನ್ನೊಂದಿಗೆ ಮಾತನಾಡುತ್ತಾ ಅಲ್ಲಿಯ ಮಕ್ಕಳ ಆಟಿಕೆಗಳು ಹೇಗಿರುತ್ತವೆ ಎಂದು ಕೇಳಿದ್ದರು. ಇಲ್ಲಿಯ ಸೂಪರ್ ಮಾರ್ಕೆಟ್ಟುಗಳಲ್ಲಿ ಬಗೆಬಗೆಯ ಬಣ್ಣಬಣ್ಣದ ದುಬಾರಿ ಆಟಿಕೆಗಳು ಲಭ್ಯವಿದ್ದರೂ ಅಂಥಾ ಯಾವ ಆಟಿಕೆಗಳನ್ನೂ ಕೂಡ ಇಲ್ಲಿಯ ಹಳ್ಳಿಗಳ ಮಕ್ಕಳ ಕೈಯಲ್ಲಿ ನಾನು ನೋಡಿದವನಲ್ಲ. ಅವರ ಕೈಚಳಕವೇನಿದ್ದರೂ ಒದ್ದೆ ಮಣ್ಣಿನೊಂದಿಗೇ. ಇಲ್ಲಿ ಮುಖ್ಯರಸ್ತೆಗಳನ್ನು ಬಿಟ್ಟರೆ ಒಳದಾರಿಗಳೆಲ್ಲವೂ ಕಚ್ಚಾರಸ್ತೆಯೇ ಆಗಿರುವುದರಿಂದ ಮುಖ್ಯರಸ್ತೆಯಿಂದ ದೂರವಿರುವ, ಒಳಭಾಗದ ಮನೆಗಳ ಅಕ್ಕಪಕ್ಕದಲ್ಲೆಲ್ಲಾ ಮಣ್ಣಲ್ಲದೆ ಇನ್ನೇನೂ ಇಲ್ಲ. ಬೇಸಿಗೆಯ ದಿನಗಳಲ್ಲಿ ಇತ್ತ ವಾಹನವೊಂದು ಬಂತೆಂದರೆ ಹವೆಯಲ್ಲೆಲ್ಲಾ ಧೂಳೇ ಧೂಳು. ತೀರಾ ಹಸಿರು ಎಲೆಗಳೂ ಕೂಡ ಕೆಂಪಗಾಗುವಷ್ಟು. ಇನ್ನು ಮಳೆಗಾಲದಲ್ಲಿ ಭರ್ಜರಿಯಾಗಿ ಬೀಳುವ ಮಳೆಯಿಂದಾಗಿ ಬರೀ ಕೆಸರು. ಉಬ್ಬುತಗ್ಗುಗಳ ಭೂಪ್ರದೇಶಗಳಾಗಿರುವುದರಿಂದ ಕೆಳಭಾಗದಲ್ಲಿದ್ದವರಿಗೆ ನೆರೆಯ ಹೊರೆ. ಅಂದಹಾಗೆ ಮುಖ್ಯರಸ್ತೆಯ ಬಳಿಯಿದ್ದವರಿಗಂತೂ ಎಡೆಬಿಡದೆ ಸಾಗುವ ವಾಹನಗಳ ಧೂಳು, ಹೊಗೆಗಳ ಕೃಪೆಯು ಇದ್ದೇ ಇರುತ್ತದನ್ನಿ.

ಹೀಗಾಗಿ ಇಲ್ಲಿಯ ಮಕ್ಕಳ ಆಟ, ಓಟ, ಒದ್ದಾಟಗಳೆಲ್ಲವೂ ಮಣ್ಣಿನಲ್ಲಿಯೇ. ಆದರೆ ಆ ಮಣ್ಣನ್ನೇ ಒದ್ದೆ ಮಾಡಿ ತಮ್ಮ ಪುಟ್ಟ ಎಸಳಿನಂತಹ ಕೈಗಳಿಂದ ವಿವಿಧ ಆಕೃತಿಗಳನ್ನು ಮಾಡುತ್ತಾ ಅದರಲ್ಲೇ ಆಟವಾಡುವ ಪರಿಯನ್ನೊಮ್ಮೆ ನೋಡಬೇಕು. ಕೆಲ ಮಕ್ಕಳಂತೂ ಮನೆಯ ಒಳಾಂಗಣದ ಚಿಕ್ಕ ಪ್ರತಿಕೃತಿಯನ್ನೇ ಮಣ್ಣಿನಿಂದ ಮಾಡಿಬಿಡೋರು. ಎರಡು ಸೋಫಾ, ಮಧ್ಯದಲ್ಲೊಂದು ಟೀಪಾಯಿ, ಮೂಲೆಯಲ್ಲೊಂದು ಟಿ.ವಿ, ಎದುರಿಗೊಂದು ಬಾಗಿಲು, ಇನ್ನು ಮನೆಯ ಸದಸ್ಯರಾಗಿ ಮನುಷ್ಯನನ್ನು ಹೋಲುವ ಒಂದಿಂಚು ಉದ್ದದ ಮಣ್ಣಿನ ಪ್ರತಿಕೃತಿಗಳು. ಇಂಥದ್ದೊಂದು ಪ್ರತಿಕೃತಿಯನ್ನು ಮಾಡಿಬಿಟ್ಟರೆ ಅದರಲ್ಲೇ ಒಂದು ಗುಂಪಿನ ಆಟ. ಹುಟ್ಟಾ ಕಲಾವಿದರಂತೆ, ಶಿಲ್ಪಿಗಳಂತೆ ಕಡ್ಡಿ, ಬಾಟಲಿಯ ಮುಚ್ಚಳ ಇತ್ಯಾದಿ ಸಿಕ್ಕಸಿಕ್ಕ ವಸ್ತುಗಳನ್ನೆಲ್ಲಾ ಬಳಸಿಕೊಂಡು ಈ ಮಕ್ಕಳು ಒದ್ದೆ ಮಣ್ಣನ್ನು ಪಳಗಿಸುವುದನ್ನು ಕಂಡರೆ ಯಾರಾದರೂ ಹುಬ್ಬೇರಿಸಲೇಬೇಕು.

ಸುಮಾರು ಎಂಟು ವರ್ಷದೊಳಗಿನ ಮಕ್ಕಳ ಆಟಗಳೆಲ್ಲಾ ಇಂಥವೇ. ಪೆದ್ರೇರಾ ಎಂಬ ಬೈರೋ (ಹಳ್ಳಿ) ಒಂದರಲ್ಲಿ ಮಕ್ಕಳ ಚಿಕ್ಕ ಗುಂಪೊಂದು ತಮ್ಮ ಆಟದಲ್ಲಿ ಬ್ಯುಸಿಯಾಗಿದ್ದರೆ ನಾನು ಹಿಂದೆ ನಿಂತುಕೊಂಡು ಮೆತ್ತಗೆ ನನ್ನ ತಲೆಯನ್ನೂ ಒಳಗೆ ನುಗ್ಗಿಸಿದ್ದೆ. ಕೂಡಲೇ ಮಕ್ಕಳೆಲ್ಲಾ ಹೋ ಎಂದು ಬೊಬ್ಬೆ ಹಾಕುತ್ತಾ "ಅಮೀಗು... ಅಮೀಗು..." ಎನ್ನುತ್ತಾ ನನ್ನ ಸುತ್ತ ಗುಂಪುಗೂಡಿದರು. ಅಂದಹಾಗೆ ಪೋರ್ಚುಗೀಸ್ ಭಾಷೆಯಲ್ಲಿ 'ಅಮೀಗು' ಎಂದರೆ 'ಗೆಳೆಯ' ಎಂಬರ್ಥವಿದೆ. "ಏನಿದೆಲ್ಲಾ, ನನಗೂ ಹೇಳಿಕೊಡಿ", ಎಂದರೆ ಮಗುವೊಂದು ಎಲ್ಲವನ್ನೂ ಬೊಟ್ಟು ಮಾಡಿ ತೋರಿಸುತ್ತಾ ಇದು ಅಡುಗೆಮನೆ ಎಂದಿತು. ಈ ಅಡುಗೆಮನೆಯಲ್ಲಿ (ಬಹುಷಃ ಔಷಧಿಗಳದ್ದು) ಪುಟ್ಟ ಮುಚ್ಚಳಗಳನ್ನು ಸಾಲಾಗಿ ಇರಿಸಲಾಗಿತ್ತು. ಅವುಗಳು ಪಾತ್ರೆಗಳಂತೆ. ಒಂದೊಂದು ಪಾತ್ರೆಯಲ್ಲೂ ಒಂದೊಂದು ಖಾದ್ಯ. ಮೊದಲ ಮುಚ್ಚಳದಲ್ಲಿದ್ದಿದ್ದು ಒದ್ದೆಯಾದ ಒಂದೆರಡು ಚಮಚದಷ್ಟು ಜಲ್ಲಿಯ ಪುಡಿ. ಅದು ಬೇಯಿಸಿದ ಅನ್ನವಂತೆ. ಯಾರೋ ಎಸೆದಿದ್ದ ಗೋಂದಿನ ಬಾಟಲಿಯ ತಳದಿಂದ ತೆಗೆದ

ಅರ್ಧ ಚಮಚ ಗೋಂದು ಮತ್ತೊಂದು ಮುಚ್ಚಳದಲ್ಲಿ. ಅದು 'ಫ್ಯೂಂಜ್' (ಅಂಗೋಲಾದ ಜನಪ್ರಿಯ ಆಹಾರ) ಎಂದಳು ಅವಳು. ತಮಾಷೆಯೆಂದರೆ ಫ್ಯೂಂಜ್ ನೋಡಲು ನಿಜಕ್ಕೂ ಬಿಳಿಯ ಗೋಂದಿನಂತಿರುತ್ತದೆ. ಸ್ವಲ್ಪ ದೊಡ್ಡ ಗಾತ್ರದ ಕೆಂಪುಕಲ್ಲುಗಳು ಮತ್ತೊಂದರಲ್ಲಿ. ಅದು ಕ್ಯಾರೆಟ್ ಪಲ್ಯವಂತೆ. ಊಟದ ಮೆನು ತುಂಬಾ ಅದ್ದೂರಿಯಾಗಿದೆ ಎನ್ನುತ್ತಾ ಅವಳ ಆತಿಥ್ಯವನ್ನು ಮೆಚ್ಚಿಕೊಂಡೆ ನಾನು.

ಹಾಗೆಯೇ ಆ ಅಡುಗೆಮನೆಗೆ ಒಬ್ಬ ಯಜಮಾನ ಮತ್ತು ಒಡತಿಯೂ ಇದ್ದಳು. ಹೆಣ್ಣುಗೊಂಬೆಯೊಂದು ಆಗಲೇ ಇದ್ದಿದ್ದರಿಂದ ಅದನ್ನು ಮಾಡುವ ಶ್ರಮದ ಉಳಿತಾಯವಾಗಿತ್ತು. ಸುಮಾರು ಹದಿನೈದು ಸೆಂಟಿಮೀಟರ್ ಉದ್ದದ ಕೋಲಿಗೆ ಕಪ್ಪು ಬಟ್ಟೆಯನ್ನು ಬಟ್ಟೆಯಾಗಿ ಸುತ್ತಿ, ಅದರ ತುದಿಗೆ ತೆಳ್ಳನೆಯ ತಾಮ್ರದ ನೂಲಿನಂಥದ್ದನ್ನು ಕೂದಲಿನಂತೆ ದಟ್ಟವಾಗಿ ಹೆಣೆದು ಅದನ್ನು ಆಕೆಯ ಪತಿಯಾಗಿ ಮಾಡಿಬಿಟ್ಟಿದ್ದರು ಈ ಮಕ್ಕಳು. ಇಬ್ಬರದ್ದೂ ಒಂದೇ ಎತ್ತರ ಬೇರೆ. ಸುಬ್ರಹ್ಮಣ್ಯ ಜೋಡಿ! ಅತ್ತ ಚಿಕ್ಕದೊಂದು ಬಾಟಲಿಯನ್ನು ಮಗುವಿನಂತೆ ಮಾಡುವ ಗಂಭೀರ ಪ್ರಯತ್ನದಲ್ಲಿ ತೊಡಗಿತ್ತು ಮತ್ತೊಂದು ಮಗು. ಒಟ್ಟಾರೆಯಾಗಿ ಆಟದಲ್ಲೂ 'ನಮ್ಮ ಸಂಸಾರ, ಆನಂದ ಸಾಗರ'ದ ಲೋಕ ಇವರದ್ದು. ಹೀಗೆ ಮಣ್ಣಿನಲ್ಲೇ ಏನೇನೋ ಮಾಡುತ್ತಿರುವ ಮಕ್ಕಳು ಮಣ್ಣನ್ನೇ ಮೈತುಂಬಾ ಮೆತ್ತಿಕೊಂಡು ಸ್ವತಃ ಮಣ್ಣಿಗೊಂಬೆಗಳಂತೆ ಕಾಣುವುದು ಸಾಮಾನ್ಯ. ಹೀಗಾಗಿ ಅವರನ್ನು ಸುಮ್ಮನೆ ಎತ್ತಿಕೊಳ್ಳುವುದಾಗಲೀ, ತಬ್ಬಿಕೊಳ್ಳುವುದಾಗಲೀ ಕಷ್ಟ. ಈ ಚಿಣ್ಣರೊಂದಿಗೆ ನಿಮಗೆ ಆಡುವ ಉಮೇದೇನಾದರೂ ಇದ್ದಲ್ಲಿ 'ದಾಗ್ ಅಚ್ಛೇ ಹೇಂ' ಎನ್ನುತ್ತಲೇ ಹೋಗಬೇಕಷ್ಟೇ. ಸದಾ ಶುದ್ಧವಾಗಿರಲು ಅವರು ಶಹರದ ಮಕ್ಕಳಲ್ಲವಲ್ಲಾ? ಅವರಾದರೂ ಏನು ಮಾಡಿಯಾರು!

ಇವುಗಳಲ್ಲದೆ ಬಟ್ಟೆಗಳನ್ನು ಸುತ್ತಿ ಮಾಡಿರುವ ಫುಟ್ಬಾಲ್ ಇವರ ಆಟಗಳಲ್ಲಿ ಮುಖ್ಯವಾದದ್ದು. ಭಾರತೀಯರಿಗೆ ಕ್ರಿಕೆಟ್ ಇರುವಂತೆ ಇಲ್ಲಿಯವರಿಗೆ ಫುಟ್ಬಾಲ್ ಹುಚ್ಚಿರುವುದರಿಂದ ಇದು ಸಹಜವೇ ಅನ್ನಿ. ಉಳಿದಂತೆ ಕುಣಿದು ಕುಪ್ಪಳಿಸುವ ಕೆಲ ಆಟಗಳಂತೂ ಇದ್ದೇ ಇವೆ. ಒಟ್ಟಾರೆಯಾಗಿ ನೋಡಿದರೆ ಎದ್ದು ಬಿದ್ದು ಆಡುತ್ತಾ ಹಾಯಾಗಿರುವ ಈ ಮಕ್ಕಳನ್ನು ನೋಡುವುದೇ ಒಂದು ಖುಷಿ. ಏಕೆಂದರೆ ಅವರ ಬಾಲ್ಯವು ಈ ಜಗತ್ತಿನ ಉಳಿದ ಭಾಗದ ಮಕ್ಕಳಂತೆ ಆರಿಂಚಿನ ಸ್ಮಾರ್ಟ್‌ಫೋನಿನಲ್ಲೋ, ಪ್ಲೇ-ಸ್ಟೇಷನ್‌ಗಳಲ್ಲೋ, ಟ್ಯಾಬ್‌ಗಳಲ್ಲೋ ಕಳೆದುಹೋಗುತ್ತಿಲ್ಲ. ಪ್ರಕೃತಿಯ ಸಖ್ಯವು ಅವರನ್ನು ಉತ್ಸಾಹಿಗಳನ್ನಾಗಿಸಿದೆ, ಕುತೂಹಲಿಗಳನ್ನಾಗಿಸಿದೆ. ಇನ್ನು ಅಂಗೋಲಾದಲ್ಲಿ ಹೆಚ್ಚಿನ ಶಾಲೆಗಳಲ್ಲೂ, ಕಾಲೇಜುಗಳಲ್ಲೂ ವಿದ್ಯಾರ್ಥಿಗಳಿಗೆ ನಿಗದಿಯಾಗಿರುವುದು ಒಂದೇ ಸಮವಸ್ತ್ರ (ಚರ್ಚಿನಂತಹ ಖಾಸಗಿಯವರು ನಡೆಸುವ ವಿದ್ಯಾಸಂಸ್ಥೆಗಳನ್ನು ಬಿಟ್ಟು). ಬಿಳಿಯ ಬಣ್ಣದ ದೊಗಲೆ ಕೋಟುಗಳಂತಿರುವ ಅಂಗಿಗಳು. ತರಹೇವಾರಿ ಆಟೋಟಗಳಲ್ಲಿ ಮಗ್ನರಾಗಿರುವ ಚಿಣ್ಣರು ಈ ಬಿಳಿಯ ವಸ್ತ್ರವನ್ನು ಯಾವ ಬಣ್ಣಕ್ಕೆ ತಂದಾರು ಎಂಬುದನ್ನು ಈಗ ನೀವೇ ಊಹಿಸಿಕೊಳ್ಳಬಹುದು!

ಈ ಸಾಮಾಜಿಕ ಅಧ್ಯಯನದ ನೆಪವು ಇಲ್ಲಿಯ ಗ್ರಾಮೀಣ ಮಹಿಳೆಯರ ಮತ್ತು ಮಕ್ಕಳನ್ನು ಹತ್ತಿರದಿಂದ ಕಾಣುವ ಅವಕಾಶವನ್ನು ನನಗೆ ಒದಗಿಸಿಕೊಟ್ಟಿತ್ತು. ನಾನು

ಅಪರೂಪಕ್ಕೊಮ್ಮೆ ಶಾಲೆಗಳತ್ತ ಹೋದಾಗಲೆಲ್ಲಾ ಯಾವುದಾದರೂ ಮಗುವೊಂದರ ನೋಟ್ ಬುಕ್ಕಿನ ಕೊನೆಯ ಪುಟದಲ್ಲಿ ಚಕಚಕನೆ ಕಾರ್ಟೂನ್ ಚಿತ್ರವೊಂದನ್ನು ಬರೆದರೆ ಎಲ್ಲರೂ ಹೋ ಎಂದು ಖುಷಿಯಿಂದ ಅಬ್ಬರಿಸುತ್ತಾ ಗುಂಪುಗಟ್ಟೋರು. ನಂತರ ನನಗೂ ಬೇಕು, ನನಗೂ ಬೇಕು ಎಂದು ಮುಗಿಬಿದ್ದು ತಮ್ಮ ತಮ್ಮ ಪುಸ್ತಕಗಳನ್ನು ಕೊಡೋರು. ಬಾಕ್ಸಿಂಗ್ ಮಾಡುತ್ತಿರುವ ಎಮ್ಮೆ, ಗಿಟಾರ್ ಬಾರಿಸುತ್ತಿರುವ ಕಪ್ಪೆ, ಸಾಗರತೀರದಲ್ಲಿ ಹಾಯಾಗಿ ಮೈಚೆಲ್ಲಿ ಕೂಲ್ ಡ್ರಿಂಕ್ ಕುಡಿಯುತ್ತಿರುವ ಹೆಬ್ಬಾವು... ಹೀಗೆ ಮಕ್ಕಳಿಗಾಗಿ ಏನೇನೋ ತಮಾಷೆಯ ಚಿತ್ರಗಳು! ಒಂದೊಂದು ಚಿತ್ರಕ್ಕೂ ಒಂದಕ್ಕಿಂತ ಹೆಚ್ಚು ನಿಮಿಷವನ್ನು ತೆಗೆದುಕೊಳ್ಳುವ ಪ್ರಮೇಯವಿಲ್ಲದಿದ್ದರಿಂದ ಬಹುತೇಕ ಎಲ್ಲರಿಗೂ ಒಂದೊಂದು ಸೂಪರ್ ಫಾಸ್ಟ್ ರೇಖಾಚಿತ್ರವು ಸಿಕ್ಕೇ ಸಿಗುತ್ತಿತ್ತು. ನನಗೋ ಪಟಪಟನೆ ಮಾತಾಡುವಷ್ಟು ಪೋರ್ಚುಗೀಸ್ ಬಾರದು. ಅವರಿಗೋ ಅಷ್ಟಾಗಿ ಇಂಗ್ಲಿಷ್ ಬಾರದು. ಹೀಗಾಗಿ ಇಂಥಾ ಸಮಯದಲ್ಲೆಲ್ಲಾ ನನ್ನ 'ಒನ್ ಮಿನಿಟ್' ಚಿತ್ರಗಳೇ ನಮ್ಮ ಎದೆಗಳನ್ನು ಬೆಸೆಯುವ ಸೇತುವೆಗಳು.

ಮೊನ್ನೆ ಭಾರತದಿಂದ ಅಂಗೋಲಾಕ್ಕೆ ಮರಳಿಬಂದಾಗ ಏನೋ ಕೆಲಸವೆಂದು ನನ್ನ ಕಾರುಚಾಲಕನಾದ ಅಗುಸ್ಟೋನ ಮನೆಗೆ ಹೋದರೆ ಆತನ ಮಗಳು, ಆರರ ಬಾಲೆ ಸೋಫಿಯಾ ಓಡಿಬಂದು "ನಿಕ್... ನಿಕ್..." ಎನ್ನುತ್ತಾ ಬಿಗಿದಪ್ಪಿಕೊಂಡಳು. ಎಂದಿನಂತೆ ನಾವಿಬ್ಬರೂ ನಮಗಿಬ್ಬರಿಗೂ ಗೊತ್ತಿರುವಷ್ಟು ಭಾಷೆಯಲ್ಲಿ ಅದೇನೋ ಮಾತಾಡಿಕೊಂಡೆವು. ಅವಳೋ ತನ್ನದೇ ವಯಸ್ಸಿನ ಇನ್ನೂ ನಾಲ್ಕೈದು ಮಕ್ಕಳನ್ನು ಕರೆತಂದು "ಅಕೆಲ ಎವು ಅಮೀಗು ನಿಕ್ (ಇಂವ ನನ್ನ ಗೆಳೆಯ ನಿಕ್)" ಎಂದು ಎದೆಯುಬ್ಬಿಸಿ ಧಿಮಾಕಿನಿಂದ ಪರಿಚಯಿಸಿಕೊಂಡಳು. ಅವರಿಗೆ ಅದೆಷ್ಟು ಅರ್ಥವಾಯಿತೋ. ನಾನೊಬ್ಬ ಅನ್ಯಗ್ರಹವಾಸಿಯಂತೆ ಅವರೆಲ್ಲರೂ ಪಿಳಿಪಿಳಿ ಕಣ್ಣುಬಿಟ್ಟು ನೋಡಿದ್ದಾಯಿತು. ಇನ್ನು ಸೋಫಿಯಾ ನನಗೆ ಅಂಟಿಕೊಂಡಿಯೇ ಇದ್ದುದರಿಂದಲೇ ಏನೋ ಇತರರೂ ಬಹುಬೇಗ ಮೈಚಳಿ ಬಿಟ್ಟು ನನ್ನೊಂದಿಗೆ ಬೆರೆತರು. ಇವರೊಂದಿಗೆ ಒಂದಿಷ್ಟು ಆಟವಾಡಿ ಸುಸ್ತಾದ ನಂತರ ನಾನು ಮನೆಯತ್ತ ಹೊರಡಲು ಕಾರಿನಲ್ಲಿ ಕುಳಿತೆ. ನಂತರ ಮನೆಗೆ ಬಂದ ಸೋಫಿಯಾಳ ಹಿರಿಯಣ್ಣ ಅರುಣ ನಾನು ಬಂದಿದ್ದ ವಿಷಯವನ್ನು ತನ್ನ ಅಮ್ಮನಿಂದ ಕೇಳಿ ನನ್ನನ್ನೂ ಕೂಡ ಕರೆಯೋದಲ್ವಾ ಎಂದು ತನ್ನ ತಂಗಿಯನ್ನು ದಬಾಯಿಸಿದನಂತೆ.

ಬರೆಯುತ್ತಾ ಹೋದರೆ ಇಲ್ಲಿಯ ಮಕ್ಕಳದ್ದೇ ಒಂದು ಲೋಕ. ಇದರಲ್ಲಿ ದಕ್ಕಿದ್ದು ಒಂದಿಷ್ಟಾದರೂ ಇವುಗಳು ಸದಾ ನೆನಪಿನಲ್ಲುಳಿಯುವಂಥವು, ಎಡೆಬಿಡದೆ ಕಾಡುವಂಥವು.

●

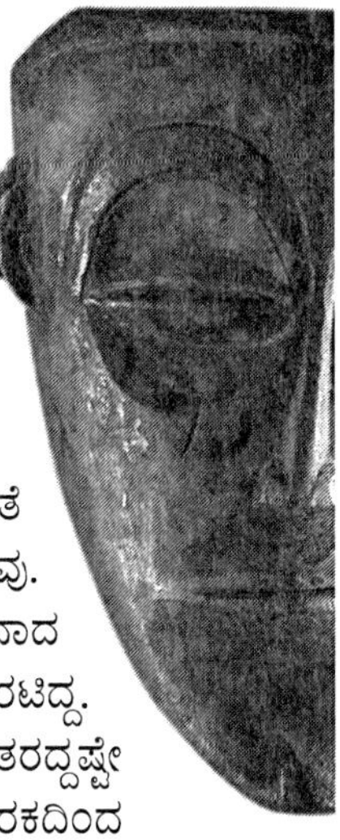

ಕಾಡಗರ್ಭದಲ್ಲಿ ಕತೆ ಕತೆ ಕಾರಣ

ಅಂದು ನಾನು ಹುಡುಕುತ್ತಾ ಹೋಗಿದ್ದು ಕತೆಗಳನ್ನು!

ಆದರೆ ನಮ್ಮ ಪಯಣದಲ್ಲಿ ನಾನೊಬ್ಬನೇ ಇರಲಿಲ್ಲ. ನನ್ನ ಜೊತೆ ಇನ್ನೂ ಮೂವರಿದ್ದರು. ಈ ಮೂವರಿಗೂ ಕೂಡ ಅವರದ್ದೇ ಆದ ತಲಾಶೆಗಳಿದ್ದವು. ನನ್ನನ್ನು ಹೊರತುಪಡಿಸಿ ನಮ್ಮ ತಂಡದ ಮತ್ತೊಬ್ಬ ಮುಖ್ಯ ಸದಸ್ಯರಲ್ಲೊಬ್ಬನಾದ ಪೋರ್ಚುಗೀಸ್ ಮೂಲದ ಜೇಮ್ಸ್ ತನ್ನ ತಾತನ ಕತೆಗಳ ತಲಾಶೆಯಲ್ಲಿ ಹೊರಟಿದ್ದ. ನಮ್ಮ ಜೊತೆಯಲ್ಲಿದ್ದ ದುಭಾಷಿ ಮಿಗೆಲ್ ಎಂಬೋಸೋನ ಕೆಲಸವು ಭಾಷಾಂತರದ್ದಷ್ಟೇ ಆಗಿತ್ತು. ಅವನಿಗಿದ್ದಿದ್ದು ಒಂದೇ ತಲಾಶೆ. ಅದು ಯಾವಾಗಾದರೂ ಈ ನರಕದಿಂದ ಹೊರಬರುವೆನೋ ಎಂಬುದು. ಅವನ ವಾರಾಂತ್ಯದ ಮೋಜಿನ ಶನಿವಾರವನ್ನು ನಾವುಗಳು ವಿನಾಕಾರಣ ತಿಂದುಹಾಕಿದ್ದೆವು. ನಮ್ಮ ಕಾರುಚಾಲಕನಾದ ಅಗುಸ್ಟೋನದ್ದೂ ಇದೇ ಅವಸ್ಥೆ. ನನ್ನ ತಿರುಗಾಟದ ಮತ್ತು ಜೇಮ್ಸ್‌ನ ತನ್ನ ತಾತನ ಕತೆಯ ಬೆನ್ನಟ್ಟುವ ಗೀಳಿಗೆ ಇವರಿಬ್ಬರೂ ಕೂಡ ಸಿಕ್ಕಿಹಾಕಿಕೊಂಡಿದ್ದರು ಅನ್ನುವುದನ್ನು ಹೇಳಲೇಬೇಕು.

ಮಿಗೆಲ್‌ನ ವ್ಯಥೆಗೆ ಕಾರಣಗಳೂ ಇದ್ದವು ಅನ್ನಿ. ಅಂಗೋಲಾದ ಕಿಪೆಡ್ರೊ ಹಳ್ಳಿಗೆ ಹೋಗುವುದೆಂದರೆ ಅಷ್ಟು ಸುಲಭದ ಮಾತೇನೂ ಆಗಿರಲಿಲ್ಲ. ಕಳೆದೆರಡು ವಾರಗಳ ಹಿಂದಷ್ಟೇ ಆಂಬೂಲಾ ಎಂಬ ಹಳ್ಳಿಗೆ ಹೋಗಿದ್ದ ನಾವುಗಳು ಕೊಂಚ ಹೆಚ್ಚೇ ಅನ್ನುವಷ್ಟು ಸುಸ್ತಾಗಿದ್ದೆವು. ಅದರಿಂದ ಸುಧಾರಿಸಿಕೊಳ್ಳುವುದಕ್ಕೇ ಸುಮಾರು ನಾಲ್ಕೈದು ದಿನಗಳು ಹಿಡಿದಿದ್ದವು. ಹೀಗಾಗಿ ಕಿಪೆಡ್ರೊ ಹಳ್ಳಿಯ ಈ ಪಯಣಕ್ಕೆ ಮಿಗೆಲ್ ಮತ್ತು ಅಗುಸ್ಟೋನನ್ನು ಒಪ್ಪಿಸಲು ನಾನು ಮತ್ತು ಜೇಮ್ಸ್ ಈ ಬಾರಿ ಸಾಕಷ್ಟು ಕಷ್ಟಪಟ್ಟಿದ್ದೆವು. ಪೋರ್ಚುಗೀಸ್ ಭಾಷೆಯನ್ನು ಬಲ್ಲವನಾಗಿದ್ದ ಜೇಮ್ಸ್ ಒಬ್ಬನೇ ಹೋದರೂ ಹೋದಾನು ಆದರೆ ನನಗಂತೂ ದುಭಾಷಿಯಿಲ್ಲದೆ ಅಷ್ಟು ದೂರ ಹೋಗುವುದರಲ್ಲಿ ಅರ್ಥವೇ ಇರಲಿಲ್ಲ. ಏಕೆಂದರೆ, ಜೇಮ್ಸ್ ತುಂಡು-ತುಂಡು ಇಂಗ್ಲಿಷ್ ಅಷ್ಟೇ ಮಾತಾಡುತ್ತಿದ್ದ. ನನ್ನ ಪೋರ್ಚುಗೀಸ್ ಜ್ಞಾನವೂ ಅಷ್ಟಕ್ಕಷ್ಟೇ ಎಂಬಂತಿತ್ತು. ಹೀಗಾಗಿ ಒಂದು ಹಂತದ ಬಳಿಕ ನಮ್ಮಿಬ್ಬರ ಬಳಿಯೂ ಮಾತನಾಡಲು ಶಬ್ದಗಳೇ ಖಾಲಿಯಾಗಬಹುದಾದ ಸಂಭವವಿತ್ತು.

ಈ ಹಿಂದಿನ ನಮ್ಮ ಆಂಬೂಲಾ ಪ್ರಯಾಣದ ಬಳಿಕ ನನಗೂ ಕೂಡ ಈ ಪ್ರಯಾಣದ ಬಗ್ಗೆ ಸಾಕಷ್ಟು ಹಿಂಜರಿಕೆಯಿದ್ದಿದ್ದು ಸತ್ಯ. ಹೋಗಲೋ ಬೇಡವೋ ಎಂಬ ಸಂದಿಗ್ಧದಲ್ಲೇ ಎರಡು ದಿನಗಳು ಉರುಳಿಹೋಗಿದ್ದವು. ಏಕೆಂದರೆ ಏಕಮುಖವಾಗಿ ನೋಡಿದರೂ ಸುಮಾರು ನೂರೈವತ್ತು ಕಿಲೋಮೀಟರುಗಳ ನಮ್ಮ ಹಾದಿಯಲ್ಲಿ ಎಪ್ಪತ್ತು ಪ್ರತಿಶತ ಕಾಡಿನದ್ದೇ ಆಗಿತ್ತು.

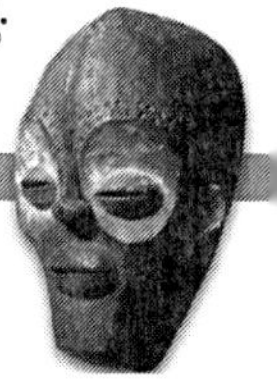

ಐವತ್ತರಿಂದ ಅರವತ್ತು ಕಿಲೋಮೀಟರುಗಳವರೆಗೆ ಹಬ್ಬಿದ್ದ ಅಂಥಾ ದಟ್ಟಕಾಡನ್ನು ನಾನು ನೋಡಿದ್ದು ಅದೇ ಮೊದಲು. ಅಂದಹಾಗೆ ಈ ಐವತ್ತು-ಅರವತ್ತು ಕಿಲೋಮೀಟರುಗಳ ಕಾಡು ನಮ್ಮ ಹಾದಿಗೆ ದಕ್ಕಿದ ಪ್ರದೇಶವಷ್ಟೇ. ನಮ್ಮ ಹಾದಿಯ ಹಿಂದಕ್ಕೂ ಮುಂದಕ್ಕೂ ಎಡಬಲಗಳಲ್ಲೂ ಇನ್ನೂ ಅದೆಷ್ಟು ಕಾಡಿನ ವಿಸ್ತಾರವಿತ್ತೋ!

ಆದರೆ ವಿಶೇಷವೆಂದರೆ ಅಂಥಾ ದಟ್ಟ ಕಾಡುಗಳ ಮಧ್ಯದಲ್ಲೂ ಐದರಿಂದ ಹತ್ತು ಕಿಲೋಮೀಟರುಗಳ ಅಂತರದಲ್ಲಿ ಚಿಕ್ಕ ಸಮುದಾಯದಂತಿದ್ದ ಏಳೆಂಟು ಮನೆಗಳು ನಮಗೆ ಕಾಣಸಿಗುತ್ತಿದ್ದವು. ಹಾಗೆಂದು ಆದಿವಾಸಿಗಳೇನೂ ಅವರಾಗಿರಲಿಲ್ಲ. ಅವರು ನಮ್ಮಂತೆಯೇ ಅಂಗಿ ಪೈಜಾಮಗಳನ್ನು ಧರಿಸಿದ ಸಾಮಾನ್ಯ ಆಫ್ರಿಕನ್ನರಾಗಿದ್ದರು. ದಡಬಡ ಸದ್ದುಮಾಡುತ್ತಾ ಧೂಳೆಬ್ಬಿಸುತ್ತಾ ಸಾಗುತ್ತಿದ್ದ ನಮ್ಮ ಖಾಸಗಿ ವಾಹನವನ್ನು ನೋಡಲು ಅವರಿಗೂ ಬಹುಷಃ ಅಚ್ಚರಿ. ನನಗೋ ವಿದ್ಯುಚ್ಛಕ್ತಿ, ಆಸ್ಪತ್ರೆ, ಮಾರುಕಟ್ಟೆಗಳ ಸೌಲಭ್ಯಗಳೇ ಇಲ್ಲದ, ನೋಡಲು ಬೆಂಕಿಪೊಟ್ಟಣಗಳಂತಿದ್ದ ಇಟ್ಟಿಗೆಯ ಮನೆಗಳಲ್ಲಿ ಇವರುಗಳು ಹೇಗಾದರೂ ವಾಸಿಸುತ್ತಿದ್ದಾರಪ್ಪಾ ಎನ್ನುವ ಅಚ್ಚರಿ. ಆಫ್ರಿಕಾದ ಗ್ರಾಮೀಣ ಪ್ರದೇಶಗಳಲ್ಲಿ ಇಂಥಾ ಇಟ್ಟಿಗೆಯ ಪುಟ್ಟ ಮನೆಗಳು, ತಗಡಿನ ಡಬ್ಬದಂತಿರುವ ಮನೆಗಳು ಕಾಣಸಿಗುವುದು ಸಾಮಾನ್ಯವಾದರೂ ಇಲ್ಲಿಯ ಸಂದರ್ಭವೇ ಬೇರೆಯೇ ಆಗಿತ್ತು ಅನ್ನುವುದೂ ಕೂಡ ಸತ್ಯ.

ದುರ್ಗಮವಾದ ಮಣ್ಣಿನ ರಸ್ತೆಯಲ್ಲಿ ಸಾಗುತ್ತಾ, ಕೂತಲ್ಲೇ ಕುಪ್ಪಳಿಸುತ್ತಾ, ಬೆನ್ನುಮೂಳೆಯು ಇನ್ನೇನು ಬಿದ್ದೇ ಬೀಳಲಿದೆ ಎನ್ನುವ ಮಟ್ಟಿಗೆ ನೋಯುತ್ತಿದ್ದರೆ ನಮ್ಮ ವಾಹನವಂತೂ ದಡದಡ ಸದ್ದುಮಾಡುತ್ತಾ ನಾನೇನಾದರೂ ನಿಂತುಹೋದರೆ ನಿಮ್ಮ ಹುಚ್ಚೇ ಇದಕ್ಕೆ ಕಾರಣ ಎನ್ನುವಂತೆ ಸಾಗುತ್ತಲಿತ್ತು. ಆ ಕಲ್ಪನೆಯೇ ನಮ್ಮಲ್ಲಿ ಭಯವನ್ನು ಹುಟ್ಟಿಸುತ್ತಿದ್ದುದಂತೂ ಸತ್ಯ. ಏಕೆಂದರೆ ಕಾಡನ್ನು ಸೀಳುತ್ತಾ ಮುಂದೆ ಹೋಗುತ್ತಿದ್ದ ನಮಗೆ ಆಗಾಗ ಬಯಲುಪ್ರದೇಶಗಳು ಸಿಗುತ್ತಿದ್ದರೂ ಒಂದೇ ಒಂದು ನರಪ್ರಾಣಿಯೂ ನಮಗೆ ಕಂಡಿರಲಿಲ್ಲ. ಮೇಲೆ ನೋಡಿದರೆ ವಿಶಾಲವಾದ ಆಗಸ, ಕೆಳಗೆ ನಾವುಗಳು ನಿಂತಿದ್ದ ಭೂಮಿ ಮತ್ತು ಸುತ್ತಲೂ ನೋಡಿದರೆ ಹಸಿರೇ ಹಸಿರು ಅಥವಾ ವಿಶಾಲ ಬಯಲುಗಳು. ನಾವು ನಾಲ್ವರನ್ನು ಬಿಟ್ಟರೆ ಆ ಜಾಗಗಳಲ್ಲಿ ಒಬ್ಬ ನರಪಿಳ್ಳೆಯೂ ಇರಲಿಲ್ಲ. ನಾವೊಂದು ಹೊಸ ಗ್ರಹಕ್ಕೆ ಬಂದಿಳಿದ್ದೇವೆಯೇ ಎಂಬಂತೆ! ವಾಹನವನ್ನು ಇಳಿಸಿ ಸುಮ್ಮನೆ ದೂರಕ್ಕೆ ನಡೆದುಹೋದರೆ ವಿಚಿತ್ರವಾಗಿ ಕಾಡುವ ಅದೆಂಥದ್ದೋ ಆಳವಾದ ಮೌನ. ಹಕ್ಕಿಗಳ ಚಿಲಿಪಿಲಿ, ಗಾಳಿಯ ಚಲನೆ, ಕೀಟಗಳ ಗೊಣಗಾಟ... ಇವುಗಳನ್ನು ಬಿಟ್ಟರೆ ಬೇರ್ಯಾವ ಸದ್ದುಗಳೂ ಇಲ್ಲದಂತಹ ಪರಿಸರ. ಅದೊಂದು ಅಕ್ಷರಶಃ 'ನೋ ಮ್ಯಾನ್ಸ್ ಲ್ಯಾಂಡ್'!

ಕಿಪೆಡ್ರೊ ಪ್ರದೇಶವು ಮಳೆಗಾಲದ ಸಮಯದಲ್ಲಿ ಅಕ್ಷರಶಃ ದ್ವೀಪದಂತಾಗುತ್ತದೆ ಎಂಬುದನ್ನು ತಿಳಿಯಲು ನಮಗೆ ಹೆಚ್ಚಿನ ಸಮಯವೇನೂ ಬೇಕಾಗಲಿಲ್ಲ. ದಾರಿ ಮಧ್ಯದಲ್ಲಿ ನಮ್ಮ ವಾಹನವನ್ನು ಹತ್ತಿದ್ದ ಹಳ್ಳಿಯ ಮುಖ್ಯಸ್ಥನೊಬ್ಬ ನಮ್ಮ ಈ ಎಣಿಕೆಯನ್ನು ಒಪ್ಪಿಕೊಂಡಿದ್ದ. ಆ ದಟ್ಟ ಕಾಡಿನಲ್ಲಿ ನಮಗೆ ದಾರಿ ತೋರಿಸುತ್ತಾ ಇದ್ದ ಪುಣ್ಯಾತ್ಮನೆಂದರೆ ಈತನೇ. ಆದರೆ ಆ ದಿನವು ನಿಜಕ್ಕೂ ಶುಭ್ರವಾಗಿತ್ತು. ಮಳೆಗಾಲದ ಕೊನೆಯ ಹಂತವಾದರೂ ಕೂಡ ಸೂರ್ಯ ಇನ್ನಿಲ್ಲದಂತೆ ಸುಡುತ್ತಿದ್ದ. ಕೆಂಪು ಮೆಣಸಿನಕಾಯಿಯಂತಿದ್ದ ಕಡುಗೆಂಪು

ಬಣ್ಣದ ಪುಟ್ಟ ಹಕ್ಕಿಗಳು ಉಲ್ಲಾಸದಿಂದ ಹಾರಾಡುತ್ತಿದ್ದವು. ಆದರೆ ನಮ್ಮ ಉತ್ಸಾಹವು ಮಾತ್ರ ನಿಧಾನಕ್ಕೆ ಕರಗತೊಡಗಿತ್ತು. ದಟ್ಟ ಕಾನನದ ಸೌಂದರ್ಯವು ನಮ್ಮನ್ನು ಆಕರ್ಷಿಸಿದ್ದರೂ ಕೂಡ ಸಾಗಿದಷ್ಟೂ ದೂರ ಎಂಬಂತಿದ್ದ ಆ ಮುಗಿಯದ ದುರ್ಗಮ ಹಾದಿಯು ಮೊದಲ ಎರಡು ಘಂಟೆಗಳಲ್ಲೇ ನಮ್ಮ ಶಕ್ತಿಯನ್ನೆಲ್ಲಾ ಹೀರಿಕೊಂಡು ಹಿಂಡಿಹಿಪ್ಪೆಮಾಡಿತ್ತು. ಆದಷ್ಟು ಬೇಗ ಕಾರಿನಿಂದಿಳಿದು ಕೈಕಾಲುಗಳನ್ನು ಉದ್ದಕ್ಕೆ ಚಾಚಿ ಯಾವುದಾದರೂ ಮರವೊಂದರ ನೆರಳಿನಲ್ಲಿ ಮಲಗುವ ಕನಸನ್ನೇ ನಾವು ಕಾಣುತ್ತಿದ್ದೆವು. ಆ ಕ್ಷಣದಲ್ಲಿ ಯಾರಾದರೂ ನಮ್ಮ ಮೈಕೈಗಳನ್ನು ಒತ್ತಿ ಮಾಲೀಷು ಮಾಡುವಂತಿದ್ದರೆ ಸ್ವರ್ಗಕ್ಕೆ ಮೂರೇ ಗೇಣು ಎಂಬಂತಾಗುತ್ತಿತ್ತೋ ಏನೋ!

ಅಂಗೋಲಾದ ಹಳ್ಳಿಗಳಿಗೆ ನೀವು ಬೇಕೆಂದಾಗ ಹೋಗಿ ಅಡ್ಡಾಡುವಂತಿಲ್ಲ. ಹಳ್ಳಿಗಳಿಗೆ ಕಾಲಿರಿಸುವ ಮುನ್ನ ಹಳ್ಳಿಯ ಮುಖ್ಯಸ್ಥನ ಅನುಮತಿಯನ್ನು ಕೇಳಬೇಕು. ಹಳ್ಳಿಯ ಮುಖ್ಯಸ್ಥನನ್ನು ಇಲ್ಲಿ 'ಸೋಬಾ' ಎಂದು ಕರೆಯಲಾಗುತ್ತದೆ. ಇದರಲ್ಲೂ ಕಿರಿಯ ಸೋಬಾ, ಕಿರಿಯ ಸೋಬಾ ಇನ್ನುವ ವರ್ಗೀಕರಣಗಳೆಲ್ಲಾ ಇವೆಯಂತೆ. ನಮ್ಮೊಂದಿಗೆ ಜೊತೆಯಾಗಿದ್ದ ವಾಸ್ಕೋ ಹಿರಿಯ ಸೋಬಾ ಆಗಿದ್ದ. ಹೀಗಾಗಿ ಮಕ್ಕಳಿಂದ ಹಿಡಿದು ವೃದ್ಧರವರೆಗೆ ಎಲ್ಲರಿಗೂ ಆತ ಪರಿಚಿತನಾಗಿದ್ದಲ್ಲದೆ ಆತನೆಂದರೆ ಎಲ್ಲರಿಗೂ ವಿಶೇಷವಾದ ಗೌರವವಿತ್ತು. ಹೀಗೆ ಕೊಂಚ ಅಕ್ಕಿ, ಅನ್ನ, ರೊಟ್ಟಿ, ಸಕ್ಕರೆ, ರಸಾಯನ, ವೈನ್‌ಗಳನ್ನು ಕೊಂಡೊಯ್ದು ಅವರನ್ನು ಸಂಪ್ರೀತಗೊಳಿಸಿ ನಂತರ ಔಪಚಾರಿಕವಾಗಿ ಅನುಮತಿಯನ್ನು ಕೇಳಬೇಕು. ಇವೆಲ್ಲದರ ಬಗ್ಗೆಯೂ ಅರಿತಿದ್ದ ಜೇಮ್ಸ್ ದೊಡ್ಡದೊಂದು ಡಬ್ಬಿಯನ್ನೇ ತನ್ನ ಜೊತೆ ತಂದಿದ್ದ. ಸೋಬಾ ಮತ್ತು ಆತನ ತಂಡಕ್ಕೆ ನೀಡಲಾಗುವ ಎಲ್ಲಾ ಆಹಾರವಸ್ತುಗಳೂ ಅದರಲ್ಲಿದ್ದವು. ಹೀಗೆ ಬರೋಬ್ಬರಿ ನಾಲ್ಕು ಗಂಟೆಗಳ ಪ್ರಯಾಣವನ್ನು ಮುಗಿಸಿದ ನಾವುಗಳು ಕಿಪೆಡ್ರೋವನ್ನು ತಲುಪಿದಾಗ ಸೂರ್ಯ ನೆತ್ತಿಗೆ ಬಂದಿದ್ದ. ಅಚ್ಚರಿಯೆಂಬಂತೆ ಕಿಪೆಡ್ರೋದ ದೊಡ್ಡದಾದ ಬಯಲುಪ್ರದೇಶವೊಂದರಲ್ಲಿ ಎರಡು ಮಹಡಿಗಳ ಸುಣ್ಣಬಣ್ಣ ಬಳಿದ ಪಕ್ಕಾ ಕಟ್ಟಡವೊಂದಿತ್ತು. ಆ ಕಟ್ಟಡದ ಬಳಿ ನಿಂತಿದ್ದ ಏನಿಲ್ಲವೆಂದರೂ ಮೂವತ್ತು-ನಲವತ್ತು ಜನರು ನಮಗಾಗಿ ಕಾಯುತ್ತಿದ್ದರು. ಹಳ್ಳಿಯ ಮುಖ್ಯಸ್ಥ ಮತ್ತು ಊರ ಹಿರಿಯರು ಸಾಮಾನ್ಯವಾಗಿ ಈ ಜಾಗದಲ್ಲೇ ಸೇರುತ್ತಾರಂತೆ. ನಮ್ಮಲ್ಲಿ ಪಂಚಾಯತ್ ಕಟ್ಟೆ ಇದ್ದಂತೆ ಅವರಿಗೆ ಆ ಕಟ್ಟಡವೇ ಒಂದು ಕಾನ್ಫರೆನ್ಸ್ ಕೊಠಡಿ. ಇನ್ನು ಸರಕಾರಿ ಆಡಳಿತ ಸಂಬಂಧಿ ಚಟುವಟಿಕೆಗಳೂ ಅಲ್ಲಿ ನಡೆಯುತ್ತಿದ್ದ ಪರಿಣಾಮವಾಗಿ ಹಳ್ಳಿಯಲ್ಲಿ ಅದೊಂದು ಮುಖ್ಯ ಪ್ರದೇಶವಾಗಿತ್ತು.

ನೂರಕ್ಕೆ ನೂರು ಪ್ರತಿಶತ ಪುರುಷರೇ ಇದ್ದ ಆ ಗುಂಪಿನಲ್ಲಿ ನಮ್ಮನ್ನು ಸ್ವಾಗತಿಸಿ ವಿದ್ಯಾವಂತನಂತೆ ಕಾಣುತ್ತಿದ್ದ ಯುವಕನೊಬ್ಬ ಸಂಕ್ಷಿಪ್ತವಾಗಿ ಸ್ವಾಗತ ಭಾಷಣವನ್ನು ಮಾಡಿದ. ಮುಂದಿನ ಒಂದು ತಾಸು ನಾವುಗಳು ತಂದಿದ್ದ ತಿಂಡಿತಿನಿಸುಗಳನ್ನು ಗೌರವಧನದೊಂದಿಗೆ ಎಲ್ಲರ ಸಮ್ಮುಖದಲ್ಲಿ ಸೋಬಾನಿಗೆ ಔಪಚಾರಿಕವಾಗಿ ಹಸ್ತಾಂತರಿಸುವುದರ ಜೊತೆಗೇ ಹಳ್ಳಿಯನ್ನು ನೋಡಲು ಮೌಖಿಕವಾದ ಅಪ್ಪಣೆಯನ್ನು ಪಡೆಯುವ ಪ್ರಕ್ರಿಯೆಯೂ ಸಾಂಗವಾಗಿ ನೆರವೇರಿತು. ಕಿಪೆಡ್ರೊದಲ್ಲಿ ನಡೆದ ಈ ಸ್ವಾಗತವು ನನಗೆ ಅಚ್ಚರಿಯನ್ನು ತಂದಿದ್ದಂತೂ ನಿಜ. ಏಕೆಂದರೆ ಆಂಬೂಲಾದ ನಮ್ಮ ಪ್ರಯಾಣದಲ್ಲಿ ಅಪ್ಪಣೆಯನ್ನು

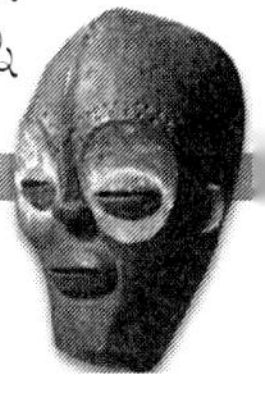

ಪಡೆಯುವ ವಿಧಿವಿಧಾನಗಳು ಅದುವೇ ಆಗಿದ್ದರೂ ಇವುಗಳನ್ನು ಪುಟ್ಟ ಮರವೊಂದರ ನೆರಳಿನಲ್ಲಿ ಸಂಕ್ಷಿಪ್ತವಾಗಿ ನೆರವೇರಿಸಲಾಗಿತ್ತು. ನೆರೆದಿದ್ದ ಹತ್ತಿಪ್ಪತ್ತು ಊರಹಿರಿಯರೊಡನೆ ನಡೆಸಬೇಕಾಗಿದ್ದ ಸಂವಾದವೂ ಕೂಡ ಮರದ ನೆರಳಿನಲ್ಲೇ ಮುಗಿದುಹೋಗಿತ್ತು. ಹೀಗಾಗಿ ಮುಂದೇನು ಕಾದಿದೆಯೋ ಎಂಬ ನಿರೀಕ್ಷೆಯಲ್ಲೇ ನಾನು ಎಲ್ಲರನ್ನೂ ನೋಡುತ್ತಾ ಕುಳಿತಿದ್ದೆ.

ನನ್ನ ಆಂಬೂಲಾ ಮತ್ತು ಕಿಪೆಡ್ರೊ ಹಳ್ಳಿಗಳ ಭೇಟಿಯು ಕೇವಲ ತಿರುಗಾಟದ ಗೀಳಿನದ್ದಾದರೂ ಜೊತೆಗಿದ್ದ ಜೇಮಿ ಮಗ್ವಿಜೋನ ಉದ್ದೇಶವು ಬೇರೆಯದೇ ಆಗಿತ್ತು. ಜೇಮಿ ತನ್ನ ಬೇರುಗಳನ್ನು ಹುಡುಕುತ್ತಾ ಇಲ್ಲಿಯವರೆಗೆ ಬಂದಿದ್ದ. ಪೋರ್ಚುಗಲ್‌ನಲ್ಲಿಯೇ ಹುಟ್ಟಿ ಬೆಳೆದವನು ಜೇಮಿ. ತನ್ನ ವಿದ್ಯಾಭ್ಯಾಸವನ್ನೂ ಅಲ್ಲೇ ಪೂರೈಸಿ ಸ್ಥಳೀಯ ಸಂಸ್ಥೆಯೊಂದರಲ್ಲಿ ಎಂಜಿನಿಯರ್ ಆಗಿ ಸೇರಿದ್ದವನು. ನಂತರ ರಿಪಬ್ಲಿಕ್ ಆಫ್ ಅಂಗೋಲಾದಲ್ಲಿ ಹೊಸದೊಂದು ನೀರಾವರಿ ಯೋಜನೆಯ ಗುತ್ತಿಗೆಯು ತನ್ನ ಸಂಸ್ಥೆಗೆ ಸಿಕ್ಕಿದೆ ಎಂಬುದನ್ನರಿತ ಆತ ಕೂಡಲೇ ಈ ಪ್ರಾಜೆಕ್ಟಿನ ಹೆಸರಿನಲ್ಲಿ ಅಂಗೋಲಾದವರೆಗೆ ಬಂದಿಳಿದಿದ್ದ. ಕನಿಷ್ಠ ಒಂದು ವರ್ಷವಾದರೂ ಅಂಗೋಲಾದಲ್ಲಿದ್ದು ತನ್ನ ಕರ್ತವ್ಯವನ್ನು ಆತ ನಿರ್ವಹಿಸಬೇಕಿತ್ತು. ಮೇಲಾಗಿ ಅಂಗೋಲಾದೆಡೆಗೆ, ಅದರಲ್ಲೂ ಸದ್ಯಕ್ಕೆ ನಾನಿರುವ ವೀಜ್ ಪ್ರದೇಶದೆಡೆಗೆ ಸಣ್ಣದೊಂದು ಸೆಳೆತವಂತೂ ಆತನಿಗಿತ್ತು. ಏಕೆಂದರೆ, ಜೇಮಿಯ ತಾತ ಈ ಪ್ರದೇಶದಲ್ಲಿ ಹಲವು ವರ್ಷಗಳನ್ನು ಕಳೆದಿದ್ದರಂತೆ.

ಜೇಮಿಯ ತಾತ ಸುಮಾರು ನೂರು ವರ್ಷಗಳ ಹಿಂದೆ ಅಲ್ಲಿದ್ದರು ಎಂಬ ಸುದ್ದಿಯು ನನ್ನನ್ನು ತಲುಪುತ್ತಿದ್ದಂತೆಯೇ ನಾನೂ ಕೂಡ ಬ್ಯಾಗೊಂದನ್ನು ಹೆಗಲಿಗೇರಿಸಿ'ಲೆಟ್ಸ್ ಗೋ ಫ್ರೆಂಡ್' ಎಂದಿದ್ದೆ. ಜೇಮಿಯತಾತನಾಗಿದ್ದ ಜೋಸ್ ಮಗ್ವಿಜೋ ರಿಪಬ್ಲಿಕ್ ಆಫ್ ಅಂಗೋಲಾದ ನೆಲದಲ್ಲಿ ಮೊಟ್ಟಮೊದಲಬಾರಿ ಕಾಲಿಟ್ಟಿದ್ದು 1923ರಲ್ಲಿ. ಅಂಗೋಲಾದ ಆಂಬ್ರಿಷ್‌ನಲ್ಲಿ ಕಾಲಿಟ್ಟಿದ್ದ ಆತ ಮುಂದಿನ ಹದಿನೈದು ವರ್ಷಗಳಲ್ಲೇ ದೊಡ್ಡದಾದ ಕಾಫಿ ಕಾರ್ಖಾನೆಯೊಂದನ್ನು ಅಲ್ಲಿ ಸ್ಥಾಪಿಸಿದ. ನೋಡನೋಡುತ್ತಿದ್ದಂತೆಯೇ ಈ ಕಾಫಿ ಉದ್ಯಮವು ನಿರೀಕ್ಷೆಗಿಂತಲೂ ದೊಡ್ಡದಾಗಿ ಬೆಳೆದಿತ್ತು. ಇಪ್ಪತ್ತು ಸಾವಿರ ಹೆಕ್ಟೇರಿನಷ್ಟು ವಿಶಾಲವಾಗಿ ಹಬ್ಬಿದ್ದ ಆ ಪ್ರದೇಶವು ವಿಪುಲವಾಗಿ ಕಾಫಿಯ ಬೆಳೆಯನ್ನು ಉತ್ಪಾದಿಸುತ್ತಿತ್ತು. ಸುಮಾರು ಐದು ಸಾವಿರ ಕಾರ್ಮಿಕರನ್ನು ಹೊಂದಿದ್ದ ಆ ಕಾರ್ಖಾನೆಯು ಉತ್ತರ ಅಂಗೋಲಾದ ಎರಡನೇ ಅತೀ ದೊಡ್ಡ ಕಾಫಿ ಉದ್ಯಮವಾಗಿ ಬೆಳೆದಿತ್ತು. ಅಂಥಾ ಉದ್ಯಮವು ಜೋಸ್‌ನ ಹಿಡಿತದಲ್ಲಿತ್ತೆಂದರೆ ಆತ ಅದೆಷ್ಟು ಆಯಕಟ್ಟಿನ ವ್ಯಕ್ತಿಯೆಂಬುದನ್ನು ನಾವು ಯೋಚಿಸಬಹುದು.

ಆ ದಿನಗಳಲ್ಲಿ ಪೋರ್ಚುಗೀಸರ ಹಿಡಿತದಲ್ಲಿದ್ದ ಅಂಗೋಲಾ ಆಗ ಏನಿಲ್ಲವೆಂದರೂ ತಕ್ಕಮಟ್ಟಿನ ಪರಿಸ್ಥಿತಿಯಲ್ಲೇ ಇತ್ತು. ಉದ್ಯಮಿಯಾಗಿ ಬೆಳೆದು ನಿಂತ ಜೋಸ್ ಸರಕಾರದ ಪ್ರತಿನಿಧಿಗಳೊಂದಿಗೆ ಒಳ್ಳೆಯ ಸಂಬಂಧವನ್ನು ಇಟ್ಟುಕೊಂಡಿದ್ದರಲ್ಲದೆ ಸ್ಥಳೀಯರೊಂದಿಗೂ ಉತ್ತಮವಾದ ಬಾಂಧವ್ಯವನ್ನು ಹೊಂದಿದ್ದರು. ಗುಲಾಮಗಿರಿಯು ಉತ್ತುಂಗದಲ್ಲಿದ್ದ ಆ ದಿನಗಳಲ್ಲೂ ಬಿಳಿ ತೊಗಲಿನ ಈ ಮನುಷ್ಯ ಆಫ್ರಿಕನ್ನರನ್ನು ಕರಿ ಗುಲಾಮರಂತೆ ಕಾಣದೆ ಮಾನವನಾಗಿಯೇ ಕಂಡಿದ್ದ. ವಾಹನಗಳ ಸೌಲಭ್ಯವಿಲ್ಲದ ಆ ದಿನಗಳಲ್ಲಿ ಈ ಕಾರ್ಮಿಕರು ಕಾಫಿಯ ಮೂಟೆಗಳನ್ನು ಮೈಲುಗಟ್ಟಲೆ ನಡೆದುಕೊಂಡೇ

ಹೋಗಿ ತಲುಪಿಸಬೇಕಾಗಿದ್ದ ಜಾಗಗಳಿಗೆ ತಲುಪಿಸಬೇಕಿತ್ತು. ಇದರಲ್ಲಿ ಕೆಲವರು ಆಹಾರವಿಲ್ಲದೆಯೋ ನಿಶ್ಶಕ್ತಿಗೊಳಗಾಗಿಯೋ ಮಾರ್ಗಮಧ್ಯದಲ್ಲೇ ಅಸುನೀಗಿದರೆ ಇನ್ನು ಕೆಲವರು ದರೋಡೆಕೋರರಿಂದ ಕೊಲ್ಲಲ್ಪಡುತ್ತಿದ್ದರು. ಉದ್ಯಮ ಮತ್ತು ಕಾರ್ಮಿಕರ ಪರಿಸ್ಥಿತಿಗಳು ಹೀಗಿದ್ದಾಗ ಕೆಲ ಬದಲಿ ತಾತ್ಕಾಲಿಕ ರಸ್ತೆಗಳನ್ನೂ ಕೂಡ ಈತನ ನೆರವಿನಿಂದ ನಿರ್ಮಿಸಲಾಯಿತು ಎಂದು ಹೇಳಲಾಗುತ್ತದೆ.

ತನ್ನ ತಾತನ ಕಪ್ಪುಬಿಳುಪು ಚಿತ್ರವೊಂದನ್ನು ಸ್ಮಾರ್ಟ್‌ಫೋನಿನಲ್ಲಿ ಹಿಡಿದುಕೊಂಡು ಹೋಗಿದ್ದ ಜೇಮಿಗೆ ಆಂಬೂಲಾ ಪ್ರದೇಶದಲ್ಲಿ ಆಪ್ತ ಸ್ವಾಗತವೇ ದೊರೆತಿತ್ತು. ಸೋಬಾನ ಜೊತೆಯಲ್ಲಿದ್ದ ಹಲವು ಹಿರಿಯರು ಆ ಚಿತ್ರವನ್ನು ನೋಡಿದೊಡನೆಯೇ ಆ ಮುಖವನ್ನು ತಕ್ಷಣ ಗುರುತಿಸಿದ್ದರು. ಕೆಲವರಂತೂ ಆನಂದಬಾಷ್ಪವನ್ನೇ ಸುರಿಸಿ ಭಾವುಕರಾದರು. ಆತನ ಒಂದು ಚಿತ್ರದಿಂದಾಗಿ ಜೇಮಿ ಕ್ಷಣಾರ್ಧದಲ್ಲಿ ಮನೆಮಗನಾಗಿ ಬದಲಾಗಿದ್ದ. ಕಳೆದುಹೋಗಿದ್ದ ಮಗನೇ ಹಲವು ವರ್ಷಗಳ ನಂತರ ಮರಳಿಬಂದಂತೆ ಅವರು ಅಪ್ಪಿಕೊಂಡರು ಅವನನ್ನು. ಇನ್ನು ಕೆಲವರು ನೀನು ನಿಜಕ್ಕೂ ಇವರ ಮೊಮ್ಮಗನೇ? ಎಂದು ಅಚ್ಚರಿಯಿಂದ ಕಣ್ಣರಳಿಸಿದರು. ಕೆಲವರಂತೂ "ನಿನ್ನ ತಂದೆ ಅಂಗೋಲಾದಲ್ಲಿ ನಿನ್ನ ತಾತನೊಂದಿಗಿದ್ದಾಗ ನಾನೇ ವಿಹಾರಕ್ಕೆ ಕರೆದುಕೊಂಡು ಹೋಗುತ್ತಿದ್ದೆ, ಆತ ಚಿಕ್ಕವನಿದ್ದಾಗ ನನ್ನ ತೊಡೆಯಲ್ಲೇ ಉಚ್ಚೆಹೊಯ್ದಿದ್ದ", ಎಂದೆಲ್ಲಾ ಹೇಳುತ್ತಾ ಭಾವುಕತೆಯಲ್ಲೂ ನಗುವನ್ನು ಚೆಲ್ಲಿದ್ದರು. ಸಾಮಾನ್ಯವಾಗಿ ಸಿನಿಮಾಗಳಲ್ಲಷ್ಟೇ ಕಾಣಸಿಗುವ ಅಂಥದ್ದೊಂದು ಭಾವುಕ ಕ್ಷಣಕ್ಕೆ ನಾನು ಸಾಕ್ಷಿಯಾಗಿದ್ದೆ. ಜೇಮಿಯ ಮುಖಾರವಿಂದವು ಖುಷಿಯಿಂದ ಸೂರ್ಯಕಾಂತಿ ಹೂವಿನಂತೆ ಅರಳಿತ್ತು. ನಾನು ಮೌನವಾಗಿಯೇ ಇವೆಲ್ಲವನ್ನೂ ನೋಡುತ್ತಾ ಕಣ್ತುಂಬಿಕೊಂಡೆ.

ಅದೇಕೋ ಏನೋ... ಅಮೆರಿಕನ್ ಕವಯತ್ರಿ, ಲೇಖಕಿ ಮಾಯಾ ಆಂಜೆಲೋ ತಕ್ಷಣ ನನಪಾಗಿದ್ದಳು. "ನಿನ್ನ ಮಾತುಗಳನ್ನು ಜನರು ಮರೆತಿರಬಹುದು, ನಿನ್ನ ಕೆಲಸಗಳನ್ನು ಕಾಲಕ್ರಮೇಣ ಅವರುಗಳು ಮರೆಯಬಹುದು. ಆದರೆ ನೀನು ಅವರಲ್ಲಿ ಜಾಗೃತಗೊಳಿಸಿದ್ದ ಭಾವನೆಗಳನ್ನು ಅವರೆಂದೂ ಮರೆಯಲಾರರು", ಎಂದಿದ್ದಳು ಆಕೆ. ಆ ಮಾತುಗಳು ಅದೆಷ್ಟು ಸತ್ಯ ಎಂಬುದು ನನಗೀಗ ಮನದಟ್ಟಾಗಿತ್ತು. ಜೋಸ್ ಇವರೆಲ್ಲರ ಮನದಲ್ಲೂ ಅಂಥಾ ನೆನಪುಗಳನ್ನು ಬಿಟ್ಟುಹೋಗಿದ್ದ. ಆತನೇನೂ ಮಹಾನ್ ಉದ್ಯಮಿಯೋ, ರಾಜಕಾರಣಿಯೋ ಆಗಿರಲಿಲ್ಲ. ಪೋರ್ಚುಗಲ್ ನಲ್ಲಾಗಲೀ, ಅಂಗೋಲಾದಲ್ಲಾಗಲೀ ಖ್ಯಾತನಾಮನೂ ಆಗಿರಲಿಲ್ಲ. ಆದರೆ ತನ್ನ ಪುಟ್ಟ ಜಗತ್ತಿನಲ್ಲೇ ಅರ್ಥಪೂರ್ಣವಾಗಿ ಜೀವಿಸಿ ಆತ ಈ ಲೋಕವನ್ನು ಬಿಟ್ಟುಹೋಗಿದ್ದ. ಅವನು ಸತ್ತರೂ ಅವನು ಬಿಟ್ಟು ಹೋದ ನೆನಪುಗಳು ಆ ಹವೆಯಲ್ಲಿ ಇನ್ನೂ ಉಳಿದಿದ್ದವು. ಆತ ಅದೆಷ್ಟು ಧಾರಾಳಿಯಾಗಿದ್ದನೆಂದರೆ ಹಲವು ಬಾರಿ ತನ್ನದೇ ಮನೆಯ ಧಾನ್ಯಗಳನ್ನು, ಹಣ್ಣುಗಳನ್ನು ಕಾರ್ಮಿಕರಿಗೆ ಕೆಲವೊಮ್ಮೆ ನೀಡುತ್ತಿದ್ದನಂತೆ. ಇನ್ನು ಅಡುಗೆಗಾಗಿ ತರಕಾರಿಗಳನ್ನು ತನ್ನಲ್ಲಿ ಕೇಳುತ್ತಿದ್ದ ಕಾರ್ಮಿಕರ ಕಾಲೆಳೆಯುತ್ತಾ "ಇವುಗಳನ್ನು ಬೇಯಿಸಲು ನಿಮ್ಮಲ್ಲಿ ನೀರಿದೆಯೋ ಇಲ್ಲವೋ?" ಎಂದು ನಗೆಯುಕ್ಕಿಸುತ್ತಿದ್ದನಂತೆ. ಆತ ಅಂಗೋಲಾವನ್ನು ಬಿಟ್ಟುಹೋಗಿ ಇಂದಿಗೆ ಎಪ್ಪತ್ತಮೂರು ವರ್ಷಗಳೇ ಆಗಿದ್ದರೂ, ಸತ್ತು ಮೂವತ್ತೆಂಟು ವರ್ಷಗಳೇ ಆಗಿದ್ದರೂ ಇವೆಲ್ಲಾ ನಿನ್ನೆ-

ಮೊನ್ನೆ ನಡೆದಂತೆ ಹೇಳುತ್ತಿದ್ದರು ಆ ಹಿರಿಯರು. ಜೋಸ್‌ರ ಆ ಜೀವನಕ್ಕೆ, ನೆನಪುಗಳಿಗೆ, ಬಿಸುಪಿಗೆ ಏನನ್ನಬೇಕು?

ಆದರೆ ಇವೆಲ್ಲವುಗಳ ಆಚೆಗಿರುವ ಒಂದು ಅಂಶವೂ ಈತ್ತು. ಈ ಎಲ್ಲಾ ಘಟನೆಗಳಿಗೆ ನಾನು ಪ್ರತ್ಯಕ್ಷದರ್ಶಿಯಾಗಿದ್ದರೂ ಕೂಡ ಇವುಗಳು ಅಷ್ಟು ಸುಲಭವಾಗಿಯೇನೂ ನನಗೆ ದಕ್ಕಲಿಲ್ಲ. ವಿದೇಶೀ ಸಿನೆಮಾ ಒಂದನ್ನು ಸಬ್-ಟೈಟಲ್ಲುಗಳಿಲ್ಲದೆ ನೋಡುವವನಂತೆ ಇವೆಲ್ಲವನ್ನು ನಾನು ಸುಮ್ಮನೆ ನೋಡುತ್ತಲೇ ಇದ್ದೆ. ಒಂದು ವಾಕ್ಯವು ಅರ್ಥವಾದರೆ ನಾಲ್ಕು ವಾಕ್ಯಗಳು ಕೈಜಾರಿಹೋಗುತ್ತಿದ್ದವು. ದುಭಾಷಿಯಾಗಿ ಮಿಗೆಲ್‌ನನ್ನು ಕರೆದುಕೊಂಡು ಹೋಗಿದ್ದು ಅಷ್ಟೇನೂ ಲಾಭದಾಯಕವಾಗಿರಲಿಲ್ಲ. ಅಷ್ಟಕ್ಕೂ ಆಗಿದ್ದೇನೆಂದರೆ ಆಂಬೂಲಾದ ಹಳ್ಳಿಯಲ್ಲಿ ಎಲ್ಲರೂ ಕಿಕೋಂಗೋ ಭಾಷೆಯನ್ನು ಮಾತನಾಡುವವರಾಗಿದ್ದರು. ಈ ಕಿಕೊಂಗೋ ಭಾಷೆಯು ಸೋಬಾನಿಂದ ಪೋರ್ಚುಗೀಸ್ ಭಾಷೆಗೆ ಅನುವಾದಗೊಂಡು ಜೇಮಿಯನ್ನು ತಲುಪುತ್ತಿತ್ತು. ನಂತರ ಪೋರ್ಚುಗೀಸ್ ಭಾಷೆಯಲ್ಲಿದ್ದ ಈ ವಿವರಣೆಯು ಮಿಗೆಲ್‌ನ ಮೂಲಕವಾಗಿ ನನ್ನನ್ನು ತಲುಪುತ್ತಿತ್ತು. ಒಟ್ಟಾರೆಯಾಗಿ ಮಾತುಗಳು ಈ ಮೂರು ಹಂತಗಳನ್ನು ದಾಟಿ ಬರುವಾಗ ಅಲ್ಲಲ್ಲಿ ಸೋರಿ ಹೋಗುವುದು ಆಶ್ಚರ್ಯದ ಸಂಗತಿಯೇನೂ ಆಗಿರಲಿಲ್ಲವೆನ್ನಿ.

ಇನ್ನು ನನಗಿಂತ ಕೊಂಚ ಭಿನ್ನವಾದ ಸಮಸ್ಯೆಯನ್ನು ಮಿತ್ರನಾದ ಜೇಮಿ ಅನುಭವಿಸುತ್ತಿದ್ದ. ಅವನೆದುರು ಬಿಚ್ಚಿಕೊಳ್ಳುತ್ತಿದ್ದ ಕಥೆಗಳು, ನೆನಪುಗಳು, ಘಟನೆಗಳು ಅವನಿಗೆ ಮರಿಚಿತಿ ಆಟದ ತುಣುಕುಗಳಂತೆ ಸಿಗುತ್ತಿದ್ದವೇ ಹೊರತು ಅವುಗಳನ್ನು ಕ್ರಮಬದ್ಧವಾಗಿ ಜೋಡಿಸುವ ಕೆಲಸವನ್ನು ಆತನೇ ಮಾಡಬೇಕಿತ್ತು. ಏಕೆಂದರೆ ಆತನ ತಾತನು ಆಂಬೂಲಾ ಮತ್ತು ಆಸುಪಾಸಿನ ಇತರ ಪ್ರದೇಶದಲ್ಲಿದ್ದಾಗ ನಡೆದ ಘಟನೆಗಳು ಸ್ಥಳೀಯರಿಂದ ಕೇವಲ ನೆನಪುಗಳಾಗಿಯೇ ಹೊರಬಂದಿದ್ದವು. ಈ ನೆನಪುಗಳನ್ನು ಸುಳ್ಳೆಂದು ತಳ್ಳಿ ಹಾಕುವುದು ಮೂರ್ಖತನವಾದರೂ ಇವುಗಳನ್ನು ವ್ಯವಸ್ಥಿತವಾಗಿ ಕಾಲಾನುಕ್ರಮವಾಗಿ ಪ್ರಸ್ತುತಪಡಿಸುವುದು ಕಷ್ಟವೇ ಆಗಿತ್ತು. ಇದಕ್ಕೊಂದು ಉತ್ತಮ ಉದಾಹರಣೆಯೆಂದರೆ ಜೋಸ್‌ರ ಬಗ್ಗೆ ಆಂಬೂಲಾದಲ್ಲಿ ಸಿಕ್ಕಷ್ಟು ಮಾಹಿತಿಗಳು ಎರಡು ವಾರಗಳ ನಂತರ ನಾವು ಹೆಜ್ಜೆಹಾಕಿದ್ದ ಕಿಪೆಡ್ರೋದಲ್ಲಿ ನಮಗೆ ದಕ್ಕಲಿಲ್ಲ. ಕಿಪೆಡ್ರೋದ ಸ್ಥಳೀಯರಿಂದ ಸಿಕ್ಕ ಕೆಲ ಮಾಹಿತಿಗಳನ್ನು ಆಂಬೂಲಾದಲ್ಲಿ ದೊರೆತ ಮಾಹಿತಿಗಳೊಂದಿಗೆ ಜೋಡಿಸಿ ನೋಡಿದರೂ ಅಷ್ಟಾಗಿ ತಾಳೆಯಾಗುತ್ತಿರಲಿಲ್ಲ. ಈ ಪ್ರದೇಶದಲ್ಲಿ ನೆಲೆಸಿದ್ದ ಬಹಳಷ್ಟು ಜನರು ಅಲೆಮಾರಿಗಳಾಗಿದ್ದರು ಎಂಬುದು ಒಂದು ಕಾರಣವಾದರೆ ಆ ಪೀಳಿಗೆಯ ಬಹಳಷ್ಟು ಜನರು ಅಂಗೋಲಾದಲ್ಲಿ ಬರೋಬ್ಬರಿ ಎರಡೂವರೆ ದಶಕಗಳ ಕಾಲ ನಡೆದ ಆಂತರಿಕ ಯುದ್ಧದಲ್ಲಿ ಅಸುನೀಗಿದ್ದರು ಅನ್ನುವುದು ಮತ್ತೊಂದು ಕಾರಣವಾಗಿತ್ತು. ನಮ್ಮೆದುರಿಗಿದ್ದ ಬೆರಳೆಣಿಕೆಯಷ್ಟು ಹಿರಿಯರು ಹಿಂದಿನ ಪೀಳಿಗೆಯ ಕೊನೆಯ ಜೀವಗಳಾಗಿದ್ದರು ಎಂದರೆ ತಪ್ಪಾಗಲಿಕ್ಕಿಲ್ಲ.

ಏನಿಲ್ಲವೆಂದರೂ ಸುಮಾರು ನಾಲ್ಕು ಗಂಟೆಗಳ ಕಾಲ ನಡೆದ ಸುದೀರ್ಘ ಮಾತುಕತೆಯ ನಂತರ ಸಿಕ್ಕಷ್ಟು ಸಮಯದಲ್ಲಿ ಹಳ್ಳಿಯ ಒಂದೆರಡು ಭಾಗಗಳನ್ನಾದರೂ

ನೋಡುವ ಅವಕಾಶವನ್ನಂತೂ ನಾವುಗಳು ಬಿಡುವ ಹಾಗಿರಲಿಲ್ಲ. ಅತ್ತಿತ್ತ ನಮ್ಮ ಜೊತೆಯಲ್ಲಿ ಮಾತಾಡುತ್ತಿದ್ದ ಜೀವಗಳು ತೀರಾ ಹಣ್ಣುಹಣ್ಣು ವೃದ್ಧರಾಗಿದ್ದರೂ ಕೂಡ ಜೀವನಪ್ರೀತಿಯೇನೂ ಅವರಲ್ಲಿ ಬತ್ತಿರಲಿಲ್ಲ. ಹಲ್ಲುಗಳು ಒಂದೂ ಬಿಡದಂತೆ ಬಿದ್ದುಹೋಗಿದ್ದ, ಬೆಳ್ಳಿಕೂದಲುಗಳನ್ನು ಹೊಂದಿದ್ದ ಒಬ್ಬ ವೃದ್ಧನಂತೂ ನನ್ನ ಹಿಂದೆಯೇ ಬಿದ್ದಿದ್ದ. ನಾನು ಭಾರತದವನೆಂದು ಕೇಳಿ ಅವನಿಗೆ ಸಂತಸವಾಗಿತ್ತಂತೆ. 'ಇಂಡಿಯಾ' ಪದವು ಅವನನ್ನು ಆಕರ್ಷಿಸಿತ್ತು. ಅವನನ್ನು ಪ್ರೀತಿಯಿಂದ ಮಾತನಾಡಿಸಹೊರಟರೆ ಉಳಿದವರೆಲ್ಲಾ ನನ್ನ ಬಳಿ ಬಂದು "ಆತ ಹುಚ್ಚ... ಏನೇನೋ ಬಡಬಡಿಸುತ್ತಿರುತ್ತಾನೆ... ನೀವು ಸುಮ್ಮನೆ ತಲೆಕೆಡಿಸಿಕೊಳ್ಳಬೇಡಿ" ಎಂದು ನನ್ನ ಕಿವಿಯಲ್ಲಿ ಪಿಸುಗುಟ್ಟಿದ್ದರು. ಆದರೆ ಹಾಗೆ ಏಕಾಏಕಿ ಎದ್ದುಹೋಗಲು ಮನಸ್ಸಾಗದೇ ಅವನ ಮಾತುಗಳೆಲ್ಲಾ ನನಗೆ ಅರ್ಥವಾಗುತ್ತಿವೆ ಎಂಬಂತೆ ನಿಷ್ಠೆಯಿಂದ ತಲೆಯಲ್ಲಾಡಿಸಿದೆ. ಕೆಲವೇ ನಿಮಿಷಗಳಲ್ಲಿ ಅಂತ್ಯವಾಗಲಿದ್ದ ಅವನ ಆ ಭೇಟಿಯನ್ನು, ಮಾತುಕತೆಯನ್ನು ಮೊಟಕುಗೊಳಿಸಿ ಅವರನ್ನು ನಿರಾಶನಾಗಿಸಲು ನನಗೆ ಇಷ್ಟವಿರಲಿಲ್ಲ.

ಈ ಮಧ್ಯದಲ್ಲೇ ಆತ "ಆಪ್ ಕೈಸೇ ಹೇಂ" (ನೀವು ಹೇಗಿದ್ದೀರಿ?) ಎಂದು ಹಿಂದಿಯ ಸ್ಪಷ್ಟ ಉಚ್ಚಾರಣೆಯಲ್ಲಿ ನನ್ನನ್ನು ಕೇಳಿ ಬೆಚ್ಚಿಬೀಳಿಸಬೇಕೇ! "ಏಯ್ ಸುಮ್ನಿರ್ರೋ... ಈತ ನಿಜವಾಗಿಯೂ ಭಾರತೀಯ ಭಾಷೆಯಲ್ಲಿ ಮಾತನಾಡಿದ... ಇದನ್ನು 'ಹಿಂದಿ' ಅನ್ನುತ್ತಾರೆ", ಎಂದು ಅವರೆಲ್ಲರಿಗೂ ಕೇಳುವಂತೆ ಹೇಳಿದೆ. ನಾನು ತಮಾಷೆ ಮಾಡಿದೆನೋ ಎಂಬಂತೆ ನನ್ನನ್ನೂ ಆ ಮುದುಕನನ್ನೂ ನೋಡುತ್ತಾ ಎಲ್ಲರೂ ಗೊಳ್ಳನೆ ನಕ್ಕರು. ಅವನು ಹೇಳುವ ಪ್ರಕಾರ ಹಲವು ವರ್ಷಗಳ ಹಿಂದೆ ಆತ ಭಾರತದಲ್ಲಿ ಕೆಲಸ ಮಾಡುತ್ತಿದ್ದನಂತೆ. ಆದರೆ ಅದು ಯಾವ ಇಸವಿಯಲ್ಲಿ ಎಂದು ನೆನಪಿಸಿಕೊಂಡು ಹೇಳುವಷ್ಟು ಆತ ಶಕ್ತನಾಗಿರಲಿಲ್ಲ. ಎಲ್ಲರೂ ನಗುತ್ತಾ ನಮ್ಮನ್ನೇ ನೋಡುತ್ತಿರುವಂತೆಯೇ ಆ ವೃದ್ಧರನ್ನು ಆಲಂಗಿಸಿ ನಾನು ಬೀಳ್ಕೊಟ್ಟೆ. ಧೂಳೆಬ್ಬಿಸುತ್ತಾ ಮುಂದೆ ಸಾಗಿದ ನಮ್ಮ ಕಾರಿನ ಕನ್ನಡಿಯು ಹಿಂದೆ ಕೈಬೀಸುತ್ತಾ ನಮ್ಮನ್ನು ಬೀಳ್ಕೊಡುತ್ತಿದ್ದ ವೃದ್ಧರ ಚಿಕ್ಕ ಸಮೂಹವನ್ನು ಸ್ಪಷ್ಟವಾಗಿ ತೋರಿಸುತ್ತಿತ್ತು.

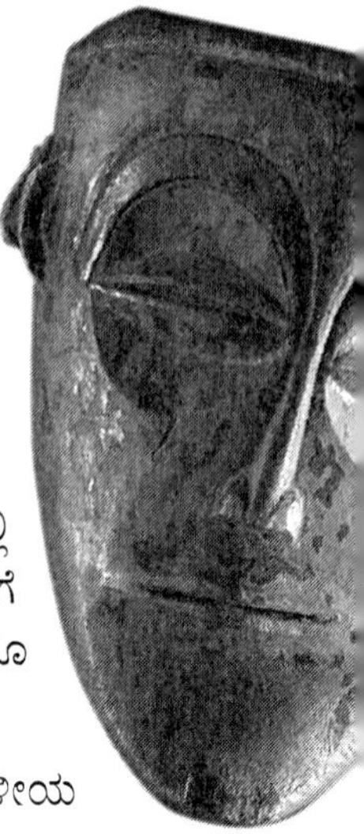

ನಲ್ಲಿ ನೀರೆಂಬ ಮಹಾ ವೈಭೋಗ

"ಅಲ್ಲಾ... ನೀವು ಇವರಿಗ್ಯಾಕೆ ನೀರನ್ನು ಕೊಡುತ್ತಿಲ್ಲ? ಇಲ್ಲಿ ವಿದ್ಯುಚ್ಛಕ್ತಿ ಬೇರೆ ಇಲ್ಲ. ಅದ್ಯಾಕೆ ನೀವು ಇವರೊಂದಿಗೆ ಮಲತಾಯಿ ಧೋರಣೆಯನ್ನು ಮಾಡುತ್ತಿದ್ದೀರಿ ಎಂದು ನನಗಂತೂ ಅರ್ಥವಾಗುತ್ತಿಲ್ಲ!"

ಹೀಗೆ ಡಾ. ಗೌರ್ ಅಂದು ನನ್ನ ಸಮ್ಮುಖದಲ್ಲೇ ಇಲ್ಲಿಯ ಸ್ಥಳೀಯ ಅಧಿಕಾರಿಯೊಬ್ಬರನ್ನು ತರಾಟೆಗೆ ತೆಗೆದುಕೊಂಡಾಗ ಮನಸ್ಸು ಭಾರವಾಗಿತ್ತು. ಸಮಾಜಶಾಸ್ತ್ರಜ್ಞರಾಗಿರುವ ಮತ್ತು ಈ ಕ್ಷೇತ್ರದಲ್ಲಿ ಬರೋಬ್ಬರಿ ನಾಲ್ಕು ದಶಕಗಳಷ್ಟು ವೃತ್ತಿ ಅನುಭವವಿರುವ ದೆಹಲಿ ಮೂಲದ ಡಾ. ಗೌರ್ ನಾವಿರುವ ಸ್ಥಳಕ್ಕೆ ಭೇಟಿ ನೀಡಿದ್ದು ಇದೇ ಮೊದಲ ಬಾರಿಯೇನಲ್ಲ. ಕಳೆದ ಒಂದೂವರೆ ವರ್ಷಗಳಲ್ಲಿ ಅವರ ಮೂರು ಭೇಟಿಗಳು ಸಂಪನ್ನವಾಗಿದ್ದವು. ಪ್ರತೀಬಾರಿ ಬಂದಾಗಲೂ ಯಾವುದೇ ಸೌಲಭ್ಯಗಳಿಲ್ಲದ ಈ ಒಂದು ಬೈರೋ (ಗ್ರಾಮ) ಮಾತ್ರ ಇರುವ ಸ್ಥಿತಿಯಲ್ಲೇ ಇದ್ದಿದ್ದು ಅವರನ್ನು ಕಂಗೆಡಿಸಿರಬಹುದು. ವಿಪರ್ಯಾಸವೆಂದರೆ ತನ್ನ ನಾಲ್ಕನೇ ಭೇಟಿಯಲ್ಲೂ ಕೂಡ ಇಲ್ಲಿ ಅಂಥದ್ದೇನೂ ಬದಲಾವಣೆಯನ್ನು ಕಾಣದ ಡಾ. ಗೌರ್ ಇದೇನಪ್ಪಾ ಅವಸ್ಥೆ ಎಂದು ಚಿಂತಿತರಾಗಿದ್ದರು.

ಆದರೆ ಇದೂ ಕೂಡ ಒಂದು ರೀತಿಯಲ್ಲಿ ಅರ್ಧಸತ್ಯವೇ. ಡಾ. ಗೌರ್ ಅಂದು ನೋಡುತ್ತಿದ್ದಿದ್ದು ಪರಿಸ್ಥಿತಿಯ ಒಂದು ಮುಖವನ್ನಷ್ಟೇ. ಅಸಲಿಗೆ ಇಲ್ಲಿ ಅಧಿಕಾರಿಯದ್ದೂ, ನಮ್ಮದೂ ಸೇರಿದಂತೆ ಯಾರ ತಪ್ಪೂ ಇರಲಿಲ್ಲ. ನೀರಾವರಿ ಸೌಲಭ್ಯಕ್ಕೆಂದು ಹತ್ತು ಬೈರೋಗಳನ್ನು ಆರಿಸುವಾಗ ಯಾವುದಾದರೂ ಒಂದು ಬೈರೋ ಹತ್ತನೇ ಸ್ಥಾನದಲ್ಲಿ ಬರಲೇಬೇಕಲ್ಲವೇ? ಮೇಲಾಗಿ ತನ್ನ ಅಕ್ಕಪಕ್ಕದ ಯಾವ ಬೈರೋಗಳಲ್ಲೂ ಕುಡಿಯುವ ನೀರಿನ ಪೈಪುಗಳು ಇನ್ನೂ ಕಾರ್ಯೋನ್ಮುಖವಾಗಿಲ್ಲದ ಪರಿಣಾಮ ಆ ಬೈರೋದಲ್ಲೂ ಕುಡಿಯುವ ನೀರಿನ ಸೌಲಭ್ಯವು ಸದ್ಯಕ್ಕೆ ಆರಂಭವಾಗುವ ಯಾವ ಲಕ್ಷಣಗಳೂ ಇರಲಿಲ್ಲ. ಒಟ್ಟಾರೆಯಾಗಿ ಆ ಗ್ರಾಮದ ಜನರಿಗೆ ಸದ್ಯಕ್ಕಂತೂ ಮುಕ್ತಿಯೇ ಇಲ್ಲವೆಂಬ ಕಟುಸತ್ಯವು ಅಂದು ಡಾ. ಗೌರ್ ರವರಿಗೆ ಸ್ಪಷ್ಟವಾಗಿ ಕಾಣುತ್ತಿತ್ತು. ಹೀಗಾಗಿ ಸಹಜವಾಗಿಯೇ ಅವರು ಸಿಡಿಮಿಡಿಗೊಂಡಿದ್ದರು.

ಭಾರತವೂ ಸೇರಿದಂತೆ ವಿಶ್ವದ ಹಲವು ಭಾಗಗಳಲ್ಲಿ ಕುಡಿಯುವ ನೀರಿನ ಅಭಾವದ ಪ್ರಮಾಣವು ತೀರಾ ಅಪಾಯಕಾರಿಯೆಂಬಷ್ಟು ಹೆಚ್ಚಾಗಿರುವುದು ಹೊಸ ವಿಷಯವೇನೂ

ಅಲ್ಲ. ಪಿ. ಸಾಯಿನಾಥ್‌ರವರ 'ಪರಿ' ತಂಡವು ಗ್ರಾಮೀಣ ಭಾರತದ ಇಂಥಾ ಸೂಕ್ಷ್ಮಗಳನ್ನು ಕಟ್ಟಿಕೊಡುತ್ತಿರುವ ಪರಿಯನ್ನು ಕಂಡು ಬೆಚ್ಚಿಬಿದ್ದ ಆರಂಭದ ದಿನಗಳು ನನಗಿನ್ನೂ ನೆನಪಿದೆ. 'ಬರ' ಎಂದಾಗಲೆಲ್ಲಾ ಅಂದು ನಮ್ಮ ಕಣ್ಣ ಮುಂದೆ ಬರುತ್ತಿದ್ದಿದ್ದು ಬಿರುಕುಬಿಟ್ಟ, ನೀರಿನ ಪಸೆಯಿಲ್ಲದ ನೆಲ ಮತ್ತು ಅಲ್ಲೇ ತಲೆಯ ಮೇಲೆ ಕೈಹೊತ್ತು ಕುಳಿತಿರುವ ಒಬ್ಬ ಬಡಪಾಯಿ ರೈತ ಮಾತ್ರ. ಅಸಲಿಗೆ ಸಾಯಿನಾಥ್‌ರವರ ಅಪರೂಪದ ಲೇಖನಗಳನ್ನು ಓದುವವರೆಗೂ ಈ ಚಿತ್ರಕ್ಕೆ ಮೀರಿದ ಭಾರತವೂ ಇದೆ ಎಂಬ ಸತ್ಯವೇ ನನಗೆ ಗೊತ್ತಿರಲಿಲ್ಲ. ನಮ್ಮ ಮುಖ್ಯವಾಹಿನಿಯ ಮಾಧ್ಯಮಗಳಿಗೂ ಕೂಡ ಗ್ರಾಮೀಣ ಭಾರತದ ಕಥೆಗಳು ಬಿತ್ತರವಾಗಬೇಕಾದ ಸುದ್ದಿಯೆಂದು ಅನ್ನಿಸಿರಲೇ ಇಲ್ಲ. ಪಿ. ಸಾಯಿನಾಥ್ ಮತ್ತು ಅವರ ತಂಡದ ಬರಹಗಳು ಒಂದು ಪಕ್ಷ ಮಿಸ್ ಆಗುತ್ತಿದ್ದರೆ ಗ್ರಾಮೀಣಭಾರತವನ್ನು ಅರಿತುಕೊಳ್ಳುವ ಎಷ್ಟು ದೊಡ್ಡ ಅವಕಾಶವನ್ನು ನಾನು ಕಳೆದುಕೊಳ್ಳುತ್ತಿದ್ದೆ ಎಂದು ನಾನು ಈಗಲೂ ಅಂದುಕೊಳ್ಳುತ್ತಿರುತ್ತೇನೆ.

ನೀರಿನ ಸೌಲಭ್ಯಗಳ ಬಗ್ಗೆ ಅರಿತುಕೊಳ್ಳಲು ನಾನು ವೀಜ್‌ನ ಮನೆಬಾಗಿಲುಗಳನ್ನು ತಟ್ಟುತ್ತಿದ್ದಾಗ ಸಿಕ್ಕ ಮಾಹಿತಿಗಳು ನನಗೆ ಗ್ರಾಮೀಣ ಭಾರತವನ್ನೇ ಮತ್ತೆ ಮತ್ತೆ ನೆನಪಿಸುತ್ತಿದ್ದವು. ಮುಂಜಾನೆಯ ಬೆಳಕು ಮೂಡುವ ಮುನ್ನವೇ ಅಗಲವಾದ ದೊಡ್ಡ ಬಕೆಟ್ಟೊಂದನ್ನು ತಲೆಯ ಮೇಲೆ ಹೊತ್ತ ಇಲ್ಲಿಯ ಮಹಿಳೆಯರು ಕುಡಿಯುವ ನೀರನ್ನು ತರಲು ಹೊರಡಬೇಕಿತ್ತು. ಈ ನೀರು ತರುವ ಕೆಲಸ ಮಾತ್ರ ಇಲ್ಲಿಯ ಮನೆಗಳಲ್ಲಿ ಮಹಿಳೆಗೇ ಮೀಸಲು. ನೀರಿನ ಪುಟ್ಟ ಟ್ಯಾಂಕುಗಳ ಹತ್ತಿರವೇ ಇರುವ ಮನೆಗಳ ಸ್ಥಿತಿಗಳಾದರೂ ವಾಸಿ. ಆದರೆ ಉಳಿದವರು ಇದಕ್ಕಾಗಿಯೇ ಮೈಲುಗಟ್ಟಲೆ ದೂರವನ್ನು ನಡೆದುಕೊಂಡು ಕ್ರಮಿಸಿ ನೀರನ್ನು ಸಂಗ್ರಹಿಸಬೇಕು. ಕಣ್ಣಿಗೆ ರಾಚುವ ಹಳದಿ, ನೀಲಿ, ಹಸಿರು, ಕೆಂಪು ಬಣ್ಣದ ಬಕೆಟ್ಟುಗಳನ್ನು ತಲೆಯ ಮೇಲೆ ಹೊತ್ತ ಬಾಲಕಿಯರು, ತರುಣಿಯರು ಮತ್ತು ಮಹಿಳೆಯರು ಇಲ್ಲಿ ಎಲ್ಲಾ ಕಡೆಯೂ ಕಾಣಸಿಗುವುದು ಸಾಮಾನ್ಯ. ಇನ್ನು ಮಕ್ಕಳೂ ಕೂಡ ಕ್ಯಾನ್‌ಗಳಲ್ಲಿ ಅಥವಾ ತಲೆಯ ಮೇಲೆ ಹೊತ್ತ ಪುಟ್ಟ ಪಾತ್ರೆಗಳಲ್ಲಿ ನೀರನ್ನು ಸಂಗ್ರಹಿಸಿ ಕೊಂಡೊಯ್ಯುವುದು ಅಂಗೋಲಾದಲ್ಲಿ ಕಾಣುವ ಸಾಮಾನ್ಯ ದೃಶ್ಯಗಳಲ್ಲೊಂದು.

ರಾಜಧಾನಿಯಾಗಿರುವ ಲುವಾಂಡಾವನ್ನೊಳಗೊಂಡಂತೆ ಶಹರಗಳಾದ ವಾಂಬೋ, ಬೆಂಗೇಲಾಗಳಲ್ಲಿ ಕೊಳವೆಗಳನ್ನು ಆಧರಿಸಿದ ನೀರು ಸರಬರಾಜು ವ್ಯವಸ್ಥೆಗಳು ಆಂತರಿಕ ಯುದ್ಧದ ನಂತರದ ದಿನಗಳಲ್ಲಿ ಬಂದರೂ ಬಂದಿರಬಹುದು. ಆದರೆ ವೀಜ್‌ನಂತಹ ಪ್ರಾಂತಗಳ ಜನರು ಇಂಥಾ ಸೌಲಭ್ಯಗಳನ್ನು ಪಡೆದುಕೊಳ್ಳಲಾರಂಭಿಸಿದ್ದು ಇದೇ ಐದಾರು ವರ್ಷಗಳ ಹಿಂದೆ. ಅದರಲ್ಲೂ ವೀಜ್‌ನ ಹಲವಾರು ಭಾಗಗಳಿಗೆ ಇನ್ನೂನಲ್ಲಿ ನೀರಿನ ವ್ಯವಸ್ಥೆಗಳು ಸರಿಯಾಗಿ ತಲುಪಿಲ್ಲ. ಪ್ರತಿನಿತ್ಯವೂ ಮೈಲುಗಟ್ಟಲೆ ನಡೆದುಕೊಂಡು ನೀರನ್ನು ಸಂಗ್ರಹಿಸಿಯೋ, ಟ್ಯಾಂಕರುಗಳಲ್ಲಿ ಬರುವ ನೀರನ್ನು ಖರೀದಿಸಿಯೋ, ನದಿಗಳನ್ನು, ಪುಟ್ಟ ಝರಿಗಳನ್ನು ಅವಲಂಬಿಸಿಕೊಂಡೋ ಇಂದಿಗೂ ಬದುಕುತ್ತಿದ್ದಾರೆ ಇಲ್ಲಿಯ ಗ್ರಾಮಸ್ಥರು.

ಕಳೆದ ಬಾರಿ ಕಂದೊಂಬೆ ನೋವೋ ಮತ್ತು ಅನಾ ಪೌಲಾ ಗ್ರಾಮಗಳಲ್ಲಿ ಅಲ್ಲಿಯ ಸೋಬಾ (ಸರಪಂಚ್) ಸೇರಿದಂತೆ ಗ್ರಾಮದ ಹಲವು ಗಣ್ಯರನ್ನು ಭೇಟಿಯಾಗಿದ್ದ ನಾನು

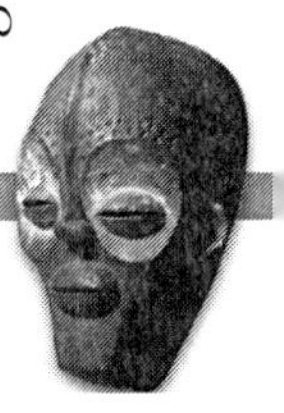

ಸಾರ್ವಜನಿಕ ಸಮಾರಂಭವೊಂದರಲ್ಲಿ ಅತಿಥಿಯಾಗಿ ಪಾಲ್ಗೊಂಡಿದ್ದೆ. ಬೆರಳೆಣಿಕೆಯ ಮಾಧ್ಯಮಬಂಧುಗಳೂ ಕೂಡ ಬಂದು ಸೇರಿದ್ದರು. ಇನ್ನು ಮುಂದೆ ಕುಡಿಯುವ ನೀರು ನಿಮ್ಮ ಮನೆಯಂಗಳದ ನಲ್ಲಿಗಳಲ್ಲೇ ಬರಲಿದೆ ಎಂಬ ಮಾತುಗಳನ್ನು ಇಲ್ಲಿಯ ಊರ ಮುಖ್ಯಸ್ಥರು ಗ್ರಾಮಸ್ಥರಿಗೆ ಮನದಟ್ಟು ಮಾಡಿಕೊಡುತ್ತಿದ್ದಾಗ ಅಲ್ಲಿ ಎದ್ದ ಖುಷಿಯ ತರಂಗಗಳನ್ನು ಶಬ್ದಗಳಲ್ಲಿ ಹಿಡಿದಿಡುವುದು ಕಷ್ಟ. ವಿವಿಧ ಮೂಲಗಳಿಂದ ಕಷ್ಟಪಟ್ಟು ನೀರನ್ನು ಹೊತ್ತು ತರುತ್ತಿದ್ದ ಇಲ್ಲಿಯ ಗ್ರಾಮಸ್ಥರು ಬೇಸತ್ತಿದ್ದು ಆ ಸಂದರ್ಭದಲ್ಲಿ ಸ್ಪಷ್ಟವಾಗಿತ್ತು. "ಆದಷ್ಟು ಬೇಗ ಈ ಕೆಲಸಗಳನ್ನು ಮುಗಿಸಿ ನಮ್ಮ ಮನೆಯಂಗಳಕ್ಕೆ ನೀರು ಬರುವಂತೆ ಮಾಡಿ", ಎಂಬ ಆಗ್ರಹವು ಅಂದು ಒಕ್ಕೊರಲಿನಿಂದ ಬಂದಿತ್ತು.

ಹಾಗೆಂದು ವೀಜ್ ಸೇರಿದಂತೆ ಅಂಗೋಲಾದ ಬಹುತೇಕ ಪ್ರದೇಶಗಳು ಬರಪೀಡಿತ ಪ್ರದೇಶಗಳೇನಲ್ಲ. ವರ್ಷಕ್ಕೆ ಏಳೆಂಟು ತಿಂಗಳುಗಳ ಕಾಲ ಪ್ರದೇಶವೊಂದು ಒಳ್ಳೆಯ ಮಳೆಯನ್ನು ಪಡೆಯುತ್ತಿದ್ದರೆ ಇಲ್ಲಿ ನೀರಿನ ಅಭಾವದ ಸಮಸ್ಯೆಗಳು ಉದ್ಭವವಾಗಲಾರದು. ಆಗಲೂಬಾರದು. ರಿಯೋ ಡಾಂಜೆ (ಡಾಂಜೆ ನದಿ) ಯಂತಹ ನದಿಮೂಲಗಳು ವೀಜ್ ಗ್ರಾಮಸ್ಥರಿಗೆ ಇಂದಿಗೂ ಜೀವಸೆಲೆಯೇ. ವ್ಯವಸ್ಥಿತವಾದ ಒಂದು ಜಲ ಸಂಸ್ಕರಣಾ ಘಟಕವೂ ವೀಜ್‌ನಲ್ಲಿರುವುದರಿಂದ ಕುಡಿಯಲು ಶುದ್ಧವಾದ ನೀರು ತಕ್ಕಮಟ್ಟಿಗಾದರೂ ಇವರಿಗೆ ನಸೀಬಾಗುತ್ತಿದೆ.

ಆದರೆ ಸದ್ಯದ ನೀರಿನ ಮೂಲಗಳು ವೀಜ್‌ನ ಅವಶ್ಯಕತೆಗಳನ್ನು ಸಂಪೂರ್ಣವಾಗಿ ಪೂರೈಸುವಷ್ಟು ಶಕ್ತವಾಗಿಲ್ಲ ಎಂಬುದು ಅಷ್ಟೇ ಸತ್ಯ. ಕೊಳವೆಬಾವಿಗಳು ಇಲ್ಲಿ ಇನ್ನೂ ಬಂದಿಲ್ಲದೆ ಇರಬಹುದು. ಆದರೆ ಕೊಚ್ಚಿಹೋಗುತ್ತಿರುವ ಮಳೆನೀರನ್ನು ಹಿಡಿದಿಡುವ ಯಾವ ಪ್ರಯತ್ನಗಳೂ ಆಗುತ್ತಿಲ್ಲ. ಹೀಗಾಗಿಯೇ ಇಲ್ಲಿಯ ಬಹುಪಾಲು ಜನರಿಗೆ ಮನೆಯಂಗಳದಲ್ಲಿ ನಲ್ಲಿಯೊಂದು ನೀರನ್ನು ಒದಗಿಸುವುದೆಂದರೆ ಅದು ಯಾವ ಮಹಾಸೌಲಭ್ಯಕ್ಕಿಂತಲೂ ಕೂಡ ಕಮ್ಮಿಯಿರಲಿಲ್ಲ. ಅದೆಷ್ಟು ದೊಡ್ಡಮಟ್ಟಿನ ಸಮಯ ಮತ್ತು ಶ್ರಮದ ಉಳಿತಾಯ ಇಲ್ಲಿಯ ಮಹಿಳೆಯರಿಗೆ! ಹೀಗಾಗಿ ನೀರಿನ ವಿಷಯ ಮಾತಾಡಿದಾಗಲೆಲ್ಲಾ ಅವರ ಕಂಗಳಲ್ಲಿ ಕಾಣುತ್ತಿದ್ದ ಹೊಳಪು ಸಹಜವೇ ಆಗಿತ್ತು.

"ಆಫ್ರಿಕಾದಲ್ಲಿ ನೀರಿನ ವಿಷಯಗಳು ಬಂದಾಗಲೆಲ್ಲಾ ನೀವು ಸ್ಥಳೀಯ ಮಹಿಳೆಯರನ್ನೇ ಮಾತಾಡಿಸಬೇಕು", ಎನ್ನುವ ಡಾ. ಗೌರ್‌ರವರ ಕಳಕಳಿಯು ನನಗೆ ಸಂಪೂರ್ಣವಾಗಿ ಅರ್ಥವಾಗುವಂಥದ್ದು. ಏಕೆಂದರೆ ಮುಂಜಾನೆ ಬೇಗ ಎದ್ದು ಮೈಲುಗಟ್ಟಲೆ ನಡೆದುಕೊಂಡು ಹೋಗಿ ನೀರು ತಂದು ತುಂಬಿಸುವವಳು ಅವಳು. ಅಷ್ಟು ದೂರದ ಜಾಗಗಳಿಗೆ ಮೂರರಿಂದ ನಾಲ್ಕು ಬಾರಿಯಾದರೂ ಆಕೆ ಕಾಲ್ನಡಿಗೆಯಲ್ಲೇ ಪ್ರಯಾಣಿಸಬೇಕು. ನಂತರ ಬೇಗಬೇಗನೆ ಮನೆಗೆ ಬಂದವಳೇ ಹೊಟ್ಟೆಪಾಡಿನ ಕೆಲಸಕ್ಕೆಂದು ಲಗುಬಗೆಯಿಂದ ಹೊರಡಬೇಕು. ಕೃಷಿಯಾಗಿದ್ದರೆ ಕೃಷಿ. ಆಕೆ ಪುಟ್ಟ ವ್ಯಾಪಾರಗಳನ್ನು ನಡೆಸುವವಳಾಗಿದ್ದರೆ ತರಕಾರಿ, ಮೀನು, ಮಾಂಸ, ಹಣ್ಣುಗಳನ್ನು ಸೇರಿದಂತೆ ತನಗೆ ಬೇಕಿರುವ ಉತ್ಪನ್ನಗಳನ್ನು ಬೇಗನೇ ತರಬೇಕಾದಲ್ಲಿಂದ ತಂದು ವ್ಯಾಪಾರಕ್ಕೆ ಕೂರಬೇಕು. ಮನೆಯಲ್ಲಿ ಮತ್ತಿಬ್ಬರು ಹೆಣ್ಣುಮಕ್ಕಳಿದ್ದರೆ ಮನೆಯೊಡತಿಗೂ ಕೊಂಚ ಸಹಾಯವಾದಂತಾಗುವುದು ಸಹಜ. ಮನೆಯಲ್ಲಿರುವ ಈ

ಹೆಣ್ಣುಮಕ್ಕಳು ಮಧ್ಯಾಹ್ನದ ಹೊತ್ತಿಗೆ ಮತ್ತೆ ನೀರಿಗೆಂದು ಹೊರಡುತ್ತಾರೆ. ಇದು ಸಂಜೆಯ ಮತ್ತು ರಾತ್ರಿಯ ಬಳಕೆಗಾಗಿ. ಸಿಕ್ಕರೆ ಅದೃಷ್ಟ. ಇಲ್ಲವಾದರೆ ಖಾಲಿ ಕೈ. ಸೂರ್ಯದೇವನು ನಡುಮಧ್ಯಾಹ್ನದಲ್ಲಿ ನೆತ್ತಿಯ ಮೇಲೆ ಸುಡುತ್ತಿದ್ದರೆ ಈ ಬಿಸಿಲಿನ ಝಳದಲ್ಲೂ ನೀರಿಗಾಗಿ ಅಷ್ಟು ದೂರ ಹಲವು ಬಾರಿ ಪ್ರಯಾಣಿಸುವ ಇಲ್ಲಿಯ ಮಹಿಳೆಯರನ್ನು ಕಂಡರೆ ಇವರೆಷ್ಟು ಶ್ರಮಜೀವಿಗಳು ಎನ್ನುವ ಭಾವವು ಮೂಡದಿರಲು ಸಾಧ್ಯವೇ ಇಲ್ಲ. ಇವೆಲ್ಲವುಗಳ ಮಧ್ಯೆಯೇ ಆಕೆ ಕೈಗೊಂದು ಕಂಕುಳಿಗೊಂದು ಎಂಬಂತಿರುವ ತನ್ನ ಮಕ್ಕಳ ದಂಡನ್ನೂ ಸಂಭಾಳಿಸುತ್ತಾಳೆ ಎನ್ನುವುದು ಮತ್ತೊಂದು ಗಮನಾರ್ಹ ಅಂಶ.

ಇದು ಮನೆಗಳ ಮಾತಾಯಿತು. ಇನ್ನು ನೀರಿನ ಅಭಾವವು ಶಾಲೆಗಳಂತಹ ಸ್ಥಳಗಳಲ್ಲಿ ತರುವ ಸಮಸ್ಯೆಗಳೇ ಇನ್ನೊಂದು ಬಗೆಯದ್ದು. ಕಳೆದ ಬಾರಿ ನಾನು ಡಾಕ್ ರೊಂದಿಗೆ ಈ ಬಗ್ಗೆ ಚರ್ಚಿಸುತ್ತಿದ್ದಾಗ ಅವರ ತಂಡವು ಸ್ಥಳೀಯ ಶಾಲೆಗಳಿಗೆ ಹೋಗಿ ಕೈಗಳನ್ನು ಸ್ವಚ್ಛವಾಗಿಡುವ ಬಗ್ಗೆ ಮಕ್ಕಳಿಗೆ ನೀಡುತ್ತಿರುವ ತರಬೇತಿಗಳ ಬಗ್ಗೆ ಹೇಳಿದ್ದರು. ಡಾಕ್ ಹೇಳುವಂತೆ ನದಿಯಂತಹ ಮೂಲಗಳಿಂದ ನೇರವಾಗಿ ನೀರನ್ನು ತಂದು ಉಪಯೋಗಿಸುತ್ತಿರುವ ಜನರಲ್ಲಿ ಮಲಿನ ನೀರಿನಿಂದಾಗಿ ಬರುವ ಖಾಯಿಲೆಗಳು ಸಾಮಾನ್ಯವಂತೆ. ಬಟ್ಟೆ ಒಗೆಯುವುದು, ಸ್ನಾನ ಮಾಡುವುದರಿಂದ ಹಿಡಿದು ಎಲ್ಲಾ ಬಗೆಯ ಕ್ರಿಯೆಗಳನ್ನು ಈ ನೀರಿನಲ್ಲೇ ಮಾಡುವುದಲ್ಲದೆ ಇದೇ ನೀರನ್ನು ಕುಡಿಯುವುದಕ್ಕಾಗಿಯೂ ಬಳಸುತ್ತಿದ್ದ ಪರಿಣಾಮವಾಗಿ ಖಾಯಿಲೆಗಳ ಪ್ರಮಾಣವೂ ಹೆಚ್ಚಿತ್ತು. ಇಂಥಾ ಅನುಭವಗಳನ್ನು ನಾನು ಸ್ವತಃ ಗ್ರಾಮಸ್ಥರಿಂದಲೂ ಕೇಳಿ ತಿಳಿದುಕೊಂಡಿದ್ದೆ. ನನ್ನ ಅನುಭವದ ಮಟ್ಟಿನಲ್ಲಂತೂ ಹತ್ತರಲ್ಲಿ ಎರಡರಷ್ಟು ಮನೆಗಳು ಮಾತ್ರ ಕುದಿಸಿ ಆರಿಸಿದ ನೀರನ್ನು ಕುಡಿಯುತ್ತಿದ್ದರು. ಉಳಿದವರು ಇದ್ದಿಲು, ಕಟ್ಟಿಗೆಗಳನ್ನು ಕೊಂಡು ತಂದು ಒಲೆ ಹಚ್ಚುವಷ್ಟು ಸ್ಥಿತಿವಂತರಾಗಿರಲಿಲ್ಲ. ತಂದ ಒಂದಿಷ್ಟು ಇದ್ದಿಲನ್ನು ಅವರು ಅಡುಗೆಗಾಗಿ ಮಾತ್ರ ಬಳಸುತ್ತಿದ್ದರು. ಹೊಟ್ಟೆನೋವಿನಂತಹ ಸಮಸ್ಯೆಗಳು ಇವರುಗಳಿಗೆ ಆಗಾಗ ಬರುವುದು ಸಾಮಾನ್ಯವೆಂಬ ಮಾಹಿತಿಗಳೂ ಕೂಡ ಗ್ರಾಮಸ್ಥರೊಂದಿಗಿನ ನನ್ನ ಮಾತುಕತೆಗಳಲ್ಲಿ ಹೊರಬಿದ್ದಿದ್ದವು.

ಇನ್ನು ಕಳ್ಳಕಾಕರ ಸಮಸ್ಯೆಯಂತಹ ವಿಚಿತ್ರ ಸಮಸ್ಯೆಗಳಿಂದ ಸ್ಥಳೀಯರ ಸ್ಥಿತಿಯು ಬಾಣಲೆಯಿಂದ ಬೆಂಕಿಗೆ ಬಿದ್ದಂತಾಗಿರುವುದೂ ಕೂಡ ಸತ್ಯವೇ. ಇತ್ತೀಚೆಗೆ ಕೊಳವೆಯಾಧಾರಿತ ಕುಡಿಯುವ ನೀರಿನ ವ್ಯವಸ್ಥೆಯು ಹೊಸದಾಗಿ ಬಂದ ನಂತರ ಶುರುವಾದ ವಿಲಕ್ಷಣ ತಂಟೆಯಿದು. ಅದೇನೆಂದರೆ ನೀರಿನ ಬಳಕೆಯ ಬಗ್ಗೆ ಲೆಕ್ಕವಿಡಲು ಅಳವಡಿಸಲಾಗಿದ್ದ ಮೀಟರ್‌ಗಳನ್ನು ಒಂದೋ ಕಳ್ಳಕಾಕರು ಕದಿಯುತ್ತಿದ್ದರು ಅಥವಾ ಕಿಡಿಗೇಡಿಗಳು ಅದನ್ನು ಅಷ್ಟಿಷ್ಟು ನಾಶಪಡಿಸಿ ಮಾಯವಾಗುತ್ತಿದ್ದರು. ಗ್ರಾಮದ ಸಾಮಾನ್ಯ ನಾಗರಿಕನೊಬ್ಬನಿಂದ ಹಿಡಿದು ಜಲ ಇಲಾಖೆಯ ಸ್ಥಳೀಯ ಕಾರ್ಯಾಲಯದವರೆಗೂ ದೊಡ್ಡ ಸಮಸ್ಯೆಯಾಗಿ ಪರಿಣಮಿಸಿರುವ ಇದನ್ನು ಹತ್ತಿಕ್ಕಲು ಪ್ರಯತ್ನಗಳು ನಡೆಯುತ್ತಲೇ ಇವೆ. ಈ ಬಗ್ಗೆ ಊರ ಪ್ರತಿನಿಧಿಗಳೊಂದಿಗೆ ಚರ್ಚೆಗಳಾಗುತ್ತಿವೆ. 'ಇದು ನಿಮ್ಮ ಸ್ವತ್ತು. ಇದನ್ನು ಸುರಕ್ಷಿತವಾಗಿರಿಸುವುದು ನಿಮ್ಮ ಜವಾಬ್ದಾರಿ', ಎಂಬ ಸಂದೇಶವನ್ನು ಇಲಾಖೆಯಿಂದ ಜನಸಾಮಾನ್ಯರಿಗೆ ತಿಳಿಸುವ ಪ್ರಯತ್ನಗಳೂ ಇಲ್ಲಿ ನಡೆಯುತ್ತಿವೆ.

ನಮ್ಮಲ್ಲಿಗೆ ಅತಿಥಿಯಾಗಿ ಬಂದಿದ್ದ ಸಮಾಜಶಾಸ್ತ್ರಜ್ಞರೊಂದಿಗೆ ಒಂದು ದಿನ ನಾನು ಇಲ್ಲಿಯ ಗ್ರಾಮವೊಂದರ ಮನೆಗೆ ತೆರಳಿ, ನೀರಿನ ಮೀಟರ್ ಅನ್ನು ಹುಡುಕುತ್ತಾ ಎಲ್ಲಿದೆಯಪ್ಪಾ ಎಂದು ಮನೆಯವರಲ್ಲಿ ಕೇಳಿದ್ದೆ. ಸಾಮಾನ್ಯವಾಗಿ ಒಂದೋ ಇವುಗಳನ್ನು ಮನೆಯ ಗೋಡೆಗಂಟಿಕೊಂಡೇ ಇರುವಂತೆ ಹೊರಭಾಗದಲ್ಲಿ ಅಳವಡಿಸಲಾಗುತ್ತದೆ ಅಥವಾ ಆ ದೊಡ್ಡದಾದ ಆಯತಾಕಾರದ ಕಾಕ್ರೀಟ್ ಡಬ್ಬವನ್ನೇ ಮನೆಯೆದುರು ಪ್ರತ್ಯೇಕವಾಗಿ ತಳಪಾಯವನ್ನೆಲ್ಲಾ ಮಾಡಿಸಿ ವ್ಯವಸ್ಥಿತವಾಗಿ ಅಳವಡಿಸಿರಲಾಗುತ್ತದೆ. ಒಟ್ಟಾರೆಯಾಗಿ ಇಷ್ಟು ದೊಡ್ಡ ಕಾಂಕ್ರೀಟ್ ಚೌಕಗಳು ಕಣ್ಣಿಗೆ ಬೀಳದಿರುವುದಕ್ಕೆ ಮಾತ್ರ ಸಾಧ್ಯವೇ ಇಲ್ಲ. ಆದರೆ ಅಂದು ನನಗೆ ಆ ಮನೆಯ ನೀರಿನ ಮೀಟರ್ ಡಬ್ಬವು ಕಂಡೇ ಇಲ್ಲವಾದ ಪರಿಣಾಮವಾಗಿ ಸಹಜವಾಗಿಯೇ ಮನೆಯ ಸದಸ್ಯನೊಬ್ಬನಲ್ಲಿ ಕೇಳಿದ್ದೆ. ನನ್ನ ಮಾತನ್ನು ಕೇಳಿ ಸಾವಧಾನವಾಗಿ ಹೊರಬಂದ ಆತ ಅಲ್ಲೇ ಎಡಭಾಗದಲ್ಲಿದ್ದ ಕಲ್ಲುಗಳ ರಾಶಿಯೊಂದನ್ನು ತೋರಿಸಿದ್ದ. ನಂತರ ಆತ ಬೊಟ್ಟುಮಾಡಿದ್ದ ಜಾಗವನ್ನು ಸೂಕ್ಷ್ಮವಾಗಿ ನೋಡಿದರೆ ಈ ಕಾಂಕ್ರೀಟ್ ಡಬ್ಬವು ಸಂಪೂರ್ಣವಾಗಿ ಆವರಿಸುವಂತೆ ದೊಡ್ಡ ದೊಡ್ಡ ಕಲ್ಲುಗಳನ್ನಿರಿಸಿ ಅದನ್ನು ಬಚ್ಚಿಡಲಾಗಿತ್ತು. ಪಕ್ಕದ ಮನೆಯವರು ಪುಟ್ಟ ದಿಮ್ಮಿ ಮತ್ತು ಕಟ್ಟಿಗೆಯ ರಾಶಿಗಳನ್ನಿಟ್ಟು ಅಷ್ಟು ದೊಡ್ಡ ಕಾಂಕ್ರೀಟ್ ಚೌಕಗಳನ್ನು ಮುಚ್ಚಿದ್ದರು. ಒಟ್ಟಾರೆಯಾಗಿ ದೂರದಿಂದ ಈ ಮನೆಗಳನ್ನು ನೋಡುವ ಖದೀಮರಿಗೆ ಇಲ್ಲಿ ಕಲ್ಲಿನ ಅಥವಾ ಕಟ್ಟಿಗೆಯ ರಾಶಿಯಷ್ಟೇ ಕಂಡು ಕಾಂಕ್ರೀಟ್ ಚೌಕವು ಕಾಣದೆ ಮರಳುವ ಸಾಧ್ಯತೆಗಳೇ ಹೆಚ್ಚಿದ್ದವು. ಇದನ್ನು ನೋಡಿ ಚಕಿತರಾಗಿ ನಾವು ನಕ್ಕಿದ್ದೂ, ನಮ್ಮನ್ನು ನೋಡಿ ಮನೆಯವರು ನಕ್ಕಿದ್ದೂ ಆಯಿತು.

ಆದರೆ ಅದೇ ಬೈರೋದ ಮತ್ತೊಬ್ಬ ಬುದ್ಧಿವಂತ ಮಾತ್ರ ಬೇರೆಯದೇ ತಂತ್ರವನ್ನು ಅನುಸರಿಸಿದ್ದ. ಮನೆಯ ಗೋಡೆಗಂಟಿಕೊಂಡಿರುವಂತೆ ಅಳವಡಿಸಲಾಗಿದ್ದ ಆ ಕಾಂಕ್ರೀಟ್ ಚೌಕದ ಸುತ್ತಲೂ ಆತ ಲೋಹದ ಸರಳುಗಳನ್ನು ಭದ್ರವಾಗಿ ಅಳವಡಿಸಿ ಬೀಗಹಾಕಿದ್ದ. ಬೂದುಬಣ್ಣದ ಕಾಂಕ್ರೀಟ್ ಚೌಕವು ಲೋಹದ ಪಂಜರದೊಳಗಿರುವ ಪ್ರಾಣಿಯಂತೆ ನೋಡಲು ತಮಾಷೆಯಾಗಿ ಕಾಣುತ್ತಿತ್ತು.

"ಇವನ ಮಹಾತಲೆಗೊಂದು ಅವಾರ್ಡು ಕೊಡಲೇಬೇಕು", ಎಂದು ನಗುತ್ತಾ ಅಂದು ನಾವು ಮುನ್ನಡೆದಿದ್ದೆವು.

ಮೇಲೆ ತಲೆಯೆತ್ತಿ ಒಮ್ಮೆ ನೋಡಬೇಕು.

ಕಡುನೀಲಿ ಆಕಾಶ. ಯಾರೋ ಎರಡು ಹನಿ ಹೆಚ್ಚೇ 'ಉಜಾಲಾ' ಹಾಕಿದ್ದಾರೆ ಎನ್ನುವಂತೆ. ಆ ನೀಲಿ ಹಿನ್ನೆಲೆಯಲ್ಲಿ ಮತ್ತಷ್ಟು ಬಿಳಿಯಾಗಿ ಎದ್ದು ಕಾಣುವ ಮೋಡಗಳು. ಥೇಟು ಹತ್ತಿಯ ಮುದ್ದೆಗಳಂತೆ. ನಾನು ನನ್ನ ಮೊಬೈಲ್ ಕ್ಯಾಮೆರಾ ಹಿಡಿದುಕೊಂಡು ಒಂದೆರಡು ಫೋಟೋಗಳನ್ನು ಕ್ಲಿಕ್ಕಿಸಲು ಪ್ರಯತ್ನಿಸುತ್ತೇನೆ. ಕ್ಯಾಮೆರಾ ಮೇಲಕ್ಕೆ ಹಿಡಿದರೆ

ಬಿಸಿಲಿನ ಝಳಕ್ಕೆ ಏನೇನೂ ಕಾಣಿಸುತ್ತಿಲ್ಲ. ಸಿಕ್ಕರೆ ಸಿಗಲಿ ಎಂಬ ಆಸೆಯಲ್ಲಿ ಪ್ರಯಾಸಪಟ್ಟು ಕಣ್ಣನ್ನು ತೆರೆಯುತ್ತಾ ಕ್ಲಿಕ್ ಮಾಡುವ ಜಾಗ ಎಲ್ಲಿದೆ ಎಂಬುದನ್ನು ಊಹಿಸಿಕೊಂಡು ಕ್ಲಿಕ್ಕಿಸುತ್ತೇನೆ. ಆ ಬಿಸಿಲ ಝಳಕ್ಕೆ ನಾನೇ ಕಣ್ಣುಬಿಡಲಾಗದೆ ಒದ್ದಾಡುತ್ತಿದ್ದೇನೆ, ಇನ್ನು ಈ ಮೊಬೈಲಿನ ಕ್ಯಾಮೆರಾದಲ್ಲೇನು ಕಾಣುತ್ತದೆ ನನಗೆ!

ನಂತರ ಹಾಗೆಯೇ ನಿಧಾನವಾಗಿ ದೃಷ್ಟಿಯನ್ನು ಕೆಳಕ್ಕೆ ಹರಿಸುತ್ತೇನೆ. ಕಣ್ಣು ಬಹಳ ಕಷ್ಟದಿಂದ ಗಿಡಮರಗಳ ಹಸಿರನ್ನು ಮಣ್ಣಿನ ಕೆಂಪನ್ನು ನೋಡುತ್ತಾ ಸಾವರಿಸಿಕೊಳ್ಳುತ್ತದೆ. ಆದರೆ ಸುಡುಸುಡು ಬಿಸಿಲಿನಿಂದಾಗಿ ನನ್ನ ಕಣ್ಣುಗಳು ಇನ್ನೂ ಚಿಕ್ಕದಾಗಿಯೇ ಅತ್ತಿತ್ತ ನೋಡುತ್ತಿವೆ. ಬೆಂಕಿಯುಂಡೆಯಂತಿರುವ ಸೂರ್ಯ ಬೆನ್ನ ಹಿಂದಿನ ಭಾಗದಲ್ಲಿ ಎಲ್ಲೋ ಇದ್ದರೂ ನನ್ನನ್ನಷ್ಟೇ ಸತಾಯಿಸುವವನಂತೆ, ತನ್ನ ಬೆಂಕಿ ಬೀಸಣಿಗೆಯಿಂದ ನನ್ನ ಕಪಾಳಕ್ಕೆ ರಪರಪನೆ ಬೀಸುತ್ತಿರುವಂತೆ ಭಾಸವಾಗುತ್ತದೆ. ಆ ಮಟ್ಟಿನ ಧಗೆ ಅದು. ಕೈಯ್ಲಲೊಂದು ಕೊಡೆ ಹಿಡಿದಿದ್ದರೂ ಕುಂಭದ್ರೋಣ ಮಳೆಗೆ ಸೋರುತ್ತಿರುವ ಗುಡಿಸಲಿನ ಸೂರಿನಂತೆ ಹಣೆಯಿಂದ ಧಾರಾಕಾರವಾಗಿ ಸುರಿಯುತ್ತಿರುವ ಬೆವರನ್ನು ಒರೆಸಿಕೊಳ್ಳುತ್ತಾ ನೆರಳಿಗೆ ಬಂದು ನಿಲ್ಲುತ್ತೇನೆ. ಎಲೆಗಳು ಒಂದಿಷ್ಟು ಅಲ್ಲಾಡುವ ದಯೆ ತೋರುವಾಗ ಕೊಂಚ ನಿರಾಳವೆನಿಸುತ್ತದೆ.

ನಾನು ಹೀಗೆ ಇತ್ತ ಕೊಸರಾಡುತ್ತಿದ್ದರೆ ನನ್ನಿಂದ ಹತ್ತೇ ಹತ್ತು ಮೀಟರ್ ದೂರದಲ್ಲಿ ಸುಮಾರು ಹೆಣ್ಣುಮಕ್ಕಳು ಗುಂಪುಗೂಡಿದ್ದಾರೆ. ಇರುವೆಗಳಂತೆ ಅತ್ತಿತ್ತ ಲಗುಬಗೆಯಿಂದ ಓಡಾಡುತ್ತಾ ತಮ್ಮದೇ ಕಾರ್ಯಗಳಲ್ಲಿ ಅವರು ವ್ಯಸ್ತರಾಗಿದ್ದಾರೆ. ಸುತ್ತಲೂ ಇಟ್ಟಿರುವ, ಬಿದ್ದುಕೊಂಡಿರುವ ಹಸಿರು, ಹಳದಿ, ಕೆಂಪು, ನೀಲಿ ಬಣ್ಣದ ವಿವಿಧ ಗಾತ್ರದ ಬಕೆಟ್ಟುಗಳು ಮೇಲಿರುವ ಆಗಸದ ಉಜಾಲಾ ನೀಲಿಯೊಂದಿಗೆ ಸ್ಪರ್ಧೆಗೆ ಬಿದ್ದಿರುವಂತೆ ಕಣ್ಣಿಗೆ ರಾಚುತ್ತಿವೆ. ಬಣ್ಣಬಣ್ಣದ ಪೆಪ್ಪರುಮೆಂಟುಗಳಂತಿರುವ ಬಕೆಟ್ಟುಗಳು ಮತ್ತು ಅವುಗಳ ಸುತ್ತಮುತ್ತಲೂ ಇರುವೆಗಳಂತೆ ಲಗುಬಗೆಯಿಂದ ಓಡಾಡುತ್ತಿರುವ ಮಹಿಳೆಯರು.

ಆದರೆ ಅವರು ನನ್ನಂತೆ ನಿಂತಲ್ಲೇ ಮೈಮರೆತಿಲ್ಲ. ನನ್ನ ಇರುವಿಕೆಯಾಗಲಿ ಕೊಡೆ ಹಿಡಿದು ಮಾಡಿಕೊಳ್ಳುತ್ತಿರುವ ಕೊಸರಾಟಗಳಾಗಲಿ ಅವರ ಕಣ್ಣಿಗೆ ಬೀಳುತ್ತಿಲ್ಲ. ಏಕೆಂದರೆ ಸದ್ಯ ಅವರ ಕಣ್ಣುಗಳಿಗೆ ಕಾಣುತ್ತಿರುವುದು ಎರಡೇ. ತಾವು ಮನೆಯಿಂದ ತಂದಿರುವ ಬಣ್ಣದ ಬಕೆಟ್ಟುಗಳು ಮತ್ತು ನೋಡಲು ದೊಡ್ಡ ಬೋನಿನಂತಿರುವ, ನೀರು ಸರಬರಾಜಾಗುತ್ತಿರುವ ಟ್ಯಾಂಕಿನ ನಲ್ಲಿಯಿಂದ ಹೊರಟು ಈ ಬಣ್ಣದ ಬಕೆಟ್ಟುಗಳನ್ನು ತುಂಬಿಸುತ್ತಿರುವ ಉದ್ದನೆಯ ಪೈಪು. ಈ ಪೈಪು ಶಿಸ್ತಿನಿಂದ ಸಾಲಾಗಿ ನಿಂತಿರುವ ಬಕೆಟ್ಟುಗಳನ್ನು ಒಂದೊಂದಾಗಿ ತುಂಬುತ್ತಿದೆ. ಅಷ್ಟರಲ್ಲಿ ಮಗುವೊಂದು ತಮ್ಮ ಹಳದಿ ಬಣ್ಣದ ಕ್ಯಾನ್ ಅನ್ನು ಹಿಡಿದುಕೊಂಡು ಸುಮ್ಮನೆ ಮಧ್ಯದಲ್ಲಿ ನುಗ್ಗಿ ಬರುತ್ತದೆ. ಅದಕ್ಕೂ ತನ್ನ ಪುಟ್ಟ ಕ್ಯಾನಿನಲ್ಲಿ ನೀರು ತುಂಬಿಸಿಕೊಳ್ಳುವ ಆತುರ. ಅಷ್ಟರಲ್ಲಿ ಯಾರೋ ಸಣ್ಣಗೆ ಬೈದು ಅದರ ಕುಂಡೆಗೊಂದು ಏಟು ಕೊಡುತ್ತಾರೆ. ತಕ್ಷಣವೇ ಮಗು ಭಯಪಟ್ಟು ಗೊಂದಲವಾಗಿ ದೂರಕ್ಕೆ ಹೋಗಿ ನಿಲ್ಲುತ್ತದೆ. ನಂತರ ಆ ಮಗುವಿನ ಅಕ್ಕನೋ, ಅಮ್ಮನೋ ಬಂದು ಮಗುವಿನ ಕೈಯಲ್ಲಿರುವ ಕ್ಯಾನನ್ನು ಕಸಿದುಕೊಂಡು ನೀರಿನ ಸಾಲಿನಲ್ಲಿ ತಮ್ಮ ಬಕೆಟ್ಟಿನೊಂದಿಗೆ ನಿಲ್ಲುತ್ತಾರೆ. ಏಕೆಂದರೆ ಇದು ಜಗಳವಾಡುವ ಸಮಯವಲ್ಲ

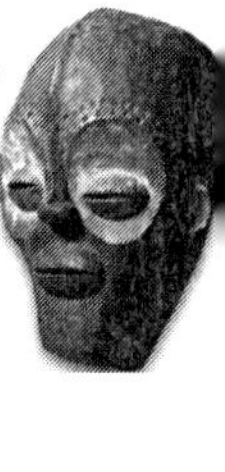

ಎಂಬುದು ಅವರಿಗೆ ಗೊತ್ತು. ಬೇಕಿದ್ದರೆ ಆಮೇಲಾದರೂ ಕಿತ್ತಾಡಬಹುದು. ಆದರೆ ನೀರು ಇವರಿಗೆ ಕಾಯುವುದಿಲ್ಲ. ಹೀಗಾಗಿ ನಿತ್ಯದ ಗೋಣಗಾಟಗಳು, ಮಿನಿಕಿತ್ತಾಟಗಳು ಎಂದಿನಂತೆ ನಡೆಯುತ್ತಿದ್ದರೂ ಯಾರೂ ಅದರತ್ತ ಹೆಚ್ಚಿನ ಗಮನವನ್ನು ನೀಡದೆ ತುಂಬಬೇಕಿದ್ದ ತಮ್ಮ ಬಕೆಟ್ಟುಗಳ ಮೇಲೆಯಷ್ಟೇ ಗಮನಹರಿಸುತ್ತಾರೆ.

ನೆತ್ತಿಯ ಮೇಲೆ ಸುಡುವ ಸೂರ್ಯ ಇವರೆಲ್ಲರನ್ನು ಒಂದಿಷ್ಟೂ ಸತಾಯಿಸುವಂತೆ ಕಾಣುತ್ತಿಲ್ಲ. ಅಥವಾ ಹಾಗಂತ ನನಗನಿಸುತ್ತಿದೆಯಷ್ಟೇ! ಆದರೆ ಅವರೇನು ರೋಬೋಟುಗಳಲ್ಲವಲ್ಲಾ? ಅವರ ಮೈಯಿಂದಲೂ ಧಾರಾಕಾರವಾಗಿ ಬೆವರು ಸುರಿಯುತ್ತಿದೆ. ಬೆವರಿನ ಹನಿಗಳಿಂದ ಕರಿಮೈ ಮಿರಿಮಿರಿ ಮಿಂಚುತ್ತಿದೆ. ತರುಣಿಯರು ಆ ಬಿಡುವಿಲ್ಲದ ಕೆಲಸದ ಮಧ್ಯದಲ್ಲೂ ಇರುವ ಮಕ್ಕಳೊಂದಿಗೆ ಆಡುತ್ತಾ ಸಮಯ ಕಳೆಯುತ್ತಿದ್ದರೆ ಮಧ್ಯವಯಸ್ಕ ಮಹಿಳೆಯರು ಧಗೆಯನ್ನು ತಾಳಲಾರದೆ ತಲೆಗೆ ಸುತ್ತಿರುವ ಮುಂಡಾಸಿನಂತಹ ಬಟ್ಟೆಯನ್ನೇ ತೆಗೆದು ಬೆವರೊರೆಸಿಕೊಳ್ಳುತ್ತಿದ್ದಾರೆ. ಅವರ ಕಣ್ಣುಗಳು, ಕಾಲುಗಳು ಒಂದು ಮಟ್ಟಿಗೆ ಸೋತಿರುವಂತೆ ಕಂಡರೂ ಅವರು ಸೋಲೊಪ್ಪಿಕೊಳ್ಳುವಂತಿಲ್ಲ. ಏಕೆಂದರೆ ಇದು ಆರಂಭವಷ್ಟೇ. ಇದ್ದುದರಲ್ಲೇ ಅತ್ಯಂತ ಸರಳವಾದ ಹಂತ. ಇನ್ನು ಆ ಬಕೆಟ್ಟುಗಳನ್ನು ಹೊತ್ತುಕೊಂಡು ಅವರುಗಳು ತಮ್ಮ ತಮ್ಮ ಮನೆಗಳತ್ತ ನಡೆಯಬೇಕಿದೆ.

ಇವರ ಮನೆಗಳಾದರೂ ಎಂತೆಂಥಾ ಜಾಗದಲ್ಲಿವೆ? ಕೆಲವರಿಗಂತೂ ಆ ನೀರಿನ ಟ್ಯಾಂಕಿನಿಂದ ಕಮ್ಮಿಯೆಂದರೂ ಎರಡು ಕಿಲೋಮೀಟರುಗಳಷ್ಟು ದೂರ ನಡೆಯಬೇಕು. ಒಂದು ಮಟ್ಟಿನ ದೂರವನ್ನು ತಲುಪಿದ ನಂತರ ಎಲ್ಲೆಲ್ಲೋ ನುಸುಳುತ್ತಾ ತನ್ನ ಮನೆಯನ್ನು ತಲುಪಬೇಕು. ಮುಖ್ಯರಸ್ತೆಯನ್ನು ಬಿಟ್ಟರೆ ಟಾರು ರಸ್ತೆಗಳಾದರೂ ಎಲ್ಲಿವೆ? ಎಲ್ಲವೂ ಮಣ್ಣಿನ ಕಾಲುದಾರಿಗಳೇ. ಕೆಲವು ಕಡೆಗಳಲ್ಲಂತೂ ದಾರಿಗಳೇ ಇಲ್ಲ. ಪುಟ್ಟ ಗುಡ್ಡಗಳನ್ನು ಹತ್ತಿ ಇಳಿದು ಹೋಗಬೇಕಾದಂತಹ ವಿಪರೀತ ಉಬ್ಬುತಗ್ಗಿನ ದಾರಿಗಳು. ಕೆಲವು ಇಕ್ಕಟ್ಟಿನ ಮಾರ್ಗಗಳಲ್ಲಂತೂ ನಾನು ಇಂಥಾ ಮಹಿಳೆಯರನ್ನು ಮುಖಾಮುಖಿಯಾಗುವಾಗ ಒಬ್ಬರೂ ಒಂದು ಕ್ಷಣ ಗೊಂದಲಕ್ಕೀಡಾಗುತ್ತೇವೆ. ಒಂದೋ ನಾನು ಹೋಗಬೇಕು, ಇಲ್ಲವೋ ಆಕೆ ಹೋಗಬೇಕು. ನಾನು ಕೊಂಚ ಮೈಬಗ್ಗಿಸಿ, ಸರ್ಕಸ್ ಮಾಡಿಯಾದರೂ ಸುಧಾರಿಸಿಕೊಳ್ಳಬಲ್ಲೆ. ಆದರೆ ಆಕೆಯ ತಲೆಯ ಮೇಲೆ ದೊಡ್ಡದಾದ ತುಂಬಿದ ನೀರಿನ ಬಕೆಟ್ ಒಂದಿದೆ. ಹೀಗಾಗಿ ನಾನು ಹೇಗೋ ನಿಭಾಯಿಸಿ ಆಕೆಗೆ ದಾರಿಯನ್ನು ಮಾಡಿಕೊಡುತ್ತೇನೆ. ಬಕೆಟ್ಟಿನೊಳಗಿರುವ ನೀರು ಕೊಂಚ ಅತ್ತಿತ್ತ ತುಳುಕುತ್ತದೆ. ಅವಳು ಮುಗುಳ್ನಗುತ್ತಾ 'ಒಬ್ರಿಗಾದ ಅಮೀಗು' (ಧನ್ಯವಾದ ಗೆಳೆಯ) ಎನ್ನುತ್ತಾ ಮುನ್ನಡೆಯುತ್ತಾಳೆ. ಈ ಗಡಿಬಿಡಿಯಲ್ಲೂ ಆಕೆ ಧನ್ಯವಾದವನ್ನು ಹೇಳುವುದು ಮರೆಯಲಿಲ್ಲ ಎಂಬುದನ್ನು ನನ್ನ ಮನಸ್ಸು ಇತ್ತ ತನ್ನಷ್ಟಕ್ಕೆ ನೋಟ್ ಮಾಡಿಕೊಳ್ಳುತ್ತದೆ.

ನಾನು ನನ್ನ ಕೊಡೆಯಿಂದ ಮುಖವನ್ನು ಸೂರ್ಯನಿಂದ ಮತ್ತಷ್ಟು ಮರೆಮಾಚಿಕೊಳ್ಳುತ್ತಾ ಮುನ್ನಡೆದರೆ ಮತ್ತೊಬ್ಬಳು ಹೆಂಗಸು ಅಷ್ಟೇ ದೊಡ್ಡ ಬಕೆಟ್ಟೊಂದನ್ನು ಹಿಡಿದುಕೊಂಡು ಬರುತ್ತಿದ್ದಾಳೆ. ಇನ್ನು ಈಕೆಗೆ ದಾರಿ ಬಿಟ್ಟು ಕೊಡಬೇಕಲ್ಲವೇ ಎಂದು ನಾನು ಅತ್ತಿತ್ತ ಜಾಗಗಳನ್ನು ನೋಡಿಕೊಳ್ಳುತ್ತೇನೆ. ನನಗೂ ಕಾಲಿಡಲು ಜಾಗ ಬೇಕಲ್ವಾ?

ಅತ್ತಿತ್ತ ಪ್ರಪಾತಗಳೇನೂ ಇಲ್ಲ. ಆದರೆ ಕಸದ ರಾಶಿಯು ಕಾಣುತ್ತಿದೆ. ಅದರಲ್ಲಿರುವ ಕಸ, ಪ್ಲಾಸ್ಟಿಕ್ ಗಳಿಂದಾಗಿ ಅದರ ಆಳ ಎಷ್ಟಿದೆ ಎನ್ನುವುದನ್ನು ನನಗೆ ಲೆಕ್ಕಹಾಕಲಾಗುತ್ತಿಲ್ಲ. ಅಂಥಾ ಮುಳುಗುವಂಥಾ ಆಳವೇನಲ್ಲ. ಆದರೆ ಎಡವಿಬೀಳುವಷ್ಟಂತೂ ಇದ್ದೇ ಇರುತ್ತೆ. ಹೀಗಾಗಿ ನಾನು ಅದಕ್ಕಿಂತ ಕೊಂಚ ವಾಸಿ ಎಂಬಂತಿರುವ ಜಾಗವನ್ನು ಕಾಲಿಡಲು ಬಳಸಿಕೊಳ್ಳುತ್ತೇನೆ. ನನ್ನ ದೇಹವನ್ನು ಕುಗ್ಗಿಸಿ, ಆಕೆಯ ಅಗಲವಾದ ಬಕೆಟ್ಟು ನನ್ನನ್ನು ಮುತ್ತಿಕ್ಕದಂತೆ ಜಾಗರೂಕನಾಗಿ ಸಮತೋಲನವನ್ನು ಕಾಯ್ದುಕೊಳ್ಳುತ್ತಾ ಇಬ್ಬರಿಗೂ ಸುಲಭವಾಗುವಂತೆ ನೋಡಿಕೊಳ್ಳುತ್ತೇನೆ.

ಆಕೆಯ ಎದೆಗೆ ಬಿಗಿಯಾಗಿ ಬಿಗಿದಿರುವ ಬಟ್ಟೆಯೊಂದು ಅವಳ ಮಗುವನ್ನು ಬೆನ್ನಹಿಂದೆ ಕಟ್ಟಿಕೊಂಡಿದೆ. ಆಫ್ರಿಕನ್ ಗುಂಗುರು ಕೂದಲನ್ನು ಹೊಂದಿರುವ ಪುಟ್ಟ ಮಣ್ಣಿನ ಬೊಂಬೆಯಂತಿರುವ ಮಗುವು ಕಾಂಗರೂ ಚೀಲದಂತಿರುವ ಆ ಪುಟ್ಟ ಜಾಗದಲ್ಲಿ ತೂಕಡಿಸುತ್ತಲೇ ಇದೆ. ಅದಕ್ಕೂ ಪಾಪ ಬಿಸಿಲ ಝಳವನ್ನು ತಡೆಯಲಾಗುತ್ತಿಲ್ಲವೋ ಏನೋ. ಅಮ್ಮ ನೀರು ತುಂಬಿಸುತ್ತಾ ಇದ್ದಾಗ ಅದು ಎಲ್ಲೆಲ್ಲೋ ಆಡಿಕೊಂಡಿರಬೇಕು. ಹೀಗಾಗಿ ಅದರ ಮೈಯೆಲ್ಲಾ ಮಣ್ಣೇ ಮಣ್ಣು. ಮಣ್ಣು ಎನ್ನುವುದಕ್ಕಿಂತ ಕೆಸರು ಎಂದರೆ ಸರಿಯಾಗಬಹುದೇನೋ. ಆದರೆ ಆ ಕೆಸರು ಈ ಸುಡುವ ಬಿಸಿಗೆ ಒಣಗಿ ಆ ಕಪ್ಪು ಮೈಯಲ್ಲಿ ಮತ್ತಷ್ಟು ಪ್ರಖರವಾಗಿ ಎದ್ದು ಕಾಣಿಸುತ್ತಿದೆ. ಇತ್ತ ಅದರ ಮೂಗಿನ ಎರಡೂ ಹೊಳ್ಳೆಗಳಿಂದ ಸುರಿಯುತ್ತಿರುವ ಗೊಣ್ಣೆಯು ತುಟಿಯವರೆಗೆ ಬಂದು ಇನ್ನೇನು ಒಳಸರಿಯಲು ತಯಾರಾಗಿದೆ. ಮಣ್ಣಿನ ಕಣಗಳೂ ಕೂಡ ಆ ಗೊಣ್ಣೆಯಲ್ಲಿ ಕರಗಿ ಒಂದಿಷ್ಟು ಒಳಹೋದರೂ ಹೋಗಬಹುದೇನೋ! ಇರಲಿ. ರಣಬಿಸಿಲು ಮತ್ತು ಅಮ್ಮನ ನಿಲ್ಲದ ನಡೆದಾಟ ಮಗುವನ್ನು ಮತ್ತಷ್ಟು ತೂಕಡಿಸುವಂತೆ ಮಾಡುತ್ತಿದೆ ಅನ್ನುವುದನ್ನು ಬಿಟ್ಟರೆ ತನ್ನ ಪುಟ್ಟ ಕೈಗಳನ್ನು ಮೆಲ್ಲಗೆ ಒಂದಿಷ್ಟು ಆಡಿಸುತ್ತಾ ಮಗು ತನ್ನಷ್ಟಕ್ಕೆ ತನ್ನ ಲೋಕದಲ್ಲೇ ಆರಾಮಾಗಿದೆ.

ಆ ಹೆಂಗಸಿನ ಹಿಂದೆಯೇ ಮತ್ತೊಬ್ಬಳು ಹುಡುಗಿ ನಡೆದುಕೊಂಡು ಬರುತ್ತಿದ್ದಾಳೆ. ಸುಮಾರು ಏಳು ಅಥವಾ ಎಂಟರ ಆಸುಪಾಸಿನ ಬಾಲೆ. ಸಾಮಾನ್ಯವಾಗಿ ಎಲ್ಲೆಡೆಯೂ ಕಾಣುವ ಮಕ್ಕಳಂತೆ ಮಣ್ಣುಮಣ್ಣಾಗಿರದೆ ಶುಚಿಯಾಗಿದ್ದಾಳೆ. ಅದಕ್ಕೆ ಕಾರಣವೇನೆಂಬುದು ಅವಳ ಕೈಯನ್ನು ನೋಡಿದರೆ ತಿಳಿಯುತ್ತದೆ. ಅವಳ ಎಡಗೈ ಒಂದಿಷ್ಟು ಪುಸ್ತಕಗಳನ್ನು ತನ್ನ ಎದೆಗವಚಿಕೊಂಡಿದೆ. ಬಲಗೈಯು ತಲೆಯ ಮೇಲೆ ಇರಿಸಿಕೊಂಡಿರುವ ಪುಟ್ಟ ಬಣ್ಣದ ಬಕೆಟ್ ಒಂದಕ್ಕೆ ಆಸರೆಯಾಗಿದೆ. ಶಾಲೆಯನ್ನು ಮುಗಿಸಿಕೊಂಡು ನೇರವಾಗಿ ಆಕೆ ಅಮ್ಮನಿದ್ದಲ್ಲಿಗೇ ಬಂದಿದ್ದಾಳೆ. ಅಮ್ಮನ ಬಕೆಟ್ಟಿಗೆ ಹೋಲಿಸಿದರೆ ಇವಳ ಬಕೆಟ್ಟಿನಲ್ಲಿರುವ ನೀರು ಕೊಂಚ ಹೆಚ್ಚೇ ತುಳುಕಾಡುತ್ತಿದೆ. ಇನ್ನೂ ಕಲಿಯುತ್ತಿದ್ದಾಳಲ್ಲವೇ ಪಾಪ! ಅವಳ ಮುದ್ದಾದ ಮುಖವನ್ನು ಕಂಡು ಖುಷಿಯಾಗುವ ನಾನು ಮುಂದಕ್ಕೆ ನಡೆಯುತ್ತಿರುವಂತೆಯೇ ಮೆಲ್ಲಗೆ ಅವಳ ಕೆನ್ನೆಯನ್ನು ಚಿವುಟಿ ನಗುತ್ತೇನೆ. ಅವಳು ನನ್ನನ್ನೇ ಪಿಳಿಪಿಳಿ ನೋಡುತ್ತಾ ತನ್ನ ಅಷ್ಟೂ ಬಿಳಿ ಹಲ್ಲುಗಳನ್ನು ತೋರಿಸಿ ನಗುತ್ತಾಳೆ. ವಿದೇಶೀಯರನ್ನು ಕಂಡಾಗ ಮಕ್ಕಳಲ್ಲಿ ಸಾಮಾನ್ಯವಾಗಿ ಉಂಟಾಗುವ ಸಹಜ ಕುತೂಹಲಗಳು ಅವಳಲ್ಲೂ ಕಾಣುತ್ತವೆ. 'ಹೆಹೆಹೆ' ಎಂದು ನಗುತ್ತಾ ಜೊತೆಯಲ್ಲಿ ಯಾರೂ ಇರದಿದ್ದ ಪರಿಣಾಮವಾಗಿ 'ಶಿನೇಶ್' (ಚೈನೀಸ್)

ಎಂದು ಅವಳು ತನಗೇ ಹೇಳಿಕೊಳ್ಳುತ್ತಾಳೆ. ಏನೋ ನೆನಪಾದವಳಂತೆ ಮತ್ತಷ್ಟು 'ಹ್ಹಿಹ್ಹಿಹ್ಹಿ' ನಗುತ್ತಾಳೆ. 'ಅಯ್ಯೋ ಬಿಟ್ಹಾಕಮ್ಮಾ... ನಾನು ಚೈನೀಸ್ ಅಲ್ಲ... ಎಲ್ಲಾ ಮಕ್ಕಳದ್ದೂ ಇದೇ ಆಯಿತು', ಎಂದು ನಾನು ಒಳಗೊಳಗೇ ನಗುತ್ತಾ ಮುಂದಕ್ಕೆ ಹೆಜ್ಜೆ ಹಾಕುತ್ತೇನೆ.

ಅಷ್ಟರಲ್ಲಿ ನನ್ನ ಕಾರು ಅತ್ತ ಕಡೆಯಿಂದ ಧೂಳೆಬ್ಬಿಸುತ್ತಾ ಬರುವುದು ನನಗೆ ಕಾಣುತ್ತದೆ. ನನ್ನ ಕಾರುಚಾಲಕ ಅಗುಸ್ಟೋ ಸರಿಯಾಗಿ ನನ್ನ ಪಕ್ಕವೇ ಬಂದು ಗಾಡಿಯನ್ನು ನಿಲ್ಲಿಸಿಬಿಡುತ್ತಾನೆ. ನಾನು ನನ್ನ ಕೊಡೆ ಮತ್ತು ಕಡತಗಳನ್ನು ಹಿಂದಿನ ಸೀಟಿಗೆಸೆದು ಬೇಗಬೇಗನೆ ಮುಂಭಾಗದ ಸೀಟಿನಲ್ಲಿ ಕುಳಿತುಕೊಳ್ಳುತ್ತೇನೆ. "ಕ್ಯಾಂತೆ... ಮುಯ್ತು ಮೂಯ್ತು ಕ್ಯಾಂತೆ (ಬಿಸಿ... ತುಂಬಾ ತುಂಬಾ ಬಿಸಿ ಮಾರಾಯ)", ಎಂದು ಗೊಣಗುತ್ತಾ ಏರ್‌ಕಂಡೀಷನಿಂಗ್ ಸರಿಯಾಗಿ ಆಗುವಂತೆ ಸಿಕ್ಕಸಿಕ್ಕಲ್ಲೆಲ್ಲಾ ತಡಕಾಡಿ ಏದುಸಿರು ಬಿಡುತ್ತೇನೆ. ಬಿಸಿಲಿನ ಝಳಕ್ಕೆ ಸಿಕ್ಕಿ ಸುಟ್ಟ ತರಗೆಲೆಯಂತಾಗಿರುವ ನನ್ನ ಸ್ಥಿತಿಯನ್ನು ಕಂಡ ಅಗುಸ್ಟೋ ಮೂಗಿನಡಿಯಲ್ಲೇ ಸಣ್ಣಗೆ ನಗುತ್ತಾ ಸ್ಟೇರಿಂಗ್ ಅನ್ನು ವಿಚಿತ್ರವಾಗಿ ತಿರುಗಿಸುತ್ತಾ ಹೊರಡಲು ತಯಾರಾಗುತ್ತಾನೆ.

ಇನ್ನೇನು ದಾರಿ ಮಾಡಿಕೊಂಡು ಹೊರಡಬೇಕು ಅನ್ನುವಷ್ಟರಲ್ಲಿ ಮಹಿಳೆಯೊಬ್ಬಳು ಎಲ್ಲಿಂದಲೋ ನಡೆದುಕೊಂಡು ಬರುತ್ತಾಳೆ. ಈಕೆ ಆಗುಸ್ಟೋನೊಂದಿಗೆ ನಗುನಗುತ್ತಾ ಮಾತನಾಡುವುದನ್ನು ಕಂಡ ನಾನು ಈಕೆ ಅವನ ಗೆಳತಿಯಾಗಿರಬಹುದೆಂದು ಲೆಕ್ಕಹಾಕುತ್ತಿದ್ದರೆ, ಆಕೆ ತಕ್ಷಣವೇ ತನ್ನ ಕೆನ್ನೆಗಳನ್ನು ನನ್ನ ಎರಡೂ ಕೆನ್ನೆಗಳಿಗೆ ತಾಗಿಸುತ್ತಾ ಬೋಂದಿಯಾ ಅನ್ನುತ್ತಾಳೆ. ಜೊತೆಗೇ ಪೋರ್ಚುಗೀಸ್ ಭಾಷೆಯಲ್ಲಿ ಏನೋ ಬಡಬಡನೆ ಉದ್ದಕ್ಕೆ ಮಾತಾಡುತ್ತಾ ಹೋಗುತ್ತಾಳೆ. "ತಡಿಯಮ್ಮಾ ಮಹಾತಾಯಿ... ಸ್ವಲ್ಪ ನಿಧಾನ... ಈ ವೇಗದಲ್ಲಿ ನೀನು ಮಾತಾಡುತ್ತಾ ಹೋದರೆ ನನಗೊಂದಿಷ್ಟೂ ಅರ್ಥವಾಗೋದಿಲ್ಲ", ಎಂದು ನಾನು ನನ್ನ ಕೈಗಳನ್ನಾಡಿಸುತ್ತಾ ಹರುಕುಮುರುಕು ಪೋರ್ಚುಗೀಸ್‌ನಲ್ಲಿ ಹೇಳುತ್ತೇನೆ. "ಇವತ್ತು ಇವರ ದುಭಾಷಿ ಬಂದಿಲ್ಲ. ಹಾಗಾಗಿ ಕೊಂಚ ನಿಧಾನವಾಗಿ ಮಾತನಾಡಿ. ಇವರಿಗೆ ಒಂದಿಷ್ಟು ಅರ್ಥವಾಗುತ್ತದೆ. ಆದರೆ ಮಾತನಾಡೋದೇ ಸಮಸ್ಯೆ", ಎಂದು ನನಗೆ ಸಾಥ್ ನೀಡುತ್ತಾನೆ ಅಗುಸ್ಟೋ. ಜೊತೆಗೆ ಆಕೆ ಏನು ಹೇಳುತ್ತಿದ್ದಾಳೆ ಎಂಬುದನ್ನು ನನಗೆ ಗೊತ್ತಿರುವಷ್ಟು ಪೋರ್ಚುಗೀಸ್ ಭಾಷೆಯಲ್ಲಿ ಸರಳವಾಗಿ ಅಗುಸ್ಟೋ ವಿವರಿಸುತ್ತಾನೆ.

"ನೀವು ಆ ಹಿರಿಯರೊಂದಿಗೆ ಕಳೆದ ವರ್ಷವೂ ಬಂದಿದ್ರಿ. ನೀರು ಸಿಗುತ್ತೆ ಅಂದಿದ್ರಿ. ಇನ್ನೂ ನೀರು ಬಂದಿಲ್ಲ ಇಲ್ಲಿ. ಪೈಪುಗಳನ್ನು ಹಾಕಿ ಹೋದ ನಿಮ್ಮ ಹುಡುಗರು ಮತ್ತೆ ಈ ಕಡೆ ತಲೆಯೇ ಹಾಕಿಲ್ಲ", ಎಂದು ದೂರು ಹೇಳುತ್ತಿದ್ದಾಳೆ ಆಕೆ. ಹಿರಿಯರು ಎಂದಾಕ್ಷಣ ಡಾ. ಗೌರ್ ನೆನಪಾಗುತ್ತಾರೆ ನನಗೆ. ಅವರ ಜೊತೆ ಕಳೆದ ಬಾರಿ ಈ ಬೈರೋಗೆ ಬಂದಿದ್ದು ನೆನಪಾಗುತ್ತದೆ. ಹೀಗಾಗಿಯೇ ಆಕೆ ನನ್ನನ್ನು ಗುರುತುಹಿಡಿದು ಆಲಂಗಿಸಿಕೊಂಡಳೆಂದು ಕೂಡಲೇ ಜ್ಞಾನೋದಯವಾಗುತ್ತದೆ. ಜೊತೆಗೇ ಇವರಿಗಿನ್ನೂ ಕುಡಿಯುವ ನೀರನ್ನು ತರಲಾಗಲಿಲ್ಲವೆಂಬ ನಿರಾಶೆಯೂ. ಆಕೆಗೆ ಯಾವ ಸುಳ್ಳು ಭರವಸೆಯನ್ನೂ ನೀಡದೆ ಪರಿಸ್ಥಿತಿಯು ಹೀಗ್ಹೀಗಿದೆ, ಯಾವಾಗ ಆಕೆಯಿರುವ ಗ್ರಾಮಕ್ಕೆ ಕುಡಿಯುವ ನೀರಿನ ಸೌಲಭ್ಯವು ಶುರುವಾಗಬಹುದು ಎಂದು ಕುಳಿತಲ್ಲಿನಿಂದಲೇ ಸಂಕ್ಷಿಪ್ತವಾಗಿ ವಿವರಿಸುತ್ತೇನೆ. ನಾನು ರಾಜಕಾರಣಿಯಂತೆ ಆಶ್ವಾಸನೆಯನ್ನಷ್ಟೇ ನೀಡುತ್ತೇನೆ ಎಂದು ಅವಳಿಗನ್ನಿಸುತ್ತಿರಬಹುದೋ?

ಗೊತ್ತಿಲ್ಲ! ಆದರೆ ಎಲ್ಲದಕ್ಕೂ ಹೂಂ ಹೂಂ ಎನ್ನುತ್ತಾಳೆ. ನಿಮ್ಮ ಕಷ್ಟ ಎಂಥದ್ದೆಂದು ನನಗರ್ಥವಾಗುತ್ತದೆ ಎಂದು ಅವಳಲ್ಲಿ ನಾನು ಹೇಳಲು ಪ್ರಯತ್ನಿಸುತ್ತೇನೆ. ಅವುಗಳು ನನ್ನ ಮನದಾಳದ ಮಾತುಗಳೂ ಹೌದು. ನನ್ನ ಮಾತಿಗೆಲ್ಲಾ 'ತಬೋಂ... ತಬೋಂ...' (ಆಗಲಿ... ಆಗಲಿ...) ಎನ್ನುತ್ತಾಳೆ ಆಕೆ.

"ನನಗೆ ಪೇಟೆಗೆ ಹೋಗಬೇಕು. ನಡೆದುಕೊಂಡು ಹೋದರೆ ತುಂಬಾ ದೂರ. ಮುಖ್ಯರಸ್ತೆಯವರೆಗೆ ಬಿಟ್ಟರೆ ಸಾಕು. ನನಗೆ ಡ್ರಾಪ್ ಕೊಡುತ್ತೀರಾ ಪ್ಲೀಸ್?", ಎಂದು ಈಗ ಆಕೆ ಅಂಗಲಾಚುತ್ತಾಳೆ. ಸೂರ್ಯನಿಂದ ತಪ್ಪಿಸಿಕೊಂಡು ಹವಾನಿಯಂತ್ರಿತ ಕಾರಿನಲ್ಲಿ ಕುಳಿತುಕೊಳ್ಳುವವರೆಗೂ ನನ್ನಲ್ಲಿದ್ದ ತಳಮಳವು ಮತ್ತೆ ನನಗೆ ನೆನಪಾಗಿ, ಈಕೆಯನ್ನು ನೋಡುತ್ತಾ ವಿಷಾದವಾಗುತ್ತದೆ. "ಆಯ್ತು... ಹತ್ತಿ ಹಿಂದಿನ ಸೀಟಿನಲ್ಲಿ ಕುಳಿತುಕೋ", ಎನ್ನುತ್ತೇನೆ. ಕಾರು ಮುಂದಕ್ಕೆ ಸಾಗುತ್ತಿರುವಂತೆಯೇ ಅಗುಸ್ಟೋ ಮತ್ತು ಆಕೆ ಲೋಕಾಭಿರಾಮದ ಮಾತುಗಳತ್ತ ವಾಲಿದರೆ ನಾನು ಕೂತಲ್ಲೇ ತೂಕಡಿಸುತ್ತೇನೆ. ಆದರೆ ಉಬ್ಬುತಗ್ಗು, ಹೊಂಡಗಳಿಂದ ತುಂಬಿರುವ ಮಣ್ಣಿನ ರಸ್ತೆಯು ನನ್ನ ಪುಟ್ಟನಿದ್ದೆಗೂ ಕಲ್ಲುಹಾಕುತ್ತದೆ.

"ಆಹ್... ಮಾಲ್ ರೂವ... ಮುಯ್ತು ಮಾಲ್ ರೂವ (ಕೆಟ್ಟ ರಸ್ತೆ... ಬಹಳ ಕೆಟ್ಟ ರಸ್ತೆ)", ಎಂದು ನಾನು ಹತಾಶನಾಗಿ ಗೊಣಗುತ್ತೇನೆ. ಸಿಡಿಮಿಡಿಗೊಂಡ ನನ್ನ ಗೊಣಗಾಟವನ್ನು ಕೇಳುವ ಇವರಿಬ್ಬರೂ ತಲೆಯಾಡಿಸುತ್ತಾ ಗೊಳ್ಳನೆ ನಗುತ್ತಾರೆ.

●

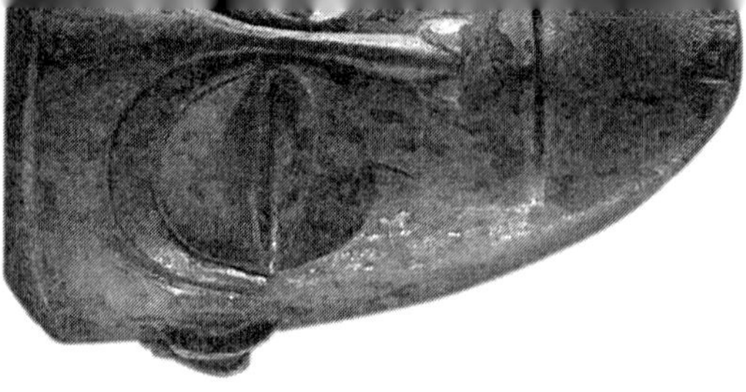

ಪಾರ್ಕಿಂಗ್ ಪ್ರಹಸನಗಳೆಂಬ ಮುಗಿಯದ ಸಾಹಸಗಳು

ನಾವು ಅಂದು ಓಡುತ್ತಲೇ ಇದ್ದೆವು.

ಅದು ಮ್ಯಾರಥಾನ್ ಆಗಿರಲಿಲ್ಲ. ಮುಂಜಾನೆಯ ಜಾಗಿಂಗ್ ಕೂಡ ಆಗಿರಲಿಲ್ಲ. ನಡುಮಧ್ಯಾಹ್ನದ ಸೂರ್ಯ ನೆತ್ತಿಯ ಮೇಲೆ ಸುಡುತ್ತಿದ್ದ. ನೂರಾರು ವಾಹನಗಳು ಎಡೆಬಿಡದೆ ಜನನಿಬಿಡ ಶಹರದ ಮುಖ್ಯರಸ್ತೆಯಲ್ಲಿ ಸಾಗುತ್ತಿದ್ದವು. ಇನ್ನು ಇವೆಲ್ಲವುಗಳನ್ನು ಸಂಭಾಳಿಸುತ್ತಾ ಆಕ್ಷನ್ ಚಿತ್ರದ ಹೀರೋಗಳಂತೆ ನಾವು ಗಡಿಬಿಡಿಯಿಂದ ಓಡುತ್ತಿದ್ದೆವು. ಆಕ್ಷನ್ ಚಿತ್ರಗಳಲ್ಲಿ ಪೊಲೀಸರ ವಾಹನಗಳು ಇತರರ ವಾಹನಗಳನ್ನು ಬೆನ್ನಟ್ಟಿ ಹೋಗುವುದು ಸಾಮಾನ್ಯ. ಆದರೆ ಇಲ್ಲಿ ಮಾತ್ರ ಕಥೆಯು ಉಲ್ಟಾ ಹೊಡೆದಂತೆ ನಾವು ಪೊಲೀಸರ ಟ್ರಕ್ ಒಂದನ್ನು ಬೆನ್ನಟ್ಟುತ್ತಿದ್ದೆವು. ನನ್ನ ಜೊತೆ ಪೊಲೀಸರ ಲಾರಿಯನ್ನು ಬೆನ್ನಟ್ಟುತ್ತಿದ್ದ ಉಳಿದಿಬ್ಬರಿಗೆ ಏನನ್ನಿಸುತ್ತಿತ್ತೋ ಗೊತ್ತಿಲ್ಲ. ಆದರೆ ನನಗಂತೂ ಅದು ಸಾವು-ಬದುಕಿನ ಪ್ರಶ್ನೆಯಂತೆ ಕಂಡಿದ್ದು ಸತ್ಯವೇ.

ನೀವೇನೇ ಹೇಳಿ. ನಡುಮಧ್ಯಾಹ್ನದ ವೇಳೆಯಲ್ಲಿ ಊಟವೊಂದನ್ನು ಬಿಟ್ಟರೆ ಆಪ್ಯಾಯಮಾನವೆನಿಸುವುದು ನಿದ್ದೆ ಮಾತ್ರ. ಹಾಗಿರುವಾಗ ಓಟವೆಂಬುದು ಅದೆಷ್ಟು ತ್ರಾಸವನ್ನು ತರಿಸಲಿಕ್ಕಿಲ್ಲ? ಅದರಲ್ಲೂ ಕಾಂಕ್ರೀಟ್ ಕಾಡುಗಳಂತಹ ಶಹರಗಳಲ್ಲಿ ಸೂರ್ಯ ನೆತ್ತಿಯ ಮೇಲಿದ್ದಾಗ ಓಡಾಡುವುದೆಂದರೆ ಅದ್ಯಾವ ಶಿಕ್ಷೆಗೂ ಕಮ್ಮಿಯಿಲ್ಲ. ಗುರುಗ್ರಾಮದಂತಹ ಶಹರಗಳಲ್ಲಿ ಇಂಥಾ ಸ್ಥಿತಿಯನ್ನು ನಾನು ಈ ಹಿಂದೆ ಅನುಭವಿಸಿದ್ದುಂಟು. ಪ್ರಾಣ ಹೋಗುತ್ತಿದ್ದರೂ ಕೊಂಚ ನೆರಳಿನಲ್ಲಿ ಜೀವ ಬಿಡೋಣವೆಂದು ಹಾತೊರೆದರೆ ಇಲ್ಲಿ ಒಂದೇ ಒಂದು ಗಿಡವೂ ಕಣ್ಣಿಗೆ ಬೀಳದು. ಹಾಗೆ ನೋಡಿದರೆ ಈ ನಿಟ್ಟಿನಲ್ಲಿ ಗುರುಗ್ರಾಮಕ್ಕಿಂತ ಅದರ ಬಗಲಿನಲ್ಲಿರುವ ದೆಹಲಿಯೇ ವಾಸಿ. ಲುವಾಂಡಾದ ಕೆಲ ಭಾಗಗಳು ನನಗೆ ಆಗಾಗ ಗುರುಗ್ರಾಮದ ಬೇಸಿಗೆಯ ಬಿಸಿಕಾವಲಿಯಂತಹ ದಿನಗಳನ್ನೇ ನೆನಪಿಸುವುದುಂಟು. ಅಂಗೋಲಾದ ಇತರ ಭಾಗಗಳಲ್ಲಿ ಕಾಣುವ ಹಸಿರಿನ ಜಾತ್ರೆ, ಮಳೆಯ ಆಹ್ಲಾದಗಳು ಲುವಾಂಡಾದಲ್ಲಿ ಕಾಣಸಿಗುವುದು ತೀರಾ ಕಮ್ಮಿ. ಅಲ್ಲೇನಿದ್ದರೂ ಧೂಳು, ಧಗೆ, ಟ್ರಾಫಿಕ್ ನದ್ದೇ ಅಟ್ಟಹಾಸ. ಈ ಬಾರಿ ಲುವಾಂಡಾದಲ್ಲಿ ಹೆಚ್ಚಿನ ಮಳೆಯಾಯಿತೆಂದು ಕೇಳಿಬಂದಾಗ ನಾನು ಸಂತೋಷಪಟ್ಟಿದ್ದೆ. ಆದರೆ ಮಳೆಯಿಂದಾಗಿ ನಗರದ ಕೆಲ ಭಾಗಗಳು ಕೊಚ್ಚಿಹೋಗಿದ್ದಲ್ಲದೆ ಗಲ್ಲಿಗಳು ನದಿಯಂತಾಗಿ ನಮ್ಮ ಬೆಂಗಳೂರು, ಮುಂಬೈಗಳನ್ನು ನೆನಪಿಸಿದಾಗ ನಿರಾಶೆಯಾಗಿದ್ದಂತೂ ಸತ್ಯ.

ಈ ಓಟದ ಪ್ರಹಸನಕ್ಕೊಂದು ವಿಚಿತ್ರ ಹಿನ್ನೆಲೆಯೂ ಇತ್ತು ಅನ್ನಿ. ಲುವಾಂಡಾ ನಗರದ ದೊಡ್ಡ ದೊಡ್ಡ ಸಮಸ್ಯೆಗಳನ್ನು ಪಟ್ಟಿ ಮಾಡುತ್ತಾ ಹೋದಲ್ಲಿ ಅದರಲ್ಲಿ ಮೊದಲ ಸಾಲಿನಲ್ಲಿ ನಿಲ್ಲುವುದು ಪಾರ್ಕಿಂಗ್ ವ್ಯವಸ್ಥೆ. ಲುವಾಂಡಾದಲ್ಲಿ ಪಾರ್ಕಿಂಗ್ ಸ್ಥಳಗಳನ್ನು ಹುಡುಕುವುದೆಂದರೆ ಅದು ಭಗವಂತನನ್ನು ಹುಡುಕಿದಂತೆಯೇ. ಹಣ ತೆತ್ತು ಪಾರ್ಕ್ ಮಾಡುವ ಜಾಗಗಳನ್ನಾದರೂ ಹುಡುಕೋಣ ಎಂದರೆ ಅವುಗಳ ಸಂಖ್ಯೆಯೂ ಕಮ್ಮಿ. ಲುವಾಂಡಾದ ಖ್ಯಾತ ಬೀದಿಯಾದ ಮಾರ್ಜಿನಲ್‌ನಲ್ಲಿರುವ ಒಂದು ದೊಡ್ಡ ಪಾರ್ಕಿಂಗ್ ಸ್ಥಳವನ್ನು ಹೊರತುಪಡಿಸಿದರೆ ವಾಹನಗಳನ್ನು ನಿಲ್ಲಿಸಲು ಸೂಕ್ತವಾದ ಜಾಗವನ್ನು ಹುಡುಕುವುದೆಂದರೆ ಅದು ಯಾವ ಸಾಹಸಕ್ಕೂ ಕಮ್ಮಿಯಿಲ್ಲ. ಹೇರ್‌ಕಟ್‌ಗೆಂದು ವೀಜ್‌ನಿಂದ ಲುವಾಂಡಾದವರೆಗೆ ಮುನ್ನೂರೈವತ್ತು ಚಿಲ್ಲರೆ ಕಿಲೋಮೀಟರ್ ದೂರವನ್ನು ಕ್ರಮಿಸಿ ಬರುತ್ತಿದ್ದ ದಿನಗಳ ಬಗ್ಗೆ ಈ ಹಿಂದೆ ಬರೆದಿದ್ದೆ. ಆ ಸಂದರ್ಭಗಳಲ್ಲಾಗುತ್ತಿದ್ದ ಮತ್ತೊಂದು ದೊಡ್ಡ ಸಮಸ್ಯೆಯೆಂದರೆ ಪಾರ್ಕಿಂಗ್ ನದ್ದೇ. ಯಾವುದೋ ಮೂಲೆಯಲ್ಲಿ ಕಷ್ಟಪಟ್ಟು ನಮ್ಮ ವಾಹನವನ್ನು ನಿಲ್ಲಿಸಿ, ಇನ್ಯಾವುದೋ ಮೂಲೆಯಲ್ಲಿದ್ದ ಕ್ಷೌರದಂಗಡಿಯನ್ನು ತಲುಪಲು ಮತ್ತೆ ಕಾಲ್ನಡಿಗೆ ಅಥವಾ ಕಂದೊಂಗ್ಯೆರು(ಟ್ಯಾಕ್ಸಿ)ಗಳನ್ನು ಅವಲಂಬಿಸುತ್ತಿದ್ದ ಪರಿಸ್ಥಿತಿ ನಮ್ಮದು. ಹೀಗಾಗಿ ಕೇವಲ ಪಾರ್ಕಿಂಗ್ ಸ್ಥಳವನ್ನು ಹುಡುಕುತ್ತಾ ಅದೆಷ್ಟೋ ಕಿಲೋಮೀಟರುಗಳ ದಾರಿಯನ್ನು ನಾವು ಶಹರದಲ್ಲಿ ಸುತ್ತುತ್ತಲೇ ಕಳೆದಿದ್ದುಂಟು. ಥೇಟು ಚಕ್ರವ್ಯೂಹದಲ್ಲಿ ಸಿಲುಕಿ ಹೊರದಾರಿಗಾಗಿ ತಡಕಾಡುತ್ತಿದ್ದ ಅಭಿಮನ್ಯುವಿನಂತೆ.

ಅಂದು ಆಗಿದ್ದು ಕೂಡ ಅದೇ. ಇಮಿಗ್ರೇಷನ್ ಸಂಬಂಧಿ ಚಿಕ್ಕಪುಟ್ಟ ಕೆಲಸಕ್ಕೆಂದು ನಾನು ಮತ್ತು ದುಭಾಷಿ ಮೂಲೆಯೊಂದರಲ್ಲಿ ವಾಹನವನ್ನು ನಿಲ್ಲಿಸಿ ಓಡಾಡುತ್ತಲೇ ಇದ್ದೆವು. ವಾಹನದೊಂದಿಗೆ ನಮ್ಮ ಡ್ರೈವರ್ ಅಗುಸ್ಟೋನಂತೂ ಹೇಗೂ ಇದ್ದ. ಹೀಗಾಗಿ ಕೆಲಸವನ್ನು ಮುಗಿಸಿ ಕಾಲ್ನಡಿಗೆಯಲ್ಲೇ ಮರಳಿ ಬಂದು ಕಾರಿನಲ್ಲಿ ತೆರಳುವುದೆಂದು ಪೂರ್ವ ನಿರ್ಧಾರಿತವಾಗಿತ್ತು. ಹಾಗೆಂದು ಹೊರಟ ನಾವಿಬ್ಬರು ನಮ್ಮ ಕೆಲಸಗಳನ್ನು ಮುಗಿಸಿ ಬಂದರೆ ನಾವಂದು ನೋಡುತ್ತಿದ್ದಿದ್ದೇನು? ಅಂಗೋಲಾದ ಟ್ರಾಫಿಕ್ ಪೊಲೀಸರು ನಮ್ಮ ಕಣ್ಣೆದುರೇ ನಮ್ಮ ವಾಹನವನ್ನು ಕ್ರೇನಿನಲ್ಲಿ ಎತ್ತಿ ತಮ್ಮ ಲಾರಿಯಲ್ಲಿ ಹೊತ್ತೊಯ್ಯುತ್ತಿದ್ದರು. ಯದ್ವಾತದ್ವಾ ಹೊಡೆತ ತಿಂದು ಪ್ರಜ್ಞೆತಪ್ಪಿರುವ ಅಪರಾಧಿಯೊಬ್ಬನನ್ನು ಪೊಲೀಸರು ಆತನ ಕೊರಳಪಟ್ಟಿ ಹಿಡಿದು ಎಳೆದೊಯ್ಯುವಂತೆ, ಅನಾಥವಾಗಿದ್ದ ನಮ್ಮ ಶ್ವೇತವರ್ಣದ ಕಾರನ್ನು ತನ್ನ ಬೆನ್ನಿನಲ್ಲಿ ಹೇರಿಕೊಂಡು ಹೊರಡಲು ತಯಾರಾಗುತ್ತಿತ್ತು ಅಂಗೋಲನ್ ಟ್ರಾಫಿಕ್ ಪೊಲೀಸರ ಲಾರಿ.

ಇಂಥದ್ದೊಂದು ದೃಶ್ಯವನ್ನು ನೋಡಿ ಏಕಾಏಕಿ ಗೊಂದಲಕ್ಕೊಳಗಾದ ನಾವು ತಕ್ಷಣ ಆ ಲಾರಿಯತ್ತ ಓಡತೊಡಗಿದ್ದೆವು. "ಅಯ್ಯೋ ನಿಲ್ಲಯ್ಯಾ... ನಮ್ಮ ಡ್ರೈವರ್ ಎಲ್ಲಿದ್ದಾನೆ? ಕಾರೊಳಗೆ ಅವನೂ ಇದ್ದಾನೋ ಹೇಗೆ?", ಎಂದು ನಾನು ತಲೆಕೆರೆದುಕೊಂಡೆ. ಅಷ್ಟರಲ್ಲಿ ಎಲ್ಲೋ ಹೋಗಿದ್ದ ಅಗುಸ್ಟೋ ನಾವಿದ್ದಲ್ಲಿಗೆ ಬಂದು ಪಾರ್ಕ್ ಮಾಡಿದ್ದ ವಾಹನವನ್ನು ಕಾಣದೆ ಕಂಗಾಲಾಗಿ ತಡಬಡಿಸಿದ. "ಈಗಷ್ಟೇ ಸ್ವಲ್ಪ ಆಚೆ ಹೋಗಿದ್ದೆ. ಬರೋವರಷ್ಟರಲ್ಲಿ ಹೀಗಾಯ್ತಾ?", ಎಂದು ನಿಡುಸುಯ್ದ. ಅಷ್ಟರಲ್ಲಿ ನನ್ನ ಪಾಸ್‌ಪೋರ್ಟು, ಒಂದಿಷ್ಟು ಕಾಸು ಮತ್ತು ಬಹುಮುಖ್ಯ ದಸ್ತಾವೇಜುಗಳನ್ನೊಳಗೊಂಡಿದ್ದ ಚೀಲವೊಂದು ಕಾರಿನಲ್ಲೇ ಇರುವ

ನೆನಪಾಗಿ ಗಾಬರಿಯಾಯಿತು. ಅತ್ತ ನಮ್ಮ ಕಾರನ್ನು ಹೊತ್ತುಕೊಂಡು ಆ ದೈತ್ಯ ಲಾರಿಯು ಯೂ-ಟರ್ನ್ ಒಂದರಲ್ಲಿ ತಿರುಗಲು ಒದ್ದಾಡುತ್ತಿದ್ದರೆ ನಾವು ಇನ್ನೇನು ಕಾದಿದೆಯೋ ಎಂದು ನಿಂತಲ್ಲೇ ಬೆವರತೊಡಗಿದೆವು. ಅಂಗೋಲನ್ ಪೊಲೀಸರ ಲಂಚಕೋರತನದ ಬಗ್ಗೆ ಮೊದಲೇ ತಿಳಿದಿದ್ದ ನಾನು ಇನ್ನೆಷ್ಟು ಕಾಸು ಪೀಕಬೇಕಾಗುತ್ತೋ ಎಂದು ಚಿಂತಿಸತೊಡಗಿದೆ. ಇನ್ನು ಜಪ್ತಿಯ ಈ ಗಡಿಬಿಡಿಯಲ್ಲಿ ಪಾಸ್‌ಪೋರ್ಟ್ ಏನಾದರೂ ಮಾಯವಾದರೆ ಉಂಟಾಗಬಹುದಾದ ಮಹಾ ಗೊಂದಲಗಳ ಬಗ್ಗೆ ಯೋಚಿಸುವಾಗಲೇ ಪೇಚಿಗಿಟ್ಟುಕೊಂಡಿತು.

ಮುಂದೇನು? ಅಂಗೋಲನ್ ಟ್ರಾಫಿಕ್ ಪೊಲೀಸರ ಲಾರಿ ಯಾವ ಕಡೆ ಹೋಗುತ್ತಿತ್ತು ಎಂಬುದು ನನಗಂತೂ ಗೊತ್ತಿರಲಿಲ್ಲ. ಈ ಬಗ್ಗೆ ದುಭಾಷಿಯನ್ನು ವಿಚಾರಿಸಿದರೆ ಅವರ ಇಲ್ಲಿಯ ಆಫೀಸಿನ ವಿಳಾಸವಂತೂ ನನಗ್ಗೊತ್ತಿಲ್ಲ ಅಂದುಬಿಟ್ಟ. ಅಗುಸ್ಟೋ ಲುವಾಂಡಾಗೆ ಹೊಸಬನಲ್ಲದಿದ್ದರೂ ಆತನಿಗೆ ಶಹರದ ಬಹುತೇಕ ಒಳಮಾರ್ಗಗಳ ಬಗ್ಗೆ ತಿಳಿದಿರಲಿಲ್ಲ. ಇನ್ನೇನು ಮಾಡುವುದು? ಟ್ರಕ್ಕಿನಲ್ಲಿ ಮತ್ತೊಂದು ವಾಹನವನ್ನು ಹೇರುವಷ್ಟು ಸ್ಥಳಾವಕಾಶವಿಲ್ಲದ್ದರಿಂದ ಅವರು ಅದನ್ನು ನೇರವಾಗಿ ಸ್ಥಳೀಯ ಕಾರ್ಯಾಲಯಕ್ಕೇ ಕರೆದೊಯ್ಯುತ್ತಾರೆ ಎಂದು ನಾವು ನಿಂತ ನಿಲುವಲ್ಲೇ ಲೆಕ್ಕಹಾಕಿದೆವು. ಹೀಗಾಗಿ ಆ ಲಾರಿಯನ್ನು ಹಿಂಬಾಲಿಸುವುದರ ಹೊರತು ಬೇರೆ ದಾರಿಯೇ ಇರಲಿಲ್ಲ.

ನಾವು ಮೂವರೂ ಒಲಿಂಪಿಕ್ಸ್ ಓಟಗಾರರಂತೆ ಟ್ರಾಫಿಕ್ ಪೊಲೀಸರ ಲಾರಿಯನ್ನು ಬೆನ್ನಟ್ಟುತ್ತಾ ಓಡಲು ಶುರು ಮಾಡಿದ್ದು ಆಗಲೇ.

ತನ್ನ ತೀವ್ರ ಧಗೆಯಿಂದ ಸುಡುವಂತಿದ್ದ ಸೂರ್ಯದೇವನೊಂದಿಗೆ ಸೆಣಸಾಡುತ್ತಾ, ಎಲ್ಲಾ ಕಡೆಯಿಂದಲೂ ನಮ್ಮನ್ನು ತಿಂದುಹಾಕಲೆಂದೇ ಬರುತ್ತಿದ್ದಂತೆ ಕಾಣುತ್ತಿದ್ದ ಕರ್ಕಶವಾಗಿ ಗಂಟಲು ಅರಚಿಕೊಳ್ಳುತ್ತಿದ್ದ ವಾಹನಗಳನ್ನು ಸಂಭಾಳಿಸುತ್ತಾ, ಟಾರ್ಚು, ಬನ್ನು, ಪುಸ್ತಕ, ಸೋಪು, ದಿನಪತ್ರಿಕೆ ಇತ್ಯಾದಿಗಳನ್ನು ಮಾರುತ್ತಿದ್ದ ಝುಂಗೇರಾ ಮಹಿಳೆಯರಿಗೆ ಢಿಕ್ಕಿಹೊಡೆಯದಂತೆ ಎಚ್ಚರ ವಹಿಸುತ್ತಾ, ಆಕ್ಷನ್ ಚಿತ್ರದ ನಾಯಕ ನಟರಂತೆ ಬಿರುಸಿನಿಂದ ನಾವು ಓಡತೊಡಗಿದ್ದೆವು. ಅಗುಸ್ಟೋ ಈ ಹಿಂದೆ ಸೈನ್ಯದಲ್ಲಿ ಸೇವೆ ಸಲ್ಲಿಸಿದವನಾದ್ದರಿಂದ ನಮ್ಮೆಲ್ಲರಿಗಿಂತ ವೇಗವಾಗಿ ಚಿರತೆಯಂತೆ ಓಡಿ ಲಾರಿಯ ಮುಂಭಾಗದತ್ತ ಬಹುತೇಕ ತಲುಪುವಲ್ಲಿ ಯಶಸ್ವಿಯಾದ. ಶಾಲಾದಿನಗಳಿಂದಲೂ ಕ್ರೀಡಾ ಚಟುವಟಿಕೆಗಳಲ್ಲಿ ನಾಲಾಯಕ್ಕಾದ ನಾನು ಹಿಂದೆಯೇ ಉಳಿದುಬಿಟ್ಟೆ. ಅಂತೂ ಸುಮಾರು ಓಟ, ಏದುಸಿರು, ಗೊಂದಲಗಳ ಬಳಿಕ ನಾವು ತಲುಪಬೇಕಾದಲ್ಲಿ ತಲುಪಿದ್ದೆವು.

ಈ ನಿಟ್ಟಿನಲ್ಲಿ ಅಗುಸ್ಟೋನ ವೇಗವು ಮೆಚ್ಚುವಂಥದ್ದು. ಮಾರ್ಗಮಧ್ಯದಲ್ಲಿ ಟ್ರಾಫಿಕ್ಕೆಂದು ಲಾರಿಯು ಮೆಲ್ಲನೆ ನಿಂತಾಗಲೆಲ್ಲಾ ಇಲಾಖೆಯ ಸಮವಸ್ತ್ರದಲ್ಲಿದ್ದ ಅಧಿಕಾರಿ/ಚಾಲಕನೊಂದಿಗೆ ಕಾರನ್ನು ಬಿಟ್ಟುಕೊಡಲು ಅಗುಸ್ಟೋ ವಿನಂತಿಸುತ್ತಿದ್ದ. ಪ್ರತೀ ಪೊಲೀಸರಂತೆ ಈತನಿಗೂ ಹಲವು ಡಿಮಾಂಡುಗಳಿದ್ದಿರಬೇಕು. ಚೌಕಾಶಿಯ ಚರ್ಚೆಗಳು ನಿರಂತರವಾಗಿ ನಡೆಯುತ್ತಿದ್ದವು. ಆತ ಲಾರಿಯೊಳಗೆ, ಅಗುಸ್ಟೋ ಲಾರಿಯ ಹೊರಗೆ. ಕೆಟ್ಟ ಟ್ರಾಫಿಕ್ಕಿನಿಂದಾಗಿ ಪೊಲೀಸಪ್ಪನದ್ದು ಸ್ವಲ್ಪ ಚಲನೆ, ಸ್ವಲ್ಪ ವಿಶ್ರಾಂತಿ. ಇತ್ತ ಅಗುಸ್ಟೋನದ್ದೂ ಸ್ವಲ್ಪ ಓಟ, ಸ್ವಲ್ಪ ಚರ್ಚೆ. ಅಂಗೋಲಾದ

ಕೆಲ ಹಳ್ಳಿಗಳಲ್ಲಿ ಮೀಟಿಂಗುಗಳನ್ನು ರಸ್ತೆಬದಿಯಲ್ಲೇ ನಿಂತುಕೊಂಡು ನಡೆಸುವುದನ್ನು ನಾನು ಕಂಡಿದ್ದೇನೆ. ಆದರೆ ಇಂಥದ್ದೊಂದು ಚರ್ಚಾಪ್ರಕ್ರಿಯೆಯನ್ನು ನಾನು ಈ ಮೊದಲು ಕಂಡೇ ಇರಲಿಲ್ಲ. ರೈಲಿನಲ್ಲಿ ಹೋಗುತ್ತಿರುವ ತನ್ನ ಪ್ರೇಯಸಿಯನ್ನು ಬೈಕಿನಲ್ಲಿ ಹಿಂಬಾಲಿಸುತ್ತಾ ಪ್ರೀತಿಯ ಹಾಡನ್ನು ಹಾಡುವ ಸಿನೆಮಾ ಹೀರೋನಂತೆ ಅಗುಸ್ಟೋ ಆ ಲಾರಿಯ ಜೊತೆಜೊತೆಗೇ ಓಡುತ್ತಿದ್ದ. ಡೀಲ್ ಕುದುರಿಸಿಕೊಳ್ಳಲು ಯತ್ನಿಸುತ್ತಿದ್ದ. ಆದರೆ ಪೊಲೀಸಪ್ಪ ದೊಡ್ಡ ಮೊತ್ತದ ಹಣವನ್ನು ಕೇಳಿದಾಗ ಮತ್ತು ಅಷ್ಟೇ ಕೊಡಬೇಕೆಂದು ಪಟ್ಟುಹಿಡಿಯುವ ಮೂಲಕ ಈ ವಿಲಕ್ಷಣ 'ಅಂದರ್-ಬಾಹರ್' ಸಂಧಾನವು ವಿಫಲವಾಯಿತು. ಒಟ್ಟಾರೆಯಾಗಿ ಈ ಪ್ರಹಸನವು ಅಲ್ಲಿಗೇ ಮುಗಿಯುವಂತೆ ನನಗಂತೂ ಆ ಕ್ಷಣದಲ್ಲಿ ಕಾಣಲಿಲ್ಲ.

ಮುಂದೆ ಅಲ್ಲಿಂದ ಕೊಂಚ ನಡೆದು, ಕೊಂಚ ಓಡಿ, ಏದುಸಿರುಬಿಡುತ್ತಾ ನಾವು ಆ ಲಾರಿಯ ಗಮ್ಯವನ್ನು ಮುಟ್ಟುವುದರಲ್ಲಿ ಯಶಸ್ವಿಯಾದೆವು. ಕೊಳಚೆಪ್ರದೇಶವನ್ನು ಹೋಲುವಂತಿದ್ದ ಜಾಗವೊಂದರಲ್ಲಿ ತಲೆಯೆತ್ತಿ ನಿಂತಿದ್ದ ಒಂದು ಹಳೆಯ ಕಟ್ಟಡವೇ ಇವರ ಕಾರ್ಯಾಲಯವಾಗಿತ್ತು. ಕೋಟೆಯೊಂದರ ಹೆಬ್ಬಾಗಿಲಿನಂತಿದ್ದ ಲೋಹದ ಮುಖ್ಯದ್ವಾರವನ್ನೊಳಗೊಂಡಂತೆ ಕಟ್ಟಡದ ಪಾಗಾರಗಳು ಅದೆಷ್ಟು ಎತ್ತರವಾಗಿದ್ದವೆಂದರೆ ಆ ಗೋಡೆಯ ಆಚೆಗೇನಿರಬಹುದೆಂಬುದನ್ನು ಕಿಂಚಿತ್ತು ಕಾಣುವುದೂ ಸಾಧ್ಯವಿರಲಿಲ್ಲ. ಇನ್ನು ಎತ್ತರದ ಪಾಗಾರದುದ್ದಕ್ಕೂ ಅಳವಡಿಸಲಾಗಿದ್ದ ಸುರುಳಿಯಾಕಾರದ ಲೋಹದ ಮುಳ್ಳುತಂತಿಗಳು ವಿಚಿತ್ರ ಕಿರೀಟದಂತಿದ್ದು ನಿಗೂಢ ಭಾವವನ್ನು ಹುಟ್ಟುಹಾಕುತ್ತಿದ್ದವು. ನಾವೆಲ್ಲರೂ ನೋಡನೋಡುತ್ತಲೇ ನಮ್ಮ ಕಾರನ್ನು ಹೊತ್ತುಕೊಂಡಿದ್ದ ಲಾರಿಯು ಮುಖ್ಯದ್ವಾರದ ಮೂಲಕ ಒಳಹೊಕ್ಕ ಬೆನ್ನಿಗೇ ಆ ದೈತ್ಯಬಾಗಿಲು ಮುಚ್ಚಿಹೋಯಿತು. ಬಾಗಿಲು ಕಾಯಲು ಒಬ್ಬ ಚೌಕೀದಾರನೂ ಇಲ್ಲದ್ದಲ್ಲದೆ, ಪ್ರವೇಶ ನಿಬರ್ಂಧದ ಸಂಕೇತದಂತೆ ಗೇಟನ್ನು ಮುಚ್ಚಿದ ಪರಿಣಾಮವಾಗಿ ಯಾರೊಂದಿಗೆ ವಿಚಾರಿಸಬೇಕೆಂದು ತೋಚದೆ ನಾವು ಮತ್ತಷ್ಟು ಗೊಂದಲಕ್ಕೊಳಗಾದೆವು. ರೊಟ್ಟಿಯು ಬಾಣಲೆಯಿಂದ ಬೆಂಕಿಗೆ ಬಿದ್ದಿತ್ತು.

"ಜೋ ಮಝಾ ಇಂತೆಝಾರ್ ಮೇ ಹೇಂ, ವೋ ದೀದಾರ್ ಮೇ ಹೇಂ ಕಹಾಂ", ಎಂದು ಯಾರು ಹೇಳಿದ್ದಾರೋ ಗೊತ್ತಿಲ್ಲ. ಆದರೆ ಕಾಯುವುದೆಂದರೆ ಬಲುಕಷ್ಟವೇ. ಅಂದು ಯಾರಾದರೂ ಒಳಹೋಗುತ್ತಾರೆಂದು ಅಥವಾ ಒಳಗಿನಿಂದ ಹೊರಬರುತ್ತಾರೆಂದು ಸುಮಾರು ಒಂದೂವರೆ ತಾಸು ಕಾದೆವು. ಆದರೆ ಹಾಗೇನೂ ಆಗಲಿಲ್ಲ. ಕೂರಲು ಜಾಗವೂ ಇಲ್ಲದೆ, ಅಲ್ಲಿಂದ ಹೋಗಲೂ ಆಗದೆ ಧೂಳು ತಿನ್ನುತ್ತಾ ಆ ಬಿಸಿಲಿನಲ್ಲಿ ಒಣಮೀನಿನಂತೆ ಚೆನ್ನಾಗಿ ಒಣಗಿದ್ದಾಯಿತು. ಕೊನೆಗೆ ಅಗುಸ್ಟೋ ನಮ್ಮ ಲುವಾಂಡಾ ಕಾರ್ಯಾಲಯಕ್ಕೆ ಕರೆ ಮಾಡಿ ಹೀಗ್ಹೀಗಾಯ್ತು ಎಂದು ವಿವರಿಸಿ, ದಸ್ತಾವೇಜುಗಳು ಕಾರಿನೊಂದಿಗೇ ಒಳಹೋಗಿದ್ದಲ್ಲದೆ ವಾಪಾಸು ಬರಲು ಕಾಸೂ ಇಲ್ಲವೆಂದು ಹೇಳಿದ್ದರಿಂದಾಗಿ ಒಂದು ತಾಸಿನ ನಂತರ ಸಹೋದ್ಯೋಗಿಯೊಬ್ಬ ಕಾರಿನೊಂದಿಗೆ ಬಂದ. ಅವನನ್ನು ಕಂಡಕೂಡಲೇ ನಮಗೆ ಆಶಾಕಿರಣವೊಂದನ್ನು ಕಂಡಂತಾಗಿ ಕಳೆದುಹೋಗಿದ್ದ ಹುಮ್ಮಸ್ಸೆಲ್ಲವೂ ಮತ್ತೆ ಮರಳಿಬಂದಿತು. ಆತ ಎಲ್ಲೆಲ್ಲೋ ಕರೆ ಮಾಡಿ, ಏನೇನೋ ಕರಾಮತ್ತು ನಡೆಸಿದ ಪರಿಣಾಮವಾಗಿ ಮೊದಲ ಹಂತದ ಪರಿಹಾರವೆಂಬಂತೆ ಕಾರಿನೊಂದಿಗೆ ಒಳಸೇರಿದ್ದ ನನ್ನ ಚೀಲವು ಹೊರಬಂದಿತು. ಪಾಸ್-ಪೋರ್ಟ್ ಸೇರಿದಂತೆ ಎಲ್ಲವೂ ಸರಿಯಾಗಿರುವುದನ್ನು

ಖಚಿತಪಡಿಸಿಕೊಂಡ ನಾನು ಸಮಾಧಾನದ ನಿಟ್ಟುಸಿರಿಟ್ಟೆ. ಬಹುಷಃ ಅವರೆಗೆ ಯಾರ ಕಣ್ಣೂ ಅದರ ಮೇಲೆ ಬಿದ್ದಿರಲಿಲ್ಲ.

"ನಿಮ್ಮಲ್ಲಿ ಸ್ವಲ್ಪ ನಗದೇನಾದರೂ ಇದ್ದರೆ ನನಗೆ ಕೊಡಿ. ನಾನು ಆಫೀಸಿನಿಂದಲೂ ತಂದಿದ್ದೇನೆ. ಆದರೆ ಇಲ್ಲಿ ನೋಡುವಾಗ ಕಮ್ಮಿಯಾಗುತ್ತಿದೆ", ಎಂದು ನನ್ನಲ್ಲಿ ವಿನಂತಿಸಿದ ಆ ಸಹೋದ್ಯೋಗಿ. ಆದರೆ ದುರಾದೃಷ್ಟವಶಾತ್ ಅಷ್ಟು ದೊಡ್ಡ ಮೊತ್ತದ ನಗದು ಆ ಕ್ಷಣದಲ್ಲಿ ನನ್ನ ಬಳಿಯಿರಲಿಲ್ಲ. ಇನ್ನು ನಾನು ಸ್ಥಳೀಯ ಬ್ಯಾಂಕುಗಳಲ್ಲಿ ಯಾವುದೇ ಖಾತೆಗಳನ್ನು ಹೊಂದಿಲ್ಲದ ಪರಿಣಾಮವಾಗಿ ಎ.ಟಿ.ಎಮ್ ಗಳಿಂದ ನಗದನ್ನು ತೆಗೆಯುವಂತೆಯೂ ಇರಲಿಲ್ಲ. ಆದರೆ ಒಂದು ವಿಷಯವಂತೂ ದೃಢವಾಗಿತ್ತು. ಅಷ್ಟು ದೊಡ್ಡ ಮೊತ್ತವು ಪಾರ್ಕಿಂಗ್ ಪ್ರಮಾದದ ತಪ್ಪಿಗಾಗಿ ಕಟ್ಟಬೇಕಾಗಿರುವ ದಂಡವಾಗಿರಲು ಸಾಧ್ಯವೇ ಇರಲಿಲ್ಲ. ಸಲ್ಲಬೇಕಿದ್ದ ಕಡೆಗೆ ಸಲ್ಲಲೇಬೇಕಾಗಿದ್ದ ಲಂಚದ ಆಗ್ರಹದ ವಾಸನೆ ಬಲವಾಗಿ ಬಡಿಯುತ್ತಿತ್ತು.

ನಾವು ಮೂವರು ಈಗಾಗಲೇ ಅತಂತ್ರ ಸ್ಥಿತಿಯಲ್ಲಿರುವುದಲ್ಲದೆ ನಮ್ಮನ್ನು ಕರೆದೊಯ್ಯಲು ಬಂದ ರಾಯಭಾರಿಯೂ ಕೂಡ ಕೈಚೆಲ್ಲಬೇಕಾದ ಪರಿಸ್ಥಿತಿಯು ಒದಗಿ ಬಂದ ಪರಿಣಾಮವಾಗಿ ಒಳಗಿದ್ದ ವಾಹನವನ್ನು ಮರೆತು ಆತ ಬಂದ ಕಾರಿನಲ್ಲೇ ನಾವು ಮರಳಬೇಕಾಯಿತು. ರಾಯಭಾರಿ ಮಹೋದಯ ತನ್ನ ಕಾರ್ಯಾಲಯದಿಂದ ಮತ್ತಷ್ಟು ನಗದನ್ನು ಹಿಡಿದುಕೊಂಡು ಹೋಗಿ ಇಲಾಖೆಯಿಂದ ವಶಪಡಿಸಿಕೊಳ್ಳಲಾಗಿದ್ದ ಕಾರನ್ನು ಬಿಡುಗಡೆಗೊಳಿಸುವ ಕಾರ್ಯವನ್ನಾರಂಭಿಸಿದ. ಅನಗತ್ಯ ಓಡಾಟಗಳಿಂದ ಬೇಸತ್ತುಹೋಗಿದ್ದ ನಾನು ವಸತಿಗೃಹಕ್ಕೆ ಮರಳಿಬಂದು ವಿಶ್ರಾಂತಿಗೆಂದು ಹಾಸಿಗೆಯ ಮೇಲೆ ಮೈಚೆಲ್ಲಿದೆ. ಅರ್ಧದಿನವಂತೂ ಕಾಯುವುದರಲ್ಲೇ ಕರಗಿಹೋಗಿತ್ತು. ನಮ್ಮ ವಾಹನವನ್ನು ನಾಲ್ಕು ದಿನಗಳ ತರುವಾಯ ಇಲಾಖೆಯ ಕಾರ್ಯಾಲಯದಿಂದ ಬಿಡಿಸಿಕೊಳ್ಳಲಾಯಿತು ಎಂಬ ವರ್ತಮಾನವು ನನಗೆ ನಂತರ ತಿಳಿದುಬಂದಿತು.

ರಸೀದಿಯ ದಾಖಲೆಗಳಿಲ್ಲದ ಆ ಕೊಡುಕೊಳ್ಳುವಿಕೆಯಲ್ಲಿ ನಿಜಕ್ಕೂ ಖರ್ಚಾಗಿದ್ದೆಷ್ಟು ಎಂಬುದು ಕೊನೆಗೂ ನಿಗೂಢವಾಗಿಯೇ ಉಳಿಯಿತು. ಅದೊಂದು 'ದೊಡ್ಡ ಮೊತ್ತ' ಎಂದಷ್ಟೇ ಹೇಳುತ್ತಾ ಮುಂದೆ ಈ ಪ್ರಕರಣಕ್ಕೆ ತೆರೆಯನ್ನೆಳೆಯಲಾಯಿತು.

ಇಲ್ಲದ ಪಾರ್ಕಿಂಗ್ ಸ್ಥಳ ಮತ್ತು ಹುಟ್ಟಿಕೊಂಡ ದಂಧೆಗಳು:

ಲುವಾಂಡಾದಲ್ಲಿ ನೀವು ಪಾರ್ಕಿಂಗ್ ಸ್ಥಳಕ್ಕಾಗಿ ಹುಡುಕುತ್ತಾ ಶಾಂತಿಗಾಗಿ ಅಲೆದಾಡುತ್ತಿರುವ ಆತ್ಮದಂತೆ ಅಲೆಯುತ್ತಲೇ ಇರುತ್ತೀರಿ. ಎತ್ತ ನೋಡಿದರೂ ವಾಹನಗಳೇ ಕಾಣುತ್ತದೆಯೇ ಹೊರತು ಖಾಲಿ ಜಾಗಗಳಿಲ್ಲ. ಅಷ್ಟರಲ್ಲಿ ಚುರುಕಿನ, ನೋಡಲು ಇಪ್ಪತ್ತರಿಂದ ಮೂವತ್ತು ವರ್ಷದ ಪ್ರಾಯದ ತರುಣನೊಬ್ಬ ಬಂದು ವಾಹನವನ್ನು ನಿಲ್ಲಿಸಲು ಅಲ್ಲಲ್ಲೋ

ಜಾಗವಿದೆ ಅನ್ನುತ್ತಾನೆ. ನಿಮಗೆ ಖುಷಿಯಾಗಿ ಅವನ ಹಿಂದೆಯೇ ಡ್ರೈವ್ ಮಾಡುತ್ತಾ ಆ ಸ್ಥಳವನ್ನು ತಲುಪುತ್ತೀರಿ. "ಪಾರ್ಕಿಂಗ್ ದರವನ್ನು ಮೊದಲೇ ನೀಡಬೇಕು", ಎನ್ನುತ್ತಾನೆ ಅವನು. "ವಾಹನ ಇಲ್ಲೇ ಇರಲಿ. ಹೊರಡುವಾಗ ಕೊಡುತ್ತೇನೆ", ಅನ್ನುತ್ತೀರಿ ನೀವು. ಆದರೆ ಅದಕ್ಕಾತ ಒಪ್ಪುವುದಿಲ್ಲ. ಬೇಸತ್ತ ನೀವು ಕೊನೆಗೂ ಐನೂರು ಕ್ವಾಂಝಾದ ನೋಟೊಂದನ್ನು ಅವನಿಗೆ ನೀಡುತ್ತೀರಿ. "ನೀವು ನಿಶ್ಚಿಂತೆಯಾಗಿ ಹೋಗಿಬನ್ನಿ ಸಾರ್", ಎಂದು ಆತ ನಿಮಗೆ ಆಶ್ವಾಸನೆಯನ್ನು ನೀಡುತ್ತಾ ಶಿಸ್ತಿನಿಂದ ಸಲಾಂ ಹೊಡೆಯುತ್ತಾನೆ. ಆದರೆ ನೀವು ನಿಮ್ಮ ಕೆಲಸಗಳನ್ನೆಲ್ಲಾ ಮುಗಿಸಿ ಬಂದಾಗ ಮಾತ್ರ ಆ ಜಾಗದಲ್ಲಿ ಬೇರೆಯದೇ ಒಬ್ಬ ತರುಣ ನಿಂತಿರುತ್ತಾನೆ. ಈ ಹಿಂದೆ ಅಲ್ಲಿ ನಿಂತಿದ್ದವನು ಈಗ ಎಲ್ಲೂ ಇಲ್ಲ. ನೀವು ನಿಮ್ಮ ಪಾಡಿಗೆ ಕಾರಿನೊಳಗೆ ಕುಳಿತು ಹೊರಡಲು ಅನುವಾದರೆ ಈ ಹೊಸ ಹುಡುಗ ನಿಮ್ಮಲ್ಲಿಗೆ ಬಂದು ಪಾರ್ಕಿಂಗ್ ಫೀ ಅನ್ನು ಕೇಳುತ್ತಾನೆ. ಈಗಾಗಲೇ ಕೊಟ್ಟಾಗಿದೆ ಎಂದರೆ ಆತ ಯಾವ ಕಾರಣಕ್ಕೂ ಕೇಳಲು ತಯಾರಿಲ್ಲ. ಆತ ಶರಂಪರ ಜಗಳವಾಡುತ್ತಾನೆ, ಕೈಕೈ ಮಿಲಾಯಿಸುವವನಂತೆ ಏರಿ ಬರುತ್ತಾನೆ, ಬೇಕಿದ್ದರೆ ತನ್ನ ಗ್ಯಾಂಗಿನ ಹುಡುಗರನ್ನೂ ಕರೆಸುತ್ತಾನೆ ಅಥವಾ ಹಾಗೆ ಮಾಡುವೆನೆಂದು ನಿಮ್ಮನ್ನು ಹೆದರಿಸುತ್ತಾನೆ. "ಥೋ... ಇಂದಿನ ದಿನವೇ ಸರಿಯಿಲ್ಲ", ಎಂದು ತನಗೆ ತಾನೇ ಶಪಿಸಿಕೊಳ್ಳುತ್ತಾ ಬೇರೆ ದಾರಿಯಿಲ್ಲದೆ ಐನೂರು ಕ್ವಾಂಝಾ ಅವನಿಗೂ ಪಾರ್ಕಿಂಗ್ ಫೀ ಕೊಟ್ಟು ನೀವು ಅಲ್ಲಿಂದ ಹೊರಡುತ್ತೀರಿ.

ಹೀಗೆ ಲುವಾಂಡಾದ ಬೀದಿಗಳು ನಿಮ್ಮನ್ನು ಅಣಕಿಸುತ್ತವೆ. ಪ್ರತೀಬಾರಿಯೂ ಪಾರ್ಕಿಂಗ್ ಮೂಲೆಗಾಗಿ ತಡಕಾಡುವಂತೆ ಕಾಡುತ್ತವೆ. ಸ್ವಂತ ವಾಹನವಿದ್ದರೂ ವಿನಾಕಾರಣ ಟ್ಯಾಕ್ಸಿಗಳಲ್ಲಿ ಪ್ರಯಾಣಿಸುವಂತೆ ನಿಮ್ಮನ್ನು ಅನಿವಾರ್ಯ ಸ್ಥಿತಿಗೆ ದೂಡುತ್ತವೆ. ಒಟ್ಟಿನಲ್ಲಿ ಪ್ರಯಾಣಗಳು ನಿಲ್ಲುವುದಿಲ್ಲ. ಹಾಗೆಯೇ ತಲಾಶೆಗಳೂ!

ನಿಧಾನವೇ ಪ್ರಧಾನ, ಇದೇ ಆದ್ರೆ ಇನ್ನೇನ್ಮಾಡಾಣ...

ನಾಲ್ಕೈದು ಪುಟಗಳ ದಸ್ತಾವೇಜನ್ನು ನನಗೀಗ ಅಂಗೋಲಾದಿಂದ ಭಾರತಕ್ಕೆ ಕಳಿಸಬೇಕಿದೆ.

ಇದಕ್ಕಾಗಿಯೇ ನಾನು ವೀಜ್‌ನಿಂದ ಲುವಾಂಡಾದವರೆಗೆ ಬಂದಿದ್ದೇನೆ. ಲುವಾಂಡಾದಿಂದ ಭಾರತಕ್ಕೆ ಹೀಗೆ ಏನನ್ನಾದರೂ ಅಂಚೆಯ ಮೂಲಕ ಕಳಿಸುವುದೆಂದರೆ ಬಲು ದುಬಾರಿ. ಊದಿದರೆ ಹಾರಿಹೋಗುವ ಒಂದೇ ಒಂದು ಕಾಗದವಾದರೂ ಅದಕ್ಕೆ ದೊಡ್ಡ ಮೊತ್ತವನ್ನು ವ್ಯಯಿಸಬೇಕಾಗಿರುವುದು ಖಚಿತ. ಇನ್ನು ಈ ಸಂಸ್ಥೆಯ ಕಾರ್ಯಾಲಯಗಳು ಅಲ್ಲಲ್ಲಿ ಕಂಡರೂ ಭಾರತಕ್ಕೆ ಏನಾದರೂ ಕಳಿಸಬೇಕೆಂದಿದ್ದರೆ ಲುವಾಂಡಾದ ಸೆಗ್ರಾದಾ ಫಮೀಲಿಯಾ ಏರಿಯಾದಲ್ಲಿರುವ ಮುಖ್ಯಕಚೇರಿಗೇ ಹೋಗಬೇಕು. ಪ್ರತೀ ತಿಂಗಳೂ ಇಂಥಾ ದಸ್ತಾವೇಜುಗಳನ್ನು ಭಾರತಕ್ಕೆ ಕಳಿಸುವುದು ಕಡ್ಡಾಯವಾಗಿರುವುದರಿಂದ ನಾನಿಲ್ಲಿ ಬರಲೇಬೇಕು. ದುಬಾರಿ ಬೆಲೆಯನ್ನು ತೆತ್ತು ಕೈತೊಳೆದುಕೊಳ್ಳಬೇಕು.

ಅಲ್ಲಿ ಮೂರು ಕೌಂಟರುಗಳಿರುತ್ತವೆ. ಮೂರು ಕೌಂಟರುಗಳನ್ನಿಟ್ಟ ಖುಷಿಗಾದರೂ ಅಲ್ಲಿ ಮೂವರು ಸಿಬ್ಬಂದಿಗಳು ಗ್ರಾಹಕರ ಸೇವೆಗಾಗಿ ಕುಳಿತಿರಬೇಕು. ಆದರೆ ಹಾಗಾಗುವುದಿಲ್ಲ. ಒಂದು ಕೌಂಟರು ಯಾವಾಗಲೂ ಖಾಲಿಯೇ ಇರುತ್ತದೆ. ಉಳಿದೆರಡರಲ್ಲಿ ಒಬ್ಬ ಉದ್ಯೋಗಿ ಐದು ನಿಮಿಷ ಕೂತರೆ ಹತ್ತು ನಿಮಿಷ ಮಾಯವಾಗುತ್ತಾನೆ. ಅತ್ಯಾಧುನಿಕ ಕಾರ್ಯಾಲಯವನ್ನು ಹೊಂದಿರುವುದಲ್ಲದೆ ಬೇಕಿರುವ ಎಲ್ಲಾ ಉಪಕರಣಗಳೂ, ವಸ್ತುಗಳೂ ಅವರ ಜೊತೆಯಿದ್ದರೂ ಐದರಿಂದ ಆರು ಸಾಲಿನ ವಿಳಾಸವನ್ನು ಟೈಪ್ ಮಾಡಿ, ರೆಡಿಮೇಡ್ ಪ್ಯಾಕಿನೊಳಗೆ ಇರಿಸಿ, ಕಳಿಸಬೇಕಾಗಿರುವ ಸಾಮಾನನ್ನು ತಯಾರುಗೊಳಿಸಲು ಏನಿಲ್ಲವೆಂದರೂ ಗ್ರಾಹಕರೊಬ್ಬರಿಗೆ ಮೂವತ್ತರಿಂದ ನಲವತ್ತು ನಿಮಿಷಗಳನ್ನು ಇವರು ತೆಗೆದುಕೊಳ್ಳುತ್ತಾರೆ. ಗಮನವಿಟ್ಟು ಅದನ್ನು ಮಾಡುವುದೇ ಆದರೆ ಹತ್ತು ನಿಮಿಷಗಳೂ ತಗುಲದ ಸರಳವಾದ ಕೆಲಸವದು. ಈ ಮಧ್ಯೆ ಆ ಸಿಬ್ಬಂದಿ ಎದ್ದು ಹೋದರಂತೂ ಅಲ್ಲಿ ಅತಂತ್ರ ಪರಿಸ್ಥಿತಿಯು ನಿರ್ಮಾಣವಾಗುತ್ತದೆ.

ಈ ಕಛೇರಿಯು ನಡೆಯುವ ರೀತಿಯೇ ಹೀಗೆ. ಗ್ರಾಹಕರ ಸಾಲು ಅದೆಷ್ಟೇ ಉದ್ದವಿರಲಿ, ಪುಟ್ಟ ಕೆಲಸಗಳನ್ನು ಬೇಗಬೇಗನೆ ಮಾಡಿ ಮುಗಿಸುವ ಪರಿಪಾಠವೇ ಇಲ್ಲಿಲ್ಲ. ಅದೆಷ್ಟೇ ಗ್ರಾಹಕರಿದ್ದರೂ, ಜನರ ಸಾಲು ಹನುಮನ ಬಾಲದಂತೆ ಉದ್ದವಾಗುತ್ತಿದ್ದರೂ, ಕಾದು ಕಾದು ಸುಸ್ತಾದವರು ತಮ್ಮ ಪಾದರಕ್ಷೆಗಳನ್ನು ತಾವು ನಿಂತ ಜಾಗದಲ್ಲಿಟ್ಟು ಮೂಲೆಯಲ್ಲಿಟ್ಟಿರುವ

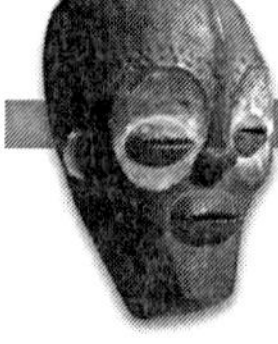

ಕುರ್ಚಿಗಳ ಮೇಲೆ ಕುಳಿತು ಸುಧಾರಿಸಿಕೊಂಡವರೂ ಯಾವ ರೀತಿಯಲ್ಲೂ ಸಿಬ್ಬಂದಿಗಳ ಮೇಲೆ ಪ್ರಭಾವವನ್ನು ಬೀರಿದಂತೆ ಕಾಣುವುದಿಲ್ಲ. ಇನ್ನು ಇದಕ್ಕಿಂತಲೂ ಹೆಚ್ಚು ವಿಚಿತ್ರವಾದ ಸಂಗತಿಯೆಂದರೆ ಬಂದವರ್ಯಾರೂ ಈ ಬಗ್ಗೆ ವಿರೋಧಿಸುವುದಿಲ್ಲ, ವೃಥಾ ಗೊಣಗುವುದಿಲ್ಲ. ಅದೇನು ತಾಳ್ಮೆಯೋ, ನಿಷ್ಕ್ರಿಯತೆಯೋ, ಇನ್ನೊಂದೋ ಹೊರಗಿನವರಿಗಂತೂ ಅಷ್ಟು ಸುಲಭವಾಗಿ ತಿಳಿಯುವುದಿಲ್ಲ.

ಅಂಗೋಲಾಗೆ ಬಂದಿಳಿದ ಆರಂಭದ ದಿನಗಳಲ್ಲಿ ಇಂಥಾ ಅನುಭವಗಳು ನನಗೆ ಬಹಳ ಕಿರಿಕಿರಿಯನ್ನು ತರುವಂಥವಾಗಿದ್ದವು. ವೃಥಾ ಕಾಯುವುದು ಕಷ್ಟವಾದರೂ ಕೆಲವೊಮ್ಮೆ ಅಂತಹ ಸಂದರ್ಭಗಳು ಬಂದಾಗ ಕಾಯದೆ ವಿಧಿಯಿಲ್ಲವೆಂಬುದು ಸತ್ಯ. ಆದರೆ ಕೆಲವೇ ನಿಮಿಷಗಳ ಕೆಲಸಗಳಿಗೂ ಅರ್ಧ-ಒಂದು ತಾಸುಗಳನ್ನು ವ್ಯಯಿಸುವುದೆಂದರೆ ಅದೊಂದು ಕೆಲಸಕ್ಕೆ ಬಾರದ ನಾಟಕದಂತೆ ಕಾಣುವುದು ಸಹಜ. ಈ ಬಗ್ಗೆ ದುಭಾಷಿಯ ಜೊತೆ ಹಿಂದೊಮ್ಮೆ ಚರ್ಚಿಸುತ್ತಿರುವಾಗ ಆತ ಹೀಗೆಂದು ಹೇಳಿದ್ದ: "ನಾವು ಅಂಗೋಲನ್ನರು. ನಾವು ಇರೋದೇ ಹೀಗೆ. ಅಂಗೋಲನ್ನರಿಂದ ನೀವು ಇಷ್ಟೆಲ್ಲಾ ನಿರೀಕ್ಷಿಸುವುದು ತಪ್ಪು". ಆತನ ಈ ಮಾತನ್ನು ಹೇಗೆ ತೆಗೆದುಕೊಳ್ಳಬೇಕೆಂದೇ ತಿಳಿಯಲಾರದ ನಾನು ಒಂದು ಕ್ಷಣ ಗೊಂದಲಕ್ಕೊಳಗಾಗಿದ್ದೆ. ಅದೇನು ಸಿನಿಕತನದ ಮಾತೋ? ಹೆಮ್ಮೆಯದ್ದೋ? ನಿರಾಶಾವಾದವೋ ಅಥವಾ ಇನ್ನೇನೋ. ಒಟ್ಟಾರೆಯಾಗಿ 'ನೋಡಿ ಸ್ವಾಮಿ, ನಾವಿರೋದೇ ಹೀಗೆ' ಎಂದು ಕಡ್ಡಿ ಮುರಿದಂತೆ ಹೇಳಿದ್ದ ಆತ.

ಆದರೆ ಕ್ರಮೇಣ ಆತನ ಮಾತುಗಳಲ್ಲಿ ಎಷ್ಟು ಸತ್ಯವಿದೆ ಎಂಬ ಅಂಶವು ನನಗೆ ತಿಳಿಯುತ್ತಾ ಬಂದು, ಆಗುತ್ತಿದ್ದ ಕಿರಿಕಿರಿಗಳು ಕಮ್ಮಿಯಾಗಿ ಇವೆಲ್ಲವೂ ಸಹ್ಯವಾಗತೊಡಗಿತ್ತು. ಇಂಥಾ ಚಟುವಟಿಕೆಗಳು ಮೇಲೆ ಹೇಳಿರುವ ಕಚೇರಿಯಲ್ಲಷ್ಟೇ ಅಲ್ಲದೆ ಬಹುತೇಕ ಎಲ್ಲಾ ಕಡೆಗಳಲ್ಲೂ ನನಗೆ ಕಾಣಸಿಗುತ್ತಿದ್ದವು. ಅಂಗೋಲನ್ನರು ಅದ್ಹೇಗೆ ವ್ಯವಹರಿಸುತ್ತಿದ್ದರೆಂದರೆ ಅವರು ಒಂದು ಬಗೆಯ ಮುಗಿಯದ ಮೋಜಿನ ರಜಾದಿನಗಳಲ್ಲಿದ್ದಂತೆ, ಆ ಕ್ಷಣದ ಇರುವಿಕೆಯನ್ನು ಬಿಟ್ಟರೆ ಬೇರೆಲ್ಲವೂ ನಶ್ವರ ಮತ್ತು ಗೌಣವೆಂಬಂತೆ, ತನ್ನದೇ ಆದ ಹಿತವಾದ ಒಂದು ಕನಸಿನ ಲೋಕದಲ್ಲಿ ತೇಲಾಡುತ್ತಿರುವವರಂತೆ ನನಗವರು ಕಾಣುತ್ತಿದ್ದರು. ಇಲ್ಲಿ ಯಾರಿಗೂ ಯಾವ ಅವಸರಗಳೂ ಇರಲಿಲ್ಲ. ಇಡೀ ದೇಶವೇ ಒಂದು ಬಗೆಯ ನಿಧಾನಗತಿಯಲ್ಲಿ ತೋರಿಸಲಾಗುವ ಸಿನಿಮೀಯ ದೃಶ್ಯದಂತೆ ಚಲಿಸುತ್ತಿತ್ತು. ಸಮಯಪಾಲನೆಗೆ ಹೆಚ್ಚಿನ ಮಹತ್ವವನ್ನು ನೀಡುತ್ತಿದ್ದ ನನ್ನಂತಹ ಆಸಾಮಿಗೆ ಇವೆಲ್ಲವೂ ಗೊಂದಲವನ್ನು ತಂದಿದ್ದರಲ್ಲಿ ಆಶ್ಚರ್ಯವೇ ಇರಲಿಲ್ಲ.

ತನ್ನ ಆಫ್ರಿಕಾ ದಿನಗಳ ಬಗ್ಗೆ ಪೋಲಿಷ್ ಪತ್ರಕರ್ತ ರೈಷಾರ್ಡ್ ಕಪುಶಿನ್ಸ್ಕಿಯವರು ಬರೆದ 'The Shadow of the Sun' ಕೃತಿಯು ವಿಶ್ವದಾದ್ಯಂತ ದೊಡ್ಡಮಟ್ಟಿನ ಖ್ಯಾತಿಯನ್ನು

ಗಳಿಸಿರುವಂಥದ್ದು. ಈ ಕೃತಿಯನ್ನು 'ಸೂರ್ಯನ ನೆರಳು' ಎಂಬ ಹೆಸರಿನಲ್ಲಿ ಲೇಖಕಿ ಸಹನಾ ಹೆಗಡೆಯವರು ಸೊಗಸಾಗಿ ಕನ್ನಡಕ್ಕೆ ತಂದಿದ್ದಾರೆ. ನನಗಾದ ಅನುಭವಗಳು ಈತನದ್ದೂ ಆಗಿದ್ದವು ಎಂಬ ಸತ್ಯವನ್ನು ನಾನಿಲ್ಲಿ ಅನಿರೀಕ್ಷಿತವಾಗಿ ಕಂಡುಕೊಂಡಿದ್ದೆ. ಉದಾಹರಣೆಗೆ ಇಲ್ಲೊಂದು ಪ್ರಸಂಗ ಬರುತ್ತದೆ. ಘಾನಾದಲ್ಲಿ ಬಸ್ಸೊಂದನ್ನು ಹತ್ತಿ ಕೂರುವ ರೈಷಾರ್ಡ್ "ಬಸ್ಸು ಯಾವಾಗ ಹೊರಡುತ್ತದೆ?" ಎಂದು ಚಾಲಕನಲ್ಲಿ ಕೇಳುತ್ತಾನೆ. "ಯಾವ ಹೊರಡುತ್ತದೆ ಅಂದ್ರೇನು ಅರ್ಥ? ಬಸ್ಸು ಪ್ರಯಾಣಿಕರಿಂದ ತುಂಬಿಹೋದ ನಂತರ ಹೊರಡುತ್ತದೆ", ಎನ್ನುತ್ತಾನೆ ಚಾಲಕ. ಈ ಮಾತನ್ನು ಕೇಳಿ ಪೆಚ್ಚಾದ ಲೇಖಕ ತೆಪ್ಪಗಾಗಿ ವಿಧಿಯಿಲ್ಲದೆ ಇತರರಂತೆಯೇ ಕಾಯುವ ಕೆಲಸಕ್ಕೆ ಕೂರುತ್ತಾನೆ. ಶೂನ್ಯದತ್ತ ದಿಟ್ಟಿಸುತ್ತಾ ಕಾಯುವುದು ಎಂದರೆ ಆಫ್ರಿಕನ್ನರಲ್ಲಿ ಅದು ಉಸಿರಾಟದಷ್ಟೇ ಸಹಜವಾದ ಕ್ರಿಯೆ ಎಂದು ಬರೆಯುತ್ತಾನೆ ಕಪುಶಿನ್ಸ್ಕಿ.

ಈ ನಿಟ್ಟಿನಲ್ಲಿ ಕಪುಶಿನ್ಸ್ಕಿಯವರ ವಾದಸರಣಿಯು ಬಲು ಸ್ವಾರಸ್ಯಕರವಾಗಿರುವಂಥದ್ದು. ನನ್ನಂತಹ ಯೂರೋಪಿಯನ್ನರಲ್ಲಿ ಕಾಲವೆಂಬುದು ವಸ್ತುನಿಷ್ಠವಾಗಿದ್ದರೆ ಆಫ್ರಿಕನ್ನರಲ್ಲಿ ಅದು ಭಾವನಿಷ್ಠವಾಗಿದೆ ಎಂದು ಆತ ಬರೆಯುತ್ತಾನೆ. ಹಾಗೆಯೇ ಮುಂದುವರೆಸುತ್ತಾ ಯೂರೋಪಿಯನ್ನರು ಕಾಲದ ಚೌಕಟ್ಟಿನಲ್ಲಿ ಬಂಧಿಗಳಾಗಿರುತ್ತಾರೆ, ಒಂದೊಂದು ನಿಮಿಷವೂ ಅವರಿಗೆ ಅಮೂಲ್ಯ ಮತ್ತು ಲೆಕ್ಕಾಚಾರದ್ದಲ್ಲದೆ ಒಂದು ರೀತಿಯಲ್ಲಿ ಕಾಲದ ಕಪಿಮುಷ್ಟಿಯಲ್ಲೇ ದಿನದೂಡುವವರಂತೆ ಕಾಣುತ್ತಾರೆ. ಆದರೆ ಆಫ್ರಿಕನ್ನರು ಹಾಗಲ್ಲ. ಆಫ್ರಿಕನ್ನರಿಗೆ ತಮ್ಮಿಂದಲೇ ಕಾಲದ ಅಸ್ತಿತ್ವವು ಸಾಬೀತಾಗುವ ಬಗ್ಗೆ ಹೆಚ್ಚಿನ ನಂಬಿಕೆ. ತನ್ನಿಂದ ಒಂದು ಕೆಲಸವು ಇಷ್ಟು ಸಮಯದಲ್ಲಿ ಆಗಿದ್ದೇ ಆದಲ್ಲಿ ಈ ಅವಧಿಯಲ್ಲಿ ಕೆಲಸವೊಂದು ಆಯಿತು ಎನ್ನಬಹುದು. ಆದರೆ ಅಂಥದ್ದೊಂದು ಕ್ರಿಯೆಯು ಆಗಿಯೇ ಇಲ್ಲದಿದ್ದಲ್ಲಿ ಕಾಲದ ಇರುವಿಕೆಗಾಗಲಿ, ಚೌಕಟ್ಟಿಗಾಗಲಿ ಅರ್ಥವೇ ಇಲ್ಲ ಎಂದು ಬರೆಯುತ್ತಾನೆ ಆತ. ಓದಿನ ನೆಲೆಯಲ್ಲಿ ಇವುಗಳೆಲ್ಲಾ ಬರೀ ಥಿಯಾರಿಟಿಕಲ್ ಅಷ್ಟೇ ಎಂದು ಓದುಗರಿಗೆ ಅನ್ನಿಸಿದರೆ ಅದು ಸಹಜವೇ. ಆದರೆ ಇದರ ಪ್ರತ್ಯಕ್ಷ ಅನುಭವವನ್ನು ಪಡೆಯಲು ನೀವು ಆಫ್ರಿಕಾಗೆ ಬರಲೇಬೇಕು. ಬರುವುದಷ್ಟೇ ಅಲ್ಲ, ಒಂದಿಷ್ಟು ಕಾಲ ಇಲ್ಲಿದ್ದು ಇಲ್ಲಿಯ ಜನಜೀವನವನ್ನು ಸೂಕ್ಷ್ಮವಾಗಿ ಅವಲೋಕಿಸಬೇಕು.

ರೈಷಾರ್ಡ್ ರಪುಶಿನ್ಸ್ಕಿ ಇವೆಲ್ಲವನ್ನೂ ಅರ್ಧ ಶತಮಾನಗಳ ಹಿಂದೆಯೇ ಬರೆದಿದ್ದರೂ ಸಾಮಾಜಿಕ ನೆಲೆಯಲ್ಲಿ ಹೆಚ್ಚಿನ ಬದಲಾವಣೆಗಳೇನೂ ಆಗಿಲ್ಲ ಎಂಬ ಸಂಗತಿಯೇ ನನ್ನನ್ನು ಬೆರಗಾಗಿಸಿತ್ತು. ಇದನ್ನು ಆಲಸ್ಯವೆನ್ನಬೇಕೋ, ಜಡತ್ವವೆನ್ನಬೇಕೋ ಎಂಬುದನ್ನು ತಿಳಿಯದೆ ಹಲವು ಕಾಲ ತಲೆಕೆಡಿಸಿಕೊಂಡಿದ್ದ ದಿನಗಳೂ ಇವೆ. ಆದರೆ ಒಂದೇ ಪ್ರದೇಶದಲ್ಲಿ ದೀರ್ಘಾವಧಿಯವರೆಗೆ ಇದ್ದಾಗ ಕ್ರಮೇಣ ಇವೆಲ್ಲವೂ ಸಾಮಾನ್ಯವೆಂಬಂತೆ ಬದಲಾಗುವುದು ಸಹಜ. ಜೊತೆಗೇ ಹಾಗಾದರೂ ಕೂಡ ಅದು ತನ್ನದೇ ಆದ ಮಿತಿಯಲ್ಲೇ ಆಗುತ್ತದೆ ಎಂಬುದೂ ಸತ್ಯ. ಉದಾಹರಣೆಗೆ ಹೀಗೆ ಸ್ಲೋ-ಮೋಷನ್ನಿನಲ್ಲಿ ಬದುಕುವುದು ಸರಿಯೆಂಬುದು ನನ್ನ ವೈಯಕ್ತಿಕ ಅಭಿಪ್ರಾಯವೇನೂ ಅಲ್ಲ. ಆದರೆ ಇದು ನೆಲದ ಸಂಸ್ಕೃತಿಯೇ ಎಂಬಷ್ಟು ಗಾಢವಾಗಿ ಇಲ್ಲಿ ಬೇರೂರಿರುವಾಗ ಅದನ್ನು ಧಿಕ್ಕರಿಸುವುದು ವ್ಯರ್ಥ. ಗ್ರಾಹಕನೊಬ್ಬ ಕಣ್ಣ ಮುಂದಿದ್ದರೂ ಹರೆಯದ ಹುಡುಗಿಯಂತೆ ಚೆಲ್ಲುಚೆಲ್ಲಾಗಿ ತನ್ನ

ಟೆಲಿಫೋನ್ ಕರೆಯಲ್ಲೇ ಮುಳುಗಿರುವ ಅಂಗಡಿಯಾತ, ಮಾಡುತ್ತಿರುವ ಕೆಲಸವೊಂದು ಇನ್ನೇನು ಮುಗಿಯಲಿದೆ ಎಂಬ ಹಂತದಲ್ಲಿ ಎದ್ದು ಹೋಗಿ ಅರ್ಧ-ಮುಕ್ಕಾಲು ತಾಸು ಮಾಯವಾಗುವ ಸಿಬ್ಬಂದಿ, ನಾಳೆ ಮುಂಜಾನೆ ಹತ್ತಕ್ಕೆ ಬನ್ನಿ ಎಂದು ಕರೆದು ಈ ಸೂಚನೆಯಂತೆ ಹತ್ತಕ್ಕೆ ಸರಿಯಾಗಿ ಹೋದರೆ 'ಅಯ್ಯೋ, ನಾನು ಇಲ್ಲಿಲ್ಲ, ರಜೆಯಲ್ಲಿದ್ದೇನೆ. ಹತ್ತು ದಿನಗಳ ನಂತರವೇ ನಾನು ಬರುವುದು' ಎಂದು ಕರೆ ಮಾಡಿದಾಗ ಟೆಲಿಫೋನಿನಲ್ಲಿ ಹಾಯಾಗಿ ಹೇಳುವ ಅಧಿಕಾರಿ, ನಿಧಾನಗತಿಯ ಸೇವೆಗಳಿಂದಾಗಿ ಜನರಿಂದ ತುಂಬಿಹೋಗಿರುವ ಬ್ಯಾಂಕುಗಳು... ಇತ್ಯಾದಿಗಳು ಇಲ್ಲಿಯ ಸ್ಥಳೀಯರಿಗೆ ತಲೆಕೆಡಿಸಿಕೊಳ್ಳಬೇಕಾದ ಸಂಗತಿಯೇ ಅಲ್ಲ. ನಿಧಾನಗತಿಯ ಚಲನೆಯು ಅವರ ಜೀವನವೇ ಆಗಿಬಿಟ್ಟಿದೆ.

"ನೀವು ಒಪ್ಪಿಕೊಳ್ಳಿ ಅಥವಾ ಬಿಟ್ಟುಬಿಡಿ. ಆದರೆ ಒಂದಂತೂ ಸತ್ಯ. ನಾವು ಅವಸರದಲ್ಲಿದ್ದೇವೆ ಎಂಬ ಮಾತ್ರಕ್ಕೆ ಇಲ್ಲಿ ಕೆಲಸಗಳಾಗುವುದಿಲ್ಲ", ಎಂದು ಮೆಕ್ಸಿಕನ್ ಹೆಂಗಸೊಬ್ಬಳು ನನ್ನಲ್ಲಿ ಅಂದು ಹೇಳುತ್ತಿದ್ದಳು. ಅಂದು ನಾವು ಗುಂಪಾಗಿ ಕಾಯುತ್ತಾ ಇದ್ದಿದ್ದು ಇಮಿಗ್ರೇಷನ್ ವಿಭಾಗದ ಕಾರ್ಯಾಲಯವೊಂದರಲ್ಲಿ. ಇಂಥಾ ಜಾಗಗಳಿಗೆ ಬಂದರೆ ಅರ್ಧ ಅಥವಾ ಒಂದಿಡೀ ದಿನವು ವ್ಯರ್ಥವಾಗುವುದು ಖಚಿತ ಎಂಬುದು ಆಕೆಯ ಅಭಿಪ್ರಾಯವಾಗಿತ್ತು. ನಿಸ್ಸಂದೇಹವಾಗಿ ಅದು ನನ್ನ ಲೆಕ್ಕಾಚಾರವೂ ಆಗಿತ್ತು. ಹಲವು ಪೂರ್ವನಿರ್ಧಾರಿತ ಭೇಟಿಗಳನ್ನು ಮುಂಚಿತವಾಗಿ ಸೂಚನೆಯನ್ನೇ ನೀಡದೆ ಏಕಾಏಕಿ ರದ್ದುಗೊಳಿಸುವುದನ್ನು, ರದ್ದಾದ ಪಕ್ಷದಲ್ಲಿ ಸೌಜನ್ಯಕ್ಕಾದರೂ ಈ ಬಗ್ಗೆ ತಿಳಿಸದವರನ್ನು, ನಂತರ ಇವೆಲ್ಲಾ ಗಂಭೀರ ವಿಷಯಗಳೇ ಅಲ್ಲ ಎಂದು ವರ್ತಿಸುವವರನ್ನು ಅಂಗೋಲಾದಲ್ಲಿ ನಾನು ಹಲವಾರು ಬಾರಿ ಕಂಡಿದ್ದೆ. ನೀವು ಸಮಯ ಪರಿಪಾಲಕರಾದರೆ, ತುರ್ತಿನಲ್ಲಿರುವವರಾದರೆ ಅಂಗೋಲಾ ನಿಮಗೆ ಹೇಳಿಮಾಡಿಸಿದ ದೇಶವಲ್ಲ.

ಹಿಂದೊಮ್ಮೆ ಪೋರ್ಚುಗೀಸ್ ಮೂಲದ ಗೆಳೆಯನೊಬ್ಬ ನನಗೆ ಅಪರಾಹ್ನದ ಒಂದು ಘಂಟೆಗೆ ಔತಣಕೂಟವೆಂದು ಆಹ್ವಾನಿಸಿದ್ದ. ಎಂದಿನಂತೆ ಭರ್ತಿ ಒಂದಕ್ಕೆ ನಾನು ಆತನ ನಿವಾಸದಲ್ಲಿದ್ದೆ. ಆದರೆ ಅಲ್ಲಿ ನಡೆಯುತ್ತಿದ್ದ ಬೆಳವಣಿಗೆಗಳನ್ನು ಕಂಡು ನಾನು ತಲೆಯ ಮೇಲೆ ಕೈಯಿಡುವುದಷ್ಟೇ ಬಾಕಿ. ನನ್ನನ್ನು ಆಹ್ವಾನಿಸಿದ ಆತಿಥೇಯರು ಇನ್ನೂ ಮನೆಯಲ್ಲಿ ಧರಿಸುವ ಬಟ್ಟೆಗಳಲ್ಲೇ ಹಾಯಾಗಿದ್ದರು. ಮೀನು, ಮಾಂಸಗಳು ಬೇಯುವುದು ಹಾಗಿರಲಿ, ಅವುಗಳು ಇನ್ನೂ ತೊಳೆಯುವ ಹಂತದಲ್ಲೇ ಇದ್ದವು. ಉಳಿದ ಅಡುಗೆಗಳು ಅಡುಗೆಮನೆಯಲ್ಲಿ ಆರಂಭಿಕ ಹಂತಗಳಲ್ಲಿದ್ದವು. "ಅಂಗೋಲನ್ನರು ಮಾತ್ರ ಹೀಗೆ ಅಂದುಕೊಂಡಿದ್ದೆ. ನೀವೂ ಹೀಗೇನಾ?", ಎಂದು ನಾನು ನನ್ನನ್ನು ಆಹ್ವಾನಿಸಿದ ಗೆಳೆಯನ ಕಾಲೆಳೆದೆ. "ನಾವು ಬೇಗ ಮಾಡಿದರೇನು ಪ್ರಯೋಜನ? ಬರಬೇಕಾದವರು ಬರಬೇಕಲ್ಲವೇ?", ಎಂದು ನಗುತ್ತಾ ಹೇಳಿದ ಆತ. ಆತನ ಲೆಕ್ಕಾಚಾರವು ನಿಜವಾಗಿತ್ತು. ಸುಮಾರು ಮೂರರ ಹೊತ್ತಿಗೆ ಎಲ್ಲಾ ಆಹ್ವಾನಿತರೂ ಬಂದು ಸೇರಿ ಮೂರೂವರೆಯವರೆಗೆ ಮಧ್ಯಾಹ್ನದ ಊಟವನ್ನು ಸವಿಯಲು ನಾವು ತಯಾರಾಗಿದ್ದೆವು. ಅಷ್ಟರಲ್ಲಿ ನಾನು ಏನಿಲ್ಲವೆಂದರೂ ಒಂದೂವರೆ ಬಾಟಲ್ ಪೋರ್ಚುಗೀಸ್ ವೈನ್ ಅನ್ನು ಸವಿದು ನಿರುಮ್ಮಳನಾಗಿದ್ದೆ. ಹಲವು ಅಂಗೋಲನ್ ಮತ್ತು ಪೋರ್ಚುಗೀಸ್ ಖಾದ್ಯಗಳನ್ನೊಳಗೊಂಡಿದ್ದ ಭೋಜನವು ಐದರವರೆಗೆ ಮುಂದುವರಿದಿತ್ತು.

ಭಾರತದಿಂದ ನಮ್ಮಲ್ಲಿಗೆ ಅತಿಥಿಗಳಾಗಿ ಬಂದಿದ್ದ ಹಿರಿಯ ಅಧಿಕಾರಿಯೊಬ್ಬರಿಗೆ ಇಂಥದ್ದೊಂದು ಅನುಭವವಾದಾಗ ತೀವ್ರ ಸಿಡಿಮಿಡಿಗೊಂದು ಕೈಕೈಹಿಸುಕಿದ್ದ ದಿನಗಳು ನನಗಿನ್ನೂ ನೆನಪಿವೆ. ಇಲ್ಲಿಯ ಪ್ರಾಂತದ ಸೋಬಾ (ಊರಿನ ಸರಪಂಚ್) ಈ ಅಧಿಕಾರಿಯೊಂದಿಗೆ ನನ್ನ ಉಪಸ್ಥಿತಿಯಲ್ಲೇ ಒಂದು ಪುಟ್ಟ ಚರ್ಚೆಯನ್ನು ನಿಗದಿಪಡಿಸಿದ್ದ. ಹೆಚ್ಚೆಂದರೆ ಹದಿನೈದು ನಿಮಿಷಗಳಲ್ಲಿ ಮುಗಿದುಹೋಗಬೇಕಿದ್ದ ಚರ್ಚೆಯದು. ನಮ್ಮೆಲ್ಲಾ ಮನೆಕೆಲಸಗಳನ್ನು ಬೇಗಬೇಗನೆ ಮುಗಿಸಿ ಮುಂಜಾನೆಯ ಒಂಭತ್ತಕ್ಕೆ ಸರಿಯಾಗಿ ಸೋಬಾ ಹೇಳಿದ್ದ ಶಾಲೆಯನ್ನು ಅಂದು ನಾವು ತಲುಪಿದ್ದೆವು. ಆದರೆ ಅಚ್ಚರಿಯ ವಿಷಯವೆಂದರೆ ಆ ಶಾಲೆಯ ಸಭಾಂಗಣದಲ್ಲಿ ಆಗಲೇ ಕಾರ್ಯಕ್ರಮವೊಂದು ನಡೆಯುತ್ತಿತ್ತು. ನಮ್ಮಲ್ಲಿ ನಡೆಯುವ ಗ್ರಾಮಪಂಚಾಯತ್ ಮೀಟಿಂಗ್‌ನಂತೆ ಕಾಣುತ್ತಿದ್ದ ಆ ಸಭೆಯಲ್ಲಿ ಗ್ರಾಮಸ್ಥರು ಜೋರಾಗಿ ಸೂರು ಕಿತ್ತುಹೋಗುವಂತೆ ಬೊಬ್ಬಿರಿಯುತ್ತಾ ಚರ್ಚಿಸುತ್ತಿದ್ದರು. ಸೋಬಾ ಸಾಹೇಬ್ರು ಈಗ ಬರುತ್ತಾರೆ, ಮತ್ತೆ ಬರುತ್ತಾರೆ ಎಂದು ಕಾಯುತ್ತಾ ನಿಂತಿದ್ದ ನಮಗೆ ಸಿಕ್ಕಿದ್ದು ಮಾತ್ರ ನಿರಾಶೆ. ಅಂತೂ ಮೂವತ್ತು ನಿಮಿಷಗಳು ನೋಡನೋಡುತ್ತಿರುವಂತೆಯೇ ನಿರರ್ಥಕವಾಗಿ ಕಳೆದುಹೋದವು.

ಅರ್ಧತಾಸಿನ ಬಳಿಕ ಫೋನಿಗೆ ಸಿಕ್ಕ ಸೋಬಾ ಲಗುಬಗೆಯಿಂದ ನಮ್ಮನ್ನು ಸ್ವಾಗತಿಸುತ್ತಾ "ನೀವು ಇಲ್ಲೇ ನನಗಾಗಿ ಕಾಯುತ್ತಿರಿ. ಎರಡೇ ನಿಮಿಷದಲ್ಲಿ ಬಂದು ಬಿಡುತ್ತೇನೆ", ಎನ್ನುತ್ತಾ ಬಂದ ವೇಗದಲ್ಲೇ ಮಾಯವಾದ. ಸುಮಾರು ಇಪ್ಪತ್ತು ನಿಮಿಷಗಳು ಸರಿದುಹೋದವು. ಮತ್ತೆ ಬಂದ ಅದೇ ವ್ಯಕ್ತಿ "ಎರಡೇ ಎರಡು ನಿಮಿಷ ಸಾರ್, ಬಂದೆ ಇರಿ" ಎನ್ನುತ್ತಾ ಎರಡನೇ ಬಾರಿ ಮಾಯವಾದ. ಮುಂದೆ ಇದು ಏನಿಲ್ಲವೆಂದರೂ ಮೂರು ಬಾರಿ ಪುನರಾವರ್ತನೆಯಾಯಿತು. ಮುಂಜಾನೆಯ ಸೌಮ್ಯ ಸೂರ್ಯ ಈಗ ನೆತ್ತಿಯ ಮೇಲೆ ಬರುತ್ತಾ ಇನ್ನಿಲ್ಲದಂತೆ ಧಗಧಗಿಸತೊಡಗಿದ್ದ. ಸಂಸತ್ತಿನಂತೆ ಶಾಲೆಯ ಸಭಾಂಗಣದಿಂದ ಜನರ ಸದ್ದು ಇನ್ನೂ ಬರುತ್ತಲೇ ಇತ್ತು. ಕಳೆದ ಎರಡೂವರೆ ತಾಸುಗಳಿಂದ ಏನೂ ಬದಲಾಗಿರಲಿಲ್ಲ. ನಾವು ಮಾತ್ರ ಬಿಸಿಲಿನ ಝಳಕ್ಕೆ ಒಣಗುತ್ತಾ ಕೂರಲು ಒಂದು ಪುಟ್ಟ ಜಾಗವೂ ಇಲ್ಲದೆ ಬೆವರೊರೆಸುವ ಕಾರ್ಯದಲ್ಲೇ ಮಗ್ನರಾಗಿದ್ದೆವು. ಕೊನೆಗೂ ಏನಾಗುತ್ತಿದೆಯೆಂಬುದನ್ನು ತಿಳಿಯದೆ ಸಿಡಿಮಿಡಿಗೊಂಡ ನಮ್ಮೊಂದಿಗಿದ್ದ ಅಧಿಕಾರಿ ನನ್ನ ದುಭಾಷಿಗೆ ಸ್ಪಷ್ಟವಾಗಿ ಹೀಗೆಂದು ಹೇಳಿದ: "ಇದೇ ಕೊನೆ. ಸೋಬಾನಿಗೆ ಕರೆ ಮಾಡಿ ಏನೆಂದು ಕೇಳು. ಆತ ತಯಾರಿದ್ದರೆ ಮಾತನಾಡೋಣ. ಇಲ್ಲವಾದರೆ ಮರಳೋಣವಂತೆ. ಮಧ್ಯಾಹ್ನದ ಊಟದ ಸಮಯವೂ ಆಯಿತು".

ಅಧಿಕಾರಿಯ ಆಣತಿಯನ್ನು ಪಾಲಿಸಿದ ನನ್ನ ದುಭಾಷಿ ಸೋಬಾನಿಗೆ ಕರೆ ಮಾಡಿದ್ದೂ, ಸಂಭಾಷಣೆಯನ್ನು ಸ್ಪೀಕರ್ ಮೋಡ್‌ನಲ್ಲಿ ಹಾಕಿದ್ದೂ ಆಯಿತು. ಸೋಬಾ ಅತ್ತ ಕಡೆಯಿಂದ ಇನ್ನೂ ಹೇಳುತ್ತಲೇ ಇದ್ದ: "ಸಾರ್, ಎರಡು ನಿಮಿಷ... ಎರಡೇ ಎರಡು ನಿಮಿಷ...!"

●

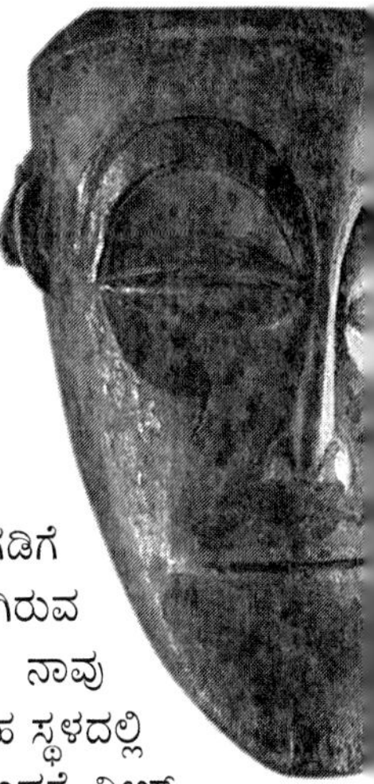

ಪೆಡ್ರೋ ಮಕಾಂದಾರ ಪಾಂಡೋರಾ ಡಬ್ಬದೊಳಗೆ

ಹಾಗೆ ನೋಡಿದರೆ ಆ ಪುಟ್ಟ ಜಾಗವು ಅಪರಿಚಿತವೇನೂ ಆಗಿರಲಿಲ್ಲ. ವೀಜ್‌ನ ಹೃದಯಭಾಗದಲ್ಲೇ ಇತ್ತು ಆ ಅಂಗಡಿ. ಇನ್ನು ಅಂಗಡಿಗೆ ಮುಖಾಮುಖಿಯಾಗಿ ವೀಜ್‌ನ ಮಟ್ಟಿಗೆ ಕೊಂಚ ಹೆಚ್ಚೇ ದುಬಾರಿಯಾಗಿರುವ ಗ್ರಾಂದೆ ಹೋಟೇಲ್ ಬೇರೆ ಇತ್ತು. ನಿತ್ಯವೂ ಇವುಗಳನ್ನು ದಾಟಿಕೊಂಡೇ ನಾವು ತಿರುಗಾಡುತ್ತಿದ್ದೆವು. ತಾರಾ ಹೋಟೇಲಿನಂತಿರುವ ಗ್ರಾಂದೆಯನ್ನು ವೀಜ್‌ನಂತಹ ಸ್ಥಳದಲ್ಲಿ ಹೇಗೆ ನಿಭಾಯಿಸುತ್ತಿದ್ದಾರೆ ಎಂಬುದೇ ಕೌತುಕ ನಮಗೆ ಯಾವಾಗಲೂ. ಏಕೆಂದರೆ ವೀಜ್ ಪ್ರವಾಸಿ ತಾಣವೇನೂ ಆಗಿರಲಿಲ್ಲ. ಇತ್ತ ಸದಾಕಾಲ ಚಟುವಟಿಕೆಯಲ್ಲಿರುವ ನಗರವೂ ಆಗಿರಲಿಲ್ಲ. ಆದರೂ ಈ ಮಟ್ಟದ ಒಂದು ಹೋಟೇಲ್ ಇಲ್ಲಿ ತಲೆಯೆತ್ತಿ ನಿಂತಿತ್ತು. ಶ್ರೀಮಂತ ಅಂಗೋಲನ್ನರು, ಮೇಲ್ಮಧ್ಯಮ ವರ್ಗದ ಸರಕಾರಿ ಅಧಿಕಾರಿಗಳು ಮತ್ತು ಕೈಯಲ್ಲಿ ಒಂದಿಷ್ಟು ಡಾಲರುಗಳು ಹರಿದಾಡುತ್ತಿದ್ದ ನನ್ನಂತಹ ಬೆರಳೆಣಿಕೆಯ ವಿದೇಶೀಯರನ್ನು ಬಿಟ್ಟರೆ ಬೇರ್ಯಾರೂ ಅಲ್ಲಿಗೆ ಹೋಗುತ್ತಿರಲಿಲ್ಲ. ಇವರನ್ನು ಹೊರತುಪಡಿಸಿದರೆ ವೀಜ್‌ನ ಹೃದಯ ಭಾಗದಲ್ಲಿರುವ ಅಸೆಂಬ್ಲಿ ಸಭಾಂಗಣ, ಗವರ್ನರ್ ಕಚೇರಿ ಇತ್ಯಾದಿಗಳಿಂದಾಗಿ ಕೆಲ ಸ್ಥಳೀಯ ರಾಜಕಾರಣಿಗಳು ಅಲ್ಲಿ ಬಂದು ಹೋಗುತ್ತಿದ್ದರು. ಗವರ್ನರ್ ಸಾಹೇಬರ ಕೆಲ ಸಭೆಗಳು ಆಗಾಗ ಅಲ್ಲಿ ನಡೆಯುತ್ತಿರುವ ಬಗ್ಗೆ ನಮಗೆ ಮಾಹಿತಿಯಿತ್ತು! ಒಟ್ಟಾರೆಯಾಗಿ ವೀಜ್‌ನಂತಹ ಪುಟ್ಟ ಜಾಗಕ್ಕೆ ಆ ಹೋಟೇಲು ಕೊಂಚ ಹೆಚ್ಚೇ ವಿಲಾಸಿ ವಸತಿಗೃಹವೆಂಬಂತೆ ಕಾಣುತ್ತಿದ್ದುದರಲ್ಲಿ ಸಂಶಯವಿಲ್ಲ.

ಇರಲಿ. ನಾನು ನಿಜಕ್ಕೂ ಇಂದು ಹೇಳಹೊರಟಿದ್ದು ಗ್ರಾಂದೆ ಹೋಟೇಲ್ ಬಗ್ಗೆಯಲ್ಲ. ಬದಲಾಗಿ ಅದಕ್ಕೆ ಮುಖಾಮುಖಿಯಾಗಿದ್ದ ಒಂದು ಪುಟ್ಟ ಅಂಗಡಿಯ ಬಗ್ಗೆ. ಈ ಜಾಗವು ನನ್ನ ಗಮನಸೆಳೆದಿದ್ದು ಹೇಗೆಂದರೆ ಅಲ್ಲಿ ಮಾರಾಟಕ್ಕಿಡಲಾಗಿದ್ದ ಕಲಾಕೃತಿಗಳು, ಬೊಂಬೆಗಳು ಮತ್ತು ಕರಕುಶಲ ವಸ್ತುಗಳಿಂದಾಗಿ. ರಾಜಧಾನಿಯಾಗಿದ್ದ ಲುವಾಂಡಾದಲ್ಲಿ ಇಂಥಾ ಅಂಗಡಿಗಳು ಸಾಕಷ್ಟಿದ್ದರೂ ವೀಜ್‌ನಲ್ಲಿ ಇದೊಂದೇ ಇರುವ ಪರಿಣಾಮವಾಗಿ ಅಂಗಡಿಯ ಮಾಲೀಕನಿಗೆ ತಕ್ಕಮಟ್ಟಿನ ಲಾಭವೇ ಆಗುತ್ತಿದೆಯೇನೋ ಎಂಬುದು ನನ್ನ ಲೆಕ್ಕಾಚಾರ.

ಹಂಚಿನ ಮಾಡನ್ನು ಹೊಂದಿದ್ದ, ಒಂದೇ ಮಹಡಿಯ ಉದ್ದನೆಯ ಆ ಕಟ್ಟಡ ಸಂಕೀರ್ಣದಲ್ಲಿ ಮೂರು ಬಾಗಿಲುಗಳಿದ್ದವು. ಒಂದು ಸದಾಕಾಲ ಮುಚ್ಚಿರುತ್ತಿತ್ತು ಅಥವಾ ನಾನು ಹಾದುಹೋಗುವ ಸಮಯದಲ್ಲಿ ಅದು ಮುಚ್ಚಿಯೇ ಇರುತ್ತಿತ್ತು. ಅದರ ಪಕ್ಕ ಕ್ಯಾನ್ವಾಸೊಂದನ್ನಿಟ್ಟು ಒಬ್ಬ ಚಿತ್ರಕಲಾವಿದ ಸದಾ ಚಿತ್ರಗಳನ್ನು ಬಿಡಿಸುತ್ತಿದ್ದ. ತಯಾರಾದ

ಕಲಾಕೃತಿಗಳನ್ನು ಪಕ್ಕದಲ್ಲೇ ಇಟ್ಟು ಮಾರುತ್ತಲೂ ಇದ್ದ. ಎರಡನೇ ಬಾಗಿಲು ಈ ಕರಕುಶಲ ವಸ್ತುಗಳ ಅಂಗಡಿಗೆ ಸೇರಿದ್ದಾಗಿತ್ತು. ಮೂರನೆಯದ್ದೂ ಕೂಡ ಯಾವತ್ತೂ ತೆರೆದಿದ್ದನ್ನು ನಾನು ನೋಡಿರಲಿಲ್ಲ. ಆ ಬಾಗಿಲಿನೆದುರು ಮಾತ್ರ ಓರ್ವ ಹೆಂಗಸು ಇದ್ದಿಲಿನ ಪುಟ್ಟ ಒಲೆಯನ್ನಿಟ್ಟು ಯಾವಾಗಲೂ ಅದೇನೋ ಕರಿದ ತಿಂಡಿಗಳನ್ನು ಮಾಡುತ್ತಿದ್ದಳು. ಒಟ್ಟಾರೆಯಾಗಿ ವೀಜ್‌ನ ಹೃದಯಭಾಗದಲ್ಲಿ ಬ್ಯಾಂಕು, ಪಂಚತಾರಾ ವಸತಿಗೃಹ, ನ್ಯಾಯಾಂಗ ಕಚೇರಿಯ ಕಟ್ಟಡ, ಸರಕಾರಿ ಕಚೇರಿಗಳು, ಅಸೆಂಬ್ಲಿ ಸಭಾಂಗಣ... ಇತ್ಯಾದಿಗಳ ಮಧ್ಯೆ ಇದೊಂದು ಮಾತ್ರ ಗುಂಪಿಗೆ ಸೇರದ ಪದದಂತಿದ್ದು ಕೊಂಚ ವಿಚಿತ್ರವಾಗಿ ಕಾಣುತ್ತಿದ್ದಿದ್ದಂತೂ ಸತ್ಯ.

ಒಮ್ಮೆ ಹೋಗಿ ನೋಡಬೇಕು ಎಂದು ಯಾವಾಗಲೂ ಯೋಚಿಸುತ್ತಿದ್ದ ನಾನು ಕೊನೆಗೂ ಒಂದು ದಿನ ಅತ್ತ ನಡೆದೇಬಿಟ್ಟೆ. ಅಂದು ಆ ಪುಟ್ಟ ಮೂರ್ತಿಗಳು, ಕಲಾಕೃತಿಗಳು ಹತ್ತಿರವಾದಂತೆ ಮತ್ತಷ್ಟು ಸುಂದರವಾಗಿ ಕಂಡವು. ಮೂರ್ತಿಗಳನ್ನು ಕೊಳ್ಳುವ ಗ್ರಾಹಕನ ಸೋಗಿನಲ್ಲಿ ಅಂದು ನಾನು ಹೋಗಿದ್ದರೂ ಮತ್ತಷ್ಟು ಹೆಚ್ಚಿನದನ್ನು ತಿಳಿದುಕೊಳ್ಳುವ ಉದ್ದೇಶವೇ ಮುಖ್ಯವಾಗಿತ್ತು. ಹೀಗಾಗಿ ಎಲ್ಲವನ್ನೂ ಅಚ್ಚರಿಯ ಕಣ್ಣುಗಳಿಂದ ನೋಡುತ್ತಾ ಏನಿವೆಲ್ಲಾ ಎಂಬುದನ್ನು ಅರಿತುಕೊಳ್ಳಲು ಯತ್ನಿಸಿದೆ. ಮಧ್ಯದ ಬಾಗಿಲಿನತ್ತ ಬಂದ ನಾನು ಹೊರಗಡೆಯ ವರಾಂಡಾದಲ್ಲಿಟ್ಟಿದ್ದ ಬಗೆಬಗೆಯ ಕಲಾಕೃತಿಗಳನ್ನು ನೋಡುತ್ತಾ ಒಳನಡೆದೆ.

ಈ ಬಾರಿ ಕೋಣೆಯೊಳಗೆ ಮಾತ್ರ ನನಗೆ ಅಚ್ಚರಿಯೇ ಕಾದಿತ್ತು. ನಾಲ್ಕೈದು ಜನ ಕಲಾವಿದರು ಒಂದೊಂದು ಮೂಲೆಯಲ್ಲಿ ಕುಳಿತುಕೊಂಡು ತಮ್ಮದೇ ಆದ ಕೆಲಸಗಳಲ್ಲಿ ಮಗ್ನರಾಗಿದ್ದರು. ಒಬ್ಬ ಬುಡಕಟ್ಟು ಮಹಿಳೆಯೊಬ್ಬಳನ್ನು ತನ್ನ ಕ್ಯಾನ್ವಾಸಿನಲ್ಲಿ ಮೂಡಿಸುತ್ತಿದ್ದ. ಇನ್ನೊಬ್ಬ ಮಣ್ಣಿನ ಶಿಲ್ಪವೊಂದನ್ನು ಮಾಡುತ್ತಿದ್ದ. ಮತ್ತೊಬ್ಬ ಪ್ಲಾಸ್ಟರ್ ಆಫ್ ಪ್ಯಾರಿಸ್ಸಿನಲ್ಲಿ ಏನೋ ತನ್ನ ಕೈಚಳಕವನ್ನು ಪ್ರಯತ್ನಿಸುತ್ತಿದ್ದ. ಇದು ಕಲಾವಿದರದ್ದೇ ಅಡ್ಡಾ ಅನ್ನುವುದಕ್ಕೆ ಚೆಲ್ಲಾಡಿದ್ದ ಬಣ್ಣಗಳು, ಬಣ್ಣಬಣ್ಣದ ಕಾಗದದ ಚೂರುಗಳು, ಚಿಕ್ಕಪುಟ್ಟ ಚಿತ್ರವಿಚಿತ್ರ ವಸ್ತುಗಳು ಸಾಕ್ಷಿಯಾಗಿದ್ದವು. 'ರೋಗಿ ಬಯಸಿದ್ದೂ ಹಾಲು-ಅನ್ನ, ವೈದ್ಯರು ಹೇಳಿದ್ದೂ ಹಾಲು-ಅನ್ನ' ಅನ್ನುವಂತೆ ನಾನು ಸರಿಯಾದ ಜಾಗಕ್ಕೇ ಬಂದು ತಲುಪಿರುವೆನೆಂದು ನನಗಂದು ಖಾತ್ರಿಯಾಯಿತು.

ಪೆಡ್ರೋ ಮಕಾಂದಾ ಎಂಬಾತ ಅಂದು ನಮ್ಮನ್ನು ಸ್ವಾಗತಿಸಿದ. ಐದಡಿಗಿಂತ ಕೊಂಚ ಎತ್ತರವಿದ್ದ ಸಣಕಲ ಆತ. ದೊಗಲು ಅಂಗಿ-ಪೈಜಾಮಾವನ್ನು ಧರಿಸಿದ್ದ, ವೃದ್ಧಾಪ್ಯಕ್ಕೆ ಆಗಲೇ ಬಲಗಾಲಿರಿಸಿ ಪ್ರವೇಶಿಸಿದ್ದ ಸಾಧು ಮನುಷ್ಯ. ಅದೇಕೋ ಏನೋ, ನಾನು ಭಾರತೀಯ ಎಂದಾಗ ಅವರ ಕಣ್ಣಲ್ಲೊಂದು ಅದ್ಭುತ ಹೊಳಪು. ಭಾರತೀಯರು ಭಾರೀ ಸ್ನೇಹಜೀವಿಗಳು ಎಂದು ನಗೆಯಾಡುತ್ತಾ ನನ್ನನ್ನವರು ಆಪ್ತವಾಗಿ ಆಲಂಗಿಸಿದರು. ಭಾರತಕ್ಕೂ ಅವರಿಗೂ ಯಾವ ಸಂಬಂಧವೂ ಇಲ್ಲದಿದ್ದರೂ ಭಾರತವೆಂದರೆ ಅವರಿಗೆ ವಿಶೇಷವಾದ ಅಕ್ಕರೆಯಂತೆ. ಅಂತೂ ಖುಷಿಯಿಂದ ನನ್ನನ್ನು ಸ್ವಾಗತಿಸಿ ಕಾರ್ಯಾಲಯದಂತಿದ್ದ ಒಳಗಿನ ಪುಟ್ಟ ಗೂಡೊಂದರಲ್ಲಿ ನನ್ನನ್ನು ಕೂರಿಸಿಬಿಟ್ಟರು. ಒಂದು ಕುರ್ಚಿ ದುಭಾಷಿಗೂ ಸಿಕ್ಕಿತು. ಇಕ್ಕಟ್ಟಾದ ಆ ಕೋಣೆಯ ಸೂರಿನ ಮೂಲೆಯಲ್ಲಿ ಚಿಕ್ಕದೊಂದು ಬಲ್ಬ್ ಸುಮ್ಮನೆ ಉರಿಯುತ್ತಿತ್ತು. ಬಿಲದಂತಿದ್ದ ಆ ಕತ್ತಲೆಯ ಗೂಡಿನಲ್ಲಿ ಕೊಂಚವಾದರೂ ಬೆಳಕಿದ್ದಿದ್ದು ಅದರ ಕೃಪೆಯಿಂದಲೇ.

ಪೆಡ್ರೋ ಅಂದು ಬಹಳ ಸಂತಸದಿಂದಲೇ ಮಾತಾಡಿದರು. ನೋಟ್ ಮಾಡಿಕೊಳ್ಳಲೇ ಎಂದು ಕೇಳಿದರೆ "ಓಹೋ ಧಾರಾಳವಾಗಿ..." ಅಂದೂಬಿಟ್ಟರು. 'ಗ್ರೂಪು ದಿ ಟ್ರಡಿಸಿಯೋನಲ್ ಝೋಬೋ ದಿಯಾ ಮಕಾಂದಾ' ಎಂಬ ಹೆಸರಿನಲ್ಲಿ ಕಲಾವಿದರ ತಂಡವೊಂದನ್ನು ಕಟ್ಟಿಕೊಂಡು ಕಳೆದ ನಾಲ್ಕು ದಶಕಗಳಿಂದ ಕ್ರಿಯಾಶೀಲರಾಗಿದ್ದರು ಪೆಡ್ರೋ. 1977ರಲ್ಲಿ ಈ ತಂಡವನ್ನು ಅವರು ಆರಂಭಿಸಿದ್ದರಂತೆ. ಅಂದಿನಿಂದ ಇಂದಿನವರೆಗೂ ಆರ್ಥಿಕವಾಗಿ ಹೇಳಿಕೊಳ್ಳುವಷ್ಟು ಲಾಭವೇನೂ ಆಗಿರದಿದ್ದರೂ ಕಲೆಯ ಮೇಲಿನ ಪ್ರೀತಿಯಿಂದಾಗಿ ಅವರ ಪಯಣವು ನಿಲ್ಲದೆ ಸಾಗಿತ್ತು.

'ಕಾರ್ನಿವಲ್' ಅಂಗೋಲಾದ ಪ್ರಮುಖ ಹಬ್ಬಗಳಲ್ಲೊಂದು. ಕ್ರಿಸ್ಮಸ್ ಒಂದನ್ನು ಬಿಟ್ಟರೆ ಅಂಗೋಲಾದಲ್ಲಿ ಬಹಳ ಉತ್ಸಾಹದಿಂದ ಮತ್ತು ಅದ್ದೂರಿಯಾಗಿ ಆಚರಿಸಲ್ಪಡುವ ಹಬ್ಬವೆಂದರೆ ಇದೊಂದೇ. ದಸರೆಗೆ ನಮ್ಮ ಮೈಸೂರು ಸಜ್ಜಾದಂತೆ ಇಡೀ ದೇಶವೇ ಕಾರ್ನಿವಲ್ ಹಬ್ಬಕ್ಕೆ ಸಜ್ಜಾಗುವುದು ಹಲವು ವರ್ಷಗಳಿಂದ ನಡೆದುಕೊಂಡು ಬರುತ್ತಿರುವ ಒಂದು ರೂಢಿ. ಪೆಡ್ರೋರ ನೃತ್ಯತಂಡವು ಹಲವು ವರ್ಷಗಳಿಂದ ಹೀಗೆ ಕಾರ್ನಿವಲ್‌ನಲ್ಲಿ ಭಾಗವಹಿಸಿ ಪ್ರಶಸ್ತಿಗಳನ್ನು ಪಡೆದುಕೊಂಡಿದೆ. ತನ್ನ ಹಳೆಯ ಫೋಟೋಗಳನ್ನು ತೋರಿಸುತ್ತಾ ಕೆಲ ಪ್ರಮಾಣಪತ್ರಗಳನ್ನು, ಟ್ರೋಫಿಗಳನ್ನು ಹೆಮ್ಮೆಯಿಂದ ತೋರಿಸಿದರು ಪೆಡ್ರೋ. ಚಿತ್ರದಲ್ಲಿ ಇವರಿಗೆ ಪುರಸ್ಕಾರಗಳನ್ನು ನೀಡುತ್ತಿದ್ದ ಕೆಲ ರಾಜಕಾರಣಿಗಳು ಈಗ ಸರಕಾರದಲ್ಲಿ ಉನ್ನತ ಸ್ಥಾನದಲ್ಲಿದ್ದಾರೆಂದೂ ಅವರಿಂದ ತಿಳಿದುಬಂತು. ಕೆಟ್ಟದಾಗಿ ಇರಿಸಲಾಗಿದ್ದು ಧೂಳು ತಿನ್ನುತ್ತಿದ್ದ ಆ ಫೋಟೋಗಳನ್ನು ಮಟ್ಟಸವಾಗಿ ಜೋಡಿಸುತ್ತಾ ನಾನು ಮತ್ತೆ ಅವರಿಗೇ ಮರಳಿಸಿದೆ.

ಮಾತುಮಾತಲ್ಲೇ ಪಕ್ಕದ ಕೋಣೆಗಳಿಗೂ ನನ್ನನ್ನು ಕರೆದೊಯ್ದರು ಪೆಡ್ರೋ. ಮುಚ್ಚಿದ ಬಾಗಿಲಿನೆದುರು ಸದಾ ಚಿತ್ರ ಬರೆಯುತ್ತಿದ್ದ ಕಲಾವಿದ ಇವರದ್ದೇ ತಂಡದವನೆಂದೂ, ಸಂಜೆಯ ಹೊತ್ತಿಗೆ ಈ ಕೋಣೆಯಲ್ಲಿ ನೃತ್ಯದ ಪಾಠವನ್ನು ಹೇಳಿಕೊಡುತ್ತಾರೆಂದೂ ಗೊತ್ತಾಯಿತು. ಸಂಜೆಯ ಹೊತ್ತಿನಲ್ಲಿ ನಾನು ಪೇಟೆಯ ಕಡೆ ಬರುವುದಿಲ್ಲವಾದ್ದರಿಂದ ಈ ಕೋಣೆಯ ಬಾಗಿಲು ಮುಚ್ಚಿಯೇ ನನಗೆ ಕಾಣಸಿಗುತ್ತಿದ್ದಿದ್ದು ಸಹಜವಾಗಿತ್ತು. ಆದರೆ ಅಂದು ನನ್ನ ಅದೃಷ್ಟವೋ ಎಂಬಂತೆ ಕೆಲ ತರುಣ-ತರುಣಿಯರು ಡೋಲಿನ ಸದ್ದಿಗೆ ಲಯಬದ್ಧವಾಗಿ ಕುಣಿಯುತ್ತಾ ಬಲು ಉತ್ಸಾಹದಿಂದ ನರ್ತಿಸುತ್ತಿದ್ದರು. ಎಲ್ಲಾ ಬಗೆಯ ನೃತ್ಯಗಳಂತೆ ಆಫ್ರಿಕನ್ ನೃತ್ಯಗಳೂ ಕೂಡ ದೇಹವನ್ನು ಚೆನ್ನಾಗಿ ಪಳಗಿಸಿ ಒಳ್ಳೆಯ ವ್ಯಾಯಾಮವನ್ನು ನೀಡಬಲ್ಲಂಥವುಗಳು. ನಾನು, ದುಭಾಷಿ ಮತ್ತು ಸಹೋದ್ಯೋಗಿಯೊಬ್ಬರು ಕೋಣೆಯ ಒಳನಡೆದು ಈ ರಿಹರ್ಸಲ್ ಅನ್ನು ಆಸಕ್ತಿಯಿಂದ ನೋಡುತ್ತಿದ್ದರೂ ಯಾರಿಗೂ ಇದರ ಪರಿವೆಯೇ ಇರಲಿಲ್ಲ. ಅಂಥಾ ತಾದಾತ್ಮ್ಯತೆ ಇವರೆಲ್ಲರದ್ದು.

ಅಸಲಿಗೆ ಪೆಡ್ರೋರವರು ಇಲ್ಲಿ ಆಸಕ್ತರಿಗಾಗಿ ಸಾಂಪ್ರದಾಯಿಕ ಮತ್ತು ಆಧುನಿಕ ನೃತ್ಯಪ್ರಕಾರಗಳೆರಡನ್ನೂ ಕಲಿಸುವ ವ್ಯವಸ್ಥೆಯನ್ನು ಮಾಡಿದ್ದರು. ಬ್ರೆಜಿಲ್, ಪೋರ್ಚುಗಲ್‌ಗಳನ್ನೊಳಗೊಂಡಂತೆ ಪಾಶ್ಚಾತ್ಯ ಸಂಸ್ಕೃತಿಯತ್ತ ಆಕರ್ಷಿತರಾಗಿ ಅಂಗೋಲನ್ ಯುವಜನರು ಅತ್ತಲೇ ವಾಲುತ್ತಿದ್ದಾರೆ ಎಂಬ ಕಾಳಜಿಯಿಂದಾಗಿ ಶುರುವಾದ ಒಂದೇ ಕೊಠಡಿಯ

ನೃತ್ಯಶಾಲೆಯಿದು. ಅಂಗೋಲನ್ ಸಾಂಪ್ರದಾಯಿಕ ನೃತ್ಯಗಳನ್ನು ಇಲ್ಲಿ ಉಚಿತವಾಗಿ ಕಲಿಯಬಹುದು. ಆದರೆ ಆಧುನಿಕ ನೃತ್ಯಪ್ರಕಾರಗಳಿಗೆ ಇಂತಿಷ್ಟು ಅಂತ ಪಾವತಿಸಬೇಕಂತೆ. "ನಾನೂ ಬರಬಹುದಲ್ವಾ ಇಲ್ಲಿ?", ಎಂದು ನಾನು ಕಣ್ಣರಳಿಸುತ್ತಾ ಕೇಳಿದೆ. "ಅಯ್ಯೋ... ನಂಗೆ ಇಂಗ್ಲಿಷ್ ಬರಲ್ವೇ!", ಅಂದರು ಪೆಡ್ರೋ. ನನ್ನ ದುರಾದೃಷ್ಟವೆಂಬಂತೆ ಒಂದಿಷ್ಟು ಇಂಗ್ಲಿಷ್ ಮಾತಾಡುವ ಒಬ್ಬನೂ ಪೆಡ್ರೋರ ತಂಡದಲ್ಲಿರಲಿಲ್ಲ. ಏನಿಲ್ಲವೆಂದರೂ 'ಕುದುರು' ನೃತ್ಯಪ್ರಕಾರವನ್ನು ಒಮ್ಮೆ ಪ್ರಯತ್ನಿಸಬೇಕು ಎಂಬ ಉಮೇದಿನಲ್ಲಿದ್ದೆ ನಾನು. 'ಕುದುರು' ಅಂಗೋಲಾದ ಖ್ಯಾತ ನೃತ್ಯ ಪ್ರಕಾರಗಳಲ್ಲೊಂದು. ಅಂತೂ ಲುವಾಂಡಾದ ಝುಂಬಾ ತರಬೇತುದಾರ ವಿಕ್ಟರ್ ಮ್ಯಾಕ್ಸಿಮುಸ್ ನನ್ನಲ್ಲಿ ವಿಚಿತ್ರ ಹುಚ್ಚನ್ನೇ ಹುಟ್ಟಿಸಿದ್ದಾನೆ ಎಂಬಂತೆ ನನ್ನ ಮಾತನ್ನು ಕೇಳಿ ದುಭಾಷಿ ಮಹಾಶಯ ಕಿಸಕ್ಕನೆ ನಕ್ಕ.

ಪೆಡ್ರೋರ ಬಳಿ ಹೇಳಲು ಮತ್ತಷ್ಟು ಸಂಗತಿಗಳಿದ್ದವು. ನಲವತ್ತು ಚಿಲ್ಲರೆ ವರ್ಷಗಳ ಅನುಭವ ಬೇರೆ. ಆದರೆ ನನಗೋ ಸಮಯದ ಅಭಾವ. ಸುಮ್ಮನೆ ಕರಕುಶಲ ವಸ್ತುಗಳನ್ನು, ಕಲಾಕೃತಿಗಳನ್ನಷ್ಟೇ ನೋಡಲು ಬಂದಿದ್ದ ನನಗೆ ಅನಿರೀಕ್ಷಿತವಾಗಿ ಖಜಾನೆಯೊಂದು ಸಿಕ್ಕಂತಾಗಿತ್ತು. ಇನ್ನು ಇವೆಲ್ಲವನ್ನೂ ಒಂದೇ ಭೇಟಿಯಲ್ಲಿ ತಿಳಿಯುವುದಂತೂ ಸಾಧ್ಯವೇ ಇರಲಿಲ್ಲ. "ಎಷ್ಟೆಲ್ಲಾ ಇದೆ ಇಲ್ಲಿ... ಕುತೂಹಲಕ್ಕಾದರೂ ತಿಳಿದುಕೊಳ್ಳುವ ಆಸೆ ನನಗೆ... ಶೀಘ್ರದಲ್ಲೇ ಮತ್ತೆ ಬರುತ್ತೇನೆ", ಎಂದು ಕೈಜೋಡಿಸಿ ಪೆಡ್ರೋಗೆ ವಿದಾಯ ಹೇಳಿದೆ. "ನಿಮಗೆ ಬರಬೇಕು ಅನ್ನಿಸಿದಾಗ ಮೀನಮೇಷ ಎಣಿಸದೆ ಬಂದುಬಿಡಿ", ಎಂದು ನಗುತ್ತಾ ಹೇಳಿದ ಪೆಡ್ರೋ ಚಿಕ್ಕದೊಂದು ಚೀಟಿಯಲ್ಲಿ ತನ್ನ ದೂರವಾಣಿ ಸಂಖ್ಯೆಯನ್ನೂ ಬರೆದುಕೊಟ್ಟರು.

ಪೆಡ್ರೋರ ಅಂಗಡಿಯಲ್ಲಿ ಅದ್ಭುತ ಎನ್ನುವಂತಹ ವಸ್ತುಗಳೇನೂ ಇರದಿದ್ದರೂ ಅವರು ನಮಗಾಗಿ ಮೀಸಲಿಟ್ಟ ಸಮಯವನ್ನು ಗೌರವಿಸಿ ಸೌಜನ್ಯಪೂರ್ವಕವಾಗಿ ಏನನ್ನಾದರೂ ಖರೀದಿಸುವುದು ಒಳಿತು ಎಂದು ನನಗನ್ನಿಸಿದ್ದು ಸತ್ಯ. "ಮುಂದಿನ ಬಾರಿ ಬಂದಾಗ ಖಾಲಿ ಕೈಯಲ್ಲಿ ಮರಳುವುದಿಲ್ಲ. ಏನಾದರೂ ನಿಮಗೆ ವ್ಯಾಪಾರ ಮಾಡಿಯೇ ಹೊರಬೀಳುತ್ತೇನೆ", ಎಂದು ಆಶ್ವಾಸನೆಯನ್ನು ನೀಡಿದೆ ನಾನು. ಆಯ್ತಪ್ಪಾ ಎಂದು ಮುಗುಳ್ನಗುತ್ತಾ ಬೀಳ್ಕೊಟ್ಟರು ಪೆಡ್ರೋ. ಅಲ್ಲಿಂದ ನಾನು ನೇರವಾಗಿ ಮನೆಯತ್ತ ಹೊರಟರೂ ಈ ಅಂಗೋಲನ್ ಕಲಾವಿದರ ಕೈಯಿಂದ ಮೂಡಿದ್ದ ಸುಂದರ ಕಲಾಕೃತಿಗಳು, ಡೋಲಿನ ಲಯಬದ್ಧ ಸದ್ದು ನನ್ನನ್ನು ಮತ್ತೆ ಮತ್ತೆ ಕೈಬೀಸಿ ಕರೆದಂತೆ ಭಾಸವಾಗಿದ್ದಂತೂ ಸತ್ಯ. "ಮುಂದಿನ ವಾರ ಮತ್ತೆ ಬರೋಣವಂತೆ", ಎಂದು ನಾನು ದುಭಾಷಿಯತ್ತ ಪಿಸುಗುಟ್ಟಿದೆ. ಅಸ್ತು ಎಂದ ಆತ.

ಅಂತೂ ಮುಂದಿನ ವಾರದ ನಿರೀಕ್ಷೆಯಲ್ಲಿ ಕ್ಯಾಲೆಂಡರ್ ನೋಡುವುದೇ ಅಂದಿನಿಂದ ನನ್ನ ಹೊಸ ಕೆಲಸವಾಗಿ ಬಿಟ್ಟಿತು.

ನನ್ನ ಅವಸರಕ್ಕೆ ಸರಿಯಾಗಿ ಮುಂದಿನ ವಾರವು ಬಲು ವೇಗದಲ್ಲೇ ಬಂದುಬಿಟ್ಟಿತ್ತು.

ನಾನು ಮತ್ತು ದುಭಾಷಿ ಮತ್ತೆ ಪೆಡ್ರೋ ಮಕಾಂದಾರ ಬಿಲದಂತಹ ಕಾರ್ಯಾಲಯದಲ್ಲಿದೆವು. ಈ ಬಾರಿ ದೆಹಲಿಯಿಂದ ಆಗಮಿಸಿದ್ದ ಸಮಾಜಶಾಸ್ತ್ರಜ್ಞರಾದ ಡಾ. ಗೌರ್ ಬೇರೆ ನಮ್ಮ ಜೊತೆಗಿದ್ದರು. ಹೀಗಾಗಿ ಮತ್ತೊಬ್ಬ ಹೆಚ್ಚುವರಿ ಭಾರತೀಯನನ್ನು ಕಂಡು ಪೆಡ್ರೋರ ಸಂತಸ, ಹುಮ್ಮಸ್ಸು ಹೆಚ್ಚಿದಂತಿತ್ತು. ಜೊತೆಗೇ ಮತ್ತೊಮ್ಮೆ ಬರುತ್ತೇನೆ ಎಂಬ ನನ್ನ ಮಾತನ್ನು ನಾನು ಉಳಿಸಿಕೊಂಡ ಬಗೆಗಿನ ಅಚ್ಚರಿಯೂ ಇರಬಹುದು. ಈ ಅಂಗಡಿಯನ್ನು ನೂರಾರು ಬಾರಿ ಹಾದುಹೋದರೂ ಇಲ್ಲಿಗೆ ಭೇಟಿ ನೀಡಲು ನಾವು ಇಷ್ಟು ಸಮಯವನ್ನು ತೆಗೆದುಕೊಂಡ ಬಗ್ಗೆ ನನ್ನಷ್ಟೇ ಅಚ್ಚರಿ ಅವರಿಗೂ ಕೂಡ. ನಾನೂ ಕೂಡ ಈ ಮಾತಿಗೆ ಹೌದ್ಹೌದೆಂದು ತಲೆಯಾಡಿಸಿದೆ. 'ನೋಡುವುದು' ಮತ್ತು 'ಗಮನಿಸುವುದರ' ನಡುವಿನ ವ್ಯತ್ಯಾಸವೇ ಅದು. ಅಷ್ಟಿಷ್ಟು ಕಾಣಸಿಗುತ್ತಿದ್ದ ಈ ಪುಟ್ಟಜಾಗದ ಸೌಂದರ್ಯವನ್ನು ನಾನು ಯಾಂತ್ರಿಕವಾಗಿ ನೋಡುವುದನ್ನು ಬಿಟ್ಟು ಸೂಕ್ಷ್ಮವಾಗಿ ಗಮನಿಸಿದ್ದೇ ಆಗಿದ್ದಲ್ಲಿ ಇಲ್ಲಿಗೆ ಬರಲು ಅಷ್ಟು ಸಮಯವನ್ನು ತೆಗೆದುಕೊಳ್ಳುವ ಪ್ರಮೇಯವೇ ಬರುತ್ತಿರಲಿಲ್ಲ.

ಈ ಬಾರಿ ನಾನು ಪೆಡ್ರೋರ ನೃತ್ಯತಂಡದ ಬಗ್ಗೆ ವಿಚಾರಿಸತೊಡಗಿದ್ದೆ. ಕಾರ್ನಿವಲ್ ಹಬ್ಬದ ಪ್ರಯುಕ್ತ ರಾಜಧಾನಿಯಾದ ಲುವಾಂಡಾದಲ್ಲಿ ನಡೆಯುವ ಅದ್ದೂರಿ ನೃತ್ಯಸಮಾರಂಭಕ್ಕೆ ಅಂಗೋಲಾದ ಎಲ್ಲಾ ಪ್ರಾಂತ್ಯಗಳಿಂದಲೂ ಆಯ್ದ ನೃತ್ಯತಂಡಗಳು ತೆರಳುವುದು ವಾಡಿಕೆ. ಈ ನೃತ್ಯತಂಡಗಳು ಕಾರ್ನಿವಲ್ ಮಂಗಳವಾರದಂದು ರಾಷ್ಟ್ರಪತಿಗಳ ಸಮ್ಮುಖದಲ್ಲಿ ನೇಟೋ ಸ್ಮಾರಕದಲ್ಲಿ ನೃತ್ಯಪ್ರದರ್ಶನವನ್ನು ನೀಡುತ್ತವೆ. ಹೀಗೆ ಇದಕ್ಕಾಗಿ ಎಲ್ಲಾ ಪ್ರಾಂತ್ಯಗಳಲ್ಲೂ ಸ್ಪರ್ಧೆಗಳು ನಡೆದು ಒಂದೊಂದು ಪ್ರಾಂತ್ಯದಿಂದ ಗೆದ್ದ ತಂಡಗಳಷ್ಟೇ ಈ ಮಹಾಸಮಾರಂಭದಲ್ಲಿ ಭಾಗಿಯಾಗಲು ಆಯ್ಕೆಯಾಗುತ್ತಾರೆ. ಕೊನೆಯಲ್ಲಿ ಲುವಾಂಡಾದಲ್ಲಿ ರಾಷ್ಟ್ರಪತಿಗಳ ಸಮ್ಮುಖದಲ್ಲಿ ನಡೆಯುವ ನೃತ್ಯಪ್ರದರ್ಶನದಲ್ಲೂ ಒಂದು ತಂಡವು ಗೆದ್ದು ದೊಡ್ಡಮಟ್ಟಿನ ನಗದು ಬಹುಮಾನವನ್ನು ಪಡೆಯುತ್ತದೆ. ಇದು ರಾಷ್ಟ್ರಮಟ್ಟದ ಸರಕಾರಿ ಸಮಾರಂಭವಾಗಿರುವುದರಿಂದ ಗೆದ್ದ ತಂಡಗಳಿಗೆ ಇದೊಂದು ಭಾರೀ ಪ್ರತಿಷ್ಠೆಯ ವಿಷಯ.

ಪೆಡ್ರೋ ಹಲವು ವರ್ಷಗಳಿಂದ ವೀಜ್‌ನಲ್ಲಿ ತನ್ನ ನೃತ್ಯತಂಡಕ್ಕೆ ತಾಲೀಮನ್ನು ನೀಡುತ್ತಾ ಇಂಥಾ ಹಲವು ಕಾರ್ಯಕ್ರಮಗಳಲ್ಲಿ ಭಾಗವಹಿಸಿದ್ದಾರಂತೆ. ಹಲವು ಸಂಘಟನೆಗಳು ಅವರಿಗೆ ನೀಡಿದ ಪ್ರಮಾಣಗಳು, ಸಾಂಪ್ರದಾಯಿಕ ದಿರಿಸಿನಲ್ಲೇ ಊರಗಣ್ಯರಿಂದ ಸನ್ಮಾನಿತರಾಗುತ್ತಿರುವ ಛಾಯಾಚಿತ್ರಗಳು, ನೆನಪಿನ ಕಾಣಿಕೆಗಳು... ಹೀಗೆ ಹತ್ತುಹಲವು ದಾಖಲೆಗಳು ಅವರ ಬಳಿಯಿದ್ದವು. ಸಾಮಾನ್ಯವಾಗಿ ಒಂದು ನೃತ್ಯತಂಡದಲ್ಲಿ ಇಪ್ಪತ್ತು ಜನರಷ್ಟಿರುತ್ತಾರೆ. ಇನ್ನು ಕಾರ್ನಿವಲ್‌ನಂತಹ ದೊಡ್ಡ ಮಟ್ಟಿನ ಸಮಾರಂಭಕ್ಕಾದರೆ ಏನಿಲ್ಲವೆಂದರೂ ಎಪ್ಪತ್ತರಿಂದ ಎಂಭತ್ತರಷ್ಟು ಜನರು ಒಂದು ತಂಡದಲ್ಲಿ ಸೇರಿಕೊಳ್ಳುವುದು ಖಚಿತ. ಕಾರ್ನಿವಲ್ ಹಬ್ಬವು ಫೆಬ್ರವರಿಯಲ್ಲಾದರೆ ನವೆಂಬರ್-ಡಿಸೆಂಬರ್ ತಿಂಗಳಿನಿಂದಲೇ ಸ್ಪರ್ಧೆಗಾಗಿ ತಾಲೀಮು ಶುರುವಾಗುತ್ತದೆ. ತನ್ನದೇ ಪ್ರಾಂತ್ಯದಲ್ಲಿರುವ ಇತರ ನೃತ್ಯತಂಡಗಳನ್ನು ಸೋಲಿಸಿ ಲುವಾಂಡಾದ ಪ್ರದರ್ಶನಕ್ಕೆ ಆಯ್ಕೆಯಾಗಬೇಕಲ್ಲವೇ? ಈ ಎಲ್ಲಾ ಕಸರತ್ತು ಅದಕ್ಕಾಗಿಯೇ!

"ಇನ್ನು ಗೋಣಿಚೀಲಗಳನ್ನು ದಿರಿಸಿನಂತೆ ಮಾರ್ಪಡಿಸಿ, ಭಯಾನಕ ಮುಖವಾಡ ಗಳನ್ನು ಧರಿಸಿ ವಿಚಿತ್ರವಾಗಿ ಕುಣಿಯುತ್ತಾರಲ್ಲವೇ? ಆ ಬಗ್ಗೆಯೂ ಸ್ವಲ್ಪ ಹೇಳಿ", ಎಂದು

ಮತ್ತಷ್ಟು ಕೆದಕಿದೆ ನಾನು. ತಿಂಗಳ ಹಿಂದಷ್ಟೇ ಇಂಥದ್ದೊಂದು ವಿಚಿತ್ರ ನೃತ್ಯವನ್ನು ನಾನು ನೋಡಿದ್ದೆ. ಬಗೆಬಗೆಯ ವಸ್ತುಗಳನ್ನು, ಬಣ್ಣಗಳನ್ನು ವೇಷಕ್ಕೆಂದು ಅಲಂಕಾರ ಸಾಮಗ್ರಿಗಳಂತೆ ಬಳಸಿ ಇಪ್ಪತ್ತೈದರಿಂದ ಮೂವತ್ತು ಜನರು ವೀಜ್‌ನ ಹೃದಯಭಾಗದಲ್ಲಿ ಲಯಬದ್ಧವಾಗಿ ಕುಣಿಯುತ್ತಿದ್ದರು. ಈ ಗುಂಪಿನಲ್ಲಿ ನನ್ನ ಗಮನ ಸೆಳೆದಿದ್ದು ಮಾತ್ರ ಸೆಣಬಿನ ದಿರಿಸನ್ನು ಸಂಪೂರ್ಣವಾಗಿ ಮೈಮುಚ್ಚುವಂತೆ ಧರಿಸಿ, ಕಪ್ಪು ಮುಖವಾಡವನ್ನೂ ಹೊಂದಿ ವಿಲಕ್ಷಣವಾಗಿ ಕಾಣುತ್ತಿದ್ದ ನಾಲ್ಕೈದು ನರ್ತಕರು. ಮಕ್ಕಳ್ಯಾರಾದರೂ ಈ ವೇಷವನ್ನು ಹೊಸದಾಗಿ ನೋಡಿದರೆ ಭಯಪಟ್ಟುಕೊಳ್ಳುವುದರಲ್ಲಿ ಸಂದೇಹವೇ ಇಲ್ಲ ಎಂಬಂತಿತ್ತು ಆ ವೇಷ.

"ಬೇರೆ ಬೇರೆ ಉದ್ದೇಶಗಳಿಗೆ ವಿವಿಧ ಬಗೆಯ ನೃತ್ಯಪ್ರಕಾರಗಳಿರುತ್ತವೆ", ಎಂದು ಮಾತನ್ನಾರಂಭಿಸಿದರು ಪೆಡ್ರೋ. ಹಾಗೆಯೇ ಮುಂದುವರಿಸುತ್ತಾ "ಸಾಮಾನ್ಯವಾಗಿ ನಮ್ಮಲ್ಲಿರುವುದು ನಾಲ್ಕು ಬಗೆಯ ನೃತ್ಯಗಳು. ಒಂದು ಕೌಟುಂಬಿಕ ನೃತ್ಯ. ಕುಟುಂಬದಲ್ಲಿ ನಡೆಯುವ ತರಹೇವಾರಿ ಘಟನೆಗಳಲ್ಲಿ ಮಾಡುವ ನೃತ್ಯಗಳು. ಎರಡನೆಯದ್ದು 'ಡಾನ್ಸ್ ಡೆ ಕಸ್ಸದೋರ್'. ಇದು ಪೊರಕೆಗಳನ್ನು ಹಿಡಿದು ವಠಾರವನ್ನು ಸ್ವಚ್ಛಗೊಳಿಸುವಾಗ ಮಾಡುವ ನೃತ್ಯ. ಮೂರನೆಯದ್ದು ಸುನ್ನತಿಯ ಸಮಯದಲ್ಲಿ ಸಂಪ್ರದಾಯದಂತೆ ಮಾಡುವ ಒಂದು ಬಗೆಯ ನೃತ್ಯ. ಇನ್ನು ನಾಲ್ಕನೆಯ ಮತ್ತು ಕೊನೆಯದ್ದೆಂದರೆ 'ಡಾನ್ಸ್ ಡೆ ವಸ್ಸೋರಾ'. ಇದು ಬೇಟೆಯಾಡುವ ಬಗೆಯದ್ದು. ಬೇಟೆಗಾರರು ಬೇಟೆಯಾಡಲು ಹೋಗುವಾಗ ಮತ್ತು ಭರ್ಜರಿ ಬೇಟೆಯನ್ನು ಹಿಡಿದು ತಂದಾಗ ಮಾಡುವ ನೃತ್ಯ. ಹೀಗೆ ಒಂದೊಂದು ಬಗೆಗೂ ಅದರದ್ದೇ ಆದ ದಿರಿಸುಗಳಿರುತ್ತವೆ. ನೀವು ನೋಡಿದ್ದು ಸುನ್ನತಿಯನ್ನು ಬಿಂಬಿಸುವಂಥದ್ದು", ಎಂದರಾತ. ನಾನು ನೋಡಿದ್ದ ಆ ನೃತ್ಯದ ಕೆಲ ಭಂಗಿಗಳು ಕಾಮಕೇಳಿಯ ನೃತ್ಯರೂಪಾಂತರದಂತಿದ್ದಿದ್ದು ಮತ್ತೊಮ್ಮೆ ನೆನಪಾಗಿ ನಾನು ಒಪ್ಪಿಗೆಯ ಸಂಜ್ಞೆಯನ್ನು ನೀಡಿದೆ.

ಹಿಂದೆಲ್ಲಾ (ಆಸ್ಪತ್ರೆಗಳು ಬರುವ ಮುನ್ನ) ಸುನ್ನತಿಯನ್ನು ಮನೆಗಳಲ್ಲೇ ಮಾಡಲಾಗುತ್ತಿತ್ತು. ತತ್ಸಂಬಂಧಿ ಕೆಲ ನಿರ್ದಿಷ್ಟ ಆಚರಣೆಗಳಿಗಾಗಿ ಮಕ್ಕಳನ್ನು ದೂರದ ಗುಡ್ಡಗಳಿಗೋ, ಕಾಡುಗಳಿಗೋ ಕಳಿಸುವ ಸಂಪ್ರದಾಯಗಳೂ ಇದ್ದವು. ಇನ್ನು ರಾಜಕೀಯ ನಾಯಕರು ತಮ್ಮ ಕ್ಷೇತ್ರಗಳಿಗೆ ಆಗಮಿಸುವಾಗ ಅವರಿಗೆ ಸ್ವಾಗತವನ್ನು ಕೋರುವಂತೆ ವಠಾರವನ್ನು ಸ್ವಚ್ಛಗೊಳಿಸುತ್ತಾ 'ಡಾನ್ಸ್ ಡೆ ಕಸ್ಸದೋರ್' ಅನ್ನು ಮಾಡುವ ರೂಢಿಯೂ ಇದೆಯಂತೆ. ನಾನು ನೋಡಿರುವ ಪ್ರಕಾರ ಶವಸಂಸ್ಕಾರದ ಹೊತ್ತಿನಲ್ಲೂ ಮಾಡುವ ನೃತ್ಯಗಳು ಇಲ್ಲಿವೆ. ಯಾವುದೇ ದಿರಿಸುಗಳ ಆಡಂಬರವಿಲ್ಲದೆ ಕಣ್ಣೀರು ಸುರಿಸುತ್ತಾ ಬೈಬಲ್‌ನ ಸಾಲುಗಳನ್ನು ಉದ್ಧರಿಸಿ ಮಾಡುವ ನೃತ್ಯವದು.

ಇನ್ನು ಖಾಸಗಿಯಾಗಿ ನೃತ್ಯ ಕಾರ್ಯಕ್ರಮಗಳನ್ನು ಆಯೋಜಿಸಲು ಕರೆಯುವ ಕೆಲವರೂ ಇರುತ್ತಾರಂತೆ. "ಸುಮಾರು 2 ಲಕ್ಷ ಕ್ವಾಂಝಾಗಳಷ್ಟು ನಾನು ಆಯೋಜಕರಿಂದ ಪಡೆದುಕೊಳ್ಳುತ್ತೇನೆ", ಎಂದರು ಪೆಡ್ರೋ. ಅಂಗೋಲಾದಲ್ಲಿ ತಂಡವೊಂದನ್ನು ನಡೆಸುವುದೆಂದರೆ ಎರಡು ಲಕ್ಷ ಯಾವುದಕ್ಕೂ ಸಾಲೋದಿಲ್ಲ ಎಂಬುದನ್ನು ಲೆಕ್ಕಹಾಕಲು ನನಗೆ ಮಹಾಬುದ್ಧಿವಂತಿಕೆಯೇನೂ ಬೇಕಾಗಿರಲಿಲ್ಲ. ಹಾಗೆಂದು ತೀರಾ ದುಬಾರಿಯ ವೆಚ್ಚವನ್ನು ಹೇಳಿದರೆ ತಂಡವು ಸಿಕ್ಕ ಅವಕಾಶವನ್ನೂ ಕಳೆದುಕೊಳ್ಳುವುದು ಖಂಡಿತ. ಒಂದು

ಹೊತ್ತಿನ ಆಹಾರ, ಪ್ರಯಾಣ, ದಿರಿಸು, ಇತರೆ ಖರ್ಚುಗಳು... ಹೀಗೆ ಇಡೀ ತಂಡದ ಖರ್ಚುಗಳನ್ನು ಒಂದೊಂದಾಗಿ ಲೆಕ್ಕಹಾಕಿದರೆ 2 ಲಕ್ಷ ಕ್ವಾಂಝಾ ಕಮ್ಮಿಯೇ. ಇನ್ನು ಇಂಥಾ ಆಹ್ವಾನಗಳು ವರ್ಷವಿಡೀ ಸಿಗುವುದು ಕಷ್ಟವೂ ಆಗಿರುವುದರಿಂದ ಸಿಕ್ಕ ಆದಾಯದಲ್ಲೇ ಒಂದಿಷ್ಟು ವ್ಯಯಿಸಿ, ಒಂದಿಷ್ಟು ಉಳಿಸಿ ನಿಭಾಯಿಸುವ ಜಾಣ್ಮೆ ಅವರದ್ದು.

ಇನ್ನು ನೃತ್ಯವಷ್ಟೇ ಅಲ್ಲದೆ ಚಿತ್ರಕಲೆ, ಸಂಗೀತ ಇತ್ಯಾದಿಗಳ ಬಗ್ಗೆಯೂ ಪೆಡ್ರೋರಿಗೆ ಸಾಕಷ್ಟು ತಿಳಿದಂತಿತ್ತು. ನೋಡಲು ಆನೆಯ ದಂತದಂತಿದ್ದ 'ಪೂಂಗಿ', ದಪ್ಪನೆಯ ಕೊಳವೆಯಂತಿದ್ದ 'ಮೂಂದು', ಅತ್ತ ಸಂಪೂರ್ಣವಾಗಿ ಗಿಟಾರೂ ಇಲ್ಲದ ಇತ್ತ ತಂಬೂರಿಯೂ ಅಲ್ಲದ 'ವಸ್ಸೌರಾ'... ಹೀಗೆ ಬಗೆಬಗೆಯ ವಾದ್ಯಗಳಿದ್ದವು ಈ ಕಲಾವಿದರ ಅಡ್ಡಾದಲ್ಲಿ. 'ಕಿಸ್ಸಾಂಜೆ' ಇದ್ದುದರಲ್ಲೇ ಬಲು ಜನಪ್ರಿಯ. ಕಿಸ್ಸಾಂಜೆ ಸಾಮಾನ್ಯವಾಗಿ ಪುಸ್ತಕವೊಂದರ ಗಾತ್ರದಲ್ಲಿರುವಂಥದ್ದು. ಪುಸ್ತಕದಷ್ಟಿರುವ ಮರದ ಹಲಗೆಯ ಮೇಲೆ ವಿವಿಧ ಗಾತ್ರದ ಸಪೂರದ ಲೋಹದ ಪಟ್ಟಿಗಳನ್ನು ಆಂಗ್ಲಭಾಷೆಯ 'U' ಆಕಾರದಲ್ಲಿ ತೆಳ್ಳನೆಯ ಸರಿಗೆಗಳ ಮೇಲೆ ಅಳವಡಿಸಿರಲಾಗುತ್ತದೆ. ಈ ಲೋಹದ ಪಟ್ಟಿಗಳನ್ನು ಮೀಟಿದರೆ ವಿವಿಧ ಬಗೆಯ ಸದ್ದುಗಳು ಹೊರಹೊಮ್ಮಬಲ್ಲದು. ಮಕ್ಕಳು ಎರಡೂ ಕೈಗಳ ಹೆಬ್ಬೆರಳನ್ನು ಬಳಸಿ ವೀಡಿಯೋಗೇಮ್ ಆಡುವಂತೆ ಇವುಗಳನ್ನು ಹಿಡಿದು ಮೀಟಲಾಗುತ್ತದೆ. ಗಾತ್ರದಲ್ಲಿ ಚಿಕ್ಕದಾಗಿರುವುದರಿಂದ ಹಿಂದೆಲ್ಲಾ ಇವುಗಳನ್ನು ಜೊತೆಯಲ್ಲೇ ಹಿಡಿದುಕೊಂಡು ಹೋಗುತ್ತಿದ್ದರಂತೆ. ಪ್ರಯಾಣವು ನೀರಸವಾದಾಗಲೆಲ್ಲಾ ಸುಮ್ಮನೆ ನುಡಿಸುತ್ತಾ ಕಾಲಕಳೆಯಲು ಅನುಕೂಲವಾಗುವಂತೆ.

"ನೀವು ಏನು ಕೊಳ್ಳದಿದ್ರೂ ಇದನ್ನು ಮಾತ್ರ ಖರೀದಿಸಲೇಬೇಕು", ಎಂದು ತನ್ನ ತೋರುಬೆರಳನ್ನು ಗೋಡೆಯತ್ತ ಬೊಟ್ಟುಮಾಡುತ್ತಾ ಹೇಳಿದರು ಪೆಡ್ರೋ. ಅದೇನಪ್ಪಾ ಎಂದು ನೋಡಿದರೆ ಹೈನಾದ ಚರ್ಮವನ್ನು ಅಲ್ಲಿ ನೇತುಹಾಕಲಾಗಿದೆ. "ನಾನು ಏನನ್ನು ತೆಗೆದುಕೊಂಡು ಹೋದರೂ ಇದು ಮಾತ್ರ ಭಾರತ ತಲುಪುವುದು ಕಷ್ಟ", ಎಂದು ಇದಕ್ಕುತ್ತರವಾಗಿ ನಗುತ್ತಾ ಹೇಳಿದೆ ನಾನು. ಈ ತೊಗಲು ಹಿಡಿದುಕೊಂಡು ನಾನೇನು ಮಾಡಲಿ ಎಂಬುದು ನನ್ನ ಪ್ರಶ್ನೆಯಾದರೆ, ಯಾಕೆ ಇಟ್ಟುಕೊಳ್ಳಬಾರದು ಎಂಬ ಮರುಪ್ರಶ್ನೆ ಅವರದ್ದು. ಆದರೆ ಉಗಾಂಡಾದ ಚಿತ್ರಕಲಾವಿದರಿಗೆ ಮತ್ತು ಶಿಲ್ಪಿಗಳಿಗೆ ಹೋಲಿಸಿದರೆ ಪೆಡ್ರೋರ ಕಲಾವಿದರ ತಂಡವು ನನಗೆ ತೀರಾ ಹಿಂದುಳಿದವರಂತೆ ಕಂಡಿದ್ದೂ ಸತ್ಯ. ತರಬೇತಿ ಮತ್ತು ಸಂಪನ್ಮೂಲಗಳ ಕೊರತೆಯೂ ಇದಕ್ಕೆ ಕಾರಣವಾಗಿರಬಹುದು. ಕೊನೆಗೂ ಪೆಡ್ರೋರಿಗೆ ಬೋಣಿಯಾಗಿದ್ದು ನಾವು 'ಓ ಪೆನ್ಸಡೋರ್' ಅನ್ನು ಖರೀದಿಸಿದ ನಂತರವೇ. ಕುಳಿತುಕೊಂಡು ಗಾಢವಾಗಿ ಯೋಚಿಸುತ್ತಿರುವ ಮನುಷ್ಯನೊಬ್ಬನ ಮೂರ್ತಿಯೇ 'ಓ ಪೆನ್ಸಡೋರ್'. ಇದು ಅಂಗೋಲನ್ ಸಂಸ್ಕೃತಿಯ ಸೂಚಕವೂ ಹೌದು.

ಈ ಭೇಟಿಯ ನಂತರ ಪೆಡ್ರೋನನ್ನು ನಾನು ನೋಡಿದ್ದು ಕಾರ್ನಿವಲ್ ಹಬ್ಬದ ದಿನವೇ. ಕಾರ್ನಿವಲ್ ಆಚರಣೆಯನ್ನು ನೋಡುವ ಕುತೂಹಲಕ್ಕೆ ಅಂದು ಪೇಟೆಗೆ ಬಂದಿದ್ದರೆ ಕಾಲಿಡಲೂ ಆಗದಷ್ಟು ಜನಜಂಗುಳಿ. ಕೊನೆಗೂ ನಾವು ಕಾರ್ನಿವಲ್ ಮೆರವಣಿಗೆಯನ್ನು ಸಾಧ್ಯವಾಗಿದ್ದು ಗ್ರಾಂದೆ ಹೋಟೇಲಿನ ಬಾಲ್ಕನಿಯನ್ನು ತಲುಪಿದ ನಂತರವೇ. ಪುಡಿಗಾಸಿನ ಬಿಯರ್ ಕ್ಯಾನ್ ಒಂದನ್ನು ಖರೀದಿಸಿ ಹೋಟೇಲಿನ ಗ್ರಾಹಕರು ಎಂದು ಪೋಸು ಕೊಡುತ್ತಾ

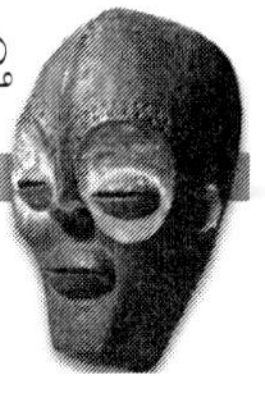

ನಾವು ನೇರವಾಗಿ ಹೋಟೇಲಿನ ಬಾಲ್ಕನಿಯನ್ನು ತಲುಪಿದ್ದೆವು. ಅಲ್ಲಿ ನಾರ್ವೆಯಿಂದ ಅತಿಥಿಗಳಾಗಿ ಬಂದಿದ್ದ ವೈದ್ಯರ ಗುಂಪೊಂದು ಹಬ್ಬದ ಮೆರವಣಿಗೆಯನ್ನು ಹಾಯಾಗಿ ನೋಡುತ್ತಿದ್ದರೆ ನಾವೂ ಹೋಗಿ ಅವರ ಗುಂಪಿನಲ್ಲಿ ಸೇರಿಬಿಟ್ಟಿದ್ದೆವು.

ಹೀಗೆ ಕಾರ್ನಿವಲ್ ಮುಗಿಸಿ ಇನ್ನೇನು ಹೊರಡಬೇಕು ಎನ್ನುವಷ್ಟರಲ್ಲಿ ಪೆಡ್ರೋ ಅಚಾನಕ್ಕಾಗಿ ಸಿಕ್ಕಿದ್ದರು. "ತುಂಬಾ ತಂಡಗಳು ಬಂದಿದ್ದವಲ್ವಾ ಇವತ್ತು? ನಿಮ್ಮದೆಲ್ಲಿ?", ಎಂದು ಕುತೂಹಲದಿಂದ ಕೇಳಿದೆ ನಾನು. "ಕಾರ್ನಿವಲ್ ಮಾಡೋ ಬಗ್ಗೆ ಈ ಬಾರಿ ಸರಕಾರಕ್ಕೇ ಖಾತ್ರಿಯಿರಲಿಲ್ಲ. ನಿಧಿಯಿಂದ ಬಿಡುಗಡೆ ಮಾಡುವ ಹಣವನ್ನೂ ಕೂಡ ಸಮಯಕ್ಕೆ ಸರಿಯಾಗಿ ತಂಡಗಳಿಗೆ ಅವರು ಕೊಡಲಿಲ್ಲ. ಹೀಗಾಗಿ ಈ ಬಾರಿ ಬೇಡವೆಂದು ಭಾಗವಹಿಸಲೇ ಇಲ್ಲ", ಎಂದರು ಪೆಡ್ರೋ. ವೀಜ್ ಪ್ರಾಂತ್ಯದ ನೃತ್ಯತಂಡಗಳಲ್ಲೊಂದಾಗಿ ಕಾರ್ನಿವಲ್ ಮೆರವಣಿಗೆಯಲ್ಲಿ ಭಾಗವಹಿಸಲಾಗಲಿಲ್ಲ ಎಂಬ ಬಗ್ಗೆ ಅವರು ಕೊಂಚ ನಿರಾಶರಾಗಿದ್ದು ಸತ್ಯವಾದರೂ ಅದು ಹಬ್ಬದ ಹುಮ್ಮಸ್ಸನ್ನು ಅವರಲ್ಲಿ ಕುಂದಿಸಿರಲಿಲ್ಲ. ನಮ್ಮನ್ನು ಜೊತೆಯಲ್ಲೇ ತಮ್ಮೊಂದಿಗೆ ಅಂಗಡಿಗೆ ಕರೆದುಕೊಂಡು ಹೋದ ಪೆಡ್ರೋ ಕೋಕಾಕೋಲಾ ಕುಡಿಯುತ್ತಾ ಅಲ್ಲೂ ಭರ್ಜರಿಯಾಗಿ ಹರಟೆ ಹೊಡೆದರು. ಭಾರತದ ಬಗ್ಗೆ, ಭಾರತದಲ್ಲಿ ಆಚರಿಸಲಾಗುವ ಕಾರ್ನಿವಲ್ ಬಗ್ಗೆ, ಹಬ್ಬದ ರಜಾದಿನಗಳ ಬಗ್ಗೆ... ಹೀಗೆ ಹಲವು ವಿಷಯಗಳನ್ನು ಕೇಳಿ ತಿಳಿದುಕೊಂಡರು. ಒಂದೇ ಒಂದು ಬಿಯರ್ ಕ್ಯಾನ್ ಖರೀದಿಸಿ ತಾರಾ ಹೋಟೇಲಿನ ಗ್ರಾಹಕರಾಗಿ ಒಳಸೇರಿದ ನಮ್ಮ ಬಾಲಿಶ ತಂತ್ರಗಾರಿಕೆಗೆ ನಗುತ್ತಾ ಹಣೆ ಚಚ್ಚಿಕೊಂಡರು. ಮುಂದಿನ ಬಾರಿ ನನ್ನನ್ನೂ ಕೂಡ ಕರೆಯಲು ಮರೆಯಬೇಡಿ ಎಂದು ಹೇಳಿದರು ಕೂಡ.

ಕೊನೆಗೂ ಹಬ್ಬ ಮುಗಿಸಿ ಅಲ್ಲಿಂದ ಹೊರಡುವ ಹೊತ್ತಿಗೆ ನಿಮಗಾಗಿ 'ಒಂದು ಭರ್ಜರಿ ವಸ್ತು' ತಂದಿದ್ದೇನೆ ಎಂದು ಒಳನಡೆದ ಪೆಡ್ರೋ ಹಿಡಿದುಕೊಂಡು ಬಂದಿದ್ದು 'ಪೈಪ್' ಒಂದನ್ನು. ಅದು ಸಿಗ್ಮಂಡ್ ಫ್ರಾಯ್ಡ್, ಚರ್ಚಿಲ್ ಮುಂತಾದವರು ಸೇದುತ್ತಿದ್ದ ಶೈಲಿಯ ಪೈಪ್. ಆದರೆ ನೋಡಲು ಮಾತ್ರ ರಕ್ತಕೆಂಪು ಬಣ್ಣದ್ದಾಗಿದ್ದು ಹೊಳೆಯುತ್ತಿರುವ ಆಟಿಕೆಯಂತೆ ಕಾಣಿಸುತ್ತಿತ್ತು. "ನಲವತ್ತು ಸಾವಿರ ಕ್ವಾಂಝಾಗೆ ಮಾರುತ್ತಿದ್ದೇನೆ ನೋಡಿ...", ಭಾರೀ ಹೆಮ್ಮೆಯಿಂದ ಎದೆಯುಬ್ಬಿಸಿ ಹೇಳಿದರು ಪೆಡ್ರೋ. ಆ ಭಯಂಕರ ಬೆಲೆಯನ್ನು ಕೇಳಿ ನಾವು ಹೌಹಾರಿದ್ದೂ, ನನ್ನನ್ನೂ ಸೇರಿದಂತೆ ನಮ್ಮ ಗುಂಪಿನಲ್ಲಿ ಯಾರೂ ಪೈಪ್ ಸೇದುವವರಿಲ್ಲ ಎಂದು ಸಮಜಾಯಿಷಿಗಳನ್ನೂ ನೀಡಿದ್ದೂ ಆಯಿತು. ಅಂತೂ ಪೆಡ್ರೋರ ಪೈಪ್ ವ್ಯವಹಾರ ಅಂದು ನಮ್ಮೊಂದಿಗೆ ಕುದುರಲಿಲ್ಲ.

ಮುಂದೆ ತಿಂಗಳಿಗೊಮ್ಮೆಯಾದರೂ ಪೆಡ್ರೋರ ಅಂಗಡಿಗೊಂದು ಭೇಟಿ ನೀಡುವುದು ಅಭ್ಯಾಸವಾಗಿಬಿಟ್ಟಿತು. ಹೀಗೆ ಹೋದಾಗಲೆಲ್ಲಾ ಹೊಸ ಕಲಾಕೃತಿಗಳ ಮೇಲೆ ಕಣ್ಣೋಟ ಮತ್ತು ಒಂದಿಷ್ಟು ಹರಟೆ. ಏನಾದರೂ ವಿಶೇಷವಾದದ್ದು ಸಿಗಬಹುದೇ ಎಂಬ ನಿರೀಕ್ಷೆಯಲ್ಲಿ ನಾನು ಈ ಜಾಗಕ್ಕೆ ಹೋಗುತ್ತಲೇ ಇರುತ್ತೇನೆ. ಪೆಡ್ರೋ ಕೂಡ ಏನೇನೋ ಚಿತ್ರವಿಚಿತ್ರ ವಸ್ತುಗಳನ್ನು ಲುವಾಂಡಾದಿಂದ ತಂದು ಇಲ್ಲಿ ಬಿಕರಿಗಿಡುತ್ತಲೇ ಇದ್ದಾರೆ.

●

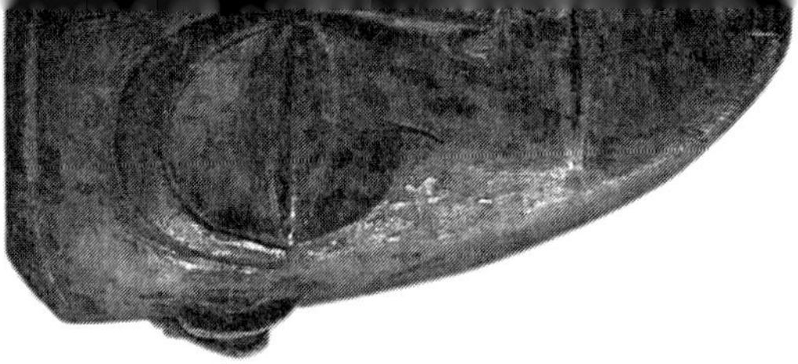

ಒಂದು ಹಿಡಿ ಬೆಳಕು ಕೊಡಿ ಪ್ಲೀಸ್...

ಕಗ್ಗತ್ತಲೆಯ ಖಂಡದಲ್ಲಿರುವ ಅಂಗೋಲಾದ ಕತ್ತಲೆಯ ಬಗ್ಗೆ ಬರೆಯಲೋ ಬೇಡವೋ ಎಂಬ ತಾಕಲಾಟಗಳ ನಡುವೆಯೇ ಈ ಬಾರಿ ಒಂದಿಷ್ಟು ಬರೆದುಬಿಟ್ಟೆ.

ಅಂಗೋಲಾದಲ್ಲಿದ್ದಷ್ಟು ದಿನ ಕತ್ತಲು ನಮ್ಮನ್ನು ಅಷ್ಟಾಗಿ ಹೆದರಿಸಿರಲಿಲ್ಲ. ಏಕೆಂದರೆ ನಾವೊಂದು ಬೆಚ್ಚನೆಯ ವ್ಯವಸ್ಥೆಯಲ್ಲಿ ತಕ್ಕಮಟ್ಟಿಗೆ ಆರಾಮಾಗಿಯೇ ಇದ್ದೆವು. ಬೆಚ್ಚನೆಯ ಸೂರಿನಲ್ಲಿ ಸುರಕ್ಷಿತವಾಗಿದ್ದವರಿಗೆ ಮಳೆಯೂ ಚಂದ, ಕತ್ತಲೆಯೂ ಚಂದ. ಆದರೆ ಈ ಭಾಗ್ಯ ಎಲ್ಲರಿಗೂ ಸಿಗುವುದಿಲ್ಲವಲ್ಲಾ! ಇವುಗಳ ಭೀಕರತೆಯು ಗೊತ್ತಾಗಬೇಕಾದರೆ ಅಪರೂಪಕ್ಕಾದರೂ ಸೂರ್ಯಾಸ್ತದ ನಂತರ ಕುಗ್ರಾಮಗಳ ಕೆಲ ಬೀದಿಗಳಲ್ಲಿ ಒಮ್ಮೆ ಕಾಲಿಡಬೇಕು, ಕುತೂಹಲಕ್ಕಾದರೂ ಕೊಂಚ ಅಡ್ಡಾಡಬೇಕು. ಒಂದಷ್ಟು ನಿಮಿಷಗಳಾದರೂ ಸಾಮಾನ್ಯ ಅಂಗೋಲನ್ನರ ನಿತ್ಯದ ದಿನಚರಿಯನ್ನು ತಮ್ಮದಾಗಿಸಿಕೊಳ್ಳಲು ಪ್ರಯತ್ನಿಸಬೇಕು.

ಮೊಂಗಲೀಮಾ ಬೈರ್ರೋ(ಗ್ರಾಮ)ದ ಜನತೆ ತಮ್ಮಲ್ಲಿ ವಿದ್ಯುಚ್ಛಕ್ತಿಯ ಸೌಲಭ್ಯವೇ ಇಲ್ಲವೆಂದು ಹೇಳಿದಾಗ ನನಗೆ ಅಂಥಾ ಅಚ್ಚರಿಯೇನೂ ಆಗಿರಲಿಲ್ಲ. ಭಾರತವೂ ಸೇರಿದಂತೆ ಹಲವು ದೇಶಗಳ ಅಸಂಖ್ಯಾತ ಕುಗ್ರಾಮಗಳಿಗೆ ಬೆಳಕು ಇನ್ನೂ ತಲುಪಿಲ್ಲ. ಅಂಗೋಲಾಕ್ಕೆ ಬಂದ ಹೊಸದರಲ್ಲಿ ನಮ್ಮ ಪುಟ್ಟ ಕ್ಯಾಂಪಸ್ಸಿಗೆ ಸರಕಾರಿ ವಿದ್ಯುಚ್ಛಕ್ತಿ ಸೌಲಭ್ಯ ಪಡೆಯುವುದರ ಬದಲಾಗಿ ಜನರೇಟರ್ ವ್ಯವಸ್ಥೆ ಯಾಕಪ್ಪಾ ಎಂದು ನಾನು ಬೆರಗಾಗಿದ್ದೆ. ಅಷ್ಟು ಮನೆಗಳು, ಕಾರ್ಯಾಲಯಗಳು ಮತ್ತು ಇತರೆ ಬೆರಳೆಣಿಕೆಯ ಕಟ್ಟಡಗಳ ಎಲ್ಲಾ ಚಟುವಟಿಕೆಗಳಿಗೆ ಅನುಕೂಲವಾಗುವಂತೆ ಈ ಎರಡು ಜನರೇಟರ್‌ಗಳು ಸದಾ ಚಟುವಟಿಕೆಯಿಂದಿದ್ದವು. ಅಂಗೋಲಾದಂತಹ ದುಬಾರಿ ದೇಶದಲ್ಲಿ ಸಂಸ್ಥೆಯೊಂದಕ್ಕೆ ಇಂಥವುಗಳನ್ನು ನಿಭಾಯಿಸುವ ಖರ್ಚು ಅದೆಷ್ಟು ದೊಡ್ಡದು ಎಂಬುದನ್ನು ನಾನು ಊಹಿಸಬಲ್ಲೆ. ಹಾಗೆಂದು ಒಂದಿಷ್ಟು ಉಳಿತಾಯ ಮಾಡೋಣವೆಂದು ಕುಳಿತರೆ ಕೆಲಸ ಸಂಪೂರ್ಣ ಬಾಕಿಯಾದೀತು. ಸರಕಾರಿ ವಿದ್ಯುತ್ ಸರಬರಾಜನ್ನು ನಂಬಿ ಕೂತರೆ ತಮ್ಮ ಕಾಲ ಮೇಲೆ ತಾವೇ ಚಪ್ಪಡಿಕಲ್ಲು ಎಳೆದುಕೊಂಡ ಹಾಗೆ ಎಂಬುದು ನಮಗೆ ಸೂರು ನೀಡಿರುವ ಬೆಲ್ಜಿಯನ್ ಸಂಸ್ಥೆಗೂ ಸೇರಿದಂತೆ ಎಲ್ಲಾ ವಿದೇಶಿ ಸಂಸ್ಥೆಗಳಿಗೂ ಮನವರಿಕೆಯಾಗಿದೆ. ಹೀಗಾಗಿ ವಿದೇಶೀಯರ ಎಲ್ಲಾ ಪುಟ್ಟ ಘಟಕಗಳಲ್ಲೂ ವಿದ್ಯುತ್ ಸರಬರಾಜಿಗಾಗಿ ಅವರದ್ದೇ ಖಾಸಗಿ ವ್ಯವಸ್ಥೆಗಳಿರುವುದು ಸಾಮಾನ್ಯ. ಹಾಗೆ ನೋಡಿದರೆ ಅಂಗೋಲಾದಲ್ಲಿ ಬೀಡುಬಿಟ್ಟಿರುವ ವಿದೇಶಿ ಕಂಪೆನಿಗಳಲ್ಲಿ ಚೀನೀಯರದ್ದೇ ಸಿಂಹಪಾಲು. ನಂತರ ಈ ಹಿಂದೆ ವಸಾಹತು ಸ್ಥಾಪಿಸಿ ನೆಲೆಯೂರಿದ್ದ ಪೋರ್ಚುಗಲ್, ಸಾಂಸ್ಕೃತಿಕವಾಗಿ ಹತ್ತಿರದ ಸಂಬಂಧ ಹೊಂದಿರುವ

ಬ್ರೆಜಿಲ್ ಮತ್ತು ಬಹುತೇಕ ಆಫ್ರಿಕನ್ನರು ನೆಲೆಯೂರಲು ಕನಸು ಕಾಣುವ ಪ್ಯಾರಿಸ್... ಹೀಗೆ ಈ ಮೂಲದ ಸಂಸ್ಥೆಗಳು ನಂತರದ ಸ್ಥಾನಗಳಲ್ಲಿ ನಿಲ್ಲುತ್ತವೆ. ಹೀಗಾಗಿಯೇ ಅಂಗೋಲಾದ ಸರಕಾರಿ ವಿದ್ಯುತ್ ಸರಬರಾಜು ವ್ಯವಸ್ಥೆಯಲ್ಲಿ ಅದೆಷ್ಟೇ ಲೋಪದೋಷ, ತೀವ್ರ ವ್ಯತ್ಯಯಗಳಿದ್ದರೂ ಈ ವಿದೇಶಿ ಘಟಕಗಳಿಗೆ ಅಷ್ಟಾಗಿ ಪರಿಣಾಮ ಬೀರುವುದಿಲ್ಲ. ಊರಿಗೂರೇ ಕತ್ತಲಿನಲ್ಲಿದ್ದರೂ ಒಂದು ಮೂಲೆಯಲ್ಲಿ ಮಾತ್ರ ಮಿಣಮಿಣ ದೀಪಗಳು ಬೆಳಗುತ್ತಿದ್ದರೆ ಅದು ವಿದೇಶೀಯರದ್ದೇ ಘಟಕ ಎಂಬುದನ್ನು ನಿಸ್ಸಂದೇಹವಾಗಿ ಹೇಳಬಹುದು.

ಇನ್ನು ವೀಜ್ ಪ್ರಾಂತ್ಯದ ಇತರ ಭಾಗಗಳಲ್ಲಿ ವಿದ್ಯುತ್ ಸರಬರಾಜಿನ ವ್ಯವಸ್ಥೆಗಳಿದ್ದರೂ ಮೊಂಗಲಿಮಾದಂತಹ ಬೈರೋದ ಜನತೆ ಮಾತ್ರ ಕತ್ತಲಿನಲ್ಲೇ ಬದುಕಬೇಕು. ಹೀಗಾಗಿ ಸೂರ್ಯಾಸ್ತದ ನಂತರ ಅಲ್ಲಿ ಚಿಮಣಿ, ಪೆಟ್ರೋಮ್ಯಾಕ್ಸ್, ಇದ್ದಿಲಿನ ದೀಪಗಳು ಬೆಳಗುತ್ತವೆ. "ಇದ್ದಿಲನ್ನು ಖರೀದಿಸುವುದಕ್ಕಾಗಿಯೇ ಪ್ರತ್ಯೇಕವಾಗಿ ನಾವು ಹಣ ಎತ್ತಿಡಬೇಕು. ಆದರೇನು ಮಾಡುವುದು? ಬೆಳಕು ಸ್ವಲ್ಪವಾದರೂ ಬೇಕಲ್ಲವೇ?", ಎನ್ನುತ್ತಾರೆ ಇಲ್ಲಿಯ ಕೆಲ ಜನ. ವಿಚಿತ್ರವೆಂದರೆ, ಅಕ್ಕಪಕ್ಕದ ಗ್ರಾಮಗಳಲ್ಲಿ ವಿದ್ಯುಚ್ಛಕ್ತಿಯಿದ್ದರೂ ಈ ಒಂದು ಜಾಗದ ಜನ ಮಾತ್ರ ಇಂದಿಗೂ ಕತ್ತಲಲ್ಲೇ ಇದ್ದಾರೆ. ಇಂಥಾ ಇನ್ನೂ ಅದೆಷ್ಟು ಗ್ರಾಮಗಳಿವೆಯೋ! ಸೋಬಾ(ಸರಪಂಚ್)ರ ಸತತ ಪ್ರಯತ್ನಗಳ ನಂತರವೂ ಇಲ್ಲಿ ಈವರೆಗೆ ಬೆಳಕನ್ನು ತರಲು ಸಾಧ್ಯವಾಗದೇ ಹೋಗಿದ್ದು ನಿಜಕ್ಕೂ ದುರದೃಷ್ಟಕರ. ಕೆಲ ರಾಜಕೀಯ ಮತ್ತು ಆಡಳಿತಾತ್ಮಕ ಕಾರಣಗಳಿಂದಾಗಿ ಈ ಭಾಗದ ಜನತೆಯು ಮಲತಾಯಿ ಧೋರಣೆಯ ಹೆಜ್ಜೆಗಳಿಗೆ ಬಲಿಯಾಗಿದ್ದು ಮಾತ್ರ ವಿಪರ್ಯಾಸ.

ಮೊಂಗಲಿಮಾದ ಜನತೆ ಹೀಗೆ ಕತ್ತಲಲ್ಲಿ ಒದ್ದಾಡುತ್ತಿದ್ದರೆ ಉಳಿದ ಭಾಗಗಳಲ್ಲಿ ನಡೆಯುತ್ತಿರುವ ಕತೆಯೇ ಬೇರೆ. ಅದೆಷ್ಟೋ ಸೋಡಿಯಂ ಲೈಟು(ವಿದ್ಯುದ್ದೀಪದ ಕಂಬಿ)ಗಳು ಬೇರೆಡೆಗಳಲ್ಲಿ ನಡುಮಧ್ಯಾಹ್ನವೂ ಬೆಳಗುತ್ತಿರುತ್ತವೆ. ಹೀಗೆ ವಿದ್ಯುಚ್ಛಕ್ತಿ ಪೋಲಾಗುತ್ತಿರುವ ಬಗ್ಗೆ ಇಲ್ಲಿ ಯಾರಿಗೂ ಕಾಳಜಿಯಿದ್ದಂತಿಲ್ಲ. ಹಗಲುರಾತ್ರಿಗಳ ಪರಿವೆಯಿಲ್ಲವೆಂಬಂತೆ ಉರಿಯುತ್ತಲೇ ಇರುವ ವಿದ್ಯುದ್ದೀಪಗಳಿವು. ಈ ಬಗ್ಗೆ ಕೆಲ ಸೋಬಾರಿಗೆ ಮಾಹಿತಿ ನೀಡಿದ್ದರೂ ಅಷ್ಟೇನೂ ಪ್ರಯೋಜನವಾಗಿರಲಿಲ್ಲ. ಒಟ್ಟಿನಲ್ಲಿ ಇಲ್ಲದಿರುವವರಿಗೆ ಇಲ್ಲವೆಂಬ ಗೋಳು; ಇದ್ದವರಿಗೆ ತಮ್ಮ ಬಳಿಯಿರುವ ಸಂಪನ್ಮೂಲದ ಮೌಲ್ಯವೇ ತಿಳಿದಿಲ್ಲದ ಪರಿಸ್ಥಿತಿ.

ಎರಡು ವರ್ಷ ಜನರೇಟರ್‌ಗಳ ಐಷಾರಾಮದಲ್ಲಿ ಹಾಯಾಗಿದ್ದ ನಮಗೂ ಇದರ ಬಿಸಿ ತಟ್ಟಿದ್ದು ಒಂದು ಜನರೇಟರ್ ಕೈಕೊಟ್ಟಾಗಲೇ. ಇವೆಲ್ಲಾ ಶುರುವಾಗಿದ್ದು ನಮ್ಮ ಘಟಕದ ಮುಖ್ಯಸ್ಥನಾಗಿದ್ದ ಓರ್ವ ಹಿರಿಯ ಬೆಲ್ಜಿಯನ್ ಅಧಿಕಾರಿ ತನ್ನ ದೇಶಕ್ಕೆ ವಾಪಾಸ್ಸಾದ ನಂತರವೇ. ಇವರ ನಿರ್ಗಮನದ ನಂತರ ಅಚ್ಚುಕಟ್ಟಾಗಿದ್ದ ನಮ್ಮ ವಾಸ್ತವ್ಯ ವ್ಯವಸ್ಥೆಯ ಒಂದೊಂದೇ ಅಂಶಗಳು ಬೆನ್ನುಬೆನ್ನಿಗೇ ಕೈಕೊಟ್ಟು ಒಟ್ಟಾರೆಯಾಗಿ ಎಲ್ಲವೂ ದೊಡ್ಡ ಮಟ್ಟದಲ್ಲಿ ಕುಸಿಯುವಂತಾಗಿದ್ದು ವಿಪರ್ಯಾಸದ ಸಂಗತಿ. ಈ ನಿಟ್ಟಿನಲ್ಲಿ ಮೊದಲ ಮತ್ತು ಅತ್ಯಂತ ದೊಡ್ಡ ಹೊಡೆತ ತಿಂದಿದ್ದೇ ನಮ್ಮ ಕ್ಯಾಂಪಸ್ಸಿನ ವಿದ್ಯುತ್ ಸರಬರಾಜು ವ್ಯವಸ್ಥೆ.

ಎರಡು ವರ್ಷಗಳಿಂದ ಹತ್ತು ನಿಮಿಷಗಳ ವಿದ್ಯುತ್ ನಿಲುಗಡೆ ಕಾಣದಿದ್ದ ನಮಗೆ ಮುಂದೆ ನಿತ್ಯವೂ ಒಂದೆರಡು ತಾಸುಗಳ ವಿದ್ಯುತ್ ನಿಲುಗಡೆ ಸಾಮಾನ್ಯವೆಂಬಂತಾಗಿತ್ತು. ಇಲ್ಲಿ ನಮಗೆ ನೀಡಿರುವ ಮನೆಗಳು ಸಂಪೂರ್ಣವಾಗಿ ವಿದ್ಯುಚ್ಛಕ್ತಿಯ ಮೇಲೆ ಅವಲಂಬಿತ

ವಾಗಿರುವುದರಿಂದ ವಿದ್ಯುತ್ ನಿಲುಗಡೆಯಾದಾಗಲೆಲ್ಲಾ ನಮ್ಮ ದಿನಚರಿಯೇ ಅಕ್ಷರಶಃ ಮುಗ್ಗರಿಸಿಬೀಳುವುದು ನಿತ್ಯದ ಮಾತಾಗಿಬಿಟ್ಟಿದ್ದವು. ವೈಫೈ, ಅಡುಗೆಮನೆಯ ಒಲೆಗಳಿಂದ ಹಿಡಿದು ನಲ್ಲಿಯಲ್ಲಿ ಬರುವ ನೀರಿನವರೆಗೂ ಎಲ್ಲಾ ಉಪಕರಣಗಳು ಎಲೆಕ್ಟ್ರಿಕ್ ವ್ಯವಸ್ಥೆಯನ್ನೇ ನಂಬಿಕೊಂಡಿದ್ದಂಥವುಗಳು. ಹೀಗಾಗಿ ಪ್ರತೀಬಾರಿ ಜನರೇಟರ್ ಕೈಕೊಟ್ಟಾಗಲೂ ಕೆಸರಿನಲ್ಲಿ ಚಕ್ರ ಸಿಕ್ಕಿಹಾಕಿಕೊಂಡ ವಾಹನವು ಮುಂದೆ ಸಾಗಲು ಒದ್ದಾಡುವಂತೆ ನಮ್ಮ ದಿನಚರಿಗಳು ಏದುಸಿರುಬಿಟ್ಟವು. "ಈ ಜನರೇಟರ್ ಅಂಗೋಲಾದಲ್ಲಂತೂ ರಿಪೇರಿಯಾಗುವುದಿಲ್ಲ. ಬೆಲ್ಜಿಯಂನಲ್ಲೇ ಆಗೋದು. ಹಡಗಿನಲ್ಲಿ ಕಳಿಸಿ, ರಿಪೇರಿ ಮಾಡಿಸಿ, ಮತ್ತೆ ತರಲು ಹಲವು ತಿಂಗಳುಗಳೇ ತಗುಲಬಹುದು", ಎಂದು ಷರಾ ಬರೆದುಬಿಟ್ಟರು ತಮಗೆ ತಾವೇ ತಜ್ಞರ ಬಿರುದುಗಳನ್ನಿಟ್ಟುಕೊಂಡ ಇಲ್ಲಿಯ ಕೆಲ ಮಹಾಬುದ್ಧಿವಂತರು. 'ಇದೆಲ್ಲಾ ಆಗುವಂಥದ್ದಲ್ಲ. ಇದು ರಿಪೇರಿಯಾಗಲಾರದು' ಎಂಬುದಕ್ಕಿಂತಲೂ 'ನೀವು ಇಲ್ಲಿ ಇರುವಷ್ಟು ದಿನ ಇದರೊಂದಿಗೇನೇ ದಿನತಳ್ಳಬೇಕು', ಎಂಬುದನ್ನು ಪರೋಕ್ಷವಾಗಿ ಹೇಳುವ ವಿಧಾನವಿದು.

ಈ ಮಧ್ಯೆ ಅಂಗೋಲನ್ ಸರಕಾರದ ಹಿಡಿತದಲ್ಲಿರುವ ತೈಲೋದ್ಯಮ ಸಂಸ್ಥೆಯಾದ 'ಸೋನಾಂಗೋಲ್'ನಿಂದ ತೈಲ ಸರಬರಾಜಿನ ವ್ಯವಸ್ಥೆಯಲ್ಲಾದ ಏರುಪೇರುಗಳೂ ಕೂಡ ನಮ್ಮ ಗಾಯಕ್ಕೆ ಬರೆ ಎಳೆದಂತಾಗಿಬಿಟ್ಟವು. ಇದರಿಂದಾಗಿ ಇರುವ ಒಂದು ಜನರೇಟರ್‌ನಲ್ಲಿ ನಿಯಮಿತವಾಗಿ ತುಂಬಬೇಕಾಗಿದ್ದ ತೈಲಕ್ಕೂ ಕಲ್ಲುಬಿತ್ತು. ರೋಗಿಯಂತೆ ಕೆಲಸ ಮಾಡುವ ಜನರೇಟರ್ ಮತ್ತು ಅದರ ಚಿಕಿತ್ಸೆಗಾಗಿ ನಿತ್ಯವೂ ಒಂದಿಲ್ಲೊಂದು ಕಾರಣಗಳಿಂದಾಗಿ ಬರುತ್ತಿದ್ದ ಕೆಲ ಕಾರ್ಮಿಕರಿಗಂತೂ ಈ ನೆಪದಲ್ಲಿ ಒಳ್ಳೆಯ ಸಂಪಾದನೆಯಾಯಿತು ಅನ್ನಿ. ಇದಕ್ಕೆ ಪ್ರತಿಯಾಗಿ ನಮಗೆ ಸಿಕ್ಕಿದ್ದು ಗಸೋಲಿಯೋ ನೂಂತೆ, ಮಾಕಿನ ನೂಂತೆ, ಅಸೆಸೋರಿಯೋಸ್ ನೂಂತೆ (ತೈಲವಿಲ್ಲ, ಯಂತ್ರ ಇಲ್ಲ, ಬಿಡಿಭಾಗಗಳು ಇಲ್ಲ) ಹೀಗೆ ದಂಡಿಯಾಗಿ ನಿತ್ಯವೂ ಕುಂಟುನೆಪದಂತೆ ಸಿಗುತ್ತಿದ್ದ 'ನೂಂತೆ' (ಇಲ್ಲ) ಭಾಗ್ಯಗಳು ಮಾತ್ರ. ಅಂತೂ ಮೊಂಗಲಿಮಾದಂತಹ ಕುಗ್ರಾಮಗಳು ವಿದ್ಯುಚ್ಛಕ್ತಿ ಸೌಲಭ್ಯಗಳಿಲ್ಲದೆ ಹೇಗೆ ಬದುಕುತ್ತವೆ ಎಂಬುದನ್ನು ನೆನಪಿಸುವುದಕ್ಕಾಗಿಯೇ ಇರುವಂತೆ ಇಂಥಾ ಘಟನೆಗಳು ನಿರಂತರವಾಗಿ ಕಾಡುತ್ತಾ ನಮ್ಮ ತಾಳ್ಮೆಯನ್ನು ಪಣಕ್ಕೊಡ್ಡಿದ್ದವು.

ಇನ್ನು ವಿದ್ಯುತ್ ನಿಲುಗಡೆಯಾಗುತ್ತಿದ್ದ ದಿನಗಳಂದು ಪೇಟೆಯಲ್ಲಿ ನಡೆಯುತ್ತಿದ್ದ ಕಳ್ಳತನಗಳೂ ಕೂಡ ಹೆಚ್ಚಾಗುತ್ತಿದ್ದಿದ್ದು ನಿರೀಕ್ಷಿತವೇ ಆಗಿತ್ತು. ಕದಿಯುವ ಮಟ್ಟವು ಯಾವ ಹಂತಕ್ಕೆ ಇಳಿದಿತ್ತೆಂದರೆ ನೀರಿನ ಸರಬರಾಜಿಗೆಂದು ಅಳವಡಿಸಲಾಗಿದ್ದ ಮೀಟರ್‌ಗಳೂ ಕೂಡ ಬಳಕೆದಾರರ ಮನೆಗಳಿಂದ ಯಥಾವತ್ತಾಗಿ ಕಳವಾಗುತ್ತಿದ್ದವು. ಹೀಗಾಗಿ ನೀರಿನ ಮೀಟರ್‌ಗಳ ಮೇಲೆ ಕಲ್ಲುಗಳ ಅಥವಾ ಹುಲ್ಲಿನ ಕವಚವೊಂದನ್ನೇ ತಯಾರಿಸಿ ಕಳ್ಳರ ಕಣ್ಣುತಪ್ಪಿಸುವ ಯತ್ನಗಳೂ ಮಾಡಲ್ಪಟ್ಟವು. ಆರ್ಥಿಕವಾಗಿ ಕೊಂಚ ಉತ್ತಮ ಮಟ್ಟದಲ್ಲಿದ್ದವರು ಲೋಹದ ಸರಳುಗಳನ್ನು ಮಾಡಿಸಿ ಮೀಟರ್ ವ್ಯವಸ್ಥೆಯನ್ನು ಬಿಗಿಭದ್ರತೆಯಲ್ಲಿಡುವಂತೆ ಸುರಕ್ಷಿತವಾಗಿಟ್ಟರು. ಇಂಥಾ ಸಮಯಪ್ರಜ್ಞೆಯ ಹೆಜ್ಜೆಗಳು ಇಲ್ಲಿಯ ಜನರ ಪಾಲಿಗೆ ತಕ್ಕಮಟ್ಟಿಗೆ ಕೆಲಸವೂ ಮಾಡಿದ್ದು ಸತ್ಯ. ಅಳವಡಿಸಲಾಗಿದ್ದ ನೂರಾರು ನೀರಿನ ಮೀಟರ್‌ಗಳು ಕೆಲವೇ ತಿಂಗಳುಗಳಲ್ಲಿ ಕಳುವಾಗಿದ್ದು ಮತ್ತು ಕಿಡಿಗೇಡಿಗಳಿಂದ ನಾಶಗೊಳಿಸಲ್ಪಟ್ಟಿದ್ದು ವೀಜ್‌ನ ಶಾಂತ ಕತ್ತಲರಾತ್ರಿಗಳಲ್ಲಿ ನಡೆಯುವ ತರಹೇವಾರಿ ಅಪರಾಧಗಳಿಗೆ ಸಾಕ್ಷಿ.

ಹೀಗೆ ಮೊಂಗಲಿಮಾದ ಬೀದಿಗಳಲ್ಲಿ ಮಾರಾಟಕ್ಕಿಡಲಾಗಿರುವ ಇದ್ದಿಲುಗಳು ಹೇಳುವ ಮತ್ತು ಹೇಳದಿರುವ ಕತ್ತಲ ಕಥೆಗಳು ಬಹಳಷ್ಟಿವೆ. ಮೀರಾ ನಾಯರ್ ನಿರ್ದೇಶನದ 'ಕ್ವೀನ್ ಆಫ್ ಕಟ್ವೆ' ಚಿತ್ರದಲ್ಲಿ ಇಂಥದ್ದೊಂದು ಸಂದರ್ಭ ಬರುತ್ತದೆ. ಉಗಾಂಡಾ ರಾಜಧಾನಿ ಕಂಪಾಲಾದ ಕಟ್ವೆ ಎಂಬ ಕೊಳಚೆ ಪ್ರದೇಶದಿಂದ ಹೊರಬರುವ ಫಿಯೋನಾ ಮುಟೇಸಿ ಎಂಬ ಬಾಲಕಿಯೊಬ್ಬಳು ತನ್ನ ಹನ್ನೆರಡನೇ ವಯಸ್ಸಿನಲ್ಲೇ ಅಂತಾರಾಷ್ಟ್ರೀಯ ಮಟ್ಟದ ಚೆಸ್‌ನಲ್ಲಿ ಸೂಪರ್‌ಸ್ಟಾರ್ ಆಗಿ ಹೊರಹೊಮ್ಮುವ ಅದ್ಭುತ ಕಥೆಯಿದು. ಅದು ರಾತ್ರಿಯ ಹೊತ್ತು. ಫಿಯೋನಾ ಭಾರೀ ಏಕಾಗ್ರತೆಯೊಂದಿಗೆ ಕುಳಿತುಕೊಂಡು ಚೆಸ್ ಪುಸ್ತಕವೊಂದನ್ನು ಓದಲು ಪ್ರಯತ್ನಿಸುತ್ತಿದ್ದಾಳೆ. ಅವಳ ತಾಯಿ ಕೂಡ ಅಲ್ಲೇ ಪಕ್ಕದಲ್ಲಿ ಮಲಗಿದ್ದಾಳೆ. ಮಗಳು ಚಾಂಪಿಯನ್ ಆಗಿದ್ದರೂ ರಾತ್ರಿಗಳಲ್ಲಿ ಅಷ್ಟು ಹೊತ್ತು ಓದುತ್ತಾ ಸೀಮೆಎಣ್ಣೆಯನ್ನು ಚಿಮಣಿದೀಪದಲ್ಲಿ ಕರಗಿಸುವುದು ಅವಳಿಗಿಷ್ಟವಿಲ್ಲ. ಹೀಗಾಗಿ "ಅದೆಷ್ಟೇ ಓದ್ತಿ... ಸಾಕು ಮಲಗಿನ್ನು", ಎಂದು ಗೊಣಗುತ್ತಿದ್ದಾಳೆ ಆಕೆ. ಹಸಿವು, ಬಡತನ, ಅಲೆಮಾರಿ ಜೀವನಗಳಿಂದ ಕಂಗೆಟ್ಟಿರುವ ಆ ತಾಯಿಗೆ ಮಗಳ ಯಶಸ್ಸನ್ನು ಅರಗಿಸಿಕೊಳ್ಳಲೂ ಪುರುಸೊತ್ತಿಲ್ಲ. ಫಿಯೋನಾ ಉಗಾಂಡಾದ ಚಾಂಪಿಯನ್ ಆಗಿರಬಹುದು. ಆದರೆ ಟ್ರೋಫಿಗಳು ಹೊಟ್ಟೆ ತುಂಬಿಸುವುದಿಲ್ಲವಲ್ಲಾ! ಹೀಗಿರುವಾಗ ಅಷ್ಟು ಕಷ್ಟಪಟ್ಟು ಖರೀದಿಸಿ ತಂದ ಸೀಮೆಎಣ್ಣೆಯನ್ನು ಮಗಳು ಒಂದೇ ರಾತ್ರಿಯಲ್ಲಿ ಬಳಸಿ ಮುಗಿಸುವುದನ್ನು ಆಕೆ ಒಪ್ಪಲಾರಳು.

ಮುಂದೆ ಇದೇ ತಾಯಿ ತನ್ನ ಮಗಳು ಒಂದಿಷ್ಟು ಓದಿ, ಒಲ್ಲದ ಮನಸ್ಸಿನಿಂದಲೇ ಮಲಗಿದಾಗ ಸ್ವತಃ ಎದ್ದು ಚಿಮಣಿ ದೀಪವನ್ನು ಉರಿಸಿ ಮುಗುಳ್ನಗುತ್ತಾ ಮಲಗುತ್ತಾಳೆ. ಆ ಕ್ಷಣದಲ್ಲಿ ಆಕೆಯ ಮೊಗದಲ್ಲಿ ಮೂಡುವ ಕಾಂತಿಯನ್ನು, ಆ ಶುಭ್ರ ಮುಗುಳ್ನಗೆಯಲ್ಲಿರುವ ಹೊಳಪನ್ನೊಮ್ಮೆ ನೋಡಬೇಕು. ತಾನು ತನ್ನ ಮಗಳಿಗಾಗಿ ಇಷ್ಟಾದರೂ ಮಾಡಬಲ್ಲೆ ಎಂಬುದು ಅವಳಿಗೆ ಬಹಳ ಸಂತಸದ ಮತ್ತು ಹೆಮ್ಮೆಯ ಸಂಗತಿ. ಇಲ್ಲಿ ಅಂಗೋಲಾದ ಚಿಣ್ಣರ ಕೈಯಲ್ಲಿರುವ ಪುಸ್ತಕಗಳನ್ನು ನೋಡಿದಾಗ ನನಗೆ ಫಿಯೋನಾ ನೆನಪಾಗುತ್ತಾಳೆ. ಆ ಕತ್ತಲ ರಾತ್ರಿಗಳಲ್ಲಿ, ಇರುವ ಒಂದಿಷ್ಟು ಮಂದ ಬೆಳಕಿನಲ್ಲಿ ಮಕ್ಕಳು ಹೇಗೆ ಓದುತ್ತಿರಬಹುದು, ಹೋಂವರ್ಕ್ ಮಾಡುತ್ತಿರಬಹುದು ಎಂಬುದನ್ನು ಕಲ್ಪಿಸಿಕೊಂಡಾಗಲೆಲ್ಲಾ ದಿಗಿಲಾಗುತ್ತದೆ. ಅಂಗೋಲಾವಾಗಲಿ ಭಾರತವಾಗಲಿ ಅಥವಾ ಇನ್ಯಾವುದೇ ದೇಶಗಳಾಗಲಿ ಸಮಾಜದ ತಳಮಟ್ಟದಲ್ಲಿರುವವರ ಸಂಕಷ್ಟಗಳು ಆಡಳಿತದ ಚುಕ್ಕಾಣಿಯನ್ನು ಹಿಡಿದಿರುವ ಮೇಲ್ವರ್ಗದ ಮಂದಿಗೆ ಮನದಟ್ಟಾಗುವುದೇ ಇಲ್ಲವಲ್ಲಾ ಎಂದು ವಿಷಾದವಾಗುತ್ತದೆ.

ಇಲ್ಲಿನ ಕತ್ತಲೆ ನನ್ನ ಬರಹವೊಂದಕ್ಕೆ ವಿಷಯವಾಗಿ ಉಪಯೋಗವಾಗಿರಬಹುದು. ಆದರೆ ಸ್ಥಳೀಯ ಅಂಗೋಲನ್ನರಿಗೆ ಇದರಿಂದಾಗಿ ಯಾವ ಪ್ರಯೋಜನವೂ ಇಲ್ಲ. ದೇಶ-ಭಾಷೆ-ಗಡಿಗಳ ಭೇದವಿಲ್ಲದೆ ಬೆಳಕು ಆದಷ್ಟು ಬೇಗ ಇಂತಹ ಭಾಗಗಳನ್ನೂ ತಲುಪಲಿ. ಮುಂದಿನ ಬಾರಿ ಅಂಗೋಲಾಕ್ಕೆ ಬಂದಿಳಿದಾಗಲಾದರೂ ಮೊಂಗಲಿಮಾ ಗ್ರಾಮದ ಮನೆಗಳಲ್ಲಿ ವಿದ್ಯುದ್ದೀಪಗಳ ಬೆಳಕನ್ನು ಕಾಣುವ ಮಹದಾಸೆ ನನ್ನದು.

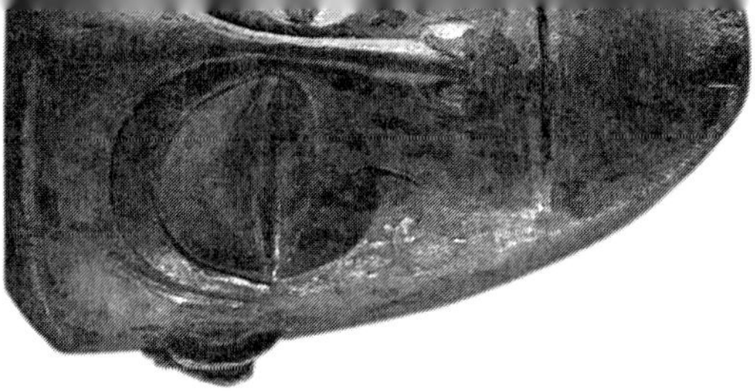

ಮೊದಲು ಕುಟುಂಬ, ನಂತರ ಯೋಜನೆ

ಆಕೆ ತನ್ನ ತಲೆಯ ಮೇಲಿದ್ದ ನೀರಿನ ದೊಡ್ಡ ಬಕೆಟ್ಟೊಂದನ್ನು ಮೆಲ್ಲನೆ ಕೆಳಗಿಳಿಸಿದಳು. ಈ ಕ್ರಿಯೆಯಲ್ಲಿ ಬಕೆಟ್ಟಿನಿಂದ ಕೊಂಚ ಹೊರಚೆಲ್ಲಿದ ನೀರು ಆಕೆಯ ಬೆವರಿನೊಂದಿಗೆ ಬೆರೆತು ಆಕೆಯನ್ನು ಮತ್ತಷ್ಟು ತೋಯಿಸಿತು. ನಡೆಯಲು ಹೆಜ್ಜೆಹಾಕಿದರೆ ಅಕ್ಷರಶಃ ಸುಟ್ಟುಬಿಡುವಂತಿರುವ ಮಧ್ಯಾಹ್ನದ ಆ ರಣಬಿಸಿಲಿನಲ್ಲಿ ಆಕೆ ಅದ್ಹೇಗೆ ನೀರನ್ನು ಹೊತ್ತು ತಂದಿದ್ದಳೋ. ಅಂತೂ ಅಂಗಳಕ್ಕೆ ಬಂದು ತಲೆಗೆ ಸುತ್ತಿದ್ದ ಮುಂಡಾಸಿನಂತಿದ್ದ ಬಟ್ಟೆಯನ್ನು ತೆಗೆದು, ಧಾರಾಕಾರವಾಗಿ ಸುರಿಯುತ್ತಿದ್ದ ಬೆವರನ್ನು ಒರೆಸಿಕೊಳ್ಳುತ್ತಾ ಸುಧಾರಿಸಿಕೊಂಡಳಾಕೆ. ಆ ಕ್ಷಣದಲ್ಲಿ ಅಂಗೋಲಾದ ನಿರ್ದಯಿ ಬಿಸಿಲು ಅವಳ ಕಪ್ಪು ಮೈಯನ್ನು ಮತ್ತಷ್ಟು ಕಪ್ಪಾಗಿಸಿದಂತೆ ನನಗನ್ನಿಸಿತು.

ನಾವು ಅಂದು ಮನೆಯಂಗಳದಲ್ಲಿ ಕೂತಿದ್ದು ಗಾಳಿಯಾಡಲೆಂದೇ. ಅಂಗೋಲಾದಲ್ಲೆಲ್ಲೂ ಸೀಲಿಂಗ್ ಫ್ಯಾನ್‌ಗಳನ್ನು ನಾನು ಕಂಡವನಲ್ಲ. ಕೆಲ ನಿಮಿಷಗಳಲ್ಲೇ ಸದ್ದು ಮಾಡುತ್ತಾ ಅತ್ತಿತ್ತ ಆಡಿಕೊಂಡಿದ್ದ ಇಬ್ಬರು ಮಕ್ಕಳು ನಮ್ಮನ್ನು ಸೇರಿಕೊಂಡರು. ಮತ್ತೋರ್ವ ಹೆಂಗಸೊಬ್ಬಳು ತನ್ನ ಕೈಯಲ್ಲಿರುವ ಹಸುಳೆಯನ್ನು ಈ ತರುಣಿಯ ಕೈಯಲ್ಲಿಟ್ಟು ಅದೇನನ್ನೋ ಗೊಣಗಿ ಹೊರಟುಹೋದಳು. ಬಿಸಿಲ ಧಗೆಗೆ ಹಸುಳೆಯು ಸುಸ್ತಾದಂತೆ ಕಂಡು ತರುಣಿಯ ಕೈಗೆ ಬಂದ ಕೆಲ ನಿಮಿಷಗಳಲ್ಲೇ ಆಕೆಯ ಮಡಿಲಿನಲ್ಲಿ ಸುಖನಿದ್ದೆಗೆ ಜಾರಿಬಿಟ್ಟಿತು ಈ ಮಗು. ಇನ್ನು ಆಕೆಯ ಆದೇಶದ ಮೇರೆಗೆ ಮಗುವೊಂದು ಒಳಕ್ಕೆ ತೆರಳಿ ಒಂದು ಲೋಟ ನೀರಿನೊಂದಿಗೆ ಹೊರಬಂದಿದ್ದೂ ಆಯಿತು. ಹೀಗೆ ಮರುಭೂಮಿಯಂತಾಗಿದ್ದ ಗಂಟಲಿಗೆ ಒಂದಿಷ್ಟು ನೀರುಣಿಸಿ ಆರಾಮಾಗುತ್ತಾ ನನ್ನೊಂದಿಗೆ ಮಾತಾಡಲು ತಯಾರಾದಳು ಆಕೆ.

"ಕ್ಷಮಿಸಿ, ನಿಮ್ಮನ್ನು ಕಾಯಿಸಿಬಿಟ್ಟೆ. ಅದೇನು ಕೇಳುವುದಿದ್ದರೂ ಈಗ ಕೇಳಿ", ಎಂದು ಮುಗುಳ್ನಗೆಯನ್ನು ಚೆಲ್ಲುತ್ತಾ ಹೇಳಿದಳು ಆಕೆ. ಮೌನವಾಗಿ ಇವೆಲ್ಲವನ್ನೂ ಎವೆಯಿಕ್ಕದೆ ಗಮನಿಸುತ್ತಿದ್ದ ನಾನು ಪ್ರಶ್ನೆಯ ಗಡಿಬಿಡಿಗೆ ಬೀಳದೆ ಆಕೆಯು ಸುಧಾರಿಸಿಕೊಳ್ಳುವಂತೆ ಮತ್ತಷ್ಟು ಸಮಯವನ್ನು ನೀಡಿದೆ. ನನ್ನ ಈ ನಡೆಯಿಂದ ಖುಷಿಯಾದವಳಂತೆ ಕಂಡ ಆಕೆ ಈ ಬಾರಿ ಒಳನಡೆದು ಬಾಳೆಹಣ್ಣು ಮತ್ತು ಹುರಿದ ನೆಲಗಡಲೆಯೊಂದಿಗೆ ಹೊರಬಂದಳು. ಹುರಿದ ನೆಲಗಡಲೆ ಮತ್ತು ಬಾಳೆಹಣ್ಣಿನ ಕಾಂಬೋ ಅಂಗೋಲಾದಲ್ಲಿ ಬಹಳ ಜನಪ್ರಿಯ. ಆ ಕೋಣೆಯಲ್ಲಿದ್ದ ಒಂದೇ ಒಂದು ಪ್ಲಾಸ್ಟಿಕ್ ಕುರ್ಚಿಯಲ್ಲಿ ಕುಳಿತಿದ್ದ ನನಗೆ ತಿನ್ನಲು

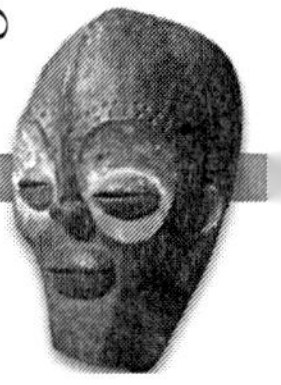

ಕಡಲೆಯನ್ನು ಕೊಟ್ಟು, ತಾನೂ ಒಂದಿಷ್ಟು ಇಟ್ಟುಕೊಂಡು ಮಣೆಯಂತಿದ್ದ ಚಿಕ್ಕ ಮರದ ಕೊರಡೊಂದರ ಮೇಲೆ ಕುಳಿತು ಸಂಭಾಷಣೆಗೆ ತಯಾರಾದಳು ಈ ತರುಣಿ.

"ಇವರೆಲ್ಲಾ ನನ್ನದೇ ಮಕ್ಕಳು", ನಾನು ಪ್ರಶ್ನೆಯನ್ನು ಕೇಳುವ ಮುನ್ನವೇ ಆಕೆಯಿಂದ ಉತ್ತರವು ಬಂದಿತು. ಕೊಂಚ ಸುಸ್ತಾದವಳಂತೆ ಕಂಡರೂ ತಾರುಣ್ಯದಿಂದ ಮಿಂಚುತ್ತಿದ್ದ ಅವಳನ್ನು ಕಂಡು ಈಕೆ ಮೂರು ಮಕ್ಕಳ ತಾಯಿ ಎಂಬುದನ್ನು ಒಪ್ಪಿಕೊಳ್ಳಲು ಕಷ್ಟವಾಯಿತು ನನಗೆ. ಮೂವರಲ್ಲಿ ದೊಡ್ಡ ಮಗುವಿಗೆ ಆರು ವರ್ಷವಾದರೆ, ಚಿಕ್ಕದು ಇನ್ನೂ ಎದೆಹಾಲು ಕುಡಿಯುತ್ತಿದ್ದ ಹಸುಳೆ. "ಹದಿನಾರನೇ ವಯಸ್ಸಿಗೇ ನಾನು ಮದುವೆಯಾಗಿಬಿಟ್ಟೆ. ಶೀಘ್ರದಲ್ಲೇ ತಾಯಿಯಾದೆ ಕೂಡ. ಈಗ ನನ್ನ ದಿನದ ಬಹುತೇಕ ತಾಸುಗಳು ಮಕ್ಕಳನ್ನು ಆಡಿಸುವುದರಲ್ಲೇ ಕಳೆದುಹೋಗುತ್ತಿವೆ", ಎಂದಳಾಕೆ. ಇದನ್ನು ಕೇಳಿದ ನಾನು ನನ್ನದೇ ಆದ ಯಾವುದೇ ಅಭಿಪ್ರಾಯವನ್ನೂ ತೋರಗೊಡದೆ ಸುಮ್ಮನೆ ಹೂಂಗುಟ್ಟಿದೆ.

ಆದರೆ ತಾನು ವಿವಾಹಿತೆಯೆಂಬ ಸಾಮಾಜಿಕ ಹಣೆಪಟ್ಟಿಯಾಗಲಿ ಅಥವಾ ಮೂರು ಮಕ್ಕಳ ತಾಯಿಯೆಂಬ ಸತ್ಯವಾಗಲಿ ಅವಳ ಕನಸುಗಳನ್ನು ಕೊಂದಿರಲಿಲ್ಲ. ದಿನದ ಕೆಲಸಗಳನ್ನೆಲ್ಲಾ ಮುಗಿಸಿ ಆಕೆ ಸಂಜೆಯ ಪಾಳಿಯಲ್ಲಿ ಕಾಲೇಜಿಗೆ ಹೋಗುತ್ತಿದ್ದಳು. ಬರೆದಿಟ್ಟ ಫ್ರೆಂಚ್ ಮತ್ತು ಇತಿಹಾಸದ ನೋಟ್ಸ್‌ಗಳನ್ನು ತೆಗೆದು ನನಗೆ ತೋರಿಸಿದಳು ಆಕೆ. ಕೈಬರಹವು ಪರವಾಗಿಲ್ಲ ಎಂಬಂತಿತ್ತು. ಮನೆ, ಮಕ್ಕಳು, ವ್ಯಾಪಾರ, ವಿಧ್ಯಾಭ್ಯಾಸ ಹೀಗೆ ಎಲ್ಲವನ್ನೂ ಅದ್ಹೇಗೆ ನಿಭಾಯಿಸುತ್ತೀಯಾ ತಾಯಿ ಎಂದು ಕೇಳಿದರೆ ಜೊತೆಯಲ್ಲಿರುವ ಅಮ್ಮ ಮತ್ತು ತಂಗಿಯಿಂದಾಗಿ ಸಹಾಯವೂ ಆಗುತ್ತದೆ ಎನ್ನುತ್ತಿದ್ದಾಳೆ. ಗಂಡನೆನಿಸಿಕೊಂಡವನು ಕೆಲವೇ ತಿಂಗಳುಗಳ ಹಿಂದೆ ದೇಶಾಂತರಕ್ಕೆಂದು ಹೋಗುವವನಂತೆ ಹೇಳದೆ ಕೇಳದೆ ಎಲ್ಲೋ ಹೊರಟುಹೋದನಂತೆ. ಹೀಗೆ ಹೋದವನು ಮತ್ತೆಂದೂ ಬರಲೇ ಇಲ್ಲ. ಬರುವನೆಂಬ ಭರವಸೆಯೂ ಅವಳಿಗಿಲ್ಲ. ಸದ್ಯ ಆ ಪುಟ್ಟ ಮನೆಯಲ್ಲಿರುವುದು ಮೂರು ಮಹಿಳೆಯರು ಮತ್ತು ಮೂರು ಮಕ್ಕಳು ಮಾತ್ರ.

"ನೀವೆಂದೂ ನಿಮ್ಮ ಪತಿಯನ್ನು ಮುಂದೆ ಸಂಪರ್ಕಿಸಲಿಲ್ಲವೇ?", ಎಂದು ನಾನು ಆಕೆಯಲ್ಲಿ ಕೇಳಿದೆ. "ಆತ ಮತ್ತೆ ಮರಳಿ ಬರಲಾರ ಎಂಬುದು ನನಗೆ ಚೆನ್ನಾಗಿ ಗೊತ್ತು. ಬಂದರೆ ಮಕ್ಕಳ ಜವಾಬ್ದಾರಿಯು ಅವನ ತಲೆಯ ಮೇಲೆ ಬೀಳುತ್ತದಲ್ಲಾ. ಮೊದಲೇ ಅವನಿಗೆ ಪಕ್ಕದ ಗ್ರಾಮದ ಹೆಂಗಸೊಬ್ಬಳೊಂದಿಗೆ ಸಂಬಂಧವಿತ್ತು. ವಾರದ ನಾಲ್ಕು ದಿನ ಅಲ್ಲೇ ಬಿದ್ದುಕೊಂಡಿರುತ್ತಿದ್ದ. ಆ ದಿನಗಳಲ್ಲಿ ಅಪರೂಪಕ್ಕೆ ಮನೆಗಾದರೂ ಬರುತ್ತಿದ್ದ. ಈಗ ಮತ್ಯಾವುದೋ ಪ್ರಾವಿನ್ಸ್‌ಗೆ ಹೊರಟುಹೋಗಿದ್ದಾನಂತೆ. ಆಸಾಮಿಯದ್ದು ಪತ್ತೆಯೇ ಇಲ್ಲ", ಎಂದು ಉಸಿರಾಡಲೂ ಪುರುಸೊತ್ತಿಲ್ಲದಂತೆ ಹೇಳುತ್ತಾ ಹೋದಳು ಮಹಾತಾಯಿ. ಹೀಗೆ ಹೇಳುವಾಗ ಆಕೆಯ ಕಣ್ಣುಗಳಲ್ಲೊಂದು ವಿಚಿತ್ರ ಖಾಲಿತನ.

ಹೀಗೆ ಅಂದು ತನ್ನ ಬವಣೆಗಳನ್ನು ನನ್ನಲ್ಲಿ ಹಂಚಿಕೊಳ್ಳುತ್ತಿದ್ದಿದ್ದು ಗ್ರಾಸಿಯಾನಾ ಎಂಬಾಕೆ. ಗ್ರಾಸಿಯಾನಾ ಮತ್ತು ಆಕೆಯ ಪತಿಯ ಸಂಬಂಧವು ನಿಜಕ್ಕೂ ಅಷ್ಟು ಕೆಟ್ಟದ್ದಾಗಿಯೇನೂ ಇರಲಿಲ್ಲ. ಇಬ್ಬರ ಆರಂಭದ ದಿನಗಳು ಚೆನ್ನಾಗಿಯೇ ಇದ್ದವು. ಪ್ರೀತಿ, ಆಕರ್ಷಣೆ, ಸುಖ ಹೀಗೆ ಎಲ್ಲವೂ ಇತ್ತು ಅಲ್ಲಿ. ಮನಸ್ಸಿನ ಬೆನ್ನಿಗೇ ದೇಹಗಳ ಮಿಲನವೂ

ಆದಾಗ ವಂಶವೃಕ್ಷವು ಮೆಲ್ಲನೆ ಬೆಳೆಯಲಾರಂಭಿಸಿತ್ತು. ಹೀಗೆ ನೋಡನೋಡುತ್ತಲೇ ಆತ ಇಬ್ಬರು ಮಕ್ಕಳನ್ನು ಅವಳಿಗೆ ಕರುಣಿಸಿದ್ದ. ಗಂಡಹೆಂಡಿರ ಪಿಸುಮಾತಷ್ಟೇ ಇದ್ದ ಆ ಪುಟ್ಟಗೂಡಿನಲ್ಲೀಗ ಮಕ್ಕಳ ಕಲರವವು ತುಂಬಿಹೋಗಿತ್ತು.

ಆದರೆ ಮನೆಯ ಯಜಮಾನನೆನಿಸಿಕೊಂಡಿದ್ದ ಈ ಗಂಡು ಬಹುಬೇಗನೇ ಇನ್ಯಾವುದೋ ಹೆಣ್ಣೊಬ್ಬಳ ತೆಕ್ಕೆಗೆ ಬಿದ್ದಿದ್ದ. ಮಕ್ಕಳನ್ನಾಡಿಸುತ್ತಾ ಕೂರುವ ಹೆಂಡತಿಗಿಂತ ಹೊಸದಾಗಿ ಬಂದಾಕೆ ಸುಂದರಿಯಂತೆ ಅವನಿಗೆ ಕಂಡಿರಬೇಕು. ಗ್ರಾಸಿಯಾನಾ ಮತ್ತು ಆತನ ನಡುವಿನ ಸಂಬಂಧದಲ್ಲಿ ಮೊದಲ ಬಿರುಕುಗಳು ಬಂದಿದ್ದೇ ಆವಾಗ. ಈ ಬಗ್ಗೆ ಅವಳು ಗಂಡನೊಂದಿಗೆ ಕಿತ್ತಾಡುತ್ತಾಳೆ ಕೂಡ. "ತಾನು ಎಲ್ಲಿದಾದರೂ ಹೋಗುವೆ, ಕೇಳಲು ನೀನ್ಯಾರೇ?", ಎಂದು ಇದರ ಪರಿಣಾಮವಾಗಿ ಅವನಿಂದ ಬೈಸಿಕೊಂಡಿದ್ದೂ, ತಿರುಗಿಬಿದ್ದಾಗ ಒದೆಸಿಕೊಂಡಿದ್ದೂ ಆಯಿತು. ಇಂತಿಪ್ಪ ಗಂಡ ಒಂದು ದಿನ ಯಾವ ಸುಳಿವನ್ನೂ ನೀಡದೆ ಹೊರಟೇಹೋಗಿದ್ದ. ಮೂರನೇ ಮಗುವನ್ನು ಹೊಟ್ಟೆಯಲ್ಲಿಟ್ಟುಕೊಂಡು ಮನೆಯ ಇತರ ಕೆಲಸಗಳೆಲ್ಲವನ್ನೂ ಸಂಭಾಳಿಸುತ್ತಿದ್ದ ತುಂಬುಗರ್ಭಿಣಿಯನ್ನು ಹೀಗೆ ನಡುನೀರಿನಲ್ಲಿ ಕೈಬಿಟ್ಟುಹೋಗಿದ್ದ ಈ ಭೂಪ.

ಅಂಗೋಲಾದಲ್ಲಿ ಇಂಥಾ ದೃಶ್ಯಗಳು ನನಗೆ ಹೊಸದೇನಲ್ಲ. ದೊಡ್ಡ ಸಂಖ್ಯೆಯ ಹೆಣ್ಣುಮಕ್ಕಳು ಇಲ್ಲಿ ಪ್ರಾಪ್ತವಯಸ್ಕರಾಗುವ ಮುನ್ನವೇ ಗರ್ಭ ಧರಿಸುತ್ತಾರೆ. ಜೀವನವೇನೆಂಬುದು ಅರ್ಥವಾಗುವ ಮುನ್ನವೇ ಮೋಜಿನ ಗುಂಗಿನಲ್ಲಿರುವ ಯುವಜೋಡಿಗಳು ದೊಡ್ಡ ತಪ್ಪನ್ನು ಮಾಡಿರುತ್ತವೆ. ನಿನ್ನೆಯವರೆಗೂ ಪ್ರೇಯಸಿಯಾಗಿದ್ದ ಹುಡುಗಿ ಇನ್ನೇನು ತನ್ನ ಮಗುವಿಗೆ ಜನ್ಮ ನೀಡಲಿದ್ದಾಳೆ ಎಂಬ ಜ್ಞಾನೋದಯವಾಗುವಷ್ಟರಲ್ಲಿ (ಹೆಚ್ಚಿನ ಪ್ರಕರಣಗಳಲ್ಲಿ) ಆತ ಕಂಗಾಲಾಗಿರುತ್ತಾನೆ. ತಕ್ಷಣವೇ ಸಂಬಂಧದಲ್ಲಿ ಬಿರುಕುಗಳು ಮೂಡುತ್ತವೆ. ಮಗುವನ್ನೇನು ಮಾಡಬೇಕೆಂಬ ಚರ್ಚೆಗಳು ಆರಂಭವಾಗುತ್ತವೆ. ಒಟ್ಟಿನಲ್ಲಿ ಹೆಣ್ಣಿನ ಜೀವನವು ಒಮ್ಮೆಲೇ ನಿಂತಂತಾಗಿ ನಿನ್ನೆಯವರೆಗೂ ಪ್ರೇಮಲೋಕದಲ್ಲಿ ಸ್ವಚ್ಛಂದ ಹಕ್ಕಿಗಳಂತೆ ಹಾರಾಡಿಕೊಂಡಿದ್ದ ಇವರ ಸಂಬಂಧವನ್ನು ಸಂದರ್ಭವು ತೀವ್ರ ಪರೀಕ್ಷೆಗೊಡ್ಡುತ್ತದೆ.

"ಹೌದು, ನಾನು ಮಾಡಿದ್ದು ತಪ್ಪು. ಆದರೆ ನನ್ನ ಬಳಿ ಬೇರ್ಯಾವ ಆಯ್ಕೆಗಳೂ ಇರಲಿಲ್ಲ. ನಾನು ಆಗಷ್ಟೇ ಹತ್ತನೇ ತರಗತಿಯನ್ನು ಮುಗಿಸಿದ್ದೆ. ಈ ದಿನಗಳಲ್ಲೇ ಅವಳು ಸಿಕ್ಕಿದ್ದಳು. ನನ್ನದೇ ವಯಸ್ಸಿನವಳು. ಹಾರ್ಮೋನುಗಳು ಬುದ್ಧಿಯನ್ನು ಹೊಸಕಿಹಾಕುವ ಆ ದಿನಗಳಲ್ಲಿ ಏಕಾಂತಗಳನ್ನು ಸೃಷ್ಟಿಸಿಕೊಳ್ಳುವುದು ಮಹಾಸವಾಲೇನೂ ಅಲ್ಲ. ಹೀಗೆ ಎಲ್ಲವೂ ಸರಿಯಾಗಿದ್ದ ಕಾಲದಲ್ಲೇ ಆಕೆಯು ಗರ್ಭಿಣಿಯೆಂಬ ಸುದ್ದಿಯು ಸಿಡಿಲಿನಂತೆ ಬಡಿದಿತ್ತು. ನಾನು ಕಂಗಾಲಾಗಿದ್ದೆ", ಎನ್ನುತ್ತಾನೆ ತರುಣನೊಬ್ಬ. ಬಾಲಕಿಯ ಮನೆಯವರು ಹುಡುಗನನ್ನು ಕರೆಸಿ ವಿಚಾರಿಸಿದರೆ "ಈ ಹಾಳುಗರ್ಭವು ನನ್ನದಂತೂ ಅಲ್ಲ" ಎಂದು ಆತ ಕೈಯೆತ್ತುವುದರೊಂದಿಗೆ ಆ ಮನೆಯಲ್ಲಿ ಅಂದು ದೊಡ್ಡ ರಾದ್ಧಾಂತವೇ ನಡೆದುಹೋಯಿತು. ತುರ್ತಿನಲ್ಲೇ ಸರಣಿ ಸಮಾಲೋಚನೆಗಳು ನಡೆದು ನಿಶ್ಚಿತಾರ್ಥದ ದಿನವೂ ನಿಗದಿಯಾಯಿತು. ಮತ್ತಷ್ಟು ದಿನಗಳು ಇಲ್ಲೇ ಇದ್ದರೆ ತನಗೆ ಅಪಾಯ ಎಂಬುದನ್ನು ಅರ್ಥಮಾಡಿಕೊಂಡ ಹುಡುಗ ರಾತ್ರೋರಾತ್ರಿ ಅಲ್ಲಿಂದ ಪರಾರಿಯಾಗಿದ್ದ. ವಿವಾಹ ಪ್ರಸ್ತಾಪವು ಮುರಿದುಬಿದ್ದಿತ್ತು.

ಅವನು ಬರುತ್ತಾನೆಂದು ಅವಳು ನಿರೀಕ್ಷಿಸಿದ್ದು, ಅವನಿಗೆ ಲೆಕ್ಕವಿಲ್ಲದಷ್ಟು ಕರೆ ಮಾಡುತ್ತಾ ಅವನ ದಾರಿ ಕಾದಿದ್ದೇ ಆಯಿತು. ಮುಂದೆ ಗರ್ಭಪಾತವನ್ನು ಮಾಡಿಸದೆ ಬಾಲಕಿಯ ಮನೆಯವರೇ ಆರೈಕೆಯನ್ನು ಮಾಡಿದರು. ಒಂದೆರಡು ವರ್ಷಗಳ ನಂತರ ಪರಾರಿಯಾಗಿದ್ದ ಹುಡುಗ ಗುಟ್ಟಾಗಿ ಅವಳನ್ನು ಸಂಪರ್ಕಿಸಿ ತಪ್ಪೊಪ್ಪಿಕೊಂಡ. ಖರ್ಚಿಗೇನಾದರೂ ಬೇಕಿದ್ದರೆ ನಾನೂ ಸಹಾಯ ಮಾಡುತ್ತೇನೆ ಎಂದು ಹೇಳಿಕೊಂಡ. ಅಂತೂ ಇಬ್ಬರ ನಡುವೆ ಸಂಧಾನವಾಯಿತು. ಈಗ ಆ ಮಗುವಿಗೆ ಏಳರ ಪ್ರಾಯ. ಆಕೆ ಮತ್ತೊಬ್ಬನನ್ನು ವಿವಾಹವಾಗಿ ಅವರದ್ದೇ ಹೊಸ ಕುಟುಂಬವೊಂದು ರೂಪುಗೊಂಡಿದೆ. ಅದೃಷ್ಟವಶಾತ್ ಈ ಮಗುವನ್ನು ಆಕೆಯ ಗಂಡ ಒಪ್ಪಿಕೊಂಡಿದ್ದಾನೆ. "ಈ ಮಗು ನನ್ನದಲ್ಲ ಎನ್ನುವುದು ನನ್ನ ಪಲಾಯನವಾದವಷ್ಟೇ ಆಗಿತ್ತು. ನನ್ನಿಂದ ಇಂತಹ ಕೀಳುಮಾತುಗಳನ್ನು ಕೇಳಿದ ಬಾಲಕಿಯ ಹೆತ್ತವರು ಸಿಡಿದೆದ್ದಿದ್ದರು. ಇನ್ನೂ ಅಲ್ಲಿದ್ದರೆ ಪ್ರಾಣಕ್ಕೇ ಅಪಾಯವೆಂದು ಯೋಚಿಸಿ ಅಲ್ಲಿಂದ ಕಾಲ್ಕಿತ್ತೆ", ಎನ್ನುತ್ತಾನೆ ಈ ತರುಣ.

ಇಂತಹ ಸಾಕಷ್ಟು ಪ್ರಕರಣಗಳನ್ನು ಇಲ್ಲಿ ಕಂಡು ಬೆರಗಾದವನು ನಾನು. ಹೀಗಾಗಿಯೇ ಇಲ್ಲಿ ಬೆಂಕಿಪೊಟ್ಟಣದಂತಹ ಚಿಕ್ಕಮನೆಯಲ್ಲೂ ಮನೆತುಂಬಾ ಮಕ್ಕಳು. ಒಂದು ಪಕ್ಷ ಇಲ್ಲಿ ವೈದ್ಯಕೀಯ ವ್ಯವಸ್ಥೆಗಳು ಚೆನ್ನಾಗಿರುತ್ತಿದ್ದರೆ ಅಂಗೋಲನ್ನರು ಜನಸಂಖ್ಯೆಯಲ್ಲಿ ಭಾರತವನ್ನೂ ಮೀರಿಸುತ್ತಿದ್ದರೇನೋ. ದೇಹಸುಖದ ರುಚಿಯನ್ನು ಬಹುಬೇಗನೇ ಕಾಣುವ ಇಲ್ಲಿಯ ತರುಣ-ತರುಣಿಯರಲ್ಲಿ ಕೊನೆಗೂ ಇದರ ಹೆಣಭಾರವನ್ನು ಹೊತ್ತುಕೊಳ್ಳಬೇಕಾದವಳು ಮಾತ್ರ ಹೆಣ್ಣು. ಒಂದಿಷ್ಟು ಓದಿ ಜೀವನಕ್ಕೊಂದು ಉತ್ತಮ ನೆಲೆಯನ್ನು ಮಾಡಿಕೊಳ್ಳುವ ಹೊತ್ತಿನಲ್ಲೇ ಆಕೆ ಪ್ರೀತಿ-ಪ್ರೇಮ, ಗಂಡ, ಮಕ್ಕಳು, ಕುಟುಂಬವೆಂಬ ಹೊರಬರಲಾಗದ ಚಕ್ರವ್ಯೂಹದಲ್ಲಿ ಸಿಲುಕಿರುತ್ತಾಳೆ. ಇಂತಹ ಸಂದರ್ಭಗಳಲ್ಲಿ ಗಂಡನಾದವನು ಹತ್ತಿರವಿದ್ದರೆ ಆಕೆಗೆ ಒಂದಿಷ್ಟು ಆಧಾರವಾದರೂ ಆಗಬಲ್ಲ. ಇನ್ನು ಅವನೇನಾದರೂ ಬಿಟ್ಟುಹೋದರೆ ಅಥವಾ ಬೇಜವಾಬ್ದಾರನಂತೆ ವರ್ತಿಸತೊಡಗಿದರೆ ದುಡಿಯುವುದು, ಮನೆ-ಮಕ್ಕಳನ್ನು ಸಂಭಾಳಿಸುವುದು... ಹೀಗೆ ಎಲ್ಲವನ್ನೂ ಅವಳೇ ಏಕಾಂಗಿಯಾಗಿ ಮಾಡಬೇಕು. ಇವೆಲ್ಲವನ್ನು ಮಾಡಲು ಶಕ್ತಳಲ್ಲದಿದ್ದರೆ ಮನೆಯವರದ್ದೋ, ಸಂಬಂಧಿಕರದ್ದೋ ಹಂಗಿನಲ್ಲಿ ಬಾಳಬೇಕು.

ಇಲ್ಲಿಯ ಕಾನೂನಿನ ಪ್ರಕಾರ ಬಹುಪತ್ನಿತ್ವವೆಂಬುದು ಅಪರಾಧ. ಆದರೆ ಸಾಮಾಜಿಕವಾಗಿ ಬಹುಪತ್ನಿತ್ವವನ್ನು ಧಾರಾಳವಾಗಿಯೇ ಇಲ್ಲಿ ಒಪ್ಪಿಕೊಳ್ಳಲಾಗಿದೆ. ಹೀಗಾಗಿ ದೇಹಸುಖದ ವಿಚಾರದಲ್ಲಿ ನಿಸ್ಸಂದೇಹವಾಗಿಯೂ ಅಂಗೋಲನ್ ಗಂಡಸರಿಗೆ ಕೊಂಚ ಹೆಚ್ಚೇ ಸ್ವಾತಂತ್ರ್ಯವು ಸಿಕ್ಕಿದಂತಾಗಿದೆ. ಇಲ್ಲಿಯ ಹಲವು ಸ್ಥಳೀಯ ಮಹಿಳೆಯರು ತಮ್ಮ ಗಂಡಂದಿರು ಇಂತಹ ಸಂಬಂಧಗಳನ್ನಿಟ್ಟುಕೊಳ್ಳುವ ಬಗ್ಗೆ ಒಪ್ಪಿಕೊಂಡಿದ್ದರು. ಆದರೆ ಈ ಬಗ್ಗೆ ಅವರಿಗೇನೂ ಅಭ್ಯಂತರವಿಲ್ಲ ಎಂಬುದು ಮಾತ್ರ ಸುಳ್ಳು. ಗೃಹದೌರ್ಜನ್ಯದಂತಹ ಅಂಶಗಳಿಗೆ ಹೆದರಿ ಅಥವಾ ಹೀಗೆ ಹಾದಿ ತಪ್ಪಿದರೂ ಮನೆಯ ಒಂದಿಷ್ಟು ಖರ್ಚನ್ನು ನೋಡಿಕೊಳ್ಳುತ್ತಾನೆ ಎಂಬ ಆಶ್ವಾಸನೆಗೆ ಮಣಿದು ಇವರುಗಳು ಒಲ್ಲದ ಮನಸ್ಸಿನಿಂದಲೇ ಒಪ್ಪಿಕೊಳ್ಳುತ್ತಾರೆ. ಏಕೆಂದರೆ ಗಂಡಸು ಎಲ್ಲೆಲ್ಲಿ ಏನೇನು ಮಾಡುತ್ತಾನೆ ಎಂಬುದನ್ನು

ದಿನವಿಡೀ ಕುಳಿತು ಕಾವಲು ಕಾಯುವುದು ಕಷ್ಟವೇ. ಹೆಣ್ಣು ತನ್ನೆಲ್ಲಾ ಸಮಯವನ್ನು ಇದಕ್ಕಾಗಿಯೇ ಮೀಸಲಿಟ್ಟರೆ ಮನೆಯ ಮಕ್ಕಳ ಹೊಟ್ಟೆಗೆ ತಣ್ಣೀರು ಬಟ್ಟೆಯೇ ಗತಿ.

ಕಳೆದ ಬಾರಿ ಯಾವುದೋ ಮಾತುಕತೆಗೆಂದು ನಮ್ಮಲ್ಲಿಗೆ ಬಂದಿದ್ದ ಹಿರಿಯ ಅಂಗೋಲನ್ ಅಧಿಕಾರಿಯೊಬ್ಬರು ತನ್ನೊಂದಿಗೆ ತನ್ನ ಅರ್ಧಕ್ಕಿಂತಲೂ ಕಮ್ಮಿ ವಯಸ್ಸಿನ ತರುಣಿಯೊಬ್ಬಳನ್ನು ಕರೆದುಕೊಂಡು ಬಂದಿದ್ದರು. ಆತ ಮೊಮ್ಮಕ್ಕಳಿರುವ ಮನುಷ್ಯ. ಆಕೆ ಇಪ್ಪತ್ತು ಚಿಲ್ಲರೆ ವಯಸ್ಸಿನ ತರುಣಿ. ಇಬ್ಬರೂ ಹರೆಯದ ಪ್ರೇಮಿಗಳಂತೆ ಒಬ್ಬರಿಗೊಬ್ಬರು ಅಂಟಿಕೊಂಡೇ, ಚೇಷ್ಟೆಗಳನ್ನು ಮಾಡುತ್ತಲೇ ಕಾಲಕಳೆಯುತ್ತಿದ್ದರು. "ನಮ್ಮಲ್ಲಿ ಇವೆಲ್ಲಾ ನಡೆಯುತ್ತಿರುತ್ತವೆ ಬಿಡಿ", ಎಂದು ಅಂದು ನನ್ನ ಕಿವಿಯಲ್ಲಿ ಒಬ್ಬ ಪಿಸುಗುಟ್ಟಿದ್ದ. ಎಲ್ಲರೂ ಹೀಗೆಯೇ ಅನ್ನುವುದು ಸತ್ಯಕ್ಕೆ ದೂರವಾದರೂ ಬಹುಪಾಲು ಅಂಗೋಲನ್ನರು ಹೀಗೆ ಹಲವು ಸಂಗಾತಿಗಳನ್ನು ಮುಕ್ತವಾಗಿ ಅಥವಾ ರಹಸ್ಯವಾಗಿ ಇಟ್ಟುಕೊಂಡೇ ಬಂದಿರುವವರು. ಸಮರ್ಥಿಸಿಕೊಳ್ಳಲು ಮೋಜು, ಸುಖ, ಉಡಾಫೆಗಳೆಂಬ ಎಂಥದ್ದೇ ಫಿಲಾಸಫಿಗಳನ್ನು ಇವರುಗಳು ಮುಂದಿಟ್ಟರೂ ಅಸುರಕ್ಷಿತ ಲೈಂಗಿಕತೆಯನ್ನು ಮತ್ತು ಏಡ್ಸ್ ಸೇರಿದಂತೆ ಹೆಚ್ಚುತ್ತಿರುವ ಲೈಂಗಿಕ ಖಾಯಿಲೆಗಳನ್ನು ಇಲ್ಲಿ ನಿರ್ಲಕ್ಷಿಸುವಂತಿಲ್ಲ. ಗಿಡಮೂಲಿಕೆಗಳು, ಬೇರು, ಪ್ರಾಣಿಯ ಉಗುರು, ಪಕ್ಷಿಯ ಕಾಲು, ಸರೀಸೃಪವೊಂದರ ಒಣಗಿದ ಚರ್ಮ ಹೀಗೆ ಚಿತ್ರವಿಚಿತ್ರ ವಸ್ತುಗಳನ್ನೊಳಗೊಂಡ ಅಂಗೋಲನ್ನರ ಸಾಂಪ್ರದಾಯಿಕ ಔಷಧಿಗಳ ಲೋಕದಲ್ಲಿ ಇಂದಿಗೂ ಬಹುಬೇಡಿಕೆಯಲ್ಲಿರುವ ಉತ್ಪನ್ನಗಳೆಂದರೆ ಕಾಮೋತ್ತೇಜಕ ಔಷಧಿಗಳೇ.

ಒಮ್ಮೆ ನಮ್ಮಲ್ಲಿಗೆ ಬಂದಿದ್ದ ಸಮಾಜಶಾಸ್ತ್ರಜ್ಞರೊಂದಿಗೆ ಸ್ಥಳೀಯರನ್ನು ಮಾತನಾಡಿಸಲು ಹೊರಟಿದ್ದ ನಾವು ಓರ್ವ ವೃದ್ಧನೊಬ್ಬನ ಬಳಿ ಕುಳಿತಿದ್ದೆವು. ಬೋಳುತಲೆಯವನಾಗಿದ್ದು, ದೊಗಲೆ ಅಂಗಿಯನ್ನು ಧರಿಸಿದ್ದ ಆತ ನಡೆದಾಡಲು ಬಹಳ ಕಷ್ಟಪಡುತ್ತಿದ್ದ. ಆತನ ಮಾತುಗಳನ್ನು ಸರಿಯಾಗಿ ಕೇಳಬೇಕೆಂದಿದ್ದರೆ ಬಹಳಷ್ಟು ಹತ್ತಿರಕ್ಕೆ ಬಂದು ನಾವು ನಮ್ಮ ಕಿವಿಗಳನ್ನು ನಿಮಿರಬೇಕಾಗಿತ್ತು. ಆತ ತಡಕಾಡುವುದನ್ನು ನೋಡಿದರೆ ಅವನಿಗೆ ದೃಷ್ಟಿದೋಷದ ಸಮಸ್ಯೆಯೂ ಇದೆ ಎಂಬುದನ್ನು ಖಚಿತವಾಗಿ ಹೇಳಬಹುದಿತ್ತು. ಅಂಗೋಲಾದಲ್ಲಿ ನಡೆದ ಆಂತರಿಕ ಯುದ್ಧದ ಬಗ್ಗೆ ಮಾತನಾಡಿದ ನಂತರ ನಿಮ್ಮ ಕುಟುಂಬದ ಬಗ್ಗೆ ಒಂದಿಷ್ಟು ಹೇಳಿ ಎಂದರೆ "ನನಗೆ ಇಪ್ಪತ್ತೆರಡು ಮಕ್ಕಳಿದ್ದಾರೆ. ನನ್ನ ಅಧಿಕೃತ ಕುಟುಂಬದ ಬಗ್ಗೆ ಹೇಳಲೋ ಅಥವಾ ಅನಧಿಕೃತ ಕುಟುಂಬಗಳ ಬಗ್ಗೆ ಹೇಳಲೋ?", ಅಂದುಬಿಟ್ಟ ಆತ.

ಈ ವೃದ್ಧ ಸತ್ಯ ಹೇಳುತ್ತಿದ್ದಾನೋ ಅಥವಾ ಸುಮ್ಮನೆ ಜಂಭ ಕೊಚ್ಚಿಕೊಳ್ಳುತ್ತಿದ್ದಾನೋ ಎನ್ನುವಂತೆ ಈ ಮಾತಿಗೆ ನಾವು ಮುಖಮುಖ ನೋಡಿಕೊಂಡೆವು.

ಝುಂಗೇರಾ ಮಹಿಳೆಯರ ಜಾಡು ಹಿಡಿದು

"ಈ ಮಹಿಳೆಯರಿಗಿರುವ ಒಂದು ಪ್ರತಿಶತ ಬದ್ಧತೆಯಾದರೂ ಇಲ್ಲಿಯ ಪುರುಷರಿಗಿದ್ದಿದ್ದರೆ ಅದೆಷ್ಟು ಚೆನ್ನಾಗಿರುತ್ತಿತ್ತು!", ಎನ್ನುತ್ತಿದ್ದರು ಡಾ. ಗೌರ್.

ಡಾ. ಗೌರ್ ಕೇಂದ್ರ ಸರ್ಕಾರದ ಮಂತ್ರಾಲಯವೊಂದರ ಉನ್ನತ ಹುದ್ದೆಯಿಂದ ನಿವೃತ್ತರಾದವರು. ಸಮಾಜಶಾಸ್ತ್ರದ ಬಗ್ಗೆ ಪುಸ್ತಕಗಳನ್ನು ಬರೆದು ಪ್ರಕಟಿಸಿದವರು. ಕೆಲ ವರ್ಷಗಳ ಕಾಲ ಉಪನ್ಯಾಸಕರಾಗಿಯೂ ಕೂಡ ಸೇವೆ ಸಲ್ಲಿಸಿದವರು. ಹಲವು ಸಂಸ್ಥೆಗಳಲ್ಲಿ ಸಲಹೆಗಾರರಾಗಿ ಸೇವೆ ಸಲ್ಲಿಸುತ್ತಿರುವವರು. ವಯಸ್ಸು ಎಪ್ಪತ್ತು ದಾಟಿದರೂ ಇಂದಿಗೂ ಕಾಲಿಗೆ ಚಕ್ರ ಕಟ್ಟಿಕೊಂಡವರಂತೆ ಉದ್ಯೋಗನಿಮಿತ್ತವಾಗಿ ಹಲವು ದೇಶಗಳನ್ನು ಸುತ್ತುವವರು. ಪಾಸ್‌ಪೋರ್ಟು ಮಾಡಿಸಿಕೊಂಡಿದ್ದೇ ಅದರಲ್ಲಿರುವ ಪುಟಗಳನ್ನು ತುಂಬಿಸಲು ಎನ್ನುವಷ್ಟು ಜಗತ್ತಿನ ಉದ್ದಗಲಗಳನ್ನು ಸುತ್ತಿ ಬಂದಿದ್ದಾರೆ ಡಾ. ಗೌರ್. ತಮ್ಮ ಕರ್ತವ್ಯದಲ್ಲೇ ಸಾರ್ಥಕತೆಯನ್ನು ಕಾಣುವಂತಿರುವ ಇವರ ಬಿಡುವಿಲ್ಲದ ವೇಳಾಪಟ್ಟಿಯಲ್ಲಿ ದಿನಕ್ಕೆ ನಾಲ್ಕೇ ನಾಲ್ಕು ಗಂಟೆಗಳನ್ನು ಪಡೆದುಕೊಂಡಿದ್ದು ನಿದ್ದೆಯ ಪುಣ್ಯವೆಂದೇ ಹೇಳಬೇಕು.

ಇಂತಿಪ್ಪ ಡಾ. ಗೌರ್ ಈ ಬಾರಿ ನನ್ನೊಂದಿಗೆ ಸುತ್ತುತ್ತಿದ್ದಿದ್ದು ಅಂಗೋಲಾದ ಬೀದಿಗಳನ್ನು. ವಿಶ್ವಬ್ಯಾಂಕ್ ಪ್ರಾಯೋಜಿತ ಈ ಯೋಜನೆಗೆ ಸೋಷಿಯಲ್ ಸೇಫ್-ಗಾರ್ಡ್ ತಜ್ಞರಾಗಿ ಬಂದಿದ್ದ ಡಾ. ಗೌರ್‌ರವರೊಂದಿಗೆ ಸಹೋದ್ಯೋಗಿಯಾಗಿ ನಾನು ಹೆಜ್ಜೆಹಾಕುತ್ತಿದ್ದೆ. ನಾವಿರುವ ವೀಜ್ ಎಂಬ ಪುಟ್ಟ ಪಟ್ಟಣದ ಸುತ್ತಮುತ್ತಲಿನ ಹಳ್ಳಿಗಳಲ್ಲಿ ಸುತ್ತುತ್ತಾ ಈ ನೀರಾವರಿ ಯೋಜನೆಯ ಬಗ್ಗೆ ಗ್ರಾಮಸ್ಥರ ಅಭಿಪ್ರಾಯವನ್ನು ಪಡೆದು ತತ್ಸಂಬಂಧಿ ಅಭಿವೃದ್ಧಿಗಾಗಿ ಏನೇನು ಕ್ರಮಗಳನ್ನು ಕೈಗೊಳ್ಳಬಹುದು ಎಂಬುದರ ಬಗ್ಗೆ ವಿಸ್ತೃತವಾದ ವರದಿಯೊಂದನ್ನು ಸಿದ್ಧಪಡಿಸಬೇಕಿತ್ತು. ಮಾರ್ಗಮಧ್ಯದಲ್ಲಿ ಆಫ್ರಿಕಾದ ಇತರ

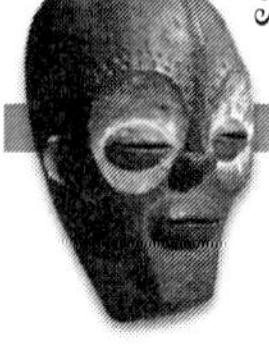

ದೇಶಗಳ ಜೀವನದ, ಬವಣೆಗಳ ಬಗ್ಗೆ ಕಣ್ಣಿಗೆ ಕಟ್ಟುವಂತೆ ಡಾ. ಗೌರ್ ವಿವರಿಸುತ್ತಾ ಹೋಗುತ್ತಿದ್ದರೆ ಅಂಗೋಲಾದ ಬಗ್ಗೆ ಹೇಳುತ್ತಾ ಅವರನ್ನು ನಾನು ಮಾನಸಿಕವಾಗಿ ಸಿದ್ಧಪಡಿಸುತ್ತಿದ್ದೆ. ಏಕೆಂದರೆ ಎರಡನೇ ಸುತ್ತಿನ ಅಧ್ಯಯನಕ್ಕೆಂದು ಅಂಗೋಲಾಗೆ ಈ ಬಾರಿ ಬಂದಿದ್ದ ಡಾ. ಗೌರ್ ನನ್ನೊಂದಿಗೆ ಮಾಡಬೇಕಾಗಿದ್ದ ಕೆಲಸಗಳು ಸಾಕಷ್ಟಿದ್ದವು.

ಅಂಗೋಲಾಕ್ಕೆ ಕಾಲಿಟ್ಟು ನೆಟ್ಟಗೆ ಎರಡು ಗಂಟೆಯೂ ಆಗಿರಲಿಕ್ಕಿಲ್ಲ. ಮಾತುಮಾತಲ್ಲೇ ಅಂಗೋಲನ್ ಮಹಿಳೆಯರ ಬಗ್ಗೆ ಪ್ರಶಂಸೆಯ ಮಾತೊಂದು ಅವರ ಬಾಯಿಯಿಂದ ಹೊರಬಿದ್ದಿತ್ತು. ಬಹುತೇಕ ಎಲ್ಲಾ ಆಫ್ರಿಕನ್ ಮಹಿಳೆಯರದ್ದೂ ಇದೇ ಕಥೆ ಎಂದಿದ್ದರು ಅವರು. ಈ ಬಗ್ಗೆ ಓದಿಯಷ್ಟೇ ತಿಳಿದುಕೊಂಡಿದ್ದ ನಾನು ಹೌದೆಂದು ತಲೆಯಲ್ಲಾಡಿಸಿದ್ದೆ. ಮೊಟ್ಟಮೊದಲ ಬಾರಿಗೆ ಭಾರತದಿಂದ ಹೊರಬಿದ್ದಿದ್ದ ನಾನು ಅಂಗೋಲಾಕ್ಕೆ ಬಂದಿಳಿದಾಗ ನನ್ನನ್ನು ಅಚ್ಚರಿಗೊಳಿಸಿದ್ದೂ ಈ ಮಹಿಳೆಯರೇ. ವಾಹನಗಳಿಂದ ಗಿಜಿಗುಡುವ ಹೆದ್ದಾರಿಯ ಎರಡೂ ಬದಿಗಳಲ್ಲಿ ತಲೆಯ ಮೇಲೆ ಭಾರದ ಸಾಮಾನುಗಳನ್ನು ಹೊತ್ತು ವ್ಯಾಪಾರ ಮಾಡುವ ಹೆಂಗಸರು ಅದೇ ವೇಗದಲ್ಲಿ ಆ ಜನನಿಬಿಡ ರಸ್ತೆಗಳನ್ನು ದಾಟುವುದನ್ನೂ ಕಂಡಾಗ ಯಾರಿಗೂ ಅಚ್ಚರಿಯಾಗಲೇಬೇಕು. ನನ್ನಂತಹ ಸಾಮಾನ್ಯರಿಗೆ ಅದೊಂದು ಸಿನಿಮೀಯ ಸ್ಟಂಟ್ ಇದ್ದಂತೆ.

"ಇವರನ್ನು ಝುಂಗೇರಸ್ ಎನ್ನುತ್ತಾರೆ", ಎಂದಿದ್ದ ನನ್ನೊಂದಿಗಿದ್ದ ದುಭಾಷಿ ಮಹಾಶಯ ಮಿಗೆಲ್ ಎಂಬೋಸೋ. ಅಂದಿನಿಂದಲೇ ಝುಂಗೇರಸ್ ಎಂದು ಕರೆಯಲ್ಪಡುವ ಈ ಶ್ರಮಜೀವಿ ಮಹಿಳೆಯರು ನನ್ನನ್ನು ಕಾಡತೊಡಗಿದ್ದರು. ನೀವು ಅಂಗೋಲಾಕ್ಕೆ, ಅದರಲ್ಲೂ ರಾಜಧಾನಿಯಾದ ಲುವಾಂಡಾಗೆ ಬಂದಿರೆಂದರೆ ನಿಮಗೆ ಕಣ್ಣುಹಾಯಿಸಿದಲ್ಲೆಲ್ಲಾ ಕಾಣಸಿಗುವುದು ಎರಡೇ ಎರಡು ದೃಶ್ಯಗಳು. ಒಂದು ಕಂದೊಂಗ್ಯೆರು ಎಂಬ ಹೆಸರಿನ ಸಾರ್ವಜನಿಕರ ಸಂಚಾರ ವ್ಯವಸ್ಥೆಗೆಂದು ಇರಿಸಲಾಗಿರುವ ಬಿಳಿ-ನೀಲಿ ಬಣ್ಣದ ವ್ಯಾನುಗಳು ಮತ್ತು ಝುಂಗೇರಸ್ ಎಂದು ಕರೆಯಲ್ಪಡುವ ಮಹಿಳೆಯರು.

ತಲೆಯ ಮೇಲೆ ಸಾಮಾನು ತುಂಬಿರುವ ಒಂದು ಮೂಟೆ ಅಥವಾ ಬಕೆಟ್. ಎರಡೂ ಕೈಗಳಲ್ಲಿ ನೇತಾಡುತ್ತಿರುವ ಪಾರದರ್ಶಕ ಪ್ಲಾಸ್ಟಿಕ್ ಚೀಲದಲ್ಲೂ ಕೆಲ ಸಾಮಾನುಗಳು. ಎದೆಯ ಸುತ್ತ ಬಿಗಿಯಾಗಿ ಕಟ್ಟಿಕೊಂಡ ಬಟ್ಟೆಯು ಆಕೆಯ ಬೆನ್ನಿಗೆ ಪಿಳಿಪಿಳಿ ಕಣ್ಣುಬಿಟ್ಟು ಜಗತ್ತನ್ನು ಅಚ್ಚರಿಯಿಂದ ನೋಡುತ್ತಿರುವ ತನ್ನ ಮಗುವನ್ನೂ ಅಂಟಿಸಿಕೊಂಡಿದೆ. ಝುಂಗೇರಾಗಳು ನಮಗೆ ಕಾಣಸಿಗುವುದು ಹೀಗೆ. ಸೂರ್ಯ ಏಳುವುದಕ್ಕೂ ಮುನ್ನ ಎದ್ದು ದಿನವಿಡೀ ಈ ಸಾಮಾನು ಸರಂಜಾಮುಗಳೊಂದಿಗೆ ಅಲೆಯುತ್ತಾ ಹೊಟ್ಟೆಪಾಡಿಗಾಗಿ ಅವುಗಳನ್ನು ಮಾರಾಟ ಮಾಡುವುದು ಅವರ ನಿತ್ಯದ ಕರ್ಮ. ದಿನವಿಡೀ ಬಿಸಿಲು ಮಳೆಯೆನ್ನದೆ ರಸ್ತೆಯ ಇಕ್ಕೆಲಗಳಲ್ಲೂ ಅಡ್ಡಾಡುತ್ತಾ, ತಲೆಯ ಮೇಲಿರುವ ಭಾರವನ್ನು ಬ್ಯಾಲೆನ್ಸ್ ಮಾಡುತ್ತಾ, ವಾಹನಗಳ ನಡುವಿನ ಇಕ್ಕಟ್ಟುಗಳನ್ನು ಸೀಳುತ್ತಾ ಇವರುಗಳು ಲಗುಬಗೆಯಿಂದ ರಸ್ತೆ ದಾಟುವುದನ್ನು ನೋಡುವುದೇ ಒಂದು ವಿಚಿತ್ರ.

ಇನ್ನು ಅವಳ ತಲೆಯ ಮೇಲಿರುವ ಮೂಟೆಯಲ್ಲಿ ಏನುಂಟು ಏನಿಲ್ಲ ಎನ್ನುವಷ್ಟು ವೈವಿಧ್ಯತೆ. ಹೆದ್ದಾರಿಗಳ ಇಕ್ಕೆಲಗಳಲ್ಲಿ ಪೆನ್ನು, ಪೆನ್ಸಿಲು, ಪುಸ್ತಕ, ಹಣ್ಣು, ಬಿಸ್ಕತ್ತು, ಕೀಚೈನು,

ಟೋಪಿ, ಸಾಬೂನು, ಕ್ರೀಮು, ಬಾಚಣಿಗೆ, ಟಾರ್ಚು, ಪಾಷಾಣ, ಮೊಬೈಲ್ ಚಾರ್ಜರ್, ಹೆಡ್ ಸೆಟ್, ಕನ್ನಡಕ, ಬೀಗ, ಡೈರಿ, ನೆಲಕಡಲೆ, ಬನ್ನು, ಮೀನು ಇತ್ಯಾದಿಗಳಾದರೆ ಸಮುದ್ರತೀರದಲ್ಲಾದರೆ ಈಜುಡುಗೆಗಳು, ಒಳಉಡುಪುಗಳು, ತಿಂಡಿತಿನಿಸುಗಳು... ಹೀಗೆ ನಗರದ ಇಡೀ ಮಾರುಕಟ್ಟೆಯನ್ನೇ ಸಂಚಾರಿ ಮಾರುಕಟ್ಟೆಯನ್ನಾಗಿ ಮಾರ್ಪಡಿಸಿದ ಖ್ಯಾತಿ ಇವರಿಗೆ ಸಲ್ಲಬೇಕು. ಅಂಗೋಲಾದ ರಣಬಿಸಿಲಿನಲ್ಲಿ ಸೂರ್ಯನ ಕಿರಣಗಳಿಗೆ ಸಡ್ಡುಹೊಡುವಂತೆ ಝುಂಗೇರಸ್ ಗಳು ಚಟುವಟಿಕೆಯಿಂದ ಓಡಾಡಿಕೊಂಡಿರುವುದಕ್ಕೆ ಬಿಸಿಲಿನಿಂದ ಮತ್ತಷ್ಟು ಕಪ್ಪಾದಂತಿರುವ ಇವರ ಚರ್ಮವೂ, ಧಾರಾಕಾರವಾಗಿ ಇಳಿಯುತ್ತಿರುವ ಬೆವರ ಹನಿಗಳೂ ಸಾಕ್ಷಿ. ದಾರಿಮಧ್ಯೆ ಸಿಕ್ಕ ನೆರಳಿನ ಮೂಲೆಯೊಂದರಲ್ಲಿ ಬೆನ್ನಿಗೆ ಕಟ್ಟಿದ ಮಗುವನ್ನು ನಾಜೂಕಾಗಿ ಇಳಿಸಿ ಅದಕ್ಕೆ ಹಾಲುಣಿಸಲು ಮೊಲೆಯನ್ನು ಕೊಟ್ಟರೆ, ಜೊತೆಗೇ ಒಂದೆರಡು ಬಾಳೆಹಣ್ಣನ್ನು ತಿಂದು ಹಸಿವೆಯನ್ನು ನೀಗಿಸಿಕೊಳ್ಳುವುದನ್ನು ಬಿಟ್ಟರೆ ಮತ್ತಾವ ವಿರಾಮದ ಅವಧಿಯೂ ಈ ಶ್ರಮಜೀವಿಗಳಿಗಿಲ್ಲ.

ಬಡತನದಂತೆ ನಿರುದ್ಯೋಗವೂ ಅಂಗೋಲಾಕ್ಕೆ ಬಡಿದ ಶಾಪವೇ. ಹಾಗಂತ ಗಂಡಸಿನಷ್ಟು ಸುಲಭವಾಗಿ ದಿಢೀರ್ ಹಣ ಮಾಡುವ ಧಂಧೆಗಿಳಿಯುವುದಿಲ್ಲ ಅಂಗೋಲನ್ ಗ್ರಾಮೀಣ ಮಹಿಳೆ. ಆ ಮಟ್ಟಿಗೆ ಅವಳ ಸ್ವಾಭಿಮಾನವು ಮೆಚ್ಚತಕ್ಕದ್ದು. ಗಂಡಸಿನಂತೆ ದಿನವಿಡೀ ಇಸ್ಪೀಟು ಆಡುತ್ತಾ ಕಾಲಹರಣ ಮಾಡುವುದು, ಕಂಡವರ ಕಾಸಿನಲ್ಲಿ ಸಾರಾಯಿ ಕುಡಿದು ಮೋಜು ಮಾಡುವುದು, ವೇಶ್ಯಾವಾಟಿಕೆಗಳಿಗೆ ಹೋಗುವುದು, ಪುಡಿಗಾಸಿಗಾಗಿ ಕಳ್ಳತನ-ಕೊಲೆಗಳನ್ನು ಮಾಡಿ ಜೈಲು ಸೇರುವುದು ಇತ್ಯಾದಿಗಳು ಆಕೆಯ ಆಯ್ಕೆಯಲ್ಲ.

ಮನೆಯ ಗಂಡಸು ಬೆಂಕಿಪೊಟ್ಟಣದಂತಿರುವ ಪುಟ್ಟ ಇಟ್ಟಿಗೆಯ ಮನೆಯು ತುಂಬಿಹೋಗುವಷ್ಟು ಮಕ್ಕಳನ್ನು ಕರುಣಿಸಿ ಆಲಸ್ಯವೆಂದೋ, ಮೈಗಳ್ಳತನವೆಂದೋ ಅಥವಾ ನಿಜಕ್ಕೂ ಉದ್ಯೋಗವಿಲ್ಲವೆಂದು ಕೈ ಚೆಲ್ಲಿ ಕುಳಿತಾಗ ಥಟ್ಟನೆ ಎದ್ದು ನಿಂತು ಸಂಸಾರದ ನೊಗ ಹೊರುವವಳು ಅವಳು. ತನ್ನ ಮತ್ತು ತನ್ನ ಕುಟುಂಬದ ಭವಿಷ್ಯಕ್ಕಾಗಿ ತಾನು ಬೀಡುಬಿಟ್ಟ ಹಳ್ಳಿಯಿಂದ ನೂರಾರು ಕಿಲೋಮೀಟರುಗಳ ದೂರದಲ್ಲಿರುವ ರಾಜಧಾನಿಯವರೆಗೆ ಬಂದು ಮಳೆ ಬಿಸಿಲುಗಳ ಪರಿವೆಯಿಲ್ಲದೆ ಮೈಮುರಿದು ದುಡಿಯುವವಳು ಅವಳು. ಗರ್ಭಿಣಿ ಹೊಟ್ಟೆಯನ್ನು ಹಿಡಿದುಕೊಂಡು ಆ ರಣಬಿಸಿಲಿನಲ್ಲಿ ಮೈಲುಗಟ್ಟಲೆ ನಡೆಯುವ ಅವಳ ಮುಗಿಯದ ಅಲೆದಾಟವನ್ನು ಶಬ್ದಗಳಲ್ಲಿ ಹಿಡಿದಿಡುವುದು ಕಷ್ಟವೇ.

ಇವಿಷ್ಟೇ ಆದರೆ ಬಹುಶಃ ಆಕೆ ಇತರ ಗ್ರಾಮೀಣ ಭಾಗದ ಮಹಿಳೆಯರಂತೆಯೇ ಉಳಿದುಹೋಗುತ್ತಿದ್ದಳು. ಆದರೆ ಅವಳು ಅವಕಾಶ ಸಿಕ್ಕಾಗಲೆಲ್ಲಾ ಮಾರುಕಟ್ಟೆಯಲ್ಲೂ ಒಂದು ಚಾದರವನ್ನು ಹಾಸಿ ಇದ್ದ ವಸ್ತುಗಳನ್ನು ಬಿಡಿಸಿಟ್ಟು ಮಾರಲು ಕೂರುತ್ತಾಳೆ. ಇಲ್ಲಿಯ ಮಾರುಕಟ್ಟೆಗಳ ರಸ್ತೆಬದಿಗಳಲ್ಲಿ ಈ ತರಹದ ವ್ಯಾಪಾರಗಳನ್ನು ನಿಷೇಧಿಸಲಾಗಿದೆಯಾದ್ದರಿಂದ ಹಟಾತ್ತನೆ ಕೆಲ ಪೋಲೀಸ್ ವಾಹನಗಳು ಬಂದು ಈ ಗುಂಪುಗಳನ್ನು ಚದುರಿಸಿಬಿಡುತ್ತವೆ. ಪೋಲೀಸ್ ವಾಹನವೊಂದು ಈ ಇಕ್ಕಟ್ಟಾದ ಮಾರುಕಟ್ಟೆಗಳಲ್ಲಿ ಧೂಳೆಬ್ಬಿಸುತ್ತಾ ರಾಜಾರೋಷವಾಗಿ ಬರುವಾಗ ತಮ್ಮ ಇದ್ದ ವಸ್ತುಗಳನ್ನು ಎದೆಗವಚಿಕೊಂಡು ಇವರುಗಳು ದಿಕ್ಕಾಪಾಲಾಗಿ ಓಡುವುದನ್ನೊಮ್ಮೆ ನೋಡಿದರೆ ಯಾರಿಗಾದರೂ ಕರುಳು ಕಿತ್ತುಬರುತ್ತದೆ.

ಹೊಸದಾಗಿ ಲುವಾಂಡಾದ ಮಾರುಕಟ್ಟೆಯೊಂದಕ್ಕೆ ಕಾಲಿಟ್ಟಿದ್ದ ನಾನು ಒಮ್ಮೆಯಂತೂ ಈ ನೋಟವನ್ನು ನೋಡಿ ತೀವ್ರಗೊಂದಲಕ್ಕೊಳಗಾಗಿ ಕಾಲ್ಕಿತ್ತಿದ್ದೆ. ಹಿಂದೊಮ್ಮೆ ಹರಿಯಾಣಾದ ಗುರುಗ್ರಾಮದಲ್ಲಿ ಭೂಕಂಪವಾದಾಗ ಇದೇ ರೀತಿ ಜೀವಭಯದಲ್ಲಿ ಪಲಾಯನಗೈದಿದ್ದನ್ನು ಬಿಟ್ಟರೆ ಜೀವ ಹಿಡಿದುಕೊಂಡು ಓಡಬೇಕಾದ ಪರಿಸ್ಥಿತಿಯು ನನಗೆಂದೂ ಬಂದಿರಲಿಲ್ಲ. ಏದುಸಿರು ಬಿಡುತ್ತಾ ನನ್ನ ದುಭಾಷಿಯಲ್ಲಿ ನಾನು ಕೇಳಿದ್ದೊಂದೇ, "ನೆಲಬಾಂಬ್ ಏನಾದರೂ ಸ್ಫೋಟವಾಯಿತೇ ಹೇಗೆ?". ಅಂಗೋಲಾದ ಕೆಲಭಾಗಗಳಲ್ಲಿ ಆಂತರಿಕ ಯುದ್ಧದ ಕಾಲದ ನೆಲಬಾಂಬುಗಳು ಇಂದಿಗೂ ಜೀವಂತವಾಗಿರುವುದು ಎಲ್ಲರಿಗೂ ಗೊತ್ತಿರುವ ಸಂಗತಿಯೇ.

ಹೀಗೆ ಈ ಓಡುವ ಅವಸರದಲ್ಲಿ ಬಹಳಷ್ಟು ವ್ಯಾಪಾರಿಗಳ ವಸ್ತುಗಳು ಅಲ್ಲೇ ಉಳಿದುಹೋಗುತ್ತವೆ. ಅಲ್ಲದೆ ಓಡುವ, ಒಬ್ಬರಿಗೊಬ್ಬರು ಢಿಕ್ಕಿಯಾಗುವ ರಭಸಕ್ಕೆ ಕೆಲ ವಸ್ತುಗಳು ಬಿದ್ದುಹೋಗುವುದೂ ಉಂಟು. ಪೋಲೀಸರ ಕೈಗೆ ಸಿಕ್ಕಿ ಹಾಕಿಕೊಳ್ಳುವುದಕ್ಕಿಂತ ಇಂಥಾ ನಷ್ಟಗಳೇ ಮೇಲು ಎನ್ನುವುದು ಇಲ್ಲಿ ಎಲ್ಲರಿಗೂ ಗೊತ್ತಿರುವ ಸತ್ಯ. ಗ್ರಹಚಾರವೆಂಬಂತೆ ಪೋಲೀಸಪ್ಪನೊಬ್ಬನ ಕೈಗೆ ಸಿಕ್ಕಿ ಬಿದ್ದಿದ್ದೇ ಆದರೆ ಆತ ನಲವತ್ತರಿಂದ ಐವತ್ತು ಸಾವಿರ ಕ್ವಾಂಝಾದಷ್ಟು (ಅಂಗೋಲಾದ ಕರೆನ್ಸಿ) ದಂಡ ಕೇಳುತ್ತಾನೆ. ಐವತ್ತು ಸಾವಿರ ಅಂಗೋಲನ್ ಕ್ವಾಂಝಾ ಎಂದರೆ ನಮ್ಮ ಬರೋಬ್ಬರಿ ಇಪ್ಪತ್ತೈದು ಸಾವಿರ ರೂಪಾಯಿಗಳಿಗಿಂತ ಕೊಂಚ ಕಮ್ಮಿ. ಇನ್ನು ಆತ ಲಂಚ ಕೀಳುವ ಮೂಡಿನಲ್ಲಿದ್ದರಂತೂ ಮುಗಿದೇಹೋಯಿತು. ಗಂಡುಹೆಣ್ಣೆಂಬ ಭೇದವಿಲ್ಲದೆ ಆತ ಆ ಬಡಪಾಯಿ ವ್ಯಾಪಾರಿಯ ನೀರಿಳಿಸಬಲ್ಲ. ಪೋಲೀಸರಿಗೆ ಇದೊಂದು ಚೆಲ್ಲಾಟವಾದರೆ ಇವರುಗಳಿಗೆ ಪ್ರಾಣಸಂಕಟ. ಹೀಗೆ ಪೋಲೀಸ್ ದಾಳಿಯಾದ ದಿನಗಳಲ್ಲಿ ನಿತ್ಯದ ಸಂಪಾದನೆಯ ಅರ್ಧದಷ್ಟು ಮೊತ್ತವೂ ಇವರುಗಳಿಗೆ ದಕ್ಕುವುದಿಲ್ಲ ಎಂಬುದನ್ನೂ ಹೇಳಲೇಬೇಕಾಗುತ್ತದೆ.

ಹೀಗೆ ಇವೆಲ್ಲವೂ ಗೊತ್ತಿದ್ದೂ ತನ್ನ ಹೊಟ್ಟೆಪಾಡಿಗಾಗಿ ವ್ಯಾಪಾರದ ಅಖಾಡಕ್ಕಿಳಿಯುವ ಅಂಗೋಲನ್ ಮಹಿಳೆ ನಾಲ್ಕು ಕಾಸು ಸಂಪಾದಿಸಬೇಕಿದ್ದರೆ ವ್ಯವಹಾರ ಜ್ಞಾನ, ತಾಳ್ಮೆ, ಬದ್ಧತೆಗಳ ಜೊತೆಗೇ ಚಿರತೆಯಂತೆ ಓಡುವ ಕಲೆಯನ್ನೂ ಸಿದ್ಧಿಸಿಕೊಂಡಿರಬೇಕು. ಆಗಷ್ಟೇ ಆಕೆಗೆ ಮತ್ತು ಆಕೆಯನ್ನು ನಂಬಿದ ಹೊಟ್ಟೆಗಳಿಗೆ ಎರಡು ಹೊತ್ತಿನ ರೊಟ್ಟಿಯು ನಸೀಬಾಗಬಲ್ಲದು. ಕೆಲವೊಮ್ಮೆ ಪೊಲೀಸರ ದೌರ್ಜನ್ಯಗಳು ಮಿತಿಮೀರಿದಾಗ ಝುಂಗೇರಗಳು ತಾಳ್ಮೆ ಕಳೆದುಕೊಂಡು ಪೊಲೀಸರೊಂದಿಗೆ ಘರ್ಷಣೆಗಿಳಿಯುವುದೂ ಉಂಟು. ವಿಯಾನಾದಲ್ಲಿ ಇತ್ತೀಚೆಗಷ್ಟೇ ನಡೆದ ಇಂಥದ್ದೊಂದು ಪ್ರಕರಣದಲ್ಲಿ ಕೆಲ ಝುಂಗೇರಗಳು ಸೇರಿಕೊಂಡು ಪೋಲೀಸ್ ಅಧಿಕಾರಿಯೊಬ್ಬನನ್ನು ಅಕ್ಷರಶಃ ಚಚ್ಚಿಹಾಕಿದರು. ವಿನಾಕಾರಣ ಎಂದೂ ಮೇಲೇಳದ ಬಲಿಷ್ಠ ಕಾರ್ಮಿಕ ಕೈಗಳ ಆರ್ಭಟದೆದುರು ಆ ದಿನ ಲಾಠಿಯೂ ಬಾಲ ಮುದುರಿಕೊಂಡು ಕುಂಯ್ ಎನ್ನಬೇಕಾಗಿ ಬಂದಿತ್ತು.

ಅಂಗೋಲನ್ ಕವಿಯೂ, ಬ್ಲಾಗ್ ಲೇಖಕರೂ ಆಗಿರುವ ಡೆಸಿಯೋ ಬೆಟೆನ್ಕೋರ್ಟ್ ಮತೆಉಸ್ ಈ ಝುಂಗೇರಸ್ ಮಹಿಳೆಯರ ಬಗ್ಗೆ ಅದೆಷ್ಟು ಮನೋಜ್ಞವಾಗಿ ಬರೆಯುತ್ತಾರೆ ನೋಡಿ.

ಬೆನ್ನಿಗಂಟಿರುವ ಅವಳ ಮಗುವಿಗೆ ಹಸಿವಾಗಿದೆ...
ಸೂರ್ಯ ಇನ್ನಿಲ್ಲದಂತೆ ಸುಡುತ್ತಿದ್ದಾನೆ,
ಸೂರ್ಯ ಇನ್ನಿಲ್ಲದಂತೆ ಅವಳನ್ನು ಬೇಯಿಸುತ್ತಿದ್ದಾನೆ...
ಬೆನ್ನಿಗಂಟಿರುವ ಅವಳ ಮಗುವಿಗೆ ಹಸಿವಾಗಿದೆ...

ಹಸುಳೆಯ ಮೈಸವರುತ್ತಿವೆ ನೊಣಗಳು,
ವಿಚಲಿತಗೊಳಿಸುತ್ತಿವೆ ಕಸದ ಕೊಚ್ಚೆಗಳು...
ಝುಂಗೇರಳ ತಲೆಯ ಮೇಲೆ ಕಟ್ಟಿಟ್ಟಿರುವುದು,
ವ್ಯಾಪಾರ, ಅನ್ನ ಮತ್ತು ಅವಳ ಜೀವನ...

ಮಣ್ಣುಮೆತ್ತಿರುವ ಕಾಲಿನಲ್ಲಿರುವುದು,
ಕಿಲೋಮೀಟರುಗಳಷ್ಟು ದೂರ ನಡೆದುಬಂದ ಆಯಾಸ,
ಜೊತೆಗೇ ಅವಳನ್ನು ಹೈರಾಣಾಗಿಸಿರುವ ಸುಸ್ತು...
ಬೆನ್ನಿಗಂಟಿರುವ ಅವಳ ಮಗುವಿಗೆ ಹಸಿವಾಗಿದೆ...

ಅಂಗೋಲಾದಲ್ಲಿ ಅಂತಾರಾಷ್ಟ್ರೀಯ ಮಹಿಳಾ ದಿನಕ್ಕೆ ವಿಶೇಷವಾದ ಮಾನ್ಯತೆಯಿದೆ. ಮಾರ್ಚ್ ಎಂಟು ಇಲ್ಲಿ ಸರಕಾರಿ ರಜಾದಿನವೂ ಹೌದು. ಆಫ್ರಿಕಾದ ಇತರ ಭಾಗಗಳಲ್ಲಿ ಕಾಣಸಿಗುವ ಧರ್ಮ, ಸಂಪ್ರದಾಯ ಇತ್ಯಾದಿಗಳ ಹೆಸರಿನಲ್ಲಿ ಮಹಿಳೆಯರ ವಿರುದ್ಧ ನಡೆಸಲಾಗುವ ಅಮಾನವೀಯ ದೌರ್ಜನ್ಯಗಳು ಅಂಗೋಲಾದಲ್ಲಿ ಕಾಣಸಿಗುವುದು ತೀರಾ ಕಡಿಮೆ. ಇನ್ನು ತೈಲ, ವಜ್ರ, ಕಾಫಿ, ಮಾಧ್ಯಮ, ದೂರಸಂಪರ್ಕ ಇತ್ಯಾದಿ ಲಾಭದಾಯಕ ಉದ್ಯಮಗಳನ್ನು ತನ್ನ ತೆಕ್ಕೆಗೆ ಹಾಕಿಕೊಂಡು ಹಾಯಾಗಿರುವ ಮಹಾಕುಳಗಳ ನಿರಂತರ ದೌರ್ಜನ್ಯದ ಹೊರತಾಗಿಯೂ ಅಂಗೋಲಾದ ಹಳ್ಳಿಗಳು ಇಂದು ತಲೆಯೆತ್ತಿ ಸ್ವಾಭಿಮಾನದಿಂದ ಬದುಕುತ್ತಿವೆಯೆಂದರೆ ಅದರ ಹಿಂದೆ ಝುಂಗೇರಾಗಳಂತಹ ಗ್ರಾಮೀಣ ಮಹಿಳೆಯರ ಬಹುದೊಡ್ಡ ಕೊಡುಗೆಯಿದೆ. ನೆಲಕ್ಕೆ ಬಿದ್ದ ಇವರ ಬೆವರ ಹನಿಗಳು ಈ ದೇಶದ ಮಣ್ಣನ್ನು ಮತ್ತಷ್ಟು ಫಲವತ್ತಾಗಿಸಿದೆಯೋ ಎಂಬಂತೆ ಪರಿಶ್ರಮವನ್ನೂ, ಜೀವನಪ್ರೀತಿಯನ್ನೂ ಉಸಿರಾಡುತ್ತಲೇ ಭರವಸೆಯೆಂಬ ಬೆಳಕನ್ನು ಚೆಲ್ಲುತ್ತಾ ಬಂದಿದ್ದಾರೆ ಈ ಮಹಿಳೆಯರು. ಅಂತಾರಾಷ್ಟ್ರೀಯ ಮಹಿಳಾ ದಿನದಂದು ಝುಂಗೇರಗಳಿಗೊಂದು ನನ್ನ ಪ್ರೀತಿಯ ಸಲಾಂ!

ಕೊನೆಯ ಮಾತು:

ಬಂಟು ಗೇಮ್ಸ್ ಎಂಬ ಹೆಸರಿನ ಉತ್ಸಾಹಿ ತರುಣರ ತಂಡವೊಂದು "ಝುಂಗೇರಾ ರನ್" ಎಂಬ ಹೆಸರಿನ ಹೊಸ ಮೊಬೈಲ್ ಗೇಮ್ ಅಪ್ಲಿಕೇಷನ್ ಒಂದನ್ನು ಸೃಷ್ಟಿಸಿದೆ. ನೋಡಲು "ಟೆಂಪಲ್ ರನ್" ಮತ್ತು "ಸಬ್ ವೇ ಸರ್ಫರ್ಸ್" ಆಟದ ಮಾದರಿಯಲ್ಲಿರುವ ಈ ಆಟದಲ್ಲಿ ಸಮವಸ್ತ್ರ ಧರಿಸಿರುವ ಪೋಲೀಸ್ ಅಧಿಕಾರಿಯೊಬ್ಬ ತನ್ನ ತಲೆಯ ಮೇಲೆ ಸಾಮಾನುಗಳನ್ನಿಟ್ಟುಕೊಂಡು ಮಾರುತ್ತಿರುವ ಮಹಿಳೆಯೊಬ್ಬಳ ಬೆನ್ನಟ್ಟುತ್ತಿದ್ದಾನೆ. ಈ ಝುಂಗೇರ ಮಹಿಳೆಯು ಓಡುತ್ತಲೇ ನಾಣ್ಯಗಳನ್ನು ಬಾಚುತ್ತಾ ತನ್ನ ಪಾಯಿಂಟ್ ಗಳನ್ನು

ಗಳಿಸಿಕೊಳ್ಳಬೇಕು. ಅಕಸ್ಮಾತ್ ಈ ಪೋಲೀಸ್ ಅಧಿಕಾರಿಯು ಅವಳನ್ನು ಹಿಡಿದುಬಿಟ್ಟರೆ ಆಟವು ಅಲ್ಲಿಗೇ ಮುಗಿದುಹೋಗುತ್ತದೆ. ಜೊತೆಗೇ ಅವಳು ಹೊತ್ತುಕೊಂಡಿದ್ದ ಎಲ್ಲಾ ಸಾಮಾನುಗಳನ್ನೂ ಕಸಿದುಕೊಂಡು ಮಾಯವಾಗುತ್ತಾನೆ ಆತ. ಈ ಮೊಬೈಲ್ ಗೇಮ್ ಅಪ್ಲಿಕೇಷನ್ ಅನ್ನು ಗೂಗಲ್ ಪ್ಲೇ ಸ್ಟೋರ್ ನಿಂದಲೂ ಡೌನ್ಲೋಡ್ ಮಾಡಿಕೊಳ್ಳಬಹುದು.

ಅಂಗೋಲಾದ ವಾಸ್ತವಿಕತೆಗೆ ಹತ್ತಿರವಿರುವ, ಝುಂಗೇರ ಮಹಿಳೆಯರನ್ನೇ ಸ್ಫೂರ್ತಿಯನ್ನಾಗಿಟ್ಟುಕೊಂಡು ಸೃಷ್ಟಿಸಿದ ಈ ಮೊಬೈಲ್ ಗೇಮ್ ಎಲ್ಲರಿಗೂ ಇಷ್ಟವಾಗಿದ್ದಂತೂ ಹೌದು. ಲುವಾಂಡಾದ ಬೀದಿಗಳಲ್ಲಿ ಕಾಣಸಿಗುವ ಸಾರ್ವಜನಿಕರ ಸಂಚಾರ ವ್ಯವಸ್ಥೆಯ ಬೆನ್ನೆಲುಬಾದ ಬಿಳಿ-ನೀಲಿ ವ್ಯಾನುಗಳು, ಇಲ್ಲಿಯ ಟೆಲಿಕಾಂ ಸಂಸ್ಥೆಯಾದ ಯೂನಿಟೆಲ್ ಕಚೇರಿ ಇತ್ಯಾದಿಗಳನ್ನು ಈ ಆಟದ ಗ್ರಾಫಿಕ್ಸ್ ನಲ್ಲೂ ಕಂಡು ಕಣ್ತುಂಬಿಕೊಳ್ಳಬಹುದು. ಬಿಡುಗಡೆಯಾದ ಮೂರೇ ದಿನದಲ್ಲಿ ಆರು ಸಾವಿರಕ್ಕೂ ಹೆಚ್ಚು ಜನರು ಈ ಗೇಮ್ ಅನ್ನು ತಮ್ಮ ಮೊಬೈಲುಗಳಿಗೆ ಇಳಿಸಿಕೊಂಡರಂತೆ.

ಇದು ಅಂಗೋಲಾದ ಝುಂಗೇರಾ ಮಹಿಳೆಯರ ಕಮಾಲ್.

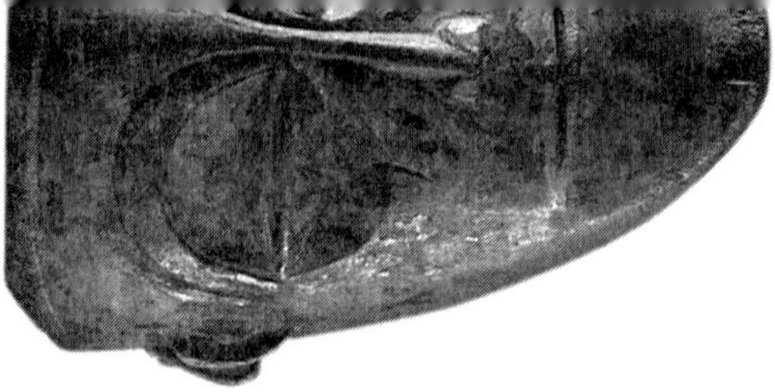

ಅಂಗೋಲಾದ ಬ್ಯಾಂಡ್ – ಬಾಜಾ – ಬಾರಾತ್ ಕಥೆಗಳು

"ಎರಡು ಕ್ರೇಟ್ ಬಿಯರ್"

"........."

"ಎರಡು ಕ್ರೇಟ್ ಸಾಫ್ಟ್ ಡ್ರಿಂಕ್ಸ್"

"........."

"ಒಂದು ಹಾಸಿಗೆ"

"........."

"ಹತ್ತು ಪ್ಲಾಸ್ಟಿಕ್ ಕುರ್ಚಿಗಳು"

"........."

"ಎರಡು ಮೇಜುಗಳು"

"........."

"ಎರಡು ಸೂಟ್"

"........."

"ಎರಡು ಸಾವಿರ ಡಾಲರ್ ನಗದು"

"ಏನೂ?"

ಅಷ್ಟು ಹೊತ್ತಿನಿಂದ ನಾನು ಮಾತಾಡಿದ್ದು ಆವಾಗಲೇ. ನನ್ನ ಅಂಗೋಲನ್ ಗೆಳೆಯನಾಗಿದ್ದ ರಿಕಾರ್ಡೋ ತನ್ನ ಪಟ್ಟಿಯನ್ನು ತಯಾರಿಸುತ್ತಲೇ ಇದ್ದ. ಮುಂದಿನ ಕೆಲವೇ ದಿನಗಳಲ್ಲಿ ರಿಕಾರ್ಡೋನ ಗೆಳೆಯನೊಬ್ಬನ ಮದುವೆಯು ನಿಗದಿಯಾಗಿತ್ತು. ಹೀಗಾಗಿ ವಧುದಕ್ಷಿಣೆಯಾಗಿ ಕೊಡಬೇಕಾಗಿರುವ ವಸ್ತುಗಳ ಪಟ್ಟಿಯಿದು. ಹತ್ತಿಪ್ಪತ್ತು ಸಾಮಾನುಗಳನ್ನು ನೋಡಿಯೇ ಸುಸ್ತಾಗಿದ್ದ ನನಗೆ ಕೊನೆಗೆ ಹೆಚ್ಚುವರಿಯಾಗಿ ಎರಡು ಸಾವಿರ ಡಾಲರ್‌ಗಳ ಬೇಡಿಕೆಯು ಬಂದಾಗ ಬೆಚ್ಚಿಬೀಳುವಂತಾಯಿತು. "ಮುಗೀತು ಕಥೆ... ಅವನು ಮದುವೆಯಾಗೋದೇನೋ ಬೇಡ, ಬ್ರಹ್ಮಚಾರಿಯಾಗಿಯೇ ಇರು ಅನ್ನು", ನಗುತ್ತಾ ಅಂದೆ ನಾನು. ನನಗೆ ಗೊತ್ತಿರುವಂತೆ ಇಷ್ಟನ್ನೆಲ್ಲಾ ಸಿದ್ಧಪಡಿಸಿ, ನಂತರ ಸಾಲದ್ದೆಂಬಂತೆ ಎರಡು

ಸಾವಿರ ಡಾಲರ್ ದಕ್ಷಿಣೆಯನ್ನೂ ಕೊಟ್ಟು ಆತ ಮದುವೆಯಾಗುವುದು ಸಾಧ್ಯವಿರಲಿಲ್ಲ. ಅಷ್ಟಿದ್ದರಲ್ಲವೇ ಕೊಡುವುದು?

"ಏನಾದರೂ ಮಾಡಿ ಹಣ ಹೊಂದಿಸಬೇಕಂತೆ", ರಿಕಾರ್ಡೋ ಪಟ್ಟಿಯನ್ನು ಓದುತ್ತಲೇ ನನ್ನತ್ತ ನೋಡದೆ ಉತ್ತರಿಸಿದ. ಸಾವಿರ ಸುಳ್ಳು ಹೇಳಿ ಒಂದು ಮದುವೆ ಮಾಡು ಅಂತಾರೆ. ನಾನು ಸುಮ್ಮನೆ ಹೂಂಗುಟ್ಟಿದೆ. ಅಂತೂ ವಿವಾಹವು ಚೆನ್ನಾಗಿಯೇ ಆಯಿತೆಂದು ಕೆಲ ದಿನಗಳಲ್ಲಿ ವರ್ತಮಾನ ಬಂದಿತು.

ವೀಜ್‌ನಲ್ಲಿ ಮೊಟ್ಟಮೊದಲ ಬಾರಿಗೆ ನಿಶ್ಚಿತಾರ್ಥದಂತಹ ವಿಧಿಯೊಂದರಲ್ಲಿ ಭಾಗವಹಿಸಿದ ನೆನಪಿದೆ ನನಗೆ. ದುಭಾಷಿಗೆ ಈ ಬಗ್ಗೆ ಮೊದಲೇ ಹೇಳಿ ತತ್ಸಂಬಂಧಿ ಕಾರ್ಯಕ್ರಮಗಳಿದ್ದರೆ ನನ್ನನ್ನು ಕರೆದುಕೊಂಡು ಹೋಗಲೇಬೇಕೆಂದು ಕೇಳಿಕೊಂಡಿದ್ದೆ. ಹಾಕಿದ್ದ ಯೋಜನೆಯಂತೆಯೇ ಮದುವೆಯ ಮನೆಗೆ ಬಂದು ತಲುಪಿದ್ದೂ ಆಯಿತು. ನಾಲ್ಕು ಕಂಬಗಳನ್ನು ನೆಲಕ್ಕೂರಿ ಡೇರೆಯಂತಹ ಬಟ್ಟೆಯನ್ನು ಕಟ್ಟಿ ಮನೆಯ ಪಕ್ಕ ಶಾಮಿಯಾನದಂತಹ ವ್ಯವಸ್ಥೆಯೊಂದನ್ನು ಆಯೋಜಕರು ಮಾಡಿದ್ದರು. ಇನ್ನು ಆಯಕಟ್ಟಿನ ಭಾಗವೊಂದರಲ್ಲಿ ಎದುರುಬದುರಾಗಿರುವಂತೆ ಎರಡು ಸಾಲುಗಳಲ್ಲಿ ಪ್ಲಾಸ್ಟಿಕ್ ಕುರ್ಚಿಗಳನ್ನಿಡಲಾಗಿತ್ತು. ಅಂದಹಾಗೆ ಈ ಶಾಮಿಯಾನ ವ್ಯವಸ್ಥೆಯ ನೆರಳು ಈ ಜಾಗಕ್ಕೆ ಮಾತ್ರ. ಉಳಿದವರಿಗೆ ಕುಳಿತುಕೊಳ್ಳಲು ಅನುಕೂಲವಾಗುವಂತೆ ಹೊರಭಾಗದಲ್ಲಿ ಕುರ್ಚಿಗಳನ್ನು ಇಡಲಾಗಿತ್ತು. ಹೀಗೆ ಬಂದವರು ಎದುರುಬದುರಿನ ಕುರ್ಚಿಗಳಲ್ಲಿ ಕೂತವರು ನಡೆಸುವ ಎಲ್ಲಾ ಚಟುವಟಿಕೆಗಳನ್ನು ನೋಡಲು ಸಾಧ್ಯವಾಗುವಂತಹ ತಕ್ಕಮಟ್ಟಿನ ವ್ಯವಸ್ಥೆಯು ಅದಾಗಿತ್ತು. ಈ ಭಾಗದ ಸಭಿಕರಿಗೆ ನೆರಳಿನ ವಿಲಾಸವಿಲ್ಲ ಎಂಬುದನ್ನು ಬಿಟ್ಟರೆ ಬೇರೆಲ್ಲವೂ ಸರಾಗ.

ಸಮಯವು ಆಗಲೇ ಸಂಜೆಯ ಐದಾಗಿದ್ದರಿಂದ ನೆರಳಿನ ಅಂಥಾ ಅವಶ್ಯಕತೆಯೂ ಇರಲಿಲ್ಲವೆನ್ನಿ. ಹೀಗಾಗಿ ಒಳ್ಳೆಯ ಗಾಳಿಯಾಡುತ್ತಿದ್ದ ಆ ಪರಿಸರದಲ್ಲಿ ಎಲ್ಲರೂ ಆರಾಮಾಗಿಯೇ ಇದ್ದರು. ನನ್ನ ಕಾರಿನಲ್ಲಿ ಎಂದಿನಂತೆ ಬಂದ ನಾನು ದುಭಾಷಿಯೊಂದಿಗೆ ಸಭಿಕರು ಕುಳಿತುಕೊಂಡಿದ್ದ ಜಾಗದತ್ತ ನಡೆದೆ. ನಡೆಯಬೇಕಿದ್ದ ವಿಧಿಯ ಜಾಗದಲ್ಲಿ ಎದುರುಬದುರಾಗಿ ಕುರ್ಚಿಗಳನ್ನಿಟ್ಟಿದ್ದರೂ ಇಬ್ಬರ ಕಡೆಯಿಂದಲೂ ಇನ್ನೂ ಯಾರೂ ಬಂದು ಕೂತಿರಲಿಲ್ಲ. ಬಂದವರೆಲ್ಲಾ ಇವರಿಗಾಗಿಯೇ ಕಾಯುತ್ತಿರಬೇಕು ಎಂದು ಒಳಗೊಳಗೇ ಲೆಕ್ಕಹಾಕಿದೆ ನಾನು. ಬಂದ ಅಷ್ಟೂ ಜನರಲ್ಲಿ ನಾನೊಬ್ಬ ಮಾತ್ರ ವಿದೇಶೀಯನಾಗಿದ್ದರಿಂದ ಎಲ್ಲರೂ ನನ್ನನ್ನೇ ಬಿಟ್ಟಕಣ್ಣುಗಳಿಂದ ನೋಡುತ್ತಿದ್ದರು, ನಾನೊಬ್ಬ ಅನ್ಯಗ್ರಹಜೀವಿಯೋ ಎಂಬಂತೆ! ಪುಣ್ಯಕ್ಕೆ ಒಂದಿಬ್ಬರು ಸ್ವತಃ ಬಂದು ಮಾತನಾಡಿಸಿ ನನ್ನ ಮುಜುಗರವನ್ನೂ ಕಮ್ಮಿ ಮಾಡಿದರು. ಬರಬೇಕಿದ್ದವರು ಅದ್ಯಾವಾಗ ಬಂದು ಆ ಡೇರೆಯ ಕೆಳಗಿನ ಸ್ಥಾನವನ್ನು ತುಂಬಿಸುತ್ತಾರಪ್ಪಾ ಎಂದು ಕಾತರದಿಂದ ಕಾದೆ ನಾನು.

ಅಂತೂ ಸಾಕಷ್ಟು ಹೊತ್ತು ಕಾದ ನಂತರ ಕೆಲ ಬೆರಳೆಣಿಕೆಯ ಮಂದಿ ಬಂದು ಎದುರಿನ ಸಾಲುಗಳಲ್ಲಿ ಕುಳಿತುಕೊಂಡರು. ಕೂತು ಏನೋ ಗುಟ್ಟು ಮಾತಾಡುವವರಂತೆ, ಸಭಿಕರತ್ತಲೂ ನೋಡದೆ ತಮ್ಮತಮ್ಮಲ್ಲಿ ಗುಸುಗುಸು ಮಾತಾಡುತ್ತಲೇ ಹೋದರು. ಇತ್ತ

ಕುಳಿತಿದ್ದ ಸಭಿಕರಲ್ಲೂ ಯಾರಿಗೂ ಇದರಲ್ಲಿ ಆಸಕ್ತಿಯಿದ್ದಂತಿರಲಿಲ್ಲ. ಎಲ್ಲರೂ ತಮ್ಮತಮ್ಮಲ್ಲಿ ಹರಟೆಹೊಡೆಯುವುದರಲ್ಲೇ ವ್ಯಸ್ತರು. ಹಾಗೆಯೇ ಹೊಸದಾಗಿ ಬಂದು ಸೇರುತ್ತಿರುವವರನ್ನು ನೋಡುವತ್ತ ಉತ್ಸಾಹ. ನಮ್ಮ ಚಲನಚಿತ್ರ ಪ್ರಶಸ್ತಿಪ್ರದಾನ ಸಮಾರಂಭಗಳಲ್ಲಿ ರೆಡ್ ಕಾರ್ಪೆಟ್‌ನಲ್ಲಿ ಹೆಜ್ಜೆ ಹಾಕುತ್ತಾ ಭರ್ಜರಿ ಎಂಟ್ರಿ ಕೊಡುವ ಚಿತ್ರತಾರೆಗಳಂತೆ. ಅಷ್ಟಕ್ಕೂ ಎಲ್ಲರೆದುರು ಕುಳಿತುಕೊಂಡು ತಮ್ಮತಮ್ಮಲ್ಲೇ ಎರಡೂ ಕಡೆಯವರು ಅದೇನು ಗುಟ್ಟು ಮಾತಾಡಿಕೊಳ್ಳುವುದು ಎಂದು ದುಭಾಷಿಯಲ್ಲಿ ಕೌತುಕದಿಂದ ಕೇಳಿದೆ ನಾನು. "ಚೌಕಾಶಿ ಸಾರ್ ಚೌಕಾಶಿ", ಎಂದ ಆತ!

ಮನೆಯ ಹೊರಾಂಗಣದಲ್ಲಿ ರಾಶಿ ಹಾಕಿರುವ ಕೆಲ ಸಾಮಾನುಗಳು ನನಗೆ ಕಂಡಿದ್ದೇ ಆಗ. ಒಂದು ಹಾಸಿಗೆ, ಅಂಗೋಲಾದ ಬಿಯರ್ ಆಗಿರುವ 'ಕೂಕಾ'ದ ಕ್ರೇಟ್‌ಗಳು, ಪಾತ್ರೆ-ಪಗಡಿಗಳು, ಒಂದರ ಮೇಲೊಂದರಂತೆ ಪೇರಿಸಿಟ್ಟಿದ್ದ ಕೆಲ ಪ್ಲಾಸ್ಟಿಕ್ ಕುರ್ಚಿಗಳು, ಕೆಲ ಜಾಕೆಟ್ಟುಗಳು... ಹೀಗೆ ಒಂದಷ್ಟು ವಸ್ತುಗಳನ್ನು ಅಲ್ಲಿ ರಾಶಿ ಹಾಕಲಾಗಿತ್ತು. ಮಣ್ಣಿನ ನೆಲದ ಮೇಲೆ ಒಂದು ಚಾಪೆಯನ್ನು ಹಾಕಿ ಇವುಗಳನ್ನು ಹೀಗೆ ಅಸ್ತವ್ಯಸ್ತವಾಗಿ ಇರಿಸಲಾಗಿತ್ತು. ನನ್ನ ದುಭಾಷಿ ಮಹಾಶಯ ಚೌಕಾಶಿಯ ಮಾತನ್ನೆತ್ತದಿದ್ದರೆ ವಧುದಕ್ಷಿಣೆಯಾಗಿ ಕೊಡಲಾಗುತ್ತಿದ್ದ ಈ ವಸ್ತುಗಳು ನನ್ನ ಗಮನಕ್ಕೆ ಬರುತ್ತಿರಲಿಲ್ಲವೋ ಏನೋ! ಈ ಘಟನೆಯೊಂದಿಗೆ ರಿಕಾರ್ಡೋನ ಪಟ್ಟಿಯೂ, ವೀಜ್‌ನ ಮಟ್ಟಿಗೆ ಆತನ ಗೆಳೆಯನ ದುಬಾರಿ ಮದುವೆಯೂ ನೆನಪಾಯಿತು. ಕೊನೆಗೂ ಅಂಥದ್ದೊಂದು 'ವ್ಯವಹಾರ'ವನ್ನು ನಾನು ಖುದ್ದಾಗಿ ನೋಡುತ್ತಿದ್ದೆ.

ಹೀಗೆ ವಿವಾಹವನ್ನು ವ್ಯವಹಾರ ಮಾಡಿರುವ ರೂಢಿಯು ಭಾರತಕ್ಕೇ ಸೀಮಿತವಾಗಿರುವಂಥದ್ದಲ್ಲ. ಸೊಮಾಲಿಯಾದಂತಹ ಭಾಗಗಳಲ್ಲಿ ಒಂಟೆಯ ಆಸೆಗೆ ಬಿದ್ದು ಪುಟ್ಟ ಹೆಣ್ಣುಮಕ್ಕಳನ್ನು ಮುದುಕರಿಗೆ ಗಂಟು ಹಾಕುವ ಪ್ರಕರಣಗಳನ್ನು ನಾವು ಕೇಳಿರುತ್ತೇವೆ. ಇಲ್ಲಿ ಒಂಟೆಗಳನ್ನು ವಧುದಕ್ಷಿಣೆಯ ರೂಪದಲ್ಲಿ ತೆಗೆದುಕೊಳ್ಳಲಾಗುತ್ತದಂತೆ. ಜನಸಂಖ್ಯೆಯ ವಿಚಾರಕ್ಕೆ ಬಂದರೆ ಅಂಗೋಲಾದಲ್ಲಿ ಹೆಣ್ಣುಮಕ್ಕಳ ಸಂಖ್ಯೆ ಪುರುಷರಿಗಿಂತ ಹೆಚ್ಚಿದೆ. ಇಪ್ಪತ್ತು ಚಿಲ್ಲರೆ ವರ್ಷಗಳ ದೀರ್ಘ ಯುದ್ಧಕಾಲದಲ್ಲಿ ಸತ್ತ ಲಕ್ಷಗಟ್ಟಲೆ ಪುರುಷರಿಂದ ಜನಸಂಖ್ಯೆಯ ಅನುಪಾತದ ಮೇಲೆ ಗಾಢವಾದ ಪರಿಣಾಮ ಬೀರಿತೆಂದು ಹೇಳಲಾಗುತ್ತದೆ. ಇನ್ನು ವಿವಾಹದ ಸಮಯದಲ್ಲಿ ಹೆಣ್ಣುಮಕ್ಕಳಿಂದಾಗಿ ಒಂದು ರೀತಿಯಲ್ಲಿ ಕುಟುಂಬಕ್ಕೆ ಲಾಭವೇ ಆಗುವುದರಿಂದ ಆರೈಕೆಯಲ್ಲಿ ಯಾವ ಕೊರತೆಯೂ ಉಂಟಾಗದಂತೆ ಅವರನ್ನು ನೋಡಿಕೊಳ್ಳಲಾಗುತ್ತದೆ ಕೂಡ.

ಇವೆಲ್ಲಾ ಕಾರಣಗಳಿಂದಾಗಿ ವಿವಾಹವೆಂದರೆ ಅಂಗೋಲನ್ ಗಂಡುಮಕ್ಕಳಿಗೆ ಒಂದು ರೀತಿಯಲ್ಲಿ ಹೊರೆ. ಉತ್ತಮ ವಿಧ್ಯಾಭ್ಯಾಸ, ಉದ್ಯೋಗಾವಕಾಶಗಳಿಲ್ಲದೆ ಕಂಗೆಡುವ ಯುವಕರಿಗೆ ಇಂಥದ್ದೊಂದು ಮೊತ್ತವನ್ನು ಒಟ್ಟುಗೂಡಿಸಿ ಮದುವೆಯಾಗುವುದೆಂದರೆ ದೊಡ್ಡ ಸವಾಲಿನ ಕೆಲಸವೇ ಸರಿ. ಎಷ್ಟೇ ಚೌಕಾಶಿಗಳಾದರೂ ಕೊಡಬೇಕಾಗಿರುವುದಷ್ಟನ್ನು ಕೊಡಲೇಬೇಕಾಗಿರುವುದರಿಂದ ಇದರಿಂದ ತಪ್ಪಿಸಿಕೊಳ್ಳಲೂ ಆಗದಂತಹ ಪರಿಸ್ಥಿತಿ.

ಆದರೆ ಇಲ್ಲೂ ಕೆಲ ಮಹಾಬುದ್ಧಿವಂತರು ತಮ್ಮದೇ ಆದ ಜಾಣನಡೆಗಳನ್ನಿರಿಸಿ ಮುಂದುವರೆಯುತ್ತಿದ್ದರು. "ಮುಂದಿನ ವರ್ಷ ಮದುವೆಯಾಗಬೇಕು ಅಂದುಕೊಂಡಿದ್ದೇನೆ.

ಅಂಥದ್ದೇನು ಉಳಿತಾಯವೂ ನನ್ನಲ್ಲಿಲ್ಲ. ಇನ್ನು ಅವಳ ತಂದೆ ಈ ಮದುವೆಗೆ ಒಪ್ಪುತ್ತಾನೆ ಎಂಬ ಭರವಸೆಯೂ ನನಗಿಲ್ಲ. ನನಗಿನ್ನು ಉಳಿದಿರುವುದು ಒಂದೇ ದಾರಿ. ಅವಳನ್ನು ಗರ್ಭವತಿಯಾಗಿಸಿ ಕೈತೊಳೆದುಕೊಳ್ಳುವುದು", ಎಂದು ನನ್ನಲ್ಲಿ ತಮಾಷೆಯ ಧಾಟಿಯಲ್ಲಿ ಒಬ್ಬ ಹೇಳುತ್ತಿದ್ದ. ಆತ ಈ ಬಗ್ಗೆ ನನ್ನೊಂದಿಗೆ ತಮಾಷೆಯೆಂಬಂತೆ ಹೇಳುತ್ತಿದ್ದರೂ ಆತ ಅದನ್ನು ಮಾಡಿಯೇ ತೀರುವನೆಂಬ ಬಗ್ಗೆ ನನಗೆ ಖಚಿತತೆಯಿತ್ತು. ಈತ ತನ್ನನ್ನು ಮತ್ತು ತನ್ನ ಪ್ರೇಯಸಿಯನ್ನು ನಿಯಮಿತವಾಗಿ ಆಸ್ಪತ್ರೆಗೆ ಕರೆದುಕೊಂಡು ಹೋಗಿ ಎಚ್.ಐ.ವಿ ಪರೀಕ್ಷೆಗಳನ್ನೂ ಮಾಡಿಸುತ್ತಿದ್ದ ಎಂಬ ಬಗ್ಗೆಯೂ ನನಗೆ ಮಾಹಿತಿಯಿತ್ತು.

ವಿವಾಹಕ್ಕೆ ಮುನ್ನವೇ ಹೆಣ್ಣೊಬ್ಬಳು ಗರ್ಭವತಿಯಾದಳೆಂದರೆ ವಧುದಕ್ಷಿಣೆಯಾಗಿ ನೀಡಬೇಕಾದ ಖರ್ಚು ಅರ್ಧಕ್ಕರ್ಧ ಉಳಿತಾಯವಾಗುತ್ತದಂತೆ. "ಇದರಲ್ಲಿ ಎರಡು ಆಯ್ಕೆಗಳಿವೆ. ಬಾಲಕಿಯನ್ನು ವಿವಾಹವಾಗಲೇಬೇಕೆಂದು ಹುಡುಗಿಯ ಮನೆಯವರು ಒಂದೋ ನನ್ನ ಮೇಲೆ ಒತ್ತಡ ಹಾಕುತ್ತಾರೆ. ಇಲ್ಲವಾದರೆ ನಿನ್ನ ತಪ್ಪಿಗೆ ತಕ್ಕ ಶಿಕ್ಷೆಯಾಗಲೇಬೇಕು, ಮಗಳ ಆರೈಕೆಯನ್ನು ನಾವು ಮಾಡುತ್ತೇವೆ, ಆದರೆ ಖರ್ಚಿಗೆ ನೀನು ನಿಯಮಿತವಾಗಿ ಇಂತಿಷ್ಟು ಮೊತ್ತವನ್ನು ಕೊಡುತ್ತಿರಬೇಕು ಎಂದು ಹಕ್ಕು ಚಲಾಯಿಸುತ್ತಾರೆ. ನನಗೆ ನಿಜಕ್ಕೂ ವಿವಾಹವಾಗುವ ಇಚ್ಛೆಯಿದ್ದರೆ ಮೊದಲ ಆಯ್ಕೆಯನ್ನೇ ನಾನು ಆರಿಸಿಕೊಳ್ಳುತ್ತೇನೆ. ಆದರೆ ಬೀಸೋ ದೊಣ್ಣೆಯಿಂದ ತಪ್ಪಿಸಿಕೊಳ್ಳಬೇಕು ಎಂದಾದರೆ ಎರಡನೆಯದ್ದು ವಾಸಿ. ನಾಲ್ಕೈದು ತಿಂಗಳು ಒಂದಿಷ್ಟು ಆರ್ಥಿಕ ರೂಪದಲ್ಲಿ ನೆರವಾಗಿ ನಂತರ ಮಾಯವಾಗಿಬಿಟ್ಟರೆ ಇವರೆಲ್ಲಾ ನನ್ನನ್ನು ಎಲ್ಲಿ ಅಂತ ಹುಡುಕುತ್ತಾರೆ? ಹೀಗೆ ಎಲ್ಲದಕ್ಕೂ ಒಂದು ಒಳದಾರಿಯಿರುತ್ತದೆ. ಅದನ್ನು ಸೂಕ್ಷ್ಮವಾಗಿ ಗುರುತಿಸಿ ಬಳಸಿಕೊಳ್ಳುವವನೇ ಜಾಣ", ಎನ್ನುತ್ತಾ ತನ್ನ ಬೆನ್ನನ್ನು ತಾನೇ ತಟ್ಟಿಕೊಂಡ ಆತ. ಕೈಗೊಂದು, ಕಂಕುಳಿಗೊಂದು ಎಂಬಂತೆ ಮಕ್ಕಳನ್ನು ಪೋಷಿಸುತ್ತಿರುವ ಬಹುತೇಕ ಅಂಗೋಲನ್ ಹೆಣ್ಣುಮಕ್ಕಳು ತಮ್ಮ ಮಕ್ಕಳನ್ನು ಅದೇಕೆ ಏಕಾಂಗಿಯಾಗಿ ಸಾಕುತ್ತಿದ್ದಾರೆ ಎಂಬ ಪ್ರಶ್ನೆಗೂ ಈ ವಿವರಣೆಯಿಂದ ನನಗೆ ಉತ್ತರವು ಸಿಕ್ಕಿತ್ತು.

ಆದರೆ ಇದು ಹೇಳಿಕೊಳ್ಳುವಷ್ಟು ಸುಲಭವೂ ಅಲ್ಲ ಎಂಬುದೂ ಕೂಡ ಗಮನಾರ್ಹ ಅಂಶವೇ. ವಿವಾಹವಾಗಲಿ ಅಥವಾ ಆಗದೇ ಇರಲಿ, ಇಂಥಾ ಸಂದರ್ಭಗಳಲ್ಲಿ ಇಂತಿಷ್ಟು ಎಂಬ ದಂಡದ ಮೊತ್ತವನ್ನು ಹುಡುಗಿಯ ಮನೆಯವರು ಹುಡುಗನಿಂದ ಕಕ್ಕಿಸಿಯೇ ಬಿಡುತ್ತಾರೆ. ಆತ ಕೊಡುವ ಸ್ಥಿತಿಯಲ್ಲಿಲ್ಲ ಎಂಬ ಪರಿಸ್ಥಿತಿಗಳಲ್ಲಿ ಆತನ ಕೆಲ ವಸ್ತುಗಳನ್ನು ಅವರುಗಳು ಬಲವಂತವಾಗಿ ಮುಟ್ಟುಗೋಲು ಹಾಕಬಹುದು. ಮೋಟಾರುಬೈಕುಗಳಂತಹ ದುಬಾರಿ ವಸ್ತುಗಳನ್ನು ಹುಡುಗನೊಬ್ಬ ಕಳೆದುಕೊಳ್ಳಬೇಕಾಗಿ ಬರಬಹುದು. ಇನ್ನು ತೀರಾ ಗಂಭೀರ ಪ್ರಕರಣಗಳಲ್ಲಿ ವಿಷಯಗಳು ಮಾತುಕತೆಯಲ್ಲಿ ಇತ್ಯರ್ಥವಾಗದಿದ್ದರೆ ಪ್ರಾಣ ಬೆದರಿಕೆ ಅಥವಾ ಕೊಲೆಯಂತಹ ಅಪರಾಧಗಳಲ್ಲಿ ಕೊನೆಯಾಗುವ ಸಾಧ್ಯತೆಗಳೂ ಇಲ್ಲದಿಲ್ಲ. ಒಟ್ಟಿನಲ್ಲಿ ವ್ಯವಹಾರ ಕುದುರಿಸಿಕೊಳ್ಳುವ ವಿಚಾರಕ್ಕೆ ಬಂದರೆ ವಿವಾಹದ ಸೋಗಿನಲ್ಲಿ ವಿಕ್ಷಿಪ್ತ ಆಟಗಳನ್ನು ಆಡಿ ಎರಡೂ ಕಡೆಯವರು ತಮ್ಮ ತಮ್ಮ ಲಾಭಕ್ಕೆ ತಕ್ಕಂತೆ ದಾಳಗಳನ್ನೆಸೆಯುವುದು ಮೇಲ್ನೋಟಕ್ಕೆ ಕಾಣದಿರುವ ಸತ್ಯಗಳಲ್ಲೊಂದು.

ವಿದೇಶೀ ಅಧಿಕಾರಿಯೊಬ್ಬ ಇಂಥದ್ದೊಂದು ಪ್ರಕರಣದಲ್ಲಿ ಸಿಲುಕಿಕೊಂಡು ಕಂಗೆಟ್ಟ ವಿಚಿತ್ರ ಘಟನೆಯೊಂದೂ ಇಲ್ಲಿ ನಡೆದಿತ್ತು. ಆತ ಬೆಲ್ಜಿಯಂ ಮೂಲದ ಬಿಳಿಯ ಅಧಿಕಾರಿ. ವಿಶ್ವದ ಹಲವು ರಾಷ್ಟ್ರಗಳಲ್ಲದೆ ಇಪ್ಪತ್ತೈದಕ್ಕೂ ಹೆಚ್ಚು ವರ್ಷಗಳ ಕಾಲ ಕೇವಲ ಆಫ್ರಿಕಾದ ವಿವಿಧ ಮೂಲೆಗಳಲ್ಲಿ ಸೇವೆ ಸಲ್ಲಿಸಿದಾತ. ಈತ ಅರವತ್ತೈದರ ವಯಸ್ಸಿನವನಾದರೂ ಕಾಲೇಜು ಹಂತದ ಯುವತಿಯರನ್ನು ಅದ್ಹೇಗೋ ಪುಸಲಾಯಿಸಿ ತನ್ನ ಹಾಸಿಗೆಗೆ ಕರೆದುಕೊಂಡು ಬರುತ್ತಿದ್ದವನು. ಮೊದಲೇ ಸ್ವಭಾವತಃ ಸ್ನೇಹಮಯಿಗಳಾಗಿರುವ ಅಂಗೋಲನ್ನರ ಗೆಳೆತನ ಮಾಡುವುದು ಬಹಳ ಸುಲಭ. ಇನ್ನು ಈತ ಯುವತಿಯರಿಗೆ ಡಾಲರುಗಳ ಮತ್ತು ಒಂದಿಷ್ಟು ವಿಲಾಸದ ಆಮಿಷಗಳನ್ನು ತೋರಿಸಿ ತನ್ನ ಲಾಭಕ್ಕೆ ಬಳಸಿಕೊಳ್ಳುವುದು ಎಲ್ಲರಿಗೂ ಬಹುತೇಕ ತಿಳಿದ ವಿಷಯವೇ ಆಗಿತ್ತು. ಕೈಯಲ್ಲಿ ಡಾಲರುಗಳು ಓಡಾಡುತ್ತಿರುವ, ಕೈತುಂಬಾ ದುಬಾರಿ ಉಡುಗೊರೆಗಳನ್ನು ನೀಡುವ, ಅಂತಃಪುರದಿಂದ ಹೊರಗೆ ಸಾರ್ವಜನಿಕವಾಗಿ ಯುವತಿಯರೊಂದಿಗೆ ಯಾವುದೇ ಸಂಬಂಧವನ್ನಿರಿಸಿಕೊಳ್ಳದ ಇಂಥಾ ಸಿರಿವಂತ ವಿದೇಶೀಯರ ಮೇಲೆ ಇಲ್ಲಿ ಕೆಲವರು ಕಣ್ಣಿಟ್ಟೇ ಇರುತ್ತಾರೆ. ಇನ್ನು ಕೊಂಪೆಯಂತಿರುವ ಸ್ಥಳೀಯ ವೇಶ್ಯಾಗೃಹಗಳಿಗೆ ಹೋಗಲಿಚ್ಛಿಸದ ಇಂತಹ ವಿದೇಶೀಯರಿಗೆ ಈ ಆಯ್ಕೆಯು ವಾಸಿಯೆಂದೂ ಅನ್ನಿಸುವುದರಿಂದ ಇವರಿಗೂ ಇಂಥಾ ಹೆಣ್ಣುಮಕ್ಕಳ ಗುಂಪುಗಳ ಮೇಲೆ ಗಮನವು ಇದ್ದೇ ಇರುತ್ತದೆ. ಹೀಗೆ ಲೈಂಗಿಕ ರೋಗಗಳ ಭಯವೊಂದನ್ನು ಬಿಟ್ಟರೆ ದೇಹತೃಷೆಯನ್ನು ತೀರಿಸಿಕೊಳ್ಳಲು ಇಬ್ಬರಿಗೂ ಲಾಭದಾಯಕ ವ್ಯವಹಾರವಿದು.

ಆದರೆ ಈ ಒಂದು ಘಟನೆಯಲ್ಲಿ ಮಾತ್ರ ಸಂದರ್ಭವು ಕೊಂಚ ಬದಲಾಗಿತ್ತು. ಈ ಬೆಲ್ಜಿಯನ್ ಅಧಿಕಾರಿಯು ಐದಾರು ವರ್ಷಗಳ ಕಾಲ ಹಿಂದೆ ಅಂಗೋಲನ್ ಯುವತಿಯೊಬ್ಬಳಿಗೆ ಗರ್ಭವನ್ನು ಕರುಣಿಸಿ ಮಗುವೊಂದರ ತಂದೆಯಾಗಿದ್ದ. ಆ ದಿನಗಳಲ್ಲಿ ಯುವತಿಗೂ, ಆಕೆಯ ಮನೆಯವರಿಗೂ ಆತ ಸಾಕಷ್ಟು ದೊಡ್ಡ ಮೊತ್ತವನ್ನು ನೀಡಿ ಎಲ್ಲರ ಬಾಯಿ ಮುಚ್ಚಿಸಿದ್ದನಂತೆ. ಆದರೆ ಕಥೆಯು ನಿಜಕ್ಕೂ ಮುಗಿದಿಲ್ಲ ಎಂಬುದು ಆತನಿಗೆ ತಿಳಿದಿದ್ದು ವರ್ಷಗಳ ನಂತರವಷ್ಟೇ. ಈಗ ಬೆಳೆದ ಮಗುವಿನೊಂದಿಗೆ ಬಂದ ಆ ತಾಯಿ ಈತನ ಕದ ತಟ್ಟಿದ್ದಳು. "ಮಗು ಬೆಳೆದಿದೆ. ಖರ್ಚು ಹೆಚ್ಚಾಗಿದೆ. ಶಾಲೆಗೂ ಸೇರಿಸಬೇಕು. ಹೀಗಾಗಿ ನೀನೇ ಎಲ್ಲಾ ನೋಡಿಕೊಳ್ಳಬೇಕು", ಎಂದು ರಂಪಾಟ ಮಾಡಿದ್ದಳು. ಆಗಮಿಸುವ ವಿದೇಶೀಯರು ಎಷ್ಟಾದರೂ ಇಂದಲ್ಲಾ ನಾಳೆ ಮರಳುವವರು ಎಂಬ ಸತ್ಯವು ಎಲ್ಲರಿಗೂ ತಿಳಿದಿರುತ್ತದೆ. ಹೀಗಾಗಿ ಅವರಿಂದ ದೀರ್ಘಕಾಲದ ಸಹಾಯವನ್ನು ಬಯಸುವುದು ಮೂರ್ಖತನ. ಪರಿಸ್ಥಿತಿಯು ಹೀಗಿರುವಾಗ ವಿದೇಶೀಯರ ಮೇಲೆ ತೀವ್ರ ಒತ್ತಡವನ್ನು ಹಾಕಿ ಕ್ಷಣಾರ್ಧದಲ್ಲಿ ದೊಡ್ಡ ಮೊತ್ತವನ್ನು ಜೇಬಿಗಿಳಿಸುವುದೇ ಜಾಣತನದ ಹೆಜ್ಜೆ.

ಈ ಪ್ರಕರಣದಲ್ಲೂ ಹಾಗೇ ಆಯಿತು. ಇಷ್ಟು ವರ್ಷಗಳ ಕಾಲ ಇಲ್ಲದಿದ್ದವಳು ಈಗೆಲ್ಲಿಂದ ಬಂದು ಪ್ರತ್ಯಕ್ಷಳಾದಳು ಎಂದು ಆ ಅಧಿಕಾರಿಯು ಬೆರಗಾಗಿದ್ದ. ಆದರೆ ಆಕೆಯನ್ನು ಸಂತೈಸಿ ಪ್ರಕರಣವನ್ನು ಮುಚ್ಚಿಹಾಕುವ ಆತನ ಪ್ರಯತ್ನಗಳು ಮಾತ್ರ ವಿಫಲವಾದವು. ಪ್ರಕರಣವು ಇನ್ನೇನು ನ್ಯಾಯಾಲಯದ ಮೆಟ್ಟಿಲೇರಲಿದೆ ಎಂಬ ಹಂತಕ್ಕೆ ಬಂದಾಗ ಆತ ವಿಧಿಯಿಲ್ಲದೆ ಸೋಲೊಪ್ಪಿಕೊಳ್ಳಲೇಬೇಕಾಯಿತು. ಆದರೆ ಇದು ಬೆದರಿಕೆಯ ತಂತ್ರವೂ

ಆಗಿರಬಹುದೆಂಬುದು ಸ್ಪಷ್ಟ. ಅಂತೂ ಪ್ರಕರಣವನ್ನು ನ್ಯಾಯಾಲಯಕ್ಕೆ ಹೋಗದೇನೇ ಇತ್ಯರ್ಥಗೊಳಿಸಲಾಯಿತು. ಮುಂದೆ ಸುಮಾರು ಎಂಟು ಸಾವಿರ ಡಾಲರಿನಷ್ಟು ದೊಡ್ಡ ಮೊತ್ತವನ್ನು ಈ ಅಧಿಕಾರಿಯು ಕೊಟ್ಟ ನಂತರವೇ ಈ ಪ್ರಕರಣಕ್ಕೆ ಮಂಗಳ ಹಾಡಿದರಂತೆ.

"ಅಲ್ಲಾ... ನೀವ್ಯಾಕೆ ಅಂಗೋಲನ್ ಹೆಣ್ಣನ್ನು ಮದುವೆಯಾಗಬಾರದು?", "ಇಲ್ಲೊಂದು ಅಲ್ಲೊಂದು ಮಾಡಬಹುದಲ್ವಾ?", "ಆಗಲೇ ನಿಮಗೆ ಇಪ್ಪತ್ತೆಂಟಾಯ್ತು. ನಿಮ್ಮ ವಯಸ್ಸಿನಲ್ಲಿ ನನಗೆ ಐದು ಮಕ್ಕಳಿದ್ದರು. ಯಾವಾಗ ಮದುವೆಯಾಗ್ತೀರಿ?" ಹೀಗೆ ಯಾವಾಗಲೂ ನನ್ನನ್ನು ತನ್ನ ವಿಚಿತ್ರ ಪ್ರಶ್ನೆಗಳಿಂದ ಕಂಗೆಡಿಸುವ ಸ್ಥಳೀಯ ಮಧ್ಯವಯಸ್ಕನೊಬ್ಬ ಈ ಬಗ್ಗೆ ಪ್ರಸ್ತಾಪಿಸಿದಾಗಲೇ ರಿಕಾರ್ಡೋ ಮತ್ತೆ ನೆನಪಾಗಿದ್ದ. "ಕಳೆದ ಬಾರಿ ನಿನ್ನ ಗೆಳೆಯನೊಬ್ಬ ಅಷ್ಟು ಡಾಲರುಗಳನ್ನು ಸುರಿದು ಮದುವೆಯಾಗಿದ್ದನಲ್ಲವೇ? ಹೇಗಿದ್ದಾರೆ ದಂಪತಿಗಳು?", ಎಂದು ಕೂಡಲೇ ರಿಕಾರ್ಡೋಗೆ ಕರೆ ಮಾಡಿ ಕುತೂಹಲದಿಂದ ನಾನು ವಿಚಾರಿಸಿದೆ. "ಆತ ಭಯಂಕರ ಶೋಕಿಲಾಲ. ಎಲ್ಲಿಂದಲೋ ಸಾಲಸೋಲ ಮಾಡಿ ಅದೊಂದು ಶತಮಾನದ ಮದುವೆಯೆಂಬಂತೆ ಅದ್ದೂರಿಯಾಗಿ ಮಾಡಿಸಿದ. ಒಂದೇ ವರ್ಷಕ್ಕೆ ವಿವಾಹವು ಮುರಿದುಬಿತ್ತು. ಅವಳು ಎದ್ದುಹೋದಳು. ಈಗ ತಲೆಯ ಮೇಲೊಂದು ಸೂರೂ ಇಲ್ಲದೆ, ಮೈತುಂಬಾ ಸಾಲಮಾಡಿಕೊಂಡು ಇಕ್ಕಟ್ಟಿಗೆ ಬಿದ್ದಿದ್ದಾನೆ", ಎಂದು ಉತ್ತರಿಸಿದ ರಿಕಾರ್ಡೋ. 'ಬೇಕಿತ್ತಾ ಇದೆಲ್ಲಾ? ನಾನಿವನಿಗೆ ಮೊದಲೇ ಹೇಳಿದ್ದೆ', ಎಂಬ ಭಾವವೊಂದೂ ಕೂಡ ಅವನ ಕುಹಕ ನಗೆಯಲ್ಲಿದ್ದಂತೆ ನನಗೆ ಭಾಸವಾಯಿತು.

ಸಾವಿರ ಸುಳ್ಳುಗಳನ್ನು ಹೇಳಿ ಒಂದು ಮದುವೆಯನ್ನು ಹೇಗಾದರೂ ಮಾಡಿ ಮುಗಿಸಬಹುದೇನೋ. ಆದರೆ ಆ ಸುಳ್ಳುಗಳ ಭಾರಕ್ಕೆ ಅಪ್ಪಚ್ಚಿಯಾಗದಂತೆ ಸದಾ ಜಾಗ್ರತರಾಗಿರುವುದೇ ಒಂದು ದೊಡ್ಡ ಸಾಹಸ. ಚಿತ್ರವೊಂದರಲ್ಲಿ ನಾಯಕ ಮತ್ತು ನಾಯಕಿ ಒಂದಾಗಿ 'ಶುಭಂ' ಬೋರ್ಡು ಬಂದಾಗ ಚಲನಚಿತ್ರವೇನೋ ಅಂತ್ಯವಾಗಬಹುದು. ಆದರೆ ನಿಜವಾದ ಕಥೆ, ಬದುಕು ಶುರುವಾಗುವುದೇ ಅಲ್ಲಿಂದ ಅಲ್ಲವೇ!

●

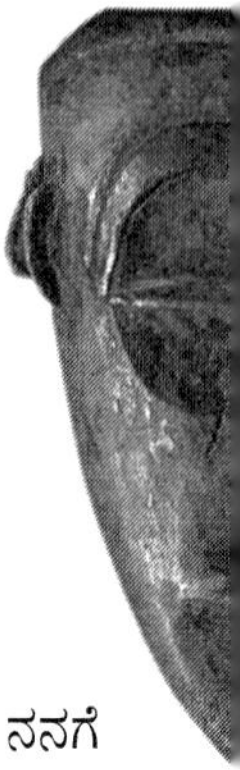

ಯಾರೇ ಕೂಗಾಡಲಿ, ಊರೇ ಹೋರಾಡಲಿ, ನನ್ನ ನೆಮ್ಮದಿಗೆ ಭಂಗವಿಲ್ಲ...

ಎಂಟು ವರ್ಷಗಳ ಹಿಂದಿನ ಮಾತು.

ಕೀನ್ಯಾದ ಸಚಿವ ಸಂಪುಟದಲ್ಲಿದ್ದ ಮಂತ್ರಿಯೊಬ್ಬರು ದೆಹಲಿಗೆ ಬಂದಿದ್ದರು. ನನಗೆ ನೆನಪಿರುವಂತೆ ಕೆಲ ಆಫ್ರಿಕನ್ ದೇಶಗಳ ಶೃಂಗಸಭೆಗೆ ಅವರು ತನ್ನ ತಂಡದೊಂದಿಗೆ ಅತಿಥಿಯಾಗಿ ಬಂದಿದ್ದವರು. ನಾನಿರುವ ಸಂಸ್ಥೆಯ ಹಲವು ಯೋಜನೆಗಳು ಆಫ್ರಿಕಾದಲ್ಲಿ ನಡೆಯುತ್ತಿದ್ದರಿಂದ ಅವರು ಒಂದು ರೀತಿಯಲ್ಲಿ ನಮ್ಮದೇ ಖಾಸಗಿ ಅತಿಥಿಯಾಗಿದ್ದರು ಎಂದರೂ ತಪ್ಪಾಗಲಿಕ್ಕಿಲ್ಲ. ಬಂದವರನ್ನೆಲ್ಲಾ ಚೆನ್ನಾಗಿ ನೋಡಿಕೊಳ್ಳಿ ಎಂಬ ಶುದ್ಧ ಕೆಲಸಕ್ಕೆ ಬಾರದ ಜವಾಬ್ದಾರಿಯನ್ನು ನನ್ನಂತಹ ಒಂದಿಬ್ಬರು ತರುಣ ಎಂಜಿನಿಯರ್‌ಗಳ ಮೇಲೆ ಅಂದು ಹಾಕಲಾಗಿತ್ತು. "ನೋಡಿಕೊಳ್ಳಿ" ಎಂದರೆ ಬಂದವರ ಹಿಂದೆಯೇ ಅವರ ಬಾಲದಂತೆ ಸುತ್ತಬೇಕು, ಅವರ ನೆರಳಿನಂತಿರಬೇಕು ಎಂಬುದು ಇದರ ಗೂಡಾರ್ಥ. ನನ್ನ ಜೊತೆಗಿದ್ದಾತ ಒಂದೆರಡು ವರ್ಷ ನನಗಿಂತ ಹಿರಿಯವನಾದ್ದರಿಂದ ನಾನು ಆತನ ಜೊತೆ ಹೋಗಿದ್ದೆ. "ನಮಗೆ ಮಾಡೋಕೇನಿಲ್ಲ, ಮಂತ್ರಿಗಳು ಇನ್ನೊಂದರ್ಧ ತಾಸಿನಲ್ಲಿ ಬರುತ್ತಾರಂತೆ. ಅವರನ್ನು ಹೋಟೇಲಿಗೆ ಕರೆದುಕೊಂಡು ಹೋಗಿ ಬಿಡೋದಷ್ಟೇ", ಎಂದ ನನ್ನ ಸಹೋದ್ಯೋಗಿ. ನಾನೂ ಸಮ್ಮತಿಯೆಂಬಂತೆ ತಲೆಯಾಡಿಸುತ್ತಾ ಅವನನ್ನು ಹಿಂಬಾಲಿಸಿದೆ.

ಮಂತ್ರಿಗಳು ಉಳಿದ ಗಣ್ಯರಂತೆಯೇ ಹಡಗಿನಂತಹ ಕಾರಿನಲ್ಲಿ ಪಂಚತಾರಾ ಹೋಟೇಲಿನ ಅಂಗಳದಲ್ಲಿ ಜುಮ್ಮನೆ ಬಂದಿಳಿದರು. ಪುಣ್ಯಕ್ಕೆ ನಮ್ಮ ಮಂತ್ರಿಗಳಂತೆ ದಿಬ್ಬಣ ಕಟ್ಟಿಕೊಂಡು ಬರಲಿಲ್ಲ ಅನ್ನುವುದೇ ನಮಗೆ ಖುಷಿಯಾಗಿತ್ತು. ಈಗಷ್ಟೇ ಕಾಲೇಜು ಮುಗಿಸಿ ಬಂದವರಂತಿದ್ದ ನಮ್ಮಿಬ್ಬರೊಂದಿಗೆ ಸಂಕ್ಷಿಪ್ತ ಔಪಚಾರಿಕ ಮಾತುಕತೆಯ ನಂತರ ನಮ್ಮನ್ನೂ ಕರೆದುಕೊಂಡು ತಮ್ಮ ಕೋಣೆಗೆ ಹೋದ ಮಂತ್ರಿ ಮಹಾಶಯರು "ನಾನು ಬರುವವರೆಗೂ ಇಲ್ಲೇ ಕುಳಿತುಕೊಳ್ಳಿ ಪ್ಲೀಸ್" ಎಂದು ಥಟ್ಟನೆ ಮಾಯವಾಗಿಬಿಟ್ಟರು. ಹೀಗೆ ಏಕಾಏಕಿ ಮಾಯವಾದವರು ತೆರಳಿದ್ದು ಸ್ನಾನಕ್ಕೆ ಎಂಬುದು ನಮಗೆ ತಿಳಿದಿದ್ದು ಸಾಕಷ್ಟು ತಡವಾಗಿಯೇ. ಸ್ನಾನ ಮುಗಿಸಿ ಬೈರಾಸನ್ನು ಕುತ್ತಿಗೆಗೆ ಸುತ್ತಿ ಸಮುದ್ರತೀರವೊಂದಕ್ಕೆ ವಿಹಾರಕ್ಕೆ ಬಂದಂತೆ ನಮ್ಮೆದುರಿಗೆ ನಿಂತಿದ್ದರು ಆತ. ನೋಡಲು ನಮ್ಮ ಹಳ್ಳಿಗಳಲ್ಲಿ ಹಳೇ ಕಾಲದವರು ಧರಿಸುತ್ತಿದ್ದ ಪಟ್ಟೆ ಚಡ್ಡಿಯಷ್ಟೇ ದೊಡ್ಡದಿದ್ದ, ದೊಡ್ಡ ಹೂವು ಮತ್ತು ಬಲೂನುಗಳ ಚಿತ್ರಗಳನ್ನು ಹೊಂದಿದ್ದ, ಕಣ್ಣಿಗೆ ರಾಚುವಂತಹ ಬಣ್ಣವನ್ನು ಹೊಂದಿದ್ದ

ಚಡ್ಡಿಯನ್ನಾತ ಧರಿಸಿದ್ದ. ಅರ್ಧತಾಸಿನ ಹಿಂದಷ್ಟೇ ಸೂಟುಬೂಟಿನಲ್ಲಿ ಹೊಳೆಯುತ್ತಿದ್ದ ವಿವಿಐಪಿ ಅತಿಥಿಯೊಬ್ಬರನ್ನು ಇಷ್ಟು ಬೇಗ ಈ ಗೆಟಪ್ಪಿನಲ್ಲಿ ನೋಡಲು ನಿರೀಕ್ಷಿಸದಿದ್ದ ನಾವಿಬ್ಬರು ಹುಡುಗರು ಅಂದು ಮುಖ-ಮುಖ ನೋಡಿಕೊಂಡಿದ್ದಂತೂ ಸತ್ಯ.

"ಬನ್ರೀ... ಕೆಲಸ ಮಾಡಿದ್ದು ಸಾಕು... ಎಣ್ಣೆ ಹಾಕೋಣ", ಎಂದು ಕ್ಷಣಾರ್ಧದಲ್ಲಿ ಆಹ್ವಾನ ಬಂದಾಗಿತ್ತು. ನನ್ನ ಜೊತೆಗಿದ್ದ ಪಂಜಾಬಿ ಸಹೋದ್ಯೋಗಿ ಬಂದಿದ್ದ ಗಣ್ಯರೊಂದಿಗೆ ಅಧರ್‌ಂಬರ್ಧ ಇಂಗ್ಲಿಷ್ ಮಾತಾಡಿ ಆಗಲೇ ಸುಸ್ತಾಗಿದ್ದ. ಆದಷ್ಟು ಬೇಗ ಮರಳೋಣವೆಂದರೆ ಈ ಅತಿಥಿ ಮಹಾಶಯರು ಕೂತು ಎಣ್ಣೆ ಹಾಕೋಣ ಅಂತಿದ್ದಾರೆ. ಏನು ಮಾಡುವುದು ಎಂದು ಕಣ್ಣಲ್ಲೇ ನನಗೆ ಕೇಳಿದ ಆತ. "ಇಂಗ್ಲಿಷನ್ನು ನಾನು ನೋಡಿಕೊಳ್ಳುತ್ತೇನೆ. ನೀನು ಎಣ್ಣೆಯನ್ನೂ, ಈ ಅಣ್ಣನನ್ನೂ ಸಂಭಾಳಿಸು", ಎಂದು ನಾನೂ ಕಣ್ಣಲ್ಲೇ ಆತನಿಗೆ ಅಭಯವನ್ನು ನೀಡಿದೆ. ಒಟ್ಟಿನಲ್ಲಿ ಮುಂದಿನ ಒಂದೆರಡು ತಾಸುಗಳು ನಿರುಮ್ಮಳವಾಗಿ ಸಾಗಿದವು. ಮಂತ್ರಿಗಳು ಅಂದು ಕೆಲಸ ಮಾಡುವ ಮೂಡಿನಲ್ಲಿರುವಂತೆ ಕಾಣಲಿಲ್ಲ. ಹಾಗೆಯೇ ನಮ್ಮನ್ನು ಬಿಡುವಂತೂ ಕಾಣಲಿಲ್ಲ. ಅಂತೂ ಅಲ್ಲಿಂದ ಕಳಚಿಕೊಂಡು ಬರುವಷ್ಟರಲ್ಲಿ ಸೂರ್ಯ ಮುಳುಗಿದ್ದ. ಇಂಥದ್ದೊಂದು ವಿಚಿತ್ರ ಸಂಜೆಯನ್ನು ನಿರೀಕ್ಷಿಸದಿದ್ದ ನಾವುಗಳು ಸಾಕಷ್ಟು ಹೊತ್ತು ಗೊಂದಲದಲ್ಲೇ ಇದ್ದವು.

"ಬಹುಪಾಲು ಆಫ್ರಿಕನ್ನರು ಇರೋದೇ ಹೀಗೆ. ಕೆಲಸದ ಹೊತ್ತಿಗೆ ಕೆಲಸ, ಮೋಜಿನ ಹೊತ್ತಿನಲ್ಲಿ ಮೋಜು. ಹಾಯಾಗಿರುತ್ತಾರೆ ಇವರೆಲ್ಲಾ", ಎಂದು ಮರುದಿನ ಆಫೀಸಿನಲ್ಲಿ ನನಗೊಬ್ಬರು ಹೇಳಿದ್ದರು. ಬಹುಷಃ ನನ್ನ ಸಹೋದ್ಯೋಗಿ ಹಿಂದಿನ ಸಂಜೆಯ ವಿಷಯವನ್ನು ಅವರಲ್ಲಿ ಪ್ರಸ್ತಾಪಿಸಿದ್ದ. ನನಗಿವೆಲ್ಲಾ ಹೊಸ ಅನುಭವಗಳಾಗಿದ್ದರಿಂದ ಆ ಹಿರಿಯರು ನನಗಿದನ್ನು ತಿಳಿಹೇಳುತ್ತಿದ್ದರು. ನಾನೂ ಒಂದು ದಿನ ಆಫ್ರಿಕಾ ನೆಲದಲ್ಲಿ ಕಾಲಿರಿಸುತ್ತೇನೆ ಎಂಬ ಯಾವ ಕಲ್ಪನೆಯೂ ಆ ದಿನಗಳಲ್ಲಿ ಇರದಿದ್ದ ಪರಿಣಾಮವಾಗಿ ಈ ಘಟನೆಯು ಕ್ರಮೇಣ ಮರೆತೂ ಹೋಯಿತು. ಮುಂದೆ ಇವೆಲ್ಲಾ ನೆನಪಾಗಿದ್ದು ಅಂಗೋಲಾಕ್ಕೆ ಬಂದಿಳಿದ ನಂತರವೇ.

ಅಂಗೋಲಾದಲ್ಲಿ ಶುಕ್ರವಾರದ ದಿನವನ್ನು 'Day of man' ಎಂದು ಕರೆಯಲಾಗುತ್ತದೆ. 'Day of man' ಎಂದರೆ 'ಗಂಡಸರ ದಿನ' ಎಂಬ ಅರ್ಥವಾದರೂ ಅದು ಎಲ್ಲರಿಗೂ ಮೋಜಿನ ದಿನವೆಂದೇ ಮೀಸಲಿಟ್ಟಂತಹ ದಿನ. ಸಾಮಾನ್ಯವಾಗಿ ಕಚೇರಿಗಳು ನಿತ್ಯವೂ ಸಂಜೆಯ ಐದೂವರೆಗೆ ಮುಚ್ಚಿಹೋದರೆ ಶುಕ್ರವಾರ ಮಾತ್ರ ನಾಲ್ಕಕ್ಕೇ ಮುಚ್ಚಿಬಿಡುತ್ತವೆ. ಇನ್ನು ಶನಿವಾರ, ಭಾನುವಾರ ಎರಡು ದಿನಗಳ ವಾರಾಂತ್ಯವಿರುವ ಜನರಿಗಂತೂ ಇದು ಮತ್ತಷ್ಟು ಸಂತಸದಾಯಕ ದಿನ. ಶುಕ್ರವಾರದ ಸಂಜೆ ಎಂದರೆ ಇಲ್ಲಿ ಗೆಳೆಯರೊಂದಿಗೆ, ಕುಟುಂಬದ ಸದಸ್ಯರೊಂದಿಗೆ, ಹಿತೈಷಿಗಳೊಂದಿಗೆ ಮೋಜಿನಲ್ಲಿ ಸಮಯವನ್ನು ಕಳೆಯುವ ಪರಿಪಾಠವಂತೆ. ಅಂಗೋಲಾದ ಬಹುತೇಕ ಸಂಸ್ಥೆಗಳಲ್ಲಿ ಇದನ್ನು ಸರ್ವೇಸಾಮಾನ್ಯವಾಗಿ ಕಾಣಬಹುದು. ಇನ್ನು ಇಂಥಾ ಪರಿಪಾಠಗಳಿಲ್ಲದ ಕೆಲ ಸಂಸ್ಥೆಗಳಲ್ಲೂ ಇದನ್ನು ಉದ್ಯೋಗಿಗಳು ಬಲವಂತದಿಂದ ಅನಧಿಕೃತವಾಗಿ ಹೇರಿಕೊಂಡು ಮೋಜು ಮಾಡುವುದೂ ಇದೆ. ಹೀಗೆ ಶುಕ್ರವಾರದ ಸಂಜೆಯೆಂದರೆ 'ಕೂಕಾ' ಕೊಂಚ ಹೆಚ್ಚೇ ತುಂಬಿಹರಿಯುತ್ತದೆ,

ಫುಟ್ಬಾಲ್ ಪಂದ್ಯಗಳಿದ್ದರೆ ರಾತ್ರಿ ರಂಗೇರುತ್ತದೆ. ಅಂಗೋಲನ್ನರಿಗೆ ಶುಕ್ರವಾರ ಎಂದರೆ ನಿಜಕ್ಕೂ 'Oye its Friday!'

ಭಾನುವಾರ ಮತ್ತು ಸರಕಾರಿ ರಜಾದಿನಗಳಲ್ಲೂ ವೀಜ್‌ನಂತಹ ಚಿಕ್ಕಪುಟ್ಟ ಶಹರಗಳು ಇಲ್ಲಿ ಬಿಕೋ ಅನ್ನುವುದು ಸಾಮಾನ್ಯ. ರಾಜಧಾನಿಯಾದ ಲುವಾಂಡಾದಂತಹ ನಗರಗಳಲ್ಲಿ ಶಾಪಿಂಗ್ ಮಾಲ್‌ಗಳು, ತಾರಾ ಹೋಟೇಲುಗಳು ಮತ್ತು ಸಾಗರತೀರದಲ್ಲಿರುವ ಕೆಲ ವ್ಯಾಪಾರಿ ಸಂಕೀರ್ಣಗಳು ತೆರೆದಿರುತ್ತವೆಯೇ ಹೊರತು ಉಳಿದವರಿಗೆಲ್ಲಾ ಅದು ನಿಸ್ಸಂದೇಹವಾಗಿ ರಜಾದಿನ. ಭಾನುವಾರ ಅಂಗಡಿ ತೆರೆದಿಟ್ಟರೆ ಒಂದಿಷ್ಟು ದುಡ್ಡು ಮಾಡಬಹುದು ಎಂಬ ದರ್ದಿಗೆ ಬಿದ್ದು ಅಂಗೋಲನ್ನರು ವ್ಯಾಪಾರ ಮಾಡುವವರಲ್ಲ. ಯಾರ ಒತ್ತಾಯಕ್ಕೋ, ಮುಲಾಜಿಗೆ ಬಿದ್ದೂ ಮಾಡುವವರಲ್ಲ. ಹೀಗೆ ರಜಾದಿನಗಳನ್ನು 'ಜನ್ಮಸಿದ್ಧ ಹಕ್ಕು' ಎಂಬಂತೆ ಸವಿದು ಜೀವಿಸುವವರು ಅಂಗೋಲನ್ನರು.

ಕೆಲವೊಮ್ಮೆ ಇವುಗಳೆಲ್ಲಾ ಮಿತಿಮೀರಿ ಹೋದಂತೆ ಅನ್ನಿಸುವ ಸಂದರ್ಭಗಳೂ ಸೃಷ್ಟಿಯಾಗುವುದಿದೆ. ಉದಾಹರಣೆಗೆ ಭಾನುವಾರದ ರಜೆಗಳು ತನ್ನಷ್ಟಕ್ಕೇ ಸೋಮವಾರಕ್ಕೆ ಹೊರಳಿಕೊಳ್ಳುವುದು. ಈ ಗುಂಗಿನಲ್ಲೇ 2017ರ ದಿನವೊಂದು ನೆನಪಾಗುತ್ತದೆ. ಅಂಗೋಲಾ ರಾಷ್ಟ್ರಾಧ್ಯಕ್ಷರ ಹುದ್ದೆಗೆ ಚುನಾವಣೆಯ ಸಿದ್ಧತೆಯಲ್ಲಿತ್ತು. ಆಡಳಿತ ಪಕ್ಷವಾದ ಎಮ್.ಪಿ.ಎಲ್.ಎ ದಿಂದ ರಾಷ್ಟ್ರಪತಿ ಹುದ್ದೆಯ ಅಭ್ಯರ್ಥಿ ಜ್ವಾಂ ಲೊರೆನ್ಸೋ ಚುನಾವಣಾ ಪ್ರಚಾರಕ್ಕೆಂದು ವೀಜ್‌ಗೆ ಆಗಮಿಸಲಿದ್ದರು. ಇನ್ನೇನು ಬಂದೇಬಿಟ್ಟರು ಅನ್ನುವಷ್ಟರಲ್ಲಿ ವೀಜ್‌ನಲ್ಲಿರುವ ಎಲ್ಲಾ ಕಾರ್ಯಾಲಯಗಳಿಗೂ ಅಚಾನಕ್ಕಾಗಿ ರಜೆಯನ್ನು ಘೋಷಿಸಲಾಗಿತ್ತು. ರಜೆಯ ಬಗ್ಗೆ ಕೊನೆಯ ಕ್ಷಣದವರೆಗೂ ಮಾಹಿತಿಯಿರದ ಕಾರ್ಯಾಲಯಗಳು ಬಾಗಿಲನ್ನು ತೆರೆದರೂ ನಂತರ ಆಡಳಿತ ಪಕ್ಷದ ರಾಷ್ಟ್ರಪತಿ ಅಭ್ಯರ್ಥಿ ಚುನಾವಣಾ ಪ್ರಚಾರಕ್ಕೆಂದು ಬಂದರೆಂಬ ಕಾರಣವನ್ನು ಹೇಳಿ(ಸಿ) ಏಕಾಏಕಿ ರಜೆಯನ್ನು ಘೋಷಿಸಲಾಯಿತು. ರಜಾದಿನಗಳನ್ನು ಇಷ್ಟಪಡದವರ್‍ಯಾರು ಹೇಳಿ? ಹೀಗಾದರೂ ನಮಗೆ ಮತಗಳು ದಕ್ಕಲಿ ಎಂದು ಲೊರೆನ್ಸೋರವರು ಯೋಚಿಸಿರಬಹುದೇ? ಇರಬಹುದೇನೋ!

ವಿಡಂಬನೆಯ ಸಂಗತಿಯೆಂದರೆ ದೇಶದ ಪ್ರಮುಖ ವಿರೋಧ ಪಕ್ಷವಾದ ಯು. ಎನ್.ಐ.ಟಿ.ಎ. (ಯುನಿಟಾ) ಸೇರಿದಂತೆ ಉಳಿದ ಯಾವ ಪಕ್ಷಗಳ ರಾಷ್ಟ್ರಪತಿ ಹುದ್ದೆಯ ಅಭ್ಯರ್ಥಿಗಳು ಬಂದರೂ ಹೋದರೂ ಶಹರದಲ್ಲಿ ಸುದ್ದಿಯಾಗಲಿಲ್ಲ. ಯಾವ ಹೆಚ್ಚುವರಿ ರಜಾದಿನಗಳೂ ಈ ನಿಟ್ಟಿನಲ್ಲಿ ದಕ್ಕಲಿಲ್ಲ. ನನ್ನನ್ನೂ ಸೇರಿದಂತೆ ಅಂಗೋಲಾದ ಈ ಐತಿಹಾಸಿಕ ಚುನಾವಣೆಯನ್ನು ಕುತೂಹಲದಿಂದ ಗಮನಿಸುತ್ತಿದ್ದ ಎಲ್ಲರಿಗೂ ಒಂದು ರೀತಿಯಲ್ಲಿ ಇವೆಲ್ಲವೂ ನಿರೀಕ್ಷಿತವೇ. ಪಾರದರ್ಶಕ ಆಡಳಿತದ ಭರವಸೆಯನ್ನು ಕೊಟ್ಟಿದ್ದ ಆಡಳಿತ ಪಕ್ಷದ ಪ್ರತಿಯೊಂದು ಹೆಜ್ಜೆಗಳು ಆರಂಭದಿಂದ ಅಂತ್ಯದವರೆಗೂ ವಾಮಮಾರ್ಗವೇ ಆಗಿತ್ತು. ಹೀಗೆ ಪ್ರಜಾಪ್ರಭುತ್ವದ ಮುಖವಾಡವನ್ನು ಹಾಕಿಕೊಂಡು ರಾಜಾರೋಷವಾಗಿ ಸರ್ವಾಧಿಕಾರಿ ವ್ಯವಸ್ಥೆಯನ್ನು ಪೋಷಿಸುತ್ತಾ ಬಂದಿರುವ ದೇಶಗಳನ್ನು ಪರಿಗಣಿಸಿದರೆ ಅಂಗೋಲಾ ಒಂದೊಳ್ಳೆಯ ನಿದರ್ಶನವಾಗಿ ನಿಲ್ಲುವಂಥದ್ದು.

ಸದ್ಯ ಮರಳಿ ಅಂಗೋಲನ್ನರ ಹಾಯೆನಿಸುವ ಜೀವನಶೈಲಿಯತ್ತ ಬರೋಣ. ಅಂಗೋಲಾದಲ್ಲಿ ನಮಗೆ ಸಾಮಾನ್ಯವಾಗಿ ಕಾಣಸಿಗುವುದು ಎರಡು ವರ್ಗದ ಜನರು ಮಾತ್ರ. ಮಿತಿಮೀರಿದ ಶ್ರೀಮಂತಿಕೆಯಲ್ಲಿ ಹೊರಳಾಡುತ್ತಿರುವ ಒಂದು ವರ್ಗ ಮತ್ತು ಬಹಳ ಕಸರತ್ತುಗಳನ್ನು ಮಾಡುತ್ತಾ ಮಲಗುವ ಮುನ್ನ ಹೇಗೋ ಹೊಟ್ಟೆ ತುಂಬಿಸಿಕೊಂಡು ದಿನತಳ್ಳುವ ಮತ್ತೊಂದು ವರ್ಗ. ಮಧ್ಯಮವರ್ಗವೆಂಬುದು ಇಲ್ಲಿ ಇಲ್ಲವೇ ಇಲ್ಲವೆನ್ನುವಷ್ಟು ಕಮ್ಮಿ. ದೇಶದ ಸಂಪತ್ತಿನ ಹಂಚಿಕೆಯಲ್ಲಿ ಮಿತಿಮೀರಿದ ಅಸಮತೋಲನವಾಗಿಬಿಟ್ಟರೆ ಸಾಮಾನ್ಯವಾಗಿ ಹೀಗಾಗುತ್ತದಂತೆ.

ಈ ಎರಡನೇ ವರ್ಗದ ಜನರು ಆರ್ಥಿಕವಾಗಿ ಬಲಿಷ್ಠರಲ್ಲ, ಇನ್ನು ಈ ಬಗ್ಗೆ ಬುದ್ಧಿವಂತರಂತೂ ಅಲ್ಲವೇ ಅಲ್ಲ. ಬ್ಯಾಂಕೊಂದರ ಸ್ಥಳೀಯ ಶಾಖೆಯಲ್ಲಿ ಉಳಿತಾಯ ಖಾತೆಯೊಂದನ್ನು ತೆರೆದು ಕಷ್ಟಕಾಲಕ್ಕೆಂದು ಒಂದಿಷ್ಟು ಕಾಸು ಕೂಡಿಡುವ ಮಂದಿಯಲ್ಲ ಇವರು. ಕೈಗೊಂದಿಷ್ಟು ಕಾಸು ಬಂದರೆ ಪ್ರಾಮುಖ್ಯತೆಯ ಪಟ್ಟಿಯಲ್ಲಿರುವ ಅತೀ ಮುಖ್ಯ ಕೆಲಸಗಳನ್ನು ಮಾಡಿ ಮುಗಿಸಿ ನಿರಾಳವಾಗುವ ವರ್ಗವೂ ಇದಲ್ಲ. ಬದಲಾಗಿ ಡಿಸ್ಕೋಥೆಕ್‌ಗಳಿಗೆ ಹೋಗಿ ಕಂಠಪೂರ್ತಿ ಕುಡಿದೋ, ಹೊಸ ಪ್ರೇಯಸಿಯೊಂದಿಗೆ ಪಕ್ಕದ ದೇಶಕ್ಕೆ ಪ್ರವಾಸ ಹೊರಟೋ ಕೈಯಲ್ಲಿದ್ದ ಅಷ್ಟೂ ಹಣವನ್ನು ಉಡಾಯಿಸಿ ಆ ಹೊತ್ತಿನ ಮೋಜಿಗಷ್ಟೇ ಆದ್ಯತೆಯನ್ನು ನೀಡುವ ಜನರಿವರು. ಹೀಗಾಗಿಯೇ ಹಲವು ಜನರಿಂದ ಸಾಲ ಪಡೆದು ಕಸರತ್ತು ಮಾಡಿದರೂ ಈ ವರ್ಗದ ಜನರ ಸಮಸ್ಯೆಗಳು ನಿವಾರಣೆಯಾಗುವುದಿಲ್ಲ. ಇದೊಂಥರಾ ತಳವಿಲ್ಲದ ಕೊಡದೊಳಕ್ಕೆ ನೀರು ಸುರಿದಂತಷ್ಟೇ!

ಇನ್ನು ಆರ್ಥಿಕ ವ್ಯವಹಾರಗಳನ್ನು ನಡೆಸುವ ವಿಚಾರಕ್ಕೆ ಬಂದರೆ ಪುರುಷರಿಗಿಂತ ಮಹಿಳೆಯರೇ ವಾಸಿ. ಹೀಗಾಗಿಯೇ ಚಿಕ್ಕಪುಟ್ಟ ವ್ಯಾಪಾರಗಳನ್ನಾದರೂ ಮಾಡಿ ಶ್ರಮದ ಬದುಕನ್ನು ಸಾಗಿಸುವ ನೂರಾರು ಹೆಣ್ಣುಮಕ್ಕಳು ಇಲ್ಲಿ ಕಾಣಸಿಗುವುದು ಸಹಜ. ಮೋಜೆಂಬುದು ಆಕೆಗೆ ಅಪರೂಪಕ್ಕೆ ಸಿಗುವ ವಿಲಾಸವಷ್ಟೇ ಹೊರತು ಅದುವೇ ಅವಳ ಜೀವನವಲ್ಲ. ಪುರುಷನಷ್ಟು ಬೇಜವಾಬ್ದಾರಿತನದಿಂದ ವರ್ತಿಸಿದರೆ ಆಕೆಯ ಕರುಳಕುಡಿಗಳು ಉಪವಾಸ ಬಿದ್ದು ಸಾಯಬೇಕಷ್ಟೇ. ಆದರೆ ಬಹುಪಾಲು ಪುರುಷರ ಜೀವನವು ಶಿಸ್ತಿನ ಮಾರ್ಗವಿಲ್ಲದೆ ಮೋಜುಮೋಜಲ್ಲೇ ದಿಕ್ಕುತಪ್ಪುತ್ತದೆ. ಉದ್ಯೋಗಗಳು ಸಿಕ್ಕ ವೇಗದಲ್ಲೇ ಕೈಜಾರಿಹೋಗುತ್ತದೆ, ರೋಗಗಳು ಜೀವನವನ್ನು ಹಿಂಡಿಹಿಪ್ಪೆ ಮಾಡುತ್ತವೆ, ಸಾಲ ಕೊಟ್ಟವರಿಂದ ತಲೆಮರೆಸಿಕೊಂಡು ಓಡಾಡುವುದೇ ಒಂದು ನಿತ್ಯದ ದಿನಚರಿಯಾಗಿಬಿಡುತ್ತದೆ. ಹೀಗೆ ಬಡತನವನ್ನೇ ಬಂಡವಾಳವಾಗಿಟ್ಟುಕೊಂಡು ಈ ಮೂಲಕ ಅನುಕಂಪ ಗಿಟ್ಟಿಸುವ, ಉಳ್ಳವರಿಂದ ಸಿಕ್ಕಷ್ಟು ಕಾಸು ಗಿಟ್ಟಲಿ ಎಂದು ನಾಟಕ ಮಾಡುವ ಮತ್ತು ನಂತರ ಮಾಯವಾಗುವ ಮಹಾಬುದ್ಧಿವಂತರು ಇಲ್ಲಿ ಕಾಣಸಿಗುವುದು ಸಾಮಾನ್ಯ.

ಅಂಗೋಲನ್ನರನ್ನು ನಾವು ಸಾಮಾನ್ಯವಾಗಿ ಹಲವು ಉದ್ಯೋಗಗಳಲ್ಲಿ ತೊಡಗಿಕೊಂಡಿರುವುದನ್ನು ನೋಡಬಹುದು. ಸಾಮಾನ್ಯವಾಗಿ ಬಹುತೇಕ ಎಲ್ಲರಲ್ಲೂ ಒಂದಕ್ಕಿಂತ ಹೆಚ್ಚು ಆದಾಯದ ಮೂಲಗಳಿರುತ್ತವೆ. ಹೀಗಾಗಿ ಸದ್ಯದ ಉದ್ಯೋಗವು ರಗಳೆಯೆಂಬುದು ಮನವರಿಕೆಯಾದ ತಕ್ಷಣವೇ ಇಲ್ಲಿಯವರು ರಾಜೀನಾಮೆ ಎಸೆದು ತಕ್ಷಣ ಎದ್ದು ನಡೆದುಬಿಡುತ್ತಾರೆ. ಹೀಗೆ ಒಂದೇ ಉದ್ಯೋಗಕ್ಕೆ ಕಚ್ಚಿಕೊಂಡಿರದ ಇಲ್ಲಿಯ

ರೂಢಿಯು ನೀಡುವ ಸ್ವಾತಂತ್ರ್ಯವು ಅಂಗೋಲನ್ನರಿಗೆ ಬಹಳ ಪ್ರಿಯ. ಸ್ಥಿರ ಆದಾಯವಿರುವ ಸರಕಾರಿ ಅಧಿಕಾರಿಗಳೂ ಕೂಡ ಬಿಡುವಿನ ವೇಳೆಗಳಲ್ಲಿ ಹಲವು ಬಗೆಯ ವ್ಯಾಪಾರಗಳಲ್ಲಿ ತೊಡಗಿಸಿಕೊಂಡಿರುತ್ತಾರೆ. ಸಾಮಾನ್ಯರು ಬ್ರೆಡ್, ತರಕಾರಿಗಳಂತಹ ವ್ಯಾಪಾರಗಳಲ್ಲಿ ತೊಡಗಿಸಿಕೊಂಡರೆ ಮೇಲ್ಮಧ್ಯಮ ವರ್ಗದ ಇಂಥವರು ಅಂಗೋಲಾದಲ್ಲಿ ತೀರಾ ದುಬಾರಿಯಾಗಿರುವ ಎಲೆಕ್ಟ್ರಾನಿಕ್ ವಸ್ತುಗಳ ವ್ಯಾಪಾರಗಳಲ್ಲಿ ತೊಡಗಿಸಿಕೊಂಡಿರುತ್ತಾರೆ. ಏಕೆಂದರೆ ಲುವಾಂಡಾದಂತಹ ದುಬಾರಿ ನಗರಗಳಲ್ಲಿ ಕಾಸು ಎಷ್ಟಿದ್ದರೂ ಕಮ್ಮಿಯೇ. ಇಷ್ಟಿದ್ದೂ ಹತ್ತರಲ್ಲಿ ಏಳರಷ್ಟು ಅಂಗೋಲನ್ನರ ಜೀವನಮಟ್ಟವು ಬರಖತ್ತಾಗದಿರಲು ಇಂಥಾ ವಿಚಿತ್ರ ಜೀವನಶೈಲಿಗಳೇ ಕಾರಣ.

ಹೀಗೆ ಅಂಗೋಲನ್ನರ ಜೀವನಶೈಲಿಯಲ್ಲಿ ಸ್ವಾತಂತ್ರ್ಯ ಮತ್ತು ಸ್ವೇಚ್ಛೆಯ ನಡುವಿನ ಗೆರೆಯು ಬಹಳ ತೆಳು. ಆದರೆ ಅದೇನೇ ಆದರೂ ಇವರುಗಳು ಯಾವ ಕಾರಣಕ್ಕೂ ತಮ್ಮ ಮೋಜಿನ ಕೋಟಾವನ್ನು ತಪ್ಪಿಸುವವರಲ್ಲ. ಕೆಲ ತೀರಾ ಅನ್ನಿಸುವ ಅಪವಾದಗಳನ್ನು ಹೊರತುಪಡಿಸಿದರೆ ಇಂಥಾ ಪುಟ್ಟ ಪುಟ್ಟ ಸಂತಸಗಳು ಅಂಗೋಲನ್ನರಲ್ಲಿ ಹುಟ್ಟಿಸುವ ಜೀವನಪ್ರೀತಿ, ಉತ್ಸಾಹ ದೊಡ್ಡದು. ಹಲವು ಕಾರಣಗಳಿಂದಾಗಿ ಆಫ್ರಿಕಾದಲ್ಲಿ ಇಂದಿಗೂ ಹೆಚ್ಚಿನ ಸಂಖ್ಯೆಯಲ್ಲಿ ಕಾಣಸಿಗುವ ವಲಸೆ, ತೀವ್ರಗತಿಯ ರಾಜಕೀಯ-ಆರ್ಥಿಕ ಏರಿಳಿತಗಳು, ಸಂಪತ್ತಿನ ಅಸಮತೋಲನ, ಅವಕಾಶಗಳ-ಸಂಪನ್ಮೂಲಗಳ ನಿರಂತರ ಕೊರತೆ... ಇತ್ಯಾದಿಗಳೆಲ್ಲವೂ ಇವುಗಳ ಹಿಂದಿನ ಕಾರಣಗಳಾಗಿರಬಹುದು. ಉಳಿದಂತೆ ಲೋಕೋ ಭಿನ್ನರುಚಿ!

ಒಟ್ಟಿನಲ್ಲಿ ಎಂಥಾ ಸಂಕಷ್ಟದ ಪರಿಸ್ಥಿತಿಯಲ್ಲೂ ನಿನ್ನೆ ಮತ್ತು ನಾಳೆಗಳ ಪರಿವೆಯಿಲ್ಲದೆ ಈ ಕ್ಷಣವನ್ನಷ್ಟೇ ಸವಿಯುತ್ತಾ ಹಾಯಾಗಿರುವುದನ್ನು ಕಲಿಯಬೇಕಾದರೆ ಆಫ್ರಿಕನ್ನರನ್ನೇ ಅನುಸರಿಸುವುದು ಅತ್ಯಂತ ಸೂಕ್ತ.

●

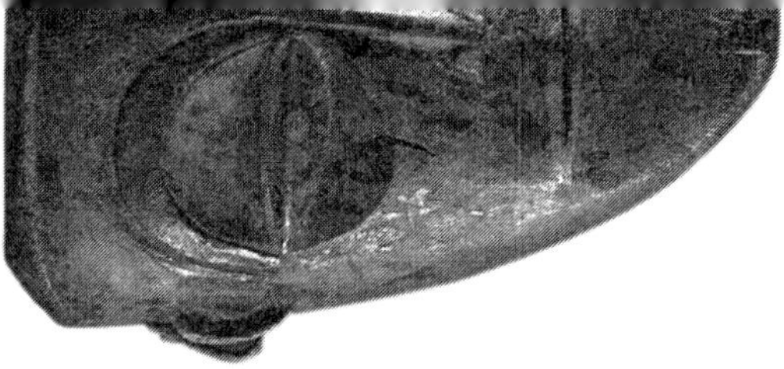

ದುಬಾರಿ ದೇಶದಲ್ಲಿ ಕಾಂಚಾಣವೇ ಹೀರೋ

ತಮ್ಮ ನೆಲ, ನಾಡನ್ನು ಬಿಟ್ಟು ದೂರ ಹೋದವರಿಗೆ ಆಗಾಗ ಮಣ್ಣಿನ ಸೆಳೆತವು ಹೆಚ್ಚಾಗಿ ಕೆಲವೊಂದು ಆಸೆ-ಆಕಾಂಕ್ಷೆಗಳು ಹುಟ್ಟುವುದು ಸಹಜ.

ಮಂಗಳೂರನ್ನು ಬಿಟ್ಟು ಉತ್ತರಭಾರತಕ್ಕೆ ಸೇರಿದ ನನಗೆ ಕರಾವಳಿಯ ಕುಚ್ಚಲಕ್ಕಿ, ಮೀನು, ಕೋರಿ-ರೊಟ್ಟಿ ಕಾಂಬೋಗಳು ಸಿಗದೆ ವರ್ಷಗಳೇ ಕಳೆದುಹೋಗಿದ್ದವು. ಅಂಥದ್ದರಲ್ಲಿ ಅಂಗೋಲಾಕ್ಕೆ ಬಂದ ನಂತರವಂತೂ ಮನೆಯಲ್ಲಿ ಸಿದ್ಧವಾಗುತ್ತಿದ್ದ ಭಾರತೀಯ ಖಾದ್ಯಗಳನ್ನು ಹೊರತುಪಡಿಸಿ ಬೇರೇನೂ ಸಿಗುವುದು ಗಗನಕುಸುಮವಾಗಿಬಿಟ್ಟಿತ್ತು. ಪ್ರತಿಯೊಂದಕ್ಕೂ ವೀಜ್‌ನಿಂದ ಮುನ್ನೂರು ಚಿಲ್ಲರೆ ಕಿಲೋಮೀಟರುಗಳಷ್ಟು ದೂರವಿದ್ದ ಲುವಾಂಡಾಗೆ ತೆರಳುವುದು ಬಲು ಗೋಜಲಿನ ಕೆಲಸ. ಹೊಂಡಗಳು ಕಮ್ಮಿಯಾದರೂ ಅಂಕುಡೊಂಕಿನ ರಸ್ತೆಗಳಲ್ಲಿ ದೇಹವನ್ನು ಪುಡಿಗಟ್ಟುತ್ತಾ, ಪ್ರತೀ ಐವತ್ತು-ಅರವತ್ತು ಕಿಲೋಮೀಟರುಗಳಿಗೊಮ್ಮೆ ಲಂಚಕೋರ ಪೊಲೀಸರನ್ನು ಸಂಭಾಳಿಸುತ್ತಾ ಪ್ರಯಾಣಿಸುವುದು ನಿಜಕ್ಕೂ ದೊಡ್ಡ ವ್ಯಥೆ.

ವೀಜ್‌ನಂತಹ ಪ್ರದೇಶದಲ್ಲಿ ನೆಲೆಸಿದ್ದ ನಾನು ನೂರರಿಂದ ನೂರೈವತ್ತು ಡಾಲರುಗಳಲ್ಲಿ ಒಂದಿಡೀ ತಿಂಗಳ ಖರ್ಚನ್ನು ನಿಭಾಯಿಸುತ್ತಿದ್ದೆ. ಅಂಥದ್ದರಲ್ಲಿ ಇಲ್ಲಿ ಒಂದು ಹೊತ್ತಿನ ಊಟಕ್ಕೆ ಅಷ್ಟನ್ನು ನಾನು ತೆರಬೇಕಿತ್ತು. ಅಂತೂ ಈ ಬೆಲೆಯ ಬಗ್ಗೆ ತಿಳಿದಾಕ್ಷಣ ನಾವು ಪೆಚ್ಚಾಗಿ ಮುಖಮುಖ ನೋಡಿಕೊಂಡೆವು. “ಭಾರತದಿಂದ ಬಂದವರಿಗೆ ಅಂಗೋಲಾದಲ್ಲೂ ಭಾರತದ ರೋಟಿ-ಸಬ್ಜಿಯನ್ನೇ ಏನು ತಿನ್ನಿಸುವುದು? ಇಲ್ಲಿದ್ದೇನಾದರೂ ತಿನ್ನಿಸೋಣ ಬಿಡಿ”, ಎಂದು ಒಬ್ಬಾತ ಆ ಕಾರ್ಮೋಡದಲ್ಲೂ ಬೆಳ್ಳಿಗೆರೆಯಂಥಾ ಮಾತಾಡಿದ. ನಾವು ಹೌದೌದೆಂದು ತಲೆಯಾಡಿಸುತ್ತಾ ಅಲ್ಲಿಂದ ಕಾಲ್ಕಿತ್ತೆವು.

ಅಂಗೋಲಾದಲ್ಲಿ ಬದುಕಬೇಕೆಂದರೆ ಧೈರ್ಯ ಮಾತ್ರವಲ್ಲ, ಜೇಬೂ ತುಂಬಿರಬೇಕು.

“ತನ್ನ ಮೂರು ತಲೆಮಾರುಗಳು ತಿಂದರೂ ಕರಗಲಾರದಷ್ಟು ಈಯಪ್ಪ ಆಸ್ತಿ ಮಾಡಿಕೊಂಡಿದ್ದಾನೆ. ಆದರೂ ಈತನಿಗೆ ಸಾಕಾಗೋಲ್ವಲ್ಲಾ”, ಎಂದು ನಾವೆಲ್ಲರೂ ನಮ್ಮ ಕೆಲ ಕುಖ್ಯಾತ ರಾಜಕಾರಣಿಗಳನ್ನು ಕಂಡು ಗೊಣಗಿಕೊಳ್ಳುವುದು ಸಹಜ. ಏಕೆಂದರೆ, ಆಸೆಗಳನ್ನೇನೋ ನೀಗಿಕೊಳ್ಳಬಹುದು. ಆದರೆ ದುರಾಸೆಗಳನ್ನು ಈಡೇರಿಸುವುದು ಸುಲಭದ ಮಾತಲ್ಲ. “ನಾವು ಲಂಚ ತಿಂದಷ್ಟೂ ಕಮ್ಮಿಯೇ”, ಎಂದು ಕೆಲ ಅಂಗೋಲನ್ ಸರಕಾರಿ

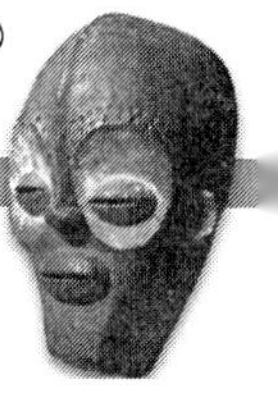

ಅಧಿಕಾರಿಗಳು ನನ್ನಲ್ಲಿ ತಮಾಷೆಯಾಗಿ ಹೇಳಿಕೊಳ್ಳುತ್ತಿದ್ದ ಸಂದರ್ಭಗಳಿವೆ. ಅಸಲಿಗೆ ಲುವಾಂಡಾದಂಥ ದುಬಾರಿ ನಗರದಲ್ಲಿ ಆರಾಮದಾಯಕ ಜೀವನವನ್ನು ನಡೆಸಲು ಒಳ್ಳೆಯ ಸಂಬಳ ಗಿಟ್ಟಿಸುವ ಸರಕಾರಿ ಅಧಿಕಾರಿಗಳೂ ಒದ್ದಾಡುತ್ತಿರುತ್ತಾರೆ. ಸರಳವಾಗಿ ಹೇಗೋ ಇರೋಣ ಎಂದರೆ ಸಾಮಾಜಿಕ ಸ್ಥಾನಮಾನದ ಪ್ರಶ್ನೆ. ಕೊಂಚ ವಿಲಾಸವೂ ಇರಲಿ ಎಂದು ಯೋಚಿಸಿದರೆ ಅಗತ್ಯದ ಖರ್ಚಿನ ಬಳಿಕ ಜೇಬಿನಲ್ಲಿ ಉಳಿಯುವುದು ಏನೇನೂ ಇಲ್ಲವೆಂಬ ಗೋಳು. ಉದ್ದನೆಯ ಮನುಷ್ಯನೊಬ್ಬನಿಗೆ ಹೊದ್ದುಕೊಳ್ಳಲು ಒಂದು ಚಿಕ್ಕ ಹೊದಿಕೆ ಕೊಟ್ಟರೆ ಆತ ಹೇಗೆ ಒದ್ದಾಡುತ್ತಾನೋ ಅಂಥಾ ಗೋಜಲು. ಪಾದಗಳನ್ನು ಮುಚ್ಚೋಣ ಅಂದರೆ ತಲೆ ಉಳಿದುಬಿಡುವ, ತಲೆ ಮುಚ್ಚಿಕೊಳ್ಳೋಣ ಎಂದರೆ ಪಾದಗಳು ಬಾಕಿಯಾಗುವ ಪರಿಸ್ಥಿತಿ.

ಅಂಗೋಲಾದ ದುಬಾರಿ ಜೀವನವನ್ನು ಹೀಗೆ ತಮ್ಮ ಭ್ರಷ್ಟತೆಗೆ ಸಮರ್ಥನೆಯಾಗಿ ಹೇಳಬಯಸುವ ಅಧಿಕಾರಿಗಳು ಇಲ್ಲಿ ಕಾಣಸಿಗುವುದು ಸಾಮಾನ್ಯ. ಅಂದಹಾಗೆ ಇಲ್ಲಿ ಕಾಸು ಮಾಡಲು ರಾಜಕಾರಣದ ನಂತರ ಇಂಥಾ ದೊಡ್ಡ ಮಟ್ಟದ ಅವಕಾಶಗಳಿರುವುದು ಸೇನೆಯಲ್ಲಿ ಮಾತ್ರ. ಅಂಗೋಲಾದ ನಿತ್ಯ ಜೀವನದಲ್ಲಿ ಎಲ್ಲೆಲ್ಲೂ ನಮಗೆ ಕಾಣಸಿಗುವ ಪೊಲೀಸರು ಸಂಪಾದಿಸುವ ಕಾಸು ಈ ಹಿರಿಯ ಮಿಲಿಟರಿ ಅಧಿಕಾರಿಗಳಿಗೆ ಹೋಲಿಸಿದರೆ ಏನೇನೂ ಅಲ್ಲ. ಸೇನೆಯಲ್ಲಿ ಹಿರಿಯ ಅಧಿಕಾರಿಯಾಗಿರುವುದು ಎಂದರೆ ದೊಡ್ಡ ಉದ್ಯಮಿಯಾದಂತೆಯೇ ಎಂಬ ಮಾತು ಅಲ್ಲಿದೆ. ಶಕ್ತಿಕೇಂದ್ರಕ್ಕೆ ಬಹಳ ಸಮೀಪದಲ್ಲಿರುವ ಈ ಜನರಲ್‌ಗಳು ಅಂಗೋಲಾದ ದೊಡ್ಡ ಸರಕಾರಿ ಸ್ವಾಮ್ಯದ ಸಂಸ್ಥೆಗಳಲ್ಲಿ ಶೇರುಗಳನ್ನು ಹೊಂದಿರುವವರು, ವಿದೇಶಗಳಲ್ಲಿ ಹೂಡಿಕೆಗಳನ್ನು ಮಾಡಿರುವವರು, ತೈಲ ಮತ್ತು ವಜ್ರದಂತಹ ದೇಶದ ದೈತ್ಯ ಉದ್ಯಮಗಳಲ್ಲಿ ಪ್ರತ್ಯಕ್ಷ ಅಥವಾ ಪರೋಕ್ಷವಾಗಿ ತೊಡಗಿಸಿಕೊಂಡಿರುವವರು.

ಭ್ರಷ್ಟಾಚಾರದ ವಿಚಾರಕ್ಕೆ ಬಂದರೆ ಅಂಗೋಲಾದ ಇತಿಹಾಸವೇ ಬಿತ್ತಲ್ಪಟ್ಟ ವಿಷ ಬೀಜದ ವಿವರಗಳನ್ನು ಧಾರಾಳವಾಗಿ ನೀಡುತ್ತದೆ. ಪೋರ್ಚುಗೀಸರು ದೇಶ ಬಿಟ್ಟು ಹೊರನಡೆದ ನಂತರ ಅಂಗೋಲಾದಲ್ಲಿ ನಡೆದ ಗೊಂದಲಗಳು, ನಂತರ ನಡೆದ ಮಾರಣಹೋಮ ಇದಕ್ಕೆ ಸಾಕ್ಷಿ. ದೇಶದ ಅಧಿಕಾರವನ್ನು ಹಿಡಿಯಲು ಕಿತ್ತಾಡುತ್ತಿದ್ದ ಎಮ್.ಪಿ.ಎಲ್.ಎ (MPLA) ಮತ್ತು ಯುನಿಟಾ (UNITA) ಪಕ್ಷಗಳು ಎಷ್ಟರಮಟ್ಟಿನ ದುರಾಸೆಗಿಳಿದಿದ್ದರೆಂದರೆ ಅಧಿಕಾರ ಪಡೆಯಲು ಯಾವ ಮಟ್ಟಿಗೂ ಇಳಿಯಲು ಎರಡೂ ಪಕ್ಷಗಳು ತಯಾರಾಗಿದ್ದವು. ಕಮ್ಯೂನಿಸ್ಟ್ ಸಿದ್ಧಾಂತಗಳ ಬಗ್ಗೆ ಒಲವಿದ್ದ ಅಂಗೋಲಾದ ಮೊದಲ ರಾಷ್ಟ್ರಾಧ್ಯಕ್ಷರಾಗಿದ್ದ ಆಗಸ್ಟಿನೋ ನೇಟೋ ಸೋವಿಯತ್ ರಷ್ಯಾ ಮತ್ತು ಕ್ಯೂಬಾಗಳ ಬೆಂಬಲ ಪಡೆದರೆ, ಯುನಿಟಾ ಅಮೆರಿಕಾ, ಚೀನಾ ಮತ್ತು ದಕ್ಷಿಣ ಆಫ್ರಿಕಾಗಳ ನೆರವು ಪಡೆದು ಯುದ್ಧಕ್ಕಿಳಿಯಿತು. ಇದರಿಂದಾಗಿ ಆಗಿದ್ದೆಂದರೆ ಮನೆಜಗಳವನ್ನು ಬೀದಿಗೆ ತಂದು ರಂಪ ಮಾಡಿದರೆ ಎಲ್ಲರೂ ಹೇಗೆ ಮೋಜು ನೋಡುತ್ತಾರೋ ಅಂಥಾ ದುಃಸ್ಥಿತಿ ಅಂಗೋಲಾಕ್ಕೂ ಬಂದಿದ್ದು. ಶೀತಲ ಸಮರದ ಉತ್ತುಂಗದಲ್ಲಿದ್ದ ಆ ಅವಧಿಯಲ್ಲಿ ಈ ಎಲ್ಲಾ ರಾಷ್ಟ್ರಗಳಿಗೂ ತಮ್ಮ ಬಲಪ್ರದರ್ಶನಕ್ಕೆ ಅಂಗೋಲಾ ಒಂದು ವೇದಿಕೆಯಾಯಿತು. ಒಟ್ಟಿನಲ್ಲಿ ಎಲ್ಲರೂ ಬಂದು ತೊಡೆ ತಟ್ಟಿಕೊಂಡು, ತಮ್ಮ ತಮ್ಮ ಬೇಳೆ ಬೇಯಿಸಿಕೊಂಡು ಹೋದರು. ಕ್ಯೂಬಾ ಮಾತ್ರ ಇದಕ್ಕೆ ಅಪವಾದ.

ಅಷ್ಟಕ್ಕೂ ಎಂದೂ ಮುಗಿಯದ ಯುದ್ಧದಂತೆ ಕಾಣುತ್ತಿದ್ದ ಅಂಗೋಲಾದ ಸುದೀರ್ಘ ಆಂತರಿಕ ಯುದ್ಧಕ್ಕೆ ಸಂಪತ್ತು ಹರಿದುಬರುತ್ತಿದ್ದದ್ದು ಎಲ್ಲಿಂದ? ಕ್ಯೂಬಾದ ನೆರವಿನಿಂದ

ರಾಷ್ಟ್ರರಾಜಧಾನಿ ಲುವಾಂಡಾವನ್ನು ವಶಪಡಿಸಿಕೊಂಡು ಅಧಿಕಾರಕ್ಕೆ ಬಂದ ಎಮ್.ಪಿ.ಎಲ್.ಎ ಪಕ್ಷ ದೇಶದ ತೈಲೋದ್ಯಮವನ್ನು ಶಸ್ತ್ರಾಸ್ತ್ರಗಳ ಖರೀದಿಗೆಂದು ಬಳಸುತ್ತಿದ್ದರೆ, ಯುನಿಟಾ ಪಕ್ಷ ದೇಶದ ವಜ್ರ ನಿಕ್ಷೇಪಗಳನ್ನು ಕೊಳ್ಳೆಹೊಡೆದು ಟನ್ನುಗಟ್ಟಲೆ ಸ್ಫೋಟಕಗಳನ್ನು ತರಿಸಿಕೊಂಡಿತು. ಎರಡೂ ಪಕ್ಷಗಳು ತಮ್ಮದೇ ದೇಶದ ಸಂಪನ್ಮೂಲಗಳನ್ನು ಮಿತಿಮೀರಿ ದುರ್ಬಳಕೆ ಮಾಡಿಕೊಂಡು ಬಾಣಲೆಯಲ್ಲಿ ಒದ್ದಾಡುತ್ತಿದ್ದ ದೇಶವನ್ನು ಬೆಂಕಿಗೆ ತಳ್ಳಿಬಿಟ್ಟರು. ದುರದೃಷ್ಟವಶಾತ್ ಇದರ ಬಿಸಿ ತಾಕಿದ್ದು ಮಾತ್ರ ಅಂಗೋಲನ್ ಜನತೆಗೆ. ಪೋರ್ಚುಗೀಸರ ಅವಧಿಯಲ್ಲಿದ್ದ ಬೆರಳೆಣಿಕೆಯ ವಿದ್ಯಾಸಂಸ್ಥೆಗಳು, ಆಸ್ಪತ್ರೆಗಳು, ವಾಣಿಜ್ಯ ಸಂಕೀರ್ಣಗಳು, ವ್ಯವಸ್ಥಿತ ಮಾರುಕಟ್ಟೆಗಳು ಆಂತರಿಕ ಯುದ್ಧದ ನೇರ ಹೊಡೆತಕ್ಕೊಳಗಾಗಿ ನೆಲಸಮವಾದವು. ಪೋರ್ಚುಗೀಸರು ಸ್ವತಃ ಎರಡನೇ ಲಿಸ್ಬನ್ ಎಂದು ಕರೆಯುತ್ತಿದ್ದ ಅಂಗೋಲಾದ ಹುವಾಂಬೋ ನಗರ ಅಕ್ಷರಶಃ ಸ್ಮಶಾನವಾಯಿತು. ದೇಶದ ಕಟ್ಟಡಗಳು ಮೈತುಂಬಾ ಸಿಡುಬಿನ ಕಲೆಗಳನ್ನು ಹೊಂದಿರುವ ರೋಗಿಷ್ಟರಂತೆ ಅಸಂಖ್ಯಾತ ರೈಫಲ್ಲುಗಳು ಕಕ್ಕಿದ್ದ ಗುಂಡಿನ ತೂತುಗಳಿಂದ ತುಂಬಿಹೋದವು.

ಆ ದಿನಗಳಲ್ಲಿ ಆಡಳಿತಾರೂಢ ಪಕ್ಷವಾಗಿದ್ದ ಎಮ್.ಪಿ.ಎಲ್.ಎ. ತನ್ನ ಬಜೆಟ್ ಸೆಷನ್ನುಗಳಲ್ಲಿ ಹರಹರಾ ಎಂದು ಏದುಸಿರುಬಿಡುತ್ತಿದ್ದ ಕಾರಣವೂ ಇದೇ. ದೇಶದ ಅಭಿವೃದ್ಧಿಗೆಂದು ವ್ಯಯಿಸಬೇಕಿದ್ದ ನಿಧಿ ಥಾಳಾಗಿ ಹರಿದುಹೋಗುತ್ತಿದ್ದಿದ್ದು ಶಸ್ತ್ರಾಸ್ತ್ರಗಳ ಖರೀದಿಗೆ. ಶಿಕ್ಷಣ, ಆರೋಗ್ಯ ಸೇರಿದಂತೆ ಮೂಲಭೂತ ಸೌಲಭ್ಯಗಳಿಗೆ ಮೀಸಲಿಡುತ್ತಿದ್ದ ಸರ್ಕಾರಿ ನಿಧಿಯ ಗಂಟು ಚಿಕ್ಕದಾಗುತ್ತಾ ಹೋಯಿತು. ಇತ್ತೀಚಿನವರೆಗೂ ಚಿಲ್ಲರೆ ಕಾರಣಗಳಿಂದಾಗಿ ಹಲವು ಸರಕಾರಿ ಯೋಜನೆಗಳು ಅಂಗೋಲಾದಲ್ಲಿ ಹಳ್ಳಹಿಡಿದ ಉದಾಹರಣೆಗಳಿವೆ. ಪೋಲಿಯೋ ನಿವಾರಣೆಯಂಥ ಪುಟ್ಟ ಕ್ಯಾಂಪುಗಳಲ್ಲಿ ಪುಸ್ತಕ, ಪೆನ್ನು-ಪೆನ್ಸಿಲ್ ಖರೀದಿಗೂ ಕೆಲ ಸ್ಥಳೀಯ ಕಾರ್ಯಾಲಯಗಳಲ್ಲಿ ಹಣವಿಲ್ಲದ ಪರಿಸ್ಥಿತಿ. ಹೀಗಾಗಿ ತನ್ನದು ಎಂಬ ಸ್ವಂತಿಕೆಯ, ಹೆಮ್ಮೆಯ ಭಾವದಿಂದ ಕರೆದುಕೊಳ್ಳಬಹುದಾದ ಯಾವ ಉದ್ಯಮಗಳೂ, ವಿದ್ಯಾಸಂಸ್ಥೆಗಳೂ, ಸಂಶೋಧನಾ ಕೇಂದ್ರಗಳೂ ಅಂಗೋಲಾದಲ್ಲಿ ತಲೆಯೆತ್ತಲಿಲ್ಲ. ಅಂದಿನಿಂದ ಇಂದಿನವರೆಗೂ ಬಹುತೇಕ ಎಲ್ಲವನ್ನೂ ಹೊರದೇಶಗಳಿಂದ ಆಮದು ಮಾಡಿಕೊಳ್ಳಬೇಕಾದ ಪರಿಸ್ಥಿತಿ ಅಂಗೋಲಾದ್ದು.

ಇತ್ತ ಇಲ್ಲದ ಉದ್ಯೋಗಾವಕಾಶ, ನಿಲ್ಲದ ಆಂತರಿಕ ಯುದ್ಧ ಮತ್ತು ಇತರ ಸಂಕಷ್ಟಗಳ ಮಧ್ಯೆ ತಮ್ಮ ಹೊಟ್ಟೆಪಾಡಿಗೆಂದು ಅಂಗೋಲಾದ ಸ್ಥಳೀಯರು ಅವಲಂಬಿಸಿದ್ದು ಕೃಷಿಯನ್ನು. ಆದರೆ ಸರಕಾರಿ ವ್ಯವಸ್ಥೆಗಳು ತಮ್ಮ ಸ್ವಾರ್ಥಕ್ಕಾಗಿ ಇದಕ್ಕೂ ಕಲ್ಲು ಹಾಕಿದವು. ಹೀಗಾಗಿ ಆಂತರಿಕ ಯುದ್ಧದ ಅವಧಿಯಲ್ಲಿ ಬಹುಪಾಲು ಅಂಗೋಲನ್ನರು ಹಸಿವಿನಿಂದ ನರಳಬೇಕಾಯಿತು. ಇದರ ಬೇರೆ ಆಯಾಮಗಳ ಬಗ್ಗೆ ಮುಂದೆ ವಿವರವಾಗಿ ಬರೆಯಲಿದ್ದೇನೆ. ಒಟ್ಟಿನಲ್ಲಿ ಅಧಿಕಾರದ ಚುಕ್ಕಾಣಿಯನ್ನು ಹಿಡಿಯಲು ಶತಾಯಗತಾಯ ಪ್ರಯತ್ನಿಸುತ್ತಿದ್ದ ಈ ಎರಡು ಪಕ್ಷಗಳು ದೇಶವನ್ನು ಅದ್ಯಾವ ಮಟ್ಟಿಗೆ ತಂದು ನಿಲ್ಲಿಸಿದ್ದರೆಂದರೆ ಮತ್ತೆ ಎದ್ದೇಳಲು ಒಂದು ಶತಮಾನವೇ ಬೇಕೆಂಬ ಮಟ್ಟಿಗೆ ಪರಿಸ್ಥಿತಿಯು ದುರ್ಭರವಾಯಿತು.

ಹಾಗಿದ್ದರೆ ಇಡೀ ದೇಶವೇ ಸಂಕಷ್ಟದಿಂದ ನರಳುತ್ತಿತ್ತೇ? ಖಂಡಿತ ಇಲ್ಲ. ಅಂಗೋಲಾದ ಸಿರಿವಂತ ವರ್ಗ ಹಾಯಾಗಿಯೇ ಇತ್ತು. ಮೊದಲ ರಾಷ್ಟ್ರಾಧ್ಯಕ್ಷರಾದ ಆಗಸ್ಟಿನೋ ನೇಟೋರ

ನಿಧನದ ನಂತರ ಉತ್ತರಾಧಿಕಾರಿಯಾದ ಜೋಸ್ ಡಿ ಸಾಂತುಸ್ ಬರೋಬ್ಬರಿ 36 ವರ್ಷಗಳ ಕಾಲ ಪಟ್ಟಭದ್ರರಾಗಿ ದೇಶವನ್ನು ತಮ್ಮಿಷ್ಟದಂತೆ ಆಳಿದರು. ಈ ಅವಧಿಯಲ್ಲಿ ತೈಲ, ವಜ್ರ, ಟೆಲಿಕಾಂ, ಮಾಧ್ಯಮ ಸೇರಿದಂತೆ ಹಲವು ಕ್ಷೇತ್ರಗಳನ್ನು ಸಾಂತುಸ್‌ರವರ ಕುಟುಂಬವೇ ತನ್ನ ಹಿಡಿತಕ್ಕೆ ತೆಗೆದುಕೊಂಡಿತು. ದೇಶವನ್ನು ಖಾಸಗಿ ಆಸ್ತಿಯಾಗಿ ಮಾರ್ಪಡಿಸಿಕೊಂಡ ಅಧ್ಯಕ್ಷರು ಆಯಕಟ್ಟಿನ ಸ್ಥಾನಗಳಲ್ಲಿ ತಮ್ಮ ಕುಟುಂಬದ ಸದಸ್ಯರನ್ನು, ಮಿಲಿಟರಿ ವಿಭಾಗದ ಮಿತ್ರರನ್ನು, ಹಿತೈಷಿಗಳನ್ನು ಕೂರಿಸಿ ಅಧಿಕಾರವನ್ನು ಸಂಪೂರ್ಣವಾಗಿ ಸವಿದರು. 36 ವರ್ಷ ದೇಶವಾಳಿದ ಡಿ ಸಾಂತುಸ್ ಅಧಿಕಾರ ಬಿಟ್ಟುಕೊಟ್ಟಿದ್ದು 2017ರ ಅಧ್ಯಕ್ಷೀಯ ಚುನಾವಣೆಯಲ್ಲಷ್ಟೇ. ಜೋ ಲಾರೆನ್ಸೋ ಸದ್ಯ ಅಂಗೋಲಾದ ಅಧ್ಯಕ್ಷರಾಗಿದ್ದರೂ ಎಂ.ಪಿ.ಎಲ್.ಎ. ಪಕ್ಷದ ಸೂತ್ರವಿನ್ನೂ ಡಿ ಸಾಂತುಸ್‌ರ ಹಿಡಿತದಲ್ಲೇ ಇದೆ. ಇನ್ನು ತಾನೋರ್ವ ಉದ್ಯಮಿ ಎಂದು ಹೇಳಿಕೊಳ್ಳುವ ಡಿ ಸಾಂತುಸ್‌ರ ಹಿರಿಮಗಳಾದ ಇಸಾಬೆಲ್ ಡಿ ಸಾಂತುಸ್ ಆಫ್ರಿಕಾದ ಅತ್ಯಂತ ಶ್ರೀಮಂತ ಮಹಿಳೆಯೂ ಹೌದು.

ಜೋ ಲಾರೆನ್ಸೋ ರಾಷ್ಟ್ರಾಧ್ಯಕ್ಷರಾಗುವವರೆಗೂ ಸರಕಾರಿ ಸ್ವಾಮ್ಯದ, ಅಂಗೋಲಾದ ಅತೀ ದೊಡ್ಡ ತೈಲೋದ್ಯಮ ಸಂಸ್ಥೆಯಾದ ಸೊನಾಂಗೋಲ್‌ನ ಮುಖ್ಯಸ್ಥರಾಗಿದ್ದವರು ಇಸಾಬೆಲ್ ಡಿ ಸಾಂತುಸ್. ಜೊತೆಗೇ ದೇಶದ ಇತರ ದೈತ್ಯಸಂಸ್ಥೆಗಳಲ್ಲಿ ದೊಡ್ಡ ಮಟ್ಟಿನ ಶೇರುಗಳನ್ನು ಹೊಂದಿರುವವರಲ್ಲದೆ ಅಲ್ಲಿಯ ಆಯಕಟ್ಟಿನ ಸ್ಥಾನಗಳನ್ನೂ ಅಲಂಕರಿಸಿರುವವರು ಈಕೆ. ಅಂಗೋಲಾದಲ್ಲಿ ದೊಡ್ಡ ಮಟ್ಟಿನ ಹೂಡಿಕೆಗಳನ್ನು ಮಾಡಲಿಚ್ಛಿಸುವವರು, ಉದ್ಯಮಗಳನ್ನು ಆರಂಭಿಸಲು ಕಾತರರಾಗಿರುವ ಉತ್ಸಾಹಿಗಳೆಲ್ಲಾ ಸೋನಾಂಗೋಲ್ ಸೇರಿದಂತೆ ಇಸಾಬೆಲ್‌ರವರ ಇತರೆ ಉದ್ಯಮಗಳಿಗೆ ನೀಡಬೇಕಾದ ಕಾಣಿಕೆಗಳು, ಅವರಿಗೆ ಕಪ್ಪದಂತೆ ನೀಡಬೇಕಾಗಿರುವ ಇಂತಿಷ್ಟು ಪ್ರತಿಶತ ಶೇರುಗಳು... ಇತ್ಯಾದಿಗಳು ಈಗ ರಹಸ್ಯವಾಗೇನೂ ಉಳಿದಿಲ್ಲ. ಹಾಲಿವುಡ್ ನಟಿಮಣಿಯರೊಂದಿಗೆ, ವಿಶ್ವದ ವಿಲಾಸಿ ತಾಣಗಳಲ್ಲಿ, ಝುಗಮಗಿಸುವ ಪಾರ್ಟಿಗಳಲ್ಲಿ ಸಾಮಾಜಿಕ ಜಾಲತಾಣಗಳಿಂದಾಗಿ ಕಾಣಿಸಿಕೊಳ್ಳುವ ಇಸಾಬೆಲ್ ಡಿ ಸಾಂತುಸ್ ಈ ಕಾರಣಕ್ಕಾಗಿ ಟೀಕೆಗೊಳಗಾದವರೂ ಹೌದು.

ಹೀಗೆ ಅಂಗೋಲಾದ ದುಬಾರಿ ಜೀವನದ ಮೂಲ ಹುಡುಕಹೊರಟರೆ ವ್ಯಾಪಕ ಭ್ರಷ್ಟಾಚಾರ, ಸಂಪನ್ಮೂಲಗಳ ದುರ್ಬಳಕೆ, ಆಂತರಿಕ ಯುದ್ಧ, ನಾಯಕರ ದೂರದೃಷ್ಟಿಯ ಕೊರತೆ, ಕುಸಿಯುತ್ತಿರುವ ಆರ್ಥಿಕತೆ... ಹೀಗೆ ಹಲವು ಸಂಗತಿಗಳು ತಲೆಯೆತ್ತಿ ನಿಲ್ಲುತ್ತವೆ. ಇಂದಿಗೂ ಅಂಗೋಲಾದ ತೊಂಬತ್ತು ಪ್ರತಿಶತಕ್ಕೂ ಹೆಚ್ಚಿನ ಆದಾಯ ಹರಿದು ಬರುತ್ತಿರುವುದು ತೈಲದಿಂದ ಮಾತ್ರ. ಇನ್ನು ಆರ್ಥಿಕತೆ ವಿಚಾರದಲ್ಲಿ ತೈಲ ಮತ್ತು ವಜ್ರದ ಮೇಲಷ್ಟೇ ದೇಶ ಇನ್ನೂ ಅವಲಂಬಿಸಿರುವುದು ವಿಷಾದದ ವಿಷಯವೇ ಸರಿ. ಮುಂದಿನ ಪೀಳಿಗೆಗೆಂದು ಸದ್ಯದ ಅಂಗೋಲನ್ ನಾಯಕರು ಏನನ್ನು ಬಿಟ್ಟುಹೋಗುತ್ತಿದ್ದಾರೆ? ಅವಕಾಶಗಳಿಲ್ಲದೆ ಕಂಗೆಟ್ಟುಹೋಗಿರುವ ಅಂಗೋಲನ್ ಯುವಕರು ಸ್ವತಃ ಹೇಳುವಂತೆ ನಿಟ್ಟುಸಿರು ಮಾತ್ರವೇ?

ಹೊಸ ರಾಷ್ಟ್ರಾಧ್ಯಕ್ಷರ ಮೇಲೆ ಈಗ ಭಾರೀ ನಿರೀಕ್ಷೆಗಳ ಹೆಣಭಾರವಿದೆ. ಆದರೆ ದೇಶದ ಸಮಸ್ಯೆಗಳ ಮಟ್ಟವೋ ಬೆಟ್ಟದಷ್ಟಿದೆ. ಮುಂದೇನಾಗಲಿದೆ? ಕಾಲವೇ ಹೇಳಬೇಕು!

●

ಬ್ಲಡ್ ಡೈಮಂಡ್: ಅಂಗೋಲಾದ ಕಥೆಯಾಗದ ಕಥೆಗಳು

ಡಿಸೆಂಬರ್ 2009

ಅಂಗೋಲಾದ ಕವೂಬಾ ಎಂಬ ಪುಟ್ಟ ಹಳ್ಳಿ. ಡಿಸೆಂಬರ್ ತಿಂಗಳ ಆರಂಭದ ದಿನಗಳು. ದಿನವು ಎಂದಿನಂತೆ ತಣ್ಣಗಿತ್ತು. ಅಷ್ಟೇನೂ ದೊಡ್ಡದಾಗಿಲ್ಲದ ಸುರಂಗದಂತಿದ್ದ ಜಾಗವೊಂದರಲ್ಲಿ ನಲವತ್ತೈದು ಜನ ಕಾರ್ಮಿಕರು ತಮ್ಮಷ್ಟಕ್ಕೆ ತಮ್ಮ ನಿತ್ಯದ ಕಾರ್ಯದಲ್ಲಿ ಮಗ್ನರಾಗಿದ್ದರು. ಎಂದಿನಂತೆ ಅಂದೂ ಅವರು ಆ ಕೆಸರು ತುಂಬಿದ ಮೆಕ್ಕಲುಮಣ್ಣಿನಿಂದ ತೆಗೆಯುತ್ತಿದ್ದಿದ್ದು ವಜ್ರಗಳನ್ನು. ಅವರಿಗದು ಹೊಟ್ಟೆಪಾಡು, ನಿತ್ಯದ ಕರ್ಮ.

ಹೀಗಿರುವಾಗಲೇ ಕೆಲ ಸಮವಸ್ತ್ರಧಾರಿ ಅಧಿಕಾರಿಗಳು ದಡದಡನೆ ಸದ್ದುಮಾಡುತ್ತಾ ಆಯುಧಗಳೊಂದಿಗೆ ಅಲ್ಲಿ ಬಂದಿಳಿಯುತ್ತಾರೆ. ಕೂಡಲೇ ಈ ಜಾಗವನ್ನು ತೆರವುಗೊಳಿಸಿ ಎಂದು ಅಬ್ಬರಿಸುತ್ತಾರೆ. ಏನಾಗುತ್ತಿದೆಯೆಂದು ಕಾರ್ಮಿಕರಿಗೆ ಅರ್ಥವಾಗುವ ಮೊದಲೇ ಈ ಸೈನಿಕರು ಸುರಂಗದ ದ್ವಾರದಂತಿದ್ದ ಭಾಗವೊಂದರಲ್ಲಿ ಮಾಡಿಟ್ಟಿದ್ದ ತಾತ್ಕಾಲಿಕ, ಶಿಥಿಲ ವ್ಯವಸ್ಥೆಯನ್ನು ಜೊತೆಗೆ ತಂದಿದ್ದ ಸಲಾಕೆಗಳಿಂದ ನಾಶಪಡಿಸುತ್ತಾರೆ. ಅಲ್ಲಿಗೆ ಬಿಲದಂತಿದ್ದ ಆ ಸುರಂಗವು ಏಕಾಏಕಿ ಧೊಪ್ಪನೆ ಕುಸಿಯುತ್ತದೆ. ಸೈನಿಕರ ಈ ಅಮಾನವೀಯ ಪುಂಡಾಟದೊಂದಿಗೆ ಅಲ್ಲಿದ್ದ ಅಷ್ಟೂ ಕಾರ್ಮಿಕರು ಕ್ಷಣಾರ್ಧದಲ್ಲಿ ಜೀವಂತ ಸಮಾಧಿಯಾಗುತ್ತಾರೆ.

ಕಾರ್ಮಿಕರ ಸಾಮೂಹಿಕ ಮರಣದ ಬಗೆಗಿನ ಸುದ್ದಿ ನಿಧಾನಕ್ಕೆ ಹರಡಿಕೊಳ್ಳುತ್ತದೆ. ಸೈನಿಕರ ಭಯದಿಂದಾಗಿ ಇಲ್ಲಿಯ ಬಹಳಷ್ಟು ಸ್ಥಳೀಯರು ತಮ್ಮ ಆಪ್ತರ ಮೃತದೇಹಗಳನ್ನು ತರಲೂ ಅತ್ತ ಕಡೆ ತಲೆಹಾಕುವುದಿಲ್ಲ. ಉಳಿದವರು ಹೇಗೋ ಕಸರತ್ತುಗಳನ್ನು ಮಾಡಿ ಕೆಲ ಮೃತದೇಹಗಳನ್ನು ಹೊರತೆಗೆಯುತ್ತಾರೆ. ಲಿಂಡಾ ರೋಸಾ ಎಂಬ ಮಹಿಳೆಯ ಹೇಳಿಕೆಯ

ಪ್ರಕಾರ ಸೈನಿಕರ ಈ ದೌರ್ಜನ್ಯದ ವಿರುದ್ಧ ದನಿಯೆತ್ತಲು ಹೋದಾಗ ಅವರನ್ನು ಸೈನ್ಯದ ಮತ್ತೊಂದು ಘಟಕಕ್ಕೆ ಕಳಿಸಲಾಯಿತು. ಅಲ್ಲಿಂದಲೋ ಮತ್ತೆ ಬಂದೂಕು ತೋರಿಸಿ ನ್ಯಾಯ ಕೇಳಲು ಬಂದಿದ್ದ ಕಾರ್ಮಿಕರ ಬಂಧುಗಳನ್ನು ಓಡಿಸಲಾಯಿತು.

ಆಫ್ರಿಕಾದ ಕೆಲ ಭಾಗಗಳಿಂದ ಹೊರತೆಗೆಯಲಾಗುವ ವಜ್ರಗಳನ್ನು 'ಬ್ಲಡ್ ಡೈಮಂಡ್' ಎಂದು ವಿಶ್ವಸಂಸ್ಥೆಯು ಕರೆದಿದ್ದು ಸುಮ್ಮನೇನಲ್ಲ.

ಅವು ನಿಜಕ್ಕೂ ರಕ್ತಸಿಕ್ತ ವಜ್ರಗಳೇ. ಸಾವಿರಾರು ಬಡ ಕಾರ್ಮಿಕರ ರಕ್ತ ಕುಡಿದು ಹೊಳೆಯುತ್ತಿರುವ ವಜ್ರಗಳು. ಲಕ್ಷಾಂತರ ಆಫ್ರಿಕನ್ನರ ಜೀವನವನ್ನೇ ಶಾಶ್ವತವಾಗಿ ಹೊಸಕಿಹಾಕಿ ತಮ್ಮ ಹೊಳಪಿನಿಂದ ಈ ದೌರ್ಜನ್ಯದ ಕಥೆಗಳನ್ನು ಮರೆಮಾಚಿರುವ ವಜ್ರಗಳು. ರಕ್ತಕ್ಕಿಂತ ಸಾವಿರಾರು ಪಟ್ಟು ಹೆಚ್ಚು ಸಂಪತ್ತು ಹರಿದುಬಂದಿದೆ ಎಂಬ ಒಂದೇ ಒಂದು ಕಾರಣಕ್ಕಾಗಿ ಕಣ್ಣೆದುರಿಗೇ ಎಲ್ಲವೂ ನಡೆಯುತ್ತಿದ್ದರೂ, ಏನೂ ನಡೆಯುತ್ತಿಲ್ಲವೆಂಬಂತೆ ಅಧಿಕಾರಸ್ಥರ, ಪ್ರಬಲರ ಎಲ್ಲಾ ಇಂದ್ರಿಯಗಳನ್ನು ಮುಚ್ಚಿಸಿಬಿಟ್ಟ ಅಮೂಲ್ಯ ವಜ್ರಗಳು.

ನಾನು ಅಂಗೋಲಾಕ್ಕೆ ತೆರಳಿದಾಗಿನಿಂದ ಇಲ್ಲಿಯ ವಜ್ರಗಳ ಬಗ್ಗೆ ಕೇಳಿದವರು ಸಾಕಷ್ಟಿದ್ದಾರೆ. ನನ್ನನ್ನೂ ಸೇರಿದಂತೆ ವಜ್ರಗಳ ಬಗ್ಗೆ ಹೀಗೆ ಕೇಳಿದವರು ಆಫ್ರಿಕಾದಲ್ಲಿ ವಜ್ರಗಳು ಸಿಗುತ್ತವೆ ಎಂದು ಯಾವತ್ತೋ ಓದಿ ಮರೆತಿದ್ದ ಮಾಹಿತಿಯನ್ನೇ ಮತ್ತೆ ನೆನಪಿಸಿಕೊಂಡು ಕೇಳಿದವರು. ಆದರೆ ವಜ್ರಗಳ ತಲಾಶೆಯಲ್ಲಿ ಹೊರಟ ನನಗೆ ಸಿಕ್ಕಿದ್ದಂತೂ ನಿರಾಶೆ ಮಾತ್ರ. "ವಜ್ರಗಳು ನಿಮಗಿಲ್ಲಿ ಸಿಗುವುದಿಲ್ಲವೆಂದಲ್ಲ. ಆದರೆ ಖರ್ಚು ಬಹಳ. ಕಾಳಮಾರುಕಟ್ಟೆಯಲ್ಲಿ ಸಿಗುವಂಥದ್ದು ಇವೆಲ್ಲಾ. ಇನ್ನು ಒಂದು ಪಕ್ಷ ನಿಮಗೆ ಸಿಕ್ಕರೂ ಭಾರತದವರೆಗೆ ಕೊಂಡೊಯ್ಯುವುದು ಕಷ್ಟ. ಅಂಗೋಲಾದಲ್ಲಿ ವಜ್ರ ಸಿಗಬೇಕಾದರೆ ಇಲ್ಲಿಯ ಸರಕಾರದ ಅಥವಾ ಸೈನ್ಯದ ಆಯಕಟ್ಟಿನ ಸ್ಥಾನಗಳನ್ನು ಅಲಂಕರಿಸಿರುವವರ ಜೊತೆ ಒಡನಾಟವಿರಬೇಕು", ಎಂದಿದ್ದ ಒಬ್ಬಾತ. ಆತನ ಮಾತುಗಳಲ್ಲಿರುವ ಸತ್ಯವನ್ನು ಅರಿಯಲು ನನಗೆ ಹೆಚ್ಚು ಸಮಯವೇನೂ ಬೇಕಾಗಲಿಲ್ಲ. ತೈಲದ ನಂತರ ವಜ್ರಗಳನ್ನೇ ತನ್ನ ಆದಾಯದ ಪ್ರಮುಖ ಮೂಲವಾಗಿ ಮಾಡಿಕೊಂಡಿರುವ ಅಂಗೋಲಾದಲ್ಲೇ ವಜ್ರಗಳು ಕಾಣಸಿಗುವುದಿಲ್ಲ ಎಂದರೆ ಏನನ್ನಬೇಕು!

ಅಷ್ಟಕ್ಕೂ 'ಬ್ಲಡ್ ಡೈಮಂಡ್' ಎಂದು ವಿಶ್ವಸಂಸ್ಥೆಯು ಕರೆದಿದ್ದು ಯಾವ ಬಗೆಯ ವಜ್ರಗಳನ್ನು? ಅಂತರಾಷ್ಟ್ರೀಯ ಮಟ್ಟದಲ್ಲಿ ಗುರುತಿಸಲ್ಪಟ್ಟ ಸರಕಾರಗಳ ವಿರುದ್ಧ ದಂಗೆಯೆದ್ದು ತಮ್ಮ ಪ್ರಭುತ್ವವನ್ನು ಸ್ಥಾಪಿಸಲು ಪ್ರಯತ್ನಿಸುತ್ತಿರುವ ಕೆಲ ಶಸ್ತ್ರಾಸ್ತ್ರ ಪಡೆ/ಬಣಗಳು ತಮ್ಮ ಶಸ್ತ್ರಾಸ್ತ್ರ ಖರೀದಿಗಳ ಭಾರೀ ಖರ್ಚನ್ನು ನೋಡಿಕೊಳ್ಳಲು ಬಳಸುತ್ತಿರುವ ವಜ್ರನಿಕ್ಷೇಪಗಳಿಂದ ತೆಗೆದ ವಜ್ರಗಳೇ ಈ 'ಬ್ಲಡ್ ಡೈಮಂಡ್'ಗಳು. ಆಫ್ರಿಕಾದ ಸಿಯೆರಾ ಲಿಯೋನೆಯಲ್ಲಿ ವಜ್ರದ ಹೆಸರಿನಲ್ಲಿ ನಡೆದ ಹತ್ಯಾಕಾಂಡಗಳ ಬಗ್ಗೆ ತಿಳಿಯದವರಿಲ್ಲ. ಅಲ್ಲಿಯ ಸರಕಾರ

ಮತ್ತು ದಂಗೆಕೋರರ ನಡುವೆ ನಡೆಯುತ್ತಿದ್ದ ಸುದೀರ್ಘ ಘರ್ಷಣೆ, ದಂಗೆ, ಯುದ್ಧ, ರಕ್ತಪಾತಗಳಿಂದ ಸತ್ತವರದ್ದೇ ಒಂದು ಸಂಖ್ಯೆಯಾದರೆ ತಮ್ಮ ಕೈಕಾಲುಗಳನ್ನು ಕಳೆದುಕೊಂಡು ಶಾಶ್ವತವಾಗಿ ವಿಕಲಾಂಗರಾದವರ ಸಂಖ್ಯೆ ಅದಕ್ಕಿಂತಲೂ ದೊಡ್ಡದು.

ದೇಶದ ವಜ್ರನಿಕ್ಷೇಪಗಳ ಮೇಲೆ ತಮ್ಮ ಸಂಪೂರ್ಣ ಹಿಡಿತವನ್ನು ಸಾಧಿಸಿ, ಅಮೂಲ್ಯ ವಜ್ರಗಳನ್ನು ಬಿಕರಿಗಿಟ್ಟು ಈ ದಂಗೆಕೋರರು ತರಿಸಿಕೊಂಡಿದ್ದು ಅಪಾರ ಪ್ರಮಾಣದ ಅತ್ಯಾಧುನಿಕ ಶಸ್ತ್ರಾಸ್ತ್ರಗಳನ್ನು. ಸರಕಾರದ ಪತನ ಮತ್ತು ಅಮಾನುಷ ಅತ್ಯಾಚಾರ, ಹತ್ಯಾಕಾಂಡಗಳನ್ನು ಸೇರಿದಂತೆ ಸಿಯೆರಾ ಲಿಯೋನೆಯಲ್ಲಿ ಮುಂದೆ ನಡೆದಿದ್ದೆಲ್ಲಾ ಈಗ ರಕ್ತಸಿಕ್ತ ಇತಿಹಾಸ. ಇಂದಿಗೂ ಈ ನೆಲದಲ್ಲಿ ಎರಡೂ ಕೈಗಳಿಲ್ಲದ ಅದೆಷ್ಟೋ ಮಂದಿ ವಿವಿಧ ನಿರಾಶ್ರಿತರ ಶಿಬಿರಗಳಲ್ಲಿ ಕಾಣಸಿಗುವುದು ಸಾಮಾನ್ಯ. ಜನಸಾಮಾನ್ಯರ ಮತದಾನದ ಹಕ್ಕನ್ನು ಕಸಿದುಕೊಳ್ಳಲು ದಂಗೆಕೋರರು ಸ್ಥಳೀಯರಿಗೆ ನೀಡುತ್ತಿದ್ದ ಅಮಾನುಷ ಶಿಕ್ಷೆಯಾಗಿತ್ತದು.

ಇತ್ತ ಅಂಗೋಲಾದಲ್ಲಿ ವಜ್ರದ ಹೆಸರಿನಲ್ಲಿ ನಡೆಯುತ್ತಿದ್ದ ದೌರ್ಜನ್ಯಗಳೂ ಕಮ್ಮಿಯೇನಲ್ಲ. ಆಡಳಿತಾರೂಢ ಎಂ.ಪಿ.ಎಲ್.ಎ. ಪಕ್ಷದ ಪ್ರಬಲ ಎದುರಾಳಿಯಾಗಿದ್ದ ಯುನಿಟಾ ಮಿಲಿಟರಿ ದಳವು ಅಂಗೋಲಾದ ಸುದೀರ್ಘ ಆಂತರಿಕ ಯುದ್ಧದ ಅವಧಿಯಲ್ಲಿ ತಮ್ಮ ಶಸ್ತ್ರಾಸ್ತ್ರಗಳ ಖರೀದಿಗೆಂದು ಮೀಸಲಿಟ್ಟಿದ್ದ ಸಂಪನ್ಮೂಲವೆಂದರೆ ಅಂಗೋಲಾದ ವಜ್ರನಿಕ್ಷೇಪಗಳು. ಆಡಳಿತ ಪಕ್ಷಕ್ಕೆ ವಜ್ರಗಳ ಮೇಲೆ ಹಿಡಿತವಿರಲಿಲ್ಲ ಎಂಬುದು ಸುಳ್ಳಾದರೂ ಇಂಥಾ ಪ್ರದೇಶಗಳಲ್ಲಿ ಯುನಿಟಾಗಿರುವಷ್ಟು ಪ್ರಾಬಲ್ಯ ಆಡಳಿತ ಪಕ್ಷಕ್ಕಿರಲಿಲ್ಲ. ಹೀಗಾಗಿ ಸ್ಫೋಟಕಗಳ ಖರೀದಿಗಾಗಿ ಎಂ.ಪಿ.ಎಲ್.ಎ. ಆಶ್ರಯಿಸಿದ್ದು ದೇಶದ ತೈಲಸಂಪತ್ತನ್ನು. ಯುನಿಟಾ ಪಕ್ಷದ ಮಿಲಿಟರಿ ನಾಯಕನಾಗಿದ್ದ ಜೋನಸ್ ಸವಿಂಬಿಯ ಸಾವು ಮತ್ತು ಆಂತರಿಕ ಯುದ್ಧದ ಅಂತ್ಯದ ನಂತರವೇ ಎಂ.ಪಿ.ಎಲ್.ಎ. ಪಕ್ಷವು ಯುನಿಟಾದ ಕಪಿಮುಷ್ಟಿಯಲ್ಲಿದ್ದ ವಜ್ರನಿಕ್ಷೇಪಗಳನ್ನು ಸೇರಿದಂತೆ ದೇಶದ ಎಲ್ಲಾ ಸಂಪತ್ತನ್ನೂ ನಿಸ್ಸಂಕೋಚವಾಗಿ ಬಾಚಿಕೊಳ್ಳಲಾರಂಭಿಸಿದ್ದು.

ವಜ್ರಗಳ ವಿಚಾರಕ್ಕೆ ಸಂಬಂಧಪಟ್ಟಂತೆ ಜನಸಾಮಾನ್ಯರು ಮತ್ತು ಕಾರ್ಮಿಕವರ್ಗಗಳ ಮೇಲೆ ನಡೆದ ನಿರಂತರ ದೌರ್ಜನ್ಯಗಳು ಸಿಯೆರಾ ಲಿಯೋನೆ ಅಥವಾ ಜಿಂಬಾಬ್ವೆಗಳಿಗೆ ಮಾತ್ರ ಸೀಮಿತವಲ್ಲ. ಬೆರಳೆಣಿಕೆಯ ಸಮಿತಿಗಳನ್ನು ಆರಂಭಿಸಿ ವ್ಯವಸ್ಥಿತ ಗಣಿಗಾರಿಕೆಯನ್ನು ನಡೆಸಲು ಅಂಗೋಲಾ ಸರಕಾರವು ಪ್ರಯತ್ನಿಸಿದ್ದು ಹೌದಾದರೂ ಅಂಗೋಲಾ ವಜ್ರನಿಕ್ಷೇಪಗಳ ದೊಡ್ಡ ಮಟ್ಟದ ಸಂಪತ್ತು ಹರಿದುಬರುತ್ತಿದ್ದಿದ್ದು ಪುಡಿಮಾರುಕಟ್ಟೆಗಳಂತಿದ್ದ ಪುಟ್ಟ ಪ್ರದೇಶಗಳಿಂದ. ಇಲ್ಲಿಯ ಕಾರ್ಮಿಕವರ್ಗವು ನದಿಯ ದಂಡೆಗಳಲ್ಲಿ, ಮೆಕ್ಕಲು ಮಣ್ಣಿನ ಪ್ರದೇಶಗಳಲ್ಲಿ ಕಲ್ಲು-ಮಣ್ಣು-ಕೆಸರುಗಳಲ್ಲಿ ಹುದುಗಿದ್ದ ವಜ್ರಗಳನ್ನು ತೆಗೆದು ಮಧ್ಯವರ್ತಿಗಳ ಮೂಲಕವಾಗಿ ಮಾರುಕಟ್ಟೆಗೆ ತಲುಪಿಸುತ್ತಿತ್ತು. ಇಲ್ಲಿಯ ಬಹಳಷ್ಟು ಮಂದಿ ಇದನ್ನೇ ವೃತ್ತಿಯನ್ನಾಗಿಸಿಕೊಂಡವರು ಮತ್ತು ಇದನ್ನು ಹೊರತುಪಡಿಸಿ ಬೇರ್ಯಾವ ವೃತ್ತಿಗಳನ್ನು ಮಾಡಲೂ ಕೌಶಲಗಳನ್ನು ಹೊಂದಿಲ್ಲದವರು. ಮುಂದೆ ಕಾರ್ಖಾನೆಗಳನ್ನು ತಲುಪಿ, ನುಣುಪಾಗಿಸಿಕೊಂಡು, ವಿವಿಧ ಆಕಾರ-ಗಾತ್ರ-ಶೈಲಿಗಳಲ್ಲಿ ಜಗತ್ತಿನಾದ್ಯಂತ ಬಿಕರಿಯಾಗುತ್ತಿದ್ದ ವಜ್ರಗಳು ಇವುಗಳೇ.

ವಿಪರ್ಯಾಸವೆಂದರೆ ಅಂಗೋಲಾದ ಕುವಾಂಗೋ, ಝೂ-ಮುಟೇಬಾದಂತಹ ಪ್ರದೇಶಗಳಲ್ಲಿ ಈ ಅಮಾಯಕರು ಸಂಪಾದಿಸಿದ್ದು ಹತ್ತಾದರೆ ಕಳೆದುಕೊಂಡಿದ್ದು ಮಾತ್ರ ಸಾವಿರ. ವಜ್ರನಿಕ್ಷೇಪಗಳನ್ನು ಹೊಂದಿದ್ದ ಪ್ರದೇಶಗಳ ಮೇಲೆ ಸಂಪೂರ್ಣ ಹಿಡಿತವನ್ನು ಹೊಂದಿದ್ದ ಯುನಿಟಾವನ್ನು ಮಣಿಸಬೇಕಿದ್ದರೆ ಅಂಥದ್ದೇ ಮಾರ್ಗವನ್ನು ಅನುಸರಿಸುವುದು ಎಂ.ಪಿ.ಎಲ್.ಎ ಪಕ್ಷಕ್ಕೂ ಅನಿವಾರ್ಯವಾಗಿತ್ತು. ಹೀಗಾಗಿ ವಜ್ರವೂ ಕೂಡ ಕ್ರಮೇಣ ವಶವಾಗಿದ್ದು ದೇಶದ ಪ್ರಮುಖ ಉದ್ಯಮಗಳಲ್ಲಿ ದೊಡ್ಡ ಪ್ರಮಾಣದ ಶೇರುಗಳನ್ನು ಹೊಂದಿದ್ದ ಸರಕಾರಿ ದೈತ್ಯ ಕುಳಗಳ ಮತ್ತು ಸೈನ್ಯದ ಹಿರಿಯ ಅಧಿಕಾರಿಗಳ ಕೈಗಳಲ್ಲಿ. ಅಂಗೋಲಾದ ಸಂವಿಧಾನದ ಪ್ರಕಾರ ಸರಕಾರಿ ಹುದ್ದೆಯನ್ನು ಅಲಂಕರಿಸಿರುವ ಯಾವೊಬ್ಬನೂ ಇಂಥಾ ಹೆಚ್ಚುವರಿ ಸಂಪತ್ತಿನ ಮೂಲಗಳನ್ನು ಹೊಂದಿರುವಂತಿಲ್ಲ. ಆದರೆ ಇಲ್ಲಿಯ ಭ್ರಷ್ಟಸರಕಾರವು ತನ್ನ ಮೊದಲ ಹೆಜ್ಜೆಯನ್ನೇ ಸಂವಿಧಾನವನ್ನು ಕಡೆಗಣಿಸಿ ಇಟ್ಟಾಗಿತ್ತು.

ಅಂಗೋಲಾದ ವಜ್ರನಿಕ್ಷೇಪಗಳನ್ನು ಕಾಯಲು ನಿಂತ ಸೈನ್ಯದ ಅಧಿಕಾರಿ ಬಳಗವು ಮಾಡಿದ ಮೊಟ್ಟಮೊದಲ ಕೆಲಸವೆಂದರೆ ಭದ್ರತೆಯ ನೆಪದಲ್ಲಿ ಖಾಸಗಿ ಸೆಕ್ಯೂರಿಟಿ ಸಂಸ್ಥೆಗಳ ಪೇದೆಗಳನ್ನಿರಿಸಿಕೊಂಡು ಕಾರ್ಮಿಕರ ಜನ್ಮಜಾಲಾಡಿದ್ದು. ಇಂತಿಪ್ಪ ಚಿಕ್ಕ ಜಾಗವೊಂದರಲ್ಲಿ ಕಾರ್ಮಿಕನೊಬ್ಬ ಕೆಲಸ ಮಾಡಬೇಕಿದ್ದರೆ ಸೈನಿಕರಿಗೆ ಹಫ್ತಾ ಮತ್ತು ತಮಗೆ ಸಿಗುವ ಲಾಭಾಂಶದ ಹಣದಲ್ಲಿ ಕೇಳಿದಷ್ಟು ಪಾಲನ್ನು ನೀಡಬೇಕಿತ್ತು. ಸರಕಾರ, ಸೈನ್ಯ, ಆರಕ್ಷಕ ದಳ, ಮಾಫಿಯಾ... ಹೀಗೆ ಎಲ್ಲರೂ ಒಂದು ಕಡೆ ಸೇರಿ ಕಾರ್ಮಿಕನೆಂಬ ಗುಬ್ಬಿಯ ಮೇಲೆ ಬೆನ್ನುಬೆನ್ನಿಗೆ ಬ್ರಹ್ಮಾಸ್ತ್ರಗಳನ್ನು ಪ್ರಯೋಗಿಸತೊಡಗಿದಾಗ ಆತ ಎದ್ದು ಸಾವರಿಸಿಕೊಳ್ಳುವ ಮಾತೇ ಇರಲಿಲ್ಲ. ಹೀಗೆ ಈ ಕಾರ್ಮಿಕರ ಮೇಲೆ ನಡೆಸಲಾಗಿದ್ದ ಹಿಂಸೆಗಳನ್ನು ವಿವರವಾಗಿ ಬರೆದರೆ ಅದೇ ಒಂದು ದೊಡ್ಡ ಕಥೆಯಾಗಿಬಿಡುವುದು ಖಚಿತ.

ಕಾರ್ಮಿಕರನ್ನು ಸತತವಾಗಿ ಹಿಂಸಿಸುತ್ತಿದ್ದಿದ್ದಲ್ಲದೆ ಹೊಸ ಹೊಸ ಬಗೆಯ ಚಿತ್ರಹಿಂಸೆ ಗಳನ್ನು ಪ್ರಯೋಗಿಸುವುದರಲ್ಲಿ ಈ ಸ್ಯಾಡಿಸ್ಟ್ ಸೈನಿಕರ ಪಡೆಗಳಿಗೆ ವಿಲಕ್ಷಣ ಆಸಕ್ತಿಯಿತ್ತು. ಮಚ್ಚಿನ, ಹಾರೆ-ಪಿಕ್ಕಾಸುಗಳ ಹಿಡಿಗಳಿಂದ ನಿತಂಬ, ಕೈ ಮತ್ತು ಪಾದಗಳಿಗೆ ನೀಡುತ್ತಿದ್ದ ಬಲವಾದ ಹೊಡೆತಗಳು ಇವರ ಸಾಮಾನ್ಯ ಶಿಕ್ಷೆಗಳಲ್ಲೊಂದು. ಇಂಥಾ ಕ್ಷಣಗಳಲ್ಲಿ ಕಾರ್ಮಿಕರನ್ನು ನಗ್ನರನ್ನಾಗಿಸುವುದಲ್ಲದೆ ಅವರ ಬಟ್ಟೆಗಳನ್ನು, ಸ್ವತ್ತುಗಳನ್ನು ಸುಡಲಾಗುತ್ತಿತ್ತು. ಇನ್ನು ಥಳಿತಕ್ಕೊಳಗಾಗುತ್ತಿರುವಂತೆ ತಮಗೆ ಬೀಳುತ್ತಿದ್ದ ಹೊಡೆತಗಳನ್ನೂ ಈ ಬಡಪಾಯಿಗಳು ಎಣಿಸಬೇಕಿತ್ತು. "ತಮಗೆ ಸುಸ್ತಾಗುವಷ್ಟು ಥಳಿಸಿದ ನಂತರವೇ ಅವರು ನಿಲ್ಲಿಸುತ್ತಿದ್ದರು. ನಂತರ ಕಾರ್ಮಿಕರು ಒಬ್ಬರನ್ನೊಬ್ಬರು ಥಳಿಸಬೇಕಿತ್ತು", ಎಂದು ಕಾರ್ಮಿಕನೊಬ್ಬ ರಫೆಲ್ ಮಾರ್ಕಸ್ ಮೊರೈಸ್‌ರವರ 'ಬ್ಲಡ್ ಡೈಮಂಡ್: ಕಿಲ್ಲಿಂಗ್ ಆ್ಯಂಡ್ ಟಾರ್ಚರ್' ಕೃತಿಗಾಗಿ ವಿವರಿಸುತ್ತಾನೆ. ಹೀಗೆ ಅಮಾನುಷವಾಗಿ ಥಳಿಸುತ್ತಿದ್ದಿದ್ದಲ್ಲದೆ ಬಟ್ಟೆಗಳನ್ನು ಮರಳಿಸದೆ ನಗ್ನರಾಗಿಯೇ ಅಲ್ಲಿಂದ ಓಡಿಸುವುದು, ರಕ್ತ ಕಾರಿಕೊಂಡು ವಿಲವಿಲ ಒದ್ದಾಡುತ್ತಿರುವವರನ್ನು ಅಲ್ಲೇ ಬಿಟ್ಟುಹೋಗುವುದು ಇತ್ಯಾದಿಗಳೂ ಅಲ್ಲಿ ನಿರಾತಂಕವಾಗಿ ನಡೆಯುತ್ತಿದ್ದವು.

ರಫೆಲ್ ಮಾರ್ಕಸ್ ಮೊರೈಸ್ ತಮ್ಮ 'ಬ್ಲಡ್ ಡೈಮಂಡ್: ಕಿಲ್ಲಿಂಗ್ ಆಂಡ್ ಟಾರ್ಚರ್' ಕೃತಿಯಲ್ಲಿ ಇಂಥಾ ನೂರಕ್ಕೂ ಹೆಚ್ಚು ಪ್ರಕರಣಗಳನ್ನು ವಿವರವಾಗಿ

ದಾಖಲಿಸಿದ್ದಾರೆ. ರೈಫಲ್ಲುಗಳ ಹಿಡಿಗಳಿಂದ ಬಲವಾಗಿ ತಿವಿಯುವುದು, ಮರ್ಮಾಂಗಗಳಿಗೆ ಬಡಿದು ಪೀಡಿಸುವುದು, ಕಾರ್ಮಿಕರನ್ನು ನಗ್ನರನ್ನಾಗಿಸಿ ಪರಸ್ಪರರ ಮರ್ಮಾಂಗಗಳನ್ನು ಸ್ಪರ್ಶಿಸುವಂತೆ ಒತ್ತಾಯಪಡಿಸುವುದು, ಕೆಸರನ್ನು ಕುಡಿಸುವುದು, ಲೀಟರುಗಟ್ಟಲೆ ನದಿಯ ಕಲುಷಿತ ನೀರನ್ನು ಕುಡಿಸುವುದು, ಬಾಯೊಳಗೆ ಹುಲ್ಲುಗಳನ್ನು ತುಂಬಿ ಹೊಟ್ಟೆಗೆ ಬಲವಾಗಿ ಒದೆಯುವುದು... ಹೀಗೆ ತಮ್ಮ ಮೇಲೆ ನಡೆಯುತ್ತಿದ್ದ ಭಯಂಕರ ದೈಹಿಕ ಮತ್ತು ಮಾನಸಿಕ ದೌರ್ಜನ್ಯಗಳನ್ನು ಕಾರ್ಮಿಕರು ಇಲ್ಲಿ ಎಳೆಎಳೆಯಾಗಿ ವಿವರಿಸಿದ್ದಾರೆ.

ಉದಾಹರಣೆಗೆ ಕಾರ್ಮಿಕರನ್ನು ಲಾರಿಗಳಲ್ಲಿ ದನಗಳಂತೆ ತುಂಬಿಸಿ ವೇಗವಾಗಿ ಸಾಗುತ್ತಿದ್ದ ಲಾರಿಗಳಿಂದ ಧುಮುಕುವಂತೆ ಮಾಡಲಾಗುತ್ತಿತ್ತು. ಕಾರ್ಮಿಕರು ಪರಸ್ಪರರ ಸಹಾಯಕ್ಕೆ ಬರಬಾರದೆಂಬ ಕಾರಣಕ್ಕಾಗಿ ಒಂದಿಷ್ಟು ದೂರವಿಟ್ಟುಕೊಂಡೇ ಟ್ರಕ್ಕುಗಳಿಂದ ಹಾರಲು ಕಾರ್ಮಿಕರಿಗೆ ಸೂಚಿಸಲಾಗುತ್ತಿತ್ತು. ಇನ್ನು ಬಂದೂಕು ತೋರಿಸಿ ಕಾರ್ಮಿಕರನ್ನು ಕೆಸರಿನಿಂದ ಸ್ನಾನ ಮಾಡಿಸಲಾಗುತ್ತಿದ್ದಿದ್ದಲ್ಲದೆ, ಕಾರ್ಮಿಕರು ಕಟ್ಟಿಗೆಗಳನ್ನು ರಾಶಿ ಹಾಕಿ, ಬೆಂಕಿ ಹಚ್ಚಿ, ಬೆಂಕಿಯ ಮೇಲೆ ಅತ್ತಿತ್ತ ಕುಪ್ಪಳಿಸುತ್ತಾ ತಮ್ಮ ದೇಹಗಳನ್ನು ಒಣಗಿಸಬೇಕಿತ್ತು. ನಗ್ನ ಕಾರ್ಮಿಕರನ್ನು ಸಾಲಾಗಿ ಮಲಗಿಸಿ ಸೊಂಟಗಳನ್ನು ಕಟ್ಟಿ ಅವರನ್ನು ಮೆಟ್ಟಿಲುಗಳಂತೆ ಬಳಸಿಕೊಳ್ಳುವುದು, ಅವರ ದೇಹದ ಮೇಲಿನಿಂದ ಗಾಡಿಗಳನ್ನು ಹಾಯಿಸುವುದು, ನಗ್ನರಾದ ಕಾರ್ಮಿಕರಿಂದ ನೃತ್ಯಗಳನ್ನು, ದೈಹಿಕ ಕಸರತ್ತುಗಳನ್ನು ಮಾಡಿಸುವುದು, ಅವರ ದೇಹದ ಕೆಲ ಭಾಗಗಳನ್ನು ಬೆಂಕಿಯ ಜ್ವಾಲೆಗೆ ಹಿಡಿಯುವುದು... ಹೀಗೆ ತರಹೇವಾರಿ ವಿಧಾನಗಳಿಂದ ಕಾರ್ಮಿಕರನ್ನು ಇವರುಗಳೆಲ್ಲಾ ಕಾಡಿದ್ದು ಕಮ್ಮಿಯೇನಲ್ಲ. ಗುಲಾಮಗಿರಿಯ ನಂತರ ಆಫ್ರಿಕನ್ ನಾಗರಿಕರು ಅನುಭವಿಸಿದ ನೋವಿನ ಕಥನಗಳಲ್ಲಿ ರಾಜಕೀಯ ದಾಳವಾಗಿ ಬಳಕೆಯಾಗುತ್ತಿರುವ, ಸಿರಿವಂತರಿಗಾಗಿ ಚಿನ್ನದ ಮೊಟ್ಟೆಯಿಡುವ ಕೋಳಿಗಳಂತಿರುವ ಈ ವಜ್ರದ ಕಥನಗಳು ಇಂದಿಗೂ ಪ್ರಸ್ತುತ.

ಅಂಗೋಲನ್ ಸೈನ್ಯದ, ಪೊಲೀಸರ ಮತ್ತು ಖಾಸಗಿ ಸೆಕ್ಯೂರಿಟಿ ಸಂಸ್ಥೆಗಳ ಪೇದೆಗಳಿಂದ ಚಿತ್ರಹಿಂಸೆಗೊಳಗಾಗಿ ಅಂಗವಿಕಲರಾದವರ ಮತ್ತು ಸತ್ತ ಕಾರ್ಮಿಕರ ಸಂಖ್ಯೆ ದೊಡ್ಡದು. ಸೈನಿಕರ ತೀವ್ರ ಥಳಿತದಿಂದ ಕಾರ್ಮಿಕರೇನಾದರೂ ಕೊನೆಯುಸಿರೆಳೆದರೆ ಅವರನ್ನು ಒಂದೋ ಅಲ್ಲೇ ಬಿಟ್ಟುಹೋಗಲಾಗುತ್ತಿತ್ತು ಅಥವಾ ಕ್ವಾಂಗು ನದಿಗೆ ನಿರ್ದಾಕ್ಷಿಣ್ಯವಾಗಿ ಎಸೆಯಲಾಗುತ್ತಿತ್ತು. ಸಾಮಾನ್ಯವಾಗಿ ಇಂಥಾ ಪ್ರಕರಣಗಳು ಆಗಿಯೇ ಇಲ್ಲವೇನೋ ಎಂಬಂತೆ ಮುಚ್ಚಿಹೋಗುತ್ತಿದ್ದವು. ಸೈನಿಕರ ಚಿತ್ರಹಿಂಸೆಯ ಭಯದಿಂದಾಗಿ ಕೊಲೆ ಪ್ರಕರಣಗಳಲ್ಲಿ ಪ್ರತ್ಯಕ್ಷದರ್ಶಿಗಳಾಗಿದ್ದ ಇತರ ಕಾರ್ಮಿಕರೂ ಈ ಬಗ್ಗೆ ತುಟಿ ಪಿಟಕ್ಕೆನ್ನುತ್ತಿರಲಿಲ್ಲ. ಇನ್ನು ಬೆರಳೆಣಿಕೆಯ ಮಂದಿ ಒಂದಷ್ಟು ಧೈರ್ಯ ಮಾಡಿ ಠಾಣೆಯ ಮೆಟ್ಟಿಲು ಹತ್ತಿದರೂ ಅಲ್ಲಿ ಅವರಿಗೆ ನ್ಯಾಯ ಸಿಗುವ ಭರವಸೆಯೇನೂ ಇರಲಿಲ್ಲ. ಹೀಗೆ ಠಾಣೆಯ ಮೆಟ್ಟಿಲೇರಿದ ನಂತರ ಕೋಲು ಕೊಟ್ಟು ಏಟು ತಿನ್ನಿಸಿಕೊಳ್ಳುವ ಫಜೀತಿ ಎದುರಾಗುವುದರಿಂದ ಬೇರೆ ದಾರಿಯಿಲ್ಲದೆ ಸ್ಥಳೀಯ ಕಾರ್ಮಿಕರು ಇವೆಲ್ಲವುಗಳಿಂದ ದೂರವಿರುವುದು ಸಹಜವೇ ಆಗಿತ್ತು.

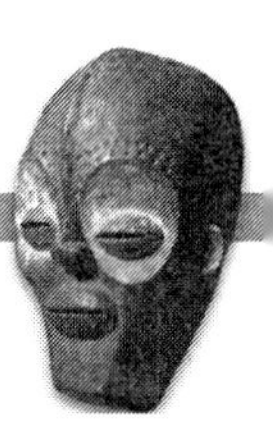

ಅಂಗೋಲಾದಲ್ಲಿ 'ಬ್ಲಡ್ ಡೈಮಂಡ್' ವಿಚಾರಕ್ಕೆ ಸಂಬಂಧಪಟ್ಟಂತೆ ನಡೆದ ಅಸಂಖ್ಯಾತ ಪ್ರಕರಣಗಳಲ್ಲಿ ಬೆರಳೆಣಿಕೆಯಷ್ಟೇ ಸ್ಥಳೀಯ ಮತ್ತು ಅಂತಾರಾಷ್ಟ್ರೀಯ ಮಾಧ್ಯಮಗಳಲ್ಲಿ ವರದಿಯಾದವು. ಸರಕಾರವು ಈ ಪ್ರಕರಣಗಳ ಸಂತ್ರಸ್ತರಿಗೆ ನ್ಯಾಯ ಒದಗಿಸುವುದಿರಲಿ, ಇಂಥಾ ಪ್ರಕರಣಗಳು ವಿವಾದಕ್ಕೀಡಾದಾಗಲೆಲ್ಲಾ ಜವಾಬ್ದಾರಿಯುತವಾಗಿ ಉತ್ತರಿಸುವ ಸೌಜನ್ಯವನ್ನೂ ತೋರಲಿಲ್ಲ. ಅಂಗೋಲನ್ ಸರಕಾರಕ್ಕೆ ನಿಜವಾದ ಇಚ್ಛಾಶಕ್ತಿಯಿದ್ದರೆ ಇಲ್ಲಿಯ ವಜ್ರದ ಸಂಪತ್ತನ್ನು ವ್ಯವಸ್ಥಿತವಾಗಿ ಬಳಸಿಕೊಂಡು ತನ್ನ ನಾಗರಿಕರಿಗಾಗಿ ಉದ್ಯೋಗಗಳನ್ನು ಸೃಷ್ಟಿಸಬಹುದಿತ್ತು. ಆದರೆ ದುರಾದೃಷ್ಟವಶಾತ್ ವ್ಯವಸ್ಥೆಯಿಂದ ಹಿಡಿದು ವ್ಯವಸ್ಥೆಯನ್ನು ಸಂಭಾಳಿಸುವ ಗುತ್ತಿಗೆಯನ್ನು ಪಡೆದಿದ್ದ ಎಲ್ಲರಿಗೂ ಇದ್ದಿದ್ದು ಸ್ವಂತ ಹಿತಾಸಕ್ತಿಯ ದುರುದ್ದೇಶಗಳು ಮಾತ್ರ.

ರಕ್ತಸಿಕ್ತ ವಜ್ರಗಳನ್ನು ಮುಂದಿಟ್ಟುಕೊಂಡು ಕಾಸು ಬಾಚಿಕೊಳ್ಳುತ್ತಿರುವ ವ್ಯವಸ್ಥಿತ ಮಾಫಿಯಾಗಳ ಕೈಗಂಟಿಕೊಂಡಿರುವ ರಕ್ತದ ಕಲೆಗಳು ಇನ್ನೂ ಒಣಗಿಲ್ಲ. ಜೊತೆಗೇ ಇವರುಗಳ ರಕ್ತದ ದಾಹವೂ ಇನ್ನೂ ಇಂಗಿದಂತೆ ಕಾಣುತ್ತಿಲ್ಲ. ಯಾವ ಸಮರ್ಥನೆಯ ಯಾವ ಸುಗಂಧದ್ರವ್ಯ ತಾನೇ ಈ ಪಾಪದ ಕಮಟನ್ನು ನಿವಾಳಿಸಿ ತೆಗೆಯಬಲ್ಲದು?

"**ತ**ಲೆಮರೆಸಿಕೊಂಡು ಪಲಾಯನಗೈಯುವುದನ್ನು ಬಿಟ್ಟು ಬೇರ್ಯಾವ ಪರಿಹಾರವೂ ನನಗೆ ತಿಳಿಯಲಿಲ್ಲ. ಬದುಕುಳಿಯುವುದೇ ಸದ್ಯ ಎಲ್ಲದಕ್ಕಿಂತಲೂ ಮುಖ್ಯ ಎಂದು ನನಗನ್ನಿಸಿತ್ತು", ಎಂದು ತನಗಾದ ಗಣಿಗಾರಿಕೆಯ ದಿನಗಳ ಕೆಟ್ಟ ಅನುಭವಗಳನ್ನು ಮತ್ತೆ ನೆನಪಿಸಿಕೊಂಡು ನಿಟ್ಟುಸಿರಿಡುತ್ತಿದ್ದಾನೆ ಒಬ್ಬ ಕಾರ್ಮಿಕ.

ಆತ ತನ್ನೂರಿನಲ್ಲಿ ಕೃಷಿ ಮಾಡಿಕೊಂಡು ಹೇಗೋ ಎರಡು ಹೊತ್ತಿನ ಅನ್ನವನ್ನು ಸಂಪಾದಿಸುತ್ತಿದ್ದ. ಆದರೆ ಈ ವೃತ್ತಿಯಲ್ಲಿ ಹೆಚ್ಚಿನ ಸಂಪಾದನೆಯಿದೆ ಎಂದು ಯಾರಿಂದಲೋ ತಿಳಿದುಬಂತು. ತಕ್ಷಣ ತನ್ನೂರಿನಿಂದ ಕುವಾಂಗೋಗೆ ಬಂದ ಆತ ಅಲ್ಲಿಯವರೊಡನೆ ಸೇರಿಕೊಂಡು ಹೊಸ ವೃತ್ತಿಗಿಳಿದ. ಆದರೆ ಕ್ರಮೇಣ ವೃತ್ತಿಯ ಭಯಾನಕ ಮುಖಗಳು ಮೆಲ್ಲಮೆಲ್ಲನೆ ಅನಾವರಣಗೊಂಡವು. ಸಂಪಾದನೆಯಿರಲಿಲ್ಲ ಎಂದರೆ ಸುಳ್ಳಾಡಿದಂತಾಗುತ್ತದೆ. ಆದರೆ ಪ್ರತೀ ಬಾರಿ ಪ್ರಾಣವನ್ನೇ ಒತ್ತೆಯಿಟ್ಟು ಪೊಲೀಸರೊಂದಿಗೆ ಆಡುವ ಭಯಾನಕ ಆಟಗಳು ಸಹಜವಾಗಿಯೇ ಉಸಿರುಗಟ್ಟಿಸುವಂತಿದ್ದವು. ಹೀಗಾಗಿ ಈ ಬಾರಿ ಆತನಿಗೆ ತನ್ನೂರಿಗೆ ಮರಳದೆ ಬೇರೆ ದಾರಿಯಿರಲಿಲ್ಲ.

ಇನ್ನು ಇಂಥವರನ್ನು ಹೊರತುಪಡಿಸಿದರೆ ಗಣಿಗಾರಿಕೆಯನ್ನು ಬಿಟ್ಟು ಬೇರ್ಯಾವ ವೃತ್ತಿಕೌಶಲಗಳನ್ನು ಹೊಂದಿಲ್ಲದ ಒಂದು ಕಾರ್ಮಿಕವರ್ಗವೂ ಇತ್ತು. ಅದು ನೆಟ್ಟಗೆ ಅತ್ತ ತಮ್ಮ ಜೀವನವನ್ನೂ ನಡೆಸಲಾರದೆ, ಇತ್ತ ಸೈನಿಕರ ಚಿತ್ರಹಿಂಸೆಯನ್ನೂ ತಾಳಲಾರದೆ ಒದ್ದಾಡುತ್ತಿತ್ತು. ಪೊಲೀಸರನ್ನು ಎದುರು ಹಾಕಿಕೊಂಡು ವಜ್ರಗಳನ್ನು ತೆಗೆಯುವುದು ನಿಜಕ್ಕೂ

ಅಸಾಧ್ಯದ ಮಾತಾಗಿತ್ತು. ಆದರೆ ಅವರು ಕೇಳಿದಷ್ಟು ಪ್ರಮಾಣದ ಮೊತ್ತವನ್ನು ನೀಡುವುದೂ ಕೂಡ ಸಾಧ್ಯವಿರಲಿಲ್ಲ. ಕೆಲ ಮೊಂಡ ಅಧಿಕಾರಿಗಳು ಏಕಾಏಕಿ ಬಂದು ಇಂತಿಷ್ಟು ಹಣವನ್ನು ಕೇಳುವುದು ಸಾಮಾನ್ಯವಾಗಿತ್ತು. "ಕಾಸು ಕೈಗೆ ಸಿಗುವುದು ಮಾರಾಟವಾದ ನಂತರವೇ. ನಂತರ ಖಂಡಿತ ಕೊಡುವೆ", ಎಂದು ಅಂದು ಒಬ್ಬಾತ ಪ್ರಾಮಾಣಿಕವಾಗಿಯೇ ಹೇಳಿದ್ದ. ಆದರೆ ಆ ಅಧಿಕಾರಿಗೆ ಮಾತ್ರ ಅದು ದರ್ಪದ ಮಾತೆಂದು ಅನ್ನಿಸಿದ್ದರಿಂದ ಕಾರ್ಮಿಕನ ಅದೃಷ್ಟ ಕೈಕೊಟ್ಟಿತ್ತು.

"ಕೊಡುವುದಾದರೆ ಈಗಲೇ ಕೊಡು, ಇಲ್ಲಾಂದ್ರೆ ಸಾಯಲು ತಯಾರಾಗು", ಭಂಡ ಅಧಿಕಾರಿ ಅಬ್ಬರಿಸಿದ್ದ. ಯಾವ ಕಾರ್ಮಿಕ ತಾನೇ ನೋಟುಗಳನ್ನು ತುರುಕಿಕೊಂಡು ಕೆಸರಿನ ಗುಂಡಿಗಿಳಿಯುತ್ತಾನೆ? ದುರಾದೃಷ್ಟವಶಾತ್ ಅದು ಆತನ ಪಾಲಿನ ಕೊನೆಯ ದಿನವಾಗಿತ್ತಷ್ಟೇ. ಅಧಿಕಾರಿ ಈಗ ಆತನನ್ನು ತೀವ್ರವಾಗಿ ಥಳಿಸತೊಡಗಿದ್ದಾನೆ. ರಕ್ತ ಹರಿಯುತ್ತಲೇ ಇದ್ದು ಇತ್ತ ಕಾರ್ಮಿಕನ ಕಣ್ಣು ಕತ್ತಲಾಗುತ್ತಿದೆ. ಇದಾದ ಕೆಲವೇ ನಿಮಿಷಗಳಲ್ಲಿ ಆತನ ಪ್ರಾಣಪಕ್ಷಿಯೂ ಹಾರಿಹೋಗುತ್ತದೆ. ತನ್ನ ಥಳಿತದಿಂದ ಕಾರ್ಮಿಕನ ಸಾವನ್ನು ನಿರೀಕ್ಷಿಸದ ಅಧಿಕಾರಿ ಶವವನ್ನು ನಿರ್ಭಾವುಕನಾಗಿ ಎಳೆದುಕೊಂಡು ಹೋಗಿ ಕಸದಂತೆ ಪಕ್ಕದ ನದಿಗೆ ಎಸೆಯುತ್ತಾನೆ. ಈ ಸ್ಥಳದಲ್ಲಿ ಸದ್ಯಕ್ಕಿರುವ ಕಾರ್ಮಿಕರ ತಂಡವನ್ನು ಬೇಗನೇ ಬದಲಿಸಿ ಹೊಸ ತಂಡವನ್ನು ಹಾಕಬೇಕು ಎಂಬ ಯೋಚನೆಯೂ ಆತನಿಗೆ ಬರುತ್ತದೆ. ಹೊಸ ತಂಡದ ಆಗಮನದ ನಂತರವೇ ಹೊಸ ಕಂತಿನ ಹಫ್ತಾ ಸಿಗುವುದಲ್ಲವೇ!

ಅಂಗೋಲಾ ಸೈನ್ಯದ ಹಿರಿಯ ಅಧಿಕಾರಿಗಳು ಇಂಥಾ ಪುಟ್ಟ ಗಣಿಕಾರಿಕೆಯಿಂದ ತೆಗೆಯಲಾಗುವ ವಜ್ರಗಳನ್ನು ತಮ್ಮ ಖಾಸಗಿ ಆಸ್ತಿಯೆಂಬಂತೆ ಬಳಸಿಕೊಳ್ಳಲು ಪ್ರಯತ್ನಿಸುತ್ತಿರುವುದು ಹೊಸ ಸಂಗತಿಯೇನಲ್ಲ. ಆಂತರಿಕ ಯುದ್ಧವು ಮುಗಿದ ನಂತರವಂತೂ ಈ ಕೆಲಸವು ಇವರಿಗೆ ಮತ್ತಷ್ಟು ಸುಲಭವಾಗಿಬಿಟ್ಟಿತ್ತು. ಮೈನಿಂಗ್ ಕಂಪೆನಿಗಳಲ್ಲಿರುವ ಭಾರೀ ಶೇರುಗಳು ಮತ್ತು ತಮ್ಮದೇ ಅಧೀನದಲ್ಲಿರುವ ಸೆಕ್ಯೂರಿಟಿ ಸಂಸ್ಥೆಗಳನ್ನು ನೇಮಿಸಿಕೊಂಡ ಹಿರಿಯ ಜನರಲ್‌ಗಳು ದೇಶದ ಸಂಪತ್ತನ್ನು ಕೊಳ್ಳೆಹೊಡೆಯಲು ತುದಿಗಾಲಿನಲ್ಲಿ ನಿಂತಿದ್ದರು. ರಾಷ್ಟ್ರಾಧ್ಯಕ್ಷರನ್ನೊಳಗೊಂಡಂತೆ ಕ್ಯಾಬಿನೆಟ್ಟಿನ ಹಿರಿಯ ಕುಳಗಳೊಂದಿಗೆ ಒಡನಾಟವಿದ್ದ ಮಿಲಿಟರಿ ಅಧಿಕಾರಿಗಳು ಕ್ರಮೇಣ ಈ ಸೌಲಭ್ಯಗಳನ್ನು ತಮ್ಮ ವಿಧೇಯತೆಗೆ ಮತ್ತು ಸ್ವಾಮಿಭಕ್ತಿಗೆ ಪ್ರತಿಫಲವಾಗಿ ಸಿಗಲೇಬೇಕಾದ ಹಕ್ಕು ಎಂಬಂತೆ ಭಾವಿಸಿ ಅಮಾಯಕರ ಮೇಲೆ ಅಟ್ಟಹಾಸಗೈಯುವ ಮಟ್ಟಿಗೆ ಪರಿಸ್ಥಿತಿಗಳು ಬದಲಾಗಿದ್ದವು.

ಅಸಲಿಗೆ ತಮ್ಮ ಹಿಂದೆ ಇಂಥಾ ಬೆಂಬಲಗಳಿರುವುದಲೇ ಮಿಲಿಟರಿ ಅಧಿಕಾರಿಗಳು ತಮಗೆ ಬೇಕಾದಂತೆ ಧಾಂಧಲೆಗಳನ್ನು ನಡೆಸುವುದು ಸುಲಭವಾಯಿತು. ಅಂಗೋಲಾದ ಇತರ ಭಾಗಗಳಿಂದ ಒತ್ತಾಯಪೂರ್ವಕವಾಗಿ ಕಾರ್ಮಿಕರನ್ನು ತರಿಸಿಕೊಂಡು ಬಂದೂಕು ತೋರಿಸಿ ಕೆಲಸ ಮಾಡಿಸುವುದು ಸಾಮಾನ್ಯವಾಯಿತು. ವಿರೋಧಿಸಿದವರಿಗೆ ಎಂದಿನಂತೆ ಕಂಡಲ್ಲಿ ಗುಂಡು. ಟೆಲಿಸರ್ವೀಸ್‌ನಂತಹ ಖಾಸಗಿ ಸೆಕ್ಯೂರಿಟಿ ಸಂಸ್ಥೆಗಳಂತೂ ಅಂಗೋಲನ್ ಆರ್ಮ್ಡ್ ಫೋರ್ಸಸ್ (ಎಫ್.ಎ.ಎ) ಜೊತೆ ಸೇರಿಕೊಂಡು ಹಿಂಸೆಯ ತಾಂಡವವಾಡಿಬಿಟ್ಟಿದ್ದವು. 1993ರಲ್ಲಿ ಆರಂಭಗೊಂಡು ಅಂಗೋಲಾದ ಅತೀ ದೊಡ್ಡ

ಸೆಕ್ಯೂರಿಟಿ ಸಂಸ್ಥೆಯಾಗಿ ಬೆಳೆದಿದ್ದ ಟೆಲಿಸರ್ವೀಸ್ ಸಂಸ್ಥೆಯು ಸರಕಾರದ ಕೃಪಾಕಟಾಕ್ಷದಿಂದ ಬಲು ದೊಡ್ಡ ಮಟ್ಟಕ್ಕೆ ಬೆಳೆದ ಸಂಸ್ಥೆಗಳಲ್ಲೊಂದು. ಸಂಸ್ಥೆಯ 66% ಶೇರುಗಳು ದೇಶದ ಭದ್ರತಾ ಮತ್ತು ಮಿಲಿಟರಿ ವ್ಯವಸ್ಥೆಯ ಹಿರಿಯ ಅಧಿಕಾರಿಗಳ ಕೈಗಳಲ್ಲಿದ್ದರೆ ಉಳಿದ 34% ಯಾರಿಗೆ ಸೇರಿದ್ದು ಎಂಬುದು ನಿಗೂಢ. ದಕ್ಷಿಣ ಆಫ್ರಿಕಾ ಮತ್ತು ಇಂಗ್ಲೆಂಡ್‌ಗಳಲ್ಲಿ ತರಬೇತಿ ಶಿಬಿರಗಳನ್ನು ಹೊಂದಿರುವ ಸಂಸ್ಥೆಯ ಪ್ರತೀ ಪೇದೆಯ ಜೇಬಿನಲ್ಲೂ ನಿಯಮಾವಳಿಗಳ ಪುಟ್ಟ ಪುಸ್ತಿಕೆಯಿರಬೇಕಿರುವುದು ಕಡ್ಡಾಯ. ಆದರೆ ಈ ನಿಯಮಾವಳಿಗಳಲ್ಲಿ ಯಾವುದು ಚಿತ್ರಹಿಂಸೆ ಮತ್ತು ಅಮಾಯಕರ ಹತ್ಯೆಗಳನ್ನು ಸಮರ್ಥಿಸುತ್ತವೆ ಎಂಬುದನ್ನು ಮಾತ್ರ ಸಂಸ್ಥೆಯೇ ಬಹಿರಂಗಪಡಿಸಬೇಕಷ್ಟೇ. ತನ್ನ ರಕ್ತಸಿಕ್ತ ಇತಿಹಾಸದ ಹೊರತಾಗಿಯೂ ಅಂಗೋಲಾ ಮತ್ತು ಇತರ ದೇಶಗಳ ಪ್ರತಿಷ್ಠಿತ ಕಂಪೆನಿಗಳಿಗಾಗಿ ನಿರಂತರವಾಗಿ ಭದ್ರತಾ ಸೇವೆ ಸಲ್ಲಿಸಿದ ಕುಖ್ಯಾತಿ ಟೆಲಿಸರ್ವೀಸ್ ಸಂಸ್ಥೆಯದ್ದು.

ಎಫ್.ಎ.ಎ ಮತ್ತು ಟೆಲಿಸರ್ವೀಸ್‌ಗಳು ಸ್ವತಂತ್ರ ಸಂಸ್ಥೆಗಳಾದರೂ ಕುವಾಂಗೋದಲ್ಲಿ ಬಹುತೇಕ ಜಂಟಿಯಾಗಿಯೇ ಇವೆರಡೂ ಸಂಸ್ಥೆಗಳು ಇಲ್ಲಿಯ ವ್ಯವಸ್ಥೆಯನ್ನು ಆಳಿದವು. ಆಗಸ್ಟ್ 20, 1989 ರಂದು ನಡೆದ ನೂರಾ ಐದು ಕಾರ್ಮಿಕರ ಸಾಮೂಹಿಕ ಚಿತ್ರಹಿಂಸೆಯು ಇದಕ್ಕೊಂದು ಉತ್ತಮ ನಿದರ್ಶನ. ಅಂದು ಅಷ್ಟೂ ಕಾರ್ಮಿಕರನ್ನು ವಿವಸ್ತ್ರಗೊಳಿಸಿದ ಎಫ್.ಎ.ಎ ಎಲ್ಲರನ್ನೂ ನೆಲದಲ್ಲಿ ಮಲಗಿಸಿ, ಸೊಂಟಗಳನ್ನು ಕಟ್ಟಿ ತೀವ್ರವಾಗಿ ಥಳಿಸಿತು. ಇಷ್ಟು ಸಾಲದ್ದೆಂಬಂತೆ ಅರ್ಧರಾತ್ರಿಯ ಸುಮಾರು ಒಂದರ ಆಸುಪಾಸಿನಲ್ಲಿ ಇವರೆಲ್ಲರನ್ನೂ ಸ್ಥಳೀಯ ಟೆಲಿಸರ್ವೀಸ್ ಘಟಕಕ್ಕೆ ಎರಡನೇ ಸುತ್ತಿನ ಚಿತ್ರಹಿಂಸೆಗಾಗಿ ಹಸ್ತಾಂತರಿಸಿತು.

ಹೀಗೆ ಆ ರಾತ್ರಿ ಅಮಾನುಷವಾಗಿ ಥಳಿತಕ್ಕೊಳಗಾದವರಲ್ಲಿ ಯುವ ಸಾಮಾಜಿಕ ಕಾರ್ಯಕರ್ತನಾಗಿದ್ದ ಜೋರ್ಡಾನ್ ಅಲ್ಮೈಡಾನೂ ಒಬ್ಬ. ಈ ಘಟನೆಯ ಎರಡು ವಾರಗಳ ನಂತರ ರಾಜಧಾನಿಯಾದ ಲುವಾಂಡಾಗೆ ತೆರಳಿದ ಜೋರ್ಡಾನ್ 'ನೋವೋ ಜರ್ನಲ್' ಎಂಬ ಪತ್ರಿಕೆಗೆ ನೀಡಿದ ಸಂದರ್ಶನದಲ್ಲಿ ಇವೆಲ್ಲವನ್ನೂ ಬಹಿರಂಗಗೊಳಿಸಿದ. ಜೊತೆಗೇ ಮೆಥಡಿಸ್ಟ್ ವಿಶ್ವವಿದ್ಯಾಲಯದ ಕಾನೂನು ವಿದ್ಯಾರ್ಥಿಗಳೊಡನೆಯೂ ಜೊತೆಗೂಡಿ ತನ್ನ ಅನುಭವಗಳನ್ನು ಹೇಳಿಕೊಂಡ. "ಗುಲಾಮನಾಗುವುದು ಅಂದರೇನು ಎಂಬುದು ನನಗೆ ಅಂದು ತಿಳಿಯಿತು", ಎಂದು ಭಾವುಕನಾಗಿ ಕಣ್ಣೀರಿಟ್ಟ. ಆತನ ಮಾತುಗಳು ಒಂದಷ್ಟು ಸುದ್ದಿಯಾಗಿ ಸರಕಾರವನ್ನು ಎಚ್ಚರಿಸಿದವು. ಆದರೆ ಎಂದಿನಂತೆ ಈ ಎಲ್ಲಾ ಆರೋಪಗಳನ್ನೂ ಇಲಾಖೆಯು ತಳ್ಳಿಹಾಕಿ ತನಗೂ ಇದಕ್ಕೂ ಸಂಬಂಧವೇ ಇಲ್ಲವೆಂಬಂತೆ ಕುಳಿತುಬಿಟ್ಟಿತ್ತು.

ಇನ್ನು ಅಂಗೋಲಾದ ಅತೀ ಹಳೆಯ ಮೈನಿಂಗ್ ಸಂಸ್ಥೆಯಾದ ಐ.ಟಿ.ಮ್ ಮೈನಿಂಗ್ ಕಂಪೆನಿಯದ್ದೂ ಇದೇ ಕಥೆ. ಆಡಳಿತಾರೂಢ ಎಂ.ಪಿ.ಎಲ್.ಎ. ಪಕ್ಷದ ಜೊತೆಗೆ ಗಾಢ ಸಂಬಂಧವನ್ನು ಹೊಂದಿದ್ದ ಈ ಸಂಸ್ಥೆಯು ಭ್ರಷ್ಟಾಚಾರ, ವಂಚನೆ, ಖೊಟ್ಟಿಪತ್ರಗಳಂತಹ ಗಂಭೀರ ಅಪರಾಧಗಳ ಹಿನ್ನೆಲೆಯನ್ನು ಹೊಂದಿರುವಂಥದ್ದು. ಕೇವಲ ಐ.ಟಿ.ಎಮ್ ಮೈನಿಂಗ್ ಸಂಸ್ಥೆಯಿಂದಾಗಿಯೇ ಅಂಗೋಲಾದ ಆರ್ಥಿಕತೆಗಾದ ನಷ್ಟವು ಇನ್ನೂರು ಮಿಲಿಯನ್ ಡಾಲರ್‌ಗಳಿಗೂ ಮಿಕ್ಕಿದ್ದು ಎಂದು ಹೇಳಲಾಗುತ್ತದೆ.

ಅಂಗೋಲಾ ಸರಕಾರದ ಭ್ರಷ್ಟಾಚಾರಗಳ ಬಗ್ಗೆ ಬರೆದೇ ವ್ಯವಸ್ಥೆಯ ಕೆಂಗಣ್ಣಿಗೀಡಾದ ಲೇಖಕರಾದ ರಫೆಲ್ ಮಾರ್ಕಸ್ ಮೊರಾಯಿಸ್ ಈ ಪ್ರಕರಣಗಳ ಗಂಭೀರತೆಯ ಬಗ್ಗೆ ವಿವರವಾಗಿ ದಾಖಲಿಸುತ್ತಾರೆ. ಡಿಸೆಂಬರ್ 2009ರಲ್ಲಿ ಕುವಾಬೋದಲ್ಲಿ ನಡೆದ 45 ಕಾರ್ಮಿಕರ ಸಾಮೂಹಿಕ ಹತ್ಯೆಯ ವಿಚಾರಕ್ಕೆ ಸಂಬಂಧಪಟ್ಟಂತೆ ವಾಲ್ ಸ್ಟ್ರೀಟ್ ಜರ್ನಲ್ ಪತ್ರಿಕೆಯ ಸಂಪಾದಕರಾದ ಮೈಕಲ್ ಅಲೆನ್ ರೊಂದಿಗೆ ಲಿಂಡಾರನ್ನು ಭೇಟಿಯಾಗುವ ಲೇಖಕರು ಆಕೆಯ ಹೇಳಿಕೆಯನ್ನು ರೆಕಾರ್ಡ್ ಮಾಡಿಕೊಂಡಿರುತ್ತಾರೆ. ನಂತರ ಲುವಾಂಡಾಗೆ ಬರುವ ರಫೆಲ್ ನೇರವಾಗಿ ಎಫ್.ಎ.ಎ.ಯ ಜನರಲ್ ಸ್ಟಾಫ್ ಮುಖ್ಯ ಕಚೇರಿಗೆ ತೆರಳಿ ಈ ಬಗ್ಗೆ ಅಲ್ಲಿ ಚರ್ಚಿಸುತ್ತಾರೆ. ಚರ್ಚಿಸುವ ನೆಪದಲ್ಲಿ ಪರೋಕ್ಷವಾಗಿ ಅವರಿಗೆ ಎಚ್ಚರಿಕೆಯನ್ನೂ ನೀಡುತ್ತಾರೆ. ಅಲ್ಲಿಂದ ಡಿವಿಷನ್ ಆಫ್ ಪಾಟ್ರಿಯೋಟಿಕ್ ಎಜುಕೇಷನ್ ಕಚೇರಿಗೆ ಬರುವ ರಫೆಲ್ ಧ್ವನಿಮುದ್ರಿಕೆಯನ್ನು ಹಿರಿಯ ಅಧಿಕಾರಿಗಳ ಮುಂದಿಟ್ಟು ಅವರ ಬೆವರಿಳಿಸುತ್ತಾರೆ. ಅಲ್ಲಿಯ ಅಧಿಕಾರಿಗಳು ರಫೆಲ್‌ರವರ ದೂರವಾಣಿ ಸಂಪರ್ಕ ಸಂಖ್ಯೆಯನ್ನು ಪಡೆದುಕೊಂಡು ಈ ಬಗ್ಗೆ ಹಿರಿಯ ಅಧಿಕಾರಿಗಳೊಂದಿಗೆ ಚರ್ಚಿಸಿ ಮುಂದಿನ ನಡೆಯ ಬಗ್ಗೆ ಹೇಳುತ್ತೇವೆ ಎಂಬ ಭರವಸೆಯನ್ನು ಅವರಿಗೆ ನೀಡುತ್ತಾರೆ. ಗಟ್ಟಿ ಸಾಕ್ಷ್ಯಾಧಾರಗಳನ್ನು ಹೊಂದಿದ್ದ ಈ ಪ್ರಕರಣವು ಇಷ್ಟು ಗಂಭೀರವಾಗಿದ್ದರೂ ಮೇಲೆ ಹೆಸರಿಸಿರುವ ಯಾವ ಕಚೇರಿಯೂ ಕೂಡ ಮತ್ತೆ ಲೇಖಕರನ್ನು ಸಂಪರ್ಕಿಸಲಿಲ್ಲವಂತೆ.

ಲಿಂಡಾರ ಹೇಳಿಕೆಗಳು ಮುಂದೆ ಎಪ್ರಿಲ್ 2010ರಲ್ಲಿ ಅಂಗೋಲನ್ ಪತ್ರಿಕೆಯೊಂದರಲ್ಲೂ, ಜೂನ್ 2010ರಲ್ಲಿ ವಾಲ್ ಸ್ಟ್ರೀಟ್ ಜರ್ನಲ್ ನಲ್ಲೂ ಪ್ರಕಟವಾದವು. ಅಂಗೋಲನ್ ಮಿಲಿಟರಿ ಸಂಸ್ಥೆಯಾದ ಎಫ್.ಎ.ಎ ಎಂದಿನಂತೆ ಇವೆಲ್ಲವೂ ಕಪೋಲಕಲ್ಪಿತ ಎಂದು ಹೇಳಿ ಮೌನಕ್ಕೆ ಜಾರಿತು. ಅಂಗೋಲಾದ ಲುಂಡಾ ನಾರ್ತೆ (ಲುಂಡಾ ಉತ್ತರ) ಪ್ರೊವಿನ್ಸ್ ಸರಕಾರದಿಂದ ಅಧಿಕೃತ ಹೇಳಿಕೆಯನ್ನು ಪಡೆಯುವ ರಫೆಲ್‌ರ ಯತ್ನಗಳಿಗೂ ನಿರಾಶೆಯಾಗಿತ್ತು. ಗಣಿಕಾರ್ಮಿಕನಾಗಿದ್ದ ತನ್ನ ಮಗನನ್ನು ಕಳೆದುಕೊಂಡ ನತದೃಷ್ಟ ತಾಯಿಯಾಗಿದ್ದ ಲಿಂಡಾರ ದುಃಖವು ಯಾರಿಗೂ ಬೇಕಿರಲಿಲ್ಲ. ಅಷ್ಟಕ್ಕೂ ಘಟನೆಯ ಸಂತ್ರಸ್ತರು ಹೇಳಿರುವುದು ಸುಳ್ಳು ಎಂದಾದರೆ ನಿಜಕ್ಕೂ ಅಲ್ಲಿ ನಡೆದಿದ್ದೇನು ಎಂದು ಅಧಿಕೃತವಾಗಿ ಹೇಳಿಕೆಯನ್ನು ನೀಡಲು ಸರಕಾರದ ಯಾವ ವಿಭಾಗವೂ ಮುಂದೆ ಬರದಿದ್ದ ಪರಿಣಾಮವಾಗಿ ಅಂಗೋಲಾ ಸರಕಾರದ ನಿಷ್ಕ್ರಿಯತೆ ಮತ್ತು ಜಾಣಕುರುಡು ಮತ್ತೆ ಜಗಜ್ಜಾಹೀರಾಯಿತು.

ಈ ಬಗೆಗಿನ ಬಹುತೇಕ ಎಲ್ಲಾ ಪ್ರಕರಣಗಳಲ್ಲೂ ಅಂಗೋಲಾ ಸರಕಾರವು ಗೂಬೆ ಕೂರಿಸಿದ್ದು ಗಣಿಕಾರ್ಮಿಕರ ವಿರುದ್ಧವೇ ಹೊರತು ಯಾವತ್ತೂ ಸರಕಾರದ ಅಥವಾ ಸೈನ್ಯದ ಇರುವಿಕೆಯನ್ನು ಅಧಿಕೃತವಾಗಿ ಪರಿಗಣಿಸಿಲ್ಲ. ಕಾರ್ಮಿಕರು ತಮ್ಮತಮ್ಮಲ್ಲೇ ಬಡಿದಾಡಿಕೊಂಡು ಸಾಯುತ್ತಾರೆ ಮತ್ತು ನಾವುಗಳು ಈ ಬಗ್ಗೆ ಏನೂ ಮಾಡುವಂತಿಲ್ಲ ಎಂಬುದು ಸರಕಾರದ ವಾದ. ಒಟ್ಟಿನಲ್ಲಿ ಈ ಬಗ್ಗೆ ದನಿಯೆತ್ತಿದವರ ಕಾಳಜಿಯನ್ನು ನಿರ್ದಾಕ್ಷಿಣ್ಯವಾಗಿ ಕಡೆಗಣಿಸಿದ್ದಲ್ಲದೆ ವಿಶ್ವಸಂಸ್ಥೆಯಂತಹ ಜಾಗತಿಕ ಮಟ್ಟದಲ್ಲೂ ತನ್ನ ತಪ್ಪುಗಳಿಗೆ ತೇಪೆ ಹಾಕಿಕೊಳ್ಳುವಲ್ಲಿ ಅಂಗೋಲಾ ಸರಕಾರವು ಒಂದು ಮಟ್ಟಿಗೆ ಯಶಸ್ವಿಯಾಯಿತು ಎಂಬುದರಲ್ಲಿ ಸಂದೇಹವಿಲ್ಲ.

ಅದೆಷ್ಟೋ ಅಂಗೋಲನ್ನರು ತಮಗಾದ ದೌರ್ಜನ್ಯಗಳಿಗೆ ನ್ಯಾಯ ಸಿಗಬಹುದೆಂಬ ನಿರೀಕ್ಷೆಯಲ್ಲಿ ಇನ್ನೂ ಇದ್ದಾರೆ. ದೇಶದಲ್ಲಿ ಮಾಧ್ಯಮ ಸ್ವಾತಂತ್ರ್ಯವಿರದಿದ್ದರೂ, ಮೂಗು ಮುಳುಗುವಷ್ಟು ಮೊಕದ್ದಮೆ-ಜೀವ ಬೆದರಿಕೆಗಳಿದ್ದರೂ, ಜೀವದ ಹಂಗು ತೊರೆದು ಸತ್ಯಗಳನ್ನು ಬಯಲುಮಾಡುವ ಭಯಾನಕ ಸಾಹಸದಲ್ಲಿ ತೊಡಗಿರುವ ರಫೆಲ್ ರಂತಹ ಸಾಹಸಿ ಪತ್ರಕರ್ತರು ಅಂಗೋಲಾದಲ್ಲಿ ಇನ್ನೂ ಸಕ್ರಿಯರಾಗಿದ್ದಾರೆ. ಆಂತರಿಕ ಯುದ್ಧದ ಅಂತ್ಯದೊಂದಿಗೆ ಅಂಗೋಲಾದ ಕೆಲ ವರ್ಗಗಳಂತೂ ನಿರಾಳತೆಯ ನಿಟ್ಟುಸಿರಿಡುವಂತಾಯಿತು. ಈ ಅದೃಷ್ಟವು ಅಂಗೋಲಾದ ಗಣಿಕಾರ್ಮಿಕರಿಗೆ ಸಿಗುವುದ್ಯಾವಾಗ ಎನ್ನುವುದೇ ಸದ್ಯದ ಬಹು ದೊಡ್ಡ ಪ್ರಶ್ನೆ.

'Kimberley Process'

ಅಂಗೋಲಾದ ಯುನೀಟಾದಂತಹ ಪಕ್ಷಗಳ ದಂಗೆಕೋರರು ಮತ್ತು ಆಫ್ರಿಕಾದ ಇತರ ಭಾಗಗಳಲ್ಲಿ ವಿನಾಶಗೈಯುತ್ತಿದ್ದ ಬಂಡುಕೋರರ ಸಂಪತ್ತಿನ ಮೂಲವನ್ನು ಕಿತ್ತೆಸೆಯಲು ಇಂಥದ್ದೊಂದು ಮಹತ್ವದ ಹೆಜ್ಜೆಯನ್ನಿಟ್ಟಿತ್ತು ವಿಶ್ವಸಂಸ್ಥೆ. 'ಕಿಂಬರ್ಲಿ ಪ್ರಕ್ರಿಯೆ'ಯೆಂಬ ವ್ಯವಸ್ಥಿತ ಜಾಲದ ಮೂಲಕವಾಗಿ ಅಂತಾರಾಷ್ಟ್ರೀಯ ಮಾರುಕಟ್ಟೆಗೆ ಬ್ಲಡ್ ಡೈಮಂಡ್‌ಗಳು ಬಿಕರಿಯಾಗದಂತೆ ನೋಡಿಕೊಳ್ಳುವ ಸದುದ್ದೇಶದಿಂದ ಆರಂಭವಾದ ಪ್ರಕ್ರಿಯೆಯಿದು. ಇದರ ಪ್ರಕಾರ ತಮ್ಮ ದೇಶದಿಂದ ರಫ್ತಾಗುತ್ತಿರುವ ವಜ್ರಗಳು'ಬ್ಲಡ್ ಡೈಮಂಡ್' ವರ್ಗಕ್ಕೆ ಸೇರಿದವುಗಳಲ್ಲ ಎಂಬ ಪ್ರಮಾಣಪತ್ರವನ್ನು ನೀಡುವ ಒಂದು ವ್ಯವಸ್ಥೆಯನ್ನು ಕಿಂಬರ್ಲಿ ಪ್ರಕ್ರಿಯೆಯ ನಿಯಮಾವಳಿಗಳ ಪ್ರಕಾರ ರೂಪಿಸಿ ಅನುಷ್ಠಾನಕ್ಕೆ ತರುವುದು ಆಯಾ ದೇಶಗಳ ಸರಕಾರಗಳ ಜವಾಬ್ದಾರಿಯಾಗಿತ್ತು. ಹೀಗೆ ರಕ್ತಸಿಕ್ತ ವಜ್ರಗಳೆಂಬ ಹಣೆಪಟ್ಟಿ ಹೊತ್ತುಕೊಂಡು ವಿಶ್ವದೆಲ್ಲೆಡೆ ಬಿಕರಿಯಾಗುತ್ತಾ ಸಾವಿನ ವ್ಯಾಪಾರವನ್ನು ಹಾಯಾಗಿ ಮಾಡುತ್ತಿದ್ದ ಬಂಡುಕೋರರ ಸದ್ದಡಗಿಸುವ ನಿಟ್ಟಿನಲ್ಲಿ ಕಿಂಬರ್ಲಿ ಪ್ರಕ್ರಿಯೆಯು ಒಂದು ಹೊಸ ಭರವಸೆಯಾಗಿ ಕಂಡಿದ್ದಂತೂ ಸತ್ಯ.

ಅಂಗೋಲಾ ಕಿಂಬರ್ಲಿ ಪ್ರಕ್ರಿಯೆಯ ಸ್ಥಾಪಕ ಸದಸ್ಯ ರಾಷ್ಟ್ರಗಳಲ್ಲೂ ಒಂದು. ಅಂಗೋಲಾದ ಪ್ರಥಮ ರಾಷ್ಟ್ರಾಧ್ಯಕ್ಷರಾಗಿದ್ದ ಆಗಸ್ಟಿನೋ ನೇಟೋ ಎಡಪಂಥೀಯ ನಿಲುವನ್ನು ಹೊಂದಿದ್ದು ಆ ಕಾಲದಲ್ಲೇ ಸೋವಿಯತ್, ಫಿಡೆಲ್ ಕಾಸ್ಟ್ರೋ, ಚೇಗೆವಾರನಂಥ ನಾಯಕರ ಬೆಂಬಲವನ್ನು ಪಡೆದುಕೊಂಡಿದ್ದವರು. ಆದರೆ ಸೋವಿಯತ್ ಪತನದ ನಂತರ ಭ್ರಮನಿರಸನಕ್ಕೊಳಗಾದವರಂತೆ ಕಂಡ ಡಿ ಸಾಂತುಸ್ ನೇತೃತ್ವದ ಅಂಗೋಲಾದ ಆಡಳಿತಾರೂಢ ಎಂ.ಪಿ.ಎಲ್.ಎ. ಪಕ್ಷವು ಹೊರಳಿಕೊಂಡಿದ್ದು ಬಂಡವಾಳಶಾಹಿ ನಾಯಕತ್ವದ ಕಡೆ. ಇತ್ತ ಆಂತರಿಕ ಯುದ್ಧದ ಕೊನೆಯ ಹಂತದ ವರ್ಷಗಳಲ್ಲಿ ಯುನಿಟಾ ಪಡೆಯ ಗೆರಿಲ್ಲಾ ಕಮಾಂಡೋಗಳು ತಮ್ಮ ಶಸ್ತ್ರಾಸ್ತ್ರ ಖರೀದಿಗೆಂದು ದೇಶದ ವಜ್ರನಿಕ್ಷೇಪಗಳನ್ನು

ಲೂಟಿ ಮಾಡುತ್ತಿರುವುದು ಆಗಲೇ ಜಗಜ್ಜಾಹೀರಾಗಿತ್ತು. ಹೀಗಾಗಿ ಯಾವ ಕ್ಷಣದಲ್ಲಾದರೂ ಜೋನಸ್ ಸವಿಂಬಿ ನೇತೃತ್ವದ ಯುನಿಟಾ ಪಡೆಯು ತನ್ನಿಂದ ಅಧಿಕಾರವನ್ನು ಕಿತ್ತುಕೊಳ್ಳಬಹುದು ಎಂಬಂತಿದ್ದ ಪರಿಸ್ಥಿತಿಯಲ್ಲಿ ಯುನಿಟಾವನ್ನು ಬಗ್ಗುಬಡಿಯಲು ಕಿಂಬರ್ಲಿ ಪ್ರಕ್ರಿಯೆಯ ಹುಟ್ಟಿನಲ್ಲೂ ಅಂಗೋಲಾದ ಎಂ.ಪಿ.ಎಲ್.ಎ ಸರಕಾರ ತನ್ನದೇ ಆದ ಪಾತ್ರವನ್ನು ವಹಿಸಿತ್ತು.

ಆದರೆ ಕಿಂಬರ್ಲಿ ಸಮಿತಿಯ ಆಗಮನದ ತರುವಾಯ ಬ್ಲಡ್ ಡೈಮಂಡ್‌ಗಳ ಕಥೆಯು ಬೇರೆಯದೇ ತಿರುವನ್ನು ಪಡೆದುಕೊಳ್ಳಲಿದೆ ಎಂಬ ನಿರೀಕ್ಷೆ ಯಾರಿಗಾದರೂ ಇತ್ತು? ಅಂಗೋಲಾದಲ್ಲಿ ಆಂತರಿಕ ಯುದ್ಧದ ಅಂತ್ಯದ ಬೆನ್ನಿಗೇ ಅಂಗೋಲಾದ ವಜ್ರ ವ್ಯಾಪಾರ ವ್ಯವಸ್ಥೆಯ ಮೇಲೆ ನಿಗಾ ಇಟ್ಟಿದ್ದ ಬಹುತೇಕ ಎಲ್ಲಾ ವ್ಯವಸ್ಥೆಗಳನ್ನೂ ವಿಶ್ವಸಂಸ್ಥೆಯ ಭದ್ರತಾ ಮಂಡಳಿಯು ಒಂದೊಂದಾಗಿ ತೆಗೆಯುತ್ತಾ ಬಂದಿತ್ತು. ಆಂತರಿಕ ಯುದ್ಧವು ಮುಗಿದಾಯಿತು, ಇನ್ನು ಅಂಗೋಲಾದಲ್ಲಿ ಬಂಡುಕೋರರಿರುವುದಿಲ್ಲ, ಹೀಗಾಗಿ ಬ್ಲಡ್ ಡೈಮಂಡ್‌ಗಳನ್ನು ಇನ್ನು ಅಂಗೋಲಾದ ವಜ್ರನಿಕ್ಷೇಪಗಳಿಂದ ಹೊರತೆಗೆಯಲಾಗುವುದಿಲ್ಲ ಎಂಬಂತೆ ಅಲ್ಲಿಂದ ಮರಳಿದ್ದವು ಭದ್ರತಾ ಮಂಡಳಿಯ ತಂಡಗಳು. ಹೀಗೆ ಥಿಯರಿಯ ಪ್ರಕಾರ ಏಕಾಏಕಿ'ಮಾಯವಾದ' ಬ್ಲಡ್ ಡೈಮಂಡ್‌ಗಳು ಈ ಮೂಲಕವಾಗಿ ಸಂಪೂರ್ಣ ವಶವಾಗಿದ್ದು ಅಂಗೋಲಾ ಸರ್ಕಾರಕ್ಕೆ. ಇನ್ನು ವಿಶ್ವಸಂಸ್ಥೆಯ ನಿರ್ಗಮನದಿಂದಾಗಿ ಅಂಗೋಲಾದ ಎಲ್ಲಾ ಬಗೆಯ ವಜ್ರವ್ಯಾಪಾರಗಳು ಸಂಪೂರ್ಣವಾಗಿ ಸರಕಾರದ ಸುಪರ್ದಿಗೆ ಬಂದು ಸರಕಾರವು ದೇಶದ ವಜ್ರಸಂಪತ್ತನ್ನು ತನ್ನಿಷ್ಟದಂತೆ ಬಳಸಿಕೊಳ್ಳುವ ಹಾದಿ ಸುಗಮವಾಯಿತು.

ಬ್ಲಡ್ ಡೈಮಂಡ್ ಮತ್ತು ಕಿಂಬರ್ಲಿ ಪ್ರಕ್ರಿಯೆಗಳ ವಿಚಾರಕ್ಕೆ ಬಂದರೆ ಅಗತ್ಯಕ್ಕಿಂತಲೂ ಹೆಚ್ಚು ಸುದ್ದಿಯಲ್ಲಿದ್ದು ಜಗತ್ತಿನ ಗಮನ ಸೆಳೆದ ದೇಶಗಳೆಂದರೆ ಅಂಗೋಲಾ ಮತ್ತು ಜಿಂಬಾವ್ವೆ. ಅಂಗೋಲಾದ ಕ್ವಾಂಗು ನದಿ ಜಲಾನಯನ ಪ್ರದೇಶದಂತೆಯೇ ಜಿಂಬಾವ್ವೆಯ ಮರಾಂಜ್ ಗಣಿಪ್ರದೇಶದಲ್ಲಿದ್ದ ವಜ್ರಗಳು ತಮ್ಮ ಗುಣಮಟ್ಟದಿಂದಲೂ, ಬ್ಲಡ್ ಡೈಮಂಡ್ ಹಣೆಪಟ್ಟಿಯಿಂದಲೂ ಕುಖ್ಯಾತಿಗೊಳಗಾಗಿದ್ದವು. Human Rights Watch (HRW)ನ 2009ರ ವರದಿಯು ಜಿಂಬಾವ್ವೆಯ ಪೊಲೀಸ್ ಇಲಾಖೆ ಮತ್ತು ಮಿಲಿಟರಿಯಿಂದ ಅವ್ಯಾಹತವಾಗಿ ನಡೆಯುತ್ತಿದ್ದ ಮಾನವ ಹಕ್ಕುಗಳ ಉಲ್ಲಂಘನೆಯನ್ನು ತನ್ನ ವರದಿಯಲ್ಲಿ ಉಲ್ಲೇಖಿಸಿತ್ತು. ಈ ವರದಿಯು ಜಿಂಬಾವ್ವೆಯನ್ನು ಕಿಂಬರ್ಲಿ ಪ್ರಕ್ರಿಯೆಯ ಸದಸ್ಯತ್ವದಿಂದ ಅಮಾನತುಗೊಳಿಸುವುದಲ್ಲದೆ ಸರಕಾರವು ಈ ಹಿಂಸಾಚಾರಗಳನ್ನು ಸಂಪೂರ್ಣವಾಗಿ ಹತ್ತಿಕ್ಕುವವರೆಗೂ ಇಲ್ಲಿಯ ವಜ್ರಗಳ ರಫ್ತನ್ನು ಕಡ್ಡಾಯವಾಗಿ ನಿಷೇಧಿಸಬೇಕೆಂದೂ ಅನುಮೋದಿಸಿತ್ತು.

"ಬ್ಲಡ್ ಡೈಮಂಡ್ಸ್: ಟಾರ್ಚರ್ ಆಂಡ್ ಕಿಲ್ಲಿಂಗ್ಸ್" ಕೃತಿಯ ಲೇಖಕರಾದ ಮಾರ್ಕಸ್ ಮೊರಾಯಿಸ್ ಹೇಳುವ ಪ್ರಕಾರ ಕಿಂಬರ್ಲಿ ಪ್ರಕ್ರಿಯೆಯಿಂದಾಗಿ ಹೆಚ್ಚಿನ ಹೊಡೆತಕ್ಕೊಳಗಾದ ರಾಷ್ಟ್ರವು ಜಿಂಬಾವ್ವೆಯೇ ಹೊರತು ಅಂಗೋಲಾ ಅಲ್ಲ. ಇದರ ಹಿಂದಿರುವ ಕಾರಣವನ್ನು ವಿಕಿಲೀಕ್ಸ್ ದಾಖಲೆಗಳ ಉಲ್ಲೇಖದ ಜೊತೆಗೆ ಹೇಳುವ ಮಾರ್ಕಸ್ ಜಿಂಬಾವ್ವೆಯ ವಿರುದ್ಧ

ಹೇರಲಾದ ನಿರ್ಬಂಧಗಳ ಮೇಲೆ ಬ್ರಿಟನ್ನಿನ ಸ್ಪಷ್ಟ ಪಾತ್ರವಿರುವುದರ ಬಗ್ಗೆ ದಾಖಲಿಸುತ್ತಾರೆ. ಮೊದಲಿನಿಂದಲೂ ರಾಬರ್ಟ್ ಮುಗಾಬೆ ಸರಕಾರದ ಕಟ್ಟಾ ವಿರೋಧಿಯಾಗಿರುವ ಬ್ರಿಟನ್ ತನ್ನ ಪ್ರಭಾವವನ್ನು ಬಳಸಿ ಈ ನಿರ್ಣಯಕ್ಕೆ ಬರುವಂತೆ ಅಮೇರಿಕಾ, ಯೂರೋಪಿನ ಕೆಲ ದೇಶಗಳು, ಕೆನಡಾ ಮತ್ತು 'ಗ್ಲೋಬಲ್ ವಿಟ್ನೆಸ್', 'ಪಾರ್ಟನರ್‌ಷಿಪ್ ಆಫ್ರಿಕಾ ಕೆನಡಾ' ದಂತಹ ಸರಕಾರೇತರ ಸಂಸ್ಥೆಗಳನ್ನು ಒಪ್ಪಿಸುವಲ್ಲಿ ಯಶಸ್ವಿಯಾಯಿತು ಎನ್ನುತ್ತಾರೆ.

ಇತ್ತ ಕಿಂಬರ್ಲಿ ಪ್ರಕ್ರಿಯೆಯ ಗಲಾಟೆಯಲ್ಲಿ ಬಾಣಲೆಯಿಂದ ಬೆಂಕಿಗೆ ಬಿದ್ದಂತಾದ ಜಿಂಬಾಬ್ವೆಯ ಬೆಂಬಲಕ್ಕೆ ನಿಂತಿದ್ದು ಅಂಗೋಲಾ. ಹಿಂದಿನಿಂದಲೂ ಮುಗಾಬೆ ಸರಕಾರದೊಂದಿಗೆ ಒಳ್ಳೆಯ ರಾಜತಾಂತ್ರಿಕ ಮೈತ್ರಿಯನ್ನಿಟ್ಟುಕೊಂಡಿದ್ದ ಅಂಗೋಲಾ ಈಗ ಇಡೀ ಆಫ್ರಿಕಾದ ಮುಖವಾಣಿಯೆಂಬಂತೆ ಜಿಂಬಾಬ್ವೆಯ ಬೆಂಬಲಕ್ಕೆ ನಿಂತಿತ್ತು. "ಕಿಂಬರ್ಲಿ ಪ್ರಕ್ರಿಯೆಯ ನಿಯಮಾವಳಿಗಳು ಅನ್ವಯವಾಗುವುದು ಬ್ಲಡ್ ಡೈಮಂಡ್‌ಗಳಿಗೆ ಮಾತ್ರ. ಜಿಂಬಾಬ್ವೆಯಲ್ಲಿ ಯಾವುದೇ ಆಂತರಿಕ ಯುದ್ಧವು ನಡೆಯುತ್ತಿಲ್ಲ. ಹೀಗಾಗಿ ಅಲ್ಲಿ ಬ್ಲಡ್ ಡೈಮಂಡ್ ಇದೆ ಎಂಬ ಆರೋಪದಲ್ಲಿ ಹುರುಳಿಲ್ಲ", ಎನ್ನುವುದು ಅಂಗೋಲಾದ ವಾದ. ಕಿಂಬರ್ಲಿ ತನ್ನ ಅಧಿಕಾರದ ಪರಿಧಿಯನ್ನು ಮೀರಿ ವರ್ತಿಸುತ್ತಿದೆ ಎಂದು ನೇರ ಆರೋಪ ಮಾಡುವ ಅಂಗೋಲಾ ಇಂಥಾ ಪ್ರಕರಣಗಳನ್ನು WTO ಮತ್ತು ವಿಶ್ವಸಂಸ್ಥೆಯ ಜನರಲ್ ಅಸೆಂಬ್ಲಿಗಳು ಮಾತ್ರ ಇತ್ಯರ್ಥ ಮಾಡಬಲ್ಲವು ಎಂದೂ ವಾದಿಸುತ್ತದೆ.

ಇಷ್ಟಿದ್ದರೂ ಕಿಂಬರ್ಲಿ ಪ್ರಕ್ರಿಯೆಯನ್ನು ತನ್ನ ಅನುಕೂಲಕ್ಕೆ ತಕ್ಕಂತೆ ಬಳಸಿಕೊಂಡ ಅಂಗೋಲಾದ ಚಾಕಚಕ್ಯತೆಯು ಯಾವ ಚಾಣಕ್ಯ ನಡೆಗಿಂತಲೂ ಕಮ್ಮಿಯಿಲ್ಲ. ಡಿ ಸಾಂತುಸ್ ಆಡಳಿತದ ಕಾರ್ಯವೈಖರಿಯ ವಿರುದ್ಧ ಜಾಗತಿಕ ಮಟ್ಟದಲ್ಲಿ ಟೀಕೆಗಳು ಕೇಳಿ ಬಂದಿದ್ದರೂ 2007ರಲ್ಲಿ ವಿಶ್ವಸಂಸ್ಥೆಯ ಜನರಲ್ ಅಸೆಂಬ್ಲಿಯು ವಿಶ್ವಸಂಸ್ಥೆಯ ಮಾನವ ಹಕ್ಕುಗಳ ಮಂಡಳಿಯ ಸದಸ್ಯ ರಾಷ್ಟ್ರವಾಗಿ ಅಂಗೋಲಾವನ್ನು ಆರಿಸಿತು. ಅಷ್ಟು ಸಾಲದ್ದೆಂಬಂತೆ 2010–13ರ ಅವಧಿಗೂ ತನ್ನ ಮಾನವ ಹಕ್ಕುಗಳ ಮಂಡಳಿಯ ಸದಸ್ಯತ್ವವನ್ನು ಕಾಯ್ದುಕೊಳ್ಳಲು 2009ರಲ್ಲಿ ಅಂಗೋಲಾ ಯಶಸ್ವಿಯಾಗಿತ್ತು. ಬ್ಲಡ್ ಡೈಮಂಡ್‌ಗಳಿಗೆ ಸಂಬಂಧಪಟ್ಟಂತೆ ಹಲವು ಆರೋಪಗಳನ್ನು ಆಗಲೇ ತನ್ನ ಮೈಮೇಲೆ ಎಳೆದುಕೊಂಡಿದ್ದ ಅಂಗೋಲಾ ಮಾರ್ಚ್ 2001ರ ಜಿನೇವಾದಲ್ಲಿ ನಡೆದ ವಿಶ್ವಸಂಸ್ಥೆಯ ಮಾನವ ಹಕ್ಕುಗಳ 16 ನೇ ಸಭೆಯಲ್ಲಿ ಗದ್ದಾಫಿ ಆಧಿಪತ್ಯದ ಲಿಬಿಯಾ ವಿರುದ್ಧ ಮಾನವ ಹಕ್ಕುಗಳ ಉಲ್ಲಂಘನೆಯ ಆರೋಪವನ್ನು ಹೊರಿಸಿ, ಅದನ್ನು ಬಲವಾಗಿ ಖಂಡಿಸಿದ್ದು ಆಷಾಢಭೂತಿತನದ ಪರಮಾವಧಿಯೇ ಸರಿ.

ಲೇಖಕ ಮಾರ್ಕಸ್ ಕಿಂಬರ್ಲಿ ತಂಡವು ತನ್ನ ವರದಿಯಲ್ಲಿ ಅಂಗೋಲಾ ನೆಲದಲ್ಲಿ ಅಂಗೋಲನ್ನರ ಮೇಲೆ ನಡೆದ ದೌರ್ಜನ್ಯಕ್ಕಿಂತ ಕಾಂಗೋಲೀಸರ ಮೇಲೆ ನಡೆದ ಹಿಂಸಾಚಾರದ ಬಗ್ಗೆಯೇ ಹೆಚ್ಚು ಒತ್ತನ್ನು ಕೊಟ್ಟಿದ್ದು ಮತ್ತು ಜಿಂಬಾಬ್ವೆಯ ವಿರುದ್ಧ ತೆಗೆದುಕೊಂಡ ಕ್ರಮದಷ್ಟೇ ಕಟುವಾಗಿ ಅಂಗೋಲಾದ ವಿರುದ್ಧ ಅಗತ್ಯ ಕ್ರಮಗಳನ್ನು ತೆಗೆದುಕೊಳ್ಳದಿದ್ದ ವಿಚಾರವನ್ನು ಪ್ರಸ್ತಾಪಿಸುತ್ತಾ ಸಂಪೂರ್ಣ ಕಿಂಬರ್ಲಿ ಪ್ರಕ್ರಿಯೆಯ ಬದ್ಧತೆಯ ಬಗ್ಗೆಯೇ ಪ್ರಶ್ನಿಸುತ್ತಾರೆ. 2009ರ ಆಗಸ್ಟ್ ತಿಂಗಳಲ್ಲಿ ಐದು ದಿನಗಳ ಕಾಲ ಅಂಗೋಲಾಕ್ಕೆ

ಭೇಟಿ ನೀಡುವ ಕಿಂಬರ್ಲಿ ಸಮಿತಿಯ ತಂಡವು ಕಿಂಬರ್ಲಿ ನಿಯಮಾವಳಿಗಳ ಅನುಷ್ಠಾನದ ಬಗೆಯನ್ನು ಪರೀಕ್ಷಿಸುತ್ತದೆ. ತಂಡವು ತನ್ನ ವರದಿಯಲ್ಲಿ ಕಾಂಗೋಲೀಸ್ ಮಹಿಳೆಯರ ವಿರುದ್ಧ ನಡೆದ ಅತ್ಯಾಚಾರದಂತಹ ದೌರ್ಜನ್ಯ ಮತ್ತು ಪೊಲೀಸ್ ಇಲಾಖೆ/ಸೇನೆ/ಖಾಸಗಿ ಭದ್ರತಾ ಸಂಸ್ಥೆಗಳಿಂದ ಸ್ಥಳೀಯರ ಮೇಲೆ ನಡೆದ ದಬ್ಬಾಳಿಕೆಗಳನ್ನು ಉಲ್ಲೇಖಿಸಿದ್ದರೂ ಇನ್ನೂ ಬೆಳಕಿಗೆ ಬರದಿದ್ದ ಬಹಳಷ್ಟು ಸೂಕ್ಷ್ಮ ಸತ್ಯಗಳನ್ನು ಗುರುತಿಸುವಲ್ಲಿ ಎಡವಿತ್ತು ಎನ್ನುತ್ತಾರೆ ಲೇಖಕರು.

ಕಿಂಬರ್ಲಿ ನಿಯಮಾವಳಿಗಳ ಪ್ರಕಾರವೇ ಎಲ್ಲವೂ ನಡೆಯುತ್ತಿದೆ ಎಂದು ಅಂಗೋಲಾ ಸರಕಾರದ ಪ್ರತಿನಿಧಿಗಳು ತಂಡವನ್ನು ಒಪ್ಪಿಸಿದರೂ ಕಿಂಬರ್ಲಿ ತಂಡವು ಮಾರಾಟಕ್ಕೆ ಸಂಬಂಧಪಟ್ಟಂತೆ ವ್ಯವಸ್ಥಿತವಾಗಿರಬೇಕಿದ್ದ ಅವಶ್ಯಕ ದಾಖಲಾತಿಗಳನ್ನು ಆತಿಥೇಯರಿಂದ ಪಡೆಯಲು ವಿಫಲವಾಯಿತು. ಇದ್ದ ಅರ್ಧಂಬರ್ಧ ದಾಖಲೆಗಳು ಯಾವ ರೀತಿಯಲ್ಲೂ ಮಾರಾಟದ ಪ್ರಮಾಣ ಮತ್ತು ತತ್ಸಂಬಂಧಿತ ಮಾಹಿತಿಗಳನ್ನು ಹೊರತೆಗೆಯಲಾಗುವಷ್ಟು ಸಮರ್ಥವಾಗಿರದೆ ಅಪೂರ್ಣವಾಗಿದ್ದವು. ಇನ್ನು ಗಣಿಕಾರ್ಮಿಕರಿಗೆ ಪರವಾನಗಿಯನ್ನು ನೀಡಲಾಗುತ್ತದೆ ಎಂದು ಆತಿಥೇಯರು ಹೇಳಿಕೊಂಡರೂ ಸ್ಥಳೀಯ ಕಾರ್ಮಿಕರೊಂದಿಗಿನ ಪ್ರಾಥಮಿಕ ಹಂತದ ಮಾತುಕತೆಗಳಲ್ಲಿ ಕಿಂಬರ್ಲಿ ತಂಡಕ್ಕೆ ಅಂಥದ್ದೇನೂ ದೊರಕಲಿಲ್ಲ.

ಅಸಲಿಗೆ ಈ ಪರವಾನಗಿಯ ದಾಖಲಾತಿಗಳನ್ನು ಗ್ರಾಹಕರಿಗೆ ನೀಡಲಾಗುತ್ತಿತ್ತೇ ಹೊರತು ಗಣಿಕಾರ್ಮಿಕರಿಗಲ್ಲ ಎನ್ನುತ್ತಾರೆ ಮಾರ್ಕಸ್. ಅಷ್ಟಕ್ಕೂ ಈ ವ್ಯವಸ್ಥೆಯು ಹೇಗಿತ್ತೆಂದರೆ ಗಣಿಕಾರ್ಮಿಕರಿಂದ ಮಧ್ಯವರ್ತಿಗಳ ಮೂಲಕವಾಗಿ ಗ್ರಾಹಕರಿಗೆ ದೊರಕುವ ವಜ್ರಗಳಲ್ಲಿ ಆಯ್ದ ಮಾರಾಟಗಳಿಗೆ ಮಾತ್ರ ರಸೀದಿಯನ್ನು ಮಂಜೂರು ಮಾಡಲಾಗುತ್ತಿತ್ತು. ಈ ಮಧ್ಯವರ್ತಿಗಳಿಗೆ ಸರಕಾರದಿಂದ ಮಾರಾಟ ವ್ಯವಸ್ಥೆಯನ್ನು ನಿಯಂತ್ರಿಸಲು ರಚಿಸಲಾಗಿದ್ದ Diamond Security Corp ಕಾರ್ಪ್ಸ್‌ನಿಂದ (CSD) ಆಸ್ಕಾರ್ಪ್(ASCORP)ನಂತಹ ಸರಕಾರಿ ಸ್ವಾಮ್ಯದ ಸಂಸ್ಥೆಗಳ ಹೆಸರಿನಲ್ಲಿ ಪರವಾನಗಿಗಳನ್ನು ನೀಡುತ್ತಿದ್ದಿದ್ದಲ್ಲದೆ ಈ ಇಡೀ ಪ್ರಕ್ರಿಯೆಯಲ್ಲಿ ಬಡ ಗಣಿಕಾರ್ಮಿಕರನ್ನು ಪರಿಗಣಿಸುವ ರೂಢಿಯೇ ಮಧ್ಯವರ್ತಿಗಳು ಮತ್ತು ಶ್ರೀಮಂತ ವಿದೇಶಿ ಗ್ರಾಹಕರ ನಡುವಿನ ವ್ಯವಹಾರದಲ್ಲಿರಲಿಲ್ಲ. ವಜ್ರಗಳು ಯಾವ ದರದಲ್ಲಿ ಮಾರುಕಟ್ಟೆಯಲ್ಲಿ ಬಿಕರಿಯಾಗುತ್ತಿವೆ ಎಂಬ ಮಾಹಿತಿಯಿಂದ ಕಾರ್ಮಿಕರನ್ನು ದೂರ ಉಳಿಸುವುದು ಮತ್ತು ಈ ಮೂಲಕ ಮಾರುಕಟ್ಟೆಯಲ್ಲಿ ಕಾರ್ಮಿಕರಿಂದ ಉಂಟಾಗಬಹುದಾದ ಹೊಸ ಸ್ಪರ್ಧೆಗಳನ್ನು ಹತ್ತಿಕ್ಕುವುದು ಇದರ ಹಿಂದಿನ ಕುತಂತ್ರವಾಗಿತ್ತು.

ಇತ್ತ ಕಿಂಬರ್ಲಿ ತಂಡದ ನಿರ್ಗಮನದ ನಂತರ ಸರಕಾರಿ ಅಧೀನದ ಪತ್ರಿಕೆಯಾದ 'ಜರ್ನಲ್ ದೆ ಅಂಗೋಲಾ' ನವೆಂಬರ್ 2009ರ ಆವೃತ್ತಿಯಲ್ಲಿ ಈ ಬಗ್ಗೆ ಬರೆಯುತ್ತಾ ಕಿಂಬರ್ಲಿ ಪ್ರಕ್ರಿಯೆಯ ನಿಯಮಾವಳಿಗಳನ್ನು ಅಂಗೋಲಾ ಯಶಸ್ವಿಯಾಗಿ ಅನುಷ್ಠಾನಕ್ಕೆ ತಂದಿದ್ದಲ್ಲದೆ ಇತರ ದೇಶಗಳಿಗೂ ಅಂಗೋಲಾ ಮಾದರಿಯಾಗಲಿದೆ ಎಂದು ತನ್ನ ಬೆನ್ನನ್ನು ತಾನೇ ತಟ್ಟಿಕೊಂಡಿತು. ಒಟ್ಟಿನಲ್ಲಿ ಕಿಂಬರ್ಲಿ ಪ್ರಕ್ರಿಯೆಯ ವ್ಯವಸ್ಥೆಯನ್ನು ಅಂಗೋಲಾ ಸರ್ಕಾರವು ತನ್ನ ಪ್ರಚಾರದ ಅಸ್ತ್ರವನ್ನಾಗಿ ಬಳಸಿಕೊಂಡು ತಕ್ಕಮಟ್ಟಿಗೆ ಯಶಸ್ವಿಯಾಗಿದ್ದಂತೂ ಸತ್ಯ.

ಆದರೆ ಕಿಂಬರ್ಲಿ ಪ್ರಕ್ರಿಯೆಯ ಹುಳುಕುಗಳು ಹೆಚ್ಚು ದಿನ ರಹಸ್ಯವಾಗಿರಲೂ ಇಲ್ಲ. ಕಿಂಬರ್ಲಿ ಸಮಿತಿಯಲ್ಲಿದ್ದ ಸರ್ಕಾರೇತರ ಸಂಸ್ಥೆಯಾದ ಪಾರ್ಟನರ್ಶಿಪ್ ಆಫ್ರಿಕಾ ಕೆನಡಾ / Partnership Africa Canada (PAC) ಬಹಿರಂಗವಾಗಿಯೇ ಅಂಗೋಲಾದ ವಿರುದ್ಧ ದನಿಯೆತ್ತಿ, 'ಕಿಂಬರ್ಲಿ ಪ್ರಕ್ರಿಯೆಯನ್ನು ಅಳವಡಿಸಿಕೊಳ್ಳಲು ಅಂಗೋಲಾ ಸಂಪೂರ್ಣವಾಗಿ ವಿಫಲವಾಗಿದೆ' ಎಂದು ಜರೆಯಿತು. ಅಷ್ಟೇ ಅಲ್ಲದೆ, 'ಮಾನವ ಹಕ್ಕುಗಳ ಬಗ್ಗೆ ಕಳಕಳಿಯುಳ್ಳ ಎಲ್ಲಾ ದೇಶಗಳೂ ಕೂಡ ಅಂಗೋಲಾದಿಂದ ರಫ್ತಾಗುವ ವಜ್ರಗಳನ್ನು ನಿರಾಕರಿಸಬೇಕು' ಎಂದೂ ದೃಢವಾಗಿ ಹೇಳಿತು. ಇನ್ನು ಲಂಡನ್ ಮೂಲದ ಸರ್ಕಾರೇತರ ಸಂಸ್ಥೆಯಾದ ಗ್ಲೋಬಲ್ ವಿಟ್ನೆಸ್ 'ಬ್ಲಡ್ ಡೈಮಂಡ್' ಸಮಸ್ಯೆಯನ್ನು ಕಿಂಬರ್ಲಿ ಸಮಿತಿಯು ಪರಿಣಾಮಕಾರಿಯಾಗಿ ಪರಿಹರಿಸಲು ವಿಫಲವಾಗಿದೆ ಎಂಬುದನ್ನು ಒಪ್ಪಿಕೊಂಡು 2011ರಲ್ಲಿ ಸಮಿತಿಯಿಂದ ಹೊರನಡೆಯಿತು. ಗ್ಲೋಬಲ್ ವಿಟ್ನೆಸ್ ಸಂಸ್ಥೆಯು 'ಬ್ಲಡ್ ಡೈಮಂಡ್'ಗಳ ವಿಚಾರವನ್ನು ಮುನ್ನೆಲೆಗೆ ತಂದು ಜಾಗತಿಕ ಮಟ್ಟದಲ್ಲಿ ಎಲ್ಲರ ಗಮನಸೆಳೆದಿದ್ದಲ್ಲದೆ ಕಿಂಬರ್ಲಿ ಸಮಿತಿಯ ಸ್ಥಾಪನೆಯಲ್ಲಿ ಗಣನೀಯ ಪಾತ್ರವನ್ನು ವಹಿಸಿದ್ದ ಒಂದು ಶಕ್ತಿಯೂ ಹೌದು ಎಂಬುದನ್ನು ಇಲ್ಲಿ ಸ್ಮರಿಸಿಕೊಳ್ಳಲೇಬೇಕು.

ಕಿಂಬರ್ಲಿ ಸಮಿತಿಯಿಂದ ಗ್ಲೋಬಲ್ ವಿಟ್ನೆಸ್ ಸಂಸ್ಥೆಯ ನಿರ್ಗಮನದ ನಂತರ ಕಿಂಬರ್ಲಿ ಸಮಿತಿಯ ಪ್ರಾಮುಖ್ಯತೆಯೇ ಬಹುತೇಕ ಕುಸಿದುಹೋಯಿತು ಎಂದರೆ ಅಚ್ಚರಿಯಿಲ್ಲ. ಆಗಸ್ಟ್ 2011ರಲ್ಲಿ ಜಿಂಬಾವ್ವೆಯ ಗಣಿಪ್ರದೇಶಗಳ ಬಗ್ಗೆ ಬಿಬಿಸಿ ನಡೆಸಿದ್ದ ರೇಡಿಯೋ ಡಾಕ್ಯುಮೆಂಟರಿಯೊಂದರಲ್ಲಿ ಕಿಂಬರ್ಲಿ ಸಮಿತಿಯ ಅಧಿಕಾರಿಗಳು ಗಣಿಪ್ರದೇಶಗಳಲ್ಲಿ ನಡೆಯುವ ಹಿಂಸಾಚಾರ ಮತ್ತು ಹತ್ಯಾಕಾಂಡಗಳ ಬಗ್ಗೆ ತಮಗಿದ್ದ ಪರಿಮಿತ ಜ್ಞಾನದ ಬಗ್ಗೆ ಸ್ವತಃ ಒಪ್ಪಿಕೊಂಡಿದ್ದರು. ಕಿಂಬರ್ಲಿ ಸಮಿತಿಯ ಅಧಿಕಾರಿಗಳು ತಾವು ಭೇಟಿ ನೀಡಿದ್ದ ಬೆರಳೆಣಿಕೆಯ ಪ್ರದೇಶಗಳ ಬಗ್ಗೆ ಮಾತ್ರ ವರದಿ ಸಿದ್ಧಪಡಿಸುತ್ತಿದ್ದರೇ ಹೊರತು ಗಣಿಕಾರಿಕೆಯ ಹೆಸರಿನಲ್ಲಿ ಇತರ ಭಾಗಗಳಲ್ಲಿ ನಡೆಯುತ್ತಿದ್ದ ರಕ್ತಪಾತಗಳ ಬಗ್ಗೆ ಆಳವಾಗಿ ತಿಳಿಯುವ ಅವಕಾಶಗಳಾಗಲೀ, ತರಬೇತಿಗಳಾಗಲೀ ಅವರಿಗಿರಲಿಲ್ಲ. ಹೀಗಾಗಿ ಕಿಂಬರ್ಲಿ ಸಮಿತಿಯನ್ನು ಕೆಲ ದೇಶಗಳು ತಮ್ಮ ಕೈಗೊಂಬೆಗಳಾಗಿಸಿ ಆಟವಾಡುತ್ತಿರುವುದು ಸ್ಪಷ್ಟವಾಗಿತ್ತು.

'ಬ್ಲಡ್ ಡೈಮಂಡ್'ಗಳನ್ನು ಬುಡಸಮೇತ ಕಿತ್ತೊಗೆಯಲು ಸ್ಥಾಪಿಸಲಾಗಿದ್ದ ಕಿಂಬರ್ಲಿ ಪ್ರಕ್ರಿಯೆ ಮತ್ತು ವಜ್ರಗಳ ಕಿಂಬರ್ಲಿ ಪ್ರಮಾಣೀಕರಣ ಪದ್ಧತಿಯು ಜಾಗತಿಕ ರಾಜಕಾರಣಕ್ಕೆ ಬಲಿಯಾಗಿ ದಿಕ್ಕುತಪ್ಪಿದ್ದು ವಿಪರ್ಯಾಸವೇ ಸರಿ. ಒಟ್ಟಿನಲ್ಲಿ ಅಂಗೋಲಾ ಸೇರಿದಂತೆ ಹಲವು ಆಫ್ರಿಕನ್ ದೇಶಗಳ ಅಮೂಲ್ಯ ವಜ್ರಗಳ ಮೇಲೆ ಅಂಟಿಕೊಂಡಿರುವ ನೆತ್ತರಿನ ಕಲೆಯು ಇನ್ನೂ ಉಳಿದಿದೆ. ಬ್ಲಡ್ ಡೈಮಂಡ್‌ಗಳು ಅಂದಿಗೂ ಇಂದಿಗೂ ಬೂದಿ ಮುಚ್ಚಿದ ಕೆಂಡವೇ!

ಅಂಗೋಲಾದ ಬ್ಲಡ್ ಡೈಮಂಡ್ ಭೀಕರತೆಯನ್ನು ಜಾಗತಿಕ ವೇದಿಕೆಯು ಒಂದು ದೊಡ್ಡ ಕಾಡ್ಗಿಚ್ಚಾಗಿ ನೋಡುವ ಭರದಲ್ಲಿ ಅದರ ಹಿಂದಿದ್ದ ಒಂದೊಂದು ಅಪಾಯಕಾರಿ ಕಿಡಿಯನ್ನೂ ಮರೆಯುವುದು ಸಲ್ಲ. ಇಂಥಾ ಹಲವು ಕಿಡಿಗಳ ಒಗ್ಗೂಡುವಿಕೆಯಿಂದಲೇ ಅಂತಾರಾಷ್ಟ್ರೀಯ ಮಟ್ಟದಲ್ಲಿ ಇಂಥದ್ದೊಂದು ಕಿಚ್ಚು, ವ್ಯವಸ್ಥೆಯ ವಿರುದ್ಧದ ಆಕ್ರೋಶ ಭುಗಿಲೆದ್ದಿತ್ತು. ಅಂಗೋಲಾದ ಮಟ್ಟಿಗೆ ಬಂದರೆ ಆ ಕಿಡಿಯ ಹೆಸರೇ ರಫೆಲ್ ಮಾರ್ಕಸ್ ಮೊರಾಯಸ್.

ನೂರಕ್ಕೆ ನೂರು ಪ್ರತಿಶತ ಸರಕಾರಿ ಹಿಡಿತದಲ್ಲಿರುವ ಅಂಗೋಲಾದ ಬಲಹೀನ ಪತ್ರಿಕೋದ್ಯಮದ ಹೊರತಾಗಿಯೂ ಸಲಗದಂತೆ ತನ್ನದೇ ಆದ ಒಂದು ಹಾದಿಯನ್ನು ಸಿದ್ಧಪಡಿಸಿ, ತನಿಖಾ ಪತ್ರಿಕೋದ್ಯಮದ ಕಟು ವರದಿಗಾರಿಕೆಯಿಂದ ಅಂಥಾ ಸರ್ಕಾರವೆಂಬ ಸರ್ಕಾರಕ್ಕೇ ಚಳಿ ಹಿಡಿಸಿದ ವ್ಯಕ್ತಿ ಈತ. ಹೀಗಾಗಿಯೇ ಆತ ಕಾಲಿಟ್ಟಲ್ಲೆಲ್ಲಾ ಕೆಂಡವೇ. ಆದರೆ ವೃತ್ತಿಯ ಆರಂಭದ ದಿನದಿಂದಲೂ ತರುಣ ಮೊರಾಯಸ್‌ನ ದೂರದೃಷ್ಟಿಯು ಬೇರೆಯದ್ದೇ ಆಗಿತ್ತು. ಬಣ್ಣಬಣ್ಣದ ಮಾತುಗಳನ್ನಾಡಿ ದೇಶದ ಸಂಪತ್ತನ್ನು ಸದ್ದಿಲ್ಲದೆ ಕೊಳ್ಳೆಹೊಡೆಯುತ್ತಿರುವವರ ವಿರುದ್ಧ ದನಿಯೆತ್ತಲೆಂದೇ ಆತ ಎಲ್ಲದಕ್ಕೂ ಸಿದ್ಧನಾಗಿಯೇ ಪತ್ರಿಕೋದ್ಯಮಕ್ಕೆ ಕಾಲಿಟ್ಟಿದ್ದ. ಇಲ್ಲವಾದರೆ ಮಾನವ ಹಕ್ಕುಗಳು ಮತ್ತು ಮಾಧ್ಯಮ ಸ್ವಾತಂತ್ರ್ಯಗಳು ಬೆನ್ನುಮೂಳೆಯೇ ಇಲ್ಲದೆ ಮಕಾಡೆ ಮಲಗಿಕೊಂಡಿರುವಂಥಾ ಅಂಗೋಲಾದಲ್ಲಿ ಎಲ್ಲರನ್ನೂ ಎದುರು ಹಾಕಿಕೊಂಡು, ಇಲ್ಲದ ಅಪಾಯಗಳನ್ನು ಮೈಮೇಲೆ ಎಳೆದುಕೊಂಡು ವರದಿಗಾರಿಕೆಯನ್ನು ಮಾಡುವ, ಸತ್ಯವನ್ನು ಬಯಲಿಗೆಳೆಯುವ ದುಸ್ಸಾಹಸಕ್ಕೆ ಬೀಳುವ ದರ್ದು ಈತನಿಗಿರುತ್ತಿರಲಿಲ್ಲ.

ಮೊರಾಯಸ್ ಬರೆದಿರುವ "ಬ್ಲಡ್ ಡೈಮಂಡ್ಸ್: ಕಿಲ್ಲಿಂಗ್ ಆಂಡ್ ಟಾರ್ಚರ್" ಕೃತಿಯನ್ನೇ ಪರಿಗಣಿಸಿದರೆ ಅಂಥದ್ದೊಂದು ಕೃತಿಯನ್ನು ಬರೆಯುವುದು ಅಂಗೋಲಾದಲ್ಲಿ ಸಣ್ಣ ಸಂಗತಿಯೇನೂ ಆಗಿರಲಿಲ್ಲ. ಅಂಗೋಲಾದ ಕುವಾಂಗು ಮತ್ತು ಝೂ-ಮುಟೇಬಾ ಪ್ರದೇಶಗಳಲ್ಲಿ ಅಜಮಾಸು ಎರಡು ವರ್ಷಗಳ ಕಾಲ (ಜೂನ್ 2009 ರಿಂದ ಮಾರ್ಚ್ 2011) ಅಲೆದಿದ್ದ ಮೊರಾಯಸ್ ಗಣಿಗಾರಿಕೆಯ ಮೇಲ್ವಿಚಾರಣೆ ಎಂಬ ಮುಖವಾಡದ ಹಿಂದೆ ಸರಕಾರ, ಮಿಲಿಟರಿ ವ್ಯವಸ್ಥೆ, ಪೊಲೀಸ್ ವ್ಯವಸ್ಥೆ, ಖಾಸಗಿ ಸೆಕ್ಯೂರಿಟಿ ಸಂಸ್ಥೆಗಳು ಮತ್ತು ಕಾರ್ಪೋರೇಟ್ ಕುಳಗಳು ಆಡುತ್ತಿದ್ದ ಅಮಾನುಷ ಆಟಗಳ ಬಗ್ಗೆ ದಾಖಲೆಗಳ ಸಮೇತ ಭಾರೀ ಅಪಾಯಕಾರಿ ಮಾಹಿತಿಗಳನ್ನು ಕಲೆಹಾಕಿದ್ದ. ಈ ನಿಟ್ಟಿನಲ್ಲಿ ಕಾರ್ಮಿಕರನ್ನು, ಹಳ್ಳಿಯ ಮುಖಂಡರನ್ನು, ಸ್ಥಳೀಯ ಪತ್ರಕರ್ತರನ್ನು, ಸರಕಾರಿ / ಸರ್ಕಾರೇತರ ಅಂಗಸಂಸ್ಥೆಗಳನ್ನು, ರಹಸ್ಯ ಮಾಹಿತಿದಾರರನ್ನು, ದೌರ್ಜನ್ಯಕ್ಕೊಳಗಾದ ಸಂತ್ರಸ್ತರನ್ನು, ಸ್ಥಳೀಯ ವಿವಿಧೋದ್ದೇಶ ಪಂಗಡಗಳನ್ನು, ಸಂಬಂಧಿ ಇಲಾಖೆಯ ಸರಕಾರಿ ಅಧಿಕಾರಿಗಳನ್ನು... ಹೀಗೆ ಬಹುತೇಕ ಎಲ್ಲರನ್ನೂ ಎಡತಾಕಿದ್ದ. ಎಲ್ಲಾ ತನಿಖಾ ವರದಿಗಳಂತೆ ಇವುಗಳನ್ನೂ ರಹಸ್ಯವಾಗಿ, ಮೈಯೆಲ್ಲಾ ಕಣ್ಣಾಗಿ ಬಲು ಜಾಗರೂಕತೆಯಿಂದ ಮಾಡಬೇಕಿತ್ತು. ಪ್ರತೀ ಹೆಜ್ಜೆಯೂ ಸದಾ ಜಾಗೃತಾವಸ್ಥೆಯನ್ನೇ ಉಸಿರಾಡಬೇಕಿತ್ತು.

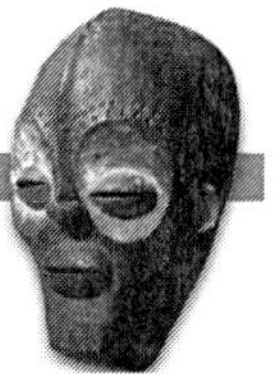

ದುರದೃಷ್ಟವಶಾತ್ ಮೊರಾಯಸ್ ಎಣಿಸಿದ್ದಂತೆ ಅಂಥದ್ದೊಂದು ಅನಾಹುತ ಒಮ್ಮೆ ನಡೆದಿತ್ತು ಕೂಡ. 2011ರ ಫೆಬ್ರವರಿ ತಿಂಗಳಲ್ಲೊಮ್ಮೆ ಮೊರಾಯಸ್ ತಂಗಿದ್ದ ಹೋಟೇಲ್ ಕೋಣೆಯೊಳಕ್ಕೆ ಏಕಾಏಕಿ ನುಗ್ಗುವ ಕೆಲ ಅಧಿಕಾರಿಗಳು ಕೋಣೆಯನ್ನು ಕೂಲಂಕುಷವಾಗಿ ತಪಾಸಣೆಗೊಳಪಡಿಸಿ ಆತನ ಸೂಟ್ ಕೇಸ್ ಮತ್ತು ಎಪ್ಪತ್ತಕ್ಕೂ ಹೆಚ್ಚಿನ ದಾಖಲಾತಿಗಳನ್ನು ತಮ್ಮೊಂದಿಗೆ ಕದ್ದೊಯ್ಯುತ್ತಾರೆ. ನಿಸ್ಸಂದೇಹವಾಗಿಯೂ ಈ ಪೋಲೀಸ್ ದಾಳಿಯಿಂದ ಮೊರಾಯಸ್‌ರಿಗಾದ ನಷ್ಟ ಬಲು ದೊಡ್ಡದು. ಈ 'ಅಧಿಕೃತ' ಸುಲಿಗೆಯಲ್ಲಿ ಲೂಮಾಸ್ ಮೈನಿಂಗ್ ಕಂಪೆನಿ, ಈ ಸಂಸ್ಥೆಯು ಇರಿಸಿಕೊಂಡಿದ್ದ ಖಾಸಗಿ ಭದ್ರತಾ ಸಂಸ್ಥೆ, ಆಲ್ಫಾ ಸೆಕ್ಯೂರಿಟಿ ಕಂಪೆನಿ ಇತ್ಯಾದಿ ಭ್ರಷ್ಟ ಸಂಸ್ಥೆಗಳ ವಿರುದ್ಧ ಮೊರಾಯಸ್ ರಾಶಿಹಾಕಿಟ್ಟಿದ್ದ ದಾಖಲೆಗಳೆಲ್ಲವೂ ನಾಶವಾಗಿದ್ದವು. ಬಹಳಷ್ಟು ದೌರ್ಜನ್ಯ ಮತ್ತು ಕೊಲೆ ಪ್ರಕರಣಗಳಿಗೆ ಸಂಬಂಧಪಟ್ಟಂತೆ ಮೃತರ ಹೆಸರುಗಳು ಮತ್ತು ಇತರೆ ದಾಖಲೆಗಳು, ಅವರ ಕುಟುಂಬಸ್ಥರ ವಿವರಗಳು, ರಹಸ್ಯ ಮಾಹಿತಿದಾರರ ವೈಯಕ್ತಿಕ ಮಾಹಿತಿಗಳು, ದೌರ್ಜನ್ಯದ ಬರ್ಬರತೆಯನ್ನು ಸಾರುತ್ತಿದ್ದ ಛಾಯಾಚಿತ್ರಗಳು ಮತ್ತು ತತ್ಸಂಬಂಧಿ ದಾಖಲಾತಿಗಳು ಅಂದು ಶಾಶ್ವತವಾಗಿ ಮಾಯವಾಗಿದ್ದವು. ಈ ಸಾಕ್ಷ್ಯನಾಶಗಳ ಹಿನ್ನೆಲೆಯಲ್ಲಿ ಈ ಸಂಸ್ಥೆಗಳ ಬಗ್ಗೆ ನಾನು ನನ್ನ ಕೃತಿಯಲ್ಲಿ ಬರೆಯಲಾರೆ ಎನ್ನುತ್ತಾರೆ ಮೊರಾಯಸ್. ಇವೆಲ್ಲದರ ಹೊರತಾಗಿಯೂ ತಮಗೆ ದಕ್ಕಿದ ನೂರಕ್ಕೂ ಹೆಚ್ಚು ಪ್ರಕರಣಗಳ ಬಗ್ಗೆ ತಮ್ಮ ಕೃತಿಯಲ್ಲಿ ವಿವರವಾಗಿ ದಾಖಲಿಸುತ್ತಾರೆ ಮೊರಾಯಸ್.

ಗಣಿಗಾರಿಕೆಯು ನಡೆಯುತ್ತಿದ್ದ ಸ್ಥಳಗಳು ಭೌಗೋಳಿಕವಾಗಿ ಸಾಕಷ್ಟು ದೊಡ್ಡದಾಗಿರುವ ಪರಿಣಾಮವಾಗಿ ತನ್ನ ಸಂಶೋಧನೆಯನ್ನು ಎಲ್ಲಾ ಜಾಗಗಳಿಗೂ ವಿಸ್ತರಿಸುವುದು ಸಹಜವಾಗಿಯೇ ಅವರಿಗಾಗಿರಲಿಲ್ಲ. ಉದಾಹರಣೆಗೆ ಸುಮಾರು ಒಂದೂವರೆ ಲಕ್ಷ ಜನಸಂದಣಿಯಿರುವ ಕುವಾಂಗು ಪ್ರದೇಶದಲ್ಲಿ ಬರೋಬ್ಬರಿ 6800 ಚದರ ಕಿಲೋಮೀಟರ್‌ಗಳಷ್ಟಿನ ಪ್ರದೇಶದಲ್ಲಿ ಗಣಿಗಾರಿಕೆಯ ಚಟುವಟಿಕೆಗಳು ನಡೆಯುತ್ತಿದ್ದವು. ಈ 6800 ಚದರ ಕಿಲೋಮೀಟರ್ ಏರಿಯಾದಲ್ಲಿ ಬರೋಬ್ಬರಿ ಸುಮಾರು 3000 ಚದರ ಕಿಲೋಮೀಟರುಗಳಷ್ಟಿನ ಭಾಗವು ಕೇವಲ ಲೂಮಾಸ್ ಸಂಸ್ಥೆಯ ಹಿಡಿತದಲ್ಲಿರುವ ಭಾಗವಷ್ಟೇ ಆಗಿತ್ತು. ಇನ್ನು ಲುಂಡಾ ನಾರ್ತೆ (ಲುಂಡಾ ಉತ್ತರ) ಮತ್ತು ಲುಂಡಾ ಸೂಲ್ (ಲುಂಡಾ ದಕ್ಷಿಣ) ಪ್ರಾಂತ್ಯಗಳನ್ನು ಒಟ್ಟಿಗೆ ಸೇರಿಸಿದರೆ ಗಣಿಕಾರಿಕೆಯು ಸಕ್ರಿಯವಾಗಿರುವ ಪ್ರದೇಶಗಳ ಒಟ್ಟು ಏರಿಯಾ ಸುಮಾರು ಎರಡು ಲಕ್ಷ ಚದರ ಕಿಲೋಮೀಟರ್‌ಗಳಷ್ಟಾಗುತ್ತವೆ.

ಅಷ್ಟಕ್ಕೂ ಮಾನಸಿಕ ಮತ್ತು ದೈಹಿಕ ಚಿತ್ರಹಿಂಸೆಗಳು, ಲೂಟಿ, ಬರ್ಬರ ಕೊಲೆಗಳು ಮಾತ್ರವೇ ಅಂಗೋಲಾದ ಈ ಭಾಗಗಳ ಜನರಿಗೆ ಒದಗಿ ಬಂದ ಶಾಪಗಳಾಗಿರಲಿಲ್ಲ. ಗಣಿಗಾರಿಕೆಯಲ್ಲಿ ಸೇರಿಕೊಂಡ ಎಲ್ಲಾ ದೈತ್ಯಕುಳಗಳೂ ಸ್ಥಳೀಯರ ಜೀವನೋಪಾಯಕ್ಕೇ ಬೆಂಕಿಯಿಟ್ಟಿದ್ದವು. ಉದಾಹರಣೆಗೆ 1988ರಲ್ಲಿ ಅಂಗೋಲಾದ ನ್ಯಾಷನಲ್ ಪೀಪಲ್ಸ್ ಅಸೆಂಬ್ಲಿಯು ಲುಂಡಾ ನಾರ್ತೆಗೆ ವಿಶೇಷ ಸ್ಥಾನಮಾನವನ್ನು ಕೊಟ್ಟುಬಿಟ್ಟಿತು. ಇಲ್ಲಿಯ ಹಲವು ರಸ್ತೆಗಳನ್ನು ವಿವಿಐಪಿಗಳ ಸಂಚಾರಕ್ಕೆಂದು ಮಾತ್ರ ಘೋಷಿಸಿ ಜನಸಾಮಾನ್ಯರ ಬಳಕೆಯನ್ನು ನಿಷೇಧಿಸಲಾಯಿತು. ಈ ಭಾಗದಲ್ಲಿ ಜನರನ್ನು ಅಥವಾ ಸಾಮಾನುಗಳನ್ನು

ಕೊಂಡೊಯ್ಯುವ ವ್ಯಾಪಾರಿಗಳು ಪ್ರಾಂತೀಯ ಸರ್ಕಾರ ಮತ್ತು ಭದ್ರತಾ ಸಂಸ್ಥೆಗಳಿಂದ ಪರಿಮಿತ ಅವಧಿಗೆ ಅನ್ವಯವಾಗಿರುವ ಪರ್ಮಿಟ್‌ಗಳನ್ನು ಪಡೆಯುವುದನ್ನು ಕಡ್ಡಾಯ ಮಾಡಲಾಯಿತು. ಈ ರಸ್ತೆಗಳ ಆರಂಭ ಮತ್ತು ಅಂತ್ಯಗಳಲ್ಲೂ ಮೈನಿಂಗ್ ಪೊಲೀಸರ ಚೆಕ್ ಪೋಸ್ಟ್‌ಗಳನ್ನಿಟ್ಟು ನಿಗದಿಪಡಿಸಿದ್ದ ಇಂತಿಷ್ಟು ಮೊತ್ತವನ್ನು ಎಲ್ಲರಿಂದಲೂ ಕಸಿದುಕೊಳ್ಳಲಾಯಿತು. ಹಂತಹಂತವಾಗಿ ಎಲ್ಲರಿಗೂ ಸೇರಬೇಕಿದ್ದ ಸಾರ್ವಜನಿಕ ಸ್ವತ್ತುಗಳು ಕೆಲವೇ ಕೆಲವು ಖಾಸಗಿ ವ್ಯಕ್ತಿಗಳ ಮತ್ತು ಸಂಸ್ಥೆಗಳ ವಶವಾಗಿ ಸಾಮಾಜಿಕ ವ್ಯವಸ್ಥೆಯ ತಳವೇ ಅಲ್ಲಾಡತೊಡಗಿತ್ತು.

ಅಸಲಿಗೆ ಎಪ್ಪತ್ತರ ದಶಕದ ಅಂತ್ಯದಲ್ಲೇ ಭೂಮಿಯನ್ನು ಇಷ್ಟಿಷ್ಟಾಗಿ ಕಬಳಿಸುವ ಎಲ್ಲಾ ಯೋಜನೆಗಳೂ ಮೇಲ್ಮಟ್ಟದಲ್ಲಿ ವ್ಯವಸ್ಥಿತವಾಗಿ ನಡೆಯುತ್ತಿದ್ದವು. ನವೆಂಬರ್ 1978ರಲ್ಲಿ ಅಂದಿನ ವ್ಯಾಪಾರ ಸಚಿವರಾಗಿದ್ದ ಪೌಲಿನೋ ಪಿಂಟೋ ಜ್ವಾಂವು ಹೊಸ ಕಾನೂನೊಂದನ್ನು ತಂದು ಲುಂಡಾ ನಾರ್ತೆಯಲ್ಲಿ ನಡೆಯುತ್ತಿದ್ದ ಎಲ್ಲಾ ವಾಣಿಜ್ಯ ಚಟುವಟಿಕೆಗಳಿಗೂ ನಿಷೇಧವನ್ನು ಹೇರಿದ್ದರು. ವಾಣಿಜ್ಯ ಚಟುವಟಿಕೆಗಳನ್ನು ಹೊಂದಿರುವ ಸ್ಥಳಗಳಲ್ಲಿ ವ್ಯವಸ್ಥಿತವಾಗಿ ಗಣಿಗಾರಿಕೆಯನ್ನು ನಡೆಸಲಾಗುವುದಿಲ್ಲ ಎಂಬುದು ಇವರ ಸಮರ್ಥನೆಯಾಗಿತ್ತು. ಒಟ್ಟಿನಲ್ಲಿ ಇಂಥಾ ತಲೆಬುಡವಿಲ್ಲದ ಕಾನೂನುಗಳಿಂದ ದೊಡ್ಡ ಮಟ್ಟಿನ ಹೊಡೆತವನ್ನು ತಿಂದವರು ಸ್ಥಳೀಯ ಕೃಷಿಕರು ಮತ್ತು ಚಿಕ್ಕ ವ್ಯಾಪಾರಸ್ಥರು. ಯಾವ ಹೊತ್ತಿನಲ್ಲಿ ಯಾರು ಬಂದು ಕೃಷಿ ಭೂಮಿಗಳನ್ನು ವಶಪಡಿಸಿಕೊಳ್ಳಲಿದ್ದಾರೆ ಎಂಬುದನ್ನು ತಿಳಿಯಲಾರದ ಅತಂತ್ರ ಪರಿಸ್ಥಿತಿ ಈ ಜನತೆಯದ್ದು. ಕ್ರಮೇಣ ಈ ತುಘಲಕ್ ವ್ಯವಸ್ಥೆಯು ಯಾವ ಹಂತಕ್ಕೆ ಬಂದು ನಿಂತಿತೆಂದರೆ ಮನೆಯ ಬಳಿ ಒಂದು ಶೌಚಾಲಯವನ್ನು ಕಟ್ಟಲೂ ಸ್ಥಳೀಯ ಅಧಿಕಾರಿಗಳಿಂದ ಪರ್ಮಿಟ್ ತೆಗೆದುಕೊಳ್ಳಬೇಕಾದ ದುಸ್ಥಿತಿ ಬಂದುಬಿಟ್ಟಿತು ಎಂದು ದಾಖಲಿಸುತ್ತಾರೆ ಮೊರಾಯಸ್.

1975ರ ಸ್ವಾತಂತ್ರ್ಯಾನಂತರ ಗಣಿಗಾರಿಕೆಯನ್ನು ಸಂಪೂರ್ಣವಾಗಿ ತನ್ನ ಹಿಡಿತಕ್ಕೆ ಪಡೆದುಕೊಂಡ ಆಡಳಿತಾರೂಢ ಎಮ್.ಪಿ.ಎಲ್.ಎ. ಜನಸೇವೆಯ ಮಾತಾಡುತ್ತಲೇ ತನ್ನದೇ ಹೊಸ ಹೊಸ ಕಾನೂನುಗಳನ್ನು ಅನುಷ್ಠಾನಕ್ಕೆ ತರುತ್ತಾ ಎಲ್ಲ ರೀತಿಯಿಂದಲೂ ವಜ್ರೋದ್ಯಮದ ಮೇಲೆ ಸಾರ್ವಭೌಮತ್ವವನ್ನು ಪಡೆಯುವ ಕನಸನ್ನು ಕಾಣುತ್ತಿತ್ತು. ಇತ್ತ ವಿರೋಧಿ ಬಣವಾದ ಯುನಿಟಾ ಗಣಿಪ್ರದೇಶಗಳ ಮೇಲೆ ದಾಳಿ ಮಾಡುತ್ತಾ, ಸಾಗಾಣಿಕೆಯ ಮಾರ್ಗಗಳನ್ನು ಒಂದೊಂದಾಗಿ ಧ್ವಂಸ ಮಾಡುತ್ತಾ, ವಿದೇಶಿ ಅಧಿಕಾರಿಗಳನ್ನು ದೊಡ್ಡ ಮೊತ್ತದ ಹಣಕ್ಕಾಗಿ ಅಪಹರಿಸುತ್ತಾ ತನ್ನ ಗುರಿಯನ್ನು ಸಾಧಿಸುವತ್ತಲೇ ಮಗ್ನವಾಗಿತ್ತು. ಇತ್ತ ವಾಣಿಜ್ಯ, ಕೃಷಿ ಮತ್ತು ಕೊನೆಗೆ ಕಾಲ ಕೆಳಗಿದ್ದ ಭೂಮಿಯೂ ತನ್ನದೆಲ್ಲವೆಂಬಂತೆ ಉಗಿಸಿಕೊಂಡಿದ್ದ ಸ್ಥಳೀಯರು ಸಹಜವಾಗಿಯೇ ಕಂಗಾಲಾಗಿದ್ದರು. ಒಟ್ಟಿನಲ್ಲಿ ತನ್ನ ತಲೆಬುಡವಿಲ್ಲದ ಕಾನೂನುಗಳನ್ನು ಅಳವಡಿಸುವುದರ ಜೊತೆಗೆ ಸ್ಥಳೀಯರ ಜೀವನೋಪಾಯಕ್ಕಾಗಿ ಬದಲಿ ವ್ಯವಸ್ಥೆಯನ್ನು ಮಾಡುವ ಬಗ್ಗೆ ಸರ್ಕಾರವು ಚಿಂತಿಸಲೇ ಇಲ್ಲ. ಹೀಗಾಗಿ ಬಹಳಷ್ಟು ಮಂದಿ ಒಂದೋ ಅಂಗೋಲಾದ ಬೇರೆ ಪ್ರದೇಶಗಳಿಗೆ ಗುಳೆ ಹೋದರು ಅಥವಾ ಅನಿವಾರ್ಯತೆಯಿಂದ ಕಾರ್ಮಿಕರಾಗಿಯೋ, ಮಿಲಿಟರಿ ಅಧಿಕಾರಿಗಳ

ಕೋವಿಯ ಭಯದಿಂದ ಜೀತದಾಳುಗಳಾಗಿಯೋ ದುಡಿಯತೊಡಗಿದರು. ಇನ್ನುಳಿದಿದ್ದ, ಎಲ್ಲೂ ಸಲ್ಲದ ಮಂದಿ ಎಂದಿನಂತೆ ಅಪರಾಧದ ಮಾರ್ಗಕ್ಕಿಳಿಯುವುದು ಸಾಮಾನ್ಯವಾಗಿತ್ತು. ಈ ಮಧ್ಯೆ ಜನರ ಮತ್ತು ವ್ಯವಸ್ಥೆಯ ನಡುವೆ ಆಗಾಗ ಅಲ್ಲಲ್ಲಿ ನಿರಂತರ ತಿಕ್ಕಾಟಗಳೂ ಕೂಡ ನಡೆಯುತ್ತಿದ್ದವು ಎಂಬುದನ್ನು ಪ್ರತ್ಯೇಕವಾಗಿ ಹೇಳಬೇಕಾಗಿಲ್ಲವೇನೋ. ಆದರೆ ಅಂಥಾ ಪ್ರಕರಣಗಳ್ಯಾವುವೂ ವರದಿಯಾಗಲಿಲ್ಲ ಎಂಬುದು ಮಾತ್ರ ಅಂಗೋಲಾದ ಮಟ್ಟಿಗೆ ಅಚ್ಚರಿಯ ಸಂಗತಿಯೇನಲ್ಲ.

ಬ್ಲಡ್ ಡೈಮಂಡ್‌ಗಳ ಬಗ್ಗೆ ಕೃತಿಯನ್ನು ಪ್ರಕಟಿಸಿ ಮೊರಾಯಸ್ ಮಾಡಿದ ಮೊಟ್ಟಮೊದಲ ಕೆಲಸವೆಂದರೆ ಮಿಲಿಟರಿ ಸೇರಿದಂತೆ ಒಂಭತ್ತು ಹಿರಿಯ ಅಂಗೋಲನ್ ಅಧಿಕಾರಿಗಳ ವಿರುದ್ಧ ಕ್ರಿಮಿನಲ್ ಮೊಕದ್ದಮೆ ಹೂಡಿದ್ದು. ಗಣಿಗಾರಿಕೆಯ ಹೆಸರಿನಲ್ಲಿ ನಡೆಯುತ್ತಿದ್ದ ಎಲ್ಲಾ ಅಪರಾಧಗಳನ್ನೂ ಪಟ್ಟಿ ಮಾಡಿ, ಅದಕ್ಕೆ ತಕ್ಕಂತೆ ಈ ಭಾರೀಕುಳಗಳ ವಿರುದ್ಧ ಮೊಕದ್ದಮೆ ಹೂಡಿದ್ದ ಮೊರಾಯಸ್ ಈಗ ದೊಡ್ಡ ಮಟ್ಟಿನಲ್ಲಿ ತೊಡೆ ತಟ್ಟಿ ಕಣಕ್ಕಿಳಿದಿದ್ದರು. ಆದರೆ ಎಂದಿನಂತೆ ಅಂಗೋಲಾದ ಅಟಾರ್ನಿ ಜನರಲ್ ದಿನಾಂಕಗಳನ್ನು ಮುಂದೂಡುತ್ತಾ, ಸರಕಾರದ ವಿರುದ್ಧ ಮಾಡಲಾಗಿದ್ದ ಆರೋಪಗಳನ್ನು ಅಲ್ಲಗಳೆಯುತ್ತಾ ಸಾಕಷ್ಟು ಕಾಲಹರಣ ಮಾಡುವುದರಲ್ಲಿ ಯಶಸ್ವಿಯಾಗಿದ್ದರು.

ಇತ್ತ ಈ ಕ್ಷಣವನ್ನು ಸದುಪಯೋಗಪಡಿಸಿಕೊಳ್ಳುವ ಆರೋಪಿಗಳು ಪೋರ್ಚುಗಲ್‌ನಲ್ಲಿ ಲೇಖಕ ಮತ್ತು ಪ್ರಕಾಶಕರ ವಿರುದ್ಧ ಮಾನನಷ್ಟ ಮೊಕದ್ದಮೆಯನ್ನು ಹೂಡಿ ಅವರ ನೈತಿಕ ಸ್ಥೈರ್ಯವನ್ನು ಕುಗ್ಗಿಸುವ ಪ್ರಯತ್ನವನ್ನೂ ಮಾಡುತ್ತಾರೆ. ಆದರೆ ಒಂದು ರೀತಿಯಲ್ಲಿ ಇದು ಮೊರಾಯಸ್ ರವರಿಗೆ ಅನುಕೂಲವಾಗಿಯೇ ಪರಿಣಮಿಸಿತ್ತು. ಖ್ಯಾತ ವಕೀಲರುಗಳನ್ನೊಳಗೊಂಡ 'ದ ಇಂಟನ್ರ್ಯಾಷನಲ್ ಸೀನಿಯರ್ ಲಾಯರ್ಸ್ ಪ್ರಾಜೆಕ್ಟ್' ಮೊರಾಯಸ್ ಬೆನ್ನಿಗೆ ನಿಂತು ಅವರ ಪರವಾಗಿ ವಾದ ಮಾಡಲು ವಕೀಲರೊಬ್ಬರನ್ನು ನೇಮಿಸುತ್ತದೆ. ಇದರ ಬೆನ್ನಿಗೇ ತ್ವರಿತಗತಿಯಲ್ಲಿ ವಿಚಾರಣೆಗಳು ಮುಗಿದು ಸಾಕ್ಷ್ಯಾಧಾರಗಳ ಕೊರತೆಯಿಂದಾಗಿ ಮೊರಾಯಸ್ ವಿರುದ್ಧ ಹೂಡಲಾಗಿದ್ದ ಮೊಕದ್ದಮೆಗಳು ಖುಲಾಸೆಯಾಗುತ್ತವೆ. ಹೀಗೆ ಮೊರಾಯಸ್ ಮೊದಲ ಹಂತದ ಯುದ್ಧದಲ್ಲಿ ವಿಜಯಿಯಾಗಿ ಹೊರಬಂದಿರುತ್ತಾರೆ. ಮುಂದೆ ಪೋರ್ಚುಗಲ್‌ನಲ್ಲಿ ನಡೆದ ಮುಖಭಂಗದಿಂದಾಗಿ ಎಚ್ಚೆತ್ತುಕೊಳ್ಳುವ ಅಧಿಕಾರಿಗಳು ಮತ್ತೆ ಅಂಗೋಲಾದಲ್ಲಿ ಮೊರಾಯಸ್‌ರ ವಿರುದ್ಧ ಮೊಕದ್ದಮೆಗಳನ್ನು ಹೂಡಿ ಅವರನ್ನು ಕಾನೂನಿನ ನೆಲೆಯಲ್ಲಿ ಕಟ್ಟಿಹಾಕುವ ವ್ಯವಸ್ಥಿತ ಪ್ರಯತ್ನಗಳಿಗೂ ಮುಂದಾಗುತ್ತಾರೆ.

ಅಷ್ಟಕ್ಕೂ ಇಂಥಾ ಬೆಳವಣಿಗೆಗಳು ಅವರಿಗೆ ಹೊಸದೇನಲ್ಲ. ಮೊರಾಯಸ್ ಮೊಟ್ಟ ಮೊದಲು ಬಂಧನಕ್ಕೊಳಗಾಗಿದ್ದು 2000ನೇ ಇಸವಿಯಲ್ಲಿ. ಪೊಲೀಸ್ ವ್ಯವಸ್ಥೆಯನ್ನು 'ಸರ್ವಾಧಿಕಾರಿ ವ್ಯವಸ್ಥೆಯ ಲಿಪ್‌ಸ್ಟಿಕ್' ಎಂದು ಸಾಪ್ತಾಹಿಕ ಪತ್ರಿಕೆಯೊಂದಕ್ಕೆ ತನ್ನ ಲೇಖನದಲ್ಲಿ ಕಟುವಾಗಿ ಬರೆದಿದ್ದ ಮೊರಾಯಸ್ ಆಗಿನ ರಾಷ್ಟ್ರಾಧ್ಯಕ್ಷರಾಗಿದ್ದ ಡಿ ಸಾಂತುಸ್‌ರನ್ನು ತೀವ್ರವಾಗಿ ತರಾಟೆಗೆ ತೆಗೆದುಕೊಂಡಿದ್ದರು. ಇದಾದ ಮೂರು ತಿಂಗಳಿಗೇ ರಾಷ್ಟ್ರಾಧ್ಯಕ್ಷರನ್ನು ಅವಹೇಳನ ಮಾಡಿದ ಆರೋಪದ ಮೇಲೆ ಅವರನ್ನು

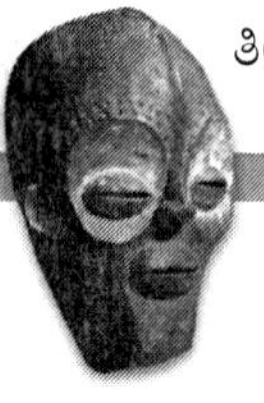

ಸೆರೆಮನೆಗಟ್ಟಲಾಗಿತ್ತು. ಈ ಪ್ರಕರಣವು ಇನ್ನೇನು ತೆರೆಮರೆಗೆ ಸರಿಯಬೇಕಿದೆ ಅನ್ನುವಷ್ಟರಲ್ಲಿ 2001ರಲ್ಲಿ ಮೊರಾಯಸ್ ಮತ್ತೊಮ್ಮೆ ಬಂಧನಕ್ಕೊಳಗಾಗಿದ್ದರು. ಬಿಬಿಸಿ ವರದಿಗಾರನಾಗಿದ್ದ ಜಸ್ಟಿನ್ ಪಿಯರ್ಸ್ ಜೊತೆಗೆ ಲುವಾಂಡಾದ ಹೊರಭಾಗದಲ್ಲಿದ್ದ ಪುನರ್ವಸತಿ ಶಿಬಿರಕ್ಕೆ ಭೇಟಿ ಕೊಟ್ಟು ಅಲ್ಲಿದ್ದ ಜನಸಂದಣಿಯನ್ನು ಮಾತನಾಡಿಸಿದರು ಎಂಬ ಕಾರಣಕ್ಕೆ ಅವರನ್ನು ಬಂಧಿಸಲಾಗಿತ್ತು. ಹಾಗೆ ನೋಡಿದರೆ ವಿದೇಶಿ ನ್ಯಾಯಾಲಯವೊಂದರಲ್ಲಿ ಮೊಟ್ಟಮೊದಲ ಬಾರಿಗೆ ಮೊರಾಯಸ್ ವಿಚಾರಣೆಗೊಳಪಟ್ಟಿದ್ದು ಈ ಪ್ರಕರಣದಲ್ಲೇ. ಅಂತೂ ಅವರ ವಿವಾದಾತ್ಮಕ ಕೃತಿಯಾದ "ಬ್ಲಡ್ ಡೈಮಂಡ್ಸ್: ಕಿಲ್ಲಿಂಗ್ ಆಂಡ್ ಟಾರ್ಚರ್" ನಿಂದಾಗಿ ಇದಕ್ಕೂ ಮುನ್ನುಡಿ ಬರೆಯುವಂತಾಯಿತು.

1992ರಲ್ಲಿ ಅಂಗೋಲನ್ ಸರ್ಕಾರಿ ಸ್ವಾಮ್ಯದ ಮಾಧ್ಯಮ ಸಂಸ್ಥೆಯಾದ 'ಜರ್ನಲ್ ದೆ ಅಂಗೋಲಾ'ದಲ್ಲಿ ಪತ್ರಕರ್ತನಾಗಿ ತನ್ನ ಪಯಣವನ್ನು ಆರಂಭಿಸಿದ ಮೊರಾಯಸ್ ತನ್ನ ದಿಟ್ಟ ವರದಿಗಾರಿಕೆಯಿಂದ ಅಂದಿನಿಂದ ಇಂದಿನವರೆಗೂ ಎಲ್ಲಾ ಹಂತಗಳಲ್ಲೂ ಹೊಡೆತವನ್ನೇ ತಿಂದವರು. ಅನುದಿನವೂ ವ್ಯವಸ್ಥೆಯ ಕೆಂಗಣ್ಣಿನ ರಾಡಾರಿನಲ್ಲೇ ಬದುಕಿದವರು. ಆದರೆ ಈ ಯಾವ ಬೆದರಿಕೆಗಳೂ, ದಾಳಿಗಳೂ, ಸವಾಲುಗಳೂ ಕೂಡ ಅವರನ್ನು ತನ್ನೆದುರಿಗಿನ ಗುರಿಯಿಂದ ಕದಲಿಸಿಲ್ಲ. ಇನ್ನು ತನ್ನ ವೃತ್ತಿಯನ್ನು ಸಾಮಾಜಿಕ ಬದಲಾವಣೆಗಳನ್ನು ತರುವ ಒಂದು ಸಾಧನವಾಗಿ ಯಶಸ್ವಿಯಾಗಿ ಬಳಸಿಕೊಂಡ ಶ್ರೇಯಸ್ಸೂ ಇವರಿಗೆ ಸಲ್ಲತಕ್ಕದ್ದು. ಮೊರಾಯಸ್‌ರವರ ಇಂಥಾ ಉನ್ನತ ಮೌಲ್ಯಗಳೇ ಸಮಕಾಲೀನ ಮಾಧ್ಯಮರಂಗದಲ್ಲಿ ಅವರಿಗೊಂದು ಒಳ್ಳೆಯ ಹೆಸರನ್ನು ನೀಡಿದೆ. ಪೆರ್ಸಿ ಕೊಬೋಝಾ ಪುರಸ್ಕಾರ, ಸಿವಿಲ್ ಕರೇಜ್ ಪುರಸ್ಕಾರ, ಅಲಾಡ್ ಪ್ರೈಝ್ ಇತ್ಯಾದಿ ಅಂತಾರಾಷ್ಟ್ರೀಯ ಪುರಸ್ಕಾರಗಳು ಅವರನ್ನು ಹುಡುಕಿಕೊಂಡು ಬಂದಿವೆ. ಮೇ 2018ರಲ್ಲಿ ಇಂಟನ್ರ್ಯಾಷನಲ್ ಪ್ರೆಸ್ ಇನ್ಸ್ಟಿಟ್ಯೂಟ್ ಮೊರಾಯಸ್‌ರನ್ನು ವರ್ಲ್ಡ್ ಪ್ರೆಸ್ ಫ್ರೀಡಮ್ ಹೀರೋ ಪ್ರಶಸ್ತಿಯನ್ನು ನೀಡಿ ಗೌರವಿಸಿತು.

ಪ್ರಸ್ತುತ ಮಾರ್ಕಸ್ ಮೊರಾಯಸ್ 'ಮಕಾ ಅಂಗೋಲಾ' ಎಂಬ ಭ್ರಷ್ಟಾಚಾರ ವಿರೋಧಿ ಅಂತರ್ಜಾಲ ತಾಣದ ಮುಖ್ಯಸ್ಥರಾಗಿರುವುದಲ್ಲದೆ ಇತರ ಜನಪರ ಚಟುವಟಿಕೆಗಳಲ್ಲೂ ಎಂದಿನಂತೆ ಸಕ್ರಿಯರಾಗಿದ್ದಾರೆ.

ಮರಳಿ ಮಣ್ಣಿಗೆ

ಅಂಗೋಲಾದ ಒಂದೊಂದೇ ಗ್ರಾಮಗಳನ್ನು ಸ್ಥಳೀಯ ಸರಕಾರಿ ಇಲಾಖೆಯೊಂದಕ್ಕೆ ಅಧಿಕೃತವಾಗಿ ಹಸ್ತಾಂತರಿಸುತ್ತಲೇ ನಮ್ಮ ಪಾಲಿನ ಅಂಗೋಲಾ ದಿನಗಳು ಕೊನೆಯಾಗುತ್ತಿರುವ ಸೂಚನೆಯು ಹಿಂದೆಂದಿಗಿಂತಲೂ ಸ್ಪಷ್ಟವಾಗಿ ನಮಗೆ ಕಾಣಿಸುತ್ತಿದ್ದವು.

ಅಷ್ಟಕ್ಕೂ ಈವರೆಗೆ ನಾವು ಭಾರತಕ್ಕೆ ಮರಳಬೇಕಿತ್ತು ಎಂಬ ಮಾತುಗಳು ಆಗಲೇ ನಮ್ಮ ವಲಯದಲ್ಲಿ ಕೇಳತೊಡಗಿದ್ದವು. ಎಡೆಬಿಡದ ಮಳೆಯಿಂದಾಗಿ ಬೇಗನೆ ಮುಗಿಸಬೇಕಿದ್ದ ಕಾಮಗಾರಿ ಕೆಲಸಗಳು ಮೂರು ತಿಂಗಳುಗಳ ಕಾಲ ವಿಳಂಬವಾಗಿದ್ದನ್ನು ಹೊರತುಪಡಿಸಿದರೆ ಬಹುತೇಕ ಎಲ್ಲವೂ ನಿಗದಿತ ವೇಳಾಪಟ್ಟಿಯಂತೆಯೇ ನಡೆಯುತ್ತಿತ್ತು. ಮಳೆಯು ಸಂಪೂರ್ಣವಾಗಿ ಇಳಿದ ನಂತರವಂತೂ ಕೆಲಸದ ವೇಗಕ್ಕೆ ಮತ್ತಷ್ಟು ಶಕ್ತಿಯೂ ಬಂದು ಆಗಬೇಕಿದ್ದ ಕಾರ್ಯಗಳು ತ್ವರಿತಗತಿಯಲ್ಲಿ ಮುಂದೆ ಸಾಗಿದವು. ಇನ್ನು ಒಂದೆರಡು ತಿಂಗಳುಗಳ ಸಂಬಳವು ವಿಳಂಬವಾಗಿ ಕೈಸೇರಿತೆಂಬ ಕಾರ್ಮಿಕರ ದೂರುಗಳನ್ನು, ಮುಷ್ಕರಗಳನ್ನು ಅಂಗೋಲಾದ ಮೂಲೆಯೊಂದರಲ್ಲಿ ಕುಳಿತು ಬೆಲ್ಜಿಯಂ-ಪೋರ್ಚುಗಲ್-ನ್ಯೂಯಾರ್ಕ್ ಜಪ ಜಪಿಸುತ್ತಾ ಸಂಭಾಳಿಸುವಷ್ಟರಲ್ಲಿ ನನ್ನನ್ನು ಬಿಟ್ಟು ಉಳಿದವರೆಲ್ಲರಿಗೂ ಸಾಕುಸಾಕಾಗಿತ್ತು. ನನ್ನೊಂದಿಗಿದ್ದ ಹಿರಿಯ ಸಹೋದ್ಯೋಗಿಗಂತೂ ಅದ್ಯಾವಾಗ ಭಾರತ ತಲುಪುತ್ತೇನೋ ಎಂಬಂತೆ ನಿತ್ಯವೂ ಶತಪಥ ತಿರುಗುವುದೇ ಕೆಲಸವಾಗಿಬಿಟ್ಟಿತ್ತು. ಅಚ್ಚರಿಯೆಂದರೆ ಜೊತೆಗಿದ್ದ ಬಿಳಿಯ ಪೋರ್ಚುಗೀಸರೂ ಕೂಡ ಆದಷ್ಟು ಬೇಗ ಅಂಗೋಲಾ ಯೋಜನೆಯ ಕೆಲಸವನ್ನು ಮುಗಿಸಿ ಅಲ್ಲಿಂದ ಕಾಲ್ಕೀಳಲು ಉತ್ಸುಕರಾಗಿರುವಂತೆ ಕಂಡರು. ಅಂತೂ ಇವರೆಲ್ಲರ ಮಧ್ಯೆ ನಾನೊಬ್ಬ ಮಾತ್ರ ವಿಚಿತ್ರ ಅಪವಾದದಂತೆ ಜೀವಿಸುತ್ತಿದ್ದೆ.

"ನೀವ್ಯಾವಾಗ ಭಾರತಕ್ಕೆ ಮರಳುವುದು?", ಎಂಬುದು ಎಲ್ಲರ ಪ್ರಶ್ನೆಯಾಗಿದ್ದರೆ ನನ್ನ ಕ್ಷಣಗಳಂತೂ ಅಂಗೋಲಾದಲ್ಲಿ ಮತ್ತಷ್ಟು ದಿನಗಳು ಸಿಗಬಾರದೆ ಎಂಬ ನಿರೀಕ್ಷೆಯಲ್ಲಿ ಸಾಗುತ್ತಿದ್ದವು. ಅಂಗೋಲಾ ವಲಯದಲ್ಲಂತೂ ಇದು ಎಲ್ಲರಿಗೂ ಆಶ್ಚರ್ಯಕರವಾಗಿದ್ದ ಸಂಗತಿಯೂ ಹೌದಾಗಿತ್ತು. ನನ್ನ ಪೋರ್ಚುಗೀಸ್ ಮತ್ತು ಸ್ಪ್ಯಾನಿಷ್ ಸಹೋದ್ಯೋಗಿಗಳು ವರ್ಷಕ್ಕೆ ಮೂರು ಬಾರಿ ತಮ್ಮ ತಾಯ್ನಾಡಿಗೆ ಹೋಗಿಬರುತ್ತಿದ್ದರೆ ನಾನು ಮಾತ್ರ ವರ್ಷಕ್ಕೊಮ್ಮೆಯಷ್ಟೇ ಹೋಗಿಬರುತ್ತಾ ಅದೇನೂ ದೊಡ್ಡ ಸಂಗತಿಯಲ್ಲವೆಂಬಂತೆ ವ್ಯವಹರಿಸುತ್ತಿದ್ದೆ. ಒಟ್ಟಿನಲ್ಲಿ ನಮ್ಮ ಡೇರೆಗಳು ದಿನ ಕಳೆದಂತೆ ಖಾಲಿಯಾಗುತ್ತಾ ಹೋದವು. ಒಬ್ಬೊಬ್ಬರೇ ಅಧಿಕಾರಿಗಳು ಮರಳುತ್ತಿದ್ದಂತೆಯೇ ಕ್ಯಾಂಪಸ್ಸು ಭಣಗುಡಲಾರಂಭಿಸಿತ್ತು. ಇಂದಲ್ಲಾ ನಾಳೆ ಎಲ್ಲರೂ ಹೊರಹೋಗಲೇಬೇಕೆಂಬ ಸತ್ಯವನ್ನು ಮತ್ತೆ ಮತ್ತೆ ಎಚ್ಚರಿಸುವಂತೆ ಆ ಖಾಲಿತನಗಳು ನಮ್ಮನ್ನು ಕಾಡಿದವು. ಬೇರೆ ಆಯ್ಕೆಗಳೇ ಇಲ್ಲದೆ ಮತ್ತೆ ದೆಹಲಿಯಲ್ಲಿ ಬೇರೂರುವ ನಿಟ್ಟಿನಲ್ಲಿ ನಾನು ಮಾನಸಿಕವಾಗಿ ಸಿದ್ಧತೆಗಳನ್ನು ಮಾಡಿಕೊಳ್ಳತೊಡಗಿದೆ.

ಇವೆಲ್ಲದರ ಮಧ್ಯದಲ್ಲೇ ಕೆಲ ಆಘಾತಕಾರಿ ಸುದ್ದಿಗಳು ತಣ್ಣಗಿನ ಕ್ರೌರ್ಯವುಳ್ಳ ಬೆದರಿಕೆಯಂತೆ ನಮ್ಮನ್ನು ತಲುಪತೊಡಗಿದ್ದವು. ವೀಜ್ ಪ್ರಾಂತ್ಯದ ಕೆಲ ಭಾಗಗಳಲ್ಲಿ ಕಾಲರಾ ಮಹಮ್ಮಾರಿಯ ಆಗಮನವಾಗಿತ್ತು. ವಿಶ್ವಸಂಸ್ಥೆಯ ಕೆಲ ತಂಡಗಳೂ ಕೂಡ ಈ ನಡುವೆ ಬಂದುಹೋಗಿದ್ದವಂತೆ. ಇನ್ನೇನು ನಾವು ಭಾರತಕ್ಕೆ ಮರಳಲು ಕೆಲವೇ ವಾರಗಳು ಉಳಿದಿವೆ ಎಂಬಷ್ಟರಲ್ಲಿ ಪಕ್ಕದ ಕಾಂಗೋದಲ್ಲಿ ಎಬೋಲಾ ಖಾಯಿಲೆಯ ಕೆಲ ಪ್ರಕರಣಗಳು ಪತ್ತೆಯಾಗಿದ್ದವು. ಮುಂದೆ ಕೆಲ ಬೆರಳೆಣಿಕೆಯ ಎಬೋಲಾ ಪ್ರಕರಣಗಳು ಅಂಗೋಲಾದಲ್ಲೂ ಪತ್ತೆಯಾದವೆಂದು ಸರಕಾರಿ ಸ್ವಾಮ್ಯದ ಸುದ್ದಿವಾಹಿನಿಯೊಂದು ವರದಿ ಮಾಡಿತು. ಈ ಗೊಂದಲಗಳ ಮಧ್ಯೆ ನಮಗೆ ಸಮಾಧಾನವನ್ನು ತಂದಿದ್ದ ಏಕೈಕ ಅಂಶವೆಂದರೆ ಎಬೋಲಾ ಖಾಯಿಲೆಯು ಕಾಂಗೋದಲ್ಲಿ ಪತ್ತೆಯಾಗಿದ್ದಾಗಲಿ, ಅಂಗೋಲಾದಲ್ಲಿ ಪತ್ತೆಯಾಗಿದ್ದಾಗಲಿ ಭಾರತೀಯ ಮಾಧ್ಯಮಗಳಲ್ಲಿ ಸುದ್ದಿಯಾಗಲಿಲ್ಲ. ಹೀಗಾಗಿ ಭಾರತದಲ್ಲಿದ್ದ ಬಂಧುಮಿತ್ರರು, ಹಿತೈಷಿಗಳು ಈ ಊಹಾಪೋಹಗಳಿಗೆ ಕಿವಿಯಾಗಿ ನಮ್ಮ ಮೇಲೆ ಬರಬಹುದಾಗಿದ್ದ ಮತ್ತಷ್ಟು ಒತ್ತಡಗಳು ಇಲ್ಲವಾದಂತಾಗಿತ್ತು.

ಸರಕಾರಿ ಯೋಜನೆಗಳು ಯಾವತ್ತೂ ಸಮಯಕ್ಕೆ ಸರಿಯಾಗಿ ಕೊನೆಯಾಗುವುದಿಲ್ಲ ಎಂಬ ಕ್ಲೀಷೆಗಳ ನಡುವೆಯೇ ವಿಶ್ವ ಬ್ಯಾಂಕ್ ಪ್ರಾಯೋಜಿತ ನಮ್ಮ ಅಂಗೋಲಾ ಯೋಜನೆಯು ನಿರೀಕ್ಷೆಗೂ ಮೀರಿ ಯಶಸ್ವಿಯಾಗಿತ್ತು. ಹಲವು ಗ್ರಾಮಗಳ ಮನೆಗಳಲ್ಲಿ ಆಗಲೇ ನಲ್ಲಿ ನೀರಿನ ಸೌಲಭ್ಯಗಳು ಆರಂಭವಾಗಿ ಗ್ರಾಮಸ್ಥರ ಮೊಗದಲ್ಲಿ ಮಂದಹಾಸವನ್ನು ಮೂಡಿಸಿತ್ತು. ಈ ಸೌಲಭ್ಯಗಳು ಇನ್ನೂ ಶುರುವಾಗಿಲ್ಲದ ಗ್ರಾಮಗಳಲ್ಲಿ ತತ್ಸಂಬಂಧೀ ಕಾರ್ಯಗಳು ಕೊನೆಯ ಹಂತದಲ್ಲಿದ್ದು ಒಳ್ಳೆಯ ನಿರೀಕ್ಷೆಯನ್ನು ಅಂಗೋಲನ್ ನಾಗರಿಕರಲ್ಲೂ ಸೇರಿದಂತೆ ನಮ್ಮೆಲ್ಲರಲ್ಲೂ ಹುಟ್ಟುಹಾಕಿದ್ದವು. ಇನ್ನು ಇವೆಲ್ಲದಕ್ಕೂ ಕಿರೀಟವಿಟ್ಟಂತೆ ಅಂಗೋಲಾದ ಮತ್ತಷ್ಟು ಗ್ರಾಮಗಳಿಗೆ ಕುಡಿಯಲು ನಲ್ಲಿ ನೀರಿನ ಸೌಲಭ್ಯಗಳು ಲಭ್ಯವಾಗುವಂತೆ ಸ್ಥಳೀಯ ಸರ್ಕಾರಿ ಇಲಾಖೆಯು ಮೂರನೇ ಹಂತದ ಯೋಜನೆಯನ್ನು ಹುಟ್ಟುಹಾಕಿದ್ದಲ್ಲದೆ ಅದರ ಅನುಷ್ಠಾನಕ್ಕಾಗಿ ಹೊಸದೊಂದು ಸಂಸ್ಥೆಯನ್ನು ಆಯ್ಕೆ ಮಾಡುವಲ್ಲಿಯೂ ಯಶಸ್ವಿಯಾಗಿತ್ತು.

ಇದರಿಂದಾಗಿ ಬೆರಳೆಣಿಕೆಯ ಗ್ರಾಮಗಳಿಗೆ ಈಗಾಗಲೇ ಕುಡಿಯುವ ನೀರಿನ ಸೌಲಭ್ಯವನ್ನು ಒದಗಿಸುತ್ತಿದ್ದ ಕೊಳವೆ ಜಾಲಗಳು ಮತ್ತಷ್ಟು ಹರಡಿಕೊಂಡು ಪ್ರಾಂತ್ಯದ ಉಳಿದ ಭಾಗಗಳ ನಾಗರಿಕರನ್ನೂ ಯೋಜನೆಯ ಫಲಾನುಭವಿಗಳಾಗಿ ಮಾಡುವತ್ತ ಹೊರಟು ನಿಂತಿತ್ತು.

ಅಂತೂ ವಿಶ್ವ ಫುಟ್ಬಾಲ್ ಪಂದ್ಯಾವಳಿಯ ನಿಮಿತ್ತ ಅಂಗೋಲಾ ಸೇರಿದಂತೆ ವಿಶ್ವದೆಲ್ಲೆಡೆಗಿನ ಫುಟ್ಬಾಲ್ ಪ್ರಿಯರು ವ್ಯಸ್ತವಾಗಿರುವಾಗಲೇ ನಾವು ಮರಳಿ ಭಾರತದತ್ತ ಪ್ರಯಾಣ ಬೆಳೆಸಿದ್ದೆವು. ನಮ್ಮ ಅಂಗೋಲಾ ಅವಧಿಯುದ್ದಕ್ಕೂ ಪೋರ್ಚುಗೀಸರಿಗೆ ಹೋಲಿಸಿದರೆ ಸ್ನೇಹಜೀವಿಗಳಾಗಿದ್ದ ನಾವು ಭಾರತೀಯರು ಸ್ಥಳೀಯ ಅಂಗೋಲನ್ನರಿಗೆ ನಿಜಕ್ಕೂ ಹತ್ತಿರವಾಗಿದ್ದೆವು. ಆ ಭಾವಗಳೆಲ್ಲಾ ನಮ್ಮ ಅಂಗೋಲಾ ಗೂಡಿನಿಂದ ಕೊನೆಯ ಬಾರಿಗೆ ಹೊರಡುವಾಗ ಸ್ಥಳೀಯರಲ್ಲಿ ಜೀವೋಲ್ಲಾಸದಂತೆ ಕಂಡವು. ಇನ್ನು ಎರಡೂವರೆ ವರ್ಷಗಳಿಂದ ನನ್ನನ್ನು ಬಿಡದೆ ಕಾಡಿದ, ನನ್ನ ಅಚ್ಚರಿಗಳ ಪಾಂಡೋರಾ ಡಬ್ಬವಾಗಿದ್ದ ವೀಜ್-ಲುವಾಂಡಾ ರಸ್ತೆಯಲ್ಲಿ ಕೊನೆಯ ಬಾರಿ ಪ್ರಯಾಣಿಸುವಾಗ ಆ ಇಡೀ ರಸ್ತೆ ಪ್ರಯಾಣದ ಅನುಭೂತಿಯೇ ನಮಗೆ ವಿದಾಯ ಕೋರಿದಂತಾಗಿ ಮನಸ್ಸು ಭಾರವಾಗಿದ್ದಂತೂ ಹೌದು.

"ಅಂಗೋಲಾದಂತಹ ಪ್ರದೇಶಗಳಲ್ಲಿ ಅದ್ಹೇಗೆ ನೀವು ಅಷ್ಟು ಹಾಯಾಗಿದ್ರಿ?", ಎಂಬ ಪ್ರಶ್ನೆಯನ್ನು ಹಲವರಿಂದ ಅದೆಷ್ಟೋ ಬಾರಿ ನಾನು ಕೇಳಿದ್ದೇನೆ. ಅಂಗೋಲನ್ನರನ್ನೂ ಸೇರಿದಂತೆ ಎಲ್ಲರಿಗೂ ಇದು ಭಲೇ ಕೌತುಕದ ಸಂಗತಿಯಾಗಿದ್ದಂತೂ ಸತ್ಯ. ಅಸಲಿಗೆ ಮೆಟ್ರೋಪಾಲಿಟನ್ ಜನಜೀವನ, ಶಾಪಿಂಗ್ ಮಾಲ್‌ಗಳು, ಮಲ್ಟಿಪ್ಲೆಕ್ಸ್‌ಗಳು, ಮುಗಿಯದ ಟ್ರಾಫಿಕ್... ಇವೆಲ್ಲವುಗಳಿಂದ ಹೊರತಾದ ಜೀವನವನ್ನೇ ನಾನು ಹೆಚ್ಚು ಆಸ್ವಾದಿಸುವವನೆಂಬ ಸತ್ಯವು ನನಗೆ ನನ್ನ ಈ ಹಿಂದಿನ ಪ್ರವಾಸಗಳಲ್ಲಿ ಮನದಟ್ಟಾಗಿತ್ತು. ಹೀಗಾಗಿ ಅಂಗೋಲಾ ಎಂಬ ಅವಕಾಶದ ಮೂಲಕವಾಗಿ ಪ್ರಕೃತಿಗೆ ಮತ್ತಷ್ಟು ಹತ್ತಿರವಾಗಿ ಬದುಕುವ ಸುವರ್ಣಾವಕಾಶವೊಂದನ್ನು ಬದುಕು ನನಗೆ ಕರುಣಿಸಿತ್ತು ಎಂಬಷ್ಟು ತೀವ್ರವಾಗಿ ನಾನಲ್ಲಿ ಬದುಕುತ್ತಿದ್ದೆ. ಅಂಗೋಲಾ ದಿನಗಳನ್ನು ನಾನು 'ವನವಾಸ' ಎಂದು ತಿಳಿಹಾಸ್ಯದ ಧಾಟಿಯಲ್ಲಿ ಹೇಳುವ ಜೊತೆಗೇ ಅಂಗೋಲಾದ ಪ್ರತಿ ಕ್ಷಣಗಳನ್ನು ಸಂಪೂರ್ಣವಾಗಿ ಜೀವಿಸಿ, ಆಸ್ವಾದಿಸಿದ ಆತ್ಮತೃಪ್ತಿಯೂ ನನ್ನಲ್ಲಿತ್ತು ಎಂದರೆ ಅತಿಶಯೋಕ್ತಿಯೇನಲ್ಲ.

ಅಧ್ಯಾತ್ಮಲೋಕದಲ್ಲಿ ಸಾಮಾನ್ಯವಾಗಿ ಹೆಸರಿಸಲಾಗುವ 'ಪ್ರಜ್ಞೆ'ಯನ್ನು ನನಗೆ ಪರಿಚಯಿಸಿದ್ದು ಕೂಡ ನನ್ನ ಅಂಗೋಲಾ ದಿನಗಳೇ. ನಾವೆಲ್ಲರೂ ಒಂದಲ್ಲಾ ಒಂದು ದಿನ ಸಾಯುತ್ತೇವೆ ಅನ್ನುವುದು ನಮಗಿರುವ ಸಾಮಾನ್ಯಜ್ಞಾನದ ತಿಳಿವು. ಆದರದು ಯಾವ ಕ್ಷಣದಲ್ಲೂ ಆಗಬಹುದು ಎಂಬ ಅರಿವು ಮಾತ್ರ ನಿಜವಾದ 'ಪ್ರಜ್ಞೆ'. ಇಂಥದ್ದೊಂದು ಪ್ರಜ್ಞೆ ಜಾಗೃತವಾಗಿದ್ದಾಗಲಷ್ಟೇ ಮನುಷ್ಯ ಅರ್ಥಪೂರ್ಣವಾಗಿ ಬದುಕಬಲ್ಲ. ತನ್ನ ಬೆಳವಣಿಗೆಗೆ ಪೂರಕವಾಗಿರುವ ಅಂಶಗಳನ್ನಷ್ಟೇ ಜೀವನದಲ್ಲಿ ಕಾದಿರಿಸಿಕೊಂಡು ಉಳಿದವುಗಳನ್ನು ನಿರ್ದಾಕ್ಷಿಣ್ಯವಾಗಿ ತನ್ನಿಂದ ದೂರ ತಳ್ಳಬಲ್ಲ. ಇದು ನಾನು ಯಾವ ಹೊತ್ತಿನಲ್ಲೂ ಸಾಯಬಹುದು ಎಂಬ ಮೃತ್ಯುಭಯವಲ್ಲ. ಬದಲಾಗಿ ಇದ್ದಷ್ಟು ಬದುಕನ್ನು ಇಡಿಇಡಿಯಾಗಿ, ಸಾರ್ಥಕವಾಗಿ ಬದುಕಬೇಕೆನ್ನಿಸುವ ಜೀವಂತ ತುಡಿತ.

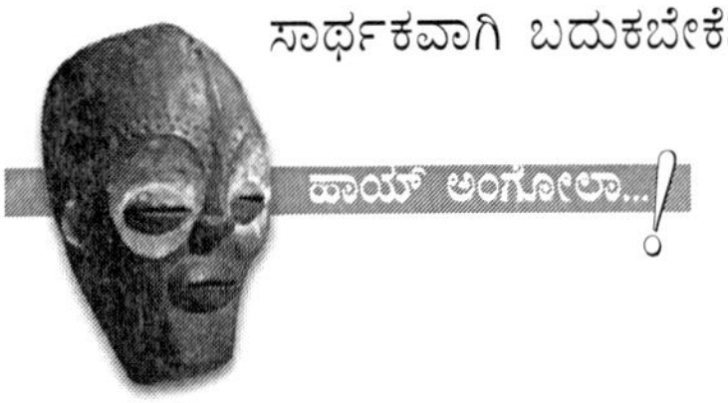

ಅಸಲಿಗೆ ಹುಳುಗಳಂತೆ ಸಾಯುತ್ತಿರುವ ಜನರನ್ನು ಎಲ್ಲೆಲ್ಲೂ ನೋಡುತ್ತಲೇ ನನಗೆ ಬದುಕಿನ ಮೌಲ್ಯಗಳು ಅರಿವಾಗತೊಡಗಿದ್ದವು. ಮಾನವ ಹಕ್ಕುಗಳ ಮತ್ತು ಮಾಧ್ಯಮ ಸ್ವಾತಂತ್ರ್ಯಗಳ ನಾಶವನ್ನು ನೋಡುತ್ತಲೇ ಪ್ರಜಾಪ್ರಭುತ್ವದ, ಅಭಿವ್ಯಕ್ತಿ ಸ್ವಾತಂತ್ರ್ಯಗಳ ಪ್ರಾಮುಖ್ಯತೆಗಳು ನನ್ನೆದುರು ಅನಾವರಣಗೊಳ್ಳಲಾರಂಭಿಸಿದ್ದವು. ವಿಲಾಸವೇ ಜೀವನದ ಪರಮಗುರಿ ಎಂಬಂತಿರುವ ಸದ್ಯದ ಕಾಲಘಟ್ಟದಲ್ಲಿ ಕನಿಷ್ಠ ಸಂಪನ್ಮೂಲಗಳೊಂದಿಗೆ ಬದುಕುವ ಪರಿಯನ್ನು ಅಂಗೋಲಾ ನನಗೆ ಕಲಿಸಿತ್ತು. ಹುಟ್ಟಿಕೊಂಡ ಹೊಸ ದೃಷ್ಟಿಕೋನಗಳು, ಒಳನೋಟಗಳಿಂದಾಗಿ ಬದುಕಿನ ಬಗೆಗಿನ ದೂರು-ದುಮ್ಮಾನಗಳು ಕಮ್ಮಿಯಾಗುತ್ತಾ ಪ್ರಾಯಶಃ ನಾನು ಬದುಕಿನ ಹೊಸ ಸಾಧ್ಯತೆಗಳತ್ತ ನಡೆಯತೊಡಗಿದ್ದೆ. ಈ ಎಲ್ಲಾ ಕಾರಣಗಳಿಂದಲೂ ಅಂಗೋಲಾದಲ್ಲಿ ಕಳೆದ ಪ್ರತಿಯೊಂದು ಕ್ಷಣಗಳಿಗೂ ನಾನು ಋಣಿ.

ಅಂದಹಾಗೆ ಪ್ರತಿ ಬಾರಿಯೂ ದುಬೈ ಮೂಲಕವಾಗಿ ದೆಹಲಿಯಿಂದ ಲುವಾಂಡಾಗೆ ಅಥವಾ ಲುವಾಂಡಾದಿಂದ ದೆಹಲಿಗೆ ಹಾರುವ ನಮಗೆ ಈ ಬಾರಿ ಇಥಿಯೋಪಿಯನ್ ಏರ್‌ಲೈನ್ಸ್‌ನ ಆತಿಥ್ಯ ಕಾದಿತ್ತು. ಇಥಿಯೋಪಿಯನ್ ಏರ್‌ಲೈನ್ಸ್ ಬಗ್ಗೆ ಮೊದಲೇ ಕಟುಟೀಕೆಗಳನ್ನು ಕೇಳಿದ್ದ ನಮ್ಮ ಗೊಣಗುವಿಕೆಗೆ ಸರಿಯಾಗಿ ಲುವಾಂಡಾದಿಂದ ಹೊರಡುವ ವಿಮಾನವು ಎರಡು ತಾಸು ತಡವಾಗಿ ನಿರಾಶೆಯನ್ನು ಹುಟ್ಟಿಸಿತ್ತು. ಅಂತೂ ಈ ಮೂಲಕವಾದರೂ ಇಥಿಯೋಪಿಯನ್ ನೆಲದ ಮೇಲೆ ಕಾಲಿಡುವ ಪುಟ್ಟ ಅವಕಾಶವೊಂದನ್ನು ವಿಧಿಯು ನಮಗೆ ಕೊಟ್ಟಿತ್ತೇನೋ. ಆದರೆ, ಎರಡು ತಾಸು ತಡವಾಗಿ ಆಗಮಿಸಿದ ವಿಮಾನದಿಂದಾಗಿ ಸಹಜವಾಗಿಯೇ ಇಥಿಯೋಪಿಯಾ ರಾಜಧಾನಿಯಾದ ಅಡಿಸ್ ಅಬಾಬಾದಲ್ಲಿ ತಡವಾಗಿ ಬಂದಿಳಿದ ನಾವು ಉಸಿರಾಡಲೂ ಪುರುಸೊತ್ತಿಲ್ಲವೆಂಬಂತೆ ಲಗುಬಗೆಯಿಂದ ಓಡೋಡುತ್ತಲೇ ಬಂದು ದೆಹಲಿಯ ವಿಮಾನವನ್ನು ಯಶಸ್ವಿಯಾಗಿ ಹಿಡಿದಿದ್ದೆವು. ಜನಜಾತ್ರೆಯಂತಿದ್ದ ಭಯಂಕರ ಜನಜಂಗುಳಿಯನ್ನು ಹೊಂದಿ ಅವ್ಯವಸ್ಥೆಯ, ಗೊಂದಲದ ಗೂಡಾಗಿ ಕಾಣುತ್ತಿದ್ದ ಅಡಿಸ್ ಅಬಾಬಾದ ವಿಮಾನ ನಿಲ್ದಾಣವು ಅದ್ಯಾಕೋ ಅಂದು ನಮ್ಮ ಜನನಿಬಿಡ ರೈಲ್ವೇನಿಲ್ದಾಣಗಳನ್ನು ನಮಗೆ ನೆನಪಿಸಿತ್ತು.

ಹೀಗೆ ಅಡಿಸ್ ಅಬಾಬಾದಿಂದ ಹೊರಟ ವಿಮಾನವು ಕೊನೆಗೂ ನಮ್ಮನ್ನು ದೆಹಲಿಯಲ್ಲಿಳಿಸಿದಾಗ ದೆಹಲಿಯಲ್ಲಿ ಅಪರಾಹ್ನದ ಮೂರು. ಜುಲೈ ತಿಂಗಳ ಆರಂಭದ ದೆಹಲಿಯು ಬಿಸಿಕಾವಲಿಯಂತೆ ಭರ್ಜರಿಯಾಗಿ ಸುಡುತ್ತಿತ್ತು. "ನೀವು ಯಾವಾಗ ಮರಳಿ ಬರುತ್ತೀರಿ?", "ಇನ್ನೆಷ್ಟು ದಿನ ನೀವು ಅಲ್ಲಿರಬೇಕು?", ಎಂದೆಲ್ಲಾ ಕಾಳಜಿಯಿಂದ ಕೇಳುವ ಓದುಗರ ನಿರೀಕ್ಷೆಯಂತೆ ನಾನು ಕೊನೆಗೂ ಮರಳಿ ತಾಯ್ನಾಡಿಗೆ ಬಂದಿಳಿದಿದ್ದೆ. ಇತ್ತ ಇನ್ನೂ ಆಫ್ರಿಕಾ ಹ್ಯಾಂಗೋವರಿನಲ್ಲೇ ಮುಳುಗಿದ್ದ ನನಗೆ ದೆಹಲಿಯ ಟ್ಯಾಕ್ಸಿ ಚಾಲಕರ ಬೈಗುಳಭರಿತ ಹಿಂದಿ, ಸುಮ್ಮನೆ ಮಾತನಾಡಿಸಿದರೂ ಬೈದಂತೆ ಕೇಳುವ ಹರಿಯಾಣವೀ ಭಾಷೆಗಳು ಸ್ವಾಗತವನ್ನು ಕೋರಿದಂತೆಯೂ, ಮತ್ತೆ ನನ್ನನ್ನು ರಿಯಾಲಿಟಿಯ ಲೋಕಕ್ಕೆ ಎಳೆದುಕೊಂಡು ಬಂದಂತೆಯೂ ಭಾಸವಾಗಿತ್ತು. ಇನ್ನು ದೆಹಲಿಯ ಇಂದಿರಾಗಾಂಧಿ

ಅಂತಾರಾಷ್ಟ್ರೀಯ ವಿಮಾನನಿಲ್ದಾಣದ ಆವರಣವನ್ನು ಬಿಟ್ಟು ಮುಂದಕ್ಕೆ ಸಾಗಿದಂತೆ ಅಂಗೋಲಾ ನನ್ನ ಕಣ್ಣಿನಿಂದ ಮತ್ತಷ್ಟು ಹಿಂದಕ್ಕೆ ಸರಿದಂತೆಯೂ, ಭಾರವಾದ ಮನಸ್ಸಿನಿಂದ ಕೈಬೀಸುತ್ತಾ ಗುಡ್ ಬೈ ಹೇಳುವಂತೆಯೂ ಅನಿಸಿ ಒಂದು ವಿಚಿತ್ರ ಬಗೆಯ ಖಾಲಿತನದಲ್ಲಿ ಕೆಲ ಕ್ಷಣಗಳ ಕಾಲ ನರಳಾಡಿಬಿಟ್ಟೆ.

ಅತ್ತ ಅಂಗೋಲಾ 'ಬಾಯ್' ಅನ್ನುತ್ತಲೇ ತಾಯ್ನಾಡಾದ ಭಾರತ 'ಹಾಯ್' ಅಂದಿತ್ತು. ದೆಹಲಿಯ ಶಕ್ತಿಕೇಂದ್ರಗಳಾದ ಆಯಕಟ್ಟಿನ ಸ್ಥಳಗಳು, ಮೊಘಲ್ ವಾಸ್ತುಶಿಲ್ಪ, ಹಾಯೆನಿಸುವ ಹಸಿರು... ಹೀಗೆ ಇಷ್ಟಿಷ್ಟಾಗಿಯೇ ಭಾರತೀಯತೆಯನ್ನು ಮೈಮನಗಳಲ್ಲಿ ತುಂಬಿಕೊಳ್ಳುತ್ತಾ ಮುಂದೆ ಸಾಗಿದೆವು ನಾವು. ಇತ್ತ ಅಂಗೋಲಾದ ಪಯಣವನ್ನು ಮುಗಿಸಿದ ಬೆನ್ನಿಗೇ ಭಾರತದ ಹೊಸ ಇನ್ನಿಂಗ್ಸ್ ಎದುರಾಗಿ ತಯಾರಾಗಿ ನಿಂತಿತ್ತು. ಮುಂದಿನ ದಿನವೇ ನಡೆಯಲಿದ್ದ ಸಂಸ್ಥೆಯ ಐವತ್ತನೇ ವಾರ್ಷಿಕೋತ್ಸವದ ಸಿದ್ಧತೆಗಳ ಬಗ್ಗೆ ಹೇಳುತ್ತಾ ಅದೆಷ್ಟು ದೇಶಗಳ ಆಫ್ರಿಕನ್ ಗಣ್ಯಾತಿಗಣ್ಯರು ಅತಿಥಿಗಳಾಗಿ ಬರಲಿದ್ದಾರೆ ಎಂಬುದನ್ನೆಲ್ಲಾ ಪಕ್ಕದಲ್ಲಿ ಕುಳಿತಿದ್ದ ಸಹೋದ್ಯೋಗಿಯೊಬ್ಬ ಬಿಡದೆ ಹೇಳುತ್ತಿದ್ದ. ಆತನ ಮಾತುಗಳನ್ನು ಕೇಳುತ್ತಾ ನಾನು ಆಫ್ರಿಕಾವನ್ನು ಬಿಟ್ಟರೂ, ಆಫ್ರಿಕಾ ಮಾತ್ರ ನನ್ನನ್ನು ಬಿಡದು ಎಂಬಂತೆ ನಾನು ಹಾಗೇ ಸುಮ್ಮನೆ ನಕ್ಕುಬಿಟ್ಟೆ.

ಬಹುಷಃ ಈ ಕಾರಣಕ್ಕೇನೇ ಹೇಳ್ತಾರೇನೋ.. ಚಲ್ತೀ ಕಾ ನಾಮ್ ಝಿಂದಗೀ ಹೈ... ಅಂತೆಲ್ಲಾ!

●